# திறந்தநிலை மார்க்சியம்

## தொகுதி-III
## மார்க்சின் விடுவிப்பு

**தொகுப்பாசிரியர்கள்:**
வெர்னர் போன்ஃபெல்ட்,
ரிச்சர்ட் குன்,
ஜான் ஹாலவே,
காஸ்மாஸ் சைக்கோபீடிஸ்

**தமிழில்:**
மா.சிவகுமார்

**பதிப்பாசிரியர்:**
ந.முத்துமோகன்

**இணை பதிப்பாசிரியர்:**
ப.கு.ராஜன்

நியூ செஞ்சுரி புக் ஹவுஸ் (பி) லிட்.,
41-பி, சிட்கோ இண்டஸ்டிரியல் எஸ்டேட்,
அம்பத்தூர், சென்னை - 600 050.
☎ : 044 - 26251968, 26258410, 48601884

Language: Tamil

# Thiranthanilai Marxiyam

**Volume-III**

**Marxin Viduvippu**

Edited by: **Werner Bonefeld, Richard Gunn, John Holloway, Kosmas Psychopedis**

Translated into Tamil by: **Ma.Sivakumar**

Editor: **N. Muthumohan**

Joint Editor: **P.K. Rajan**

First Edition: January, 2024

Copyright: Publisher

No.of Pages: 350

Publisher:

**New Century Book House Pvt. Ltd.,**

41-B, SIDCO Industrial Estate, Ambattur, Chennai - 600 050.

Tamilnadu State, India.

Email: info@ncbh.in | Online: www.ncbhpublisher.in

Originally Published as

**Open Marxism | Volume III - EMANCIPATING MARX**

by **Pluto Press (1995)**

ISBN: 978 - 81 - 9449 - 213 - 9

Code No. A4929

**₹ 575/-**

**Branches**

**Ambattur** 044 - 26359906 **Spenzer Plaza (Chennai)** 044-28490027
**Trichy** 0431-2700885 **Pudukkottai** 04322- 227773 **Thanjavur** 04362-231371
**Tirunelveli** 0462-4210990, 2323990 **Madurai** 0452-2344106, 4374106
**Dindigul** 0451-2432172 **Coimbatore** 0422-2380554 **Erode** 0424-2256667
**Salem** 0427-2450817 **Hosur** 04344-245726 **Krishnagiri** 04343-234387
**Ooty** 0423-2441743 **Vellore** 0416-2234495 **Villupuram** 04146-227800
**Pondicherry** 0413-2280101 **Nagercoil** 04652-234990

**திறந்தநிலை மார்க்சியம்**

**தொகுதி-III**

**மார்க்சின் விடுவிப்பு**

தொகுப்பாசிரியர்கள்: **வெர்னர் போன்ஃபெல்ட், ரிச்சர்ட் குன், ஜான் ஹாலவே, காஸ்மாஸ் சைக்கோபீடிஸ்**

தமிழில்: **மா.சிவகுமார்**

பதிப்பாசிரியர்: **ந.முத்துமோகன்**

இணை பதிப்பாசிரியர்: **ப.கு.ராஜன்**

முதல் பதிப்பு: ஜனவரி, 2024

*அச்சிட்டோர்:* **பாவை பிரிண்டர்ஸ் (பி) லிட்.,**

16 (142), ஜானி ஜான் கான் சாலை, இராயப்பேட்டை, சென்னை - 14

☎: 044-28482441

All rights reserved. No part of this book may be reprinted or reproduced or utilised in any form or by any electronic, mechanical, or other means, now known or hereafter invented, including photocopying and recording, or in any information storage or retrieval system, without permission in writing from the publishers.

# பதிப்புரை

மானுட விடுதலைக்கான தத்துவமாக 19-ம் நூற்றாண்டில் உருவான மார்க்சியத்தின் இன்றைய நிலை என்ன? குறிப்பாக, 1990-களில் சோவியத் ஒன்றியத்திலும் கிழக்கு ஐரோப்பிய நாடுகளிலும் கம்யூனிஸ்ட் கட்சி ஆட்சிகள் வீழ்ந்த பிறகு, முதலாளித்துவத்துக்கு எதிரான கோட்பாடாக மார்க்சியம் காலாவதியாகிப் போனதா என்ற கேள்வி உலகமெங்கும் எழுந்தது. சோவியத் ஒன்றியம் இருந்தபோதே அதனுடன் முரண்பட்டு வேறு பாதை சமைத்த மாவோயிசம், யூரோ கம்யூனிசம் போன்ற மாற்றுகளும் வெற்றி பெறவில்லை என்பதால் இந்தக் கேள்வி மேலும் வலுப்பெற்றது. மறுபுறத்தில் சோசலிச மாற்றுமுகாம் என ஒன்று இல்லாத நிலையிலேயே முதலாளித்துவம் தன் உள்ளார்ந்த முரண்பாடுகளில் சிக்கித் தவிப்பதும் மேலும் தெளிவாகியது. மூன்றாம் பாதையென்றெல்லாம் பேசிய ‘சமூக ஜனநாயக’ வகைகளும் முனை மழுங்கி சில இடங்களில் ஃபாசிச சக்திகளுக்கும் சில இடங்களிலும் ‘புதிய இடதுசாரி’ வகைகளுக்கும் இடம் விட்டு காலாவதியாகின. இவை எல்லாம் சரியான மார்க்சிய மாற்றைக் கண்டறிவதை இன்றைய கால கட்டத்தின் அறிவார்ந்த தளத்தின் தலையாய பணியாக மாற்றியுள்ளன. மார்க்சிஸ்டுகள் தரப்பிலும் மார்க்சியத்தின் எதிரிகளிடமிருந்தும் இதற்கான எதிர்வினைகள் நாட்டுக்கு நாடு வேறுபட்டன, அரசியல் களத்திலும் கோட்பாட்டு விவாதங்களிலும் போராட்டங்கள் நடந்தன. தத்துவத் துறையில் பின்நவீனத்துவம் என்ற போக்கைக் குறிப்பாக சொல்லலாம்.

இவற்றுக்கான மார்க்சிய எதிர்வினையின் ஒரு பகுதியாக, ஸ்காட்லாந்தின் எடின்பர்க் பல்கலைக் கழகத்தில் பணியாற்றி வந்த வெர்னர் போன்ஃபெல்ட், ரிச்சர்ட் குன் ஆகியோரும், ஏதென்ஸ் பல்கலைக் கழகத்தைச் சேர்ந்த காஸ்மாஸ் சைக்கோபீடிசும் இணைந்து திறந்தநிலை மார்க்சியத்தின் முதல் இருதொகுதிகளை 1992-ம் ஆண்டு வெளியிட்டனர். ‘இயங்கியலும் வரலாறும்’ என்ற முதல் தொகுதியில் தொகுப்பாசிரியர்களின் அறிமுகத்துடன் மார்க்சின் இயக்கவியலை கான்ட், ஹெகல் ஆகியோரில் தொடங்கி மீட்டமைப்பது, அரசு பற்றிய விவாதங்கள் ஆகியவை தொடர்பாக வெவ்வேறு ஆசிரியர்களால் எழுதப்பட்ட ஐந்து கட்டுரைகள் இடம் பெற்றன. ‘கோட்பாடும் நடைமுறையும்’ என்ற இரண்டாவது தொகுதியில், தொகுப்பாசிரியர்களின்

அறிமுகத்தோடு வரலாற்றுப் 'பொருள்முதல்வாதம்' என்ற பெயரில் வளர்த்தெடுக்கப்பட்ட மார்க்சின் 'வரலாறு குறித்த பொருள்முதல்வாத கருத்தாக்கம்' (materialist conception of history) மீதான விமர்சனமாக இரண்டு கட்டுரைகளும் வர்க்க நோக்குநிலையைப் பற்றிய மூன்று கட்டுரைகளும் இடம் பெற்றன.

திறந்தநிலை மார்க்சியம் என்ற சிந்தனைப் போக்கின் முதல் வெளிப்பாடான இந்த இரண்டு தொகுதிகளில் வரலாற்றுப் பொருள் முதல்வாதம் என்ற வரையறையை இதன் ஆசிரியர்கள் பகுப்பாய்விற்கு உள்ளாக்குகின்றனர். அரசு பற்றிய லெனினிய கோட்பாட்டையும் பகுப்பாய்வு செய்கின்றனர். மரபுரீதியான மார்க்சியத்தில் கேள்விக்கு அப்பாற்பட்ட வரையறைகளாக கருதப்பட்டவற்றை விமர்சனப் பார்வையுடன் மீளாய்விற்குத் திறப்பதை திறந்தநிலை மார்க்சியத்தின் நோக்கமாகக் கொண்டுள்ளனர், அதன் ஆசிரியர்கள். தமது விமர்சன பகுப்பாய்வையும் விவாதத்துக்குட்படுத்தி சரி, தவறுகளை பரிசீலித்து மார்க்சியத்தை வளர்த்தெடுக்கும்படி அழைக்கின்றனர்.

இதைத் தொடர்ந்து 1995-ம் ஆண்டு திறந்தநிலை மார்க்சியத்தின் மூன்றாவது தொகுதியான 'மார்க்சின் விடுவிப்பு' என்பதைத் தொகுப்பதில் எடின்பர்க் பல்கலைக் கழகத்தைச் சேர்ந்த ஜான் ஹாலவேயும் இணைந்தார். இதில், தொகுப்பாசிரியர்களின் அறிமுகத்துடன், மார்க்சின் இயக்கவியல் முறைபாடு பற்றியும், உரிமைகள் பற்றிய தத்துவம் தொடர்பாகவும் ஆழமான கட்டுரைகளோடு , பின்நவீனத்துவம், வரலாற்றின் முடிவு, பின்-கீனீசியம், வேபரியனிசம் போன்ற சமூகவியல் கோட்பாடுகளை கூர்மையாக விமர்சிக்கும் கட்டுரைகளும் உழைப்பின் மையநிலையை நிறுவும் கட்டுரைகளும் இடம் பெற்றுள்ளன.

சுமார் 15 ஆண்டுகளுக்குப் பிறகு 2008-ம் ஆண்டு வெடித்த முதலாளித்துவ நெருக்கடியைத் தொடர்ந்து, அமெரிக்காவில் வால்வீதி ஆக்கிரமிப்பு தொடங்கி, ஆப்பிரிக்காவிலும் அரபு நாடுகளிலும் முன்னாள் சோவியத் குடியரசுகளிலும் 'வண்ணப் புரட்சிகளாக' மாற்றப்பட்ட மக்கள் எழுச்சிகளும் வெடித்தன. லத்தீன் அமெரிக்க நாடுகளில் ஏகாதிபத்திய எதிர்ப்பு சமூக ஜனநாயக அரசியல் வளர்ச்சி அடைந்தது. நெருக்கடியையும் போராட்டங்களையும் பயன்படுத்திக் கொண்டு இந்தியா உள்ளிட்ட முக்கியமான நாடுகளில் பிற்போக்கு அரசியல் ஆட்சியைப் பிடித்தது.

இந்நிலையில், திறந்தநிலை மார்க்சியத்தின் முதல் மூன்று தொகுதிகள் வெளியான 25 ஆண்டுகளுக்குப் பிறகு இந்தத் தொடரின் நான்காவது

தொகுதியை அனா சிசிலியா டீனர்ஸ்டெய்ன், அல்ஃபோன்சோ கார்சியா வேலா, எடித் கோன்சால்ஸ், ஜான் ஹாலவே ஆகியோர் தொகுத்து வெளியிட்டுள்ளனர். அந்தத் தொகுதியில் திறந்தநிலை மார்க்சியத்தை இத்தாலியிலும் லத்தீன் அமெரிக்காவிலும் நடந்த நடைமுறை போராட்டங்களுடன் இணைக்கின்றனர். இதற்கு வெர்னர் போன் ஃபெல்ட் முன்னுரை எழுதியுள்ளார். அந்தப் போராட்ட அனுபவங்கள் திறந்தநிலை மார்க்சியத்தின் கோட்பாட்டு சிந்தனையோடு எப்படி இணைகின்றன (திறந்தநிலை மார்க்சியமும் விமர்சனக் கோட்பாடும்), அரசு பற்றிய திறந்தநிலை மார்க்சியத்தின் விமர்சனத்தை மீள்பரிசீலனை செய்வது (அரசு, மூலதனம், நெருக்கடி), 21-ம் நூற்றாண்டில் நடக்கும் போராட்டங்களில் எழும் கேள்விகள் (ஜனநாயகமும் புரட்சியும் விடுவிப்பும்) என தொகுப்பாசிரியர்களின் அறிமுகத்துடன் மூன்று பிரிவுகளாக 11 கட்டுரைகள் வெளியிடப்பட்டுள்ளன.

மூலதனத்துக்கு எதிரான உயிர்த்துடிப்பான கோட்பாடாக மார்க்சியம் மட்டுமே தொடர்கிறது, மார்க்சியத்தை அதன் வறட்டுவாத, மூடுண்ட வடிவங்களில் இருந்து விடுவித்து அதன் விடுவிக்கும் உயிர்சக்தியை மீட்டெடுத்து அதை புரட்சிக்கான ஆயுதமாக கூர் தீட்டுவது இன்றைய புரட்சியாளர்களின் கடமையாக உள்ளது. திறந்த மனநிலையுடன் மார்க்சியத்தின் கருத்தினங்களை அணுகுவதைக் கோருவது இந்த நூல் தொகுதி மட்டும் இல்லை, கடந்த 100 ஆண்டுகால புரட்சிகர இயக்கத்தின் அனுபவங்களும் பின்னடைவுகளும் அதைக் கோருகின்றன. அந்த உணர்வில் மார்க்சியத்தை வறட்டுவாத மூடுபனியில் இருந்து விடுவிக்கும் பணிக்கு இந்த நான்கு தொகுதிகளின் 30 கட்டுரைகள் தமிழில் வெளியாவது பங்களிக்கும் என்று நம்புகிறோம்.

★★★

திறந்தநிலை மார்க்சியத்தின் விவாதப் பொருண்மைகளை ஒன்பது கட்டுரைகளாக்கி தொகுதி III தொகுக்கப்பட்டுள்ளது. இந்தத் தொகுதியில் மார்க்சின் இயக்கவியல் முறைபாடு பற்றியும், உரிமைகள் பற்றிய தத்துவம் தொடர்பாகவும் வரலாற்றுப் பின்னணியுடன் கூடிய ஆழமான கட்டுரைகளோடு, பின்நவீனத்துவம், வரலாற்றின் முடிவு போன்ற சமூகவியல்களை கூர்மையாக விமர்சிக்கும் இரண்டு கட்டுரைகளும் உழைப்பின் மையநிலையை நிலைநாட்டும் கட்டுரைகளும் இடம் பெற்றுள்ளன.

முன்னுரை வடிவில் எழுதப்பட்ட முகப்புக் கட்டுரை, 'செய்ய வேண்டுவது என்ன?' என்ற புரட்சிக்காரர்களின் மரபார்ந்த கேள்வியை

முன்வைத்து பதில் காண முயலுகிறது. "மூடப்பட்ட, வறட்டுத்தனமான ஒரு மரபை நெகிழ்வாக்குவதுதான் செய்ய வேண்டுவது" என்று பதில் கிடைக்கிறது. "இந்த மரபின் துன்பியல் வரலாற்றைத் தாண்ட வேண்டும்.. அதுவே இப்போது இருக்கும் மிகச் சக்திவாய்ந்த எதிர்ச்சிந்தனை மரபாக நீடிக்கிறது". மார்க்சியத்தின் துன்பியல் வரலாறு இன்று வரை நினைவூட்டத்திற்கு உரியது. கட்டமைப்புவாதம், நேர்க்காட்சிவாதம், சில சமூகவியல் கோட்பாடுகளின் செல்வாக்கு ஆகியவற்றிலிருந்து மார்க்சியத்தை விடுவித்தல் இத்தொகுதியின் வேலைத்திட்டம் என நூலின் தொகுப்பாசிரியர்கள் விளக்குகின்றனர். போராட்ட அனுபவங்கள் மார்க்சியத்தின் விமர்சனரீதியான அனுபவங்களை மீட்டுத்தரும் எனவும் சுட்டிக் காட்டுகின்றனர்.

'முதலாளித்துவமும் மறுவுற்பத்தியும்' என்ற இரண்டாவது கட்டுரை மரியா ரோசா டல்லா கோஸ்டா என்ற இத்தாலியப் பேராசிரியரால் எழுதப்பட்டது. ஆரம்பகால முதலாளியத்தால் தீவிரமாகப் பயன்படுத்தப்பட்ட "மறு உற்பத்தி"க்கான தொழில் உத்தி எவ்வாறு 20 ஆம் நூற்றாண்டின் காலப்பகுதியில் கொடூரமாகப் பயன்படுத்தப்பட்டது என்பதை இக்கட்டுரை விரிவாக எடுத்துப் பேசுகிறது. 16-18 ஆம் நூற்றாண்டுகளில் நிலம் என்னும் ஆதிஉடைமை பறிக்கப்பட்டது. பின்னர் கூலி பெறும் தொழிலாளி, கூலி பெறாத தொழிலாளி என்ற பிரிவினை உருவாக்கப்பட்டது. வர்க்கம், பாலினம், இனம், தேசியம் என்ற பிரிவினைகள் கட்டப்பட்டன. விரைவில் முதலாளித்துவ மூலதனத் திரட்டல் தொழிற்சாலைகள், தோட்டத் தொழில், அணைகள், சுரங்கத் தொழில் ஆகியவற்றில் குழந்தை அடிமைத் தொழில் உலகம் முழுவதும் பரப்பப்பட்டது. இவற்றை ஓரளவு ஈடுகட்ட அடிமை உழைப்புக்கு மக்கள் நலத்திட்டங்கள் உருவாக்கப்பட்டன.

சமீப காலங்களில், "பேய்த்தனமான திருப்பமாக உடல் உறுப்புகளை விற்பவர்களைக் கொண்டு" கடைக்கோடி உற்பத்தி சக்திகளைத் திரட்டி வருகின்றனர். இதற்கு இணையாக குற்றத் தொழில்களும் கொழித்து வருகின்றன. ஆதித்திரட்டலின் வழியாக உடைமை பறிப்புகள் நிகழ்த்தப்பட்டது மீண்டும் மறு உற்பத்தி செய்யப்படுகின்றது. கூலி பெறாத பெண் தொழிலாளர்கள், பெண்கள் கடத்தப்பட்டு அடிமையாக்கப்படுதல், பாலியல் சுரண்டல் ஆகியன பெருகி வருகின்றன.

மனித இன அழிவு, சுற்றுச் சூழல் அழிவு என்பவை இணைகின்றன. முன்னேறிய முதலாளித்துவ நாடுகளில் பெண்கள் இனப்பெருக்கம் செய்ய மறுத்து வருகின்றனர். எந்திரகதியிலான மறு உற்பத்தி பெருகி

பதிப்புரை

வருகிறது. இவற்றை எதிர் கொள்ள சோசலிசம் இன்னும் தயாராக வில்லையா என்ற கேள்வி மிஞ்சத்தான் செய்கிறது.

'விளக்கத்தின் விடுவிப்பு' என்ற மூன்றாவது கட்டுரையில் சமூகவியலில் அறிவியல்வாத அணுகுமுறைகளையும் சார்புநிலைவாத அணுகுமுறைகளையும் விமர்சிக்கிறார், காஸ்மாஸ் சைக்கோபீடிஸ். மேக்ஸ் வேபர், பின்-கீனிசிய சமூகவியல்கள் மீது சிறப்பு கவனம் செலுத்துகிறார்.

ராபர்ட் ஃபைன், மனோலிஸ் ஏஞ்சலிடிஸ், ஹெல்முட் ரெய்ஷெல்ட் ஆகியோரின் பங்களிப்புகள் ஒவ்வொன்றும், ஹெகல், மார்க்ஸ் இருவரின் பிரதிகளுக்கு திரும்பிச் சென்று மார்க்சியத்தின் விமர்சன ரீதியான அம்சத்தை வளர்த்தெடுக்க முயற்சிக்கின்றன. இந்தப் பகுதியின் நான்காவது கட்டுரையாக, மார்க்சினுடைய ஆய்வுப் பட்டத்திற்கான கிரேக்க தத்துவம் குறித்த கட்டுரை அமைகிறது. கிரேக்க தத்துவத்தில் இயங்கியல் பற்றி அது பேசுகிறது.

மார்க்ஸ் அவரின் முனைவர் பட்டத்திற்காக டெமாக்ரிட்டஸ், எபிக்யூரஸ் என்ற இரண்டு பொருள்முதல்வாதிகளை ஒப்பிட்டு எழுதிய கருத்துக்கள் இக்கட்டுரையில் தரப்பட்டுள்ளன. இளம் மார்க்சின் காத்திரமான தத்துவ விவாதங்களுக்கு மார்க்சின் இக்கட்டுரை சாட்சி. கிரேக்க தத்துவத்தை அதன் கோட்டையிலேயே மார்க்ஸ் சந்தித்த ஓர் அற்புதமான தருணம் அது. கிரேக்க பொருள்முதல்வாதம், இயங்கியல், தருக்கவியல் குறித்த ஒரு திறந்த விவாதத்தை மார்க்ஸ் நடாத்திய சந்தர்ப்பம் அது. ஈராயிரம் ஆண்டுகளுக்கு முந்திய கிரேக்க தத்துவம் ஒருபுறம், மார்க்ஸ் வாழ்ந்து உருவாக்கிய இயங்கியல் மற்றும் வரலாற்றுப் பொருள்முதல்வாதம் ஆகியன உருவெடுத்த காலம் ஆகியவற்றைத் தாண்டி, 20-21-ஆம் நூற்றாண்டுகள் படையெடுத்து விட்ட மற்றொரு காலம் எனப் பலவகைப்பட்ட கால முரண்களைத் தன்னில் எதிரொலிக்கும் பரப்புகளைக் கொண்டது இக்கட்டுரை. பல தத்துவங்கள் சந்தித்துக் கொண்டு, சூடுபறக்கும் அற்புதமான சந்திப்பு அது.

பண்டைய கிரேக்கத்தின் இயங்கியல் முறையைத் "தேவையற்ற பழம்பொருளாக" மார்க்ஸ் கருதினாரா? என்ற ஒரு கேள்வியோடு விவாதத்தை கட்டுரை ஆசிரியர் துவக்குகிறார். கிரேக்க தத்துவ விவாதம் மூலதனம் (முதல் தொகுதி) முதல் பதிப்பிற்கும் இரண்டாவது பதிப்பிற்கும் இடையிலான வேறுபாடுகளை எடுத்துக் கூறும் முக்கியமான பகுதி ஆகும். கிரேக்க தத்துவத்தின் வெளிப்படையான

வாரிசாகவும் தெளிவான ஞானியாகவும் மேதைமையாகவும் மார்க்ஸ் இப்பகுதியில் மிளிருகிறார்.

தத்துவம் தனக்கு இணையாக வேறு எதையும் கருதாது. அது ஹெகலிலிருந்து தொடங்குகிறது என்ற கருத்துடன் மார்க்ஸ் விவாதத்தைத் தொடங்குகிறார். உச்சநிலைகளில் அரிஸ்டாட்டில், எபிக்யூரஸ் ஆகிய இருவரை மார்க்ஸ் சுட்டிக்காட்டுகிறார். எபிக்யூரஸ், டெமாக்ரிட்டஸ், அரிஸ்டாட்டில் மூவரில் எபிக்யூரசைத்தான் உயர்த்திக் காட்டுகிறார். தத்துவத்தை மார்க்ஸ் உலகுடன் இணைக்கிறார். இது எபிக்யூரிய அணுகுமுறை. உலகம் தத்துவத்தோடு இணையும்போது, தத்துவமும் உலகம் சார்ந்ததாகிறது.

அடுத்த இரண்டு கட்டுரைகள் ஹெகலின் உரிமை பற்றிய தத்துவத்தை அரசியல் மற்றும் சமூகவியல் தளத்தில் விவாதிக்கின்றன. அறிவு, சுதந்திரம், ஜனநாயகம் ஆகியன மார்க்சின் வாதங்களில் ஒன்றுபடுகின்றன. அறிவின் இடத்தை ஜனநாயகம் எடுத்துக் கொள்கிறது. முன்பிருந்த முடியாட்சி அரசின் வடிவங்கள் தலைகீழாக நிறுத்தப்படும் போது ஜனநாயகங்கள் தோற்றமெடுக்கின்றன. அறிவியலும் தத்துவமும் அரிஸ்டாட்டில் தொடங்கி அல்த்தூசர் வரை பின்னிப் பிணைந்து இணைந்து கிடக்கின்றன. தொடர்ந்து மார்க்ஸ் ஹெகலின் உரிமை பற்றிய தத்துவத்தைப் பற்றி எழுதுகிறார். அறிவு, சுதந்திரம், ஜனநாயகம், மனித உரிமை இவற்றில் எது ஒன்றும் மார்க்சியத்தை விட்டு விலகியவை அல்ல.

மார்க்சின் அரசியல் பொருளாதாரம் மீதான விமர்சன பகுப்பாய் வையும் (மூலதனம் நூல்) ஹெகலின் அரசியல் பற்றிய விமர்சன பகுப்பாய்வையும் (உரிமை பற்றிய தத்துவம் நூல்) "ஒன்றாக சேர்த்து எடுத்துக் கொள்ளும் போதுதான் நமக்கு உறுதியான அடித்தளம் கிடைக்கிறது", "தனித்தனியாக எடுத்துக் கொண்டால் அவை நவீன சமூகம் பற்றிய ஒற்றைப் பரிமாண சித்திரத்தைத்தான் தீட்டுகின்றன" என்று ராபர்ட் ஃபைன் வாதிடுகிறார்.

சமீப காலங்களில் உரிமை புத்துயிர் பெற்றுள்ளது. நவீன உரிமை பற்றிய தத்துவத்தில் சுதந்திரம், சமத்துவம் என்ற இரண்டு பிரிக்க முடியாத கருத்தினங்கள் பிரிக்கப்பட்டு சொத்துடைமையின் சுதந்திரத்துக்கு முன்னுரிமை கொடுக்கப்படுகிறது, அதை முறியடித்து சமத்துவம் என்ற கருத்தினத்தை விடுவிப்பது பற்றி மனோலிஸ் ஏஞ்சலிடிஸ் பேசுகிறார். அதன்மூலம், உரிமை முக்கியமான கோட்பாடாகிறது. மனிதர் மனிதரோடு இணைக்கப்படுகிறார். மனித இருத்தலிலிருந்து அந்நியமாதல் விலகுகிறது. மனிதர் சமூக மனிதராக்கப்படுகின்றனர்.

பதிப்புரை

இறுதியாக நிற்கும் மூன்று கட்டுரைகள் பின்- வரலாறு (Post-History), மறுத்தலின் சீற்றம், மூலதனம்-உழைப்பு ஆகிய பிரச்சினைகளைக் குறித்துப் பேசுகின்றன.

'பின்-வரலாற்றின் குற்றப்பொறுப்பு' என்ற கட்டுரையில், ஃபுகுயாமாவின் வரலாற்றின் முடிவு என்ற முழக்கத்தையும், பின் நவீனத்துவம் வரலாற்றையே நிராகரிப்பதையும் ஏட்ரியன் வில்டிங் விமர்சனத்துக்குட்படுத்துகிறார். மார்க்சியத்தை நிராகரிக்கும் இந்த இரண்டு போக்குகளிலும் உள்ள தவறுகளுக்கும் இடைவெளிகளுக்கும் மார்க்சியத்தில்தான் தீர்வுகளை காண முடியும் என்று அவர் நிறுவுகிறார்.

'மறுத்தலின் சீற்றத்தில் இருந்து அதிகாரத்தின் சீற்றத்துக்கு - மையத்தில் வேலை' என்ற கட்டுரையில், மூலதனத்துக்கு உள்ளேயே அதை எதிர்த்து இயங்கக் கூடிய உழைப்பு மூலதனத்தை உடைத் தெறிவதற்கான தன்னாட்சியைப் பெற்றுள்ளது என்றும், உழைக்கும் சக்தி எப்போதுமே சீர்குலைப்பதாக உள்ளது என்றும் ஜான் ஹாலவே வாதிடுகிறார். மார்க்சியம் என்பது சமூகம் பற்றிய கோட்பாடு இல்லை, அது சமூகத்துக்கு எதிரான கோட்பாடு, மூலதனத்தை உடைத்துப் பிளப்பதற்கான சீற்றத்தை தன்னுள்ளே கொண்டுள்ள கோட்பாடு என்று அவர் நிறுவுகிறார்.

வால்டர் பெஞ்சமினின் சொற்கள் இங்கு எடுத்துப் பயன்படுத்தப் படுகின்றன. "வரலாற்றில் உள்ள புனைகதைக் காரணிகளைக் கைவிட்டு விட்டு, மாறாக, சகாப்தத்தின் தொடர்ச்சியை வெடித்துப் பிளக்க வேண்டும்" என்கிறார் வால்டர் பெஞ்சமின். "ஆரம்பத்தில் சீற்றம் இருந்தது" இதுவே முதுபெரும் மொழி.

மார்க்சியம் முதலாளித்துவத்தை மறுதலிப்பதை வேறு எந்த புரட்சிகரக் கோட்பாட்டையும் விட வெகுதூரம் எடுத்துச் செல்கிறது என்கிறார் ஹாலவே. அகநிலை முனைப்புக்கும் புறநிலை பொருண் மைக்கும் இடையேயான இருமைநிலையை கடக்க வேண்டும், இதற்காக மதம் பற்றிய மார்க்சின் விமர்சனத்தையும் அரசியல் பொருளாதாரம் பற்றிய விமர்சனத்தையும் இணைக்கிறார். மார்க்சைப் பொறுத்தவரையில் தத்துவத்துறையில் ஃபாயர்பாஹின் இடத்தில் பொருளியல் துறையில் ரிக்கார்டோ இருந்தார். அவர்களது கோட்பாடுகள் சிறைப்பட்டிருந்த வடிவங்களைப் பற்றிய பகுப்பாய்வு மூலமாக மார்க்ஸ் மானுட விடுதலைக்கான வெளியை வெடித்துத் திறந்தார் என்று ஜான் ஹாலவே காட்டுகிறார்.

'முனைப்பாக மூலதனமும் உழைப்பின் இருத்தலும்' என்ற கட்டுரை, மனிதர்களை கட்டுப்படுத்தும் கட்டமைப்புகளை உருவாக்கியதும் தொடர்ந்து மீட்டுருவாக்குவதும் மனித செயல்பாடே என்கிறது. மூலதனம் என்பது (சரக்கு, மதிப்பு, பணம் போன்றவையும்) மனிதர்களுக்கு புறத்தே இருந்து அவர்களது கட்டுப்பாட்டுக்கும் உணர்வுக்கும் அப்பாற்பட்டு செயல்படுகின்றது, மூலதனம் தன்னளவில் முனைப்பாக உள்ளது என்ற வாதத்தை மறுத்து உழைப்புக்கு மட்டுமே தன்னாட்சி உள்ளது, மூலதனம் எப்போதுமே உழைப்பைச் சார்ந்தே உள்ளது, உழைப்பின் மூலமாகவே மீள்கட்டமைக்கப்படுகிறது என்று வெர்னர் போன்ஃபெல்ட் வாதிடுகிறார். முதலாளித்துவ வடிவத்தில் மறுக்கப்படும் வடிவில் உள்ள கூட்டு உழைப்பை (கூட்டுறவை) விடுவிப்பது பற்றி பேசுகிறார்.

\* \* \*

இன்றைய இந்தியாவின் உழைப்பாளி மக்களும் மார்க்சியத்தின் மாணவர்களும் ஜனநாயக சக்திகளும், மத, இன, மொழி, தேசிய இனச் சிறுபான்மையினரும் தங்கள் பிரச்சினைகளையும் அவற்றின் ஒன்றுக்கொன்று தொடர்பான விசைகளையும் கசடறக் கற்பதற்கு உதவும் ஒரு நூல் தொகுதியை மிகுந்த காலப் பொருத்தத்துடன் என்.சி.பி.எச் நிறுவனம், தமிழுக்குக் கொண்டு வருகின்றது. இரண்டாவது தவணையாக அது தமிழில் கொண்டு வரும், நவீன சமகால மார்க்சிய அரசியல் நூல் வரிசையின் ஒரு பகுதியாக இவை அமைகின்றன. தமிழகத்தின் மார்க்சிய சிந்தனையை வளப்படுத்தும் புதிய காற்றாய் இவை வந்துள்ளன.

இந்த நூலையும் இது அடங்கிய நான்கு நூல் தொகுதியின் ஏனைய நூல்களில் பெரும்பகுதியையும் தோழர். மா.சிவக்குமார் தமிழில் மொழிபெயர்த்துள்ளார். தோழர். ப.கு.ராஜன் மொழிபெயர்ப்பில் ஒரு பகுதியை செய்ததோடு, ஒட்டுமொத்த மொழிபெயர்ப்புக்கும் வழிகாட்டி மேம்படுத்தினார். இந்த நூல் வரிசைக்கு இணை - பதிப்பாசிரியராக பிரதிச் செம்மையாக்கத்திற்கு எனக்கு உதவி புரிந்துள்ளார். அவருக்கு எனது பாராட்டுகள். எந்தவொரு மொழியிலும் வெளிப்படுத்தக் கடினமான ஆழமானதும் சிக்கலானதும் மிகப் புதியவையுமான சிந்தனைகளை தமது கடும் உழைப்பு, மார்க்சியப் புரிதல், மொழித்திறன் ஆகியவை கொண்டு மொழிபெயர்த்த தோழர்கள் தமிழில் தந்துள்ளனர். குறுகிய காலத்தில் இந்தப் பணியை முடித்த அவர்களுக்கு என்.சி.பி.எச் நிறுவனம் சார்பாகவும், நூல் வரிசையின் பதிப்பாசிரியர் என்ற முறையில் என் சார்பாகவும் பாராட்டுதல்கள்.

என்.சி.பி.எச் நிறுவனத்தின் மேலாண்மை இயக்குநர் தோழர் க.சந்தானம் அவர்களுக்கு நன்றியை தெரிவித்துக்கொள்கிறோம்.

என்.சி.பி.எச் நிறுவனத்தின் பதிப்புத்துறை பொது மேலாளர் தோழர் சண்முகம் சரவணன் நூல்களின் தேர்வு முதற்கொண்டு அதன் ஒவ்வொரு நிலையிலும் சிறப்பு கவனத்துடன் இதனை வெற்றிகரமாக்க பெரும் உந்துதலை அளித்துள்ளார்.

நிறுவனத்தின் விற்பனை மேலாளர் தோழர் தி.இரெத்தினசபாபதி, பதிப்பு மேலாளர் திருமதி ப.ரேவதி, பாவை பிரிண்டர்ஸ் பொது மேலாளர் திரு. ஆ.சிவக்குமார் மற்றும் ஏனைய என்.சி.பி.எச் ஊழியர்கள் எனப் பெரிய அணி ஒன்றின் அக்கறை கொண்ட பணி இந்த நூல் வரிசையையும் அதில் இந்த நூலையும் உங்களிடம் கொண்டு வந்து சேர்த்துள்ளது.

நூலை நேர்த்தியாகவும் அழகாகவும் வடிவமைத்துத் தந்துள்ள வடிவமைப்பாளர் அ.குணசுந்தரி, அட்டை வடிவமைப்பு செய்த தோழர் கா.குணசேகரன் ஆகியோருக்கும் எமது இனிய நன்றிகளைத் தெரிவித்துக் கொள்வோம்.

சமகாலச் சமூகத்தைப் புரிந்து கொள்வது, அதன் அடிப்படையில் மேம்பட்ட செயல்பாட்டிற்கு செல்வது என்பதற்கு உதவும் இந்த நூல் வரிசையையும் இந்த நூலையும் தமிழ்கூறும் நல்லுலகின் வாசகர்கள், அறிஞர் பெருமக்கள், செயல்பாட்டாளர்கள் வரவேற்று ஆதரவு அளிப்பார்கள் என்று நாங்கள் உறுதியாக நம்புகின்றோம்.

**ந.முத்துமோகன்**
பதிப்பாசிரியர்

# பொருளடக்கம்

பங்களிப்பாளர்கள்
நன்றியறிவிப்பு

1. அறிமுகம்: மார்க்சின் விடுவிப்பு — 21
   வெர்னர் போன்ஃபெல்ட், ரிச்சர்ட் குன், ஜான் ஹாலவே,
   காஸ்மாஸ் சைக்கோபீடிஸ்

2. முதலாளித்துவமும் மறுவுற்பத்தியும் — 31
   மரியாரோசா டல்லா கோஸ்டா

3. விளக்கத்தின் விடுவிப்பும் விடுவிக்கும் விளக்கமும் — 47
   காஸ்மாஸ் சைக்கோபீடிஸ்

4. மார்க்ஸ் தனது இயங்கியல் முறையை
   மறைத்தது ஏன்? — 83
   ஹெல்முட் ரெய்ஷெல்ட்

5. ஹெகலின் உரிமை பற்றிய தத்துவமும்
   (Philosophy of Right) மார்க்சின் விமர்சன பகுப்பாய்வும்:
   ஒரு மறு-மதிப்பீடு — 151
   ராபர்ட் ஃபைன்

6. உரிமைகளின் இயங்கியல்:
   மார்க்சியக் கோட்பாட்டில் மாறிச்செல்பவைகளும்
   விடுவித்தலுக்கான உரிமைகோரல்களும் — 191
   மனோலிஸ் ஆஞ்சலீடிஸ்

7. பின்-வரலாற்றின் குற்றப்பொறுப்பு — 237
   ஏட்ரியன் வில்டிங்

8. மறுத்தலின் சீற்றத்தில் இருந்து
   அதிகாரத்தின் சீற்றத்துக்கு: மையத்தில் வேலை — 260
   ஜான் ஹாலவே

9. முனைப்பாக மூலதனமும், உழைப்பின் இருத்தலும் — 303
   வெர்னர் போன்ஃபெல்ட்

# பங்களிப்பாளர்கள்

**மனோலிஸ் ஆஞ்சலீடிஸ்** (Manolis Angelidis) *ஏதென்சில் உள்ள அரசியல் அறிவியலுக்கான பான்டையோஸ் பல்கலைக் கழகத்தில்* (Panteios University of Political Science) *விரிவுரையாளராக உள்ளார். அவரது படைப்புகளில்:* **லிபரலிசம், கிளாசிக் அண்ட் நியூ,** *ஃபவுண்டேஷன் காரஜியோகஸ், ஏதென்ஸ்* (Liberalism, Classic and New, Foundation Karageogas, Athens), *1993;* **த தியரி ஆஃப் ரைட்ஸ் இன் கன்டெம்ப்ரரி** *லிபரலிசம், ரிவியூ ஆஃப் சோசியல் சயின்ஸ், எண் 71, ஏதென்ஸ் (*'The Theory of Rights in Contemporary Liberalism', Review of Social Science, no.71, Athens); *மிஸ்டேக்கிங்* **ரைட்ஸ் அண்ட் நார்மடிவிட்டி**, *காமன் சென்ஸ், எண் 16* ('Mistaking Rights and Normativity', Common Sense, no.16.) *ஆகியவை அடங்கும். அவர் ஏதென்சில் இருந்து வெளிவரும் ஆக்சியோலாஜிகா* (Axiologica of Athens) *இதழின் ஆசிரியர் குழுவில் உறுப்பினராக உள்ளார்.*

**வெர்னர் போன்ஃபெல்ட்** (Werner Bonefeld) *எடின்பர்க் பல்கலைக் கழகத்தில் அரசியல் துறை விரிவுரையாளராக உள்ளார். அவரது படைப்புகள்:* **த ரீகாம்பசிஷன் ஆஃப் த பிரிட்டிஷ் ஸ்டேட் டியூரிங் த 1980ஸ்,** *டார்ட்மவுத், அல்டர்ஷாட்* (The Recomposition of the British State during the 1980s, Dartmouth, Aldershot), *1993; ஜான் ஹாலவேயுடன்* (John Holloway) *இணை ஆசிரியராக -* **போஸ்ட்-ஃபோர்டிசம் அண்ட் சோசியல் ஃபார்ம்,** *மேக்மில்லன், லண்டன்,* (Post-Fordism and Social Form, Macmillan, London), *1991,* **குளோபல் கேப்பிட்டல், நேஷனல் ஸ்டேட் அண்ட் த பொலிடிக்ஸ் ஆஃப் மணி,** *மேக்மில்லன், லண்டன்,* (Global Capital, National State and the Politics of Money, Macmillan, London), *1995,* Un Neuvo Estado? Fontamara, Mexico, *1994. பீட்டர் பர்ன்ஹம்* (Peter Burnham), *அலீஸ் பிரவுன்* (Allice Brown) *இருவருடன் இணைந்து* **எ மேஜர் கிரைசிஸ்: பிரிட்டிஷ் பொலிடிக்ஸ் இன் த 1990ஸ்**, *டார்ட்மவுத், ஆல்டர்ஷாட்* (A Major Crisis: British Politics in the 1990s, Dartmouth, Aldershot), *1995 என்ற நூலை எழுதினார். கேபிடல் & கிளாஸ்* (Capital & Class) *இதழின் ஆசிரியர் குழுவின் உறுப்பினராக இருந்து வருகிறார். காமன் சென்ஸ்* (Common Sense) *இதழின் ஆசிரியர் குழுவிலும் உறுப்பினராக உள்ளார்.*

**மரியாரோசா டல்லா கோஸ்டா** *(*Mariarosa Dalla Costa) *பாடொவா பல்கலைக் கழகத்தில் பொலிடிக்கல் சயின்சஸ் துறையில் உள்ள*

*இன்ஸ்டிட்யூட் ஆஃப் பொலிடிகல் சயின்சஸ்-ல் பொலிடிகல் சோஷியாலஜி அண்ட் கம்பரேடிவ் பாலிடிக்ஸ் துறை பேராசிரியராக* (Professor of Political Sociology and Comparative Politics at the Institute of Political Sciences, Faculty of Political Sciences, University of Padua) *உள்ளார். அவர் பாடொவா பல்கலைக் கழகத்தில் பொலிடிகல் சயின்சஸ் துறையில்,* Instituzioni e Tecniche di tutela dei Diritti Umani-ல் போஸ்ட்-கிரேஜுவேட் ஸ்கூல் ஆஃப் ஸ்பெஷலைசேஷன்-ல் **பெண்களின் நிலைமைகளை முன்னேற்றுவது பற்றிய வரலாறு** *('History of the Promotion of Women's Conditions' at the Post-Graduate School of Specialisation,* at the Instituzioni e Tecniche di tutela dei Diritti Umani, Faculty of Political Sciences, University of Padua) *பிரிவில்* பேராசிரியராக உள்ளார். *அவரது படைப்புகளில்: த பவர்* ***ஆஃப் விமன் அண்ட் சப்வெர்ஷன் ஆஃப் த கம்யூனிடி*** (செல்மா ஜேம்ஸுடன் சேர்ந்து எழுதியது), *ஃபாலிங் வால் பிரெஸ், பிரைட்டன் (The Power of Women and the Subversion of the Community,* co-authored with Selma James, Falling Wall Press, Brighton), 1972; Famiglia, Welfare e Stato Tra Progessismo e New Deal, F. Angeli, Milan, 1983; Kajirodo ni Chingin-o-feminizumu no aratana tenbo, Impact Shuppankai, Tokyo, 1986; ஆகியவை அடங்கும். அவர் ஜியோவானா ஃபிரான்கா டல்லா கோஸ்டாவுடன் ***பேயிங் த பிரைஸ்: விமன் அண்ட் த பொலிடிக்ஸ் ஆஃப் இன்டர்நேஷனல் எகனாமிக் ஸ்ட்ரேடஜி,*** ஜெட் புக்ஸ், லண்டன் (Paying the Price: Women and the Politics of International Economic Strategy, Zed Books, London with Giovanna Franca Dalla Costa), *1995* என்ற நூலை எழுதினார்; அவர் இன்டர்நேஷனல் சோஷாலஜி, தொகுதி *3,* எண் *2-ல்* **டொமஸ்டிக் லேபர் அண்ட் த ஃபெமினிஸ்ட் மூமென்ட் இன் இத்தாலி சின்ஸ் த 1970ஸ்**-ன் ('Domestic Labour and the Feminist Movement in Italy since the 1970s', *International Sociology, vol.* 3, no. 2) ஆசிரியர்.

***ராபர்ட் ஃபைன்*** (Robert Fine) வார்விக் பல்கலைக் கழகத்தின் (Warwick University), சமூகவியல் துறையில் மூத்த விரிவுரையாளராக உள்ளார். மார்க்சியம், ஜனநாயகம், தேசியவாதம், அரசு, தென் ஆப்பிரிக்காவின் தொழிலாளர் இயக்கம் ஆகியவை குறித்து அவர் விரிவாக எழுதியுள்ளார். அவரது புத்தகங்களில் ***டெமாக்ரசி அண்ட் த ரூல் ஆஃப் லா: லிபரல் ஐடியல்ஸ் அண்ட் மார்க்சிஸ்ட் கிரிட்டிக்ஸ்,*** புளூட்டோ பிரெஸ், லண்டன் (Democracy and the Rule of Law: Liberal Ideals and Marxist Critiques, Pluto Press, London), *1985;* ***பியாண்ட் அபார்தீட்: லேபர் அண்ட் லிபரேஷன் இன் சவுத் ஆப்பிரிக்கா,*** புளூட்டோ பிரெஸ், லண்டன் (Beyond Apartheid: Labour and Liberation in South Africa, Pluto Press, London), *1991* ஆகியவை அடங்கும். தற்போது அவர் ஹெகலின்

அரசியல் தத்துவம் குறித்தும் சமகால மார்க்சியத்துக்கு அதன் பொருத்தப்பாடு குறித்தும் எழுதிக் கொண்டிருக்கிறார்.

***ரிச்சர்ட் குன்*** (Richard Gunn) *எடின்பர்க் பல்கலைக் கழகத்தில் அரசியல் துறையில் விரிவுரையாளராக உள்ளார்.* ***மார்க்சிசம் அண்ட் ஃபிலாசஃபி,*** *கேபிடல் & கிளாஸ், எண். 37,* லண்டன் ('Marxism and Philosophy', *Capital & Class, no.* 37, London), ***1989;*** *ரீக்ளெய்மிங் எக்ஸ்பீரியன்ஸ், சயின்ஸ் அஸ் கல்ச்சர், எண் 9* ('Reclaiming Experience', Science as Culture no 9); ***மார்க்சிசம், மெட்டாதியரி அண்ட் கிரிட்டிக்,*** வெர்னர் போன்ஃபெல்ட்/ஜான் ஹாலவே-ல் *(தொகுப்பு)* ('Marxism, Metatheory and Critique', in W. Bonefeld/J. Holloway (eds)); ***போஸ்ட் ஃபோர்டிசம் அண்ட் சோசியல் ஃபார்ம்,*** மேக்ஸ்மில்லன், லண்டன் ('Post Fordism and Social Form', Maxmillan, London), *1991;* ***பொலிடிக்ஸ் அண்ட் வயலன்ஸ்,*** ஆர் பெல்லாமி *(தொகுப்பு) தியரி அண்ட் கான்சப்ட்ஸ்: என் இன்ட்ரொடக்ஷன், மான்செஸ்டர் யூனிவர்சிட்டி பிரஸ், மான்செஸ்டர்* (Poitics and Violence in R. Bellamy (ed). Theory and Concepts: An Introduction, Manchester University Press, Manchester), *1993* ஆகியவற்றை எழுதியுள்ளார். மார்க்சியம், ஹெகலிய அரசியல் சிந்தனை, ஸ்காட்டிஷ் தத்துவம் ஆகியவை தொடர்பாக காமன் சென்ஸ் (Common Sense)-லும், *த எடின்பர்க் ரிவியூ (the Edinburgh Review)*-லும் விரிவாக எழுதியுள்ளார். *ரிச்சர்ட் குன் கேபிடல் & கிளாஸ்* (Capital & Class)-ன் ஆசிரியர் குழுவில் உறுப்பினராக உள்ளார், *காமன் சென்ஸ் (Common Sense)*-ன் ஆசிரியர் குழுவிலும் உறுப்பினராக உள்ளார்.

***ஜான் ஹாலவே*** (John Holloway) எடின்பர்க் பல்கலைக் கழகத்தின் *அரசியல் துறையில் விரிவுரையாளராக உள்ளார்.* Instituto de Ciencias Sociales y Humanidades, Universidad Autonoma de Puebla-ல் பேராசிரியர்/ஆராய்ச்சியாளராக உள்ளார். ***இன் அண்ட் எகெய்ன்ஸ்ட் த ஸ்டேட்,*** மற்றவர்களுடன் சேர்ந்து லண்டன் எடின்பர்க் வீக்எண்ட் ரிட்டர்ன் குரூப் என்ற பெயரில், லண்டன் *(In and Against the State with others,* as the London Edinburgh Weekend Return Group, London), *1980;* ***ஸ்டேட் அண்ட் கேபிடல்,*** எட்வர்ட் அர்னால்ட், ஆல்டர்ஷாட்-ன் சோல் பிக்கியாட்டோவுடன் இணை தொகுப்பாசிரியர் (co-editor with Sol Picciotto, *State and Capital,* Edward Arnold, Aldershot), *1978;* ***போஸ்ட் ஃபோர்டிசம் அண்ட் சோசியல் ஃபார்ம்,*** மேக்மில்லன், வெர்னர் போன்ஃபெல்டுடன் இணை தொகுப்பாசிரியர், லண்டன் (co-editor of Post-Fordism and Social Form with W. Bonefeld), *1991* ***குளோபல் கேபிடல், நேஷனல் ஸ்டேட், த பொலிடிக்ஸ் ஆஃப் மணி,*** மேக்மில்லன், லண்டன்

(Global Capital, National State the Politics of Money, Macmillan, London), *1995; Un Neuvo Estado?, Fontamara,* Mexico, *1994* ஆகியவை அவரது படைப்புகளில் அடங்கும். ***கேபிடல் & கிளாஸ்*** *(Capital & Class)*-ன் ஆசிரியர் குழுவில் உறுப்பினராகவும், மெக்சிகோவின் ***Viento del Sur*** ஆசிரியர் குழு உறுப்பினராகவும் உள்ளார்.

***காஸ்மாஸ் சைக்கோபீடிஸ்*** (Kosmas Psychopedis) ஏதென்ஸ் பல்கலைக் கழகத்திலும் ஃபிராங்க்ஃபர்ட் பல்கலைக் கழகத்திலும் படித்தவர். க்யோட்டிங்கன் பல்கலைக் கழகத்திலும் (Göttingen University) ஏதென்சில் உள்ள அரசியல் அறிவியலுக்கான பான்டியோஸ் பள்ளியிலும் (Panteios School of Political Science) பேராசிரியராக இருந்தவர். அவர் இப்போது ஏதென்ஸ் பல்கலைக் கழகத்தின் பொருளியல் துறையில் அரசியல் கோட்பாடு பேராசிரியர் பதவியில் உள்ளார். அவரது படைப்புகளில் ***உன்டர்சூகுங்கன் ஜுர் பொலிட்டிஷன் தியோரி இ.கான்ட்ஸ்,*** க்யோட்டிங்கன் *(Untersuchungen zur politischen Theorie I. Kants,* Goettingen), *1980;* ***கெஷிஷ்ட உண்ட் மெதோட,*** ஃபிராங்க்ஃபர்ட் a.M/நியூயார்க் (Geschichte und Methode, Franfurt a.M/New York), *1984;* ***டிம்யோக்ளிஷ்கைட் டெர் கெசல்ஷாஃப்ட்ஸ்ஃபிலாசஃபி பை ஹெகல்,*** *கெசல்ஷாஃப்ட்: பைட்ரேக ஜுர் மார்க்ஸ்ஷன் தியோரீ, தொகுதி 5,* ஃபிராங்ஃபர்ட் a.M ('Die Moeglichkeit der Gesellschaftsphilisophie bei Hegel', Gesesselschaft: Beitraege zur Marxschen Theorie, vol 5, Frankfurt a.M.), *1975;* ***கிரைசிஸ் ஆஃப் தியரி இன் த கன்டம்ப்ரரி சோசியல் சயின்சஸ்,*** வெர்னர் போன்ஃபெல்ட், ஜான் ஹாலவே-யில் *(தொகுப்பு), போஸ்ட் ஃபோர்டிசம் அண்ட் சோசியல் ஃபார்ம்,* லண்டன் ('Crisis of Theory in the Contemporary Social Sciences', in W. Bonefeld and J. Holloway (eds), *Post Fordism and Social Form,* London), *1991;* இயக்கவியல் கோட்பாடு: *மீள்கட்டமைப்பின்* பிரச்சினைகள் *திறந்தநிலை மார்க்சியம்,* தொகுதி-*I:* இயக்கவியலும் *வரலாறும்* (Dialectical Theory: Problems of Reconstruction, Open Marxism, Vol. I: Dialectics and History) ஆகியவை அடங்கும். அவர் *திறந்தநிலை மார்க்சியம் தொகுதி I, II* ஆகியவற்றின் தொகுப்பாசிரியராகவும் ஏதென்ஸ் நகரிலிருந்து வெளிவரும் ஆக்சியோலாஜிகா *(Axiologica,* Athens*)* ஆசிரியர் குழு உறுப்பினராகவும் உள்ளார்.

***ஹெல்முட் ரெய்ஷெல்ட்*** (Helmut Reichelt), பிரெமன் பல்கலைக் கழகத்தில் அரசியல் கோட்பாட்டு பேராசிரியராக உள்ளார். அவரது படைப்புகளில் ***டி லோகிஷ ஸ்ட்ருக்டூர் டெஸ் மார்க்ஸ்சென் காபிடல்ஸ், யூரோபைஷ வெர்லாக்ஸ் அன்ஸ்டால்ட்,*** ஃபிராங்க் ஃபர்ட் (Die logische Struktur des Marxschen Kapitals, Europaische Verlagsanstalt,

Frankfurt), *1970;* ஈ.ஹென்னிங், ஜே ஹிர்ஷ், ஜி ஷாஃபர் ஆகியோருடன் இணைந்து ***கார்ல் மார்க்ஸ்/ஃப்ரீட்ரிக் எங்கெல்ஸ்: ஸ்டாட்ஸ்தியோரீ*** உல்ஸ்டைன், பெர்லின் (co-editor with E. Hennig, J. Hirsch and G. Schafer of *Karl Marx/Friedrich Engels: Staatstheorie,* Ullstein, Berlin), *1974;* ***டெக்ஸ்ட ஜூர் மடீரியலிஸ்டிஷன் கெசிஷ்ட்அவுஃபஸ்ஸூங்,*** உல்ஸ்டைன், பெர்லின் (Texte zur materialistischen Geschichtsaufassung, Ullstein, Berlin), *1975;* ***சம் ரிமார்க்ஸ் ஆன் ஃப்ளாடோவ் அண்ட் ஹூய்ஸ்கென்'ஸ் எஸ்சே 'ஆன் த பிராப்ளம்ஸ் ஆஃப் த டெறிவேஷன் ஆஃப் த பூர்ஷ்வா ஸ்டேட்'*** ஜே ஹாலவே அண்ட் எஸ் பிக்கியோட்டோ *(தொகுப்பு) ஸ்டேட் அண்ட் கேபிடல், எட்வர்ட் அர்னால்ட், லண்டன்* ('Some Remarks on Flatow and Huisken's Essay On the Problems of the Derivation of the Bourgeois State in J. Holloway and S. Picciotto (eds.) *State and Capital,* Edward Arnold, London), *1978;* சம் நோட்ஸ் ஆன் ஜேக் பீடட்ஸ் ஸ்ட்ரக்சுரலிஸ்ட் இன்டர்பிரெடேஷன் ஆஃப் மார்க்சஸ் கேபிடல், *காமன் சென்ஸ், எண் 13* ('Some Notes on Jacques Bidet's Structuralist Interpretation of Marx's Capital', *Common Sense,* no. 13) ஆகியவை அடங்கும்.

***ஏட்ரியன் வில்டிங்*** (Adrian Wilding) எடின்பர்க் பல்கலைக் கழகத்தில் அரசியல் கற்றார். தற்போது அவர் வார்விக் பல்கலைக் கழகத்தின் தத்துவத் துறையில் முனைவர் பட்ட ஆராய்ச்சி மாணவராக உள்ளார். வால்டர் பெஞ்சமின் அண்ட் டிஸ்ட்ரக்டிவ் மெமரி ('Walter Benjamin and Destructive Memory') என்ற தேற்றத்தை ஆய்வு செய்து வருகிறார். அவர், ***த ரெஸ்பான்சிபிலிட்டிஸ் ஆஃப் டிகன்ஸ்ட்ரக்சன்,*** Pli, காவன்ட்ரி (Derrida, *The Responsibilities of Deconstruction,* Pli, Coventry), ***1994*** என்ற தெரிதா பற்றிய விமர்சனக் கட்டுரைகளைக் கொண்ட தொகுதியின் இணை தொகுப்பாசிரியர். அவர் *காமன் சென்ஸ் (Common Sense), ரேடிக்கல் ஃபிலாசஃபி (Radical Philosophy)* ஆகிய ஆய்விதழ்களில் கட்டுரைகளை வெளியிட்டுள்ளார்.

## நன்றியறிவிப்பு

மொழிபெயர்ப்பாளர்களான ஜூலியன் பீஸ் Julian Bees (டல்லா கோஸ்டா - Dalla Costa), கார்டன் ஃபின்லேசன் Gordon Finlayson (ரெய்ஷெல்ட் - Reichelt பகுதி II, III) ஆகியோருக்கு எங்கள் நன்றிகளை தெரிவித்துக் கொள்கிறோம்.

## 1. அறிமுகம்: மார்க்சின் விடுவிப்பு

வெர்னர் போன்ஃபெல்ட், ரிச்சர்ட் குன், ஜான் ஹாலவே,
காஸ்மாஸ் சைக்கோபீடிஸ்[1]

திறந்தநிலை மார்க்சியம் நூலின் முதல் இரண்டு தொகுதிகளில் (புளூட்டோ பிரெஸ் 1992) வளர்த்தெடுக்கப்பட்ட கருப்பொருட்களை இந்தத் தொகுதி தொடர்ந்து முன்னெடுத்துச் செல்கின்றது. இந்தத் தொகுதியின் தலைப்பான மார்க்சின் விடுவிப்பு என்பதை, திறந்தநிலை மார்க்சிய செயல்திட்டத்தின் இரண்டு முக்கியமான அக்கறைகளை ஒருங்கிணைத்து, இரட்டை உணர்வில் புரிந்து கொள்ள வேண்டும். 'அறிவியல்ரீதியான மார்க்சியம்' என்ற பதாகையின் கீழ் அதைச் சுற்றி வளர்ந்துள்ள சமூகவியல் பாரம்பரியத்தில் இருந்தும் பொருளியல் பாரம்பரியத்தில் இருந்தும் மார்க்சை (மார்க்சியத்தையும்) விடுவிப்பது திறந்தநிலை மார்க்சிய செயல்திட்டத்தின் முதல் அக்கறை இந்தப் பாரம்பரியத்தின் தீங்கான விளைவுகள் பற்றி, திறந்தநிலை மார்க்சியத்தின் முதல் தொகுதிக்கான எங்கள் அறிமுகத்தில் விவாதித்திருந்தோம். மார்க்சின் விடுவிப்பு என்பது அதே நேரம் மார்க்ஸ் விடுவிக்கக் கூடியவர் (மார்க்சியம் விடுவிக்கக் கூடியது) என்பதையும் உணர்த்துகிறது: அதுதான் இந்தத் தலைப்பின் இரண்டாவது உணர்வாகவும் இந்தத் திட்டப்பணியின் இரண்டாவது அக்கறையாகவும் உள்ளது. திறந்தநிலை மார்க்சியம் என்பதை மாய்மாலம் நீக்கப்பட்ட, விடுவிக்கப்பட்ட சமூக உலகத்துக்கான பாதையை தெளிவாக்கும் சுய-சிந்தனையின் களமாக நாங்கள் கருதுகிறோம். நேர்க்காட்சிவாத மற்றும் அறிவியல்வாத/பொருளாதாரவாத அடுக்குகளின் பிரமாண்டமான தடைக்கல்லை அகற்றினால்தான், மார்க்சியத்தின் முக்கியமான இயல்பாக இருக்கும் விடுவிக்கும் திட்டப்பணியை கட்டுவிப்பதாக மார்க்சியம் மீண்டும் உருவெடுக்க முடியும்.

மார்க்சின் விடுவிப்பு, மார்க்சியத்தின் போலி நண்பர்களை விமர்சன பகுப்பாய்வு செய்வதன் மூலமாகவும் மார்க்சிய சிந்தனையின் விடுவிக்கும் நோக்குநிலை மீது தனிக்கவனம் செலுத்துவதன் மூலமாகவும், எங்கள் முதல் இரண்டு தொகுதிகளில் விவாதிக்கப்பட்ட பிரச்சினைகளை தொடர்ந்து முன்னெடுத்துச் செல்கின்றது.

திறந்தநிலை மார்க்சியத்தின் திட்டப்பணியில், மார்க்சின் சிந்தனையை ஒரேயொரு 'சரியான' பொருள்கூறலாக மீட்டுருவாக்க நாங்கள் முயற்சிக்கவில்லை. அத்தகைய அணுகுமுறையால் பலன் இல்லை, ஏனென்றால், அத்தகைய அணுகுமுறை மார்க்சின் ஆய்வு பற்றி ஒருபடித்தான, இறுதி பொருள்கூறல் சாத்தியமானது என முன்னனு மானிக்கிறது. அதற்கு மாறாக, மார்க்சின் படைப்புகளில் உள்ள பொருத்தமான தேற்றங்களை வறட்டுவாதமாக முன்வைக்கும் அடிச்சுமைகளில் இருந்து விடுவிப்பதற்காக அவற்றை நாங்கள் மீட்டமைக்க விரும்புகிறோம்.

கோட்பாட்டுக்கும் செயல்பாட்டுக்கும் இடையேயான ஒருமை பற்றிய மார்க்சின் கருத்துநிலையை உறுதியாக அங்கீகரிப்பதை எங்களது அணுகுமுறையின் மையத்தில் வைக்கிறோம்.[2] 'மரபுத்தூய்மை' மார்க்சிய பாரம்பரியத்தில், கோட்பாட்டுக்கும் செயல்பாட்டுக்கும் இடையேயான இயங்கியல் ஒருமை என்பது 'செயல்படுத்தல் களத்துடன்' தொடர்புடையதாக எடுத்துக் கொள்ளப்படுகிறது, அதாவது, அரசியல் செயல்பாட்டுக்கு அறிவியல்ரீதியான வழிகாட்டியாக இருப்பதுதான் கோட்பாட்டின் நடைமுறை முக்கியத்துவம் என்ற அடிப்படையில் அது புரிந்து கொள்ளப்படுகிறது. கோட்பாட்டுக்கும் செயல்பாட்டுக்கும் இடையேயான உறவு பற்றிய இந்தப் புரிதல் மிகவும் தவறாக வழி நடத்துகிறது. சமூகச் செயல்பாடு என்பது கோட்பாட்டின் 'களத்துக்கு' வெளியில் இருப்பதாக புரிந்து கொள்ளப்படுகிறது, மறுதலையாக, கோட்பாடு என்பது செயல்பாட்டின் 'களத்துக்கு' வெளியில் இருப்பதாகப் புரிந்து கொள்ளப்படுகிறது. இவ்வாறாக, 'சிந்தனைக்கும்' 'சமூகச் செயல்பாட்டுக்கும்' இடையே, 'தத்துவத்துக்கும்' 'மனித உலகத்துக்கும்' இடையே இருமைவாதம் உருவாகிறது. முதலாளிவர்க்கக் கோட்பாட்டைப் போலவே, 'கோட்பாடு' என்பது வெளியிலிருந்து, தனக்கு வெளியே உள்ள கோட்பாட்டு மதிப்பீடுகளின் தயவில் இருக்கிற சமூக உலகத்தின் மீது செயல்படுத்தக் கூடிய ஞானவியலாக மாற்றப்படுகிறது. கோட்பாட்டுக்கும் செயல்பாட்டுக்கும் இடையேயான உறவு பற்றிய இருமைவாத கருத்தாக்கமானது கோட்பாட்டு கருத்தாக்கங்களின் சமூக பொருத்தப்பாட்டை முன்னனுமானிப்பதோடு மட்டுமின்றி, இந்தக் கருத்தாக்கங்களை செயல்படுத்துவது சமூக உலகம் பற்றிய புரிதலை வழங்குகிறது என்றும் அனுமானித்துக் கொள்கிறது. சமூக உலகத்தைப் பற்றிய மதிப்பீடுகளை வழங்குவதற்கான கோட்பாட்டின் திறன், அந்தக் கோட்பாட்டின் சொந்த இறுகலாக்கப்பட்ட தர்க்கவாத மற்றும் ஞானவியல் அணுகுமுறையில் இருந்து தருவிக்கப்படுகிறது. வேறு சொற்களில், கோட்பாட்டுக்கும் செயல்பாட்டுக்கும் இடையேயான

இருமைவாதம் கோட்பாட்டை முற்றிலும் இறுகிய 'பொருள்' ஆக மாற்றி விடுகிறது, அதே நேரத்தில் சமூக உலகம் என்பது 'பொருண்மையான' ஆய்வுக்கான 'பொருளாக' கருதப்படுகிறது. நல்லது, கெட்டது பற்றிய விழுமிய-மதிப்பீடுகள் ஒதுக்கி வைக்கப்படுகின்றன அவை அறிவியலற்றவையாகக் கருதப்படுகின்றன. அவற்றுக்குப் பதிலாக நிகழ்வுகளைப் பற்றிய விழுமிய-நடுநிலை விளக்கங்கள் தரப் படுகின்றன. 'நேர்மறையானது' என்பதுதான் அறிவியல் ஆய்வுக்கான ஒரே தேர்வு அடிப்படை என்று உறுதி செய்வதற்கு மட்டுமே இது பயன்படுகிறது. நேர்க்காட்சிவாதமும், அதன் நாணய மறுபக்கமான சார்புவாதமும் ஆகச் சிறந்த நிலையில் முறைபாட்டுரீதியான முரண்பாடுகள் மட்டுமே இருப்பதாக அங்கீகரிக்கின்றன.

மரபுத்தூய்மை மார்க்சிய மரபில் கோட்பாட்டுக்கும் செயல் பாட்டுக்கும் இடையேயான இருமைவாதம், மூலதனத்தின் தர்க்கத்துக்கும் சமூகச் செயல்பாட்டுக்கும் இடையேயான வேறுபடுத்தலின் வடிவத்தில் அமைந்துள்ளது. முதலாளித்துவத்தின் முரண்பாடுகள் சமூகச் செயல்பாட்டில் இருந்து சுயேச்சையாக இருப்பதாகப் பார்க்கப்படுகின்றன; அவை மூலதனத்தின் புறநிலை விதிகளாகப் புரிந்து கொள்ளப்படுகின்றன. இந்த முரண்பாடுகளின் வளர்ச்சி, சமூகச் செயல்பாடு வளர்ச்சி அடைவதற்கான சட்டகத்தை வழங்குகின்றது. இந்த நேர்வில், நமது சமூக உலகத்தைப் புரிந்து கொள்வதற்கு மார்க்சியத்தின் குறிப்பான பங்களிப்பு, சமூகச் செயல்பாட்டின் புறநிலை நிலைமைகளை பகுப்பாய்வு செய்வதாகப் புரிந்து கொள்ளப்படுகிறது.

மரபுத்தூய்மை மார்க்சியத்தின் நவீன பதிப்புகள் இனிமேலும் புரட்சிகர மாற்றத்தின் மீது அக்கறை கொண்டிருப்பதாக சொல்லிக் கொள்வது கூட இல்லை. மொத்தத்தில், அவை புரட்சிகரக் கட்சி (கம்யூனிஸ்ட் கட்சி அல்லது சமூக ஜனநாயகக் கட்சி) ஒன்று இருப்பதன் மீதே தமது அனைத்து நம்பிக்கைகளையும் வைத்திருந்ததால், அத்தகைய கட்சி இல்லாத நிலையில் புரட்சிகர சமூக மாற்றத்தை காலவரையின்றி ஒத்தி வைக்க வேண்டியதாகிறது. புரட்சிகர உந்துதல் எதுவும் இல்லாத நிலையில், மரபுத்தூய்மை மார்க்சியத்தின் கருத்தாக்கங்கள் சமூகக் கோட்பாட்டின் இன்னும் ஒரு 'பள்ளி'யின் அம்சங்களாக மாற்றப்பட்டு விட்டன. எல்லா புரட்சிகர நோக்குநிலையையும் கைவிட்டு விட்ட நிலையில், மார்க்சியக் கோட்பாடு முதலாளித்துவ மறுவுற்பத்தி (அல்லது 'ஒழுங்காற்றல்') பற்றிய, கூடுதல் நுண்நயம்வாய்ந்த கோட்பாடு மட்டுமே என்று ஆகிவிட்டது. அப்படியானால், முதலாளித்துவ எதார்த்த உலகத்தை 'இடதுசாரி' பாணியில் மாற்றியமைப்பது,

அதாவது, சமூக நிர்வாகத்துக்கான நிறுவனங்களை சமத்துவமான, நியாயமான வழியில் சீர்திருத்துவதற்காக, சாத்தியமான மேலாதிக்க திட்டப்பணியை விரித்துரைப்பதும் அது மக்கள் மத்தியில் பிரபலமாக இருப்பதை உறுதி செய்வதும் மட்டும்தான் ஒரே அரசியல் நோக்கு நிலை.[3] அதற்காக, இருக்கும் எதார்த்தங்களை ஏற்றுக் கொள்ள வேண்டும். தொகுப்பாக, மறுதலிப்பதற்கான அறிவுசார் ஆய்வை மார்க்சியம் தவிர்க்க வேண்டும்,[4] அதற்குப் பதிலாக புறநிலை வளர்ச்சியில் ஏற்கனவே இடம் பெற்றுள்ள சீர்திருத்தத்துக்கான வாய்ப்புகள் பற்றிய சமூகவியல் அறிவை வழங்க வேண்டும் என்பதுதான் மரபுத்தூய்மை மார்க்சியத்தின் அரசியல்ரீதியான உட்கருத்து, அதன் நவீன பதிப்புகளின் உட்கருத்தும் அதுவே.

விடுவிப்பு என்ற பிரச்சினையின் மையத்தில் அனுபவம் என்ற கருத்தாக்கம் உள்ளது. இங்கு பயன்படுத்தப்படும் வகையில் அனுபவம் என்பது அனுபவம் என்ற அனுபவவாத கருத்துநிலைகளிலிருந்து வேறுபட்டது அதற்கு எதிரானது. அனுபவவாதம், அனுபவம் என்பதை முனைப்பின்மையாகவும், இருப்பது (status quo) எதுவானாலும் அதை ஏற்றுக் கொள்வதாகவும் கருதுகிறது. மாறாக, விடுவிக்கும் மார்க்சியத்தில் அனுபவம் என்பது கட்டுவிப்பாகவும் மறுதலிப்பாகவும் அவற்றின் ஒருமையாகவும் புரிந்து கொள்ளப்படுகிறது.[5] முதலாளித்துவ சுரண்டல் உறவுகளின் எதார்த்தமாக இருக்கும் அடிமைமுறை, இனப்படு கொலை, சமூக தனிநபரை (குறிப்பாக பெண்களை) மனிதநீக்கம் செய்வது, சுற்றுச் சூழலை அழிப்பது இன்ன பிற மனிதத்தன்மையற்ற நிலைமைகளை எதிர்ப்பதும் மறுப்பதும் என்றும் புரிந்து கொள்ளப் படுகிறது. இந்தப் 'பட்டியல்' மோதலின் களத்தைப் பற்றிய ஆய்வின் சமூகவியல் தொகுப்பாகவும் தார்மீக சீற்றமாகவும் இல்லை. மாறாக, செயல்பாடு, எதிர்ப்பு, மறுப்பு ஆகியவற்றுக்கான களத்தை அது குறிக்கிறது. செயல்பாடாகவும் எதிர்மறையாகவும் உள்ள அனுபவம் முதலாளித்துவ ஆதிக்கத்திலிருந்து பிரிக்க முடியாதது. இந்த அனுபவத்தை உணர்வுரீதியாக கோட்பாடாக்குவதில்தான், இந்த அனுபவத்தின் பகுதியாக இருப்பதை புரிந்து கொள்ள முயற்சிப் பதில்தான் விடுவிக்கும் கோட்பாடு (திறந்தநிலை மார்க்சியம்) பிற அணுகு முறைகளில் இருந்து வேறுபடுகிறது. கட்டமைப்புவாத அல்லது அறிவியல்வாத அணுகுமுறைகள் அனுபவத்தை ('புறநிலை'யின் பெயரில்) மறுக்கின்றன அல்லது முடக்குகின்றன. அதே நேரம், விடுவிக்கும் கோட்பாடோ அனுபவத்தை தனது தொடக்கப் புள்ளியாகவும் தனது இறைச்சிப் பொருளாகவும் எடுத்துக் கொள்கிறது. (இதன் மூலம் நாம் தன்னெழுச்சிவாதத்துக்குள் விழுந்து விடவில்லை. ஏனென்றால்,

தன்னெழுச்சிவாதம் அனுபவத்தை கோட்பாடாக்காமல் நேரடியாக எடுத்துக் கொள்கிறது, அனுபவத்தை அது இருக்கும் சமூக உலகத்தின் வடிவங்கள் மாற்றி அமைக்கின்றன, அனுபவம் அவற்றை மாற்றி அமைக்கிறது என்பதை மறந்து விடுகிறது). மேலும், விடுவிக்கும் கோட்பாட்டில் 'பொருளியலை' நிராகரிப்பது உள்ளார்ந்துள்ளது. ஏனென்றால், பொருளியல் என்பது கட்டுவிக்கப்பட்ட வடிவங்களை அதாவது, இறுதியான, மூடப்பட்ட தனிப்பொருட்களாக பார்க்கப்படும் சமூக உறவின் வடிவங்களை முன்னனுமானித்து கட்டமைக்கப் பட்டுள்ளது. பொருளியல் கோட்பாட்டின் இணை வடிவமான அரசியல் கோட்பாட்டையும் நிராகரிக்க வேண்டும். ஏனென்றால், அதுவும் சமூக உறவுகளின் உருவாக்கத்தை முன்னனுமானித்து கட்டமைக்கப்பட்டுள்ளது; தனியார், தனிமனித உரிமைகளின் அடிப்படையில் அரசியல் நியதிகளையும் அரசியல் நிறுவனங்களையும் நிறுவுவதுதான் அதன் திட்டப்பணி. விடுவிக்க முயற்சிக்கும் கோட்பாடு, அறிவியல்வாத அடிப்படையில் கருத்தாக்கங்களை வரிசைப்படுத்துவதை பயன்படுத்தும் விளக்கங்கள் மனிதநீக்கத்தை-எதிர்க்கும் அனுபவத்தை ஒதுக்குவதில் இருந்து தொடங்குவதுவரை அவற்றை தவிர்க்கவொண்ணாத வகையில் நிராகரிக்கிறது.

மார்க்சியம் விடுவிக்கும் கோட்பாடாக உள்ளது. எனவே, அதனளவில் எப்போதுமே வக்கிரமாக்கப்பட்ட சமூக இருத்தலை மட்டுமின்றி, தான் இருந்து வரும் வக்கிரமாக்கலையும் (perversion) அது விமர்சிக்க வேண்டும். விமர்சனக் கோட்பாட்டின் முன்நிபந்தனைகளையே விமர்சனம் செய்வது மார்க்சியத்துக்கு தேவையாக உள்ளது. தன்னைப் பற்றி விமர்சனமற்ற கோட்பாடு அல்லது விமர்சனமற்றுப் போன கோட்பாடு, மாய்மாலமாக்கப்பட்ட உலகத்திலும் அதன் நெருக்கடியிலும் தவிர்க்கவொண்ணாமலேயே ஒரு பகுதியாக உள்ளது.

கோட்பாட்டின் நெருக்கடி வெவ்வேறு வடிவங்களை எடுக்கிறது. அவற்றுள் ஒன்று, முதலாளித்துவத்தின் புறநிலை விதிகள் முதலாளித்துவ அவசியத்திலிருந்து சோசலிச சுதந்திரத்துக்கு தாமாகவே இட்டுச் செல்கின்றன எனும் வரலாறு பற்றிய வறட்டுத்தனமான இலக்குவாதம், மறுபுறம் முதலாளித்துவத்துடன் எந்த இடையாடலும் இல்லாத மனித படைப்பாற்றலாக, முதலாளித்துவ உலகத்துடன் நேரடி மோதல் உறவில் நிற்பதாக பார்க்கப்படும் புரட்சிகர முனைப்பெனும் கற்பனாவாதத்தை ஆதரிக்கும் இன்னொரு வடிவம். இரண்டு நேர்வு களிலுமே, புரட்சிகர முனைப்பு தனது சொந்த வக்கிரமாக்கப்பட்ட உலகத்துக்கு வெளியில் இருப்பதாகப் பார்க்கப்படுகிறது.

கோட்பாட்டு நெருக்கடியின் இந்த வெளிப்பாடுகள் தமது நடைமுறை அக்கறைகள் நிலவுகின்ற சமூக வடிவத்துடன், இந்தச் செயல்பாடு மாற்றி அமைக்க முயற்சிக்கும் சமூக வடிவத்துடன் ஊடாடத் (mediate) தவறுவது அவற்றின் பண்பாக உள்ளது. வரலாற்று வளர்ச்சிக்கு ஊடாடல் இல்லாத தனித்தியங்கும் பண்பை வழங்கும் கருத்தாக் கத்துக்கும் வரலாற்றுச் செயல்பாடு பற்றிய அதே அளவு ஊடாடலற்ற முனைப்பு என்ற கருத்துநிலைக்கும் மாறாக, ஊடாடல் என்ற கருத்தாக்கம் இயங்கியல் என்ற முறை ஆகியவற்றின் ஊடாகவும் மார்க்சியம் தொடர்ந்து தன்னைப் பற்றி தானே சிந்திக்கிறது. இயங்கியல் கோட்பாடு, இருக்கும் சமூக வடிவங்களையும் கோட்பாட்டு வடிவங்களையும் உள்ளடக்கம், பொருள்வகைமை, மனிதத்தன்மை ஆகியவை பற்றிய அனைத்தும் உள்ளடக்கிய கருத்தாக்கத்துடன் எதிர்கொள்கிறது. இந்த வடிவங்கள் இறுகலாக்கப்பட்ட, சுயமுரண்பாடான வழியில் வாழ்கின்றன.[6] இவ்வாறாக வடிவமும் உள்ளடக்கமும் முரண்படுவதாக ஒருங்கிணைவது, இருக்கும் வடிவங்கள் மீதான விமர்சன பகுப் பாய்வுக்கான சாத்தியத்தை கொண்டிருப்பதோடு அவற்றைக் கடந்து செல்வதற்கான பொருள்வகைமையையும் வழங்குகிறது. சமூகரீதியான கடந்து நிற்றலும் சமூக மறுவுற்பத்தியும் ஒருமைக்கும் வேறுபாட்டுக்கும் இடையிலான ஒருமையாக (சுய-முரண்பாடான ஒருமை) பெறப் படுகின்றன.

மறுவுற்பத்திக்கும் கடந்து நிற்பதற்கும் இடையேயான இயங்கியல் பதற்றத்தை அறிவியல்வாத அடிப்படைகளில் விவாதிக்க முடியாது. ஏனென்றால், அறிவியல்வாதம் அடிப்படையாகக் கொண்டிருக்கும் 'இருப்பதற்கும்' 'இருக்க வேண்டியதற்கும்' இடையேயான பிரித்தலை அது மறுக்கிறது. சமூக இருத்தலின் இப்போதைய வக்கிரமாக்கல்களை மறுதலித்து, தன்னாட்சியான கூட்டு வேலையிலான, சமூக ஒருமைப் பாட்டிலான மனித உலகத்தை ஆதரிக்கும் விழுமிய-மதிப்பீடுகளை இயங்கியல் கோட்பாடு முன்னனுமானிக்கிறது. எதிர்ப்பின் அனுபவத்தையும் மறுப்பின் அனுபவத்தையும் நாம் புரிந்து கொள்வது இந்த விழுமிய-மதிப்பீடுகளை பாதிக்கின்றது, அவற்றால் பாதிக்கப் படுகிறது.

கடந்த காலங்களில், இயங்கியலை கட்டமைக்கும் காரணியாக 'விழுமியங்கள்' என்ற பிரச்சினையை நேரடியாக விவாதிக்க விடுவிக்கும் கோட்பாடு தயங்கியது. மார்க்சியத்தின் அறிவியல்வாத பதிப்புகளுக்குப் பின்னால் ஒளிந்து கொள்ள முயற்சித்தது. விழுமியமற்றதாக, விழுமிய-நடுநிலையானதாக சொல்லப்படும் சமூக பொருண்மையிலிருந்து

அறிமுகம்: மார்க்சின் விடுவிப்பு

விழுமியங்கள் தருவிக்கப்பட்டன. நாங்கள் இந்தக் கருத்தாக்கத்தை கேள்விக்குள்ளாக்கி, இந்தப் பிரச்சினையை மறுமதிப்பீடு செய்கிறோம். விடுவிக்கும் கோட்பாட்டை மீட்டுருவாக்குவது, விழுமியங்களை கரணியமற்றவையாக நிராகரிப்பதாக ஆகி விடக் கூடாது என்பது அடிப்படையானது. விழுமியங்கள் கரணியமற்றவை என்று கருதும் மார்க்சியக் கோட்பாடு மேக்ஸ் வேபருக்குப் பிந்தைய முதலாளிவர்க்கக் கோட்பாட்டின் அதே பாதையைப் பின்பற்றுகிறது.

முந்தைய தொகுதிகளைப் போலவே, ஒரு கோட்பாட்டு அல்லது அரசியல் திசைவழியை வரையறுப்பதற்கு மாறாக விவாதத்துக்கான களத்தை உருவாக்குவதுதான் திறந்த மார்க்சியத்தின் நோக்கம். இந்தத் தொகுதியின் கருப்பொருட்களான பிரச்சினைகளை ஒவ்வொரு பங்களிப்பும் வேறுபட்ட வடிவிலும் வேறுபட்ட தனிக்கவனத்துடனும் முன்வைக்கின்றன. விழுமியங்களும் விளக்கமும், இயங்கியலும் வரலாறும், கோட்பாடும் செயல்பாடும், இவற்றோடு கூடவே அனுபவமும் விடுவித்தலும் ஆகியவைதான் அந்தப் பிரச்சினைகள். இந்தப் பிரச்சினைகளை நெகிழ்வான முறையில் கருப்பொருளாக்குவதன் கோர்வையையும், கூடவே அதன் அரசியல்ரீதியான, கோட்பாட்டு ரீதியான அவசரத்தையும் சுட்டிக் காட்ட எங்களது அறிமுகம் முயற்சிக்கிறது.

இந்தத் தொகுதியில் உள்ள பங்களிப்புகள் 'மார்க்சின் விடுவிப்பு' எனற பிரச்சினையை வெவ்வேறு கோணங்களில் அணுகுகின்றன. இந்தத் தொகுதியின் முதல் கட்டுரையில், மரியாரோசா டெல்லா கோஸ்டா சமகால முதலாளித்துவ வளர்ச்சி பற்றிய விமர்சன பகுப்பாய்வில் கவனம் செலுத்துகிறார். முதலாளித்துவ வளர்ச்சியின் சூறையாடல்கள் ('ஆதித் திரட்டல்' எனப்படுவதன் அதிகரிக்கும் வன்முறை) காரணமாக முதலாளித்துவம் ஒரு சமூக வடிவமாக நிலைப்புருவாக தொடர இயலாது என்று தெளிவாக வாதிடுகிறார். கூலி பெறும் சமூகத்தில் கூலிபெறாத தொழிலாளர்களாக இருக்கும் பெண்கள் எதிர்கொள்ளும் இரட்டை பகைநிலை மீது அவர் குறிப்பாக கவனம் செலுத்துகிறார். சமூக மேம்பாட்டிற்கு ஒரு மாற்று வழியை அவர் கோருகிறார். அங்கு சமூக தனிமனிதர் கூலி மட்டங்களையும் நலவாழ்வு உரிமைகளையும் பாதுகாத்துக் கொண்டு, கடந்த காலத்திலும் நிகழ்காலத்திலும் மூலதனம் கைப்பற்றிக் கொண்ட வளங்களையும் மகிழ்ச்சியையும் மீட்டுக் கொள்ளக் கூடியதாக இருத்தல் வேண்டும். என்கிறார்.

ராபர்ட் ஃபைன், மனோலிஸ் ஆஞ்சலீடிஸ், ஹெல்முட் ரெய்ஷெல்ட் ஆகியோரின் பங்களிப்புகள் ஒவ்வொன்றும் ஹெகல், மார்க்ஸ்

இருவரின் பிரதிகளுக்கு திரும்பிச் சென்று மார்க்சியத்தின் விமர்சன ரீதியான அம்சத்தை வளர்த்தெடுக்க முயற்சிக்கின்றன. ராபர்ட் ஃபைனின் வாதம் ஹெகலின் உரிமை பற்றிய தத்துவம் (Philosophy of Right) நூலை மையமாகக் கொண்டுள்ளது. கொல்லெட்டி (Colletti), மார்க்யூஸ் (Marcuse), ல்யோவித் (Löwith) ஆகியோரோடு தொடர்புடைய மரபுசார் பள்ளிகளின் பொருள்கூறலுக்கு எதிராக, ராபர்ட் ஃபைன் ஹெகலின் படைப்பின் விடுவிக்கும் விமர்சனத் தன்மை மீது தனிக்கவனம் செலுத்துகிறார். திறந்தநிலை மார்க்சியத்தை வளர்த்தெடுப்பதற்கு ஹெகல் பற்றிய இந்தப் புரிதலின் பொருத்தப்பாட்டை நிரூபிக்கிறார். மனோலிஸ் ஆஞ்சலீடிஸ், சட்ட வடிவங்களையும் நியதிகளையும் மார்க்ஸ் கையாள்வதை பகுப்பாய்வு செய்கிறார், குறிப்பாக தொடக்ககால மார்க்ஸ் மீது கவனம் செலுத்துகிறார். உரிமைகள் பற்றிய பகுப்பாய்வு உழைப்பு நிகழ்முறையின் கூட்டு-வேலைத் தன்மையுடனும் முதலாளித்துவ சமூகத்தின் சமூக வடிவத்தால் இந்த நிகழ்முறை மறுக்கப்படும் பாங்குடனும் தொடர்புடையது என் ஆஞ்சலீடிஸ் வாதிடுகிறார். ஹெல்முட் ரெய்ஷெல்ட்டின் கட்டுரையும் தொடக்ககால மார்க்சுக்கு, அதாவது டெமாக்கிரீடஸ் மற்றும் எபிகூரஸ் பற்றிய மார்க்சின் முனைவர் பட்ட தேற்றத்துக்குத் திரும்பிச் செல்கிறது. கோட்பாட்டாக்க முனைவாளராக தத்துவ அறிஞரின் கூருணர்வு (எனவே மார்க்சின் சொந்த கூருணர்வு) பற்றிய பிரச்சினையில் மார்க்ஸ் தெளிவின்றி இருப்பதை மார்க்சின் முனைவர்பட்ட ஆய்வுரையில் இருந்து பிந்தைய படைப்புகள் வரை கண்டறிகிறார், அதன் மூலம், ரெய்ஷெல்ட் மார்க்சின் இயங்கியலின் தன்மையை நிறுவ முயற்சிக் கிறார். குறிப்பாக, இயங்கியல் பற்றிய தனது சொந்த கருத்தாக்கத் தையும் கருத்தினங்களை இயங்கியல்ரீதியாக விளக்குவதையும் மார்க்ஸ் ஏன் வெளிப்படையாக தெளிவுபடுத்தவில்லை என்பதைப் புரிந்து கொள்ளவும் முயற்சிக்கிறார்.

ஏட்ரியன் வில்டிங், காஸ்மாஸ் சைக்கோபீடிஸ் ஆகியோரின் ஆய்வுக் கட்டுரைகள் சமூக அறிவியல்கள் மீதான விமர்சன பகுப்பாய்வை விவாதிக்கின்றன. பின்-நவீனத்துவத்துடனும் வரலாற்றின் முடிவு பற்றிய விவாதத்துடனும் இணைக்கப்பட்ட 'பின்வரலாறு' பகுப்பாய்வு பற்றிய ஏட்ரியன் வில்டிங்-ன் விவாதம், வரலாற்று நேரம் பற்றிய மார்க்சின் கருத்தாக்கத்தைப் பற்றிச் சிந்திப்பதற்கும், ஒருபடித்தான, சாரமாக்கப்பட்ட உழைப்பு நேரத்தின் தோற்றத்தைப் பற்றிய பகுப்பாய்வுக்கும் வழி வகுக்கிறது. அதுதான் இயற்கை அறிவியல் சமூக அறிவியல் இரண்டுமே கட்டமைத்த கருத்தாக்கங்களின் வினைவிளைவுத்தொடருக்கும் கணிக்கும்தன்மைக்கும் அடிப்படை

என்று அவர் வாதிடுகிறார். காஸ்மாஸ் சைக்கோபீடிஸ் சமூக அறிவியல்களில் அறிவியல்வாத மற்றும் சார்புவாத வகைகளிலான விளக்கத்தின் குறைபாடுகளை விவாதிக்கிறார். அத்தகைய கோட்பாடுகள் பயன்படுத்தும் தீர்மானமின்மை மற்றும் எதேச்சைத்தன்மை ஆகிய கருத்தாக்கங்களை அவர் எடுத்துக் கொள்கிறார். அவற்றின் விமர்சன உள்ளடக்கத்தைக் நிரூபிப்பதன் மூலம் அவற்றை அந்தக் கோட்பாடு களுக்கு எதிராகத் திருப்புகிறார். வினைவிளைவுத்தொடர் பற்றியும் விளக்கம் பற்றியும் அறிவொளிக்கால புரிதல் மீதான விவாதத்தின் பின்னணியில், மேக்ஸ் வேபர் மீதும் பின்-கீனிசிய சிந்தனை மீதும் குறிப்பாக கவனத்தைக் குவித்து சமூக அறிவியல்களில் விளக்கம் பற்றிய கோட்பாட்டின் நெருக்கடியை அவர் மதிப்பிடுகிறார்.

கடைசி இரண்டு ஆய்வுக் கட்டுரைகளான ஜான் ஹாலவே, வெர்னர் போன்ஃபெல்ட் ஆகியோரின் படைப்புகள், புறநிலைப் பொருண்மைக்கும் அக முனைப்புக்கும் இடையேயான இருமைவாத பிரிவினையை கடப்பதில் அக்கறை கொண்டுள்ளன. ‘பொருண்மை’க்கும் (மூலதனத்தின் இயக்கம்) ‘முனைப்பு’க்கும் (போராட்டம்) இடையேயான இருமைவாத பிரிவினை மூலம் மரபுத்தூய்மை மரபு போராட்டத்தின் கோட்பாடாக தவிர்க்கமுடியாமல் பலவீனப்படுத்தப்படுகிறது என்று ஜான் ஹாலவே வாதிடுகிறார். அவரைப் பொறுத்தவரை, மரபியல் ரீதியாக பொருண்மையை உருவாக்குவதாக முனைப்பைப் புரிந்து கொள்வதன் மூலம்தான் இந்த இருமைவாதத்தை முறியடிக்க முடியும். வெர்னர் போன்ஃபெல்டும் மனிதச் செயல்பாடு என்ற பிரச்சினையின் மீது கவனத்தைக் குவிக்கிறார், குறிப்பாக, கட்டமைப்புவாத அணுகு முறைகளிலும் தன்னாட்சிவாத அணுகுமுறைகளிலும் செயல்பாடு கருத்தாக்கம் செய்யப்படுவதன் மீது கவனத்தைக் குவிக்கிறார். பொருண்மைக்கும் முனைப்புக்கும் இடையேயான இருமைவாத பிரிப்பைக் கடந்து செல்வதை முன்மொழிந்து, இந்தப் பிரச்சினையை மேக்ஸ் ஹோர்க்ஹெய்மரின் படைப்புடன் தொடர்புபடுத்தியும் மனிதர்கள் ஒரு வளமாக இல்லாமல் ஒரு குறிக்கோளாக இருக்கும் சமூகத்தை இலக்காகக் கொண்டும் ஆய்வு செய்கிறார்.

ஒரு சித்திரத்தைத் தீட்டுவதற்கான, இப்போதுதான் உருவாக்கப்பட்டு வரும் ஜிக்சா (Jigsaw) புதிரின் தனித்தனி துண்டுகளை ஒன்று சேர்ப்பதற்கான முயற்சிகளான, இந்த எல்லா பங்களிப்புகளும் இனிமேல்தான் ஆராயப்பட வேண்டிய களத்தை உருவாக்க முயற்சிக்கின்றன. செய்ய வேண்டியது தெளிவானது, உடனடியாகச் செய்ய வேண்டும் என்ற அளவுக்கு அவசரமானது: மூடப்பட்ட,

வறட்டுத்தனமான போக்கைக் கொண்டுள்ள ஒரு கோட்பாட்டு மரபை நெகிழ்வாக்குவதுதான் செய்ய வேண்டியது. இந்த மரபின் எல்லா துன்பியல் வரலாற்றையும் தாண்டி, அதுதான் இப்போது இருக்கும் மிகச்சக்தி வாய்ந்த எதிர்ச்சிந்தனை மரபாக நீடிக்கிறது.

## குறிப்புகள்

1. பீட்டர் பர்ன்ஹமின் (Petern Burnham) அறிவுரைக்கும் விமர்சனத்துக்கும் அவருக்கு நன்றி தெரிவிக்க விரும்புகிறோம்.
2. இந்தப் பிரச்சினையை திறந்தநிலை மார்க்சியம் தொகுதி II ன் அறிமுகத்திலும் நாங்கள் விவாதித்துள்ளோம். தொகுதி II-ல் ஆர்.குன் (R Gunn); எச் கிளீவர் (H. Cleaver); ஜே ஃபிராக்கியா (J. Fracchia) மற்றும் சி.எச் ரயன் (Ch. Ryan); ஜே ஹாலவே (J. Holloway) ஆகியோரின் பங்களிப்புகளையும் பார்க்கவும்.
3. பார்க்கவும், உதாரணமாக, அக்லியெட்டாவோடு (Aglietta) தொடர்புடைய ஒழுங்காற்றல் அணுகுமுறையையும் (*A Theory of Capitalist Regulation*, Verso, London, 1979) பின்-ஃபோர்டிசம் பற்றிய விவாதத்தையும் (Hirsch, 'Foridsm and Post-Fordism' and Jessop, 'Polar Bars and Class Struggle'; இரண்டுமே வெர்னர் போன்ஃபெல்ட், ஜான் ஹாலவே (தொகுப்பு), போஸ்ட் ஃபோர்டிசம் அண்ட் சோசியல் ஃபார்ம், மேக்மில்லன், லண்டன், 1990ல் வெளியிடப்பட்டன. இடதுசாரி இயக்கம் 'தாட்சரிசத்தில்' இருந்த கற்றுக் கொள்ள வேண்டும் என்ற ஸ்டுவர்ட் ஹால் (*Road to Renewal,* Verso, London) கோரியது இந்த நோய்க்குறியை காட்டுவதாக இருந்தது..
4. அக்னோலியை (Agnoli) பின்பற்றி கல்விப்புல ஆய்வுகளில் அன்னியமான சமூக உறவுகள் அனைத்தும் மறுதலிக்கப்படுவதாக பார்க்கப்படுகிறது. பார்க்கவும், அக்னோலி, டிஸ்ட்ரக்சன் அஸ் த டிட்டர்மினேஷன் ஆஃப் த ஸ்காலர் இன் மிசரபிள் டைம்ஸ், *காமன் சென்ஸ்,* எண் 12, எடின்பர்க், **1992.** (Agnoli, Destruction as the Determination of the Scholoar in Miserable Times, *Commons Sense,* no. 12, Edinburgh), **1992.**
5. ஹெகல் இதே கருத்தை முன்வைக்கிறார் : புதிய உண்மையான பொருண்மை அதிலிருந்து தோன்றும் வரையில், கூருணர்வு தன்மீதே செயல்படுத்திக் கொள்ளும் இயங்கியல் இயக்கம் அறிவையும் அதன் பொருண்மையையும் என இரண்டையுமே பாதிக்கிறது, அதுதான் அனுபவம் என்று வரையறுக்கப்படுகிறது. (G.W.F. Hegel, *Phenomenology of Spirit,* Clarendon Press, Oxford, 1977).
6. இந்தப் பிரச்சினை தொடர்பாக, திறந்தநிலை மார்க்சியம் தொகுதி I-ல் வெர்னர் போன்ஃபெல்டின் பங்களிப்பையும் தொகுதி II-ல் 'வரலாற்றுப் பொருள் முதல்வாதத்துக்கு எதிராக' என்ற ரிச்சர்ட் குன்-ன் பங்களிப்பையும் பார்க்கவும்.

## 2. முதலாளித்துவமும் மறுவுற்பத்தியும்

மரியாரோசா டல்லா கோஸ்டா

இன்றைக்கு மறுவுற்பத்தியின் களத்தில் முதலாளித்துவ உற்பத்தி முறையின் அனைத்து ஆதி பாவங்களும் வெளிப்படுகின்றன. மறுவுற்பத்தியை பூமிக்கோள் அளவிலான நோக்குநிலையில் இருந்து பார்க்க வேண்டும். முன்னேறிய முதலாளித்துவ நாடுகளிலும் மேலும் அதிக அளவில் மூன்றாம் உலக மக்கள் மத்தியிலும் கீழ்மட்ட சமூக அடுக்குகளில் உள்ள பரவலான துறைகளில் ஏற்பட்டு வரும் மாற்றங்கள் மீது தனிச்சிறப்பான கவனம் செலுத்த வேண்டும். நாம் பூமிக்கோள் அளவிலான பொருளாதாரத்தில் வாழ்ந்து கொண்டிருக்கிறோம், முதலாளித்துவ மூலதனத் திரட்டல் இப்போதும் கூட அதன் தொடர்ந்த மதிப்புப் பெருக்கத்துக்கான உயிராற்றலை கூலிபெறும் உழைப்பி லிருந்தும் கூலிபெறாத உழைப்பிலிருந்தும் பெற்றுக் கொள்கிறது. கூலிபெறாத உழைப்பு என்பதில், முன்னேறிய நாடுகளிலும் மூன்றாம் உலக நாடுகளிலும் உள்ள சமூக மறுவுற்பத்தியோடு தொடர்புடைய[1] எல்லா உழைப்பும் அடங்கும்.

'அரசியல் பொருளாதாரத்தின் இலக்காக' மார்க்ஸ்[2] கருதிய சமூக ரீதியான 'துயரம்' அல்லது 'மகிழ்ச்சியின்மை' எல்லா இடங்களிலும் கிட்டத்தட்ட ஈடேற்றம் பெற்றுள்ளதை நாம் பார்க்கிறோம். இப்போதைக்கு, மகிழ்ச்சி என்ற பிரச்சினையை ஒதுக்கி வைத்து விட்டால் கூட (மகிழ்ச்சி சாத்தியமற்றது என்ற மாயையை நான் ஊக்குவிக்கவில்லை) - முதலாளித்துவ வளர்ச்சி ஏதோ ஒரு வழியில் பூமிக்கோளுக்கு பொதுவான நலவாழ்வைக் கொண்டு வருகிறது என்று கூறுவது, மார்க்சிய பகுப்பாய்வுக்கு வெளியில் கூட நம்பமுடியாததாகத் தோன்றுகிறது என்பதை நான் வலியுறுத்த விரும்புகிறேன்.

இன்றைக்கு சமூக மறுவுற்பத்தி முன்பு எப்போதையும் விட அதிகமாக முதலாளித்துவ மூலதனத் திரட்டலின் விதிகளால் மோசமாக பாதிக்கப்பட்டு, திகைப்புக்குள்ளாகியுள்ளது: தொடர்ச்சியான, அதிகரிக்கும் உடைமைபறிப்பு (இங்கிலாந்தில் பதினாறாம் நூற்றாண்டில் இருந்து பதினெட்டாம் நூற்றாண்டு வரை, உற்பத்தி சாதனம் என்ற வகையில் நிலம் 'ஆதி' உடைமை பறிக்கப்பட்டதிலிருந்து அப்போதும் இப்போதும் உயிர்வாழ்தலை உறுதிப்படுத்தும் தனிநபர் மற்றும் கூட்டுத்துவ உரிமைகளின் உடைமை பறிப்பு வரை); தொடர்ந்து மோதல் வகையிலான

(கூலிபெறும் தொழிலாளியை சுதந்திரமில்லாத கூலிபெறாத தொழிலாளிக்கு எதிராக, வேலையில்லா தொழிலாளருக்கு எதிராக, அடிமை உழைப்பாளிக்கு எதிராக நிறுத்தும் வர்க்கம், பாலினம், இனம், தேசியம் ஆகிய) *படிநிலைகளாக சமூகத்தை பிரிப்பது; சமத்துவமின்மையும் நிச்சயமின்மையும் தொடர்ந்து உருவாக்கப்படுவது* (மறுவுற்பத்தியாளராக உள்ள பெண் கூலிபெறும் தொழிலாளியை விட அதிக நிச்சயமற்ற நிலையை எதிர் கொள்கிறார், அந்தப் பெண் பாகுபாட்டை எதிர்கொள்ளும் இனத்தை அல்லது தேசத்தைச் சேர்ந்தவராக இருந்தால் அவர் இன்னும் ஆழமான பாகுபாட்டினால் பாதிக்கப் படுகிறார்); *செல்வத்தின் உற்பத்தியும்* (அது மேன்மேலும் குவிக்கப் படுகிறது) *வறுமையின் உற்பத்தியும்* (அது மேன்மேலும் பரவலாகி வருகிறது) *தொடர்ந்து துருவமுனைப்பாக்கப்படுவது.*

மார்க்ஸ் மூலதனம் நூலில் எழுதுவது போல

> ஒப்பீட்டு உபரி-மக்கள் தொகையை அல்லது தொழில்துறை சேமப்பட்டாளத்தை எப்போதுமே மூலதனத் திரட்டலின் விரிவுக்கும் ஆற்றலுக்கும் சமனமாக்கும் விதியானது, இறுதியாக புரோமித்தசைப் பாறையோடு இணைத்திட்ட வல்கனின் ஆப்புகளைக் காட்டிலும் வலுவாக தொழிலாளியை மூலதனத்தோடு பிணைத்திடுகிறது. இது, மூலதனத் திரட்டலோடு கூடவே துன்ப துயரங்களையும் அதே அளவுக்குத் திரளச் செய்கிறது. ஆகவே, செல்வமெலாம் ஒரு முனையில் திரள, எதிர் முனையில், அதாவது எந்த வர்க்கத்தின் உற்பத்திப் பொருள் மூலதனமாக வடிவெடுக் கிறதோ அந்த வர்க்கத்தின் முனையில் துன்பதுயரமும், ஓயாமற் பாடுபடுவதன் வேதனையும் அடிமை இயல்பும் அறியாமையும் மிருகத்தனமும் ஒழுக்கச் சீர்கேடும் திரளக் காண்கிறோம்.[3] *(மூலதனம், முதல்பாகம், தமிழ்ப் பதிப்பு, பக்கம் 868 - மொ.பெ)*

இது, பத்தொன்பதாம் நூற்றாண்டின் தொழில்புரட்சியால் திணறடிக் கப்பட்ட மக்கள்தொகைக்கு மட்டும் உண்மையாக இல்லை. இது இன்றைக்கு இன்னும் அதிகமாகப் பொருந்துகிறது. முதலாளித்துவ மூலதனத் திரட்டல் தொழிற்சாலை வழியாகவோ, தோட்டத்தொழில் வாயிலாகவோ, அணைகட்டும்போதோ, சுரங்கத் தொழிலிலோ அல்லது குழந்தைகள் அடிமை நிலைமைகளில் வேலை செய்வது பரவலாக உள்ள கம்பள பட்டறைகள் வழியாகவோ நடக்கும் போதும் இது உண்மையாக உள்ளது.

அடிமைத்தனத்தை மீண்டும் நிறுவும் படிநிலையாக்க நிலைமைகளில் உற்பத்திக்காகவும் மறுவுற்பத்திக்காகவும் உழைப்பைக் கறப்பதன்

மூலமாகத்தான் முதலாளித்துவ மூலதனத் திரட்டல் உலகம் முழுவதிலும் பரவுகிறது என்பது உண்மை. ஒரு சமீபத்திய கணக்கெடுப்பின்படி, இன்றைக்கு 20 கோடிக்கும் அதிகமான மக்கள் அடிமைத்தனச் சூழல்களிலேயே வேலை செய்கின்றனர்.[4]

ஐரோப்பாவின் ஆதித் திரட்டல் காலகட்டத்தின் போது அரசியல் அதிகாரத்தால் ஆதரிக்கப்பட்ட பொருளாதார சக்திகளின் பேரியல்-நிகழ்முறைகளும் செயல்முறைகளும் செயல்பட்டன. அவை தனிநபர் தனது சமுதாயத்துடன் கொண்டுள்ள உறவின் மதிப்பை அழித்து அவரை தனிமைப்படுத்தப்பட்ட மதிப்பற்ற தனிநபராக, உழைப்புச் சக்தியை ஏந்தியுள்ள பாத்திரமாகவே மாற்றி, பிழைத்திருக்க வேண்டுமானால் உழைப்புச் சக்தியை விற்க வேண்டிய கட்டாயத்தில் உள்ளவராக மாற்றின. அந்தப் பேரியல்-நிகழ்முறைகளும் செயல் முறைகளும் பூமிக்கோள் அளவில் மனித மறுவுற்பத்தியில் தமது முத்திரையைப் பதித்துள்ளன.

மூலதனத்தின் வரலாற்றின் முதல் கட்டத்தின் போது உழைப்புச் சக்தியின் மறுவுற்பத்தியின் சாத்தியம் தொடர்பாகவே கூட மூலதனம் காட்டிய அலட்சியத்துக்கு, நூற்றாண்டுகளுக்குப் பிறகு மக்கள்நல அரசை உருவாக்குவதன் மூலம் பகுதியளவுக்கே (இன்றைக்கு மேன் மேலும் உத்தரவாதமின்றி) பரிகாரம் செய்யப்பட்டுள்ளது. தற்போது, முக்கியமான நிதித்துறை நிறுவனங்களான சர்வதேச நாணய நிதியம் (ஐ.எம்.எப்), உலக வங்கி ஆகியவை முன்னேறிய நாடுகளிலும் வளரும் நாடுகளிலும் இரண்டு வகை நாடுகளிலுமே மக்கள்நல மற்றும் பொருளாதார கொள்கைகளின்[5] எல்லைகளை மாற்றி அமைத்து வருகின்றன. (இத்தாலியில் சமீபத்தில் அறிமுகப்படுத்தப்பட்ட பல்வேறு பொருளாதார, சமூகநல மற்றும் சமூகக் காப்பீட்டு நடவடிக்கைகள், பல மூன்றாம் உலக நாடுகளில் செயல்படுத்தப்படும் 'கட்டமைப்பு சீர்திருத்த' திட்டங்களை ஒத்துள்ளன.) இதன் விளைவாக உலக மக்கள்தொகையில் மேன்மேலும் பெரிய மக்கள் பிரிவினர் அழிவை எதிர்நோக்கியுள்ளனர். ஏனென்றால், அவர்கள் மூலதனத்தின் மதிப்புப் பெருக்கத் தேவைகளுக்கு தேவையற்றவர்களாகவோ அல்லது பொருத்தமற்றவர்களாகவோ கருதப்படுகின்றனர்.

பதினைந்தாம் நூற்றாண்டின் இறுதியில், உடைமை பறிக்கப்பட்ட வர்களுக்கு எதிரான கொலைகாரச் சட்டங்களின்[6] விளைவாக ஏழை மக்கள் பெருந்திரளாக தூக்கில் போடப்படுவதும், சித்திரவதை செய்யப்படுவதும், சங்கிலியில் கட்டப்படுவதும் நடந்தன. அது போல, இன்றைக்கு பூமிக்கோளின் உபரி மக்கள் தொகை அல்லது

போதுமான அளவு ஒழுங்குபடுத்தப்படாத மக்கள்தொகை கிழக்கு ஐரோப்பாவிலும் முன்னேறிய மேற்கின் பல்வேறு நாடுகளிலும் ('more coffins less cradles in Russia' - 'ரசியாவில் பிறப்புகளை விட இறப்புகள் அதிகமாக உள்ளன')[7] குளிரின் மூலமாக அல்லது பசியின் மூலமாக ஒழித்துக் கட்டப்படுகின்றனர். ஆப்பிரிக்காவிலும் லத்தீன் அமெரிக்காவிலும் பிற இடங்களிலும் பசியின் மூலமாகவும் பெருந்தொற்று மூலமாகவும் அவர்கள் கொல்லப்படுகின்றனர்; முறையாக அறிவிக்கப்பட்ட போரினால் அல்லது நேரடியாகவோ அல்லது மறைமுகமாகவோ ஒப்புதல் அளிக்கப்பட்ட இனப்படுகொலை மூலமாக அல்லது இராணுவ மற்றும் போலீஸ் அடக்குமுறை மூலமாக இறப்பை எதிர்கொள்கின்றனர். பிழைத்திருப்பதற்கு எந்த சாத்தியமும் இல்லாததால் ஒரு தனிநபர் அல்லது மக்கள்திரள் தற்கொலை செய்வதற்கு முடிவெடுப்பது அழிந்து போவதன் இன்னொரு வகையாக உள்ளது. (1993-94-ல் இத்தாலிய பத்திரிகை செய்திகளின்படி இத்தாலியில் நடந்த பல தற்கொலைகள் வேலையின்மை காரணமாகவோ அல்லது கிடைக்கக் கூடிய ஒரே வேலை மாஃபியா குற்றக் கும்பலில் சேர்வது மட்டுமே என்பதாலோ நடைபெற்றவை என்பது முக்கியமானது. இந்தியாவில், நர்மதா பள்ளத்தாக்கில் உள்ள பழங்குடி மக்கள், அவர்களது வாழ்விடத்தையும் அவர்கள் பிழைத்திருப்பதற்கான அடிப்படையையும் பண்பாட்டு அடையாளத்தையும் அழித்து விடப் போகும் அணை கட்டும் வேலை தொடர்ந்தால், தண்ணீரில் மூழ்கி இறப்பதற்கு தயாராக இருப்பதாக அறிவித்துள்ளனர்.)[8]

அழிவுமயமான இந்த இயக்கத்தில் சமீபத்திய, பேய்த்தனமான திருப்பமாக, தமது உடல் உறுப்புகளை விற்பவர்கள் காட்டும் எதிர்ப்பு என்ற கடைக்கோடி எடுத்துக்காட்டு உள்ளது. (உடல் உறுப்புகளை விற்பது தடை செய்யப்பட்ட இத்தாலியில், 1993-94 ஆண்டில் பத்திரிகைகளிலும் தொலைக்காட்சியிலும், பணம் இல்லாததால் தங்களது உடல் உறுப்புகளை விற்க முயற்சிப்பவர்கள் பற்றிய செய்திகள் வெளியாகின. முறையான சட்டப்படியான நிறுவனங்களைப் பயன்படுத்தி உடல் உறுப்புகளை கடத்துவதன் மூலம் குற்றக் கும்பல்கள் கொழிப்பது பற்றி அறிக்கைகள் வெளியாகியுள்ளன. சில நேரங்களில் பாதிக்கப்பட்டவர்களை (பெரும்பாலும் பெண்கள் அல்லது குழந்தைகள்) கடத்துவதன் மூலமாகவோ அல்லது போலி சுவீகாரம் மூலமாகவோ இந்த உடல் உறுப்புகள் பெறப்படுகின்றன).

ஐரோப்பிய நாடாளுமன்றத்தில் இந்தப் பிரச்சினை மீது சமீபத்தில் ஒரு விசாரணை தொடங்கப்பட்டது.[9] பல்வேறு பெண்கள் கூட்டமைப்புகள்

இந்தப் பிரச்சினை பற்றிய விபரங்களை அம்பலப்படுத்தி இந்தக் குற்றங்களை தடுக்க முயற்சிக்கின்றன. இங்குதான், தனிநபரின் மதிப்பை மறுதலிக்கும் அடித்தளத்தில் கட்டப்பட்ட முதலாளித்துவ வளர்ச்சி தனது வெற்றியை நிலைநாட்டிக் கொள்கிறது; தனது உயிர் வாழும் உரிமைக்காக பணம் கொடுக்கத் தயாராக இருப்பவர்களின் உடல்களை மீட்டமைப்பதற்காக, முதலாளித்துவ உழைப்புச் சந்தையில் தேவையற்றதாக்கப்பட்ட அல்லது மிகையாக்கப்பட்ட உழைப்புச் சக்தியின் தனிப்பட்ட உடைமையாளர் தனது உழைப்புச் சக்தியை உண்மையாகவே துண்டு துண்டாக வெட்டிக் கொடுக்க வேண்டியதாகிறது.

சுதந்திர கூலித் தொழிலாளி இங்கிலாந்தில் உருவாக்கப்பட்டுக் கொண்டிருந்த ஆதித் திரட்டல் சகாப்தத்தின் போது, சட்டம் இன்னமும் அடிமை முறைக்கு ஒப்புதல் கொடுத்திருந்தது.[10] பிரபுத்துவ நிலவுடைமையாளர்கள் வன்முறை மூலமும் சட்ட விரோதமாகவும் நிலங்களை பறிப்பதன் மூலம் ஊர்சுற்றிகளாக மாற்றப்பட்டவர்களை ஊர்சுற்றுவது என்ற குற்றச் செயலை 'தாமாகவே விரும்பி' செய்தவர்களாக சட்டம் நடத்தியது, யாராவது வேலை செய்ய மறுத்தால் 'அவரை சோம்பேறி என்று குற்றம் சாட்டியவருக்கே அடிமையாகும்படி'[11] அவரைத் தண்டித்தது. ஏழைகளை அடிமைகளாக மாற்றும் இந்தச் செயல் இங்கிலாந்தில் ஒப்பீட்டளவில் வரம்புக்குட்பட்ட அளவில்தான் நடந்தது என்றால், மூலதனம் விரைவிலேயே அதை விட இன்னும் பெரிய அளவில் அடிமை முறையை உருவாக்கியது. அந்த நேரத்தில் ஐரோப்பாவின் மக்கள் தொகைக்கு சமமான எண்ணிக்கையில் மக்களை, ஆப்பிரிக்காவிலிருந்து அமெரிக்கக் கண்டங்களுக்கும் கரீபியன் தீவுகளுக்கும் அடிமை வர்த்தகம் மூலம் கடத்தியது.

அடிமைமுறை, ஒழிந்து போவதற்கு மாறாக, முதலாளித்துவத்தின் பேசப்படாத, மறைக்கப்பட்ட நீடிப்பாக தொடர்கிறது. பூமிக்கோளின் பெரும்பகுதியில் முக்கியமான நிதித்துறை முகமைகளால் சுமத்தப் பட்ட ஏழ்மையின் காரணமாக கடன்காரர்களுக்கு பணத்தைத் திருப்பிக் கொடுப்பதற்காக குடும்பம் குடும்பமாக அடிமை நிலையில் வேலை செய்யும்படி பிணைக்கப்பட்டுள்ளனர். கால்நடை பண்ணைகளிலும், தோட்டங்களிலும் சுரங்கங்களிலும் தொழிலாளர்கள் அடிமைமுறை நிலைமைகளில் வேலை செய்ய வைக்கப்படுகின்றனர். கம்பளம் பின்னும் பட்டறைகளில் குழந்தைகள் அடிமைமுறை நிலைமைகளில் வேலை செய்ய வைக்கப்படுகின்றனர். பெண்கள் கடத்தப்பட்டு அல்லது ஏமாற்றப்பட்டு பாலியல் தொழிலில் ஈடுபடுத்தப்படுகின்றனர். ஆனால், இவை ஒருசில எடுத்துக்காட்டுகள் மட்டுமே. *1993-ம் ஆண்டு*

ஜூன் 14 முதல் ஜூன் 25 வரை வியன்னாவில் நடந்த ஐநாவின் மனித உரிமைகளுக்கான உலக மாநாட்டுக்கு (UN's World Conference on Human Rights) முன்னதாக, ஜூன் 10 முதல் 12 வரை நடந்த அரசுசாரா நிறுவனங்களின் மன்றத்தில் அடிமைமுறை என்ற பிரச்சினை எழுப்பப் பட்டது.

ஆதித் திரட்டல் காலகட்டத்தில், மாபெரும் உடைமை பறிப்புகள் மூலம் சுதந்திர கூலி உழைப்பு உருவாக்கப்பட்டுக் கொண்டிருந்த போது, வரலாற்றின் மிகப்பெரிய பாலியல் இனப்படுகொலையான மாபெரும் சூனியக்காரி வேட்டைகள் (witch-hunts) நடந்தன. பெண்களுக்கு எதிரான தொடர்ச்சியான இன்னும் பல நடவடிக்கை களுடன் சேர்ந்து அது உழைப்புச் சக்தியின் உற்பத்தியிலும் மறு உற்பத்தியிலும் சுதந்திரமற்ற, கூலி பெறாத பெண் தொழிலாளியை உருவாக்குவதற்கு பங்களித்தன.[12] முதலாளித்துவத்துக்கு முந்தைய பொருளாதாரத்தின் உற்பத்திச் சாதனங்களும் வாழ்வுச் சாதனங்களும் இல்லாத நிலையில், கைவினைத் தொழிலில் இருந்தும் அல்லது பட்டறைத் தொழில் புதிதாக உருவாக்கும் வேலைகளில் இருந்தும் ஒதுக்கி வைக்கப்பட்ட பெண்கள் பிழைத்திருப்பதற்கு, திருமணம் அல்லது பாலியல் தொழில் என்ற இரண்டு வழிகளில் ஒன்றை தேர்ந்தெடுக்க வேண்டிய நிலைக்குத் தள்ளப்பட்டனர். வீட்டுக்கு வெளியில் ஏதோ ஒரு வேலை தேடிக் கொண்ட பெண்களுக்குக் கூட அந்தக் காலத்தில் பாலியல் தொழில் என்பது குறைவான குடும்ப வருமானத்தை ஈடுகட்ட அல்லது தமக்கு வழங்கப்படும் குறைந்த கூலியை ஈடுகட்ட கூடுதல் வருமானத்தை பெறுவதற்கான வழியாக இருந்தது. அந்தக் காலகட்டத்தில்தான் பெண்கள் பெரும் எண்ணிக்கையில் விபச்சாரத்தை தொழிலாக மேற்கொண்டது நடந்தது என்பது ஆர்வத்துக்குரியது. பட்டறைத் தொழில் காலத்தில் பாட்டாளி வர்க்கத்தில் ஒரு பெண் பிறப்பதே பாலியல் தொழிலாளியாக ஆவதற்குத்தான் என்று சொல்லலாம்.[13]

கூலியுழைப்பு பொருளாதாரத்தில் கூலிபெறாத தொழிலாளியாக இருப்பது என்ற பெண்களின் நிலையில் உள்ள தீர்க்க முடியாத முரண்பாட்டில் இருந்து[14] அந்தக் காலத்தின் பெருந்திரள் பாலியல் தொழில் உருவானது மட்டுமில்லை. அதே நேர்வுகள் இப்போதைய பொருளாதார கொள்கைகளின் பின்புலத்தில், உலக அளவில் கொழிப்பான தொழில்களில் ஒன்றான பாலியல் தொழிலின் இலாபங்களுக்காக இன்னும் விரிந்த அளவில் நிகழ்கின்றன. அதற்கு எதிராக "பெண்களை கடத்துவதற்கு எதிரான உலகக் கூட்டமைப்பு" (World Coalition against

Trafficking in Women) என்ற அமைப்பு பிரஸ்சல்சில் "பாலியல் சுரண்டலுக்கு எதிரான உலக ஒப்பந்தத்தை" (World Convention against Sexual Exploitation) முன்மொழிந்தது. இந்தக் கூட்டமைப்பில் உள்ள பெண்கள், இந்த ஒப்பந்தத்தை ஐக்கிய நாடுகள் சபையை ஏற்றுக் கொள்ள வைப்பதற்கும், தேசிய அரசுகள் அதனை நிறைவேற்றுவதற்கும் வேலை செய்வதாகத் திட்டமிட்டுக் கொண்டனர்.

சர்வதேசரீதியாக, அமைப்பாக்கப்பட்ட குற்றக் கும்பல்கள் பெண்களை பாலியல் ரீதியாக சுரண்டுவது மேன்மேலும் அச்சுறுத்துவதாகியுள்ளது. இந்த அமைப்புகள் ஆப்பிரிக்காவில் இருந்தும் கிழக்கு ஐரோப்பாவில் இருந்தும் பல பெண்களை விபச்சாரிகளாக வேலை செய்ய இத்தாலிக்கு அழைத்து வந்துள்ளனர். விபச்சாரம் மூலமான சுரண்டலை மறைப்பதற்கு பயன்படுத்தப்படும், விலைப்பட்டியல் மூலமாக மனைவி விற்பனை அல்லது வினோதமான இடங்களில் 'பாலியல் சுற்றுலா' போன்ற தந்திரங்கள் பல்கிப் பெருகியுள்ளன, அவை பரவலாக அறியப்பட்டுள்ளன. பல நாடுகள் 'பாலியல் சுற்றுலாவின்' வடிவங்களை தமது தேசிய வருவாயின் திட்டமிட்ட பகுதியாக ஏற்றுக் கொண்டுள்ளன என்று இந்தக் கூட்டமைப்பு குற்றம் சாட்டுகிறது. தனிப்பட்ட பெண்களின் முயற்சியாலும் அரசுசாரா நிறுவனங்களின் முயற்சியாலும் இரண்டாம் உலகப் போரில் படைவீரர்களுக்கு பாலியல் சேவை வழங்க பெண்கள் கட்டாயப்படுத்தப்பட்டதற்கு அரசுகளின் நேரடி பொறுப்பு தொடர்பான ஆய்வுகளும் தொடங்கியுள்ளன.

முதலாளித்துவத்தில் (சுதந்திரமான கூலித் தொழிலாளி வன்முறை மூலமாக பிறந்தது போலவே) பெண்களின் நிலைமை வன்முறை மூலமாக உருவாக்கப்பட்டது; அது சூனியக்காரிகளின் சிதைகளில் பிறந்து வன்முறையின் மூலம் பராமரிக்கப்படுகிறது[15]. மக்கள் தொகையின் மறுவுற்பத்தி என்ற இப்போதைய பின்புலத்தில், வறுமை என்ற வன்முறையால் பெண்கள் உலக அளவில் துன்புறுகின்றனர் (கூலி அளிக்கப்படாத குடும்பப் பொறுப்பு பெண்ணுக்கு இருப்பதால், வெளிப்புற உழைப்புச் சந்தையில் வேலைக்கான ஒப்பந்தத்தில் பெண்ணின் நிலைமை பலவீனமாக உள்ளது). பொருளாதார ஆதாரங்கள் இல்லாததால், அமைப்பாக்கப்பட்ட பாலியல் தொழிலுக்குள் மேன் மேலும் இழுக்கப்படும் கூடுதல் வன்முறையையும் பெண் எதிர் கொள்கிறாள். முதலாளித்துவ வளர்ச்சியின் போர் போன்ற முகம் பெண்களின் நிலையை மோசமாக்குகிறது, பெண்களுக்கு எதிரான வன்முறை செயல்பாட்டையும் மனநிலையையும் அதிகரிக்கிறது.[16] இதற்கான உதாரணமான நேர்வாக, முன்னாள் யூகோஸ்லேவியாவில் நடந்த போரில் நடத்தப்பட்ட இனரீதியான பாலியல் வன்முறை உள்ளது.

ஆதித்திரட்டல் காலகட்டத்தில், முதலாளித்துவ அமைப்பானது வளர்ச்சிப் பாதையில் 'புறப்படுவதை' சாத்தியப்படுத்திய ஒரு சில சமூக-பேரியல் நடைமுறைகளை மட்டும்தான் நான் குறிப்பிட்டுள்ளேன். அவற்றின் அளவுக்கு முக்கியத்துவம் வாய்ந்த இன்னும் சில நடைமுறைகளை[17] சுருக்கத்தின் காரணமாக குறிப்பிடாமல் விடுகிறேன். முதலாளித்துவ வளர்ச்சியின் அடித்தளமாக இருக்கும் வர்க்க உறவு தொடர்ந்து உலக அளவில் மீண்டும்-கட்டி எழுப்பப்படுவதன் அம்சங்களாக அவற்றையும் விளக்கிக் காட்ட முடியும். வேறு சொற்களில், பாலியல்ரீதியான உழைப்புப் பிரிவினையின் மூலமாக சுமத்தப்படும் பிரிவினையையும் எதிர்நிலையையும் அடிப்படையாகக் கொண்ட தொழிலாளர்களின் படிநிலையாக்கம் நிரந்தரமாக்கப்படுகிறது.

இந்தச் சிந்தனைகள் ஒரு அடிப்படை தேற்றத்துக்கு இட்டுச் செல்கின்றன: அதன் மனித பாதிப்பு காரணமாக முதலாளித்துவ வளர்ச்சி எப்போதுமே நிலைப்புருவற்றதாகவே இருந்து வந்திருக்கிறது. முதலாளித்துவத்தால் கொல்லப்பட்டவர்களின் நோக்குநிலையில் இருந்தும் அதனால் தொடர்ந்து கொல்லப்படுபவர்களின் நோக்கு நிலையில் இருந்தும் பார்க்கும் போதுதான் இந்தக் கருத்தை புரிந்து கொள்ள முடியும். மனித இனத்தின் பெரும்பகுதி தியாகம் செய்யப் படுவது, பெருந்திரள் அழித்தொழிப்பு, பசியும் துயரமும் உருவாக்கப் படுவது, அடிமைமுறை, வன்முறையும் பயங்கரமும் ஆகியவை முதலாளித்துவத்தின் பிறப்புக்கான முன்நிபந்தனையாக இருந்தன. முதலாளித்துவம் தொடர்வதற்கு அதே முன்நிபந்தனைகள் தேவைப் படுகின்றன. குறிப்பாக, பெண்ணின் பார்வையில் இருந்து பார்க்கும் போது, அவள் கூலியுழைப்பு பொருளாதாரத்தில் கூலிபெறாத தொழிலாளியாக இருப்பது, எனவே தன்னாட்சியான வாழ்வுரிமை பெண்ணுக்கு மறுக்கப்படுவது என்ற தாக்குப்பிடிக்க முடியாத முரண்பாட்டில் பெண்ணை வைப்பதால், முதலாளித்துவ வளர்ச்சி எப்போதுமே நிலைப்புரு வற்றதாகவே உள்ளது. முதலாளித்துவ வளர்ச்சியால் தொடர்ந்து முற்றுகையிடப்பட்டு, பலவீனப்படுத்தப்பட்டு, திணறடிக்கப்படும் சுயசார்பு (subsistence) பொருளாதாரங்களை எடுத்துக் கொண்டால், ஒட்டுமொத்த சமுதாயமும் நீடித்து வாழ்வதற்கான அடிப்படையான உற்பத்திச் சாதனமாகவும் வாழ்வுச் சாதனமாகவும் உள்ள நிலமும் நீரும் முதலாளித்துவ வளர்ச்சியால் பெண்களுக்கு தொடர்ந்து மறுக்கப் படுகின்றன.

ஜனவரி 1994-ல் மெக்சிகோவின் சியாபாஸில் உள்ள பழங்குடி (indigenous) மக்களின் போராட்டத்தின் மூலம் நிலம் கைப்பற்றப்படுவது

உலகின் கவனத்துக்குக் கொண்டு வரப்பட்டது. வட அமெரிக்க சுதந்திர வர்த்தக மண்டலம் (NAFTA) என்ற ஒப்பந்தத்தின் மூலமாக மெக்சிகோ மேற்கத்திய நாடுகளுடன் இணைக்கப்பட்டது ஆற்றிய முக்கியமான பாத்திரத்தின் காரணமாக ஊடகங்கள் அந்தப் போராட்டத்தை புறக்கணிக்க முடியவில்லை. உடைமை பறிப்பின் மூலமும், வறுமையை உருவாக்குவதன் மூலமும் செல்வத்தை உருவாக்கும் வக்கிரம் உலகறிய அம்பலப்பட்டது. நிலம் பறிக்கப்பட்டதால் ஏற்பட்ட பிரும்மாண்டமான விளைவுகளைத் தொடர்ந்து அதனால் பாதிக்கப் பட்டவர்கள் நவம்பர் 1991-ல் மியாமியில் பெண்களின் செயல் திட்டம் 21 *(Women's Action Agenda 21)* என்பதை உருவாக்கினர்.[18] பெண்களுக்கு நிலத்தையும் உணவு கிடைப்பதையும் உறுதி செய்ய வேண்டும் என்ற கவனத்தைக் கவரும் கோரிக்கையை அந்தச் செயல் திட்டம் முன் வைத்தது. அதே நேரத்தில், முதலாளித்துவ விரிவாக்க நிகழ்முறையின்- உதாரணமாக, பசுமைப் புரட்சியின் - காரணமாக மூன்றாம் உலக நாடுகளின் சில பகுதிகளில் பெண் சிசுக்களை கருவிலேயே கலைப்பது, பெண் சிசுக்களை கொலை செய்வது போன்றவை அதிகரித்தன.[19] அதாவது பெண்களை பாலின அடிப்படையில் படுகொலை செய்வதில் இருந்து, பெண் குழந்தை பிறப்பதையேத் தடுக்கும் அழித்தொழிப்புக்கு வழி வகுத்தது.

பல்வேறு சுற்றுச்சூழல் பேரழிவுகள் குறித்தும் சுற்றுச்சூழல் மீது இழைக்கப்பட்ட தீங்குகளின் வடிவங்கள் குறித்தும் வெளிவந்த ஆதாரங்களைத் தொடர்ந்து வளர்ச்சியின் நிலைப்புருவின்மை என்ற பிரச்சினை விவாதப் பொருளானது. பூமி, அதன் நிலத்தடி நாளங்களில் ஓடும் நீர், அதனைச் சுற்றிய காற்று மண்டலம் ஆகியவை ஒரு சுற்றுச்சூழல் அமைப்பாக, மனிதர்கள் அதன் ஒரு பகுதியாக மட்டுமே உள்ள உயிரமைப்பாக பார்க்கப்பட ஆரம்பித்தன. இந்தச் சூழல் அமைப்பின் வாழ்வையும் சமநிலையையும் சார்ந்தே மனிதர்களின் வாழ்க்கை உள்ளது. இயற்கை, மனிதஇனத்திலிருந்து ‘வேறுபட்டது’ என்ற பார்வைக்கு இது எதிரானது. இயற்கையை ஆதிக்கம் செலுத்தப்பட வேண்டியதாகவும், இயற்கையின் கூறுகளை கிடங்குகளில் காத்திருக்கும், சரக்குகளாக மாற்றும் சாத்தியம் உள்ள பொருட்களாகவும் பார்க்கும் சிந்தனைக்கு எதிரானது. ஐந்து நூற்றாண்டுகளாக நடந்து வந்த உடைமை பறிப்புக்கும் ஆதிக்கத்துக்கும் பிறகு பூமிக்கோள் மீது வெளிச்சம் விழுந்துள்ளது. கடந்த காலத்தில் பூமி பிரிக்கப்பட்டது, வேலியிடப் பட்டது, சுதந்திர உற்பத்தியாளர்களுக்கு மறுக்கப்பட்டது. இப்போது பூமியே அதன் மறுவுற்பத்தி சக்திகள் பறிக்கப்பட்டதாகிறது - தலை கீழாக புரட்டப்படுகிறது, துண்டாக துளைக்கப்படுகிறது, சரக்காக

மாற்றப்படுகிறது. சுரண்டலின் தர்க்கத்தையும் ஆதிக்கத்தின் தர்க்கத்தையும் உள்ளடக்கிய ஒற்றை நிகழ்முறையின் இந்தத் தீவிரமான நடைமுறைகள் (உயிரினங்களின் மரபணு குறியீடுகளை 'சேமிப்பது' போலவும் காப்புரிமை பெறுவது போலவும்), மனித அடிப்படையிலும் சரி சுற்றுச் சூழல் அடிப்படையிலும் சரி, இந்தப் பூமிக்கோளுக்கு மோசமான பேரழிவை கொண்டு வருகின்றன. மனித மறுவுற்பத்திக்கான எதிர்கால சாத்தியங்கள் குறித்தும் முறைமைகள் குறித்தும் தொந்தரவு செய்யும் கேள்விகளை அவை நம்முன் வைக்கின்றன.

சுற்றுச்சூழல் அழிவு என்பது பெரும்பகுதி மனிதஇனத்தின் மீது நடத்தப்படும் அழிவுடன் இணைகிறது. மனிதர்களை அழிப்பது என்பது முதலாளித்துவ வளர்ச்சியின் தொடக்கத்தில் அவசியமாக இருந்தது போலவே இன்றைக்கு முதலாளித்துவம் நீடிப்பதற்கும் அவசியமாக உள்ளது. இந்த அழிவை ஏற்றுக் கொள்வதை நிறுத்த வேண்டும் என்றால், எனவே 'நிலைப்புரு வளர்ச்சி' என்ற பிரச்சினையை ஆய்வு செய்ய வேண்டும் என்றால், நகர்ப்புறங்களிலும் கிராமப் புறங்களிலும் முதலாளித்துவ வளர்ச்சிக்கு எதிராக நடக்கும் போராட்டங்களை கருத்தில் எடுத்துக் கொள்வது அவசியமாகிறது. முதலாளித்துவ வளர்ச்சியை கடந்து செல்வதற்கான வழிகளை கண்டறியவும், அதற்கான செயல்பாடுகளை வரையறுக்கவும் தேவையான அறிவு பற்றிய வேறுபட்ட அணுகுமுறையை விரித்துரைப்பதும் அவசியமாக உள்ளது.

பல்வேறு முதலாளித்துவ எதிர்ப்புப் போராட்டங்களுக்கும் இயக்கங்களுக்கும் பொருள்கூறுவதற்கும் அவற்றை புரிந்து கொள்வதற்கும், பூமிக்கோள் முழுவதும் பல்வேறு வடிவங்களிலும் பின்புலங்களிலும் போராடும் பல்வேறு சமூகப் பிரிவினர் பற்றிய உலகளாவிய பார்வையை பராமரிக்க வேண்டும். சிலவற்றுக்கு முன்னுரிமை கொடுத்து மற்றவற்றை புறக்கணிப்பது என்பது, முதலாளித்துவ வளர்ச்சியின் ஆன்மாவாக இருக்கும் பிரிப்பதும் எதிர்நிறுத்துவதும் (separation and counterposition) என்ற அதே தர்க்கத்தை ஏற்றுக் கொள்வதாகி விடும். மனிதகுலத்தின் ஒரு பகுதியை ரத்து செய்வதையும் அழித் தொழிப்பதையும் மாற்ற முடியாத முடிவாக எடுத்துக் கொள்ள முடியாது. பெருநகரங்களிலும், பொதுவாக முன்னேறிய முதலாளித்துவ நாடுகள் முழுவதிலும், கூலி தரப்படும் வேலை இனிமேலும் பலருக்குக் கிடைப்பதில்லை. அதே நேரம் பிழைத்திருப்பதை உறுதிப்படுத்தும் நலவாழ்வு திட்டங்கள் வெட்டப்பட்டு வருகின்றன. மனித மறுவுற்பத்தி ஏற்கனவே அதன் வரம்புகளை எட்டி விட்டது. நிலத்துக்காகவும்

நீருக்காகவும் மிகையாக இறைக்கப்பட்டு விட்ட ஊற்றைப் போல, பெண்ணின் மறுவுற்பத்தி ஆற்றல் மேன்மேலும் வற்றிப் போய்க் கொண்டிருக்கிறது என்கிறார் வந்தனா சிவா.[20]

நலவாழ்வு திட்டங்கள் வெட்டப்படுவதாலும் பொதுவான உழைப்பு தீவிரமடைவதாலும், வேலை நாள் மிதமிஞ்சி நீட்டப் படுவதாலும், கூலி வேலையில் இல்லாத பெண்கள், மனித மறு உற்பத்திக்கான கடினமான வேலையுடன் சட்டரீதியான அல்லது/ மற்றும் சட்டத்துக்குப் புறம்பான வேலை வாய்ப்புகளைத் தேடும் மன அழுத்தம் நிரம்பிய பணியையும் எதிர்கொள்வதால் மனித மறுவுற்பத்தி நசுக்கப்படுகிறது. முன்னேறிய நாடுகளில், குறிப்பாக இத்தாலியில் பிறப்பு விகிதம் திடீரென சரிந்ததற்கு (பிறப்பு விகிதம் 1.26, மக்கள்தொகை வளர்ச்சி வீதம் சுழி) வழிவகுத்த சிக்கலான நிகழ் முறைகள் பற்றிய விரிவான விவரிப்பை நான் இங்கு தர முடியாது. உழைப்புச் சக்தியை மறுவுற்பத்தி செய்வதற்கான இயந்திரங்களாக செயல்படுவதற்கு பெண்கள் மறுப்பது - அதற்கு மாறாக தம்மையும் மற்றவர்களையும் சமூக தனிமனிதர்களாக மறுவுற்பத்தி செய்வதைக் கோருவது - பெண்களின் எதிர்ப்பிலும் போராட்டத்திலும் முக்கியமான கட்டத்தை பிரதிநிதித்துவப்படுத்தியது என்பதை நினைவில் கொள்ள வேண்டும்.[21] பெண்களின் நிலையில் உள்ள முரண்பாடு அதன் எல்லா நீடிக்கமுடியாத தன்மைகளுடன் வெடித்திருக்கிறது. பெண்கள் வீட்டுக்கு வெளியில் ஊதியம் தரப்படும் வேலை செய்வதன் மூலம் பொருளாதார சுயேச்சையைத் தேடுவதற்கு கட்டாயப்படுத்தப் படுகின்றனர்; ஆண்களுடன் ஒப்பிடும்போது அவர்கள் பாதகமான நிலைமைகளில் வேலை தேட வேண்டியுள்ளது; அதே நேரம் உழைப்புச் சக்தியை உற்பத்தி செய்யவும் மறுவுற்பத்தி செய்யவும் முதன்மையான பொறுப்பு அவர்களுக்கே தொடர்ந்து உள்ளது; எனவே, முன்னேறிய நாடுகளில் உள்ள பெண்கள் மேன்மேலும் குறைந்த எண்ணிக்கையிலான குழந்தைகளையே பெற்றுக் கொள்கின்றனர். பொதுவாக, முன்னேறிய நாடுகளில் உள்ள மனிதஇனம் தன்னை மறுவுற்பத்தி செய்து கொள்வதற்கான விருப்பம் குறைந்து கொண்டே போகிறது.

இத்தாலி போன்ற நாடுகளில் பெண்களின் மகத்தான மறுப்பு, நாம் விவாதிக்கும் பொதுவான கேள்விக்கான பதிலையும் கோருகிறது. சகிக்க முடியாத பாலியல் படிநிலைக்குள் உழைப்பு நேரத்தைத் தவிர வேறு ஒன்றாகவும் இல்லாத வாழ்க்கை பற்றிய கருத்தாக்கத்தின் பகுதியாகவும் கட்டமைப்பின் பகுதியாகவும் உள்ள பெண்களின் நீடிக்க முடியாத தியாகத்தை அடிப்படையாகக் கொண்டிராத மனித

மறுவுற்பத்தியின் புதிய வகை வளர்ச்சியை அது கோருகிறது. அதன் நேரடி அம்சத்திலும் சரி மறைமுகமான அம்சத்திலும் சரி 'கூலிக்கான' போராட்டம் என்பது, 'ஊரக' பகுதிகளிலிருந்து தனித்த 'முன்னேறிய' பகுதிகளின் அக்கறைக்குரியதாக மட்டும் இல்லை. ஏனென்றால், நிலத்தை மட்டுமே சார்ந்து உயிர்வாழ்வதற்கான வாய்ப்புகள் மிகக் குறைவாகவே உள்ளன. சமுதாயம் நிலைப்புருவாவதற்கு வழக்கமான சுயசார்பு பொருளாதாரத்தின் வளங்களோடு கூலி பொருளாதாரம் பின்னிப் பிணைந்திருக்கிறது. சுயசார்பு பொருளாதாரத்தின் பொதுவான நிலைமைகள் ஐ.எம்.எஃப், உலக வங்கி போன்ற முக்கியமான நிதித் துறை நிறுவனங்களின் அரசியல், பொருளாதார முடிவுகளால் தொடர்ந்து அழுத்தத்துக்கு உள்ளாகின்றன.[22] எனவே, இன்றைக்கு, கூலி மட்டங்களையும் பணமாகவும் பொருட்களாகவும் சேவைகளாகவும் பெறப்படும் வருவாய்க்கான உத்தரவாதங்களையும் பாதுகாத்துக் கொள்வதற்காக போராடாமல் இருப்பது அபாயகரமான தவறாக ஆகி விடும். இவை உழைக்கும் மக்களின் உரிமைகள், ஏனென்றால் முதலாளித்துவ சமூகத்தின் செல்வமும் அதிகாரமும் ஐந்து நூற்றாண்டு களாக உழைக்கும் மக்களின் உழைப்பின் மூலம் திரட்டப்பட்டுள்ளன. அதே நேரம், தமது சுயசார்புக்கு நிலம், நீர், காடுகள் ஆகியவற்றை சார்ந்திருப்பவர்களுக்கு அவை தொடர்ந்து கிடைக்க வேண்டும், முதலாளித்துவ உடைமை பறிப்பு அவர்களுக்கு அழிவை மட்டுமே வழங்குகிறது. மனிதகுலத்தின் வெவ்வேறு பிரிவுகள், வெவ்வேறு வகையான வளர்ச்சியைக் கோருவதால், ஒவ்வொருவரும் தம்முடைய அழிவையோ மற்றவர்களின் அழிவையோ ஏற்றுக் கொள்ள மறுக்க வேண்டும். அதன் மூலம்தான் தமக்கு ஏற்ற வளர்ச்சியைக் கோருவதற்கான அனைவரின் பலமும் அதிகரிக்கிறது.

பெண்கள் இனப்பெருக்கம் செய்ய மறுப்பதால் எழும் மனித மறுவுற்பத்தி பற்றிய கேள்வி, இன்னொரு வகையான வளர்ச்சிக்கான கோரிக்கையாக மாறுகிறது, முற்றிலும் புதிய பார்வை எல்லைகளை தேடுகிறது. நலவாழ்வு என்ற கருத்தாக்கம் போதாது. இப்போது கோரிக்கை மகிழ்ச்சிக்கான கோரிக்கையாக மாறியுள்ளது. முதலாளித்துவம் எந்த அடிப்படை தேவைகளை ஒடுக்குவதன் மூலம் பிறந்து வளர்ந்ததோ அந்த அடிப்படைத் தேவைகளை நிறைவேற்றுவதை உறுதி செய்யும் வளர்ச்சியை வரையறுக்க வேண்டும். உழைப்பால் நிரப்பப்பட்டுள்ள வாழ்க்கைக்கு மாறாக நேரத்தை விடுவிப்பது அந்தத் தேவைகளில் ஒன்று. உழைப்புச் சக்தியின் வெறும் கொள்கலனாக அல்லது உழைப்புச் சக்தியை மறுவுற்பத்தி செய்வதற்கான இயந்திரமாக மட்டும் இருப்பதற்கு எதிராக (எல்லாவற்றுக்கும் மேலாக தனது சொந்த

உடலோடும் மற்றவர்களின் உடலோடும், உடலை மேலும் உற்பத்தித் திறனுடையதாக மாற்றும் செயல்பாடுகளாக மட்டும் இன்றி ஒட்டு மொத்த உடலையும் சேர்த்து) பௌதீக வாழ்க்கை/பாலியல் உணர்வுகளுக்கான தேவை இன்னொன்று. சமூக அமைப்பில் தனி நபர்களின் தனிமைக்கும், உயிருள்ள இயற்கையிலிருந்து மனிதர்களின் தனிமைக்கும் எதிராக (பிற ஆண்களுடனும் பெண்களுடனும் மட்டுமின்றி பல்வேறு உயிரினங்களுடனும் இணைந்த வாழ்க்கை, அத்தகைய பல்வேறு உயிரினங்களை இப்போது நகரத்திலிருந்து தொலைதூரம் பயணித்த பிறகுதான் பார்க்க முடிகிறது) கூட்டுத்துவத்துக்கான தேவை உள்ளது. இருக்கும் இடத்தை தொடர்ந்து வேலியிட்டு, தனியார்மயமாக்கி, தொடர்ந்து வரம்பிடுவதற்கு எதிராக, (பொது பூங்காக்கள், பொது மைதானங்கள், அல்லது கூட்டுத்துவத்துக்கு அனுமதிக்கப்பட்ட பிற இடங்கள் மட்டுமின்றி) பொது வெளிகளுக்கான தேவை உள்ளது. இறுதியாக, ஒட்டுமொத்த பூமியையும் பொது வெளியாகக் கொண்டிருக்கும் உறவுக்கும், விளையாடுவதற்கும், தீர்மானமின்மைக்கும், கண்டுபிடிப்புக்கும், அதிசயத்துக்கும், சிந்தனைக்கும், உணர்ச்சிக்கும் தேவை... உள்ளது.

மேலே சொன்னவை அடிப்படை தேவைகள் அனைத்தையும் 'வரையறுக்கவில்லைதான்'. ஆனால், இந்த உற்பத்தி முறையால் அமைப்புரீதியான குலைவுகளுக்கு உள்ளாக்கப்பட்டதால் மனித மகிழ்ச்சிக்கு பங்களிக்க முடியாமல் போன சில தேவைகளை அது பதிவு செய்துள்ளது. மகிழ்ச்சியை ஒரு பிரச்சினையாக முன்வைக்கும் தைரியம் நமக்கு இருக்க வேண்டும் என்று நினைக்கிறேன். 'மாபெரும் முறையில்' மீண்டும் சிந்திப்பதற்காக வளர்ச்சி என்ற கருத்துநிலையை மறுபரிசீலனை செய்ய வேண்டும். மகிழ்ச்சி என்ற கேள்வியை எழுப்புவது மிதமிஞ்சிய தைரியமாகவோ, மிதமிஞ்சிய முனைப்பாகவோ தோன்றும் என்ற பயத்தையும் கைவிட வேண்டும். ரிகோபெர்ட்டா மென்ச்சு (Rigoberta Menchu),[23] அவரது சமுதாயத்தில் உள்ள அம்மாக்கள் தங்கள் மகள்களிடம், அவர்களது வாழ்க்கை பெருமளவு உழைப்பும் துயரமும் நிரம்பியதாக இருக்கும் என்று ஆரம்பத்தில் இருந்தே கற்றுக் கொடுக்கின்றனர் என்று கூறினார். இது ஏன் என்று, குறிப்பான முதலாளித்துவ காரணங்களைப் பற்றி சிந்திக்கும் விதமாக அவர் கேள்வி எழுப்பினார்: 'பிரச்சினையின் வேர்கள் பற்றி நாங்கள் சிந்திக்கத் தொடங்கினோம். அதன் வேர்கள் நிலவுடைமையில் உள்ளன என்ற முடிவுக்கு நாங்கள் வந்தோம். சிறந்த நிலங்கள் எங்களிடம் இல்லை, நிலவுடைமையாளர்களிடம்தான் சிறந்த நிலங்கள் இருந்தன. ஒவ்வொரு முறையும் புதிய நிலத்தை நாங்கள் திருத்தி பண்படுத்தும் போதும்,

அதனை அவர்கள் எங்களிடம் இருந்து பறித்துக் கொள்ள அல்லது ஏதோ ஒரு வழியில் திருட முயற்சிக்கிறார்கள்'.[24] இந்த நிலைமையை எப்படி மாற்றுவது என்ற கேள்வியை ரிகோபெர்டா எழுப்பியுள்ளார். மனித மகிழ்ச்சியின்மை என்ற மாயையை அவர் ஏற்றுக் கொள்ளவில்லை. மாயன் மரபுகளோடு கூடவே பழைய ஏற்பாட்டின் ஜூடித் உள்ளிட்ட கிருத்துவ மரபுகளை அவர் பயன்படுத்தியது பல்வேறு பாடங்களை வழங்கியுள்ளது.

கடந்த 20 ஆண்டுகளில் பெண்கள் பற்றிய கேள்வியும், பழங்குடி மக்கள் பற்றிய கேள்வியும்,[25] பூமி பற்றிய கேள்வியும் அதிக முக்கியத்துவம் பெறுவது தற்செயலானது இல்லை என்று நான் கருதுகிறேன். ஏனென்றால், இந்த மூன்றும் சிறப்பான வகையில் நெருங்கிய கூட்டு வாழ்க்கையில் பிணைக்கப்பட்டுள்ளன. வேறு வகையான வளர்ச்சியை நோக்கிய பாதை அவர்களை புறக்கணிக்க முடியாது. இன்னும் அழிந்து விடாமல் தம்மை மறைத்துக் கொண்டுள்ள நாகரீகங்களில் பெருமளவு அறிவு உள்ளது. அவர்களை அழித்தொழிக்கும் ஆதிக்கத்தை எதிர்ப்பதன் மூலம் அவர்களது இரகசியங்கள் பாதுகாக்கப்பட்டுள்ளன. பூமி தன்னைத்தானேயும் தன் பகுதியாக மனிதர்களையும் மறுவுற்பத்தி செய்து கொள்வதற்கான பல சக்திகளை தன்னுள் கொண்டுள்ளது. ஆண்பால் அறிவியலை விட பெண்களின் அறிவின் மூலமாகத்தான் அந்தச் சக்திகள் கண்டறியப்பட்டு, பாதுகாக்கப்பட்டு, மேம்படுத்தப் பட்டு வந்துள்ளன. அப்படியானால், அவற்றின் 'முனைப்பின்மை' மூலம் வாழ்வுக்கு புத்தாக்கம் தரக் கூடிய[26] பெண்களின், பழங்குடி மக்களின், பூமியின் மாற்று அறிவு முகிழ்ந்து வந்து தம் குரலை ஒலிப்பதற்கான வழியைக் கண்டறிய வேண்டும். இந்த அறிவு இப்போது மனித மறுவுற்பத்தியின் மீது முதலாளித்துவ வளர்ச்சி சுமத்தும் கொலைகார முற்றுகையை முறியடிப்பதற்கு தீர்மானகர சக்தியாக தோன்றுகிறது.

*இந்த அத்தியாயம் 1994 ஏப்ரல் 8-ம் தேதி ஜப்பான் அறக்கட்டளை டோக்கியோவில் ஏற்பாடு செய்த "பெண்களின் கூலிதரப்படாத உழைப்பும் உலக அமைப்பும்" (Women's Unpaid Labour and the World System") என்ற கருத்தரங்கில் நிகழ்த்தப்பட்ட உரையாகும். அந்த அறக் கட்டளையின் "சுற்றுச்சூழல் பிரச்சினைகள் பற்றிய ஐரோப்பிய பெண்களின் சுற்றுலா" (European Women's Study Tour of Environmental Issues) - வின் பகுதியாக அந்த உரை நிகழ்த்தப்பட்டது.*

## குறிப்புகள்

1. இது தொடர்பாக பார்க்கவும்: எம். டெல்லா கோஸ்டா மற்றும் எஸ் ஜேம்ஸ், த பவர் ஆஃப் விமன் இன் த சப்வெர்ஷன் ஆஃப் கம்யூனிட்டி, ஃபாலிங் வால் பிரெஸ், பிரிஸ்டல் (*The Power of Women in the Subversion of the Community,* Falling Wall Press, Bristol), *1972.*
2. கார்ல் மார்க்ஸ், *1844-ன் பொருளாதார மற்றும் தத்துவ கையெழுத்துப் பிரதிகள்', தொடக்ககால எழுத்துக்கள்,* பென்குயின், ஹார்மண்ட்ஸ்வொர்த் (K. Marx, *Economic and Philosophical Manuscripts of 1844, in Early Writings,* Penguin, Harmondsworth), *1975,* பக்கம் *286.*
3. கார்ல் மார்க்ஸ், *மூலதனம்,* முதல் பாகம், பென்குயின், ஹார்மண்ட்ஸ்வொர்த், *1976,* பக்கம். *799. (தமிழ்ப் பதிப்பு பக்கம் 868)*
4. *த எகனாமிஸ்ட்* (The Economist), *6 ஜனவரி 1990.*
5. பார்க்கவும் எம் டல்லா கோஸ்டா, ஜி.எஃப் டல்லா கோஸ்டா *(தொகுப்பாசிரியர்கள்)* (M. Dalla Costa and G.F. Dalla Costa (eds.)), *Donne e politiche del debito. Condizione e lavoro femminile nella crisi del debito internazionale, Franco* Angeli, Milan, *1993 (இதன் ஆங்கில மொழி பெயர்ப்பு ஒன்றை லண்டன் ஜெட் புக்ஸ்* (Zed Books, London) *தயாரித்து வருகிறது)*
6. பார்க்கவும். கார்ல் மார்க்ஸ், *மூலதனம்,* முதல் பாகம், அத்தியாயம் *28.*
7. *லா ரிபப்ளிகா (La Repubblica), 16 பிப்ரவரி 1994.*
8. நர்மதா அணைக்கு எதிரான போராட்டம் பற்றிய தகவல்கள் சர்வதேச வெளியீடுகளிலும் சர்வதேச ஊடகங்களிலும் பரவலாக வெளியிடப்பட்டன. உலகில் அணைகள் காளான்கள் போல் முளைப்பது பற்றி விமர்சன பொருள்கூறலுக்கு பார்க்கவும். வி சிவா, *ஸ்டேயிங் அலைவ் : விமன் அண்ட் சர்வைவல் இன் இந்தியா,* ஜெட் புக்ஸ், லண்டன் (V. Shiva, *Staying alive: Women and Survival in India,* Zed Books, London), *1990.*
9. பார்க்கவும் லா ரிபப்ளிகா (La Republica), *16 செப்டம்பர் 1993.*
10. பார்க்கவும் கார்ல் மார்க்ஸ், *மூலதனம்,* முதல் பாகம், அத்தியாயம் *28.*
11. முன்வந்தது., பக்கம் *897 (தமிழ்ப் பதிப்பு பக்கம் 987 -மொ.பெ).*
12. பார்க்கவும் எஸ் ஃபெதரிச்சி, த கிரேட் விட்ச் ஹன்ட், *த மெயின் ஸ்காலர்,* தொகுதி *1,* எண் *1* (S. Federici, 'The Great Witch-Hunt', in *The Maine Scholar,* vol 1, no.1), *1988.*
13. பார்க்கவும் L. Fortunati, *L'arcano della riproduzione. Casalinghe, prostitue, operai e capitale,* MarsiliO, Venice, 1981; L. Fortunati, *Sesso come vaLore d'uso per il alore,* in L. Fortunati and S. Federici, *Il grande Calibano. Storia del corpo socialeribelle nella primafase del capitale,* Franco Angeli, Milan, 1984, p. 209.
14. பார்க்கவும் எம் டல்லா கோஸ்டா மற்றும் எஸ் ஜேம்ஸ், *த பவர் ஆஃப் விமன்* (M. Dalla Costa and S. James, *The Power of Women*).
15. பார்க்கவும் ஜி.எஃப் டல்லா கோஸ்டா (G.F. Dalla Costa) *Un lavoro d'amore. La violenza fisica componente essenziale del 'trattamento' maschile nei confronti delle donne,* Edizioni delle Donne, Rome, 1978.

16. தற்போது, இந்தப் பிரச்சினை குறித்து பரவலான விவாதம் நடந்து வருகிறது. ஏ மிஷெல்-ன் கட்டுரை ஒரு நல்ல சுட்டும் கட்டுரையாக உள்ளது : 'La donna a repentaglio nel sistema di guerra', *Bozze*, no. 2, April-March 1987.
17. பார்க்கவும் கார்ல் மார்க்ஸ், மூலதனம், முதல் பாகம், அத்தியாயங்கள் 26-33.
18. பெண்களின் செயல்பாட்டு நிகழ்ச்சிநிரல் 21, ஆரோக்கியமான பூமிக் கோளுக்கான உலக பெண்கள் மாநாடு, அதிகாரபூர்வ அறிக்கை, ஐக்கிய நாடுகள் சபை (Women's Action Agenda 21, in *World Women's Congress for a Healthy Planet*, Official Report, United Nations), *8-12 நவம்பர், மியாமி, 1991.*
19. பார்க்கவும் வி. சிவா, ஸ்டேயிங் அலைவ் (V. Shiva, *Staying Alive*)
20. முன் வந்தது.
21. பார்க்கவும் எம் டல்லா கோஸ்டா மற்றும் எஸ் ஜேம்ஸ், த பவர் ஆஃப் விமன் (M. Dalla Costa and S. James, *The Power of Women*).
22. பார்க்கவும் எம் டல்லா கோஸ்டா மற்றும் ஜி.எஃப் டல்லா கோஸ்டா (M. Dalla Costa and G.F. Dalla Costa, *Donne e politiche del debito*).
23. ஈ புர்கோஸ் (E. Burgos, *Mi chiamo Rigoberta Menchu*, Giunti, Florence), ஃபுளோரன்ஸ், 1990.
24. முன்வந்தது, பக்கம். 144.
25. வியன்னாவில் (1993 ஜூன் 10 முதல் 12 வரை) நடந்த என்.ஜி.ஓ மன்றத்தில் (NGO Forum), பழங்குடி மக்களுக்கான பணிக்குழு (Working Group on Indigenous Peoples) வலியுறுத்தியது போல, கடந்த 20 ஆண்டுகளில் தமது குரல்களை கேட்கச் செய்வதற்கும், தமக்கு அக்கறையுள்ள பிரச்சினைகளில் (எல்லாவற்றுக்கும் மேலாக, நிலம் பற்றிய பிரச்சினையில்) முன்னேற்றிச் செல்வதற்கும், தமது உரிமைகள் தொடர்பாக அதிக மரியாதையையும் எழுத்து வடிவில் அவற்றை முறைப்படுத்துவதையும் பெறுவதற்கும் இந்த மக்கள் கடுமையாக வேலை செய்துள்ளனர் என்பதைக் குறிப்பிட வேண்டும். இந்த நிகழ்முறையின் குறிப்பிடத்தக்க மைல்கற்கள்: காரி ஓக்கா பிரகடனம் (Kari Oca Declaration), பழங்குடி மக்களுக்கான நில சாசனம் (Land Charter of the Indigenous Peoples), பழங்குடி மற்றும் இனக்குழு மக்களுக்கான சர்வதேச தொழிலாளர் கழகத்தின் மாநாடு (Convention of the International Labour Organisation of Indigenous and Tribal Peoples) - ILO Conv. No.*169* ஆகியவை. சியாபாஸின் பழங்குடி மக்களின் போராட்டத்தின் போது அவர்களது கோரிக்கைகளை ஒருங்கிணைப்பதும் பிரச்சாரம் செய்வதும் அடைந்த வளர்ச்சி வட அமெரிக்க பழங்குடி மக்கள் தமது ஆதரவை வேகமாக தெரிவிப்பதில் முக்கியமான காரணியாக இருந்தது.
26. பார்க்கவும் வி சிவா, ஸ்டேயிங் அலைவ் (V. Shiva, *Staying Alive*)

## 3. விளக்கத்தின் விடுவிப்பும் விடுவிக்கும் விளக்கமும்

காஸ்மாஸ் சைக்கோபீடிஸ்

இன்றைய சமூகங்களில் சுதந்திரங்களையும் உரிமைகளையும் கோரும் தாகம் அடக்குமுறை, சுரண்டல், ஆதிக்கம் ஆகியவற்றுடன் இணைந்தே உள்ளது. தகவல் பெறும் உரிமையை கோரும் தாகம், விமர்சனத்தை முடக்குவதோடும் சமூக முரண்பாடுகள் பற்றிய தரமான காத்திர அறிவை மறைப்பதுடனும் இணைந்துள்ளது. தன்னாட்சி கோரும் தாகம் படிநிலைகளை சுமத்துவதுடன் இணைந்துள்ளது. குடியுரிமை கோரும் தாகம் குடியுரிமைக்கு தடை விதிக்கும் அல்லது மடைமாற்றம் செய்யும் சமூகப் பிரிவினைகளை முதலாளித்துவம் மறுவுற்பத்தி செய்வதோடு இணைந்துள்ளது. மனித சுதந்திரத்தையும் தன்னெழுச்சியான செயல்பாட்டையும் ஆதிக்கமாகவும் சுரண்டலாகவும், பெயரளவிலான சுதந்திரமாகவும் பெயரளவிலான தன்னெழுச்சியாகவும் மறுவுற்பத்தி செய்யும் இதுதான் சமூக உறவுகளின் மாய்மாலத்தை கட்டுவிக்கிறது. இறுதியாக, அது சமூக உறவுகளின் விமர்சன பகுப்பாய்வாக, அந்த உறவுகளில் இருந்து பிரிக்கப்பட்டு அவற்றை மாற்றுவதற்கு சக்தியில்லாத விமர்சன பகுப்பாய்வாக மறுவுற்பத்தி செய்யப்படுகிறது. வேறு சொற்களில், சமூகக் கோட்பாடு இந்த மாய்மாலத்துக்கு விதிவிலக்காக இல்லை. எதார்த்த உலகின் நெருக்கடி பற்றிய சிந்தனை இந்த நெருக்கடியை கடந்து செல்ல முயற்சிக்கும் அதே நேரம் அதில் பங்கேற்கவும் செய்கிறது. Sapere aude (அறிவதற்குத் துணிவோம்) என்ற அறிவொளிகால கோரிக்கை இன்றும் பொருந்துகிறது. இன்றைய சமூகம் பற்றிய கோட்பாட்டை, அறிவியல்வாதம், சார்புவாதம், முடிவுவாதம் போன்ற வடிவங்களில் வரும் அதன் நெருக்கடியில் இருந்து விடுவிப்பதற்கான கோரிக்கை அது.[1] சமூகத்தை அதன் மாய்மால வடிவ இருத்தலில் இருந்து விடுவிக்க வேண்டும் என்ற கோரிக்கைக்கு நிகரானது இந்தக் கோரிக்கை. இத்தகைய கோரிக்கையை பயன்படுத்தாமல் சமூக-வரலாற்று நிகழ்வுகளின் இயல்பை விளக்க முடியாது. மனித சமூகத்தன்மையின் கூட்டுறவையும் கூட்டிணைவையும் ஒருபுறத்திலும், பிரிவைத் தூண்டும் குறிப்பாக ஒன்றுக்கொன்று பகைநிலையான இலக்குகளைக் கொண்ட சுயநல செயல் வடிவங்கள் மறுபுறத்திலும் என இரண்டுக்கும் இடையிலான முரண்பாட்டினால் உருவாக்கப்படும் வரலாற்றுரீதியான/சமூகரீதியான எதார்த்தம் கட்டுவிக்கப்படுவதை இந்தக் கோரிக்கை சுட்டுகிறது.

கரணிய-சமூகரீதியான இலக்காக வாழ்வின் சமூக நிலைமைகளுக்கு பொதுவாகவும் கூட்டாகவும் வடிவம் கொடுப்பது என்ற முக்கியமான கருத்துரு பற்றி இன்றைய கோட்பாடு விவாதிக்க முடியுமா? இந்த இலக்கு சமூகச் செயல்பாடு கட்டமைக்கப்படுவதற்கான நிபந்தனையாக அமைகிறது. இந்தப் பரந்த இலக்குவாதத்துடன் தொடர்புபடுத்தி குறிப்பான சுயநல நோக்கங்களும் அவற்றை ஈடேற்றம் செய்வதற்கான பொறியமைவுகளும் கொண்டிருக்கும் உறவை இன்றைய கோட்பாடு தீர்மானிக்க முடியுமா? இந்தக் கேள்வி நம்மை செவ்வியல் இயங்கியல் கருத்துருவான இலக்குவாதத்துக்கும் பொறியமைவுக்கும் இடையேயான உறவாக இயங்கியல் என்ற கருத்தாக்கத்துக்கு இட்டுச் செல்கிறது. இந்தக் கருத்தாக்கம் கான்டியத்தின் *கிரிட்டிக் ஆஃப் ஜட்ஜ்மென்ட் (Critique of Judgement)* மற்றும் ஹெகலின் *லாஜிக் (Logic)* இரண்டிலும் மட்டுமின்றி மூலதனம் பற்றிய மார்க்சிய பகுப்பாய்விலும் தனிச் சிறப்பாக உள்ளது.[2]

## விளக்கத்தில் எதேச்சைத்தன்மை

இயங்கியலின் இந்தப் பரிமாணத்தை பொறியமைவுக்கும் இலக்குவாதத்துக்கும் இடையிலான, அவசியத்துக்கும் சுதந்திரத்துக்கும் இடையிலான உள்ளுறவாக புரிந்து கொள்ளவும் அதனைப் பயன்படுத்தி சமூக விளக்கம் பற்றிய கோட்பாட்டை கட்டமைப்பதற்கும் முடியாமல் இருப்பது இன்றைய 'விமர்சனரீதியிலான' சமூகக் கோட்பாட்டின் நோய்க்குறியாக உள்ளது. இருபதாம் நூற்றாண்டில், எதார்த்தத்தில் இருக்கும் சோசலிசத்தின் 'இயங்கியல்ரீதியான' 'மார்க்சிய' வறட்டுவாதம், எதார்த்தத்தின் மீதான தனது கட்டுப்பாட்டை இழந்து விடுவதன் எல்லா சாத்தியங்களில் இருந்தும் தற்காத்துக் கொள்ளும் முயற்சியில், எல்லாவற்றையும் அவசியத்தன்மையின் அடிப்படையில் புரிந்து கொள்வதாக தன்னை அமைத்துக் கொண்டது. எனவே, சுதந்திரம் என்ற காரணி எதேச்சையான, கட்டுப்படுத்த முடியாத, தீர்மானமற்ற வடிவத்தை எடுத்தது. இதற்கு இணையாக, வரலாற்றுரீதியான சமூக எதார்த்தத்தை விளக்கும் தர்க்கத்தினுள் எதேச்சைத்தன்மை என்ற காரணியையும் தீர்மானமின்மை என்ற காரணியையும் புகுத்துவது இந்தக் கோட்பாட்டாளர்களுக்கு அசாத்தியமாக இருந்தது. கோட்பாட்டு வாதங்களை ஒப்பிடுவதற்கும் சரிபார்ப்பதற்கும் மதிப்பிடுவதற்கும் எந்த வகையான பிணைக்கும் தேர்வு அடிப்படைகளையும் ஏற்றுக்கொள்ள மறுப்பதற்கு சார்புவாத ஞானவியலும் பாரம்பரியவாத ஞானவியலும் இந்தக் காரணியைத்தான் பயன்படுத்துகின்றன. இன்றைய சமூகக் கோட்பாட்டில் ஆதிக்கம் செலுத்தும் சார்புவாத நிலைப்பாடு டில்தி (Dilthey) பள்ளியின் வரலாற்றுரீதியான சார்புவாதத்தையும் வேபரிய

(Weberian) சார்புவாத ஞானவியலையும் எதிரொலிக்கிறது. குறிப்பாக, வேபரிய வரலாற்றுவாத தர்க்கம், விழுமிய-தேர்வுக்கு உள்ளாக 'எதேச்சைத்தன்மை' ஏற்கனவே காணப்படுவதை ஏற்றுக் கொள்கிறது. அதன் மூலம் விழுமியங்களை கரணியரீதியாக ஒப்பிடும் மதிப்பிடும் சாத்தியத்தை ஒழித்துக் கட்டுகிறது. சாரமான 'பொறியமைவுகளின்' தற்போக்கான சேர்க்கையாக எதார்த்தம் அனுபவரீதியாக கட்டமைக்கப் பட்டுள்ளது என்று வாதிடப்படுவதால் இன்றைய 'எதார்த்தவாத' ஞானவியல்களில், திட்டவட்டமானது எதேச்சையானதுடன் ஒத்திசைகிறது.[3]

பொறியமைவுக்கும் இலக்குக்கும் இடையிலான இயங்கியல் உறவு இயந்திரகதியான (mechanical) நிகழ்முறைகளை பகுப்பாய்வு செய்வதை விழுமியங்களை பகுப்பாய்வு செய்வதுடன் (இலக்குவாதம்) எதேச்சையானதாக இணைக்க முயற்சித்தது. இயந்திரகதியான நிகழ்முறையின் எதேச்சைத்தன்மை இந்த நிகழ்முறையை கட்டுவிக்கும் விழுமியங்களில் இருந்து சாரப்படுத்திக் கொள்வதன் விளைவாகும். விழுமியங்கள் எதார்த்தத்தை ஒத்திசைவாக்கி மேல் நகர்த்துகின்றன, அவை எதார்த்தத்துக்கு 'பொருண்மையான அர்த்தத்தை'க் கொடுக்கின்றன, எதார்த்ததை நடைமுறையாக்குகின்றன. மறுதலையாக, அனுபவவாத நிலைப்பாட்டில் இருந்து பார்க்கும்போது எதார்த்தத்தின் விழுமிய உறவு, எதேச்சையான உறவாக தோற்றமளிக்கிறது. இந்த உறவை வறட்டுவாத 'இயங்கியல்' மரபு நிராகரிக்கிறது. எதேச்சையானது பற்றிய கோட்பாடுகளுக்கான, எதார்த்த உலகின் தீர்மானமின்மைக்கான கோட்பாடுகளுக்கான, இன்னபிற கோட்பாடுகளுக்கான, வறட்டுவாத 'இயங்கியல்' நிலைப்பாடுகளின் எதிர்வினைகள், குறிப்பிட்ட பொறியமைவுகள் இன்றியமையாத சமூக-வரலாற்று உறவுகளில் இருந்து சாரமாக்கப்பட்டவையாக உள்ளதாக வாதிடுகின்றன, 'திட்டவட்டமானதை' அவசியமானதாகவும் தீர்மானிக்கப்பட்டதாகவும் விளங்கிக் கொள்கின்றன. ஆனால், அவசியமானது, 'தீர்மானிக்கப்பட்டது' ஆகிய கருத்தாக்கங்களை இயங்கியல் கோட்பாடு பயன்படுத்தியதில் உள்ள தெளிவின்மை இதற்குமுன் போதுமான அளவு பரிசீலிக்கப்பட வில்லை. இது இயங்கியல் கோட்பாட்டின் மீது வறட்டுவாதம் தீர்மானவாதம் ஆகிய குற்றச்சாட்டுகளுக்கு வழிவகுத்தது. (a) விழுமியங்களில் இருந்து சுயேச்சையான எதார்த்தம் இருக்கிறது என்றும் அந்த எதார்த்தத்தின் அடிப்படையில் விழுமியங்கள் உருவாக்கப்படுகின்றன என்றும் வாதிடும் வகையில், அதன் மூலம் எதார்த்தமே விழுமியங்கள் சார்ந்து கட்டமைக்கப்பட்டது என்பதை கணக்கில் எடுக்கத் தவறும் வகையில் (b) எதேச்சையானது என்பதற்கு

எதிராக அவசியம் என்ற நிலைப்பாட்டை ஏற்றுக் கொள்ளும் வகையில், அதன் மூலம் இரண்டுக்கும் இடையேயான உள்ளுறவை கருத்தில் எடுக்கத் தவறும் வகையில், இயங்கியல் தர்க்கம் முரண் நிலைகளுக்கு இடம் கொடுப்பதாக உள்ளது.

இவ்வாறு இயங்கியல் கோட்பாடு அதன் தர்க்கத்துக்கான அடித்தளத்தை அமைத்துக் கொள்வதில் சிரமங்களை எதிர்கொள்கிறது. சார்புவாதம், தீர்மானமின்மை ஆகியவற்றை விமர்சிப்பதோடு நிறுத்திக் கொள்கிறது. அதே நேரம் தான் விமர்சன பகுப்பாய்வுக்கு உட்படுத்தும் எதார்த்த உலகின் சார்புநிலையையும் தீர்மானமின்மையையும் புரிந்து கொள்ளத் தவறுகிறது. வேறு சொற்களில், இயங்கியல் கோட்பாடு அதன் ஆய்வுப் பொருண்மையின் கட்டமைப்புரீதியான தீர்மானிப்புகளைப் பற்றிய விமர்சன பகுப்பாய்வாக தன்னை கட்டுவித்துக் கொள்ளத் தவறுகிறது. அதன் மூலம் ஆய்வுப் பொருண்மையின் நியாயப்படுத்தும் அடிப்படையை (கட்டமைக்கப்பட்ட செயல்ரீதியான முழுமையாக இருப்பதாக அது கூறிக் கொள்வதை) கேள்விக்குட்படுத்தத் தவறுகிறது. இந்த முரண்நிலைகளுக்கு எதிர்நிலையாக, விமர்சன பகுப்பாய்வின் மேலே சொன்ன இரண்டு பரிமாணங்களையும் வளர்ப்பது என்ற பிரச்சினையாக இயங்கியல் தர்க்கத்தை மீட்டுருவாக்கும் பிரச்சினை எழுகிறது. விழுமியம், தீர்மானமின்மை என்ற காரணி விமர்சன தர்க்கத்தின் கட்டமைவிலேயே அதன் பிணைப்புத்தன்மைக்கான உரிமைகோரலை பாதிக்காமல் எவ்வாறு நுழைகிறது என்ற பிரச்சினையாக, இயங்கியல் தர்க்கத்தை மீட்டுருவாக்கும் பிரச்சினை எழுகிறது. இந்த மீட்டுருவாக்கத்துக்கு, செவ்வியல் அரசியல் கோட்பாட்டின் சார்புவாத தர்க்கங்கள் பொருள்கூறப்பட்ட வழியை புரிந்து கொள்வது முன் நிபந்தனையாக உள்ளது. தற்காலக் கோட்பாட்டில் வரலாற்று உண்மைகளை 'விளக்கும் வழிகளின்' தனிச்சிறப்பான முரண்நிலைகள் பற்றிய பிரச்சினையை எழுப்புவதன் மூலம் அது பாரம்பரிய மற்றும் தற்கால சார்புவாத நியாயப்படுத்தல்கள் பற்றி விமர்சன பகுப்பாய்வு செய்வதை சாத்தியமாக்குகிறது.

மோன்டேன் முதல் கான்ட் வரையிலான அரசியல் சிந்தனையின் வரலாற்றில், விமர்சன தர்க்கத்தின் நெறிமுறைசார்-கரணிய கோரிக்கை களுடன் இணக்கமற்ற (சமூக) பொருண்மையை கட்டமைப்பதன் நிலையின்மை மற்றும் அசாத்தியம் தொடர்பான முறைபாட்டியல் கேள்வியாக சார்புவாதமும் கரணியமின்மையும் என்ற பிரச்சினை முன்வைக்கப்படுகிறது. மாறாக, விமர்சன பகுப்பாய்வு என்பது நோய்க்குறிக்களத்தின் இயல்பு என்ற பிரச்சினையை தனது கட்டுவிக்கும்

நிபந்தனைகளில் ஒன்றாக அவசியமாகவே உள்ளடக்குவதாக விளங்கிக் கொள்ளப்படுகிறது. புலனுர்வு கடந்த சட்டகத்துக்குள் எதேச்சையானதன் இடம் பற்றிய கான்டிய பகுப்பாய்வுகளின் அடிப்படையையும், எதேச்சையானது பற்றிய பிரச்சினையுடன் அதன் ஒருமை தொடர்பாக அவசியம் பற்றிய ஹெகலிய அணுகுமுறைகளின் அடிப்படையையும் எடுத்துக் கொள்வோம். எதேச்சையானதை தன் தரப்பில் சேர்த்துக் கொள்ளும் தர்க்கத்தை மீட்டுருவாக்குவது இப்போது சாத்தியமாகிறது. அந்தத் தர்க்கம் அவற்றுக்கு இடையேயான வேறுபாட்டை இருப்பின வகை ஆய்வுக்குட்படுத்துவதற்கு எதிராகவும், கரணியமானதற்குள் எதேச்சையானதை வறட்டுத்தனமாக சேர்த்துக் கொள்வதற்கு எதிராகவும் தன்னை தற்காத்துக் கொள்கிறது. அவசியத்துக்கும் எதேச்சைத்தன்மைக்கும் இடையிலான இந்த இயங்கியலின் இறுதி விளைவாக அரசியல் பொருளாதாரம் பற்றிய மார்க்சிய விமர்சன பகுப்பாய்வு உள்ளது. மார்க்சிய இயங்கியல் கட்டமைப்பானது மூலதனம் பற்றிய கோட்பாட்டு கருத்தாக்கம், உழைப்புப் பிரிவினை பற்றிய கோட்பாட்டு கருத்தாக்கம் போன்றவற்றை அலசி ஆராய்வதன் மூலம் சமூக-வரலாற்று உறவுகளின் கட்டமைக்கப்பட்ட ஒருங்கிணைவை வலியுறுத்துகிறது. அதே நேரம் வர்க்கப்-பிரித்தலின் கட்டமைப்புடன் அது தொடர்பு கொண்டிருப்பதை வெளிக்கொணர்வதன் மூலம் இந்த ஒருங்கிணைவை வலுவிழக்கச் செய்கிறது. எதார்த்தத்தின் இந்த இரண்டு அம்சங்களும் சமூக-வரலாற்று ‘அவசியத்தின்’ வெளிப்பாடுகளாக விளங்கிக் கொள்ளப்படுகின்றன. இருப்பினும், சமூகம் பற்றிய ஒத்திசைவான பரிமாணத்துக்கும், பிரிவினையான பரிமாணத்துக்கும் இடையிலான இந்த எதிர்நிலைக்குப் பின்னால், சுதந்திரமான தன்னாட்சியான சமூகத்தன்மையை ஈடேற்றம் செய்ய உதவாத எல்லா உறவுகளின் அவசியத் தன்மையையும் கேள்விக்குள்ளாக்குவது என்ற மறைக்கப்பட்ட பிரச்சினை தலை தூக்குகிறது. தன்னாட்சியான உறவுதான் அவசியமான உறவு, அதனுடன் ஒப்பிடும்போது சுரண்டல்தன்மையிலான உறவுகள் வரலாற்றுரீதியாக விரிவடைவது எதேச்சையானது என முன்வைக்கப் படுகிறது. முதிர்ச்சியடைந்த காலகட்டத்து மார்க்சிய படைப்புகளில் *(oeuvr)* அரசியல் பொருளாதாரம் பற்றிய விமர்சன பகுப்பாய்வின் ‘விதிகள்’ பற்றிய பகுப்பாய்வுகள் அனைத்திலும் இந்த நோக்குநிலை ஊடாடி நிற்கிறது, பொருள்முதல்வாத பகுப்பாய்வின் பொருண்மைக்கு தீர்மானமின்மை என்ற பரிமாணத்தை வழங்குகிறது. சமூக உறவுகள் மீட்டுருவாக்கப்படுவது (சமூக மறுவுற்பத்திக்கான திட்டங்கள்) சந்தேகத்துக்குரிய பொருண்மை பற்றிய விளக்கமாக கட்டமைக்கப் படுகிறது. இந்தப் பொருண்மையின் பொருத்தப்பாடு ரத்து செய்யப்

படுகிறது, ஆனால் பயன்படுத்தப்படும் முறைபாட்டு அணுகுமுறையின் காரணமாக, இந்த ரத்து செய்தல் செயலுக்கு வரப் போகும், விடுவிக்கப்பட்ட சமூக உறவுகள் நடைமுறையில் ஈடேற்றம் பெறப் போகும் புள்ளிக்கான தூரத்தை தீர்மானிப்பது சாத்தியமற்றதாகிறது. இங்கு விளையும் வகையிலான தீர்மானமின்மையை பகுப்பாய்வு செய்வதன் மூலம், விமர்சனரீதியான சமூக-கோட்பாட்டு தர்க்கத்தின் முரண்படும் இயல்பில் இருந்து தருவிக்கப்படும் 'பொய்யான' பொருள்கூறல்களின் 'அவசியமான' விளைபொருளாக, சமூகரீதியானது தொடர்பான வறட்டுவாத அணுகுமுறைகள் உருவாக்கப்படுவதை புரிந்து கொள்ள முடிகிறது. இந்தக் கான்டிய கோட்பாட்டு பிரச்சினையை மார்க்சிய மரபும் விவாதித்துள்ளது.

நெறிமுறைசார்-விடுவிக்கும் வகையிலான இயங்கியல் மாதிரிகள் தமது கட்டமைப்புகளில் எதேச்சையானது/தற்செயலானது பற்றிய பிரச்சினையை சேர்த்துக் கொண்டன இருப்பினும், அவை தற்செயலானதாக முன் வைத்த ஆதிக்க உறவுகளும் சுரண்டல் உறவுகளும் வரலாற்று வளர்ச்சியில் தாக்குப் பிடித்து பத்தொன்பதாம் இருபதாம் நூற்றாண்டிற்குள்ளும் இப்போது வரையிலும் பிழைத்திருக்கின்றன. இதற்கான கல்விப்புல எதிர்வினையாக, விவரிக்கும் காரணிகளில் இருந்து கோட்பாட்டு கட்டமைப்புகளின் நெறிமுறைசார் நியாயப் படுத்தல்கள் பிரித்து வைக்கப்பட்டன. எதார்த்தத்தை ஒத்திசைவற்றதாக, தீர்மானமின்மையாக விளங்கிக் கொள்ளும் புதிய ஞானவியல்கள் தோன்றின. எதார்த்தத்தின் எதேச்சைத்தன்மையுடன் தொடர்புபடுத்தி எதேச்சதிகார உறவுகளை தாண்டிச் செல்வதற்கு எதிராகவும் சிதறடித்தலை நியாயப்படுத்தியும் அவை வாதிட்டன. பொலன்யி போன்ற பல கோட்பாட்டாளர்கள்,[4] இயங்கியல் கருத்துநிலைகளை அவற்றின் செயல்பாட்டிலிருந்து பிரித்து எதார்த்தத்தை விளக்குவதற்கு பயன்படுத்தி மார்க்சிய விமர்சன முறைபாட்டுக்கு எதிராக அவற்றைப் பயன்படுத்தியது இப்போதைய கோட்பாட்டு நெருக்கடியின் ஒரு பண்பாக உள்ளது. அத்தகைய ஒரு கருத்துநிலையாக, வரலாற்று ரீதியானதை அதன் சொந்த முன்நிபந்தனைகள் முன்வைக்கப்பட்டு, மறுவுற்பத்தி செய்யப்பட்டு, மாற்றப்படும் நிகழ்முறையாக விளக்க முடியும் என்ற கருத்துரு உள்ளது. அவ்வாறு முன்நிபந்தனைகளை முன் வைப்பது, பொலன்யி புரிந்து கொண்டது போல முறைபாட்டுத் தர்க்கத்தைப் பின்பற்றவில்லை, மாறாக அது நடைமுறைரீதியானதாகவும் மதிப்பிடுவதாகவும் உள்ளது. செயல் என்பது 'அவசியமாகவே' அதன் தீர்மானிப்புகளால் தீர்மானிக்கப்படும் பாணி, இந்தத் தீர்மானிப்புகளை அவசியமாகவே மறுக்கும் - மனித வாழ்க்கையை அவமதிக்கும்,

# விளக்கத்தின் விடுவிப்பும் விடுவிக்கும் விளக்கமும்

அன்னியமாக்கும், சுரண்டும் ஒவ்வொரு தீர்மானிப்பையும் மறுக்கும்பாணியுடன் ஒத்திசைகிறது. தீர்மானிப்பிலிருந்து சாரமாக்குவதும் இந்த உணர்வில் அதனை 'எதேச்சையானது' என்று 'முன்வைப்பதும்' அந்த மறுப்பில் அடங்கியுள்ளது. வரலாற்று நிகழ்வு தீர்மானிக்கப்படும் வழி, இந்த உணர்வில் (சுதந்திரத்தை தடுப்பதை எதேச்சையானதாக முன்வைப்பது என்ற வடிவில்) சுதந்திரத்தின் விளைவாக உள்ளது. இந்த விளைவு புறநிலை/கட்டமைப்பு தீர்மானப்பின் தற்காலிக வடிவத்தில் தோன்றுகிறது, மறுவுற்பத்தி செய்யப்படுகிறது. வேறு சொற்களில், வரலாற்று நிகழ்வு என்பது காரணிகளின் சேர்க்கையிலிருந்து அவை ஒன்றின்மீது ஒன்று தோய்வதனால் விளைவதில்லை, மாறாக, எதார்த்தத்தின் நிலைமைகளை தவிர்க்கும், அகற்றும் இந்த இயக்கத்தின் மூலமாக விளைகிறது. ஒவ்வொரு சமூக-கோட்பாட்டு விளக்கத்துக்கும் இந்த இயக்கத்தின் தர்க்கவியல் வடிவம் முன் நிபந்தனையாக இருப்பதாகத் தோன்றுகிறது. தனியார் நலன்களால் தீர்மானிக்கப்பட்டாலும், வாழ்வின் சமூக நிலைமைகளை தனியார் கட்டுப்படுத்தும் ஒவ்வொரு உரிமைகோரலின் பொருத்தப்பாடின் மையையும் தொடர்ந்து வெளிப்படுத்தும் உறவுகளுக்குள் இந்த இயக்கம் நிகழ்கிறது. இன்றைய உலக சமூகத்தில், தனியார் 'நலன்களை' அடிப்படையாகக் கொண்டும் குறிப்பானதாக்கப்பட்ட 'உரிமைகளை' அடிப்படையாகக் கொண்டும் எடுக்கப்படும் ஒவ்வொரு முடிவும் பூமியில் உள்ள கோடிக்கணக்கான மக்களின் வாழ்வில் (மறுவுற்பத்தியிலும் சுற்றுச்சூழலிலும்) நேரடியாக பேரழிவு விளைவுகளை ஏற்படுத்துவதை அவை வெளிப்படுத்துகின்றன. சமகாலத்தின் ஒவ்வொரு சமூகத்திலும் உலக சமூகத்திலும் அரசியல் வெளியையும் பொதுவெளியையும் கட்டமைக்க வேண்டும் என்ற எதிர் கோரிக்கையின் அடிப்படை இதுதான். வாழ்வையும் இயற்கைச் சூழலையும் மதித்தல், சமூகநீதி, சுய-நிர்ணயம், ஒருமைப்பாடு போன்ற கட்டுப்படுத்தும் விழுமியங்கள் அனைத்தும் (அவை சமூக வாழ்வின் மீது தனியார் கட்டுப்பாட்டை ஒழித்துக் கட்டுவதை முன்நிபந்தனையாகக் கொண்டுள்ளன) இந்தக் களத்தில் உருவாக்கப்படுகின்றன. மேலே சொன்னது போன்ற விழுமியங்கள், செயலுக்கான கரணிய நோக்கங்களாக அல்லது அத்தகைய விழுமியங்களை செயல்கள் அழிக்கும் போது அவற்றை நிராகரிப்பதற்கான அல்லது எதிர்ப்பதற்கான காரணங்களாக செயலை விளக்கும் ஒவ்வொரு முயற்சியிலும் கரணியமாக நுழைகின்றன. மேலே சொன்னதன் விளைவாக, நமது சகாப்தத்தின் -சமூக அறிவியல்களின் தன்மையையும் நெறிமுறைசார் அடிப்படைகளையும் இதற்கு இணையாக மீட்டுருவாக்க வேண்டும் என்ற கோரிக்கை எழுகிறது.

சமூக அறிவியல்கள் சமகால உலகத்தின் வரலாற்றுத்தன்மையின் இயல்பு பற்றி சிந்திக்க வேண்டும், தீர்மானமின்மைக்கும் அதன் செயல்பாட்டு தீர்மானிப்புக்கும் இடையிலான உறவு பற்றிய பிரச்சினை இன்றைக்கு முன்வைக்கப்படும் முறையைப் பற்றி சிந்திக்க வேண்டும். சமூகமும் கோட்பாடும் தர்க்கத்தை அடித்தளமாகக் கொண்டிருக்க முடியும் என்ற (அறிவொளிகாலமும் இயங்கியலும் வரலாற்றில் எதார்த்தமாக ஆகும் என்று நம்பிய) சாத்தியத்தைப் பற்றி அவை மீண்டும் சிந்திக்க வேண்டும்.

## நெறிமுறைசார் மற்றும் பொருளாயத விளக்கம் பற்றி

செவ்வியல் இயற்கைச் சட்டங்களிலும் இயங்கியலிலும் வெளிப்படையாக இருந்த சமூக-கோட்பாட்டு விளக்க வகையிலிருந்து விளக்கத்தின் நியாயப்படுத்தலை பிரித்து விடுவதில் சமகால கோட்பாட்டின் நெருக்கடி உள்ளது. இந்த மரபில், விளக்கம் பற்றிய பிரச்சினை செயல்பாடு பற்றிய பிரச்சினையோடு உள்ளார்ந்த தொடர் புடையது. இந்தப் பிரச்சினை மிகவும் விமர்சனரீதியான சமகால கோட்பாடுகளில் கூட எவ்வளவு முடக்கப்பட்டுள்ளது என்பதை (செயல்பாடு என்ற கருத்தாக்கம் எவ்வளவு வறட்டுத்தனமாக ஆகியுள்ளது என்பதை), தத்துவவியலாளர்கள் உலகை மாற்றுவதற்கு போதுமான அளவு முயற்சித்து விட்டதால், அவர்கள் இப்போது அதற்கு பொருள்கூறுவதற்கு மீண்டும் முயற்சிக்க வேண்டும் என்று (ஃபாயர்பாஹ் பற்றிய மார்க்சின் தேற்றத்தை திருப்பி நிறுத்தி வரையறுக்கப்பட்ட) அடோர்னோ (Adorno) கூறியதில் பார்க்க முடிகிறது.[5] இத்தகைய கோரிக்கையை எழுப்புவதன் மூலம், செயல்பாடு/விழுமியம் பற்றிய பரிமாணம் அவசியமாகவும் தன்னிச்சையின்றியும் பொருள் கூறலில் நுழையும் வழியை ஆய்வு செய்வதற்கான எல்லா கோரிக்கை களையும் அடோர்னோ நிராகரித்து விடுகிறார். இருப்பினும், விமர்சனரீதியான சமூக அறிவியல் தோன்றிய காலத்தில் இருந்தே இந்தக் கருத்து அதன் மையமான பிரச்சினையாக அமைந்திருந்தது.

அறிவொளிகால மரபில், வினைவிளைவுத்தொடர் உறவுகள் வளர்க்கப்படுவதுடன் தொடர்புபடுத்தப்பட்ட பிணைக்கும் மதிப்பீடு களுடன் தொடர்புடைய விளக்கத்தின் வகையை நாம் எதிர்கொள் கிறோம். இவ்வாறாக, ஆதிக்கம் மற்றும் அடிமைநிலை உறவுகளை சமூக நேர்வுகளுக்கான காரணங்களாக கருத முடியாது, மாறாக, சுதந்திரத்தை ரத்து செய்வது, ஒழித்துக் கட்டுவது, சமத்துவத்தை தடுப்பது என்ற நிகழ்முறையின் விளைவுகளாக அவை உள்ளன என்று ரூசோ தனது *சமூக ஒப்பந்தம் (Social Contract)* நூலில் வலியுறுத்தினார்.[6]

அதே மரபில் கான்ட், விமர்சன தர்க்கத்தின் கோரிக்கைகளை பரிசீலனையில் உள்ள வரலாற்று உண்மை நிறைவு செய்கிறதா என்ற கேள்வியுடன் விளக்கத்தை இணைத்தார், தர்க்கத்தின் கோரிக்கைகளுக்கு பொருத்தமான எதார்த்த வடிவத்தைத் தேடினார்.[7] (இந்த வழியில் அவர் அனுமானித்துக் கொண்ட அனுபவத்தின் தீர்மானமின்மையை[8] கடந்து செல்லலாம் என்று நம்பினார்). ஹெகலிய மற்றும் மார்க்சிய வகையிலான இயங்கியல் கோட்பாடு அறிவொளிகால தத்துவத்தின் முக்கியமான கட்டமைப்பு காரணிகளை பெற்றுக் கொண்டு முன்வைத்தது. இந்த ஆய்வுக் கட்டுரையின் வரம்புகளுக்குள், விளக்கம் பற்றிய பிரச்சினையை கருத்தினங்களின் இயங்கியலுக்கு உட்படுத்தும் ஹெகலிய வழியை நாம் பரிசீலிக்க முடியாது. மார்க்சிய படைப்புகளில் புறக்கணிக்கப்பட்ட விளக்கத்தின் ஒரு பரிமாணத்தை மட்டும் நான் விவாதிக்கிறேன். மாறாத ஒரு தொடர்புப்புள்ளியின், ஒரு *'உச்சப் புள்ளியின்' (Kulminationspunkt)* முக்கியத்துவத்தை தற்கால ஆய்வு வலியுறுத்துகிறது. மார்க்சிய காட்சிப்படுத்தலின் (Darstellung) கருத்தினங்கள் அதை நோக்கியே குவிக்கப்பட்டுள்ளன, அதன் மூலம் முதலாளித்துவ உறவுகளின் தன்மை பற்றிய மார்க்சிய விளக்கத்தின் இயல்பை புரிந்து கொள்ள முடியும்.[9] விளக்கம் பற்றிய மார்க்சியக் கோட்பாட்டை மீட்டுருவாக்கம் செய்வதற்கு, நாம் நமது கவனத்தை எதிர்த்திசையிலும் செலுத்த வேண்டும், *'உச்சதர்க்கத்தின்' (Kulminationslogik)* மறுபக்கமாக, மார்க்சிய பகுப்பாய்வை தனிச்சிறப்பாக்கும் மையத்தின் இழப்பு மற்றும் மிதமாக்கலின் இழப்பு (loss of moderation) என்ற பிரச்சினை மீதும் நமது கவனத்தை செலுத்த வேண்டும் என்று நான் கருதுகிறேன். மிதமாக்கலின் இழப்பு விமர்சனப் பகுப்பாய்வின் செயல்பாட்டால் உருவாகிறது, கரணியமானதை வரலாற்றுரீதியான 'தற்காலத்துக்கு' பொருத்துவதன் சாத்தியத்தை கேள்விக்குள்ளாக்குவதன் மூலம் உருவாகிறது. வரலாற்றில் தர்க்கத்தின் 'வகை'/சின்னம் ('type'/sign)-ஐ தேடும் கான்டிய தேடலின் தொடக்கமாகவும் மனதின் பொருண்மைத் தன்மையின் மீது ஆதிக்கம் செலுத்தும் 'அளவு' பற்றிய ஹெகலிய கோட்பாட்டின் தொடக்கமாகவும் இந்தச் சாத்தியம் அமைகிறது. சிதறலாக்கம், தனியார் சொத்து, பணம் போன்ற சமகால வர்க்க சமூக வடிவத்தின் அடிப்படை தீர்மானிப்புகளை கேள்விக்குள்ளாக்காததால் விமர்சன பகுப்பாய்வை நிறைவு செய்ய முடியவில்லை என்று கருதிய அதே நேரம் சமூக அறிவியல்களின் பொருண்மையை ('முதலாளிவர்க்க சமூகம்') மறுக்கப்படும் நிலையில் உள்ள பொருண்மை[10] என்று மார்க்ஸ் வாதிட்டார். விமர்சன பகுப்பாய்வு உள்ளடக்கரீதியான-பொருள் வகையின் ('பொருள்முதல்வாத') காரணியின் நோக்குநிலையில்

இருந்து செய்யப்படுகிறது. சுரண்டல் உறவுகள் இடம் பெறும் மேலே சொன்ன வடிவம் பற்றிய தீர்மானிப்புகளில் இருந்து சாரமாக்கும் நிகழ்முறையில் அது பெறப்படுகிறது. இந்த உள்ளடக்கக் காரணியில் மனிதனுக்கும் இயற்கைக்கும் இடையேயான உறவு, சமூக வாழ்வை மறுவுற்பத்தி செய்யும் நோக்கத்துடன் கூடிய உற்பத்தித் திறனுள்ள செயல்பாட்டுக்கு மனித வாழ்க்கையையும் நேரத்தையும் (மனித மூளை, நரம்புகள், தசைகள் இன்னபிறவற்றின் செலவீடு)[11] அர்ப்பணிப்பதைக் கொண்டுள்ளது. இந்தச் செயல்பாடு உள்ளுறையாகவே கூட்டுறவுத் தன்மையிலானது, அவற்றின் வடிவரீதியான தன்மைகளை சரக்கு உறவுகளாக உள்ள சமூகத்தைச் சேர்ந்த முகமைகள் உணர்ந்திருப்பதில்லை. பொருளாயத அடித்தளத்தின் 'அர்த்தம்' 'உள்ளடக்கத்தின்' கூட்டுறவு இயல்புக்கு இணையான கூட்டுத்துவ சமூக வடிவத்தை நிறுவுவதற்கான கோரிக்கையோடு பின்னிப் பிணைந்துள்ளது.

மூலதனம் நூலில், 'சரக்குகளின் மாய்மாலம்' பற்றிய மார்க்சிய பகுப்பாய்வுகளில் அடங்கியுள்ள முரண்நிலை இந்த வகையிலான நியாயப்படுத்தலின் தனிச்சிறப்பாக உள்ளது. இங்கு, முதலாளித்துவ சமூகத்தில், 'உழைப்பின் சமூகத் தன்மைகள் (சமூக உழைப்புப் பிரிவினைக்கு பங்களிப்பு) தொழிலாளர்களுக்கு அவ்வாறு தோற்றமளிப்பதிலை', மாறாக, 'பரிவர்த்தனை மூலமாக உழைப்பின் உற்பத்திப் பொருட்கள் பெறும் உறவுகளாகவே அவை தொழிலாளர்களுக்குத் தோன்றுகின்றன' என்று மார்க்ஸ் வாதிடுகிறார். அதனால்தான்,

> ஒரு தனியாளின் உழைப்பை ஏனையோரின் உழைப்புடன் பிணைக்கிற உறவுகள், வேலை செய்கிற தனியாட்களிடையிலான நேரடிச் சமூக உறவுகளாகத் தோன்றாமல், ஆட்களிடையிலான பொருளாயத உறவுகளாகவும், பொருட்களிடையிலான சமூக உறவுகளாகவும் - உண்மையில் அவை இருக்கிறபடி, உற்பத்தியாளர்களுக்குத் தோன்றுகின்றன.[12] (மூலதனம், முதல் பாகம், தமிழ்ப் பதிப்பு, பக்கம் 108 - மொ.பெ)

என்று மார்க்ஸ் எழுதுகிறார்.

இந்த வரையறையில் அடங்கியுள்ள முரண்பாடு ('தோன்றவில்லை'/ 'அவை இருக்கிறபடி தோன்றுகின்றன'), மார்க்சிய பொருளாயதக் கோட்பாட்டின் தனிச்சிறப்பான இயங்கியல் மதிப்பீட்டு வடிவத்தைக் குறிப்பிடுகிறது. அதில் கட்டமைப்புக்கான நடைமுறைசார் நியாயப் படுத்தல் வெளிப்படையாக உள்ளது. செயல்படுவதற்காக, மனிதர்கள்

சரக்குகளுக்கு இடையேயான உறவை சார்ந்து தம்மை தகவமைத்துக் கொள்கிறார்கள், அவ்வாறாக சுய ஏமாற்றில் விழுந்து விடுகிறார்கள், ஏனென்றால், இருக்கின்ற பொருளாயத சமூக உறவுகளையும் வரலாற்றுரீதியாக சரக்கு உறவுகளாக தம்மை வெளிப்படுத்திக் கொள்ளும் உழைப்பு நிகழ்முறையின் சமூகத்தன்மையையும் அவர்கள் உணர்வதில்லை. ஏமாற்றுவதை/மயக்குவதைச் சார்ந்து தம்மை தகவமைத்துக் கொள்வதன் மூலம் அவர்கள் இப்போது 'இருப்பதை' (அது இருக்கக் கூடாதது, 'மறுக்கப்படும்' நிலையில் இருக்கிறது) சார்ந்து தம்மை தகவமைத்துக் கொள்கிறார்கள். இந்தச் சமூகத்தைக் கடந்து 'சுதந்திர கூட்டுறவு' சமூகத்தின் திசையில் போவதில் இந்த முரண்நிலைக்கான 'தீர்வு' உள்ளது. இந்தக் கருத்தியல், இருக்க வேண்டியதாக, 'வெளியிலிருந்து' அறிமுகப்படுத்தப்படவில்லை. மாறாக, இப்போது இருக்கும் எதார்த்தத்தின் கூட்டு-வேலை 'பொருளாயதத்' தன்மையுடன் பிரதிபலிப்பாக தொடர்பு கொண்டுள்ளது. அது அதன் பொருளாயத/நெறிமுறைசார் (கரணிய) பரிமாணத்துக்கு இணையான வடிவத்தை கோருவதன் மூலம் அதன் சொந்த மாய்மால வடிவத்துக்கு எதிராக நிறுத்தப்படுகிறது.

இந்த வகையான மதிப்பிடும் தீர்ப்பு, எதார்த்தத்தின் மாய்மால பரிமாணத்தையும் நெறிமுறைசார் பரிமாணத்தையும் எதிரெதிராக நிறுத்துவதை 'instead of' (அதற்கு மாறாக) என்ற தொடரால் இணைக்கும் கருத்தாக்கத் திட்டங்களை மார்க்ஸ் கட்டமைப்பதற்கு வழி வகுத்தது.[13] வரலாற்று எதார்த்தம் அதன் பிரிக்கும் அன்னியமாக்கும் தன்மையில் தேவையாகவும், அதன் இலக்குவாதத்தை கட்டுவிக்கும் அதன் நெறிமுறைசார் பொருள்வகைமையை தற்காலிகமாக ரத்து செய்வதாகவும் பொருத்தப்பாடுடையது. இருப்பினும், இந்த இலக்குவாதம் புரட்சிகரமானது. அறிவொளிகாலம் செய்தது போல, அன்னியமாக்கும் பொறியமைவுகளை அவற்றின் பொதுநலனை உத்தரவாதப்படுத்தும் வரம்புகளுக்குள் வைப்பதன் மூலம் அது ஏமாற்ற நினைக்கவில்லை. பொதுநலன் என்பது இந்தப் பொறியமைவுகளை மொத்தமாக ஒழித்துக் கட்டுவதிலும் முழுதும் சுதந்திரமான கூட்டுத்துவ சமுதாயத்தை நிறுவுவதிலும் அமைந்துள்ளதாக அது விளங்கிக் கொள்கிறது.

இயங்கியல் தீர்ப்பின் வடிவத்தை சீர்தூக்கிப் பார்க்கும்போது, சமூக-கோட்பாட்டு வாதங்களுக்கு அடித்தளத்தைக் கொடுக்கும் மார்க்சிய பாதை அறிவொளிகால வகையிலான விளக்கத்தை பயன் படுத்துவதை பார்க்க முடிகிறது. அதை மார்க்சியப் பாதை புரட்சிகரமனதாக்குகிறது, அதே நேரம் இந்த புரட்சிகரமாக்கலின் விளைவாக

எழும் முரண்களையும் தீர்மானமின்மையையும் முன்னுக்குக் கொண்டு வருகிறது. ரூசோ அரிஸ்டாட்டிலை விமர்சன பகுப்பாய்வு செய்து உருவாக்கிய, குடிமை கட்டமைவு என்ற கருத்தாக்கத்தை முறைபாட்டு ரீதியாக விளக்குவதன் மூலம் கான்ட் உருவாக்கிய 'கரணியத்தின் மூலம் விளக்கம்' (explanation by reason) என்ற மரபில் இருந்து இந்த மார்க்சிய தர்க்கம் தருவிக்கப்படுகிறது. இந்த வகையிலான விளக்கம் *பொருளாதார மற்றும் தத்துவார்த்த கையெழுத்துப் பிரதிகள் 1844*-ல்,[15] 'தனியார் சொத்துடமை என்ற எதார்த்தத்தை' அன்னியமாதல் என்ற கருத்தாக்கம் மூலம் 'விளக்கும்' முறைபாட்டு செயல்திட்டத்தில் ஏற்கனவே காணப்படுகிறது. இந்த வகையான விளக்கம், மதிப்பு வடிவத்தின் விளக்கம் தொடர்பான பொருள்முதல்வாத முறைபாடு பற்றிய அடிப்படை கேள்வியாக (அதாவது, சமூக மதிப்பு, கூட்டுத்துவ சமூக உழைப்பு நிகழ்முறை ஏன் இந்தக் குறிப்பிட்ட சமூக வடிவத்தை எடுக்கிறது என்ற கேள்வி) மார்க்சின் முதிர்ந்தகால படைப்பிலும் வெளிப்படையாக பயன்படுத்தப்பட்டுள்ளது.[16] பொருள்முதல்வாத பகுப்பாய்வு, வடிவத்தின் தீர்மானிப்பை உள்ளடக்கம், உற்பத்திச் சக்திகள், உழைப்புப் பிரிவினை ஆகியவற்றின் வளர்ச்சியின் அடிப்படையில் 'விளக்குகிறது'. அவை வளர்ச்சியின் குறிப்பிட்ட மட்டத்தில் சொத்துடைமை உறவு, பொதுமைப்படுத்தப்பட்ட பரிவர்த்தனை மற்றும் மூலதனமாக வளர்ச்சியடைந்த பணத்தின் வடிவம் போன்ற இணையான சமூக உறவுகளையும் வடிவங்களின் சட்டகத்தையும் தமக்கு அளித்துக் கொள்கின்றன. உள்ளடக்கத்தை இவ்வாறு பயன் படுத்துவது - சமூக வடிவத்தை விளக்குவதற்காக உழைப்பு அமைப்பின் தனிச்சிறப்பான தீர்மானிப்பு மற்றும் வளர்ச்சி மட்டத்துடன் - சமூக எதார்த்தத்தை உற்பத்திச் சக்திகளின் தானியக்கமாக்கப்பட்ட பொறியமைவின் விளைவாக புரிந்து கொள்வதற்கு வழி வகுக்கிறது. இவ்வாறாக அது, பொருள்முதல்வாத விளக்கத்தில் உள்ளார்ந்துள்ள இலக்குவாத பரிமாணத்தை கருத்தில் எடுத்துக் கொள்வதில்லை. இந்தப் பரிமாணம் சமூக வடிவங்களின் உள்ளடக்கத்தின் (உழைப்பின் சமூக அமைப்பின்) நெறிமுறைசார்/கூட்டுறவு பரிமாணத்துடன் தொடர்புபடுத்துகிறது, வரலாற்றுரீதியான சமூக வடிவங்களை இந்த உள்ளடக்கங்களுக்கு (அதனை ஈடேற்றம் செய்வது செயல்பாட்டு அடிக்கோளாகவும்/கோரிக்கையாகவும் உள்ளது) இணையான சமூக மற்றும் கூட்டுத்துவ கூட்டுறவு வடிவத்துக்கு எதிரெதிராக நிறுத்துகிறது.[17] இவ்வாறாக, தனியார் சொத்துடைமை வடிவம் அல்லது கூலி உழைப்பு வடிவம் பற்றிய விளக்கம் உற்பத்திச் சக்திகளின் வளர்ச்சி மட்டத்துடன் தொடர்புபடுத்துகின்றது, உற்பத்தி சக்திகள் உழைப்புப்

## விளக்கத்தின் விடுவிப்பும் விடுவிக்கும் விளக்கமும்

பிரிவினையை நிறைவேற்றுவதன் அவசியத்தைக் காட்டுகின்றது. இந்த நிகழ்முறை என்பது சமூக உற்பத்தியின் பொது நிகழ்முறையில் நேரடியாக பங்கேற்பதற்காக முகமைகள் தமக்குள் ஒன்று சேரும் சாத்தியத்தை ஒதுக்கி வைப்பதன் மூலம் இந்த வடிவங்களை கட்டுவிப்பதாக ஆகிறது. (அதாவது, முகமைகள், ஒற்றுமையாகவும் நேரடி சமுதாயமாகவும் உறவு கொள்வதற்கு பதிலாக இந்த வடிவங்களின் மூலமாக உறவு கொள்ளும் வகையில் அவை கட்டுவிக்கப்படுகின்றன).

மதிப்புகள் விலைகளாக மாற்றமடையும் மார்க்சிய பிரச்சினை இந்த முறையின் தலைசிறந்த உதாரணமாக உள்ளது. பரவலாக உள்ள அறிவியல்வாத கருத்தாக்கத்துக்கு மாறாக,[18] மார்க்சிய பகுப்பாய்வு மாய்மாலமாக்கப்பட்ட 'நேர்மறை' தொகுப்புகளுக்கு இடையேயான உறவை நிறுவவில்லை, அதாவது, திட்டமான உழைப்பு நேரத்தின் தொகுப்பின் 'உற்பத்தி'யிலிருந்து (மூலதனம் நூலின் முதல் பாகத்தின் மதிப்புகள்), விலைகளில் கணக்கிடப்பட்ட தொகுப்புகளை (மூலதனம் நூலின் மூன்றாம் பாகத்தில் வளர்த்தெடுக்கப்பட்டது) உருவாக்கவில்லை. அதற்கு மாறாக, அவற்றின் நோக்கம் முதலாளித்துவ சமூகங்களின் சந்தைகளில் கட்டுவிக்கப்பட்ட விலைகளின் நேர்மறை தொகுப்புகளை அத்தகைய சமூகங்களில் பிரிவினை (வர்க்க) உறவுகளின் அடிப்படையில் உழைப்புப் பிரிவினை வளர்ச்சியடைவது என்ற பிரச்சினையுடன் பிரதிபலிப்பாக தொடர்புபடுத்துவதாகும். இந்த வடிவம் உழைப்பு உறவுகளின் கூட்டு-வேலைத் தன்மையின் கரணிய ஈடேற்றத்தை நிறுத்தி வைக்கிறது, ரத்து செய்கிறது. அதன் விளைவாக 'நேர்மறை' பொருளாதாரத் தொகுப்புகளின் ஒத்திசைவை பலவீனப்படுத்துகிறது. நேர்மறையாக்கத்துக்கு எதிராக கோட்பாடு நிறுத்தும் தீவிரமான எதிர்மறைத் தன்மையை அது வெளிப்படுத்துகிறது.[19]

பிரிவினையை (நேர்மறையை) இவ்வாறு புரட்சிகரமாக நிராகரிப்பதில்தான், இந்த நோக்குநிலையில் தோன்றவல்ல முறையின் முரண்களும் தீர்மானமின்மையும் (மேலும் இவை எதார்த்தம் பற்றிய 'விளக்கம்' மூலமாக மறுவுற்பத்தி செய்யப்படுகின்றன) வெளிப்படுகின்றன. விமர்சன தர்க்கத்தை முழுமைப்படுத்துவதற்கான கோரிக்கையானது வரலாற்றுரீதியானதற்கும் நெறிமுறைசார்பானதற்கும் இடையில் எந்த ஒரு நடுப்புள்ளியையும் கேள்விக்குள்ளாக்குவதற்கு (நெறிமுறைசார்ந்ததை வரலாற்று நேரத்துக்கு பொருத்துவது) வழிவகுக்கிறது. பொருள்முதல்வாத விழுமிய அமைப்பை ஈடேற்றம் செய்வதைத் தடுக்கும் மூலஉத்திகளுக்கான சலுகை என்று அதற்கு பொருள் கூறுவதன் மூலம் அதைச் செய்கிறது. இவ்வாறாக, சமூகப்

பொருண்மை ஒத்திசைவற்றதாகவும் விளக்க முடியாததாகவும் ஆக்கப்படுகிறது. மார்க்சின் *மூலதனம்* நூலில், முதல் பாகம் அத்தியாயம் 10-ல் வேலை நாள் பற்றிய மார்க்சிய பகுப்பாய்வு காட்டுவது போல முதலாளித்துவ சமூகத்தின் 'சமூக சாரத்தை பாதுகாப்பது' என்ற பிரச்சினையில் இருந்து தொடங்கி, முதலாளித்துவ சமூகத்தைத் தாண்டிச் செல்லாத அரசு கொள்கையை குறிப்பிட்ட அளவுக்கு நாம் மீட்டுருவாக்க முடியும். 'சரியான' பரிந்துரையை கட்டுவிப்பது, மறுக்கப்பட்ட நிலையில் உள்ள பிரிக்கும் சமூக உறவுகளின் சட்டகத்துக்குள் நிகழ்கிறது என்ற உண்மையை வைத்துப் பார்க்கும் போது, பகுப்பாய்வின் கோட்பாட்டு அடிப்படை தெளிவாக்காமலே விடப்படுகிறது. அதற்கு இணையாக, பிரித்தல்களை மொத்தமாக ரத்து செய்வதற்கான கோரிக்கை தீர்மானமற்றதாக ஆகும் அபாயத்தில் உள்ளது. ஏனென்றால், அறிவொளிகால தத்துவத்தின் கட்டமைப்புகளின் உதாரணத்தைப் பின்பற்றி அதன் வரையறையில் இருந்து அதனை நிகழ்காலத்தின் 'பகுதியளவு-நேர்க்காட்சிவாதமாக' கட்டமைக்க முடியாமல் உள்ளது.

## விளக்கத்தின் நெருக்கடி பற்றி

பத்தொன்பதாம் நூற்றாண்டின் மத்தியில் இருந்து முதலாளித்துவ சமூகங்களில் முரண்பாடுகளின் வளர்ச்சியைத் தொடர்ந்து, அறிவொளி கால மற்றும் இயங்கியல் கோட்பாடுகளில் உள்ளார்ந்திருந்த பல கருதுகோள்கள் வரலாற்றுரீதியாக பொய்ப்பிக்கப்பட்டு விட்டதாகத் தோன்றுகிறது. சமூகச் செயல்பாடு சமூக வாழ்வை மறுவுற்பத்தி செய்வதற்கான சாதனங்களில் இருந்து நிறுவனரீதியாக பிரிக்கப்பட்டதாகவும், சமூகரீதியாக விவாதித்து முடிவெடுப்பது முடிவுகளை அமல்படுத்துதலில் இருந்து பிரிக்கப்பட்டதாகவும் உள்ள சமூகங்களில், சுதந்திரம் நீதி சுயமரியாதை போன்ற கருத்துருக்கள் ஈடேற்றம் பெற முடியும் என்பது அத்தகைய மையமான கருதுகோள்களில் ஒன்று. இதற்கு இணையாக, சமூக எதார்த்தம் பற்றிய கோட்பாட்டுச் சிந்தனை சமூக பொறியமைவுகளை பகுப்பாய்வு செய்வதற்கும் கரணியத்தின் இலக்குவாதத்துக்கும் இடையிலான உறவை உறுதி செய்த பகுப்பாய்வு சட்டகங்களை கைவிட்டது. இவ்வாறாக, இயங்கியல் மாதிரிகள் சமூகப் பொறியமைவுகளின் சுயேச்சையான இயங்கியல் மூலமாக தொலைதூர எதிர்காலத்தில் இறுதியான 'சரியான' முடிவு தானாக உருவாகும் என்று காத்திருக்கும் வரலாற்றின் வறட்டுவாத தத்துவங்களாக தரமிறக்கப்பட்டன. பிணைப்புத்தன்மை பற்றிய ஒவ்வொரு உரிமை கோரலும் கைவிடப்பட்ட நிலையில், வரலாற்றுவாத (சார்புவாத) தீர்வுகளையும் முறைபாட்டுவாதத் தீர்வுகளையும் ஞானவியல்

நாடுகிறது. விமர்சனவாதத்திற்குள் எதேச்சையானது என்ற கருத்துரு, இப்போது நேர்மறையானது மீது சந்தேகத்தை ஏற்படுத்துவதற்காக சேர்க்கப்படவில்லை, மாறாக, அது நேர்க்காட்சிவாத வழியில் சிந்திப்பதற்கான அடித்தளமாக இப்போது பயன்படுகிறது. கோட்பாட்டு நெருக்கடியானது, சார்புவாத, முறைபாட்டுவாத, நேர்க்காட்சிவாத மாதிரிகளின் வழியாக இன்று வரை ஆதிக்கம் செலுத்தும் விளக்கத்தின் இயல்பு பற்றிய கருத்தாக்கங்கள் மீது தாக்கம் செலுத்துகிறது.

விளக்கம் பற்றிய சமகால கோட்பாட்டு நெருக்கடியின் முக்கியத் தன்மைகள், இந்த நூற்றாண்டின் தொடக்கத்தில் வரலாற்றுவாதிகளுக்கும் முறைபாட்டுவாதிகளுக்கும் இடையே சமூக அறிவியல்களின் முறைபாடு பற்றி நடந்த விவாதங்களில் ஏற்கனவே வெளிப்பட்டு விட்டன. இவை முறைபாடு பற்றிய விவாதம் (Methodenstreit) என்றும் விழுமிய-தீர்ப்புகள் பற்றிய விவாதம் (Werturteilsstreit) என்றும் அறியப் படுகின்றன.

மேக்ஸ் வேபர் தனது முறைபாட்டு கட்டமைப்பு சட்டகத்துக்குள் முன்வைத்த விளக்கம் பற்றிய கருத்தாக்கம் அதே போல முரணுடையது. விழுமியங்கள் பற்றிய தனது 1917 படைப்பில்,[20] முகமைகள் மற்றும் சமூக அறிவியலாளர்களின் 'இறுதி' விழுமியங்களின் தேர்வில் வேபர் முறைபாட்டு தற்போக்குத்தன்மையை (எதேச்சைத்தன்மையை) ஏற்றுக் கொள்கிறார். விழுமிய பிரச்சினை பற்றிய வேபரிய நோக்குநிலை செயல்பாட்டு நிலைப்பாடுகளின் நெறிமுறைசார் கட்டுவிப்பை மறுக்க வில்லை. மாறாக, அது அத்தகைய கட்டமைவை முன்னனுமானித்துக் கொள்கிறது. மேலும், உண்மையில் அதன் சார்புவாத விளைவுகள் வெளிப்படையாகி விடும் நிலைமாற்றுப் புள்ளி வரையில் அதனை தீவிரப்படுத்துகிறது. முனைப்பின் தேர்வுகளாகவும் முடிவுகளாகவும் மட்டுமே விழுமியங்களுக்கு அர்த்தம் (Sinn) உள்ளது. அதே நேரம் வரலாற்று உறவுகளுக்கு எந்த அர்த்தத்தையும் கொடுக்க முடியாது. நியாயமற்ற, சமதையற்ற, சுரண்டல் உறவுகள் தொடர்பாக விமர்சன பூர்வமாக கூறப்படும் தர்க்கங்கள் அர்த்தமற்றவை என்பது இந்த நிலைப்பாட்டில் அடங்கியுள்ளது. இயங்கியல் தத்துவத்திலும் வரலாற்றுவாத தத்துவத்திலும் இன்னும் சாத்தியமாக இருந்த புறநிலையான விழுமிய-மதிப்பீடுகள் (கரணியமற்ற விழுமியமாக 'சோசலிசம்' என்ற) அரசியல் சித்தாந்தத்துக்கு சாதகமான தீர்மானவாத தேர்வுகளுக்கு சாதகமாக மாற்றப்படுகின்றன. புறநிலையான விழுமியங்களை கேள்விக்குள்ளாக்குவது, புறநிலை எதார்த்தமான சமூகத்தை ஒத்திசைவான முழுமையாக கட்டுவிப்பதன் சாத்தியத்தை

கேள்விக்குள்ளாக்குகிறது.[21] முழுமையான சமூகத்தின் பரிமாணங்கள் (உதாரணமாக, சமூக மறுவுற்பத்தியின் பின்புலத்தில் சமூகத் தேவைகளுக்கும் அவற்றை நிறைவேற்றுவதற்கான சாதனங்களுக்கும் இடையிலான உறவு பற்றிய பேரியல்-கோட்பாட்டு பகுப்பாய்வு), ஞானவியல் வகையில் பிரச்சினைக்கள தொகுப்புகளாக உருவாகின்றன,[22] இந்த நிலைப்பாட்டின்படி அதைக் கையாள்வது குறிப்பிட்ட அளவு சிரமமாக உள்ளது, அதே நேரம் கறாரான ஞானவியல் அணுகுமுறை என்பது அகமுனைப்பான தேர்வுகளில் இருந்து தொடங்குவதாக விளங்கிக் கொள்ளப்படுகிறது. சமூக உறவுகளின் அர்த்தம் பற்றிய சொல்லாடலின் இடத்தில் இப்போது செயல்பாட்டின் சிதறலாக்கம், அறியொணாவாதம், கரணியமின்மை ஆகியவை வருகின்றன.

முறைபாட்டு சிதறலாக்கத்துக்கும் விழுமிய சார்புவாதத்துக்கும் ஆதரவான மேலே சொன்ன வேபரிய தேர்வுகள் விளக்கம் பற்றிய கோட்பாட்டை பாதிக்கின்றன. அது நெருக்கடியின் தன்மைகளை வெளிப்படுத்தி, கரணியமற்றதாக மாற்றப்படுகிறது. இந்தக் கரணியமின்மை, செயல் பற்றிய விளக்கத்தை செயல் பற்றிய புரிதலின் *(Verstehen)* அடித்தளத்தில் அமைக்க முயலும் வேபரிய முயற்சியில் தன்னை வெளிப்படுத்திக் கொள்கிறது. எகனாமி அண்ட் சொசைட்டி *(Economy and Society)* நூலில்[23] சமூகவியல் பற்றிய அவரது செவ்வியல் வரையறையில், சமூகவியல் சமூகச் செயல் பற்றிய மானுடமனப் பதிப்பான (hermeneutical) புரிதலை இலக்காகக் கொண்டுள்ளது, அதன் மூலம் அதன் போக்கையும் விளைவுகளையும் பற்றி வினைவிளைவுத் தொடர் விளக்கங்களைக் கொண்டுள்ளது என்று வேபர் எழுதுகிறார். முகமைகள் தமது செயல்களுடன் இணைத்துக் கொள்ளும் அக முனைப்பான அர்த்தத்துடன் புரிதல் இணைக்கப்பட்டுள்ளது. இந்த அர்த்தம் சாத்தியமான வரைக்கும் 'வெளிப்படையாக' இருக்க வேண்டும் - சான்றின் மிக உயர்நிலையானது கணிதவியல்-தர்க்கவியல் சிந்தனையில் வெளிப்படுகிறது. செயலுக்கான கோட்பாட்டில் இருப்பதாக வேபர் கூறும் பிணைப்புத் தன்மையும், துல்லியத்தன்மையும் இவ்வாறாக, ஒரு புறம் முறைபாட்டு தர்க்கவியல் வாதத்தின் பிணைப்புத் தன்மையுடனும், மறுபக்கம், ஒற்றை முகமையின் கரணிய செயலின் வகைமுறையுடனும் இணைக்கப்பட்டுள்ளன. இதற்கு இணையாக, அர்த்தத்தின் புரிதல் என்பது தர்க்கவியல்/கூறியதுகூறல் நடைமுறை சூத்திரத்தில் மிகப் பொருத்தமாக எடுத்துக்காட்டப்படுகிறது. அதில் ஒரு முகமையின் செயலின் செயல்நோக்குள்ள விளைவுகள் பெறப் படுகின்றன. அந்த முகமை, இத்தகைய முடிவுகளை கைவரப் பெறுவதற்கான அறிவின் பார்வையில் சில திட்டமான தீர்மானகர வழிகளை பயன்படுத்தியுள்ளார்.

[ஜெர்மன் தத்துவத்தில் Verstehen என்பது, சமூக நேர்வுகளை 'பொருள்கூறும் அல்லது பங்கேற்கும்' வகையில் கூராய்வு செய்வது என்ற பொருளில் 19-ம் நூற்றாண்டு முதல் பயன்படுத்தப்படுகிறது - விக்கிபீடியா - மொ.பெ]

அர்த்தம் பற்றிய பிரச்சினை தொடர்பான இந்த முறைபாட்டு அணுகுமுறையின் தனிச்சிறப்பான படிகள் : புறநிலை அர்த்தம் பற்றிய கோட்பாட்டில் இருந்து விளக்கம் பற்றிய கோட்பாட்டை தொடக்க நிலையில் பிரிப்பது; அதைத் தொடர்ந்து, அகநிலை அர்த்தம் பற்றிய கோட்பாட்டின் சட்டகத்துக்குள் இருந்து செயலைப் புரிந்து கொள்வது என்ற கோணத்தில் விவரிப்பதை அணுகுவது; முறையான கரணியம் என்ற கருத்தியலுக்குள் முனைப்புரீதியான அர்த்தத்தின் இயல்பைக் கண்டறிதல்; இறுதியாக, முறையான கரணிய மாதிரியின் மூலமாக புரிதல் பற்றிய கோட்பாட்டுடன் விளக்கம் பற்றிய கோட்பாட்டுக்கு இடை இணைப்பை மீண்டும் ஏற்படுத்துவது. இந்த வழியில், விளக்க நிகழ்முறையில் வளர்த்தெடுக்கப்பட்ட தர்க்கவியல் வடிவம், உறவுகளின் மொத்தங்களைக் குறிக்கும் சாத்தியம் தடுக்கப்படுகிறது, அத்தகைய மொத்தங்களின் அர்த்தம் சந்தேகத்துக்குள்ளாகிறது. சமூக பொறியமைவுகளின் வலையமைப்பையும் சமூகரீதியாக உருவாக்கப் பட்ட இலக்குகளின் அமைப்புகளையும் எதிரெதிராக நிறுத்துவது, அதன் மூலமாக தனிநபர் முகமைகள் செயலுக்குக் கொடுக்கும் அர்த்தங்களை புரிந்து கொள்ளக் கூடியவையாகவும், விமர்சனப் பகுப்பாய்வுக்கு உட்பட்டவையாகவும் செய்வது வலுவான அடிப்படையில் *(a fortiori)* தடுக்கப்படுகிறது.

விளக்கம் பற்றிய பிரச்சினை தொடர்பான இந்த அணுகுமுறையின் விளைவு, சமகால முதலாளித்துவ/கரணியவாத சமூகத்தின் இயல்பை 'விளக்குவதற்கு' செய்யப்படும் வேபருக்கே உரிய பாணியிலான இடமாற்றங்கள் (transpositions): இந்தப் படிவத்தின் தனிச்சிறப்பாக உள்ள உறவுகளின் மறுவுற்பத்தி நிகழ்முறைகளை மீட்டுருவாக்குவது என்ற பிரச்சினையில் இருந்து அது வரலாற்றுரீதியில் (வரலாற்றுரீதியில் தனித்துவமான) மாறி வருவதாக இடமாற்றப்படுகிறது.[24] அத்தகைய இடமாற்றங்கள், 'புதியதை விளக்குவது' மனித இருத்தலின் வெளிப்புற நிலைமைகளில் (நலன்கள், வரலாற்று உறவுகள் இன்னபிற) ஏற்படும் மாற்றங்கள் பற்றிய கோட்பாட்டை அடிப்படையாகக் கொண்டிருக்கும் சாத்தியத்தை தடுத்து நிறுத்துகின்றன. அதனை முன்பே இருக்கும் செயலின் அர்த்தத்துடன் ஒப்பிடும்போது அதன் இயல்பு, செயல் ஆகியவற்றின்படி 'புதியதன்' (novel) 'பொருளில் மாற்றத்தை' நோக்கிப் பொருத்துகின்றன.[25] செயலின் முந்தைய நிலைமைகளின் கரணியத்துக்கும்

பிந்தைய நிலைமைகளின் கரணியத்துக்கும் இடையேயான தர்க்க ரீதியான இடைவெளியும் தொடர்ச்சியின்மையும் புகுத்தப்படுத்தப் படுகின்றன.

இந்த நூற்றாண்டின் [20-ம் நூற்றாண்டின்-மொ.பெ] தொடக்கத்தில் வரலாற்றுவாதிகளுக்கும் முறைபாட்டுவாதிகளுக்கும் இடையே நடந்த செவ்வியல் ஞானவியல் விவாதங்களில் நாம் அடையாளம் கண்ட விளக்கத்தின் நெருக்கடியின் காரணிகள், விளக்கம் பற்றிய கருத்தாக்கத்தை உருவாக்குவதற்கான பிந்தைய மற்றும் சமீபத்திய முயற்சிகளில் மீண்டும் உருவாக்கப்பட்டு, தீவிரப்படுத்தப்பட்டுள்ளன. இன்றைக்கு வரலாற்றுவாத அணுகுமுறை, முறைபாட்டுவாத அணுகுமுறை இரண்டிலுமே கரணியமற்ற காரணி ஒன்று பண்பாக உள்ளது. சுதந்திரமான சமூக உறவுகளின் நிலைமைகள் வரலாற்றுரீதியாக கைவரப் பெறவில்லை என்ற மெய்ம்மையை கருத்தில் கொண்டு, இந்த நூற்றாண்டின் வரலாற்று (வறட்டுவாத 'மார்க்சிய' மற்றும் வரலாற்றுவாத) கோட்பாடுகள், கிழக்குலகில் ஸ்டாலினிச அதிகாரவர்க்க அரசுகளையும் மேற்குலகில் ஃபாசிச அரசுகளையும் ஏற்றுக் கொள்வதற்கு வழிவகுத்தன. இதற்கிடையில், வறட்டுவாதத்துக்கும் வரலாற்று சார்புவாதத்துக்கும் ஒரே மாற்றை வழங்குவதாக கூறிக் கொள்ளும் முறைபாட்டுவாத கோட்பாடுகள், அவற்றின் சொந்த தொடக்கப் புள்ளியாக அமையும் தனிநபரின் சமூகச் செயலின் தேர்வுகளை விளக்க முடியாமல் உள்ளன. ஏனென்றால், செயலின் வரலாற்று நிலைமைகளை பகுப்பாய்வதிலும் மதிப்பிடுவதிலும் இருந்து தோன்றும் உள்ளடக்க-கரணியம் பற்றிய பிரச்சினைகளை அவை நிராகரிக்கின்றன.

வரலாற்றியலின் முறைபாடு குறித்தும் வரலாற்று/சமூகச் செயல்கள் பற்றிய விளக்கத்தின் தர்க்கம் குறித்தும் இப்போது நடக்கும் விவாதங்கள், மேலே விவாதிக்கப்பட்ட விளக்கம் பற்றிய கோட்பாட்டில் உள்ள நெருக்கடியின் வெளிப்பாடுகளாக உள்ளன. இருபதாம் நூற்றாண்டு முதலாளி வர்க்கக் (வரலாற்றுவாத, முறைபாட்டு) கோட்பாடே அடையாளம் கண்ட விளக்கம் பற்றிய கோட்பாட்டின் எல்லாப் பிரச்சினை களையும் அமைப்புரீதியாக நிராகரிப்பது சமகால தர்க்கங்களில் தனிச்சிறப்பாக உள்ளது. சமகால விவாதங்களில், ஒரு தனிப்பட்ட மெய்ம்மை பிற மெய்ம்மைகள் மற்றும் சட்டங்களின் தொகுதியில் (ஹெம்பெலும் ஓப்பன்ஹெய்மும் (Hempel and Oppenheim)[26] முன் வைத்த இயல்-விதிதரு-விளக்கத்தில் (nomological-deductive explanation)) இருந்து பெறப்படும் கீழ்ப்படுத்தல் மூலம் விளக்குவது என்ற அறிவியல்வாதத் திட்டம், செயலானது சட்டங்களுடன் தொடர்புபடுத்தி மட்டுமின்றி

முகமைகளின் நோக்கங்கள், திட்டங்கள், உந்துதல்கள் இன்னபிறவற்றோடு தொடர்புபடுத்தியும் விளக்கப்படும் விளக்க வகைக்கு எதிராக நிறுத்தப்படுகிறது. அதன் இனக்குறிப்பான பிரதிநிதிகளில் ஒருவராக டிரே (Dray) உள்ளார்.[27] இந்தப் பிந்தைய நிலைப்பாடு, (டில்தியின் பாரம்பரியத்தில் உள்ள) Verstehen ['பொருள்கூறும் அல்லது பங்கேற்கும்' கூராய்வு பற்றிய கோட்பாட்டையும் வேபரிய செயல் பற்றிய 'கரணிய' கோட்பாட்டையும் ஒத்திருக்கிறது. முகமைகளின் முனைப்புரீதியான அர்த்தங்களை 'உள்ளுறையாக' புரிந்து கொள்வதை நோக்கி தன்னை அமைத்துக் கொள்ளும் அதே நேரம், கரணிய செயலையும் குறிப்பிட்ட நிலைமைகளில் குறிப்பிட்ட 'சரியான' வழியில் செயல்படும் கரணிய முகமையையும் கொண்ட மாதிரியும் இருப்பதாகக் கூறிக் கொள்கிறது. இவ்வாறாக, அது Verstehen பற்றிய கோட்பாடு மறுபடியும் உருவாக்கிய வரலாற்று சார்புவாதத்தின் பிரச்சினைகளுடனும், கரணிய செயல் பற்றிய ஒத்திசைவான கோட்பாட்டை வரையறுக்கும் முயற்சிகள் மறுபடியும் உருவாக்கிய நிச்சயத்தின் நிலைமைகளுடன் மட்டுமின்றி செயல் எதிர்கொள்ளும் நிச்சயமின்மை மற்றும் அபாயத்தின் நிச்சயமின்மையின் பிரச்சினைகளுடனும் இரண்டுடனும் தொடர்பு கொண்டுள்ளது.[28]

நடைமுறை நியாயப்படுத்தலின் விருப்பாற்றல் பரிமாணத்தின் மீதும் விளங்கிக் கொள்ளும் பரிமாணத்தின் மீதும் முழுக்கவனம் செலுத்தும் நடைமுறை முக்கூற்றுவாதங்கள் (syllogisms) பற்றிய கோட்பாட்டின் திசையில் விளக்கம் பற்றிய விதிதரு-இயல் (deductive-nomological) மாதிரி மீதான விமர்சன பகுப்பாய்வை வான் ரைட் (von Wright) இட்டு நிரப்பியுள்ளார்.[29] ஈ அன்ஸ்கோம்ப் வரையறுத்த செயல் பற்றிய கோட்பாடு தொடர்பான பகுப்பாய்வு அணுகுமுறைகளுக்கும், அரிஸ்டாட்டில், ஹெகல், மார்க்சியம் ஆகியோரிடம் காணப்படும் பாரம்பரிய இலக்குவாத விளக்க மாதிரிகளுக்கும் இடையே இணைப்பை உருவாக்க வான் ரைட் முயற்சித்துள்ளார். அந்தக் கோட்பாடுகளில், செயலை விளக்க/நியாயப்படுத்த நடைமுறை தர்க்கத்தை பயன்படுத்துவது, அவற்றின் 'சாதனங்களுடன்' ஊடாடும் முனைப்புரீதியான குறிக்கோள்கள் பொருண்மைத்தன்மையுடன் (சாதிக்கப்பட்ட குறிக்கோளுடன்) கொண்ட இயங்கியல், தானாகவே தெரிகிறது. இந்தப் பிரச்சினை, சமூக விளக்கத்தின் இயல்பு பற்றிய முக்கியமான அம்சம் தொடர்பான நுண்மாண் நுழைபுலத்தை வான் ரைட்டுக்கு வழங்கியது. அதே நேரம், அதை ஆழமாக ஆய்வு செய்வதற்கு அவரது இயலாமையையும் அவர் பதிவு செய்துள்ளார். ஏனென்றால், கோட்பாடுகளை அன்கோம்ப் பரிந்துரைத்துள்ளது போன்ற விமர்சன பகுப்பாய்வு

செய்யாமல் விளக்கத்தின் இயல்பு பற்றிய புரிதலை அடைய முடியாது. அத்தகைய கோட்பாடுகள் முழுக்க முழுக்க சாமான்ய கூருணர்வை நோக்கி மட்டுமே தம்மை அமைத்துக் கொள்வதால், அவை சாமான்ய கூருணர்வை 'சித்தாந்தரீதியானது' என்று அம்பலப்படுத்தும் விமர்சனக் கூருணர்வை தடுத்து விடுகின்றன. கூடுதலாக, அத்தகைய புரிதல் செயலுக்கான விளக்கம்/நியாயப்படுத்தலின் இயல்பு பற்றிய தனது விமர்சனரீதியான கேள்விகளில் வரலாற்றுத்தன்மையின் பரிமாணங் களையும் நோக்கத்துடன் கூடிய செயலின் நியாயப்படுத்தலையும் (மதிப்பிடுதல்) சேர்த்துக் கொள்ளா விட்டால் (அதாவது, அது சமகால உலகத்துக்கான உள்ளடக்க இலக்குவாதம் பற்றிய கேள்வியை எழுப்பினால் ஒழிய) அத்தகைய புரிதல் போதுமானதாக இருக்காது. நடைமுறை இலக்குவாதம் என்ற இயங்கியல் கருத்துருவில் இந்த சித்தாந்த நெறிமுறைசார் விமர்சன மறுப்புகள் உள்ளார்ந்துள்ளன; இந்த வகையான இலக்குவாத விளக்கம் அவசியமாகவே சாரநீக்கம் செய்யப்பட்டு, வேபரிய வகையிலான புரிதல் பற்றிய 'கரணிய' இலக்குவாதமாக மதிப்பு குன்றி போகிறது.[30]

## விளக்கத்தின் விடுவிப்பு பற்றி

சமூகக் கோட்பாட்டு விளக்கத்தை முறைபாட்டுவாதத்தில் இருந்தும் வரலாற்றுவாதத்தில் இருந்தும் விடுவிப்பதும் அதன் நெறிமுறைசார்/ நடைமுறை பரிமாணத்தை வெளிப்படுத்துவதும் சமூகம் பற்றிய விமர்சனக் கோட்பாட்டின் இன்றைய பணியாக உள்ளது. அத்தகைய விடுவிக்கும் முயற்சிக்கு சமூகம் பற்றிய அறிவொளிகால கோட்பாடும் இயங்கியல் கோட்பாடும் எழுப்பிய பிரச்சினைகள் துணையாதாரமாக இருக்க வேண்டும். அதே நேரம், இந்தக் கோட்பாட்டின் இருமன நிலைகளை கடந்து வருவதாகவும், சமகால சமூக உறவுகளை விளக்குதாகவும்/விடுவிப்பதாகவும் அதன் கோரிக்கைகளை மறு வரையறை செய்வதாகவும் அது இருக்க வேண்டும்.

வேபரியனிசத்தின் இப்போதைய நெருக்கடியுடன், சமகால சமூக உறவுகளை கட்டுவிக்கும் விழுமிய-நீக்கும் பொறியமைவுகள் பற்றியும், இந்தப் பொறியமைவுகளை நீக்குவதன் வரலாற்று வடிவங்கள் பற்றியும் சிந்திக்கும் முரண்நிலை நிகழ்முறையாக நெகிழ்வான சமூக-கோட்பாட்டு விளக்கத்தின் ஞானவியலை மீட்பது என்ற கோரிக்கை புதிதாக எழுப்பப்படுகிறது. இந்தப் பிரச்சினை வரலாற்றுரீதியான நிகழ்கால விழுமியங்களின் பொருத்தப்பாடு பற்றிய புறக்கணிக்கப்பட்ட கேள்வியை மீண்டும் எழுப்புகிறது, இந்தக் கேள்வியை, 1920-களில் மேக்ஸ் ஷேலர் (Max Scheler) மாய்மால வடிவில் முன் வைத்திருந்தார்.[31]

முன்தரப்பட்ட, மாய்மாலமான ஷேலரிய குறிப்புகளுக்குப் பதிலாக, விழுமியங்களின் பொருத்தப்பாடு பற்றிய கேள்வி இன்றைக்கு பொருந்துகிறது. விமர்சனபூர்வமான சமூகக் கோட்பாட்டுக்கு, சமூக விளக்கத்தின் பிரிக்க முடியாத பிணைக்கும் பகுதியாக இந்த இலக்குவாத சட்டகத்தை கூருணர்வுடன் மீட்டுருவாக்கும் சவாலுடன் தொடர்புடையதாக, அதாவது இந்த விழுமியங்களை 'அறிவியல் ரீதியான' அரசியல்-பொருளாதார மாதிரிகளின் மூலமாக ரத்து செய்து விடும் வடிவங்களில் இருந்தும் வரலாற்று எதார்த்தத்தை காலவரிசைப் படுத்துவதில் இருந்தும் விடுவிப்பதுடன் தொடர்புடையதாக இந்தக் கேள்விகள் உள்ளன.

(விழுமிய-சார்புவாதத்தையும் முறைபாட்டு சிதறல்வாதத்தையும் அடிப்படையாகக் கொண்ட) சமகால அரசியல்-பொருளாதார மாதிரிகள், குறிப்பிட்ட முகமைகளின் எண்ணற்ற நிலைப்பாடுகளின் குழப்பமயமான தொகுப்பாக தரமிறக்கப்பட்டுள்ள தமது பொருண்மையை கட்டமைக்க திறனற்றுள்ளன. தாம் சித்தரிக்கும் அமைப்பை (அவை 'விளக்கும்' நிகழ்முறைகளை) மீட்டுருவாக்குவதற்கு, பிற முகமைகளின் நிலைமை தொடர்பாக முடிந்த அளவுக்கு அதிகமான தகவலை முகமைகள் பெற வேண்டும் என்பது அத்தகைய மாதிரிகளின் நிபந்தனையாக உள்ளது. அதேநேரம், தகவல் இல்லாமல் இருப்பது சந்தையின் மூலமாக நிறுவனமயமாக்கப்பட்டுள்ளது. இந்த மாதிரிகளில், சந்தை சமூகங்களின் உறவுகள் 'அவை எப்படி உள்ளனவோ அப்படியே தோன்றுகின்றன': முகமைகளின் விழுமியங்களை பிற முகமைகள் அறியாமல் உள்ளனர். முகமைகளுக்கு இடையேயான நம்பிக்கையையும் ஒவ்வொரு முகமையும் பிற முகமைகளுக்குக் கொடுக்கும் தகவல்களின் நம்பகத்தன்மையையும் அதிகரிக்கும் நிகழ்முறைகள், போட்டியிடும் நலன்களைக் கொண்ட முகமைகளின் (போட்டியிடும் சொத்துடைமை யாளர்கள்) மோதலால் விலக்கி வைக்கப்படுகின்றன. இந்தக் கோட்பாடு 'நம்பிக்கை', 'ஒருமைப்பாடு' போன்ற சொற்களை பயன்படுத்தா விட்டாலும் (இது அவற்றில் இருந்து சாரப்படுத்திக் கொள்கிறது), அத்தகைய சொற்கள் அதன் விளக்கப் பொறியமைவில் அவசியமாகவே நுழைகின்றன என்பது தெளிவானது. உதாரணமாக, இப்போதைய சமூகப் பொறியமைவுக்குள் தனிப்பட்ட முகமைகள் ஒருவரை ஒருவர் நம்பாமல் இருப்பதால், (இங்கு நம்பிக்கையின் விழுமியமும் பொறியமைவும் எதிரெதிராக நிறுத்தப்பட்டுள்ளன), பணக்கையிருப்பை அதிகரிப்பது, கூடுதல் பாதுகாப்புகளை நாடுவது இன்னபிற மூலம் தமது பாதுகாப்பை அதிகரித்துக் கொள்ள அவர்கள் முயற்சிக்கின்றனர். இதுவேதான், அமைப்பில் நிலையின்மையின் அபாயத்தை அதிகரிக்கிறது.[32]

கீனிசிய மாதிரிகளில், தீர்மானமின்மை என்ற பிரச்சினைக்கு பதிலாக சமூக பணக்கையிருப்பின் மட்டத்தில் அரசின் கூருணர்வுடனான தலையீடு முன்வைக்கப்படுகிறது. ஆனால், அத்தகைய தலையீடுகள் முகமைகளின் சமூக தனிமைப்படுத்தலில் எந்த மாற்றத்தையும் கொண்டு வருவதில்லை. அவர்கள் தமது தனிப்பட்ட நலன்களை முன்னெடுப்பதற்காக அரசு செயல்படுத்தியுள்ள மாற்றங்களை தொடர்ந்து புறக்கணிக்கின்றனர், அவற்றை ஒழித்துக் கட்டுகின்றனர். இதன் விளைவாக அரசின் கொள்கைகள் தோற்றுப் போகின்றன, சமூக அமைப்பின் நிலைமை தீர்மானமற்றதாக்கப்படுகிறது, நிலையின்மை மீண்டும் உருவாக்கப்படுகிறது.[33] மறுவினியோகம், முழு வேலைவாய்ப்பு, திறனுடை வேண்டலை மாற்றியமைப்பதன் மூலம் சமூகக் கூலியை உறுதி செய்வது ஆகியவற்றை இலக்காகக் கொண்ட அரசியல் நடவடிக்கைகளை, குறித்த செயல்களை உள்ளுறையாக்கிக் கொள்வதன் (முன்நிபந்தனைகளை முன் வைத்தல்) வெளிப்பாடுகளாகப் பார்க்கலாம். பத்தொன்பதாம் நூற்றாண்டிலும் இருபதாம் நூற்றாண்டின் தொடக்கத்திலும் இருந்த வரைமுறையற்ற முதலாளித்துவத்தில் இந்தச் செயல்பாடுகள் ஒழுங்குசெய்யப்படவில்லை. இருப்பினும், உழைப்புப் பிரிவினையின் இயங்காற்றலுடன் கூடவே சமகால முதலாளித்துவத்தில் ஒழுங்காற்றல் அவசியமாகி விட்டது. முழுமையான சமூக கரணியத்தை கைவரப்பெறுவது, பொதுவான நலன், சமூக உரையாடல், சமூகத்தின் அனைத்து உறுப்பினர்களும் சமூகத்தை ஏற்றுக் கொள்வது, இந்த உணர்வில் அதன் நியாயப்படுத்தல் போன்ற விழுமியங்கள் இந்த மறுவினியோகப் பொறியமைவுடன் தொடர்புடையவையாக அனுமானிக்கப்படுகின்றன. இருப்பினும் இயந்திரகதியானதற்கும் நெறிமுறைசார்ந்தற்கும் இடையே தொடர்பு இருக்கிறது என்ற உரிமை கோரல் முதலாளித்துவ உறவுகளின் முரண்நிலை பரிமாணத்தை சித்தாந்த ஒத்தக் கருத்தின் பரிமாணத்துக்கு (சமகால உலகத்துக்கான 'சமூக ஒப்பந்தம்') மாற்றி அமைக்கிறது. தமது குறைந்தபட்ச உயிர் மூலமான நலன்களை நிறைவேற்றுவதாக அவர்களது வாழ்க்கை உறவுகளையும் இப்போது இருக்கும் ஜனநாயக வகையையும் சமூகக் கூட்டாளிகள் பரஸ்பரம் ஏற்றுக் கொள்கின்றனர் என்பதை, தொழிலாளர்கள் தனியார் சொத்துடைமையை (இலாபத்தை) ஏற்றுக் கொள்வதை, மூலதன உடைமையாளர்கள் சமூகரீதியான கூலிகளை ஏற்றுக் கொள்வதை, இன்ன பிறவற்றை இது முன்னனுமானிக்கிறது. எதார்த்தத்தில், அத்தகைய மாதிரியில் ஒன்றுடனொன்று உள்ளிணைப்பு கொண்ட காரணிகள், அவற்றளவில் சமூக மறுவுற்பத்தியின் காரணிகளாக இல்லை, மாறாக முழு வேலைவாய்ப்பு, உயர் இலாபங்கள், சமூக

ரீதியிலான கூலிகள் போன்றவற்றின் அழகுபடுத்தப்பட்ட, நம்பிக்கை உணர்விலான பதிப்புகளாக உள்ளன. இந்த உணர்வில் இந்த மாதிரி விவரிப்பதாக இல்லாமல் பரிந்துரைப்பதாக உள்ளது. வெளிப்புறத்திலும் எதேச்சையாகவும் ஒத்திசைவாக்கப்பட்ட குறிப்பிட்ட தன்மைகளை விரித்துரைப்பதாக அதன் ஒருமை சாதிக்கப்படுகிறது. எனவே, கீனிசிய அரசு என்பது சாதகமான வரலாற்று நிலைமைகளின் தற்செயலான (எதேச்சையான) விளைவா அல்லது முதலாளித்துவமும் ஜனநாயகமும் நிரந்தரமாக கட்டமைப்புரீதியாக சேர்ந்திருப்பதா என்ற கேள்வியை ஒட்டி நாம் நிலைப்பாடுகளை எடுக்கலாம். ஏனென்றால், இந்த வகையான மாதிரியின் எதேச்சைத்தன்மை, அதன் பொருண்மையை கட்டுவித்த சில சாதகமான நிலைமைகளின் எதேச்சைத்தன்மையைக் கொண்டிருக்கவில்லை, மாறாக அது மாதிரியின் உள்ளுறையான, உள்ளார்ந்த காரணியாகக் கட்டமைகிறது. விரித்துரைக்கும் எதேச்சையான மாதிரியாக அது சமகால சமூக உறவுகளில் உள்ளார்ந்துள்ள தீர்மான மின்மையின் காரணியை, வேறு சொற்களில் சொல்வதானால் இந்த உறவுகளை ஒத்திசைந்தவையாக பொருள்கூறாததும் ஏற்றுக் கொள்ளாததும், சமூக ஒப்பந்தத்தில் இருந்து விலகி இருப்பது, இணக்கமாக்கும் சித்தாந்தங்கள் தொடர்பான அலட்சியம் ஆகியவற்றைத்தான் அது நிராகரிக்கிறது. அவற்றின் இடத்தில், பேரியல்-தொகுப்புகளின் ஒத்திசைவின் மாய்மால முழுமைவாதத்தையும் அவற்றுடன் தொடர்புடைய மதிப்பீடுகளின் மாய்மால முழுமைவாதத்தையும் அது பிரகடனப்படுத்துகிறது. இந்தக் காரணத்தினால், அக்லியேட்டா (Aglietta), ஹிர்ஷ் (Hirsch), ஜேசப் (Jessop) போன்ற ஒழுங்கமைப்பு பள்ளியின் கட்டமைப்புவாதம் இல்லாத கோட்பாட்டாளர்கள் நம்புவது போல குறிப்பிட்ட வரலாற்று நிகழ்முறைகளை விளக்குவதற்கு 'கீனிசியனிசம்' என்ற கருத்தாக்கத்தைப் பயன்படுத்த முடியாது. மாறாக, விளக்கம் பற்றிய எல்லா உரிமைகோரல்களையும் கைவிட்டு விட்டு, அவற்றுக்குப் பதிலாக, குறிப்பிட்ட சகாப்தம், சமூகப் படிவம் அல்லது இன்னபிறவற்றில் இணைந்து இருக்கும் பண்புகளை பட்டியலிட மட்டும் அது செய்கிறது. விளக்கத்தை அதன் நவ-கட்டமைப்புவாத தழுவலில் இருந்து விடுவிப்பதற்காக இணைந்து-இருக்கும்-பண்புகளின் பட்டியல்களை உடைத்து விட்டால், கீனிசிய மாதிரியின் ஒரு பகுதி சமூக ஒத்திசைவின் சித்தாந்தமாக நிரூபிக்கப்படும். அதன் இன்னொரு பகுதி, சமூகத்தின் மறுவுற்பத்திக்கும் பிழைத்திருத்தலுக்கும் தேவையான செயல்பாட்டு நிலைமைகளை அரசியல் அமைப்புக்குள் பொருத்தும் நிகழ்முறைகளை பிரதிநிதித்துவப்படுத்துவதாக பார்க்கப்படும் (முதலாளித்துவ சமூகங்களில் பெற முடிவதற்கு அசாத்தியமாக இருப்பதில்

தமது வரம்புகளை உடனடியாக வெளிப்படுத்திக் கொள்ளும் நிலைமைகள்). இன்னும் ஒரு பகுதி குறிப்பிட்ட பண்புகள் ஒரே நேரத்தில் நிகழ்வதன் தனித்துவமான சூழலையும் அவை நெருக்கடிக்குப் பிறகு வரலாற்று நிகழ்முறையில் சிறிது காலம் இணைந்து இருப்பதையும் பிரதிபலிக்கும். இந்த மாதிரியை உடைத்த பிறகு, முதலாளித்துவ சமூகங்களின் தனிச்சிறப்பாக உள்ள அந்தப் பிளவுகளின் வரலாற்று கட்டமைப்புடன் தொடர்புப்படுத்தியும் அவற்றின் ஊடாக வாழத் தகுந்ததான சமூக வாழ்க்கைக்கான சாத்தியத்தை ரத்து செய்வதுடன் தொடர்புப்படுத்தியும் அதன் பண்புகளாக தோற்றமளிக்கும் நிகழ்வுகளை விளக்குவதற்கு நாம் முயற்சிக்கலாம்.

கீனிசிய ஒத்தகருத்தில் ஏற்பட்ட நெருக்கடி என்று அழைக்கப் படுவது பற்றிய விளக்கங்களுடன் தொடர்புடைய வளர்ச்சி வீதங்கள் வேகமிழந்தது, சர்வதேசப் போட்டியின் காரணமாக நுகர்வோருக்குக் கடத்த முடியாத அளவுக்கு உழைப்புக்கான செலவு அதிகரித்தது, தொழிலாளர்களின் வலுவான பேரம் பேசும் வலிமை, செலவுகளின் அதிகரிப்பு இன்ன பிற காரணங்களை இப்போது நாம் பார்க்கலாம். தனது உற்பத்திப் பொருளில் ஆக அதிகமான பகுதியை கைப்பற்று வதற்கான உழைப்பின் உரிமை கோரல் என்று இந்தக் காரணங்களை விளக்க முடியும் என்பதில் ஐயமில்லை. இந்த உரிமைகோரல்கள் சமூக வடிவத்தால் ரத்து செய்யப்படுகின்றன.

'கீனிசியத்திலிருந்து' 'பின்கீனிசியத்துக்கு' (நவ-தாராளவாத, நாணயவாத இன்னபிற) மாறிச் செல்வது நிச்சயத்தின் நிலைமைகளில் இருந்து நிச்சயமின்மையின் நிலைமைகளுக்கு மாறிச் செல்வதை கட்டுவித்தது என்ற எளிமைப்படுத்தப்பட்ட பார்வையை நிராகரிக்க வேண்டும். முதலாளித்துவ சமூகங்களில் உள்ளார்ந்துள்ள காரணிகளாக நிச்சயமின்மை, தீர்மானமின்மை, அறிவு இன்மை, தகவல் இன்மை இன்ன பிறவற்றை தனது மாதிரி முன்னனுமானிக்கிறது என்று கீன்சே வலியுறுத்தியுள்ளார்.[34] இந்த உணர்வில், தொழில்நுட்ப கரணியம் பற்றியும் கீனிசிய தலையீட்டின் நிபுணர்களின் (அவர்கள் குறிப்பிட்ட அரசியல் தலையீடுகளையும் சமூக மட்டத்தில்[35] அவற்றின் சரிசெய்யும் தாக்கங்களாக சொல்லப்படுபவற்றையும் நேரடியாக தொடர்புபடுத்து கின்றனர்) நன்னம்பிக்கை மீதும் ஹயக்கின் (Hayek) விமர்சன பகுப்பாய்வில் அரசு கொள்கைளும் பேரியல்-தொகுப்புகளை கட்டமைப்பதும் தரும் பலன்களின் தனிச்சிறப்பாக உள்ள தீர்மான மின்மையை சரியாக அடையாளம் காண்பதற்கான காரணிகள் உள்ளன. இருப்பினும், தீர்மானிக்க முடிகிற ஒரே சாத்தியமான உறவான,

விளக்கத்தின் விடுவிப்பும் விடுவிக்கும் விளக்கமும் 71

சுதந்திரத்துக்கும் ஒற்றுமைக்கும் இடையேயான உறவை கட்டுவிக்கத் தவறும் குறிப்பிட்ட சமூக வகையுடன் தொடர்புபடுத்தி இந்தத் தீர்மானமின்மையை ஹயக் விளக்கவில்லை, மாறாக, அவர் அதனை பொதுவான வரலாற்று மொத்தங்களுக்குப் பொருத்துகிறார். சமூகத்தின் ஒத்திசைவான பரிமாணம் பேரியல்-தொகுப்புகள் ஒருங்கே இருத்தலுடனும் மாற்றியமைக்கப்படுவதுடனும் தொடர்புப்படுத்தி மட்டும் கேள்விக்குள்ளாக்கப்படவில்லை, சமூக உற்பத்திப் பொருளை தனியார் சுவீகரிக்கும் சமூகங்களில் சமூக மறுவுற்பத்தி நிகழ்முறைகள் பற்றிய விமர்சன அறிவைப் பெறுவதற்கான சாத்தியத்துடன் தொடர்புப்படுத்தியும் அது கேள்விக்குள்ளாக்கப்படுகிறது.

கீனிசிய நலவாழ்வு அரசு ஒட்டுமொத்த சமூகத்தின் விழுமிய உள்ளடக்கங்களையும் நிறைவேற்றியது என்று கூறப்பட்டது. எனினும் இந்த மொத்தத்தை கட்டுவிப்பதன் பிரச்சினைகளை அத்தகைய விரித்துரைக்கும் மாதிரிக்குள் பிரதிநிதித்துவப்படுத்த முடியாது என்பது தெளிவானதும் அந்த உரிமைகோரல்கள் ரத்தாகி விட்டன. நவ-தாராள வாதத்தில் தொடக்கத்தில் இருந்தே நெறிமுறைசார் மொத்தத்தன்மை நிராகரிக்கப்படும் அதே நேரம், சமூக துண்டாக்கம் சமூகத்தின் இயல்பாக ஏற்றுக் கொள்ளப்படுகிறது, அதன் விளைவாக சமூகம் என்பது விழுமியத்தைக்-கொண்டிராத, வரலாற்றுவாத மொத்தமாக கருதப் படுகிறது. இது அரசியலை துறப்பதற்கும், மறுவினியோகத்தை மட்டுப்படுத்துவதற்கும், ஒழுங்காற்றல் நீக்கத்துக்கும் இட்டுச் செல்கிறது. இந்தக் கோட்பாட்டு சார்பின்மைவாதத்துக்கு பின்னால், தளர்வான உழைப்புச் சந்தை, கூலிகளை வெட்டுதல், குறை வேலைவாய்ப்பு மற்றும் இவை அனைத்தின் காரணமாக இலாபத்தின் அதிகரிப்பு ஆகியவற்றை குறிக்கோளாகக் கொண்ட மிகவும் கரணியமான வர்க்க அரசியல் ஆதிக்கம் செலுத்துகிறது. இந்தச் சித்தாந்தம் மற்றும் செயல்பாட்டின் விளக்கம், கோட்பாட்டுரீதியான தர்க்கம் அதன் பொருண்மையை நெறிமுறைசார்ந்து கட்டுடைப்பதில் அடித்தளத்தைக் கொண்டுள்ளது என்றும், நவ-தாராளவாத பணவியல் செயல்பாடுகள் ஆகச் சிறந்த சமூக விழுமியமான சமூக உழைப்பையும் சமூக வாழ்வையும் உத்தரவாதப்படுத்தும் நிலைமைகளை அழிப்பதில் அடித்தளத்தைக் கொண்டுள்ளது என்றும் நிரூபிக்க வேண்டும். இந்த விழுமிய சட்டகங்கள் அழிக்கப்படும் நிலையில், அத்தகைய புதிய சட்டகங்கள் (சமூக ரீதியானதில் இருந்து அதில் உள்ளார்ந்திருக்கும் விழுமிய காரணி மறைந்துவிட முடியாது, அது இடமாற்றப்பட்டு மாற்றப்பட்ட வடிவில் மீண்டும் நிகழும் என்ற எதார்த்தத்தின் காரணமாக) மாய்மாலவாத, சிதறடிக்கப்பட்ட, வரலாற்றுவாத வடிவத்தில் உருவாக்கப்படுகின்றன.

குடும்பம், தரும காரியம், கல்வி போன்ற விழுமியங்களை சமூகச் செயல்பாடாக இல்லாமல் தனிப்பட்ட தனியுரிமையாகவும் சமத்துவத்துக்கு தீங்கு விளைவிக்கும் வகையில் சுதந்திரத்துக்கு தனிக் கவனம் கொடுப்பதும் (அது வன்முறையாகக் கருதப்படுகிறது)[36] புதிய விழுமிய சட்டகங்களில் உள்ளது. சமூகத்தின் நெருக்கடியில் உறவுகள் சிதைக்கப்பட்டதில் இருந்து எழும் இடைவெளிகளை இட்டு நிரப்புவதற்கு பாரம்பரியம் என்ற காரணி பயன்படுத்தப்படுகிறது. நவ-தாராளவாத நியாயப்படுத்தல் நிகழ்முறையில் சமூக விழுமியங்களை எதார்த்தத்தில் அழிப்பது உள்ளடங்கியுள்ளது: சமூக நெருக்கடியை கவனித்து, சமூக அரசியல் உடைக்கப்பட்டதன் மூலம் தனது தனிப்பட்ட நலனும் பாதுகாப்பும் உறுதி செய்யப்பட்டதாகக் கூறும் (சமூகத்தின் மூன்றில் இரண்டு பங்கில் உறுப்பினராக உள்ள) தனிநபரை அது சுட்டுகிறது.

இன்றைக்கு, நவ-தாராளவாத (neoliberal) திட்டப்பணியும் நாணயவாத (monetarism) திட்டப்பணியும் தோல்வியடைந்த பிறகு, கீனிசியத்தின் மிதமான வடிவத்துக்குத் திரும்புவது பற்றிய பேச்சு அதிகரித்துள்ளது. அத்தகைய பேச்சு, புதியதை நோக்கி மாறிச் செல்வதை தெளிவற்றதாக்குகிறதே தவிர, விளக்கவில்லை. நவ-தாராளவாதத்தின் நெருக்கடியை கீனிசியத்தின் ஏதோ ஒரு வடிவத்துக்குத் திரும்பிச் செல்வதாக சிந்திக்காமல், சமூக வாழ்க்கையை தீர்மானகரமாக அச்சுறுத்தாமல் சமூக மறுவுற்பத்தியின் சமூகமயமான நிலைமைகள் உடைக்கப்படுவதன் வரம்புகளை விளக்குவதாக சிந்தித்தால், பிரச்சினையின் தன்மை தெளிவாகிறது. இருப்பினும், ஏற்கனவே வலியுறுத்தியது போல இது வெறும் செயல்ரீதியான பிரச்சினை இல்லை, மாறாக மெய்யாகவே அரசியல் பிரச்சினையாகவும், விழுமியங்கள் பற்றிய பிரச்சினையாகவும், அதாவது சமூகத் திசுவின் மீதான நவ-தாராளவாத தாக்குதல்களுக்கு வரம்புகளையும் அரசியல் முன்நிபந்தனைகளையும் விதிப்பதன் பிரச்சினையாகவும் உள்ளது.

## விளக்கம் பற்றிய விமர்சனக் கோட்பாட்டில் தீர்க்கப்படாத பிரச்சினைகள்

சமகால முதலாளித்துவ சமூகங்களின் வளர்ச்சியுடனும், எதார்த்தத்தில் இருந்த சோசலிசத்தின் அமைப்புகள் தகர்ந்து போனதன் இயல்புடனும் காரணங்களுடனும் தொடர்புடைய கோட்பாட்டுப் பிரச்சினைகள், சமூக-கோட்பாட்டு விளக்கத்தில் விழுமியங்களை பொருத்துவதுடன் தொடர்புடைய சில திட்டமான மையமான முறைபாட்டு பிரச்சினைகளை வெளிப்படுத்தியுள்ளன. சமூகக் கோட்பாட்டு விளக்கத்தின் நிபந்தனையாக

விழுமியங்களை மட்டுப்படுத்திக் கொள்வது என்ற பிரச்சனை அத்தகையது. தகவல் இல்லாத, பங்கேற்பு இல்லாத, படிநிலைகள் இருக்கும் இன்னபிற நிலைமைகளின் கீழ் அரசியல் அமைப்பு 'இறுதியான', அதிகபட்சமான இன்னபிற விழுமியங்களை முன் வைக்கும் போது, அது திருப்பி நிறுத்தப்பட்ட சமூகத்தன்மையின் (உதாரணமாக, ஸ்டாலினிச அதிகாரவர்க்க அமைப்பு) அமைப்பாக ஒரு அமைப்பை கட்டுவிப்பதற்கு இட்டுச் செல்கிறது. அதனை திருப்பி-நிறுத்தப்படாத சமூகத்தன்மையின் விழுமியத்தின் பார்வையில் இருந்து விமர்சிக்க முடியும். இந்த விழுமியத்தின் இயல்பு தெளிவு படுத்தப்படவில்லை. ஒரு பக்கம், இந்த விழுமியம் 'உரிமை' என்ற பிரச்சினையில், இன்றைக்கு அவசியமாக சாரமாக்கப்பட்ட, இறுதி அரசியல் கருத்தியலாக (மனித விடுதலை) தொடர்பு கொண்டுள்ளது. இன்னொரு பக்கம், இன்றைக்கு எது சாத்தியம் என்பதுடன் தொடர்புடைய கருதுதல்களைக் கொண்டு இந்த ஆதர்சத்தை எதிர் கொள்ளும் பிரச்சினையைக் கொண்டுள்ளது. அதாவது, அரசியல் விழுமியங்களின் சட்டகத்தை மிதப்படுத்துவதைக் கொண்டுள்ளது.

மேலே சொன்னது போன்ற பிரச்சினைகளுக்கு பல மார்க்சியக் கோட்பாட்டாளர்கள் திருப்திகரமான விடைகளைத் தர முடியவில்லை, அவர்கள் அதீத அல்லது தன்னெழுச்சியான அல்லது சீர்திருத்தவாத தீர்வுகளுக்கு இட்டுச் செல்லப்பட்டார்கள். குறிப்பாக, அவர்கள் இப்போது இருக்கும் அதிகாரம் மற்றும் சுரண்டலின் பொறியமைவுகளை (அமைதி நிலைமைகளில் அல்லது சேதப்படுத்தப்படாத இயற்கைச் சூழல்களில் சமூக உழைப்பு நிகழ்முறைகளை பாதுகாக்கும்) முதலாளித்துவ சமூக வடிவத்தால் அச்சுறுத்தப்பட்டு அழிக்கப்படும் நிலையில் உள்ள சமூக வாழ்வின் முன்நிபந்தனைகளை, தொடர்பு படுத்தி மீட்டுருவாக்கி விமர்சிக்கும் மார்க்சிய தர்க்கத்தின் குறிப்பான இயங்கியல் வடிவத்தை அடையாளம் காணத் தவறினார்கள். சமூகங்களுக்கு உள்ளேயும் சமூகங்களுக்கு இடையேயும் உறவுகளை உணர்வுரீதியாக ஒழுங்குபடுத்துவதற்கான முன்நிபந்தனைகளை முன் வைக்கும் நடைமுறை உரிமைகோரல்களாக இந்த மீட்டுருவாக்கத்தையும் விமர்சன பகுப்பாய்வையும் மாற்ற முடியும். வளர்ந்த நாடுகளுக்கும் பின்தங்கிய நாடுகளுக்கும் இடையேயான பிளவையும் போர்களையும் இயற்கைச் சூழல் மீதான அச்சுறுத்தலையும் உணர்வுரீதியாகவும் பொறுப்புணர்வுடனும் கையாண்டு இதை மாற்ற வேண்டும். சமகால தொழில்மயமான முதலாளித்துவச் சமூகங்களில், பல சோசலிச செயல் திட்டங்களும் அரசியல் ஆவணங்களும் மேலே குறிப்பிட்ட சமூக அரசியல் நிகழ்முறைகளுக்கான விளக்கச் சட்டகங்களின் உயர்நிலை

சாரமாக்கலில் வரையறுப்பதைத் தவிர சாராம்சத்தில் வேறு ஏதுமில்லை என்று தெரிகிறது. இந்த வகையான விமர்சனங்கள், சமூக ஜனநாயக செயல்திட்டங்களின் கோட்பாட்டு பெருநோக்குகளை திருப்பி நிறுத்துவதாகவும் உள்ளன. முந்தைய பத்தாண்டுகளின் பொருளாதாரவாதத்தின் இடத்தில் (பார்க்கவும், ஜெர்மன் சமூக ஜனநாயகக் கட்சியின் பாட்-கோடெஸ்பெர்க் செயல்திட்டத்தை (SPD-Bad Godesberg Programme)), அவை இப்போது, சுற்றுச் சூழலுக்கான அச்சுறுத்தல், வடபுலத்துக்கும் தென்புலத்துக்கும் இடையேயான பிரச்சினைக்கள உறவுகள், நலவாழ்வு அரசை உடைத்தெறிதல் போன்ற சமகால சமூகத்தின் அடிப்படையான அபாயங்களுடன் தொடர்புபடுத்தி வாதிடுகின்றன, இந்தச் செயல்திட்டங்களின் பாரம்பரிய வரையறைகள் எதார்த்தத்தை தொழில்துறை உழைப்பின் அமைப்பின் இயங்காற்றலுடன் தொடர்புபடுத்தி 'விளக்கின', இந்த அமைப்பின் தர்க்கத்தில் உள்ளார்ந்துள்ள நெறிமுறைசார் பரிமாணங்களை புறக்கணித்தன, நெறிமுறைசார் காரணியை நலவாழ்வு அரசுக்கு ஆதரவான அரசியல் முடிவு இன்னபிற என புறநிலையாக அறிமுகப்படுத்தின. இப்போது, சமூக வாழ்வை அச்சுறுத்தி, காயப்படுத்தி மதிப்புநீக்கம் செய்யும் பொறியமைவுகளுக்கு விமர்சனரீதியாக எதிரெதிராக நிறுத்தப்பட்ட விழுமியமாக (இலக்குவாதமாக) சமூக வாழ்வின் முன்நிபந்தனைகளை முன்வைக்கும் விரிவான தர்க்கத்தில் ஈடுபடும்படி அவர்கள் கட்டாயப் படுத்தப்பட்டனர்.[37]

மேலே சொன்னதுடன் தொடர்புடையதாக, நெறிமுறைசார் மேம் படுத்தல் பிரச்சினையாக தொடர்புபடுத்தக் கூடிய பிரச்சினை உள்ளது. சமூக எதார்த்தத்தின் கூறுகளை 'மேம்படுத்தும்' கருத்தாக்கத்தை பயன் படுத்துவது செவ்வியல் இயங்கியல் கோட்பாட்டுக்கு சாத்தியமாகிறது, அது எதார்த்தத்தை அதன் கட்டுவிக்கும் கூறுகள்/உறவுகள் வெளிப் படுத்தப்படும் ஒத்திசைவான மொத்தமாக்கமாக தன்னை முன்வைத்துக் கொள்வதற்கு அனுமதிக்கிறது.[38] எதார்த்தத்தின் புறநிலை பக்கத்தைப் பொறுத்தவரையில், எதார்த்தத்தின் ஒத்திசைவு அரசியல் மூலமாகவும் உழைப்புப் பிரிவினை மூலமாகவும் பாதுகாக்கப்படுவதாக வாதிடப்பட்டது. இருப்பினும், பொருண்மையின் ஒத்திசைவுக்கு முனைப்புரீதியான அம்சமும் உள்ளது. அது இந்த ஒத்திசைவை நோக்கம் சார்ந்த செயலின் மூலமும் இந்த இலக்குகளை முன்னெடுத்துச் செல்லும் நிறுவனங்கள் மூலமும் ஈடுகட்டும் நடைமுறையையும் விளங்கிக் கொள்ளும் நிகழ்முறைகளையும் கொண்டுள்ளது. மார்க்சிய மரபில் அத்தகைய நிகழ்முறைகள், கூருணர்விலான தொழிலாளர் இயக்கத்தை கட்டமைப்பது என்ற கருத்துருவுடன் தொடர்பு

கொண்டுள்ளன, இந்தக் கருத்துருவை கிராம்சியின் வரலாற்றுவாத பதிப்பிலும் காண முடியும். இந்தச் சிந்தனையின் ஒரு பகுதி ஞானவியல் நிலைப்பாடாக உள்ளது. சமூகக் கோட்பாட்டு விளக்கத்தை விளக்கும் சட்டகத்தின் நெறிமுறைசார் நிலைமைகளுக்கு எதார்த்தத்தை வழங்கும், தெரியக் கூடியதாக்கும் நடைமுறை பிரச்சினையிலிருந்து பிரிக்க முடியாது என்று அது வலியுறுத்துகிறது. முகமைகளை குறிப்பான இலக்குகளை நோக்கி கற்பிக்கும்/சுய-பண்படுத்தும் (Bildung) நிகழ்முறையாக சமூகம் என்ற கருத்துரு அனுமதிக்க முடியாத தேக்கமாக்கல் என்று சந்தேகத்துக் கிடமாக்கப்பட்டு விட்டாலும், இந்தக் கருத்துருவின் ஒரு பதிப்பான எல்லா வகையிலான தேக்கமாக்கல் தொடர்பாகவும் விமர்சனரீதியான கருத்துரு இன்றும் பொருந்துவதாக உள்ளது.

[Bildung என்பது தனிப்பட்ட மற்றும் பண்பாட்டு முதிர்ச்சியடைதலுடன் தொடர்புடைய பாணியில் தத்துவமும் கல்வியும் இணைக்கப்பட்ட, ஜெர்மானிய சுய-பண்படுத்தல் மரபைக் குறிக்கிறது - மொ.பெ]

இந்தப் பிரதி, சமூக வன்முறைக்கும் ஆதிக்கத்துக்கும் ஆன பொறியமைவுகளை கட்டுவிப்பதை சாத்தியமாக்கும் பிளவுகளை ரத்து செய்வதற்கான நெறிமுறைசார் நிபந்தனைகள்/அடிக்கோள்களின் விமர்சன இலக்குவாதத்துடன் தொடர்புபடுத்துகிறது. இத்தகைய பொறியமைவுகளின் சக்தியை மட்டுப்படுத்துவதன் சாத்தியம் தொடர்பான கேள்விகளை எழுப்புவதன் மூலம், அது சட்டரீதியான ஒழுங்கு பற்றிய விமர்சன கருத்துருவை தொடர்புபடுத்துகிறது, அதனை கைவரச்செய்ய முடியுமா, எப்படி கைவரச் செய்ய முடியும் என்று கேட்கிறது. அத்தகைய கருத்துரு எந்த வழியில் விளக்கச் சட்டகத்தினுள் நுழைய முடியும்? சமூகத்தின் மீதும் இயற்கையின் மீதும், நீதியை, சகிப்புத்தன்மையை விமர்சன பகுப்பாய்வை பாதுகாப்பதற்கான கருத்துருக்கள் ஆதிக்கம் செலுத்துமா அல்லது தேசியவாதம் மற்றும் முதலாளித்துவ நவ-தாராளவாத சந்தைகளின் மூர்க்கம் போன்ற மாற்று மாய்மாலங்கள் ஆதிக்கம் செலுத்துமா? அத்தகைய பிரச்சினைகள் எழுப்பப்படும் விளக்க தர்க்கத்தின் கணிசமான பகுதி செயல்வாதமாக தெரிகிறது. உண்மையில், சமூக நிகழ்முறைகளின் இடையுறவும் இடைசார்பும் என்ற கருத்துருவை ஆதிக்கத்தின் நிகழ்வுகளை விமர்சன பகுப்பாய்வின் திசையில் திருப்புவதன் மூலம் அது செயல்வாதத்தை திருப்பி நிறுத்துகிறது. விமர்சன இலக்குவாதத்தில் இருந்து சாரமாக்கிக் கொள்வதன் மூலம், அது செயல்வாதத்தின் தனிச்சிறப்பான முரண்நிலைகளைக் கொண்ட தூய செயல்வாத

தர்க்கமாக தோற்றமளிக்கிறது. முதல் உலகப் போருக்குப் பிந்தைய சர்வதேச உறவுகள் வளர்ச்சி பற்றிய விளக்கத்தை, உதாரணமாக, இடையுறவு மாதிரியின் அடிப்படையில் மீட்டுருவாக்க முடியும். அதன்படி ஜெர்மனி மீது வல்லரசுகள் காட்டிய தாராளத்தை சோவியத் ஒன்றியம் நிறுவப்பட்டது தொடர்பாகவும் வளர்வது தொடர்பாகவும் அவற்றுக்கு இருந்த பயத்தின் அடிப்படையில் விளக்க முடியும். அதே போல, உலகப் புரட்சி பற்றிய பயமானது, மேற்குலகில் நலவாழ்வு அரசு கட்டமைப்புகள் உருவாக்கப்படுவதற்கும் நாடாளுமன்றங்களின் வளர்ச்சிக்கும், தொழிற்சங்கங்களின் வளர்ச்சிக்கும் இட்டுச் சென்றதாக ஒரு வகையில் கருதப்படலாம். நெறிமுறைசார் காரணிகள் மாதிரியின் பல்வேறு புள்ளிகளின் தனித்தனியான காரணங்களாக அறிமுகப்படுத்தப் படுவது வரை, மாதிரியை ஒத்திசைவாக்கும் ஒருங்கிணைந்த தர்க்கமாக குவிக்கப்படாதது வரை தர்க்கங்கள் செயல்வாதமாகவே அமைகின்றன. இங்கு ஒத்திசைவு என்பது, சார்புநிலை உறவுகளையும் அவற்றின் தொடர்பையும் *(relata)* கட்டமைப்பதற்கான விளக்க நிகழ்முறையை மிகச்சிறந்த 'தர்க்கமாக' நெறிமுறைரீதியில் மேம்படுத்துவதைக் குறிக்கிறது. விமர்சனபூர்வமான விளக்க தர்க்கம் வரலாற்றுச் செயல்பாடுகளை வலியுறுத்துகிறது. கிழக்கில் புரட்சியை நிர்வகிக்கும் அதிகாரவர்க்க பொறியமைவுகளால் சமூக விடுதலை மற்றும் சமூக வாழ்வை பாதுகாக்கும் திட்டப்பணி 'உருவாக்கப்படுகிறது', அல்லது மேற்குலகில் முதலாளித்துவ சமூக (நலவாழ்வு) அரசு வாழ்க்கை, ஆரோக்கியம், வேலைவாய்ப்பு ஆகியவற்றை மாற்றியமைக்கும் பொறியமைவுகளால் 'உருவாக்கப்படுகிறது'. செயல்வாதத்தின் அத்தகைய இணையான விமர்சனக் கூறை சமூக நடைமுறையாக மாற்ற முடியுமா என்று நாம் கேட்க முடியும். இந்தக் கேள்வி எதார்த்தத்தை நெறிமுறை சார்ந்து மேம்படுத்துவது என்ற பிரச்சினையைச் சுட்டுகிறது. விமர்சன ஞானவியல் விமர்சன அரசியலுடன் ஒத்திசைய முடியுமா? (இந்தக் கேள்வியை கான்ட் ஏற்கனவே விவாதித்துள்ளார்).

மேலே சொன்ன கேள்வி, இந்தக் காலத்துக்கான விமர்சன விழுமிய சட்டகம் சமூக விழுமியங்களை மதிக்கவும் கரணியமாக ஒழுங்கு படுத்தவும் செய்யும் செயல்பாடுகளில் அதன் திருப்பி நிறுத்தப்படாத வரலாற்று வெளிப்பாட்டை எவ்வாறு காணும் என்ற கேள்விக்குச் சமமானது. இந்தக் கேள்வியானது, வரலாற்று சமூகங்களில் நெறிமுறைசார் கோரிக்கைகள் மெய்யாக முன்வைக்கப்படுவதன் மூலம் மறைக்கப்படுகிறது. அது சோசலிஸ்ட் கட்சிகளின் அரசியல் செயல் திட்டங்களில் சேர்க்கப்பட்டுள்ள விழுமியங்களின் பட்டியல் (வேலை யின்மையை குறைப்பது, பெருமந்தத்தை முறியடிப்பது, நலவாழ்வு

அரசுக்கு ஆதரவு போன்ற விழுமியங்கள்) என்ற மாய்மால வடிவத்தின் கீழ் தோன்றுகின்றன. இதற்கு இணையாக, இந்தச் செயல்திட்டங்கள், தாம் சேர்த்துக் கொண்ட (ஈடேற்றம் பெறுவதற்கு போராடும்) விழுமியங்களுக்கும், இந்தச் செயல்திட்டங்கள் மூலமாக அவற்றின் ஈடேற்றத்தை அமைப்புரீதியாக தள்ளி வைத்து விட்ட அல்லது ரத்து செய்து விட்ட கணிசமான சமூக விழுமியங்களுக்கும் இடையிலான இடைவெளியை (நெறிமுறைசார் உயர்த்தல் இல்லாமை) முன்னனு மானிக்கின்றன. சமூக வளங்களின் மதிப்புப் பெருக்க நிகழ் முறையிலும், முடிவு-எடுக்கும் நிகழ்முறையிலும் (சொத்துடைமையும் படிநிலையும்) சமூகத்தின் உறுப்பினர்கள் பிளவுபட்டிருப்பதை ஒழித்துக் கட்டுவதை நோக்கமாகக் கொண்டுள்ள விழுமியங்கள்தான் முக்கியமாக அவ்வாறு உள்ளன. மோதல்ரீதியான விழுமியங்கள் அவற்றளவில் ரத்து செய்யப் படுகின்றன, நெறிமுறைசார் அரசியல்/நடைமுறை திட்டப்பணியின் தொடர்ச்சி உருத்திரிக்கப்படுகிறது, செயல்திட்டத்தில் உள்ளடக்கப்பட்ட விழுமியங்கள் செயல்முனைப்பற்றவையாக ஆக்கப்படுகின்றன அல்லது சிந்தனைக்கு எதிர்ப்புணர்ச்சி கொண்டுள்ள குறிப்பான தாக்கத்துக்கும் சமரசத்துக்குமான சட்டகத்தினுள் ஈடேற்றம் பெறுகின்றன. உயர்த்துவது இல்லாத இந்த இடைவெளி, சோசலிஸ்ட் கட்சிகளின் வரலாற்றுச் செயல் பற்றிய விளக்கத்துக்கான நிபந்தனையாக உள்ளது. இந்தச் செயல் ஒரு பொருள்கூறலைப் (எதார்த்தத்தை விளக்குவது) பின்தொடர்கிறது, அது அன்னியமாக்கப்பட்ட சமூக வடிவங்கள் உருவாக்கப்படுவது பற்றி விளக்கும் பிரச்சினையை இல்லாமல் செய்கிறது. அதனை அன்னியமாக்கப்பட்ட நிலைமைகளின் கீழ் எழுப்பப்படும் குறிப்பான (particularist) நெறிமுறைசார் கோரிக்கைகளை ஈடேற்றம் செய்வது என்ற பிரச்சினையாக, அத்தகைய கோரிக்கைகளின் சேர்க்கையாக, ஈடேற்றம் செய்ய வேண்டிய அத்தகைய கோரிக்கைகளின் பகுதிகளின் படிநிலை வரிசையமைப்பாக, இன்னபிறவாக மாற்றி விடுகிறது. இந்த அகற்றலுடன், சொத்துடைமையின் விளக்கம்/ரத்து செய்தல் என்ற பிரச்சினை (மார்க்சின் பொருளாதார மற்றும் தத்துவ கையெழுத்துப் பிரதிகளில் 'அன்னியமாதல் என்ற கருத்தாக்கத்தில் இருந்து சொத்துடைமையை தருவிப்பது') இனிமேலும் முன்வைக்கப்பட வில்லை. மாறாக, தனியார் சொத்துடைமை சமூகங்களின் அன்னியமான வடிவங்களின் கீழ் சமூக விழுமியங்களின் குறிப்பிட்ட பரிமாணங்களை பாதுகாப்பது தொடர்பான பிரச்சினைகள் முன் வைக்கப்படுகின்றன. சோசலிஸ்ட் கட்சிகள் (தாட்சரிசம், ரீகனிசம், கிழக்கத்திய அதிகார வர்க்கங்கள் இன்ற பிறவற்றுக்கு எதிராக) முன்வைக்கும் உறவுகளின் அமைப்பு சாத்தியமான ஒரே (செயல்படுத்த வல்ல) சார்புநிலை

சமூகநீதி அமைப்பு என்று பரப்புரை செய்யப்படுகிறது. எனினும், சாத்தியமான இந்த ஒரே அமைப்பு, ஒரு சமூகத்திலும் உலகம் முழுவதிலும் சமூகத்தின் நெருக்கடி நிலைமைகளை, உற்பத்தித் திறனுள்ள மற்றும் படிநிலை உறவுகளின் மட்டத்தில், சுற்றுச் சூழல் மட்டத்தில், சமூகச் சுரண்டல் மட்டத்தில் புரிந்து கொள்வதற்கு திறனுடையதாகவும் இல்லை. இந்த நிலைமைகளை ரத்து செய்வதற்கான திசையில் செயல்படுவதற்கு திறனுடையதாகவும் இல்லை.[39] வேறு சொற்களில், இந்த வகையான செயல் மூலமாகவும் விடுபடுதல் மூலமாகவும் ஊடாட்டத்தின் முரண்நிலை (மட்டுப்படுத்தல், அதில் வரலாற்றுரீதியானதில் நெறிமுறைசார்பானதை ஈடேற்றம் செய்வதற்கான ஒரே சாத்தியமான வழி அதன் நெறிமுறைரீதியான, உருவாக்கும் நிலைமைகளை ரத்து செய்து விடுகிறது என்ற உண்மையைக் கொண்டுள்ளது), இந்த முரண்நிலை அரசியல் பிரச்சினையாக பிரதிநிதித்துவப்படாமலே மறுபடியும் உருவாக்கப்படுகிறது.

## குறிப்புகள்

1. பார்க்கவும் கே.சைக்கோபீடிஸ், 'கிரைசிஸ் ஆஃப் தியரி இன் கன்டம்பரரி சோசியல் சயின்சஸ்', வெர்னர் போன்ஃபெல்ட், ஜான் ஹாலவேயின் (தொகுப்பாசிரியர்கள்) போஸ்ட்-ஃபோர்டிசம் அண்ட் சோசியல் ஃபார்ம், மாக்மில்லன், லண்டன், (K. Psychopedis, 'Crisis of Theory in the Contemporary Social Sciences', in W. Bonefeld and J. Holloway (eds.), *Post-Fordism and Social Form*, Macmillan, London), 1991-ல் சேர்க்கப்பட்டது.

2. பார்க்கவும், காஸ்மாஸ் சைக்கோபீடிஸ், 'இயக்கவியல் கோட்பாடு: மீள்கட்டமைப்பின் பிரச்சினைகள்' வெர்னர் போன்ஃபெல்ட், ரிச்சர்ட் குன், காஸ்மாஸ் சைக்கோபீடிஸ் (தொகுப்பாசிரியர்கள்)-ன் திறந்தநிலை மார்க்சியம், தொகுதி I: இயக்கவியலும் வரலாறும், புளூடோ பிரெஸ், லண்டன் (Cf. K. Psychopedis, 'Dialectical Theory: Problems of Reconstruction', in W. Bonefeld, R. Gunn and K. Psychopedis (eds.), *Open Marxism, Volume I: Dialectics and History,* Pluto Press, London), 1992-ல் சேர்க்கப்பட்டது.

3. எதார்த்தவாத ஞானவியல்கள் பற்றிய விமர்சன பகுப்பாய்வுக்கு பார்க்கவும் : ரிச்சர்ட் குன், 'மார்க்சியம், மெட்டாதியரி அண்ட் கிரிட்டிக்', வெர்னர் போன்ஃபெல்ட், ஜான் ஹாலவே (தொகுப்பாசிரியர்கள்)-ன் போஸ்ட்-ஃபோர்டிசம் அண்ட் சோசியல் ஃபார்ம்-ல் சேர்க்கப்பட்டது.

4. பார்க்கவும்: முன்நிபந்தனைகளை முன் வைப்பது பற்றிய கோட்பாட்டை செயல்வாத அடிப்படைகளில் விவாதிக்கும் கே பொலன்யி, தி கிரேட் டிரான்ஸ்ஃபர்மேஷன் (1944), பீகான் பிரெஸ், போஸ்டன் (Cf. K. Polanyi, *The Great Transformation* (1944), Beacon Press, Boston), 1957, மற்றும் முன்நிபந்தனைகளை முன்வைப்பது பற்றிய இயங்கியல் கோட்பாட்டை மீட்டுருவாக்குவதற்கான முயற்சிக்கு - காஸ்மாஸ் சைக்கோபீடிஸ், 'இயக்கவியல் கோட்பாடு: மீள்கட்டமைப்பின் பிரச்சினைகள்', திறந்தநிலை மார்க்சியம், தொகுதி I-ல் (K. Psychopedis, 'Dialectical Theory: Problems of Reconstruction' , in Open Marxism, vol 1).

5. தியோடர் டபிள்யூ அடோர்னோ, நெகடிவ் டயலக்டிக், சூர்கம்ப், ஃபிராங்க்ஃபர்ட் (Theodor W. Adorno, Negative Dialektik, Suhrkamp, Frankfurt/M), 1966, p. 15.

6. ஜே.ஜே. ரூசோ, த சோசியல் கான்ட்ராக்ட் (J.J. Rousseau, *Du Contrat Sociale*, Les Editions Du Cheval, Geneve, Iivre I, chap. II).

7. பார்க்கவும்: இம்மானுவேல் கான்ட், 'ஸ்ட்ரெய்ட் டெர் ஃபகுல்டாடன்', கான்ட், வெர்க்கெ, BD XI (வெய்ஷெடல் பதிப்பு), ஃபிராங்க்ஃபர்ட் (I. Kant, 'Streit der Fakultaten', Kant, *Werke,* Bd XI (Weischedel Edition) Frankfurt), ***1968,2.*** Abs., 8, p. 367: அனுபவத்தின் respublica noumenon-ஐ respublica phenomenon ஆக முறைபாடாக வளர்த்தல்

8. இம்மானுவேல் கான்ட் 'இடே சுர் ஐனர் அல்கெமெய்னன் கெஷிஷ்ட இன் வெல்ட்ப்யுர்கர்லிஷர் அப்சிஷ்ட்', வெர்கெ, (I. Kant, 'Idee zu einer allgemeinen Geschichte in Weltbürgerlicher Absicht', Kant. Werke), Bd XI (Weischedel Edition) அறிமுகம், p. ***34,*** இதில் கான்ட் இயற்கையின் நோக்கம் என்ற பிரச்சினையை விவாதிக்கிறார், ஸ்ட்ரெய்ட் டெர் ஃபகுல்டாடென் ('Streit der Fakultaten'), 2. Abs., 5, p. ***355,*** தர்க்கத்தின் நோக்குநிலையை ஏற்றுக் கொள்வது.

9. உச்சம் பற்றிய பிரச்சினை பற்றி, இந்தத் தொகுதியில் ஹெல்முட் ரெய்ஷெல்ட் எழுதிய கட்டுரையை பார்க்கவும். வரலாற்றுரீதியான நிகழ்காலத்தை நோக்கி கருத்தினங்கள் குவிக்கப்படுவது பற்றிய பிரச்சினை பற்றி பார்க்கவும் காஸ்மாஸ் சைக்கோபீடிஸ், கெஷிஷ்ட உண்ட் மெதோட, கேம்பஸ் வெர்லாக், ஃபிராங்க்ஃபர்ட்/வி/நியூயார்க் (K. Psychopedis, *Geschichte und Methode,* Campus Verlag, Frankfurt/M/New York), ***1984,*** பக்கம். ***231*** f., ***237*** f., காஸ்மாஸ் சைக்கோபீடீஸ், 'இயக்கவியல் கோட்பாடு: மீள்கட்டமைப்பின் பிரச்சினைகள்', *திறந்தநிலை மார்க்சியம், முதல் தொகுதியில்* (K. Psychopedis, 'Dialectical Theory: Problems of Reconstruction' , in *Open Marxism, vol. I.)*

10. பார்க்கவும். ரிச்சர்ட் குன், 'வரலாற்றுப் பொருள்முதல்வாதத்துக்கு எதிராக : முதல்-நிலை சொல்லாடலாக மார்க்சியம்', வெர்னர் போன்ஃபெல்ட், ரிச்சர்ட் குன், காஸ்மாஸ் சைக்கோபீடிஸ் (தொகுப்பாசிரியர்கள்)-ன் *திறந்தநிலை மார்க்சியம்,* தொகுதி ***2*** : கோட்பாடும் நடைமுறையும், புளூட்டோ பிரெஸ், லண்டன் (R. Gunn, 'Against Historical Materialism: Marxism as First-Order Discourse', in W. Bonefeld, R. Gunn and K. Psychopedis (eds.), *Open Marxism, Volume II:* Theory and Practice, Pluto Press, London), 1992.

11. K. Marx, *Das Kapital I*, Marx-Engels-Werke, Dietz Verlag, Berlin, Bd 23, p. ***85.*** *(மூலதனம் முதல் பாகம், தமிழ்ப்பதிப்பு, பக்கம் 106 - மொ.பெ)*

12. முன்வந்தது, பக்கம் 87, எனது அழுத்தம். இதற்கு இணையான பத்திக்கு மேலும் பார்க்கவும் : ஆடம் ஸ்மித், *என் என்குயரி இன்டு த நேச்சர் அண்ட் த காசஸ் ஆஃப் வெல்த் ஆஃப் நேஷன்ஸ்,* லிபர்டி கிளாசிக்ஸ் அண்ட் ஆக்ஸ்ஃபோர்ட் யூனிவெர்சிட்டி பிரெஸ் (A. Smith, *An Inquiry into the Nature and the Causes of the Wealth of Nations,* Liberty Classics and Oxford University Press), p. ***50***-ல்

13. பார்க்கவும்: கார்ல் மார்க்ஸ் *மூலதனம்* முதல் பாகம் (Cf. K. Marx, *Das Kapital I*), p. *88 (தமிழ் பதிப்பு பக்கம் 111)* 'அவர்களே புரியும் சமூகச் செயல் அவர்களுடனான பொருட்களின் செயலாகத் தோற்றமளிக்கிறது; அப்பொருட்கள் உற்பத்தியாளர் களால் ஆளப்படுவதற்குப் பதில் உற்பத்தியாளர்களை ஆளுகின்றன. 'instead of' பற்றிய ஒரு விவாதத்துக்கு பார்க்கவும்: காஸ்மாஸ் சைக்கோபீடிஸ், 'இயக்கவியல் கோட்பாடு: மீள்கட்டமைப்பின் பிரச்சினைகள்', *திறந்தநிலை மார்க்சியம்*

தொகுதி I-ல் (K. Psychopedis, 'Dialectical Theory. Problems of Reconstruction', in Open Marxism, vol. I) p. ***93.***

***14.*** ஜே.ஜே. ரூசோ, *த சோசியல் காண்ட்ராக்ட்* (J.J. Rousseau, *Du contrat social)*, இம்மானுவேல் *காண்ட், ஸ்ட்ரெய்ட் டெர் ஃபகுல்டாடென்* (I. Kant, 'Streit der Fakultaten', 2. Abs. 5-7).

***15.*** *கார்ல் மார்க்ஸ், பொருளாதார மற்றும் தத்துவார்த்த கையெழுத்துப் பிரதிகள்* (K. Marx, *ökonomisch-philosophische Manuskripte,* Marx-Engels- Werke, Erganzungsband 1, Berlin, 1968, p. 510).

***16.*** மதிப்பின் வடிவம் பற்றிய கேள்வி தொடர்பாக பார்க்கவும்: முதன்மையாக எச்.ஜி பக்ஹவுஸ், 'சுர் டயலெக்டிக் டெர் வெர்ட்ஃபார்ம்', ஏ ஷ்மிட் (தொகுப்பு) *பெய்ட்ராக சுர் மார்க்சிஸ்டிஷன் எர்கென்ட்னிஸ்தியோரி, சூர்கம்ப், ஃபிராங்க்ஃபர்ட்/வி* (H.G. Backhaus, 'Zur Dialektik der Wertform' , in A. Schmidt (ed.), *Beitrage zur marxistischen Erkenntnistheorie,* Suhrkamp, Frankfurt/M), ***1969,*** ஹெல்முட் ரெய்ஷெல்ட் *சுர் லாஜிஷன் ஸ்ட்ருக்டூர் டெஸ் கபிடால் பெக்ரிஃப்ஸ் பை கே. மார்க்ஸ், ஃபிராங்க்ஃபர்ட்/வி* (H. Reichelt, *Zur logischen Struktur des Kapitalbegriffs bei K. Marx,* Europaische Verlagsanstalt, Frankfurt/M) 1970.

***17.*** மார்க்சிய முறைபாட்டில் உள்ளுறையான இலக்குவாதம் சமூக பொறியமை வுகளுக்கு எதிராக நிறுத்தப்படுவது, மார்க்சின் *மூலதனம்* நூலை நாடுகளின் *செல்வம்,* காண்டிய *மூன்றாவது விமர்சன பகுப்பாய்வு* (Third Critique), ஹெகலிய லாஜிக் *(Logic)* ஆகியவற்றின் ஞானவியல் மரபுக்குள் இடம் பெறச் செய்கிறது.

***18.*** அறிவியல்வாத (தொழில்நுட்ப) மரபில் உள்ள செவ்வியல் பிரதிகள்: von Bortkiewicz, *Zur Berichtigung der grundlegenden theoretischen Konstruktion von Marx im* dritten. Band des Kapitals, in lahrblicher fur National ökonomie und Statistik, vol. 34, 1907, Bortkiewicz, *Wertrechnung and Preisrechnung im Marxschen System,* in Archiv für Sozialwissenschaft und Sozialpolitik, vol. 23, 1906 and vol. 25, 1907.

***19.*** பார்க்கவும். எச் மார்க்யூஸ், *ரீசன் அண்ட் ரெவல்யூஷன். ஹெகல் அண்ட் த ரைஸ் ஆஃப் சோஷியல் தியரி, ரட்லெட்ஜ், லண்டன்,* (H. Marcuse, Reason and *Revolution. Hegel and the Rise of Social Theory,* Routledge, London), ***1955.*** அவர் இந்த வகையிலான வாதத்தைப் பின்பற்றுகிறார். இன்னும் சமீபத்திய இலக்கியத்தில் பார்க்கவும் ஜான் ஹாலவே, 'இன் த பிகினிங் வாஸ் த ஸ்க்ரீம்', காமன் சென்ஸ் PP, ***1991,*** பக்கம் **69**ff (J. Holloway, 'In the Beginning was the Scream', Common *Sense II,* 1991, pp. 69 ff), குறிப்பாக நிச்சயமின்மை பற்றிய கருத்தாக்கம் தொடர்பாக பார்க்கவும் pp.71f.

***20.*** எம். வேபர், 'டெர் சின் டெர் வெர்ட்ஃப்ரைஹெய்ட் டெர் சோசியோலோகிஷன் உண்ட் யொகனோமிஷன் விசன்ஷாஃப்டன்', *கெசாம்மல்ட அவுஃப்சிட்ச சுர் விஸ்சன்ஷாஃப்ட்ஸ்லேர, 3,* (M.Weber, 'Der Sinn der Wertfreiheit der soziologischen und ökonomischen Wissenschaften', in *Gesammelte Aufsiitze zur Wissenschafslehre*), 3. Aufl., Mohr, Tübingen, 1968, pp. 489-540.

***21.*** ஒப்பிடவும்: மார்க்சிய மதிப்புக் கோட்பாட்டின் நோக்குநிலையில் இருந்து ஒத்திருத்தல் என்ற பிரச்சினை தொடர்பாக, எச்.ஜி பக்ஹவுஸ், 'டயலெக்டிகல் பிரின்சிபிள்ஸ் ஆஃப் த மார்க்சியன் கிரிட்டிக் ஆஃப் எகனாமிக்ஸ்', எம்.எஸ், *பிராங்க்ஃபர்ட், 1994* (H. G. Backhaus, 'Dialectical Principles of the Marxian Critique of Economics', Ms., Frankfurt, 1994), வெர்னர் போன்ஃபெல்ட், *த ரீகம்போசிஷன் ஆஃப் தி பிரிட்டிஷ் ஸ்டேட் டியூரிங் த 1980ஸ்,* அத்தியாயம் 2, *டார்ட்மவுத், அல்டர்ஷாட்* (W. Bonefeld, *The Recomposition of the British State During the 1980s,* chapter 2, Dartmouth, Aldershot), ***1993.***

22. மேக்ஸ் வேபர், *விர்ட்ஷாஃப்ட் உண்ட் கெசல்ஷாஃப்ட்*, ஆங்கிலத்தில் 'எகானமி அண்ட் சோசைட்டி', யூனிவர்சிட்டி ஆஃப் கலிஃபோர்னியா பிரெஸ், பெர்க்ளீ, *1978*, அத்தியாயம் *1*, பகுதிகள் *1, 9* அத்தியாயம் *2* பகுதி *9* ( Max Weber, *Wirtschaft und Gesellschaft*, engl. Economy and Society, University of California Press, Berkley, 1978, chap. I , parts 1,9 and chap. 2, par. 9.)

23. *எகானமி அண்ட் சொசைட்டி (Economy and Society)*, பக்கம். *4.*

24. மேக்ஸ் வேபர், 'டீ புரொடெஸ்டன்டிஷ எதிக் உண்ட் டெர் கெயிஸ்ட் டெஸ் காபிடலிஸ்முஸ்', (Max Weber, 'Die protestantische Ethik und der Geist des Kapitalismus'), *1904/1905*, '*கெசாமெல்ட அவுஃப்சட்ச சுர் ரிலிகியோன்ஸ்சோஷியோலோகி*", மோர், ட்யூபிங்கன்-ல் (Gesammelte Aufsatze zur Religionssoziologie, Mohr, Tlibingen), *1963*, பக்கம். *37*. ஆங்கில மொழிபெயர்ப்பு, டி பார்சன்ஸ், *த புரோட்டஸ்டன்ட் எதிக் அண்ட் தி ஸ்பிரிட் ஆஃப் கேபிடலிசம்*, ஸ்க்ரைப்னர், நியூயார்க் (T. Parsons, *The Protestant Ethic and the Spirit of Capitalism,* Scribner, New York), *1958*, பக்கம். *55.*

25. *எகானமி அண்ட் சொசைட்டி (Economy and Society)*, பக்கம். *753ஃ.*, *755.*

26. பார்க்கவும். சி.ஜி ஹெம்பெல், பி ஓப்பன்ஹெய்ம், 'ஸ்டடீஸ் இன் த லாஜிக் ஆஃப் எக்ஸ்ப்ளனேஷன்', சி.ஜி ஹெம்பெல் *ஆஸ்பெக்ட்ஸ் ஆஃப் சயின்டிஃபிக் எக்ஸ்பளனேஷன் அண்ட் அதர் எஸ்சேஸ் இன் த ஃபிலாசஃபி ஆஃப் சயின்ஸ்*, ஃப்ரீ பிரெஸ், நியூ யார்க், லண்டன் (C. G. Hempel, P. Oppenheim, 'Studies in the logic of explanation', in C. G. Hempel, *Aspects of scientific explanation and other Essays in the Philosophy of Science*, Free Press, New York, London), *1965*-ல், பக்கம். *245-95*

27. டபிள்யூ டிரே, *லாஸ் எண்ட் எக்ஸ்ப்ளனேஷன்ஸ் இன் ஹிஸ்டரி*, ஆக்ஸ்ஃபோர்ட் கிளாசிக்ஸ், லண்டன் (W. Dray, *Laws and Explanations in History,* Oxford Classics, London), 1957.

28. டபிள்யூ. ஸ்டெக்ம்யுல்லர், *பிராப்ளேம உண்ட் ரிசல்டாட்ட டெர் விஸ்சன் ஷாஃப்ட்ஸ்தியோரி உண்ட் அனலிடிஷன் ஃபிலாசஃபி*, தொகுதி *1*, ஸ்ப்ரிங்கர் வெர்லாக், பெர்லின்/ஹெய்டல்பெர்க்/நியூயார்க் (W. Stegmuller, *Probleme und Resultate der Wissenschaftstheorie und analytischen Philosoplzie,* Bd.I, Springer Verlag, Berlin/Heidelberg/New York, 1969), பக்கங்கள். *385ஃ.*, *394.*

29. ஜி.எச் வான் ரைட், *எக்ஸ்ப்ளனேஷன் அண்ட் அண்டர்ஸ்டேன்டிங்*, ரட்லெஜ் அண்ட் கீகன் பால், லண்டன் (G. H. von Wright, *Explanation and Understanding,* Routledge and Kegan Paul, London), 1971.

30. எம். ரீடல், *வெர்ஸ்டெஹன் ஓடர் எர்க்ளேரன்? சுர் தியோரி உண்ட் கெசிஷ்ட டெர் ஹென்னநியூடிஸன் விஸ்சன்ஷாஃப்ட்*, கிளெட் கொட்டா, ஸ்டுட்கார்ட் (M. Riedel, Verstehen oder Erklären? Zur Theorie und Geschichte der henneneutischen Wissensclzaft, Klett Cotta, Stuttgart), 1978.

31. மேக்ஸ் ஷேலர், *டெர் ஃபார்மலிஸ்முஸ் இன் டெர் எதிக் உண்ட் டி மெடீரியல வெர்ட்எதிக்* (Max Scheler, *Der Formalismus in der Ethik und die materiale Wertethik,* 6. Aufl., Francke, Berlin/Munchen), 1980.

32. ஏ பாதுரி, *மேக்ரோ-எகனாமிக்ஸ். த டைனமிக் ஆஃப் கமாடிட்டி ப்ரொடக்ஷன்*, மேக்மில்லன், லண்டன் ( A. Bhaduri, *Macro-Economics. The Dynamic of Commodity . Production,* Macmillan, London), *1986*, பக்கம். *91* பதிவு செய்தது போல, நிச்சயமின்மையை குறைப்பதற்கான தனிப்பட்ட தேர்வாக பணத்தை சேர்த்து வைப்பது, சமூக மட்டத்தில் நிச்சயமின்மையின் தாக்கத்தை அதிகரிக்கிறது.

33. ஒப்பிடவும்: டி. எல்சன் 'மார்க்கெட் சோசலிசம் ஆர் சோசியலைசேஷன் ஆஃப் மார்க்கெட்?', *நியூ லெஃப்ட் ரிவியூ 172 (1988)*, எல் எம் லச்மன், '*த மார்க்கெட் அஸ் என் எகனாமிக் புராசஸ்*', பிளேக்வெல், ஆக்ஸ்ஃபோர்ட், *1986*, எஃப். ஹிர்ஷ், *சோசியல் லிமிட்ஸ் டு குரோத்*, ரட்லெட்ஜ் அண்ட் கீகன் பால், லண்டன், *1977* (Cf. D. Elson, 'Market Socialism or Socialization of the Market?', *New Left Review* 172 (1988), L. M. Lachman, *The Market as an Economic Process.* Blackwell, Oxford, 1986 and F. Hirsch, *Social Limits to Growth,* Routledge and Kegan Paul, London, 1977)

34. ஜே.எம் கீன்ஸ், '*த எண்ட் ஆஃப் லெசி-ஃபெயர்*', தொகுதி நூல்கள், தொகுதி IX (*எஸ்சேஸ் இன் பெர்சுவேஷன்*), மேக்மில்லன், லண்டன் (J. M. Keynes, 'The End of Laissez Faire', in Collected Works, vol. IX (Essays in Persuasion), Macmillan, London, 1972), பக்கங்கள். *272-94.*

35. பேரியல்-தொகுப்புகள் மீதான ஹயக்கின் (Hayek) விமர்சன பகுப்பாய்வுக்கு பார்க்கவும்: *அவரது ஸ்டடீஸ் இன் ஃபிலாசஃபி, பொலிடிக்ஸ் அண்ட் எகனாமிக்ஸ்,* ரட்லெட்ஜ் அண்ட் கீகன் பால், லண்டன் (Studies in Philosophy, Politics and Economics, Routledge and Kegan Paul, London), *1967.*

36. பார்க்கவும் : எஃப் ஹயக், *த கான்ஸ்டிட்யூஷன் ஆஃப் லிபர்ட்டி*, ரட்லெட்ஜ் அண்ட் கீகன் பால், லண்டன் (Cf. F. Hayek, *The Constitution of Liberty,* Routledge and Kegan Paul, London), 1960.

37. முன்நிபந்தனைகளை முன்வைப்பது பற்றிய கோட்பாடு தொடர்பான பிரச்சினைக்கு மேலே குறிப்பு 4-ஐப் பார்க்கவும்.

38. நெறிமுறைசார் உயர்த்தல் என்ற பிரச்சினை பற்றி பார்க்கவும் காஸ்மாஸ் சைக்கோபீடிஸ் 'இயங்கியல் கோட்பாடு: மீள்கட்டமைப்பின் பிரச்சினைகள்', *திறந்தநிலை மார்க்சியம்*, தொகுதி *1*-ல்.

39. சமூக-ஜனநாயக நடவடிக்கையால் தீர்க்க முடியாத பிரச்சினைகள் குறித்து பார்க்கவும் எரிக் ஹாப்ஸ்பாம் 'அவுட் ஆஃப் த ஆஷஸ்', மார்க்சிசம் டுடே *(1991)* பக்கம் *170* f (E. Hobsbawm, 'Out of the Ashes', *Marxism Today* (1991), pp. 170 f).

# 4. மார்க்ஸ் தனது இயங்கியல் முறையை மறைத்தது ஏன்?

ஹெல்முட் ரெய்ஷெல்ட்

*மார்க்சின் அரசியல் பொருளாதாரம் பற்றிய விமர்சன பகுப்பாய்வு* [*மூலதனம்*] நூலில் இயங்கியல் முறையின் கருத்தும் முக்கியத்துவமும் இன்றுவரை தெளிவாகவில்லை. இயங்கியல் முறையை சிலர் தேவையற்ற தத்துவார்த்த பழம்பொருள் என்று கருதுகின்றனர். அறிவியலின் பொருண்மையே இயங்கியல் முறையைக் கோருகிறது என்று மற்றவர்கள் உறுதியாக நம்புகின்றனர். யார் சொல்வது சரி என்று இன்னும் முடிவாகவில்லை. கெடுவாய்ப்பாக, இந்தக் கேள்விக்கு விடை காண்பதற்கு மார்க்சே இதுபற்றி கூறியவற்றைப் பயன்படுத்துவது சாத்தியம் இல்லை. ஏனென்றால், இந்தக் கேள்வியை தெளிவாக்குவதற்கு தேவையான அளவிலோ தெளிவாகவோ மார்க்ஸ் இது குறித்து எழுதவில்லை என்பதோடு அவர் எழுதிய மிகச்சிலவற்றிலும் ஒன்றோடொன்று முரண்படும் செய்திகள் இருக்கின்றன. இந்த முரண்பாடுகளில் ஒன்றை நான் கவனத்துக்குக் கொண்டு வர விரும்புகிறேன். அது மிக முக்கியமானது என்று நான் கருதுகிறேன். இந்த முரண்பாட்டைப் பற்றி விவாதிப்பதன் மூலம் *மூலதனம்* நூலில் இயங்கியல் முறையின் வகிபாகம் பற்றிய பிரச்சினைக்கான தீர்வுக்கு கூடுதல் பங்களிப்பு செய்ய முயற்சிக்கிறேன்.

கெர்ஹார்ட் க்யோலர் (Gerhard Göhler), 'இயங்கியலை மார்க்ஸ் குறுக்குவது' (Marx's Reduction of the Dialectic)[1] பற்றிய தனது ஆய்வில், *அரசியல் பொருளாதாரம் பற்றிய விமர்சன பகுப்பாய்வு*, *மூலதனம்* நூலின் முதல் பாகத்தின் முதல் பதிப்பு, *மூலதனம்* நூலின் இரண்டாவது பதிப்பு ஆகியவற்றுக்கு இடையே மார்க்ஸ் தனது ஆய்வுப்பொருளை முன்வைப்பதில் முக்கியமான மாற்றங்களைச் செய்தார் என்று நிரூபிக்கிறார். *அரசியல் பொருளாதாரம் பற்றிய விமர்சன பகுப்பாய்வு*-ல் இயங்கியலின் மெய்யான வடிவங்கள் இருப்பதை க்யோலர் கண்டறிகிறார். ஆனால் அடுத்தடுத்த பதிப்புகளில் அவை வெளிப்படுவது குறைந்து செல்கின்றது, அதாவது இயங்கியலின் முக்கியத்துவம் தொடர்ந்து குறைக்கப்படுகிறது. தனது படைப்பை சாத்தியமான அளவுக்கு ஜனரஞ்சகமாக்க வேண்டும் என்ற மார்க்சின் நோக்கம்தான் இதற்குக் காரணமா? *மூலதனம்* நூலின் முதல் பதிப்பின் முன்னுரையில்

இது பற்றி மார்க்ஸ் வெளிப்படையாக பேசுகிறார், ஆனால் அதில் மதிப்பின் சாரம் பருமன் இவற்றின் பகுப்பாய்வு தொடர்பான பகுதியை ஜனரஞ்சகமாக்கியது பற்றி பேசுகிறார், அதே நேரம் கருப்பொருளை முன்வைக்கும் விதமும் செம்மைப்படுத்தப்பட்டுள்ளது என்று மார்க்ஸ் வலியுறுத்துகிறார். ஆனால், ஒரே நேரத்தில் இரண்டும் சாத்தியம்தானா? *மூலதனம்* நூலில், குறிப்பாக அதன் முதல் அத்தியாயத்தில், இயங்கியல் முன்வைப்பை புரிந்து கொள்வதற்காக மேற்கொள்ளப்படும் முயற்சிகள் இரண்டும் ஒரே நேரத்தில் சாத்தியமில்லை என்று சுட்டுகின்றன. அப்படியானால், மார்க்ஸ் ஒரு தவறான தடத்தை நமக்கு விட்டுச் சென்றிருக்கிறாரா?

1861-ம் ஆண்டு டிசம்பர் மாதம் 9-ம் தேதி எங்கெல்சுக்கு எழுதிய கடிதத்தில், முன்வைப்புக்கும் ஜனரஞ்சகமாக்கலுக்கும் இடையிலான தொடர்பு பற்றி தெளிவான ஒரு குறிப்பு உள்ளது: 'என்னுடைய வேலை முன்னேறிக் கொண்டிருக்கிறது, ஆனால் மெதுவாகவே போகிறது. உண்மையில், இந்த நிலைமைகளில் அத்தகைய கோட்பாட்டு விஷயங்களை துரிதமாக முடித்து விடுவது அசாத்தியமாக உள்ளது. ஆயினும், இது முதல் பகுதியை விட இன்னும் ஜனரஞ்சகமாகவும் முறைபாடு இன்னும் மறைக்கப்பட்டதாகவும் இருக்கும்'.[2] மார்க்ஸ் பற்றிய ஆய்வுகளில் இந்தக் குறிப்பின் பாரதூரமான கருத்து இன்னும் ஆழமாக ஆய்வு செய்யப்படவில்லை. இந்தக் குறிப்பை நாம் முக்கியமானதாக எடுத்துக் கொண்டால், ஜனரஞ்சகமாக்கலின் விளைவுகளை நாம் மேலும் பரிசீலிக்க வேண்டும். *மூலதனம்* நூலின் முதல் பாகத்தின் முதல் பதிப்புக்கும் இரண்டாம் பதிப்புக்கும் இடையே மட்டுமின்றி, *அரசியல் பொருளாதாரம் பற்றிய விமர்சன பகுப்பாய்வுக்கு ஒரு பங்களிப்பு* நூலில் கூட ஜனரஞ்சகமாக்கல் உள்ளது என்ற முடிவைத் தருகிறது. ஏனென்றால், எங்கெல்சுக்கு எழுதிய கடிதத்தில் மார்க்ஸ் குறிப்பிடும் 'முதல் பகுதி' என்பது *விமர்சன பகுப்பாய்வு* நூல்தான். இந்த நூல்களில் முறைபாட்டைக் கண்டறிவது எளிதாக இல்லை. எனவே, மறைக்கப்பட்ட இயங்கியல் முறைபாடு பற்றி ஆய்வு செய்ய வேண்டும் என்றால், எது மறைக்கப்பட்டுள்ளது எவ்வாறு மறைக்கப்பட்டுள்ளது என்பதைத் தெரிந்து கொள்ள நாம் இன்னும் தொடக்ககால எழுத்துக்களான *Rohentwurf [குருண்ட்ரிச], Urtext [அரசியல் பொருளாதாரம் பற்றிய விமர்சன பகுப்பாய்வுக்கான தயாரிப்பு குறிப்புகள்]* ஆகியவற்றை பார்க்க வேண்டும். 'ஹெகல் கண்டறிந்து அதே நேரம் மாயமயமாக்கி விட்ட முறைபாட்டின் கரணியத்தை ('Rationelle') பொது மக்களுக்கு தெளிவுபடுத்த வேண்டும்'[3] என்று மார்க்ஸ் பலமுறை வெளிப்படுத்திய (உதாரணமாக 1858-ம் ஆண்டு

ஜனவரி 14-ம் தேதி லசாலுக்கு எழுதிய கடிதத்தில்) நோக்கத்தையும் இதையும் எப்படி ஒத்திசைவாக்குவது? மார்க்ஸ், எங்கெல்சுக்கு எழுதிய கடிதத்தில் சொன்னது சரியாக இருந்தால், மூலதனம் நூலில் பயன்படுத்திய இயங்கியல் தர்க்கத்தை பற்றி விளக்குவதன் மூலம் தனது முறைபாட்டை தெளிவுபடுத்துவதற்குப் பதிலாக, மார்க்ஸ் அதனை மறைக்க முடிவு செய்திருக்கிறார் என்று தெரிகிறது. இதை எவ்வாறு விளக்குவது?

## I

இந்தக் கேள்வியை ஆய்வு செய்வதற்கு, மார்க்சின் கோட்பாட்டு வளர்ச்சியில் இதுவரை கவனம் செலுத்தப்படாத ஒரு குறிப்பிட்ட கட்டம், 'இயற்கை பற்றிய டெமாக்கிரீட்டிய தத்துவத்துக்கும் எபிகூரிய தத்துவத்துக்கும் இடையிலான வேறுபாடு' (The Difference between the Democritean and Epicurean Philosophy of Nature) பற்றிய அவரது முனைவர் பட்ட ஆய்வேட்டை மார்க்ஸ் தயாரித்த காலகட்டம் முக்கியத்துவம் பெறுகிறது. இந்தக் காலகட்டத்தில் மார்க்ஸ் முழுக்க முழுக்க புரூனோ பாவரின் செல்வாக்கில் இருந்தார் என்பது பலமுறை வலியுறுத்தப் பட்டுள்ளது (இதையும், பிந்தைய படைப்புகளில் இந்தத் தாக்கம் எந்த அளவுக்குத் தொடர்ந்தது என்பதையும் சிவி ரோசன் (Zvi Rosen) நிரூபித்துள்ளார்).[4] எனினும், இதன் அடிப்படையில் மார்க்சின் இந்தத் தொடக்கால படைப்புக்கு முக்கியத்துவத்தையும் தன்னாட்சியையும், (உதாரணமாக மெக்லெல்லன் போல) மறுப்பது தவறாகி விடும். தனது சொந்த நிலைப்பாட்டை வரையறுக்க முயற்சிக்கையில் மார்க்ஸ் தனக்குள்ளாகவே எவ்வளவு போராடினார் என்பதைப் புரிந்து கொள்வதுதான் முக்கியமானது.

இந்தப் பின்புலத்தில், தனது முனைவர் பட்ட ஆய்வேட்டுக்காக மார்க்ஸ் தயாரித்த விரிவான குறிப்புகள் அக்கறைக்குரியவை. பண்டைகால தத்துவவியலாளர்களிடம் இருந்து எடுத்த குறிப்புகளுடன் கூடவே, தனது சிந்தனைகளை தெளிவுபடுத்துவதற்கு உதவும் கருத்துக்களையும் விளக்கங்களையும் மார்க்ஸ் சேர்த்துள்ளார். இந்தக் குறிப்புகளில் தனது கருத்துக்களை தணிக்கை செய்யாமல் பதிவு செய்துள்ளார். எனவே, இந்தக் குறிப்புகளை மேலும் நெருக்கமாக பரிசீலிப்பது பலனளிக்கும், ஏனென்றால் அவற்றின் தன்னெழுச்சித்தன்மை மார்க்சின் கோட்பாட்டு வளர்ச்சியைப் பற்றி இன்னும் ஆழமான புரிதலைத் தருகிறது.

மார்க்சின் விமர்சனக் குறிப்புகளுக்கு 'இரண்டு மட்டங்களில் பொருள்கூற' வேண்டியுள்ளது. ஒரு புறம், சுய-கூருணர்வு பற்றிய புரூனோ பாவரின் கோட்பாட்டைப் பயன்படுத்தி கிரேக்க தத்துவத்தின்

வரலாற்றுக்கு மீள்-பொருள்கூறுவதற்கு மார்க்ஸ் முயற்சிக்கிறார். இன்னொரு புறம், வேறு எந்தப் படைப்பிலும் பிற தத்துவவியலாளர்களைப் பற்றி பேசும் போது மார்க்ஸ் இந்த அளவுக்கு தன்னைப் பற்றியே பேசவில்லை. அதாவது, அவரது குறிப்புகள் கிரேக்க தத்துவவியலாளர்களைப் பற்றியதாக இருக்கும் அதே நேரம் அவரையே பற்றியதாகவும் உள்ளது. இதை அவர் உணர்ந்திருக்கவில்லை (அல்லது இந்த இருமைநிலையை குறிப்பிட்ட அளவுக்கு அவர் உணர்ந்திருந்தாரா?) பிரதியின் சில இடங்களில், மார்க்ஸ் இந்த இருமைநிலையையும் அபாயமான கோட்டை நெருங்குகிறோம் என்பதையும் உணர்ந்துள்ளார் என நாம் புரிந்து கொள்ள முடிகிறது. அடுத்த கணத்திலேயே மார்க்ஸ் தன்னைச் சுட்டும் சிந்தனையை முடக்கி விடுகிறார். தன்னைத் தானே அளவுமீறி நெருங்கி விடுவோமோ என்ற பயத்தினால் அவர் பின்வாங்குவது போலத் தெரிகிறது. அவர் உருவாக்கும் கோட்பாடு அதன் கட்டமைவின் மையமான காரணிகளில் இந்தப் போராட்டத்தின் வடிவமாக (Abwehr) உள்ளது, இந்தக் கோட்பாட்டின் அடிப்படையில் உருவாக்கப்பட்ட உச்சப்புள்ளி இந்தப் போராட்டத்தின் பகுதியாகவே உள்ளது. ஆரம்பத்திலேயே தொகுத்துச் சொல்வதானால், இயங்கியலானது, மனித அகநிலையின், இங்கு தத்துவவியலாளரின், உண்மையான இயல்பை வெளிப்படுத்துவதற்கும் அதே நேரம் அதனை மறைப்பதற்கும் செய்யப்படும் கோட்பாட்டு முயற்சியாக உள்ளது. தனக்கு தன்னாட்சி உள்ளது என்ற மாயையை ஏற்படுத்திக் கொள்ள முயற்சிக்கும் கோட்பாட்டாளரின் கடுமையான முயற்சியாக இது உள்ளது.

இந்தப் பின்புலத்தில், மார்க்சின் தயாரிப்புக் குறிப்புகளில், மேதைமை பற்றிய அவரது பார்வை முக்கியமானது. புனித ஜான் எழுதிய விவிலியம் பற்றிய விமர்சன பகுப்பாய்வில் புரூனோ பாவர் பயன்படுத்திய அதே கருத்தாக்கத்தை மார்க்ஸ் பயன்படுத்தியுள்ளார். மார்க்ஸ் புரூனோ பாவரின் செல்வாக்கின் கீழ் இருந்ததால், புரூனோ பாவரின் மதம் மீதான விமர்சன பகுப்பாய்வின் தர்க்கமுறை கட்டமைப்பை, தத்துவத்தைப் பற்றிய தனது விமர்சன பகுப்பாய்வில் மார்க்ஸ் பயன்படுத்தியதாக அனுமானித்துக் கொள்ளலாம். மார்க்சின் ஆய்வேடு வெளியாவதற்கு சற்று முன்னர் வெளியான புரூனோ பாவரின் 'கிரிட்டிக் டெர் இவாஞ்ஜலிஷன் கெஷிஷ்ட டெர் சினாப்டிகர்' ('Kritik der evangelischen Geschichte der Synoptiker') என்ற படைப்பில், இயற்கைக்கு அப்பாற்பட்ட எல்லா நிகழ்வுகளுக்கும் மனித மற்றும் உளவியல் பாணியில் பொருள் கூறுவதற்கு புரூனோ பாவர் புரட்சிகரமான முறையில் முயற்சித்தார். போதகர் ஜானின் எழுத்துக்கள் கிருத்துவ

சமுதாயத்தின் விருப்பங்களை வெளிப்படுத்துவதாக அவர் விளக்கினார். மார்க்சும், பாவரின் சுய-கூருணர்வு பற்றிய கோட்பாட்டை ஏற்றுக் கொண்டதால், சமுதாயத்துக்கும் அதன் தெரிவிப்பு நிலையாக இருக்கும் போதகருக்கும் இடையிலான இந்தத் தொடர்பு, ‘தத்துவத்தின் ஈடேற்றம்’ என்ற திசையிலேயே சுட்டுகிறது. போதகருக்கும் சமுதாயத்துக்கும் இடையிலான இந்தத் திட்டமான உறவின் அடிப்படையில் பார்க்கும் போது, ‘ரத்தாகும் கோட்பாடு’ (Theorie auf Widerruf) என்பது, அதாவது கோட்பாடுக்கான நிலைமைகள் மறைந்ததும் அந்தக் கோட்பாடு இல்லாமல் போய்விடும் என்பது உணர்த்தப்படுகிறது: எதிர்காலத்தில் சுய-கூருணர்வு பொதுவாக்கப்பட்ட பிறகு மதரீதியிலான குழுக்கள் கலைந்து போகின்றன, அதோடு கோட்பாட்டை உருவாக்கும் சமய சிந்தனையாளர் அல்லது விமர்சகரும் தேவையற்றவராகிறார்.

கோட்பாடும் செயல்பாடும் பற்றிய இந்தப் பார்வைதான் மேதைமை (sophos) பற்றிய மார்க்சின் கருத்தாக்கத்தின் அடிப்படை. சிந்தனையாளரின் செயல்பாட்டில் அவரையே பார்ப்பதன், அவரது அகநிலை மீது கவனத்தைக் குவிப்பதன் முக்கியத்துவத்தை மார்க்ஸ் வலியுறுத்துகிறார். முந்தைய தத்துவத்திலும், தத்துவத்தின் வரலாற்றிலும் இந்தப் பார்வை கணக்கில் எடுத்துக் கொள்ளப்படவில்லை. ’தத்துவார்த்த அமைப்புகளை ஆன்மீகரீதியாக எடுத்துச் செல்லும் முனைப்பின் வடிவம் இதுவரையில் கிட்டத்தட்ட முழுமையாக புறக்கணிக்கப்பட்டுள்ளது. மாறாக, அவற்றின் மீ-பொருண்மைத் தன்மைகள் மீதுதான் கவனம் செலுத்தப்பட்டுள்ளது’.[5] இந்தப் பிரதியின் ‘இரட்டைப் பொருள்’ மீது நாம் கவனம் செலுத்த வேண்டும். பிற தத்துவ அறிஞர்களின் அகநிலையை கருத்தில் கொள்ள வேண்டியதன் முக்கியத்துவத்தை மார்க்ஸ் சுட்டிக் காட்டும் போது, அவர் தன்னையும் சுட்டிக் கொள்கிறார், அதாவது, பிற தத்துவ அறிஞர்கள் பற்றிய மார்க்சின் அவதானிப்புகள் அவருக்கும் பொருந்துகின்றன. இந்த விஷயத்தில் அவர் குறிப்பிட்ட அளவு தன்னம்பிக்கையை வெளிப் படுத்துகிறார். ’மேதை’ என்று சொல்லிக் கொள்ளக் கூடிய மெய்யான தத்துவவியலாளர்கள் ஒரு சிலரே இருந்துள்ளனர், ஏனென்றால் தத்துவத்தை பயிலும் எல்லோரும் ‘மேதை’ கிடையாது. நேர்வியல் கூருணர்வுக்கும் இன்றியமையாத கூருணர்வுக்கும், ஜனரஞ்சகமான உணர்வுக்கும் துறைசார் உணர்வுக்கும் இடையேயான வேறுபாடு மெய்யான தத்துவவியலாளரிடம் முக்கியமானது. பிற ‘இளம் ஹெகலியவாதிகளின்’ மேலோட்டமான விமர்சன பகுப்பாய்வுக்கு எதிரான மார்க்சின் கண்டனம், இந்தப் பார்வைக்கான சிறந்த எடுத்துக் காட்டைத் தருகிறது.

ஹெகலைப் பொறுத்தவரை, அவரது மாணவர்கள் அவரது அமைப்பின் ஏதோ ஒரு தீர்மானிப்புக்கு, இசைவுபடுத்தும் அல்லது அது போன்ற நோக்கத்தைக் கொண்டு, எனவே சுருக்கமாக, அறத்தின் அடிப்படையில் விளக்கம் அளிக்கும் போது தமது அறியாமையையே வெளிப்படுத்துகின்றனர். ஏதோ வகையிலான இசைவுபடுத்துவதன் மூலமாக தத்துவ அறிஞர் வெளிப்படையான முரண்பாட்டிற்குள் விழுந்து விடுவது புரிந்து கொள்ளக் கூடியதே; அவரே அதை உணர்ந்திருக்கலாம். ஆனால், இந்த இசைவுபடுத்தல், ஒரு போதாமையில் வேர் கொண்டிருக்கலாம் அல்லது அவரது கொள்கையை வரையறுத்ததிலேயே உள்ள போதாமையில் வேர் கொண்டிருக்கலாம் என்ற சாத்தியத்தை அவர் உணரவில்லை. எனவே, ஒரு தத்துவவியலாளர் உண்மையிலேயே தன்னை இசைவுபடுத்திக் கொண்டிருந்தால், அவருக்கு வெளிப்புற கூருணர்வின் வடிவமாக இருந்ததை அவரது உள்மனத்தின் இன்றியமையாத கூருணர்வில் இருந்து அவரது மாணவர்கள் விளக்க வேண்டும்.[6]

இதுதான், கூருணர்வு பற்றிய தத்துவத்தின் முதல் விமர்சன பகுப்பாய்வு என்று சொல்லலாம். விமர்சன பகுப்பாய்வு தத்துவ அறிஞரை முக்கியமானவராக எடுத்துக் கொள்ள வேண்டும், அதே நேரம் அவரை நம்பக் கூடாது, ஏனென்றால் தத்துவ அறிஞரே தான் யார் என்பதை மெய்யாகவே அறிந்திருக்கவில்லை. இன்றியமையாத கூருணர்வையும் நேர்வியல்ரீதியான கூருணர்வையும் வேறுபடுத்திப் பார்க்கும் போது மார்க்ஸ் ஏற்கனவே உளவியல் முனைப்பை மனதில் கொண்டுள்ளார். அவர் இதனை மறைமுகமாக உறுதி செய்கிறார். ஏனென்றால், 'மயிர்-பிளத்தல்' என்று கண்டனம் செய்வதற்காகவே, ஊடுருவும் உளவியல் அம்சத்தை அவர் தனிச்சிறப்பாகக் குறிப்பிடுகிறார்:

தத்துவரீதியான வரலாற்றியல் தத்துவவியலாளரின் ஆளுமையை புரிந்து கொள்வதில் அக்கறை கொண்டிருக்கவில்லை. அவரது தத்துவ அமைப்பின் கவனக் குவிப்பாகவும் அதன் பிம்பமாகவும் இருக்கும் வகையில் அவரது ஆன்மீக ஆளுமையை புரிந்து கொள்வதில் கூட அக்கறை கொண்டிருக்கவில்லை, அல்லது, அவரது உளவியல் பற்றி மயிர்-பிளக்கும் ஆய்வு செய்வதிலோ, அவரை தனிப்பட்ட முறையில் தாக்குவதிலோ அக்கறை கொண்டிருக்கவேவில்லை. ஒரு அமைப்பை உருவாக்கப் பயன்படுத்தப்பட்ட சான்றுகள், தர்க்கத்தில் நியாயப்படுத்தல்கள், அவர்களே அறிந்ததாக தத்துவவியலாளர்களின் சுய-முன்வைப்பு

> ஆகியவற்றில் இருந்து அந்த அமைப்பின் தீர்மானிப்புகளை, ஒட்டு மொத்த அமைப்பிலும் பரவியுள்ள மெய்யான படிகமாக்கல்களை பிரித்துப் பார்ப்பது அதன் அக்கறை; எதார்த்தமான தத்துவ அறிவின் மவுனமான விடாமுயற்சியான ஆய்வை அந்த விரித்துரைப்புகளின் பாத்திரமாகவும் உந்துவிசையாகவும் உள்ள அகநிலையின் இடைவிடாமல் கேட்கும், ஜனரஞ்சகமான, பல்வகையாக நடந்து கொள்ளும் நேர்வியல் கூருணர்விலிருந்து பிரித்துப் பார்ப்பது அதன் அக்கறை. ஒன்றையொன்று சார்ந்துள்ள அம்சங்களாக இந்தக் கூருணர்வின் இந்த பிரிவினையில்தான் அவற்றின் ஒருமை நிரூபிக்கப்படுகிறது.[7]

மார்க்ஸ் உளவியல் தளத்துக்குள் அபாயமில்லாமல் வெகுதூரம் முன்னேறிச் செல்ல முடிகிறது, - ‘மவுனமான, விடாமுயற்சியான’ போன்ற சித்திரங்கள் ‘inneres Ausland'-ன் *(சிக்மண்ட் ஃபிராய்ட்!)* அல்லது பிரிக்கப்பட்ட கூருணர்வின் ஒருமையில் ‘ஒன்றையொன்று சார்ந்திருப்பது’ வரையறுக்கப்படுவதில் குறிப்பிடப்படும் கரணியமாக்க செயல்பாட்டின் தெளிவான அடையாளங்களாக உள்ளன. வரலாறு பற்றிய தத்துவத்தின் கட்டமைவில் இந்தச் சிந்தனைகள் ஏற்கனவே விலக்கப் பட்டிருப்பதால்தான் (ஹெகலியர் ஒருவர் இதை ‘மறுதலிக்கப்பட்ட’ என்று சொல்வார்) மார்க்ஸ் இதைச் செய்ய முடிகிறது. மார்க்சைப் பொறுத்தவரையில், கூருணர்வின் இந்தப் பிரிப்பு அதே நேரம் தத்துவ அறிஞரின் ‘மெய்யான சித்தத்துக்கும்’, வரலாற்று நிகழ்முறையின் ‘புறநிலை கட்டாயத்துக்கும்’ இடையேயான வேறுபாட்டில் ஒருமையை வெளிப்படுத்துகிறது. பிளாட்டோ பற்றிய மார்க்சின் விளக்கத்தில் அவரது இந்த நம்பிக்கை மிகச்சிறப்பாக வெளிப்படுகிறது:

> நல்லதின், [சாக்ரடிய தத்துவத்தின்] குறிக்கோளின் இந்தச் சாரமான தீர்மானிப்பு, பிளாட்டோவில், அனைத்தும் தழுவிய உலகளாவிய தத்துவமாக வளர்ச்சியடைகிறது. தனக்குள்ளாகவே தீர்மானிப்பாக குறிக்கோள், தத்துவ அறிஞரின் மெய்யான சித்தம் சிந்தனையாக உள்ளது, இந்த நல்லதின் மெய்யான தீர்மானிப்பாக உள்ளார்ந்த சிந்தனைகள் உள்ளன. தத்துவ அறிஞரின் மெய்யான சித்தம், அவருக்குள் முனைப்பாக உள்ள கருத்தியல், எதார்த்த உலகின் எதார்த்தமான ’கட்டாயமாக’ உள்ளது.[8]

மார்க்சின் தர்க்கமுறையை விபரமாக பின்தொடர்ந்து செல்வது நம்மை திசை திருப்பி விடும். எப்படியானாலும், இந்த நிகழ்முறையின் இறுதியில் முழுமையான வெளிப்படைத்தன்மை (திறந்ததன்மை) தோன்றுகிறது. ஜனரஞ்சகமான கூருணர்வுக்கும் துறைசார்ந்த

கூருணர்வுக்கும் இடையிலான வேறுபாடு இனிமேலும் இருக்கவில்லை, தத்துவ அறிஞரே கூட இனிமேலும் இருக்கவில்லை. சுய-அறிவொளி பெறும் நிகழ்முறையில் உள்ள உலகம் இறுதியில் சுய-கூருணர்வை சாதிக்கும் போது, அதாவது தத்துவார்த்தமாகும் போது, தத்துவமே உலகத்தன்மையதாக மாறி, கோட்பாட்டை தனியாக உருவாக்குவதாக தத்துவம் இல்லாமல் போகிறது. இந்த நிகழ்முறையின் இறுதியில், அனைத்தையும் தாண்டிய கூருணர்வை தான் பெற்றிருப்பதாக மார்க்ஸ் கூறிக் கொள்கிறார். அது, மேற்கத்திய உலகின் ஒட்டுமொத்தத் தத்துவத்தை பின்நோக்கிப் பார்த்து அது உள்ளுறையாக பிளவு பட்டிருப்பதை அவர் புரிந்து கொள்வதை சாத்தியமாக்குகிறது. இன்றியமையா அறிவும் நேர்வியல்ரீதியான அறிவும் மாறிமாறி வரும் தொகுப்புகளின் படிப்படியான நிகழ்முறையாக இருக்கும் பிளவுபட்ட கூருணர்வு, இறுதியில் அறுதி வெளிப்படையான அறிவியலாக உச்சநிலையை அடைகிறது, அந்த அறிவு இந்த வேறுபாட்டை இனிமேலும் கொண்டிருக்கவில்லை. இந்த சுய-மதிப்பீடு தொடர்பாக மார்க்சுக்கு இருந்த உறுதியை பொருளாதார மற்றும் தத்துவ கையெழுத்துப் பிரதிகளின் ஒரு பத்தியில் காண முடிகிறது : 'வரலாற்று இயக்கத்தின் வரம்பையும் அதோடு கூடவே அதன் இலக்கையும் பற்றிய அனைத்தும் தாண்டிய கூருணர்வை நாம் வளர்த்துக் கொண்டுள்ளோம் என்பதை மெய்யான முன்னேற்றமாக நாம் பார்க்க வேண்டும்.'

மார்க்ஸ் தனது ஆய்வேட்டுக்கான தயாரிப்பு குறிப்புகளில் மேதைமையை கோட்பாட்டுரீதியாக கையாள்வதை, சித்தாந்தம் பற்றிய பிந்தைய கருத்தாக்கத்தின் முதல் விரித்துரைப்பாக பொருள் கூறலாம். மார்க்சே சுட்டிக் காட்டிய பாதையை நாம் பின்தொடர்வோம்: ஆனால் அது ஜனரஞ்சக மார்க்சின் பாதையாக இருக்கும். அத்தியாவசிய கூருணர்வுக்கும் நேர்வியல் கூருணர்வுக்கும் இடையேயான வேறுபாட்டை மாற்றியமைப்பதன் மூலம், மார்க்ஸ் சுதந்திரமான, தன்னாட்சியான, அறிவொளி பெற்ற முனைப்பின் 'உண்மை' பற்றிய கூருணர்வு என்ற புதிய கோட்பாட்டு உலகத்தைத் திறந்து விடுகிறார். இந்த உண்மைக்கு எவ்வளவு நெருக்கமாக அவர் வருகிறாரோ அவ்வளவு அதிகமாக அதனை அவர் முடக்குகிறார். 'மீ-பொருண்மைத்தன்மைகள் மீது கவனம் செலுத்தி இதுவரையில் கிட்டத்தட்ட முழுமையாக புறக்கணிக்கப்பட்ட தத்துவார்த்த அமைப்புகளை ஆன்மீகரீதியாக எடுத்துச் செல்லும் முனைப்பின் வடிவத்தை' ஏற்றுக் கொள்வதன் மூலம்,[9] இன்றியமையாத கூருணர்வுக்கும் நேர்வியல் கூருணர்வுக்கும் இடையிலான வேறுபாட்டை அறிமுகப்படுத்துவதன் மூலம், மார்க்ஸ் தன்னைப் பற்றியும் பேசுகிறார்-ஆனால் அந்த வேறுபாடு தனக்கு இருப்பதாக அவர் இனிமேலும்

ஏற்றுக் கொள்ளவில்லை. ஏனென்றால், அது தனக்கு இருப்பதாக அவர் ஏற்றுக் கொண்டால், அதன்பிறகு அவர் உளவியல்ரீதியாக வாதிடுவார். ஆனால் இங்கு அவர் சுற்றடியாகத்தான் உளவியல் பாணியில் வாதிடுகிறார். உளவியல்ரீதியான தெரிவிப்புகளை அங்கீகரிக்கவோ உளவியல்ரீதியானவையாக ஏற்றுக் கொள்ளவோ இல்லை, அவற்றை நேரடியாக வரலாற்றின் தத்துவமாக முன்வைக்கிறார். வேறு சொற்களில், ஜனரஞ்சக அறிவுக்கும் துறைசார் அறிவுக்கும் இடையிலான வேறுபாடு தொடர்பான நுண்ணறிவு பற்றிய அவரது சொந்த ஜனரஞ்சக கூருணர்வாக முன் வைக்கிறார். இவ்வாறாக, அறுதி அறிவின் உச்சப் புள்ளியானது, அறிவிலேயே இருப்பதாக உணரப்பட்ட வேறுபாட்டை ஒரே நேரத்தில் உறுதிப்படுத்துவதாகவும் மறுப்பதாகவும் மட்டுமே உள்ளது..

அவர் செயல்படுத்துவது 'வெல்ட்கெய்ஸ்ட்' 'Weltgeist' *(உலக ஆன்மா)* ஆக இருக்கலாமோ என்ற சந்தேகம் சிறிதளவு கூட இல்லாமல் மார்க்ஸ் தனது உள்மன உலகை வெளிப்படையாக தெரிவிப்பது ஆச்சரியம் தருகிறது. அது உள்ளுறை பல்வகைமை பற்றிய எந்த சிந்தனையும் இல்லாத விரிவான இறைச்சிப்பொருளின் அகநிலை தெரிவிப்பாக உள்ளது. பல இடங்களில் சிறிதளவே மறைக்கப்பட்ட உள்மனத்தின் இந்தத் தெரிவிப்பு கவனிக்கப்படவே இல்லை. மார்க்சின் இளம்-ஹெகலிய 'சுய-கூருணர்வு பற்றிய கோட்பாட்டில்' அவரது சொந்த கூருணர்வு எத்தகைய பாத்திரம் வகிக்கிறது என்பது அவரது ஆய்வேட்டுக்கான முன்னுரையில் வெளிப்படையாகத் தெரிகிறது. இந்தக் கருப்பொருளை தேர்ந்தெடுப்பதில் முடிவானதாக இருந்த உணர்வுரீதியான முடிவுகள் எதுவாக இருந்தாலும், மார்க்சின் சுய-கூருணர்வு எந்த வகையிலும் கடக்க முடியாதது: அவர் பயன்படுத்தும் மொழியில் முழுமையான ஞானத்தை தான் பெற்றிருப்பதாகக் கூறிக் கொள்ளும் தொனி உள்ளது. 'முடி-, நகம்-, கால்விரல்-, கழிவு- ஆகியவற்றின் தத்துவ அறிஞர்கள்' என்றும் 'முதுகெலும்பில்லாத'[10] என்றும் அவர் குறிப்பிடும் பிற இளம்-ஹெகலியர்கள் தொடர்பான அவரது வெறுப்புக்கு, மகத்தான சிந்தனையாளர்களை ஆதர்சமாக்குவது என்ற இன்னொரு பக்கம் உள்ளது. மகத்தான சிந்தனையாளர்கள் மட்டும்தான் ஓரளவு திருப்திகரமாக உள்ளனர், தன்னை மட்டுமே அவர்களது வெளிப்படையான வாரிசாக மார்க்ஸ் கருதுகிறார். தன்னை மகத்தானதுடன் ஒப்பிட்டுக் கொள்பவர்தான் மகத்தானவராக உள்ளார். அரிஸ்டாட்டில் அல்லது ஹெகல் உருவாக்கியதற்கு நிகரான ஒரு அமைப்பை உருவாக்கிக் கொள்ளாமல், அவர்களது மகத்துவத்துடன் தன்னைத்தானே ஒப்பிட்டுக் கொள்வதை எப்படி நியாயப்படுத்த முடியும்? ஹெகல் தெரிவித்தது போன்ற அதே

அளவு முக்கியத்துவம் கொண்ட ஒன்றை முன் வைக்கும் அதே நேரம் ஹெகலைத் தாண்டிச் செல்வது எப்படி சாத்தியமாகும்? ஆய்வேட்டின் முன்னுரையில் மார்க்ஸ் அறிவிக்கிறார் : "கிரேக்க தத்துவ வரலாற்றில் இதுவரை தீர்க்கப்படாதிருந்த ஒரு பிரச்சினையை இந்த நூலில் தீர்த்துவிட்டதாகவே நான் நம்புகிறேன்".[11] அவருக்கு முன் வந்தவர்கள் சொன்னவற்றை மறந்து விடலாம்: "இந்த ஆராய்ச்சிக்கு சிறிதளவு கூட பயன் தரக்கூடிய முந்தைய ஆய்வு நூல்கள் எதுவும் இல்லை என்பதை நிபுணர்கள் அறிவார்கள். சிசரோவும் புளூடார்க்கும் பிதற்றி யவைதான், அவர்களுக்குப் பிறகு இன்று வரை பிதற்றப்பட்டுள்ளன".[12] இது தொடர்பாக திறமையுடன் ஆய்வு செய்த ஒரே தத்துவ அறிஞர் ஹெகல்தான், ஆனால் அவர் கூட மையமான விஷயத்தைத் தவற விட்டு விட்டார். ஹெகல் "மேலே சொன்ன அமைப்புகளின் பொதுவான அம்சங்களை ஒட்டுமொத்தத்தில் சரியாக வரையறுத்தார்" என்று மார்க்ஸ் தாராள மனதோடு உறுதி செய்கிறார். ஆனால் தத்துவத்தின் வரலாறு தொடர்பான ஹெகலின் வியக்கத்தக்க, துணிவான திட்டமும், அவரது ஊகரீதியிலான அணுகுமுறையும் சேர்ந்து தத்துவத்தின் வரலாற்றுக்கு, பொதுவாக கிரேக்க சிந்தனைக்கு எபிக்யூரஸ் மற்றும் ஸ்டாயிக் மற்றும் ஸ்கெப்டிக் தத்துவ அமைப்பு கொண்டுள்ள மகத்தான முக்கியத்துவத்தை அங்கீகரிக்க முடியாமல் செய்து விட்டது என்கிறார் மார்க்ஸ். "கிரேக்க தத்துவத்தின் உண்மையான வரலாற்றுக்கான திறவுகோலாக இந்த அமைப்புகள் உள்ளன" என்பது மார்க்சின் கருத்து. அவற்றின் உண்மையான கருத்தை புரிந்து கொண்ட பிறகுதான் ஒருவர் தத்துவத்தின் உண்மையான வரலாற்றை எழுத முடியும். எப்படியானாலும் தத்துவத்தின் உண்மையான வரலாறு ஹெகலில் இருந்துதான் தொடங்குகிறது. வேறு சொற்களில், ஹெகல் தனது சொந்தக் கொள்கையை புரிந்து கொள்ளவில்லை, இதைக் குறிப்பிடுவதன் மூலம் மார்க்ஸ் தன்னை மகத்தான சிந்தனையாளர்களின் வரிசையில் வைத்துக் கொண்டதோடு மட்டுமின்றி, தன்னை முன்னணியில் இருத்திக் கொள்கிறார். அவருக்கு பேச்சாளராக இருப்பவர் புரோமித்தஸ் : "எளிய சொற்களில் நான் கடவுளரின் கூட்டத்தை வெறுக்கிறேன்" என்ற அவரது ஒப்புதல், 'மனித சுய-கூருணர்வை மிக உயர்ந்த தெய்வாம்சமாக அங்கீகரிக்காத எல்லா விண்ணுலக, மண்ணுலக கடவுளர்களுக்கு எதிரான தத்துவத்தின் சொந்த ஒப்புதலாகவும்' உள்ளது. தத்துவம், 'தனக்கு இணையாக வேறு எதையும் அனுமதிக்காது'.[14] அதே போல, மார்க்ஸ் தனக்கு இணையாக வேறு யாரையும் அனுமதிக்க முடியாது.

மார்க்ஸ், ஹெகல் பற்றிய தனது விமர்சனரீதியான விவாதத்தை, இயற்கை பற்றிய டெமாக்ரீடிய தத்துவத்துக்கும் எபிகூரிய தத்துவத்துக்கும்

இடையிலான வேறுபாடு பற்றிய அறிவியல் ஆய்வேடாக மறைத்துக் கொண்டார். இந்த நோக்கத்திற்காக அவர் இணையான இரு உலக சகாப்தங்களை கட்டமைக்கிறார். கிரேக்க உலகத்தின் வெளிப்படையான உச்சநிலை அரிஸ்டாட்டிலின் தத்துவம், நவீன உலகத்தில் அந்த உச்சநிலை ஹெகலின் தத்துவம். எபிகூரிய தத்துவம் அரிஸ்டாட்டிலிய தத்துவத்தை விட மேலும் முன்னேறிச் சென்றது என நிரூபிப்பதில் மார்க்ஸ் வெற்றியடைந்து விட்டால், ஹெகலின் தத்துவத்தின் மீதான மார்க்சின் வெற்றியை அது உறுதி செய்து விடும். அரிஸ்டாட்டிலுக்குப் பிறகு, 'கிரேக்க தத்துவத்தின் மாசிடோனியாவின் அலெக்சாண்டர்' இனிமேலும் சாத்தியமா என்பதுதான் கேள்வி.[15] கிரேக்க தத்துவத்தின் 'வலுவான முற்கோள்களுடன் எந்த உறவையும் கொண்டிராத கிட்டத்தட்ட முறையற்ற சேர்க்கையாகக் கருதப்படும்' எபிகூரியர்கள், ஸ்டாயிக்குகள், ஸ்கெப்டிக்குகள் ஆகியோரை[16] கிரேக்க தத்துவத்தின் போதுமான தொடர்ச்சி வடிவமாக மட்டுமின்றி கிரேக்க தத்துவ வரலாற்றுக்குப் பொருள் கூறுவதற்கான திறவுகோலாகவும் எப்படிப் பார்க்க முடியும்? இது, அரிஸ்டாட்டிலின் மகத்துவத்தை நிரூபிப்பதற்கு மட்டுமின்றி, அவரது வரம்புக்குட்பட்ட முக்கியத்துவத்தை சுட்டுவதற்கும் உதவுகிறது - உளவியல்ரீதியில், மிக நுட்பமான வடிவில் மதிப்புக் குறைத்தலை காட்டுகிறது.

தத்துவத்தின் வரலாற்றை கையாளும் இந்த வடிவத்துக்கான, 'தத்துவ அறிஞரின் குறிப்பான கூருணர்வு மீது சந்தேகத்தை எழுப்புவதாக இல்லாத' என முன்மொழியப்பட்ட முறைபாடு அதன் உளவியல் அம்சத்தையும் காட்டுகிறது. இந்த முறைபாடு தனக்கு இனிமேலும் பொருந்துவதாக இல்லை என்று மார்க்ஸ் கூறிக் கொள்வதால், அவர் தனது சொந்தப் பிரகடனத்தை முடக்கி விடுகிறார்: தனது நினைவிலி உள்ளத்துக்கு யாரும் பொறுப்பாக்கப்படக் கூடாது என்பதால் மார்க்ஸ் இந்தத் தாக்குதலுக்கு மன்னிப்பு கோருகிறார். எதிராளியை காயப் படுத்தாமலேயே அவரைத் தாக்கும் மிக நுட்பமான அணுகுமுறையாக, 'பொருண்மையாக்கம்' பற்றிய ஹெகலின் இயங்கியலை (Vergegens tändlichung) மார்க்ஸ் ஹெகலுக்கு எதிராகவே பயன்படுத்துகிறார்.

மார்க்சின் கருத்தாக்கத்தின் முக்கியமான பகுதி, கிரேக்க சிந்தனை யாளர்களின் கோட்பாட்டு அமைப்புகளை விளக்குவதாக மட்டுமின்றி, அவர்களது வாழ்க்கை செயல்பாடுகள் பற்றிய விளக்கமாகவும் உள்ளது, ஞானத்தை அடைவதன் படிப்படியான நிகழ்முறையின் முக்கியமான தெரிவிப்பாகவும் அதனை பார்க்கலாம். 'அறிவியலின் நிச்சயத்தன்மை பற்றியும் அதன் பொருண்மைகளின் உண்மை

தொடர்பாகவும் கோட்பாட்டு மதிப்பீடுகளில் டெமாக்கிரீடசுக்கும் எபிக்யூரசுக்கும் இடையேயான வேறுபாடு, அவர்களின் வேறுபட்ட அறிவியல் ஆற்றலிலும் செயல்பாட்டிலும் தன்னை வெளிப்படுத்திக் கொள்கிறது'. ஆனால், மார்க்ஸ் இங்கே எந்த வகையான செயல் பாட்டைப் பற்றிப் பேசுகிறார்? தத்துவத்தின் வரலாறு பற்றிய மார்க்சின் கருத்தாக்கத்தின்படி, தத்துவ அறிஞருக்கும் மக்களின் ஆன்மாவுக்கும் இடையிலான உள்ளார்ந்த பதற்றத்திலிருந்து தோன்றுவதாக இந்தச் செயல்பாடு வளர்த்தெடுக்கப்படும் என்று நாம் எதிர்பார்ப்போம். எதார்த்தத்தில் உளவியல்ரீதியாக வகைப்படுத்துவதற்கு மேல் எதையும் மார்க்ஸ் செய்யவில்லை. தான் யார் பக்கம் என்பதை அவர் மறைக்கவில்லை: அவர் எபிக்யூரசைத்தான் ஆதரிக்கிறார். மறுபக்கம், தவிர்க்க முடியாத அமைதியின்மை நிறைந்த டெமாக்கிரீடஸ், தனது கைக்கெட்டும் அனைத்தையும் விழுங்கிவிடும் பூதமாக, சுருக்கமாக மட்டுமே குறிப்பிடப்படுகிறார்.

> தத்துவத்தில் அதிருப்தி கொண்ட அவர், தன்னை நேர்க்காட்சி அறிவின் கைகளில் ஒப்படைத்துக் கொள்கிறார். சிசரோ அவரை பண்பட்ட மனிதர் (vir eruditus) என்று அழைப்பதை நாம் ஏற்கனவே பார்த்திருக்கிறோம். அவர் இயற்பியலிலும், அறவியலிலும், கணித வியலிலும், கலைக்களஞ்சிய துறைகளிலும், ஒவ்வொரு கலையிலும் திறமை வாய்ந்தவர். டியோஜெனிஸ் லாயெர்டியசில் தரப்பட்டுள்ள அவரது புத்தகங்களின் பட்டியல் மட்டுமே அவரது மேதைமைக்கு சாட்சியம்.[18]

அவரது அறிவுப் பெரும்பசிக்கு இணையாக பயணம் செய்வதற்கான அவரது கட்டாய உந்துதல் உள்ளது.

> தன் செயல்பரப்பை விரிவாக்கி, வெளிப்புறத்தில் திரட்டுவதும் தேடுவதும் மேதைமையின் தனிச்சிறப்பாக இருப்பதால், அனுபவத்தையும் அறிவையும் அவதானிப்புகளையும் பெறுவதற்காக டெமாக்கிரீடஸ் பாதி உலகம் முழுவதும் சுற்றித் திரிவதை நாம் பார்க்கிறோம். 'எனது சமகாலத்தவர்கள் மத்தியில் நான்தான் பூமியின் மிக அதிகமான பகுதிகளில் பயணம் செய்து, மிகவும் தொலைதூரத்தில் உள்ள பொருட்களை ஆய்வு செய்துள்ளேன். மிக அதிகமான கால நிலைகளையும் நாடுகளையும் பார்த்துள்ளேன், மிகவும் கற்ற அறிஞர்களிடமிருந்து கற்றுள்ளேன், நிரூபணத்துடன் கூடிய நேர்கோட்டு கட்டமைப்பில் யாரும் என்னை விஞ்ச வில்லை...'[19] என்று அவர் பெருமைப்பட்டுக் கொள்கிறார்.

இதைத் தொடர்ந்து மார்க்ஸ் தனது கூர்மையான உளவியல் கருத்தை சேர்த்துள்ளார்: ‘ஒரு பக்கம் அறிவுக்கான வேட்கை அவரை ஓய்வற்றவராக்கியது; ஆனால் அதே நேரம் உண்மையான அறிவு தொடர்பாக, அதாவது தத்துவ அறிவு தொடர்பாக நிறைவின்மை அவரை வெளிநாட்டுக்குத் துரத்தியது. அவர் உண்மை என்று கருதும் அறிவு உள்ளடக்கமற்றது, அவருக்கு உள்ளடக்கத்தைத் தரும் அறிவு உண்மையற்றது.[20] டெமாக்கிரீடசின் முரண்பாடுகளை மார்க்ஸ் உள்மனத்தில் உணர்ந்திருக்கா விட்டால், இந்த புத்திசாலித்தனமான வரையறையை தந்தித்திருக்க முடியாது. மார்க்ஸ் ‘டெமாக்கிரீடசின் வாழ்வின் முரண்படும் காரணிகளை’ சுட்டிக் காட்டுகிறார், அது ‘மூதாதையர்கள் பற்றிய பழமொழிக் கதையில்’ சொல்லப்படுகிறது: "கண்ணின் புலனுணர்வு அறிவின் கூர்மையை பாதிக்கக் கூடாது என்பதற்காக அவர் தன்னைக் குருடாக்கிக் கொண்டதாக சொல்லப்படுகிறது. பாதி உலகத்தைச் சுற்றி வந்தவர் என்று சிசேரோ கூறும் அதே மனிதர்தான், இவர். ஆனால், அவர் தேடிப் போனது அவருக்குக் கிடைக்கவில்லை".[21] மார்க்ஸ், தான் மறைக்க வேண்டியதை வெளிப்படுத்தும் பொருத்தமான மேற்கோள்களை தவறாமல் அடையாளம் காண்கிறார்: தொடர்ந்து தேடிக் கொண்டிருக்கும், தேடுவதன் மூலம் எதைத் தேடுகிறதோ அதை மறைத்து விடும் அறிவின் குறிப்பான கூர்மை, புலனுணர்வுகளைப் பற்றிய பயத்திலிருந்து பிறக்கிறது. இந்தக் குருடாக்கம் தொடர்ந்து உறுதி செய்யப்படுகிறது, ஆனால் இதையும் தாண்டி அதே நேரம், எதைப் பார்த்து விடக் கூடாதோ அதைப் பார்ப்பதற்கு தொடர்ந்து முயற்சிக்கப்படுகிறது. புலனுணர்வு அதனளவில் விலக்கல் நிகழ் முறையில் எழுகிறது - ஆன்மாவும் புலனுணர்வும் கோட்பாட்டுரீதியான எதிர்மறைகளாக ஒரே நிகழ்முறையில் கட்டுவிக்கப்படுகின்றன.

டெமாக்கிரீடசுக்கு இருப்பதாக அவர் சொல்லும் குணம் தனக்கும் உள்ளது என்று மார்க்ஸ் தனது வயதான காலத்தில் விரக்தியுடன் அங்கீகரிக்கிறார் என்பதை அவரது மகள் லாராவுக்கு அவர் எழுதிய கடிதத்தில் பார்க்க முடிகிறது. "இந்தப் பொருத்தமற்ற நேரத்தில் நான் உன்னை தொந்தரவு செய்வதிலிருந்து நான் புத்தகங்களை நேசிக்கிறேன் என்று நீ நினைக்கலாம், என் செல்லப் பெண்ணே! ஆனால், நீ நினைப்பது தவறு. புத்தகங்களை விழுங்கி அவற்றை மாறிய வடிவத்தில் வரலாற்றின் சாணிக் குவியலில் தள்ளும்படி சபிக்கப்பட்ட இயந்திரம் நான். இன்னும் ஒரு பயன்தராத உதவி....".[22] தனது முனைவர் பட்ட ஆய்வேட்டை முடிப்பதற்கு மூன்று ஆண்டுகளுக்கு முன்னர் தனது தந்தைக்கு எழுதிய பிரபலமான கடிதத்தில் இன்னும் வலுவாக பதிவு செய்திருந்ததைத்தான் தன்னைப் பற்றிய இந்த சுயமதிப்பீட்டில்

மார்க்ஸ் மறுபடியும் கூறியிருக்கிறார். தந்தைக்கு எழுதிய கடிதத்தில் மார்க்ஸ் தனது ஆய்வுகளின் முன்னேற்றம் பற்றி விளக்கியிருந்தார். கவிதை என்ற கலைக்குள் தனது பயணத்தில் அதிருப்தி அடைந்த மார்க்ஸ் அறிவியலை நோக்கித் திரும்பினார். "நான் சட்டத்தை படிக்க வேண்டியிருந்தது, எல்லாவற்றுக்கும் மேலாக தத்துவத்துடன் மல்யுத்தம் நடத்தும்படி உந்தப்பட்டேன்".[23] ஆனால் இந்தப் போராட்டம் சுய-விமர்சனத்துக்கு இட்டுச் சென்றது: "இந்த விஷயம் முழுவதும் முத்தரப்பு பிரிவினைகளால் நிரம்பியுள்ளது, அது மிகவும் சலிப்பூட்டும் சொற்குவியலாக எழுதப்பட்டுள்ளது. ரோமானிய கருத்தாக்கங்களை எனது அமைப்புக்குள் திணிப்பதற்காக அவற்றை முரட்டுத்தனமாக பயன்படுத்தியுள்ளேன்".[24] அவரது முதல் அமைப்பு அவரை பிடித்தாட்டியது. "ஆசிரியர் இதைப் பற்றியும் அதைப் பற்றியும் வாதிடும், கையாளும் பொருளைச் சுற்றிச் சுற்றி வரும் கணிதவியல் வறட்டுவாதத்தின் அறிவியலற்ற வடிவத்தை" அவருக்கு அது நினைவூட்டியது.[25] "தத்துவம் இல்லாமல் முன்னேறிச் செல்ல முடியாது என்பது மீண்டும் எனக்கு தெளிவானது. எனவே, மனசாட்சிக்கு விரோதமில்லாமல் நான் தத்துவ மங்கையின் கரங்களில் இன்னும் ஒரு முறை என்னை இழந்து விட முடிந்தது. மீ-பொருண்மை கொள்கைகளின் புதிய அமைப்பு ஒன்றின் உருவரையை நான் உருவாக்கினேன்",[26] இவ்வாறாக ஒரு புதிய முயற்சி தொடர்கிறது. மோசமான அகநிலைவாதம் மறைந்து போக வேண்டும்: தனது பொருண்மையின் உள்ளுறை தர்க்கத்துடன் இணக்கமாக பொருந்தும் அமைப்பை அவர் தேடுகிறார்.

> மறுபக்கம், சட்டம், அரசு, இயற்கை, ஒட்டுமொத்தமாக தத்துவம் ஆகியவற்றால் எடுத்துக்காட்டப்படும் கருத்துருக்களால் ஆன உயிருள்ள உலகத்தின் திட்டவட்டமான தெரிவிப்பில், பொருண்மையை அதன் வளர்ச்சியின் போக்கில் ஆய்வு செய்ய வேண்டும்; தற்போக்கான பிரிவினைகளை புகுத்தக் கூடாது. தன்னுள்ளாகவே முரண்படுகின்ற, தன் ஒருமையை தன்னிலேயே காணக்கூடிய ஒன்றாக பொருண்மையின் கரணியத்தை வளர்த்தெடுக்க வேண்டும்.[27]

இந்த அமைப்பில் இருந்து அவர் நிறைய எதிர்பார்க்கிறார். முனைப்புத்தன்மைக்கும் உலகத்தின் மொத்தத்துக்கும் இடையிலான சாரமான எதிர்நிலையை மறுதலித்து ஒட்டுமொத்த முரண்படும் இயக்கத்தை ஒய்வுக்கும் ஒருமைக்கும் கொண்டு வரும் கட்டமைப்பை அவர் தேடுகிறார். ஆனால், புதிய மீ-பொருண்மை அமைப்பு அவர் எதிர்பார்த்த ஓய்வைக் கொண்டு வரவில்லை. "இறுதியில், இதற்கு

முந்தைய எனது முயற்சிகளைப் போலவே இதுவும் தவறானது என்று அங்கீகரிக்கும்படி நான் மீண்டும் ஒருமுறை கட்டாயப்படுத்தப்பட்டேன்".[28] தணியாத பசி கொண்டவராக, கிட்டத்தட்ட கையில் கிடைப்பதை எல்லாவற்றையும் அவர் படிக்கிறார்.

> இந்தப் பணியின் போது, நான் வாசித்த புத்தகங்கள் எல்லாவற்றிலிருந்தும் குறிப்புகள் எடுக்க நான் பழகிக் கொண்டேன். உதாரணமாக, நான் லெஸ்ஸிங்-ன் *லாவ்கூன்* (Laokoon), சோல்கரின் *எர்வின்* (Erwin), விங்கல்மான்-ன் *கலை பற்றிய வரலாறு* (history of art), லூடனின் *ஜெர்மன் வரலாறு* (German History) ஆகியவற்றிலிருந்து குறிப்புகளை எடுத்து அவற்றோடு எனது கருத்துக்களையும் சேர்த்துக் கொண்டேன். அதே நேரத்தில் நான் டாசிடஸ்-ன் *ஜெர்மானியாவையும்* (Tacitus' Germania) ஓவிட்-ன் *டிரிஸ்டியாவையும்* (Ovid's Tristia) மொழி பெயர்த்தேன். ஆங்கிலத்தையும் இத்தாலிய மொழியையும் நானே, அதாவது இலக்கணத்தில் இருந்து கற்றுக் கொள்ள ஆரம்பித்தேன். கிளெய்னின் (Klein) குற்றவியல் சட்டத்தையும் அவரது கட்டுரைகளையும் வாசித்தேன். மிகச் சமீபத்திய இலக்கியம் அனைத்தையும் படித்தேன், கடைசியாகச் சொன்னதை போகிற போக்கில்தான் வாசித்தேன்.[29]

இந்த முயற்சிகள் எல்லாம் வீணாகிப் போயின. அவர் 'பல இரவுகளை தூங்காமல் கழித்தார், பல சச்சரவுகளில் ஈடுபட்டார், உள்ளத்திலும் உடலிலும் பெருமளவு கிளர்ச்சியை அனுபவித்தார்'.[30] ஆனால், அந்தக் கல்விப் பருவத்தின் இறுதியில் அறிவு வேட்கையுடனான வாசிப்பு அவருக்கு 'அந்த அளவுக்கு அறிவைத் தந்து விடவில்லை'[31] என்று அவர் ஒத்துக் கொள்ள வேண்டியதாகிறது. மீண்டும் அவர் கலைக்குத் திரும்புகிறார், மோசமான நாடகங்களை எழுதுகிறார், அதன் பிறகு நோய்வாய்ப்பட்ட அவர், மருத்துவரின் அறிவுரையின் பேரில் கிராமப்புறத்தில் நேரம் செலவிடுகிறார். ஆனால், அவரது மனஅமைதி நீண்ட காலம் நீடிக்கவில்லை. அவர் மீண்டும் தத்துவத்தை நாடுகிறார், இந்த முறை ஹெகலின் தத்துவத்தை நாடுகிறார். அதன் 'விகாரமான கரடுமுரடான இசை'[32] அவருக்கு மகிழ்ச்சியளிக்கவில்லை. மீண்டும் அவர் தனது சொந்த திட்டப்பணிகளுக்கான வரைவுகளை தயாரிக்கிறார். ஒரு புதிய முயற்சியாக, 'சுமார் 24 பக்கங்கள் கொண்ட "கிளியாந்தஸ் அல்லது தத்துவத்தின் தொடக்கப் புள்ளியும் அவசியமான தொடர்ச்சியும்"[33] (Cleanthes, or the Starting Point and Necessary Continuation of Philosophy) என்ற உரையாடலை' எழுதுகிறார். புலனுணர்வையும்

ஆன்மாவையும், கலையையும் அறிவியலையும் ஒன்றாக இணைக்கும் முழுமையான தத்துவ அமைப்பை அவர் கட்டமைக்கிறார். 'ஒன்றிலிருந்து மற்றொன்று முழுவதுமாக பிரிக்கப்பட்டு விட்ட கலையும் அறிவியலும் இங்கு குறிப்பிட்ட அளவுக்கு ஒருங்கிணைக்கப் பட்டுள்ளன, கண்டிப்பான பயணியைப் போல நான் அந்தப் பணியில் இறங்கினேன். தன்னை தன்னளவில்-ஆதர்சமாக, மதமாக, இயற்கையாக, வரலாறாக வெளிப்படுத்திக் கொள்ளும் இறை பற்றிய தத்துவார்த்த-இயங்கியல் விளக்கத்தைக் கட்டமைப்பதில் நான் ஈடுபட்டேன்'.[34] மீண்டும் அவரது முயற்சிகள் தோல்வியடைகின்றன, இது எல்லா வற்றையும் வேறு யாரோ ஒருவர் முன்னரே செய்திருக்கிறார், இதை விடச் சிறப்பாக செய்திருக்கிறார் என்று மார்க்ஸ் கடுப்பாக ஏற்றுக் கொள்ள வேண்டியதாகிறது.

> எனது கடைசி முன்மொழிதல்தான் ஹெகலிய அமைப்பின் தொடக்கமாக உள்ளது. எனது மூளையை விடாமல் வருத்திய, அவ்வாறு எழுதப்பட்ட (அது புதிய லாஜிக் ஆக இருக்க வேண்டும் என்ற நோக்கத்தில் எழுதப்பட்டது) இந்த முயற்சி பற்றிய என்னுடைய சிந்தனையை இப்போது நானே புரிந்து கொள்ள முடியாமல் போய் விட்டது... ஒரு போலி சங்கொலியைப் போல அது என்னை பகைவனின் பிடிக்குள் சிக்க வைக்கிறது.[35]

அவரது தொடர்ச்சியான அமைதியின்மையை அமைதிப்படுத்தவும், அச்சுறுத்தும் ஒவ்வொன்றுக்குமான பதத்தை கண்டறிந்து ஒரு அமைப்புக்குள் திணிக்கவும் அவர் செய்த எல்லா முயற்சிகளும் வீணாகின்றன. ஹெகல் வெற்றியடைகிறார்.

> எனக்கு உடல்நிலை சரியில்லாமல் இருந்த போது நான் ஆரம்பத்தில் இருந்து முடிவு வரை ஹெகலை, அவரது மாணவர்களில் பெரும்பாலானவர்களோடு கற்றுக் கொண்டேன். நான் டாக்டர்கள் கழகத்தைப் பற்றி தெரிந்து கொண்டேன் அங்கு எதிரெதிரான பல கருத்துக்கள் வெளியிடப்பட்டன. நான் தப்பித்துச் செல்ல நினைத்த நவீன உலக தத்துவத்திற்குள் முன்பை விட அதிகமாக பிணைக்கப்பட்டேன். ஆனால், ஒத்திசையும் சுரங்கள் அனைத்தும் மவுனிக்கப்பட்டிருந்தன.[36]

ஆனால், மொத்தமான கோட்பாடு சொல்வதுதான் முடிவாக இருக்க வேண்டுமா? கோட்பாடே குறைபாடானது என்ற சாத்தியமும் உள்ளது. மொத்தமான அமைப்பின் உதவியோடு மன அமைதியை சாதிப்பது சாத்தியமில்லை என்றால், சிந்திப்பதையே தூக்கி எறிவதன் மூலம் அதைச் சாதிப்பது சாத்தியமாகலாம். டெமாக்கிரீடஸ், எபிக்யூரஸ்

மார்க்ஸ் தனது இயங்கியல் முறையை மறைத்தது ஏன்? 99

ஆகிய சிந்தனையாளர்கள் பற்றிய அவரது ஆய்வேட்டில் மார்க்ஸ் சொல்வது போல, "எல்லாப் புள்ளிகளிலும் ஒருவரோடு ஒருவர் முரண்படும் இந்த மனிதர்கள் ஒரே கோட்பாட்டை பின்பற்றுவதாக அனுமானித்துக் கொள்ள முடியவில்லை. இருந்தாலும், அவர்கள் ஒருவரோடு ஒருவர் பிணைக்கப்பட்டிருந்தனர்".[37] மார்க்ஸ் புரிந்து கொண்ட இந்த பிணைப்புகள் என்ன? இந்த இரண்டு சிந்தனையாளர்கள் குறித்து அவர் சொல்வது அவரது இதயத்துக்குள் உள்ள இரண்டு மனசாட்சிகளாகவே இருக்கலாமோ? மார்க்ஸ் டெமாக்கிரீடசில் தன்னை பார்ப்பதோடு மட்டுமின்றி (அவரை மார்க்ஸ் நிராகரிக்கிறார்), டெமாக்கிரீடஸ் தேடியதை கண்டுபிடித்த மனிதராக எபிக்யூரசை சித்தரிக்கிறார் (அவரைப் போல இருக்கத்தான் மார்க்ஸ் விரும்புகிறார்). 'எபிக்யூரஸ் தத்துவத்தில் மனநிறைவாகவும் மகிழ்ச்சியாகவும் இருந்தார்".[38] டெமாக்கிரீடசும் மார்க்சும் ஒரே நேரத்தில் விரும்பவும் வெறுக்கவும் செய்த புலனுணர்வுநிலையை எபிக்யூரஸ் ஏற்றுக் கொண்டார். எபிக்யூரஸ் புலனுணர்வுநிலைக்குள் தன்னை தொலைத்து விடத் தயாராக இருந்தார், தன்னைச் சுற்றிப் பார்க்க அவரால் முடிந்தது: 'புத்திசாலியான மனிதர், கோட்பாட்டுறுதி (dogmatic) நிலைப்பாட்டை எடுக்கிறார் ஐயுறவு (sceptical) நிலைப்பாட்டை எடுப்பதில்லை' என்கிறார் எபிக்யூரஸ்.[39] அவர் உறுதியாக நம்பிய அனுகூலம் இது. 'எல்லா புலன்களும் உண்மையைக் காட்டுகின்றன... புலனுணர்வுகளை பொய்யாக்குபவையும் எதுவும் இல்லை. ஏனென்றால் கருத்தாக்கம் புலனுணர்வு சார்ந்த காட்சிகளை சார்ந்துள்ளது.[40] புலனுணர்வுகளின் உலகத்தை முனைப்பின் சாயல் ஆக மாற்றி விடும் டெமாக்கிரீடசுக்கு மாறாக, எபிக்யூரஸ் தான் சிக்கிக் கொள்ளும் முரண்பாடுகளைப் பற்றி கவலைப்படாமல் புலனுணர்வுகளின் உலகத்தை பொருண்மையான தோற்றமாக மாற்றிக் கொள்கிறார். இதை மார்க்ஸ் பொறாமையுடன் கூடிய ஆச்சரியத்துடன் குறிப்பிடுகிறார். எபிக்யூரஸ், தத்துவம் பற்றி முற்றிலும் வேறுபட்ட கருத்தாக்கத்தைக் கொண்டுள்ளார். மார்க்சின் முன்வைப்பில் அவர் ஒரு ஆதர்ச ஆளுருவாக, டெமாக்கிரீடசிடமிருந்து முற்றிலும் வேறுபட்டவராக ஆகி விடுகிறார். மார்க்ஸ் மேற்கோள் காட்டுகிறார்: "உண்மையான சுதந்திரம் உங்களது தலைவிதியாக இருக்கும் வகையில் நீங்கள் தத்துவப் பணியாற்ற வேண்டும். தத்துவத்துக்கு தன்னை கீழ்ப்படுத்திக் கொண்டு சரணடைந்து விட்ட ஒருவர் விடுதலைக்காக காத்திருக்கத் தேவையில்லை, அவர் உடனடியாகவே விடுவிக்கப்படுகிறார். ஏனென்றால் தத்துவத்துக்கு பணியாற்றுவதே சுதந்திரம்தான்".[41] 'உண்மையான முழுமைக்கு அவை எந்தப் பங்களிப்பும் செய்வதில்லை என்பதால் நேர்க்காட்சி அறிவியலை

எபிகூரஸ் வெறுக்கவே செய்தார் என்று சொல்லும் அந்தக் காலத்தின் குறிப்புகளை மார்க்ஸ் மீண்டும் பதிவு செய்கிறார். எபிகூரஸ் அறிவியலின் பகைவராக சொல்லப்படுகிறார், இலக்கணத்தை வெறுப்பவர் என்றும் கூட அழைக்கப்படுகிறார். அவர் மீது அறியாமை என்ற குற்றம் சாட்டப்படுகிறது.'[42] இந்த மோசமான குறைபாடுகள் எல்லாமே அவரது சுதந்திரத்தையும் தன்னாட்சியையும் வெளிப் படுத்துவதாகக் கூறப்படுகிறது.

> டெமாக்கிரீடஸ் எகிப்திய பூசாரிகளிடம் இருந்தும் பெர்சிய சால்தியன்களிடமிருந்தும் இந்திய யோகிகளிடமிருந்தும் கற்றுக் கொள்ள முயற்சித்த போது, தனக்கு ஆசிரியர் யாரும் இல்லை என்றும் தான் சுயமாக கற்றுக் கொண்டதாகவும் எபிக்யூரஸ் பெருமைப்பட்டுக் கொள்கிறார். செனக்காவின் கருத்துப்படி, சிலர் எந்த விதமான துணையும் இல்லாமல் உண்மையைத் தேடி போராடுகின்றனர் என்கிறார் அவர். இத்தகைய மனிதர்களில் ஒருவராகத்தான் எபிக்யூரஸ் தனது பாதையை வகுத்துக் கொண்டார். சுயமாக கற்றுக் கொண்டவர்களைத்தான் அவர் மிகவும் பாராட்டுகிறார். அவரைப் பொறுத்தவரை, மற்றவர்கள் இரண்டாம் நிலை சிந்தனையாளர்கள்தான்.[43]

ஹெகலின் செல்வாக்கில் இருந்து விடுவித்துக் கொள்ள முடியாமல், நிரந்தர மாணவர்களாக விளங்கிய இளம் ஹெகலியர்கள் தொடர்பான மார்க்சின் கடுப்பிற்குள் தன் மீதான அவரது சொந்த-வெறுப்பும் மறைக்கப்பட்டுள்ளது என்று தெரிகிறது. தத்துவத்துக்கு மாறாக, எபிக்யூரசால் வெறுக்கப்பட்ட நேர்க்காட்சி அறிவியல், மாணவர்-ஆசிரியர் உறவின் நிரந்தரச் சின்னமாக மாறுகிறது. தன்னைவிட அதிகமாக தெரிந்திருக்கக் கூடிய ஒருவரை சார்ந்திருக்கும் அதே நேரம் அவரை முந்திச் செல்வதற்கான அருமுயற்சியின் தெரிவிப்பாக நேர்க்காட்சி அறிவியலின் அடையமுடியாத முடிவிலி உள்ளது. மார்க்ஸ் உள்மனத்தில் தேடுவது எபிக்யூரசை அவர் போற்றுவதில் வெளிப்படுகிறது. எபிகூரஸ் தன்னிடமிருந்து மட்டுமே பெற்றுக் கொள்கிறார், வெளியில் இருக்கும் அதிகாரத்தை ஒருபோதும் ஏற்றுக் கொள்ளவில்லை, உலகம் முழுவதிலும் துரத்தி அடிக்கும் அறிவியலின் கவலை நிரம்பிய அமைதியின்மை அவரை ஒருபோதும் பாதிக்கவில்லை. 'டெமாக்கிரீடஸ் உலகின் எல்லாப் பகுதிகளுக்கும் அலையும்படி தூண்டப்பட்ட போது, எபிக்யூரஸ் ஏதென்சில் உள்ள தனது தோட்டத்தை விட்டு இரண்டு அல்லது மூன்று முறைக்கு மேல் வெளியே போகவில்லை, அப்போதும் கூட அவர் ஆய்வுகளுக்காக அல்லாமல் நண்பர்களை பார்ப்பதற்காகத்தான் அயோனியாவுக்குச் (Ionia) செல்கிறார்.'[44]

மார்க்சின் ஆய்வேட்டுக்கான தயாரிப்பு குறிப்புகளில் டெமாக்கிரீடஸ் குறித்து ஒரு வார்த்தை கூட இடம் பெறவில்லை என்பது குறிப்பிடத் தக்கது. மார்க்ஸ் எபிக்யூரஸ் மீதுதான் கவனத்தைக் குவிக்கிறார். ஏற்கனவே குறிப்பிட்டது போல, எபிகூரிய தத்துவம் கிரேக்க தத்துவத்தின் அடுத்த கட்ட வளர்ச்சி மட்டுமில்லை, அதுதான் அதன் அறுதி உச்சம் என்று காட்டுவதற்கு மார்க்ஸ் விரும்புகிறார். ஆனால், தத்துவத்தின் வரலாறு பற்றிய மார்க்சின் கருத்தாக்கத்தின்படி இந்த உண்மையை சுற்றடியாக மட்டுமே அங்கீகரிக்க முடியும். இன்றியமையாத அறிவுக்கும் நேர்வியல் அறிவுக்கும் இடையிலான வேறுபாடு என்பது மற்ற மேதைகளுக்கு பொருந்துவது போல எபிகூரிய தத்துவத்துக்கும் பொருந்துகிறது. எபிக்யூரஸ் தெரிவிப்பவை குறித்து அவரே முழுவதும் உணர்ந்திருக்கவில்லை, தன் அறிவு பொருண்மையாக்கப்படுவதை *('Vergegenständlichung')* அவராலும் தவிர்க்க முடியவில்லை. 'Vergegenständlichen' *(பொருண்மைகள்)* என்ற ஹெகலில் இருந்து ஏற்றுக் கொண்ட பதம், மார்க்சின் முனைவர்பட்ட ஆய்வேட்டில் உளவியல் கருத்து மாற்றத்தைப் பெறுகிறது. அது ஜனரஞ்சகமான கூருணர்வுக்கும் துறைசார் கூருணர்வுக்கும் இடையிலான பிரிவினையில் வேர் கொண்டுள்ளது. பொருண்மையாக்கம் *[Vergegenständlichung or Objectevierung]*, சிந்தனையின் முன்வைப்பில் அதன் உண்மை ஒரே நேரத்தில் வெளிப் படுத்தப்படவும் மறைக்கப்படவும் செய்கிறது என்ற உணர்வில் 'திருப்பி நிறுத்திய முன்வைப்பு' என்றுதான் எப்போதுமே பொருள் படுகிறது. எபிகூரிய இயற்பியலில் கீழ்நோக்கிச் சரிதல் என்ற புதிய கருத்தாக்கம் பற்றி கருத்து சொன்ன பலரில் ஒரே ஒருவர் மட்டும்தான் அதன் புரட்சிகர புதுமையை புரிந்து கொள்ள முடிந்தது ஏன் என்று மார்க்சுக்கு இது விளக்குகிறது. 'புராதன உலகில், எபிகூரிய இயற்பியலை புரிந்து கொண்ட ஒரே ஒருவரான' லூக்ரிடசைத் தவிர,[45] மார்க்சின் நீதிமன்றத்தில் வேறு எந்த தத்துவமும் மன்னிப்பைப் பெறவில்லை. அணு இயக்கம் பற்றிய எபிக்யூரசின் கருத்தாக்கத்தில் கீழ்நோக்கிச் சரிதலைப் (declination) பற்றி சரியான புரிதல் இல்லை என அவை அனைத்தின் மீதும் மார்க்ஸ் குற்றம் சாட்டுகிறார். நேர்கோட்டில் இருந்து இந்த விலகலுக்கு மார்க்ஸ் என்ன பொருள்கூறுகிறார்?

மார்க்சின் கருத்துப்படி, அணு பற்றிய கருத்தாக்கத்தில் பருப் பொருளையும் வடிவ தீர்மானிப்பையும் எபிக்யூரஸ் வேறுபடுத்துகிறார். வடிவ-தீர்மானிப்பும் தனித்தன்மை பற்றிய கருத்தாக்கமும்தான் டெமாக்கிரீடசில் இல்லாத புதியவை. அரிஸ்டாட்டிலின் நிலைப்பாடு பற்றிய உள்ளார்ந்த விமர்சனம் மூலம் மார்க்ஸ் இதை நிரூபிக்க முயற்சிக்கிறார். இதற்காக அவர் பிதாகோரியர்களுக்கு எதிராக

அரிஸ்டாட்டில் கூறிய மறுப்பை பயன்படுத்துகிறார். "கோட்டின் இயக்கம் தளம், புள்ளியின் இயக்கம் கோடு என்று நீங்கள் சொல்கிறீர்கள். அப்படியானால் முதன்மைகளின் (monads) இயக்கமும் கோடுகளாகத்தான் இருக்கும்".[46] அணுக்கள் நிரந்தர இயக்கத்தில் உள்ளன என்பதும், முதன்மைகளும் சரி அணுக்களும் சரி இருக்கவில்லை என்பதும் இதன் விளைவுகளாக உள்ளன. 'மாறாக, அவை நேர் கோட்டில் மறைந்து போகின்றன; ஏனென்றால் நேர் கோட்டில் வீழ்ந்து கொண்டிருப்பதாக மட்டுமே கருதப்படுவது வரை அணுவின் கெட்டித்தன்மை செயல் பாட்டுக்கு வரக் கூட இல்லை'.[47] இந்தக் கோட்பாடு பற்றி மார்க்ஸ் கருத்து தெரிவிக்கிறார்: 'முதலாவதாக, வெற்றிடம் வெளியிலான வெற்றிடமாக கருதப்பட்டால், அப்போது அணுதான் சாரமான வெளியின் நேரடி மறுதலிப்பாக, எனவே புள்ளியாக உள்ளது. வெளியின் ஒருங்கிணைவின்மையில் தன்னை பராமரித்துக் கொள்ளும் கெட்டித்தன்மையையும் தீவிரத்தையும், வெளியை அதன் ஒட்டு மொத்த சார்பகத்தில் மறுதலிக்கும் கொள்கையின் மூலமாக மட்டுமே சேர்க்க முடியும்'.[48] இதனை ஏற்றுக் கொள்ள மறுப்பது என்பது, அணுவானது "அதன் இயக்கம் நேர்கோட்டில் இருப்பது வரையில், வெளியால் மட்டுமே தீர்மானிக்கப்படுகிறது, சார்நிலை இருத்தலும் தூய பொருளாயத இருத்தலும் பரிந்துரைக்கப்படுகிறது".[49] ஆனால் இது, எல்லா சார்புத்தன்மையையும் மறுதலிப்பதாக, இன்னொரு இருத்தல் நிலையுடனான எல்லா உறவையும் மறுதலிப்பதாக, அணு பற்றிய கருத்தாக்கத்துடன் முரண்படுகிறது.

எபிக்யூரஸ் அணு பற்றிய கருத்தாக்கத்தில் பருப்பொருளுக்கும் வடிவ-தீர்மானிப்புக்கும் இடையே வேறுபடுத்துகிறார், ஆனால் 'உடனடி வாழ்வின் சார்பகத்தில் (domain) மட்டுமே' அவ்வாறு வேறு படுத்துவதாக மார்க்ஸ் வலியுறுத்துகிறார்.[50] இவ்வாறாக, எபிக்யூரஸ் கூட கருத்தாக்க உள்ளடக்கங்களை [Vorstellungsinhalten] கையாள்கிறார்: அணுவின் பகுதியாக உள்ள வேறுபடும் தீர்மானிப்புகள் அவரால் பொருண்மையாக்கப்பட்டு முரண்படும் இயக்கங்களாக முன்வைக்கப் படுகின்றன. விண்ணுலகப் பொருட்களைப் போலவே அணுக்களும் 'தூய தன்னிறைவு கொண்ட பொருட்களாக, இன்னும் பொருத்தமாக அறுதி தன்னிறைவுடன் கருதப்படும் பொருட்களாக உள்ளன' என்று அவர் கண்டறிகிறார்.[51] அவற்றின் இயக்கம் நேர் கோட்டில் அல்லது சாய்கோட்டில் வீழ்வது என்ற இயக்கமாக பார்க்கப்பட்டால், ஒரே ஒரு கூறை மட்டும்தான் பருப்பொருளின் கூறை மட்டும்தான் நாம் புரிந்து கொண்டுள்ளோம். இதற்கு மாறாக, தூய வடிவ-தீர்மானிப்பு, எல்லாச் சார்புநிலையையும் மறுதலிப்பதாக வாழ்வின் பிற வடிவங்களுடன்

எல்லா உறவையும் மறுதலிப்பதாக தனித்தன்மை, தன்னிறைவு என்று பொருள்பட்டால், அது கீழ்நோக்கிச்சரிதலாக முன் வைக்கப்படுகிறது. இவ்வாறாக, அவர் 'நேர்கோட்டில் இருந்து கீழ்நோக்கிச்சரிதலில் அதன் வடிவ-தீர்மானிப்புக்கு எதார்த்தத்தை வழங்கியுள்ளார்'.[52]

இது தொடர்பாக எபிக்யூரஸ் விமர்சிக்கப்படுகிறார். ஆனால், இந்த கீழ்நோக்கிச்சரிதல் எபிக்யூரசின் தற்செயலான விருப்பம் இல்லை, அது 'எபிகூரிய தத்துவம் முழுவதிலும் ஊடுருவியிருக்கும்' தீர்மானிப்பு என்பதை அவரது விமர்சகர்கள் பார்க்கத் தவறுகின்றனர்.[53] தன்னை எதிர்கொள்ளும் இருத்தலில் இருந்து நிரந்தரமாக சாரப்படுத்திக் கொள்வதன் மூலமே சாரமான தனித்தன்மை, தூய தனக்காக-இருத்தல் இருக்கிறது. இந்த நிகழ்முறை ஒட்டுமொத்த எபிகூரிய தத்துவத்தின் கட்டமைப்புரீதியான கொள்கையாக உள்ளது, 'இருப்பினும், அது எந்தச் சார்பகத்தில் (domain) பொருத்தப்படுகிறதோ அதைச் சார்ந்துதான் அதன் தோற்றத்தின் தீர்மானிப்பு உள்ளது என்பதை சொல்லத் தேவையில்லை'.[54]

இவ்வாறாக, அணு அதன் சார்புநிலை இருத்தலான நேர் கோட்டில் இருந்து விலக்கிக் கொள்வதன் மூலம், அதிலிருந்து விலகிச் செல்வதன் மூலம் அதிலிருந்து தன்னை விடுவித்துக் கொள்ளும் அதே நேரம்; சாரமான தனித்தன்மை, தன்னிறைவு, மற்ற பொருட்களுடன் எல்லா உறவையும் மறுதலிப்பு என்ற கருத்தாக்கம் அதில் தெரிவிக்கப்பட வேண்டிய போதெல்லாம் ஒட்டுமொத்த எபிகூரிய தத்துவமும் வரம்புக்குட்பட்ட நிலையில் இருந்து விடுவித்துக் கொள்கிறது.[55]

இந்த 'விலகலின்' பின், பொதுமைப்படுத்தப்பட்டு ஒவ்வொரு சாத்தியமான வடிவத்திலும் மீண்டும் கண்டறியப்படும் எபிகூரிய தத்துவத்தின் கட்டமைப்புக் கொள்கையின் பின் உள்ளது என்ன? இங்கு பயன்படுத்துவது சாரமாக்கப்பட்ட-கோட்பாட்டுரீதியான முறைபாடு இல்லை, அது ஒரு உளவியல் நிகழ்முறை : "எனவே, சாரமாக்குவதில், வலியிலிருந்தும் குழப்பத்திலிருந்தும் விலகிச் செல்வதில், அமைதியில் செயலின் நோக்கத்தை காண வேண்டும். எனவே, நல்லது என்பது தீயதில் இருந்து தப்பித்தல், இன்பம் என்பது துன்பத்திலிருந்து விலகிச் செல்வது."[56] மேலோட்டமான தத்துவம் பற்றிய வரலாற்றில், இன்பத்தை நாடும் நிரந்தரத் தேடல் என்று கூறப்படுவது நேர் எதிராக, அச்சுறுத்தும் வலியை தவிர்ப்பதற்கான நிரந்தரத் தேடலாக உள்ளது. ஆனால், மார்க்ஸ் இந்தக் கருத்தை அதிகமாக பரிசீலிக்கவில்லை. எபிகூரிய அமைதி மார்க்சுக்கு எவ்வளவு முக்கியமாக

இருந்தது என்பதை அவரது முனைவர்பட்ட ஆய்வேட்டில் காண முடியவில்லை. இருப்பினும், தயாரிப்புக் குறிப்புகளில் அமைதி, இறப்பு, மரணமின்மை ஆகியவற்றுக்கு இடையிலான இணைப்பைப் பற்றிய பல குறிப்புகளை மார்க்ஸ் திரட்டியுள்ளார். இறப்பிலிருந்து தப்பிப்பதற்காக விடாப்பிடியாக மீண்டும் மீண்டும் முயற்சித்து தோல்வி அடையும்படியே சபிக்கப்பட்டுள்ள முயற்சியுடனான மறைமுகமான இணைப்பு அணு பற்றிய எபிகூரிய கோட்பாட்டில் உள்ளது என்று மார்க்ஸ் கருதுகிறார். கோட்பாட்டின் உள்மன இலக்கு மரணமில்லா பெருவாழ்வு என்று மார்க்ஸ் அங்கீகரிக்கிறார், அதே நேரம் இந்த நுண்ணறிவால் அவரே அச்சுறுத்தப்படுகிறார். இன்றி யமையாத கூருணர்வுக்கும் நேர்வியல் கூருணர்வுக்கும் இடையிலான வேறுபாடு கணநேரத்துக்கு மறைந்து விடுவதுபோலத் தெரிகிறது - அவர் உண்மையைப் பற்றிக் கொள்ள போராடுகிறார். இந்தப் பின்புலத்தில் மார்க்ஸ் மேதைமை என்ற கருத்தாக்கத்தை இன்னும் துல்லியமாக வரையறுக்கிறார். அது இனிமேலும் ஜனரஞ்சகமானதற்கும் துறைசார்ந்ததற்கும் இடையிலான இருமையாக மட்டும் இல்லை, அது அவற்றுக்கு இடையிலான எல்லையை கணநேரத்துக்குக் கடப்பதாகவும் உள்ளது, அதனை பகுதியளவு மட்டுமே, தீவிரமான உள்மன சச்சரவு களுடனும் உதறல்களுடனும்தான் சாதிக்க முடியும். ஒரே விஷயத்தை மீண்டும் மீண்டும் திரும்பச் சொல்வதன் மூலம் குறிப்பிட்ட உணர்வில் உள்மனம் உண்மையை காட்டும் கண நேரத்தை பிடித்துக் கொள்வதை நோக்கமாகக் கொண்டுள்ள எபிகூரிய சூத்திரங்களின் பரிந்துரைக்கும் மாயத்தை மார்க்ஸ் உருவாக்குகிறார்.

> இறப்பு என்பது நமக்கு ஒன்றும் இல்லை என்று நம்பிக்கையை ஏற்படுத்திக் கொள்ளுங்கள். ஏனென்றால், நல்லது, கெட்டது எல்லாமே புலனுணர்வை அடிப்படையாகக் கொண்டவை, இறப்பு என்பது புலனுணர்வை இழப்பது. எனவே, இறப்பு நமக்கு ஒரு பொருட்டில்லை என்ற சரியான புரிதல், வாழ்வை முடிவின்றி நீட்டுவதன் மூலமாக இல்லாமல், மரணமில்லா பெருவாழ்வுக்கான ஏக்கத்துக்கு முற்றுப்புள்ளி வைப்பதன் மூலம் நிலையற்ற வாழ்வை வாழத் தகுந்ததாக்குகிறது. வாழ்வதை நிறுத்திக் கொள்வதில் எந்த பயங்கரமும் இல்லை என்று முழுமையாக புரிந்து கொண்ட ஒருவருக்கு வாழ்க்கை எந்த பயங்கரத்தையும் கொண்டிருக்கவில்லை.[57]

இறப்பை ஏற்றுக் கொண்ட ஒருவர்தான் வாழ்வில் சுதந்திரமாக இருக்க முடியும். மார்க்ஸ் தேர்ந்தெடுத்த பத்திகளை நினைவிலி யிலிருந்து கூருணர்வுக்கு மாறிச் செல்லும் தருணத்தை பிடித்துக்

மார்க்ஸ் தனது இயங்கியல் முறையை மறைத்தது ஏன்?

கொள்ளும் முயற்சியாகப் புரிந்து கொள்ளா விட்டால், அவை கூறியது-கூறும்-தத்துவார்த்த பொதுப்புத்தியாக தோன்றக் கூடும்:

> இருக்கும் போது எந்த எரிச்சலையும் ஏற்படுத்தாத ஒன்று, எதிர்பார்க்கப்படும் போது கற்பனையான துயரத்தைத்தான் ஏற்படுத்துகிறது. உண்மையில், எல்லா தீங்குகளிலும் மிகவும் அச்சுறுத்துவதாக இருக்கும் இறப்பு, நமக்கு ஒரு பொருட்டில்லை. ஏனென்றால் நாம் வாழ்வது வரையில் இறப்பு வருவதில்லை, இறப்பு வந்த உடனேயே நாம் வாழவில்லை. எனவே, வாழ்பவர்களுக்கும் சரி இறந்தவர்களுக்கும் சரி அது ஒரு பொருட்டாக இல்லை, முன்னவர்களுக்கு அது இல்லை, பின்னவர்கள் இல்லாமல் போய் விட்டார்கள்.[58]

எபிக்யூரசின் பின்வரும் கூற்றுக்கு, தனது குறிப்பேட்டில் விளிம்பு கோடிட்டு மார்க்ஸ் அழுத்தம் கொடுத்துள்ளார்:

> இந்த விஷயங்கள் பற்றி பிழையற்று சிந்திப்பது, உடலுக்கு ஆரோக்கியத்தையும் ஆன்மாவுக்கு அமைதியையும் தர முடியும், ஏனென்றால், ஆசீர்வதிக்கப்பட்ட வாழ்வின் நோக்கமாக இவைதான் உள்ளன. ஏனென்றால், நமது எல்லா செயல்களின் இறுதி நோக்கம் வலியிலிருந்து விடுபடுவதும் குழப்பத்தில் வாழாமல் இருப்பதும் ஆகும். நாம் இதனை அடைந்ததுமே, ஆன்மாவின் ஒவ்வொரு புயலும் அடங்கி விடுகிறது. ஏனென்றால், மனிதன் அவனிடம் இன்னும் இல்லாத ஒன்றை இனிமேலும் தேடிப் போக வேண்டியதில்லை அல்லது ஆன்மா மற்றும் உடலின் நலனை முழுமையாக்கும் எதையும் தேடிப் போக வேண்டியதில்லை.[59]

எபிகூரிய இன்பவாதம் தொடர்கிறது: 'இன்பம் இல்லாமல் இருப்பது நமக்கு வலிக்கும் போது நமக்கு இன்பம் தேவைப்படுகிறது, ஆனால் நாம் வலியை உணராத போது, நமக்கு இன்பம் தேவையில்லாமல் போகிறது.'[60]

பயம், கவலை, வலி, இறப்பு, ஆன்மாவின் குழப்பம் ஆகியவற்றை கையாளும் பல பத்திகள் தேர்ந்தெடுக்கப்பட்டிருப்பது மார்க்சின் தனித்தன்மையைக் காட்டுகிறது. இன்பத்தைத் தொடர்ந்து தேடுவது, அச்சுறுத்தும் வலியின், இறப்பு பற்றிய பயத்தின் மறுபக்கம். அது நிரந்தர தப்பித்தலின் திரையிடப்பட்ட வடிவமான 'கீழ்நோக்கிச் சரிதல்'. இவ்வாறு, இன்பத்தைத் தேடுவது போல நடிப்பதில் தவிர்ப்பதற்கான உத்திகளில் ஒன்றாக இந்தக் கேள்விகளை இடைவிடாமல்

கேட்பதன் மூலம் அச்சுறுத்தலில் இருந்து தப்பிக்க முயற்சிக்கும் சிந்தனை உள்ளது. 'சிந்தனையின் உச்சம் (கொண்டாட்டத்தைப் பொறுத்தவரையில்), மனதுக்கு பீதியூட்டும் அதே கேள்விகளை (அவற்றோடு தொடர்புடையவற்றையும்) துல்லியமாக புரிந்து கொள்வதில் உள்ளது'.[61] இதற்கும் தனது குறிப்பேட்டில் விளிம்பு கோடிட்டு மார்க்ஸ் அழுத்தம் கொடுத்துள்ளார். ஆனால், இந்தக் கேள்விகள் எங்கே முடியப் போகின்றன?, எந்தக் கேள்விகள் தொடர்புடையவை, எந்தக் கேள்விகள் தொடர்பற்றவை, தொடர்புடைய கேள்விகளை விவாதிப்பது இன்னும் அதிகமான தொடர்புடைய கேள்விகளை உருவாக்காதா என்று சொல்வது யார்? 'கீழ்நோக்கிச் சரிவது' விரிவடைந்து எல்லாவற்றின் மீதும் பரவுகிறது, இந்த நிகழ்முறையில் சிந்திப்பது என்பது இருக்கும் முரண்பாடாக மாறுகிறது: தொடர்ச்சியாக சிந்திப்பது தானே அடையமுடியாத முடிவிலிக்கான பொருள்வகையாகவே பல்வேறு முனைப்புகள் உள்ளன. இந்தக் கேள்விகளை புரிந்து கொள்வதற்கான முடிவடையாத முயற்சி இறப்பு மீதான பயத்தை விலக்குகிறது. மரணமின்மைக்கான விருப்பம், சச்சரவை தவிர்க்க முயற்சிக்கும் போதே அதை உறுதி செய்யும் நிரல் ஆக உள்ளது. தனது சொந்த மரணமின்மையைத் - கடவுளரைப் போல இருப்பது - தவிர வேறு எது ஒருவரை இறப்பிலிருந்து பாதுகாக்க முடியும்?... 'நீங்கள் ஒருபோதும் தொந்தரவு செய்யப்பட மாட்டீர்கள், மாறாக நீங்கள் மனிதர்களுக்கு மத்தியில் கடவுளைப் போல வாழ்வீர்கள். ஏனென்றால், அழிவற்ற வரங்களுக்கு மத்தியில் வாழும் மனிதர் இறந்து விடுபவராக இல்லை'.[62] மனித மனம் இதனை சாதிக்க முடியுமா? விடை தெளிவானது: "... சதையின் நோக்கத்தையும் வரையறைகளையும் தனக்குத் தானே தெளிவுபடுத்திக்கொண்ட, மரணமின்மை தொடர்பான விருப்பங்களை அவித்து விட்ட மனம், நிறைவான வாழ்க்கையை சாத்தியமாக்கி விட்டது, இனிமேலும் முடிவிலி நேரம் தேவையில்லை".[63] 'அவித்து விட்ட' என்ற சொற்றொடர் மார்க்சை காட்டிக் கொடுக்கிறது. இந்த விருப்பங்களை மனம் மெய்யாகவே தோற்கடிக்க முடியுமா, அல்லது மனம் என்பதே தோற்கடிப்பதற்கான தொடர்ச்சியான முயற்சிதானா என்ற சந்தேகத்தை அது விட்டு வைக்கிறது. மார்க்ஸ் இந்த முரண்பாட்டின் வளர்ச்சியை ஆய்வு செய்யும் அதே நேரம் அதைத் தவிர்க்கவும் செய்கிறார். அவரது சொந்தத் தவிர்த்தலில் எபிகூரிய கீழ்நோக்கிச் சரிதலை மறுபடியும் நிகழ்த்தும், அதே நேரம், அதன் உண்மையை மேதைமையாக வெளிப் படுத்துகிறார். இந்தத் தவிர்த்தலும் பொருண்மையாக்கப்பட்டுள்ளது. இறுதியில் அமைதியை கண்டு கொண்ட எபிக்யூரஸ் பற்றிய அவரது

ஆதர்சம், அவரது கோட்பாட்டு கண்டறிதலுடன் வெளிப்படையாக வேறுபடுகிறது. இன்னும் ஒரு பிரிவினை உள்ளது: மேதையின் நடைமுறை வாழ்க்கை என்பது இறப்பு பற்றிய பயத்தை தோற்கடிக்கிறது, அது மோதலை அங்கீகரித்து மறுதலிக்கிறது. கோட்பாட்டிற்குள்ளாகவே இது அதன் உள்ளுறை இயங்கியலில் மட்டுமே தெரிவிக்கப்படுகிறது. மார்க்சைப் பொறுத்தவரை புராதன அறிஞர்கள் மத்தியில் எபிக்யூரசை புரிந்து கொண்ட ஒரே ஒருவரான லூக்ரிடஸ் மார்க்சுக்கு உதவிக் கரம் நீட்டுகிறார். இந்தத் தத்துவத்தின் தனிச்சிறப்பான இயங்கியலை அவர் மார்க்சுக்கு தெளிவுபடுத்துகிறார்: இறப்பு பற்றிய பயம் நம்மை வாழ அனுமதிப்பதில்லை, இறப்பிலிருந்து தப்பி ஓடமுயற்சிக்கும் தத்துவம் இறப்பையே முன் வைப்பதாகவே உள்ளது.. "நிலையற்ற வாழ்க்கை அழிவற்ற இறப்பால் பறிக்கப்பட்டவுடன், இனிமேலும் இல்லாத ஒருவர் துன்புற முடியாது, அல்லது ஒரு போதும் பிறக்காத ஒருவரிடமிருந்து அவர் எந்த வகையிலும் வேறுபடவில்லை."[64] இதன் மீது மார்க்ஸ் தொலைநோக்கான கருத்தைச் சேர்த்துள்ளார்: 'எபிகூரிய தத்துவத்தில் இறப்புதான் அழிவற்றது என்ற சொல்ல முடியும். அணு, வெற்றிடம், விபத்து, தன்னிச்சை, கட்டமைவு இவை அனைத்தும் தம்மளவில் இறப்பாக உள்ளன'.[65] அணு என்ற கருத்தாக்கத்தைச் சுற்றி வளரும் தத்துவக் கட்டமைவுகள் எல்லாம் ஒரே திசையை சுட்டுகின்றன. 'கீழ்நோக்கிச்சரிதல்' என்பது கோட்பாட்டிலேயே கட்டமைக்கும் நிகழ்முறையாக இருப்பது மட்டுமின்றி, கருத்தாக்கங்களாலும் கருத்து நிலைகளாலும் ஆன, கோட்பாட்டை அமைப்பாக வளர்க்கும், சிந்தனை, 'கீழ்நோக்கிச்சரிதலாக' உள்ளது. 'கிரேக்கக் கடவுளரின் முதன்மை தனிச்சிறப்புகளில் ஒன்றாக[66] அரிஸ்டாட்டில் குறிப்பிடும் 'கோட்பாட்டு அமைதி' ஒரே நேரத்தில் கோட்பாட்டின் விருப்பமாகவும் உண்மையாகவும் உள்ளது. மரணமின்மைக்கான ஆசை, கடவுளரைப் போல இருக்க வேண்டும் என்ற விருப்பம் கோட்பாட்டின் மூலமான அமைதிப்படுத்தலை, அமைதியுடனேயே குழப்பிக் கொள்கிறது. கோட்பாடே அதனளவில் இந்த அச்சுறுத்தலில் இருந்து தப்பிப்பதற்கான இடைவிடாத முயற்சியின் வெளிப்பாடாக உள்ளது. ஆனால், கோட்பாட்டை மறுதலிப்பதன் மூலம், அதன் மறைவின் மூலமாக மட்டும்தான் உண்மையான அமைதி சாத்தியமாகும். இருப்பினும், இந்த மறுதலிப்பு அடிப்படை மோதலை நடைமுறையில் மறுதலிப்பதைச் சார்ந்துள்ளது.

மார்க்ஸ் தனது சொந்த கோட்பாடு-உருவாக்கத்தின் தோற்றுவாயை அங்கீகரிக்கும் அதே நேரம் இந்த அறிவை முடக்கவும் செய்கிறார். இன்றியமையாத அறிவுக்கும் நேர்வியல் அறிவுக்கும் இடையே

வேறுபடுத்திப் பார்ப்பதன் மூலம் அவர் உளவியல் முனைப்பை நெருங்குகிறார். ஆனால், இந்த வேறுபடுத்தலை தனக்கே பொருத்திக் கொள்ள மறுப்பதன் மூலம், அவர் இந்த நுண்ணறிவை முடக்கிக் கொள்கிறார். இந்த முடக்கம் நேர்வியல் அறிவின் வடிவத்தை எடுக்கிறது, வரலாற்றின் தத்துவமாக தன்னை முன் வைக்கிறது. அதன் மையமான சூத்திரம்: 'உலகம் தத்துவம் சார்ந்ததாகும் போது தத்துவமும் உலகம் சார்ந்ததாகிறது, அதன் ஈடேற்றமே அதன் இழப்பாகவும் உள்ளது, தன் சொந்த உள்ளூறை குறைபாடைத்தான் அது வெளிப் புறத்தில் எதிர்த்துப் போராடுகிறது... என்பதுதான் விளைவு'.[67]

மார்க்ஸ் தன்னுடைய முனைவர்பட்ட ஆய்வேட்டில் அவரது எதிர்கால சிந்தனைக்கான அடிப்படையாக இருக்கப் போகிற முன்கட்டமைக்கும் அமைப்பை உருவாக்கும் பாதையை வகுக்கிறார். ஏற்கனவே குறிப்பிட்டது போல, வரலாறு பற்றிய அவரது கோட்பாட்டுச் சிந்தனை கருத்துமுதல்வாதமாக முத்திரை குத்தப்படுகிறதா பொருள் முதல்வாதமாக முத்திரை குத்தப்படுகிறதா என்பது பொருட்டில்லை: எல்லாப் பிரதிகளிலும் அவர் முரணின்றி பராமரிக்கும் அகநிலை கட்டமைப்புதான் முக்கியமானது. எபிக்யூரசின் அணுவியல் கோட்பாடு பற்றிய விமர்சன பகுப்பாய்வு (இங்கு விவாதிக்க முடியாத அளவுக்கு விரிவானது அது), *ஹெகலின் உரிமை பற்றிய தத்துவம் நூல் பற்றிய விவாதம், பொருளாதார மற்றும் தத்துவ கையெழுத்துப் பிரதிகள்,* இறுதியாக வரலாறு பற்றிய பொருள்முதல்வாத கோட்பாடு பற்றிய முடிவு செய்யும் வரையறைகள் முதலில் வெளிப்படுத்தப்படும் *ஜெர்மன் சித்தாந்தம்* நூல் அனைத்தும் ஒரே அகநிலை கட்டமைவைக் கொண்டிருக்கின்றன என்று காட்ட முடியும். ஒரே நேரத்தில் முன்நோக்கியும் பின்நோக்கியும் பார்க்கும், உலக வரலாற்றின் உச்சத்தில் உள்ள சிந்தனையாளராக மார்க்ஸ் தன்னைக் காண்கிறார். புதிய சமூகத்தைப் பார்க்கையில், கடந்தகால வரலாற்றை அவர் எந்த வடிவில் தெரிவித்தாலும் அது அவருக்குத் 'தலைகீழாக நிறுத்தப்பட்ட உலகமாக' (verkehrte Welt)த் தெரிகிறது. உதாரணமாக, *பொருளாதார மற்றும் தத்துவ கையெழுத்துப் பிரதிகளில்:* 'இந்த வரலாற்று இயக்கத்தின் வரம்புக்குட்பட்ட தன்மையையும் நோக்கத்தையும் பற்றிய கூருணர்வை ஆரம்பத்திலேயே சாதித்து விட்டதை மெய்யான முன்னேற்றமாகக் கருத வேண்டும்.'[68] எதிர்நோக்கப்படும் உலக வரலாற்றின் உச்சப் புள்ளியில், மனிதஇனமாக *(Gattungswesen)* இருந்தாலும் சரி, தொழிலாளி வர்க்கமாக இருந்தாலும் சரி, அந்த 'அதி-முனைப்பின்' கூருணர்வுடன் மார்க்ஸ் தன்னை அடையாளப்படுத்திக் கொள்கிறார். எப்படி யிருந்தாலும், முற்றிலும் வெளிப்படையான அறிவை சுமந்து செல்லும்

அறுதி அறிவைக் கொண்டிருப்பவராக மட்டுமின்றி, தனிநபரின் வரம்புகளில் இருந்து விடுபட்டு 'சர்வப்பொதுவானதாக' *(Allgemeines)*வும் இருக்கும் ஒரு அதிதனிநபராக *(Uberindividuellen)* மார்க்ஸ் தன்னை அடையாளப்படுத்திக் கொள்கிறார். சர்வப்பொதுவானதுடன், நிரந்தரமானதுடன், மரணமற்றதுடன் தன்னை அடையாளப்படுத்திக் கொள்வதன் மூலம் தான் தேடிய பாதுகாப்பை மார்க்ஸ் கண்டு கொண்டதாகத் தெரிகிறது.

உச்சப் புள்ளி - அறுதி அறிவு - என்ற நோக்குநிலையில் இருந்து, இன்றியமையாத அறிவும் நிகழ்வியல் அறிவும் பிணைந்து கொள்வது பற்றிய வெவ்வேறு பிரதிகளை அவர் முன் வைக்கிறார். அது இறுதியாக, 'வரலாற்றின் இறுதியில்', பிணைந்து கொள்வதன் படிகளின் தொடர்வரிசை மூலம் வெளிப்படையானதாகிறது. 'ஹெகலின் சட்டம் பற்றிய தத்துவம் மீதான விமர்சன பகுப்பாய்வில்' இன்றியமையாத அறிவின் இடத்தை ஜனநாயகம் எடுத்துக் கொள்கிறது. இதற்கு முன்பு இருந்த அரசின் வடிவங்கள் அனைத்தும் 'திருப்பி நிறுத்தப்பட்ட வடிவிலான' (verkehrter Form) ஜனநாயகங்கள், சாரமானதன் இருத்தலின் பொய் வடிவங்களாக உள்ளன :

> ஜனநாயகம் மன்னராட்சியின் உண்மை, மன்னராட்சி ஜனநாயகத்தின் உண்மை. மன்னராட்சி தனக்குத் தானே முரணில் உள்ள ஜனநாயகம், மன்னராட்சியை அதன் சொந்த அடிப்படையில் புரிந்து கொள்ள முடியாது, ஜனநாயகத்தை அவ்வாறு புரிந்து கொள்ள முடியும். ஜனநாயகம் என்பது பேரின கட்டமைவு... (அவள்) எல்லாக் கட்டமைவுகளின் விடுவிக்கப்பட்ட புதிர். இங்கு, உள்ளார்ந்ததாகவும் சாரத்திலும் மட்டுமின்றி, எதார்த்தத்தில் இருக்கும் கட்டமைவு அதன் மெய்யான அடிப்படைக்கு, மெய்யான மனிதர்களிடம், மெய்யான மக்களிடம் தொடர்ந்து திரும்பி கொண்டு வரப்படுகிறது, மக்களின் சொந்த பணியாக நிலை நாட்டப்படுகிறது.[69]

பொருளாதார மற்றும் தத்துவ கையெழுத்துப் பிரதிகள் பற்றியும் இவ்வாறு சொல்லலாம். இதைப் பொறுத்தவரை, இதுவரை தலைகீழாய் நிறுத்தப்பட்ட, அன்னியமாக்கப்பட்ட வடிவில் இருந்த மனிதத்தன்மையும் (Gattungswesen) அதன் உற்பத்திச் சக்திகளும் அந்த வடிவத்தில் இருந்து தம்மை விடுவித்துக் கொள்ள வேண்டும். இந்தக் கட்டமைவு ஜெர்மன் சித்தாந்தம் நூலில், மனித இனத்தின் *(Gattung)* சமூக சக்திகளாக உள்ள உற்பத்திச் சக்திகள், அவை இருக்கும் சமூக உறவுகளின் வரம்புக்குட்பட்ட வடிவங்களுடன் *(Verkehrsform)* தொடர்ந்து

முரண்படும்படியாக, 'உற்பத்திச் சக்திகளுக்கும் உற்பத்தி உறவுகளுக்கும் இடையேயான இயங்கியலாக' முன்வைக்கப்பட்டது. இங்கு மறுபடியும், திருப்பி நிறுத்தப்பட்ட இருத்தலில் உள்ள சாரமானதை, அதிலிருந்து விடுவிக்க வேண்டும்.

நடைமுறை செயல் மூலமாக 'தலைகீழாய் நிறுத்தப்பட்ட உலகத்தை' மாற்ற முடியும், ஒழித்து விட முடியும் என்று எப்போதுமே உணர்த்தப்படுகிறது, அதன் மூலம் கோட்பாடும் அதனளவில் மறைந்து போக முடியும். இது தெளிவாகவும் நேரடியாகவும் தெரிவிக்கப்பட்டுள்ள *பொருளாதார மற்றும் தத்துவ கையெழுத்துப் பிரதிகளை* மறுபடியும் இங்கு குறிப்பிடலாம்:

> *பிளவுண்ட மனித வாழ்வின் உணரக்கூடிய பொருளாயதத் தெரிவிப்பாக நேரடியாக உணரக் கூடிய தனியார் சொத்துடைமை என்ற பொருள்வகைதான் உள்ளது. அதன் இயக்கம் - உற்பத்தியும் நுகர்வும் - இதுவரையிலான எல்லா உற்பத்தியின் உணரக்கூடிய தெரிவிப்பாக, அதாவது மனிதனின் எதார்த்தத்தை ஈடேற்றம் செய்வதாக உள்ளது. மதம், குடும்பம், அரசு, சட்டம், அறம், அறிவியல், கலை இன்னபிற ஆகியவை குறிப்பிட்ட உற்பத்தி முறைகளைச் சேர்ந்தவை, அவை அனைத்தும் அந்த உற்பத்தி முறையின் பொது விதியின் கீழ் வருகின்றன. எனவே, தனியார் சொத்துடைமையை நேர்மறையாக கடந்து செல்வது, அதே நேரம் எல்லா பிரித்தல்களையும் கடந்து செல்வதாக உள்ளது. மதரீதியான பிரித்தல் [மேலே குறிப்பிட்ட பிரித்தலின் வடிவங்களைப் போல] தன்னளவில் கூருணர்வின் களத்தில், மனிதனின் உள்மன வாழ்வில் மட்டும்தான் ஏற்படுகிறது, ஆனால் பொருளாதார பிரிப்பு என்பது எதார்த்த வாழ்வின் பிரிப்பு, எனவே, அதைக் கடந்து செல்வது இரண்டு அம்சங்களையும் தழுவியது.*[70]

தலைகீழாய் நிறுத்தப்பட்ட பொருளாதார அடிப்படை மறைந்து போவதுடன் தலைகீழாய் நிறுத்தப்பட்ட கூருணர்வின் எல்லா வடிவங்களும் மறைந்து போகும்.

ஆரம்பத்தில் இருந்தே நிறுவப்பட்ட அதே கட்டமைவுதான் எப்போதுமே உள்ளது என்ற எதார்த்தத்தில் இருந்து பார்க்கும் போது பொருள்முதல்வாத மார்க்சுக்கும் மிகத் தொடக்ககால எழுத்துக்களில் வெளிப்படும் கருத்துமுதல்வாத மார்க்சுக்கும் இடையிலான வேறுபடுத்தல் அவ்வளவு முக்கியம் இல்லை. அதே கட்டமைவு, வெவ்வேறு உடைகளை உடுத்தி ஒழுங்கமைக்கும் சட்டகமாக செயல்

படுகிறது. எனினும், வரலாற்று கட்டங்கள் பற்றிய பிரச்சினைதான் அதை விட அதிக முக்கியத்துவம் வாய்ந்தது. வரலாற்று கட்டங்கள் பற்றிய மார்க்சின் கருத்தாக்கத்தை நிரூபிக்கவும், 'உற்பத்திச் சக்திகளுக்கும் உற்பத்தி உறவுகளுக்கும் இடையேயான இயங்கியல் உறவுகளை' அனுபவரீதியில் நிரூபிக்கவும் முன்னாள் ஜெர்மன் ஜனநாயகக் குடியரசின் (கிழக்கு ஜெர்மனி) வரலாற்று அறிஞர்கள் செய்த பல்வேறு முயற்சிகள் வெற்றியடையவில்லை. ஆனால், ஜெர்மன் சித்தாந்தம் நூலை கவனமாக வாசித்திருந்தால், இந்த முரண்பாடு முதலாளித்துவ சமூகத்தில் தனித்துவமாக இருக்கிறது என்று மார்க்சே கூறியிருப்பது தெரிய வந்திருக்கும்.

> உற்பத்திக் கருவிகளுக்கும் தனியார் உடைமைக்கும் இடையிலான முரண்பாடு என்பது பெருவீதத் தொழில்துறையின் விளைபொருள் மட்டுமே ஆகும். இந்த முரண்பாடு உருவாக வேண்டும் என்றால் பெருவீதத்தொழில்துறை உயர் வளர்ச்சியடைந்திருக்க வேண்டும். எனவே, பெருவீதத் தொழில்துறை வளர்ச்சியடைந்த பிறகுதான் தனியார் சொத்துடைமையை ஒழித்துக் கட்டுவது சாத்தியமாகும்.[71]

அதே நேரம், 1859-ல் அரசியல் பொருளாதாரம் பற்றிய விமர்சன பகுப்பாய்வுக்கு ஒரு பங்களிப்பின் முன்னுரையில்[72] (இதுதான் வறட்டுவாத மார்க்சியத்தின் 'புனித நூலாக' உள்ளது) வரலாற்றின் அடுத்தடுத்த நிகழ்முறை கட்டமைக்கப்படுவது பற்றி மார்க்ஸ் மறுபடியும் கூறுகிறார், அதன் இறுதி மாறிச்செல்லல் 'மனித குலத்தின் வரலாற்றுக்கு முந்தைய கட்டத்தை நிறைவு செய்கிறது'. இந்தக் கட்டமைப்பு ஏன் மீண்டும் சொல்லப்படுகிறது, அத்தோடு வரலாற்றின் கீழ்நிலைப் படியில் இருந்து மேல்நிலைப் படி அவசியமாகவே தொடர்கிறது என்று உணர்த்தும், வரலாற்றில் அவசியம் உள்ளது என்ற கருத்து ஏன் மீண்டும் சொல்லப்படுகிறது? வரலாற்று நிலைகளை 'அவசிய மாறிச்செல்லல்கள்' என்று கருத்தாக்கம் செய்வது ஒரு வகையான நினைவிலி உள்ளத்தின் சுய-காப்பீடாக உள்ளது என்பது வெளிப்படை. இறுதியாக, 'மனித குலத்தின் முன்வரலாறு' சோசலிசத்துக்கு மாறிச் செல்வதாக சொல்லப்படுவதன் அதே வழியில்தான் இதுவரை எப்போதுமே வளர்ச்சியடைந்து வந்திருக்கிறது என்றால் மட்டும்தான் இறுதியான மூடப்பட்ட வடிவத்துக்கு மாறிச் செல்வது குறித்து மார்க்ஸ் உறுதியாக இருக்க முடியும். ஜனரஞ்சக கூருணர்வும் துறைசார்ந்த கூருணர்வும் பிணைந்து கொள்வதில் முடக்கப்படும் அவரது இந்த நுண்ணறிவு, இங்கேயும் பொருண்மையாக்கப்பட்ட ஜனரஞ்சக கூருணர்வு வடிவத்தை எடுக்கிறது, இந்த முடக்கத்தையே வரலாற்று நிகழ்முறையாக

பொருண்மையாக்குவதன் மூலம் அவர் இந்த முடக்கத்தின் அவசியத்தை நிறுவவும் வெளிப்படுத்தவும் செய்கிறார்.

## II

இவை அனைத்தும், அரசியல் பொருளாதாரம் பற்றிய விமர்சன பகுப்பாய்வில் இயங்கியல் தொடர்பாகக் கொண்டிருக்கும் விளைவுகள் என்ன? 'இயங்கியலை மார்க்ஸ் குறுக்குவது' பற்றிய கெர்ஹார்ட் க்யோலரின் ஆய்வைக் குறிப்பிட்டிருந்தோம். மேலே வளர்த்தெடுக்கப் பட்ட வாதத்தின் ஒளியில், மார்க்ஸ் பற்றிய ஃபிரெஞ்சு கட்டமைப்புவாத பொருள்கூறல் சரியானதாகத் தெரிகிறது. இந்தப் பொருள்கூறல் அறிவியலையும் தத்துவத்தையும் வேறுபடுத்துகிறது, தத்துவம் இயங்கியலுடன் அடையாளப்படுத்தப்படுகிறது. மார்க்ஸ் தத்துவத்தில் இருந்து எவ்வளவு அதிகமாக தன்னை விடுவித்துக் கொள்கிறாரோ, அவ்வளவுக்கு அவர் அறிவியல்சார்ந்து இருப்பதாகக் கருதப்படுகிறது. இந்த வேறுபடுத்தல் அவர் முதலில் நினைத்தது போல அவ்வளவு தெளிவாக இல்லை என்று ஏற்றுக் கொள்ளும்படி அல்தூசர் கூட கட்டாயப்படுத்தப்பட்டுள்ளார் என்பது தெரிந்ததே. அரசியல் பொருளாதாரம் பற்றிய விமர்சன பகுப்பாய்வின் கடைசி வரைவுகள் வரையிலும் அறிவியலும் தத்துவமும் பின்னிப் பிணைந்திருப்பது நீடிக்கிறது என்று அல்தூசரைக் குறிப்பிட்டு ஜேக் பிடே (Jacques Bidet)[73] நிரூபித்திருக்கிறார்: 'மார்க்ஸ், குறிப்பிட்ட கட்டத்தில் களைத்துப் போய் தளர்ந்து விட்டார்', இயங்கியல் முற்றிலும் களையப்பட்ட, முழுக்க முழுக்க அறிவியல்தன்மையிலான மூலதனம் நூலின் பிரதியை எழுதுவதற்கான முயற்சியை அவர் கைவிட்டு விட்டார். ஆனால், மார்க்சின் விமர்சன பகுப்பாய்வின் பொருண்மையே இயங்கியல் கருத்தாக்கத்தைக் கோருகிறதா, அதன் காரணமாகவே, கோட்பாட்டை குறிப்பிட்ட வடிவத்தில் முன்வைக்க கோருகிறதா என்ற முக்கியமான கேள்வியை ஃபிரெஞ்சு கட்டமைப்புவாதிகளை நிராகரிக்கும் முயற்சி காரணமாக ஜேக் பிடே எழுப்பத் தவறுகிறார்.

*மூலதனம் நூலின் முன்வரைவிலும்* (Rohentwurf-Rough Draft-குருண்ட்ரிச) அரசியல் பொருளாதாரம் பற்றிய விமர்சன பகுப்பாய்விலும் மார்க்ஸ் பயன்படுத்திய, இறுதியாக மூலதனம் நூலிலும் செயல்படுத்திய தெளிவாக்க முறை பற்றிய சிறு அளவு புரிதல் கூட வெளிப்படுத்தும் முரண்பாடு ஒன்று, மார்க்சின் முறைபாடு பற்றிய இலக்கியத்தில் இதுவரை போதுமான அளவுக்கு ஆய்வு செய்யப்படவில்லை. பணத்தின் செயல்பாடுகள் பற்றி மார்க்ஸ் முன்வைத்த கருத்தாக்கத்தின் கட்டமைப்பு பற்றியது அது. மூலதனம் நூலின் முன்வரைவில்

(*Rohentwurf*-ல்), இது தொடர்பான சிந்தனையின் தொடர்ச்சி தெளிவாக்கத்துக்கான திட்டமான கொள்கையைக் கொண்டுள்ளது. பரிவர்த்தனை மதிப்பு மேன்மேலும் தன்னாட்சி பெறுவதை (Verselbständigung) கோட்பாட்டுரீதியாக புரிந்து கொள்வது என்று இந்தக் கொள்கையை அழைக்கலாம். *மூலதனம்* நூலில் வெறும் எலும்புக் கூடுதான் மிஞ்சுகிறது, *மூலதனம்* நூலின் முன்வரைவில் (Rohentwurf - குருண்ட்ரிசவில்) மார்க்ஸ் விரித்துரைக்கும் கருத்துருக்களைப் பற்றி முன்பே அறிந்திருந்தால் ஒழிய, தெளிவாக்கத்தில் அர்த்தமுள்ள அமைப்பு ரீதியான கட்டமைப்பு எதுவும் இல்லாதது போலத் தெரிகிறது. இந்த முரண்பாடு, மார்க்சின் வெளிப்படையான முறைபாட்டு குறிப்புகளுடன் ஒத்துப் போகிறது. அந்தக் குறிப்புகளை சுட்டிக் காட்டிதான் நான் இந்தக் கட்டுரையை தொடங்கினேன். மார்க்சியத்தின் இரண்டாம் நிலை இலக்கியங்கள் மார்க்சின் தெளிவாக்கல் முறை குறித்து, கருத்து சொல்ல ஏதுமில்லை என்பது போல அதனைக் கையாண்டுள்ளன. 1861 டிசம்பர் 9-ம் தேதி மார்க்ஸ் எங்கெல்சுக்கு பின்வருமாறு எழுதினார்:

> என்னுடைய வேலை நடந்து கொண்டிருக்கிறது, ஆனால் மெதுவாகவே போகிறது. உண்மையில், இன்றைய சூழலில் இத்தகைய கோட்பாட்டு விஷயங்களை அவசரகதியில் முடிப்பது சாத்தியமில்லை என்று படுகின்றது. இதற்கிடையில், எனது நூல் இன்னும் எளிதானதாகவும், பகுதி I-ல் இருந்ததை விட முறைபாடு மேலாக மறைக்கப்பட்டதாகவும் இருக்கிறது

எனவே, இந்த முறையைப் பற்றி நாம் தெரிந்து கொள்ள வேண்டுமானால், குருண்ட்ரிச, முதல் வரைவு (Rohentwurf, Urtext) என்ற இன்னும் தொடக்கநிலை பிரதிகளை ஆய்வு செய்ய வேண்டும்.

'மறைக்கப்படுவதற்கு' முன்னர் இருந்த முறைபாட்டை வெளிப்படுத்தும் நோக்கத்தில் அதை இங்கு நாம் செய்வோம். மேலும், எங்கெல்சுக்கு எழுதிய கடிதத்தில் 'முதல் பகுதியின் சுருக்கமான கோட்டுச் சித்திரம்' என்று மார்க்ஸ் குறிப்பிட்ட சுருக்கமான உரையில் இது தொடர்பான குறிப்புகளை பார்க்கலாம். அது *அரசியல் பொருளாதாரம் பற்றிய விமர்சன பகுப்பாய்வுக்கு ஒரு பங்களிப்பு* என்ற பெயரில், 1859-ம் ஆண்டு வெளியிடப் பட்டது. அதில் மார்க்ஸ் மதிப்பை ஒரு 'சாரமாக்கல்' என்றும், 'வெறும் உழைப்பின் அளவுகளாக குறைக்கப்பட்டது' என்றும் வரையறுக்கிறார். அவர் பின்வரும் கருத்தையும் வலியுறுத்துகிறார்:

மதிப்பு பற்றிய இந்த வரையறையை மறுப்பவை எல்லாம் ஒன்று குறை வளர்ச்சியடைந்த உற்பத்தி உறவுகளில் இருந்து பெறப் பட்டவை அல்லது குழப்பத்தை அடிப்படையாகக் கொண்டவை. இன்னும் திட்டவட்டமான பொருளாதார தீர்மானிப்புகளை எடுத்துக் கொள்வதிலும், (ஒரு பக்கம் அவற்றில் இருந்து மதிப்பு சாரமாக்கப்படுகிறது, மறுபக்கம், அவற்றை மதிப்பின் அடுத்தடுத்த வளர்ச்சிகளாகப் பார்க்க முடியும்) இவற்றை சாரமான வளர்ச்சியடையாத வடிவத்தில் உள்ள மதிப்புக்கு எதிராக நிறுத்துவதிலும் குழப்பம் உள்ளது.[74]

இந்தக் குறிப்புகள் முக்கியமானவை. மார்க்ஸ் இங்கு அதன் ‘அடுத்தடுத்த வளர்ச்சிகளிலிருந்து’ அதாவது 'பிந்தைய மேலும் திட்ட வட்டமான வடிவங்களிலிருந்து' வேறுபடுத்தி 'சாமான்ய, வளர்ச்சி யடையாத மதிப்பு' என்று பேசுகிறார். உண்மையில், இந்தக் கடிதத்தில், மூலதனத்தின் மதிப்பு பங்குச் சந்தை மூலதனமாக இயங்கும் வடிவத்தை, (கம்யூனிசத்துக்கு மாறிச் செல்லும்) 'மிக முழுமையான வடிவம்' என்று குறிப்பிடும் அளவுக்குச் செல்கிறார். இந்தக் குறிப்பு, தெளிவாக்க முறைபாட்டுக்கு (method of exposition) அடிப்படை முக்கியத்துவத்தைக் கொண்டுள்ளது. (மூலதனம் நூலில் இது போன்ற வரையறைகளை எங்குமே பார்க்க முடியவில்லை என்பதை குறிப்பிட வேண்டும். மாறாக, மூலதனம் மூன்றாம் பாகத்தில் 'திட்டவட்டமான வடிவங்கள்' பற்றி விளக்கும் போது 'திரிபுற்ற வடிவங்கள்' பற்றி அல்லது ‘அர்த்தமில்லாத வடிவங்கள்' பற்றி பேசுகிறார். இந்தக் கால கட்டத்தில் அவரது முறைபாட்டைப் பற்றி விளக்கும் குறிப்புகளை தேடினால், 'பரிவர்த்தனை-மதிப்பு என்ற வடிவத்தின் வளர்ச்சி', 'வடிவத்தின் தீர்மானங்களின் மரபியல்ரீதியான வளர்ச்சி' போன்ற பதங்களை பார்க்க முடிகிறது. இந்த வரையறைகள் ‘பரிவர்த்தனை-மதிப்பை மெய்யாகவே தன்னாட்சியாக்கும்' நிகழ்முறையை பிரதி பலிக்கின்றன. அதேநேரம் இந்தத் தன்னாட்சியாக்கத்தை வெறுமனே பதிவு செய்து கொள்வதாக அல்லது பின்நோக்கி கட்டமைப்பதாக இந்த முறைபாட்டை அவை மாற்றுகின்றன.

இந்தப் பின்புலத்தில், குருண்ட்ரிசவில் (*Rohentwurf*-ல்) சாமான்ய சுற்றோட்டத்தை தருவிப்பதன் இறுதியில் மார்க்சின் விளக்கம் தெளிவூட்டுவதாக உள்ளது:

சுற்றோட்டம் தனக்குள்ளாகவே சுய-புதுப்பித்தல் கொள்கையைக் கொண்டிருக்கவில்லை. சுற்றோட்டம், முன்னனுமானிக்கப்பட்ட

> கூறுகளை தனது தொடக்கப் புள்ளியாக எடுத்துக் கொள்கிறது, தானே முன் வைத்த கூறுகளில் இருந்து தொடங்கவில்லை. எரியும் பொருட்கள் தீக்குள் போடப்படுவது போல சுற்றோட்டத்தினுள் சரக்குகள் புதிதாக வெளியிலிருந்து செலுத்தப்பட வேண்டும். இல்லாவிட்டால் சுற்றோட்டம் பொருளற்றதாக ஒய்ந்து போய் விடும்...[75]

'சுற்றோட்ட ஊடகத்தின் மிச்சத்தைத் தவிர வேறு எதுவும் எஞ்சியிருக்காது. அதனளவில் அது தனது வடிவ தீர்மானிப்பை இழக்கிறது. அது தன் பொருள்வகையாக தகர்கிறது, கனிமச் சாம்பல் போல நிகழ்முறையில் மிஞ்சியிருப்பது அது மட்டும்தான்'.[76] இந்த முடிவான சிந்தனையை, அடுத்த அடி ஏற்கனவே முந்தைய அடியில் அடங்கியுள்ள சாமான்ய சுற்றோட்டத்துக்கும் மூலதனத்துக்கும் இடையிலான மாறிச்செல்லும் கட்டத்தை தருவிப்பதில் மார்க்ஸ் முன் வைக்கிறார். விஷயம் என்னவென்றால் மதிப்பு அதன் பொருள் வகையாக தகர்ந்து விடுவதில்லை, பணத்தின் பொருள்வகைதான் 'கனிம சாம்பல்' ஆக எஞ்சியிருக்கிறது அல்லது மதிப்பை மதிப்பாகவே மூலதனமாக பாதுகாக்க வேண்டியுள்ளது. மூலதனம் என்பது 'சரக்குக்கும் பணத்துக்கும் இடையேயான ஒருமையாக உள்ளது. ஆனால் இது நிகழ்முறையாக இருக்கும் அந்த இரண்டின் ஒருமையாக உள்ளது. (தனியாக எடுத்துக் கொள்ளும் போது) அது இதுவாகவும் இல்லை மற்றதாகவும் இல்லை, ஒன்று, மற்றது என இரண்டுமாகவும் இல்லை.'[77]

> அது சுற்றோட்டத்துக்குள் செல்வதே அது தானாகவே இருக்கும் தருணமாக [Beisichbleiben] இருக்க வேண்டும், அது தானாகவே இருக்கும் தருணம் அது சுற்றோட்டத்துக்குள் செல்வதாக இருக்க வேண்டும். இவ்வாறாக, பரிவர்த்தனை-மதிப்பு இப்போது நிகழ்முறையாக தீர்மானிக்கப்படுகிறது, அது இனிமேலும் வெறுமனே மறைந்து போகும் வடிவமாக இல்லை.[78]

மூலதனம் நூலின் முதல் வரைவில் உள்ள 'சாமான்ய சுற்றோட்டம்' என்ற -கருத்தாக்கத்தை 'சாமான்ய சரக்கு-உற்பத்தி' என்ற எங்கெல்ஸ் பரப்பிய கருத்துருவுடன் குழப்பிக் கொள்ளக் கூடாது. 'சாமான்ய சுற்றோட்டம்' என்ற கருப்பொருள், உற்பத்திப் பொருட்கள் சரக்குகளாகி பின்னர் பரிவர்த்தனை செய்து கொள்ளப்படும் பொருளாயத மாற்றியமைத்தலின் இடைநிலை நிகழ்முறைகளில் பரிவர்த்தனை-மதிப்பை பாதிக்கும் வடிவத்தின் வெவ்வேறு தீர்மானிப்புகள் மீதுதான் முழு அக்கறை கொண்டுள்ளது. இந்த நிகழ்முறையை சித்தரிக்க பின்வரும்

சூத்திரம் மீண்டும் மீண்டும் பயன்படுத்தப்பட்டுள்ளது: உற்பத்திப் பொருட்கள் சரக்குகள் ஆகின்றன, சரக்குகள் பரிவர்த்தனை-மதிப்புகள் ஆகின்றன, பரிவர்த்தனை-மதிப்பு பணம் ஆகின்றது. 'இடையாடப் பட்ட (mediated) சுற்றோட்டம்' (இதுதான் சாமான்ய சுற்றோட்டத்தின் கருத்தாக்க எதிரிணையாக உள்ளது) இதில் இல்லை அதாவது, மூலதனத்தாலேயே இடையாடப்பட்ட சுற்றோட்டம் இதில் இல்லை என்று சொல்கிறோம். 'இடையாடப்பட்ட சுற்றோட்டத்தில்' மட்டும் தான் அதாவது, அதன் சரக்கு வடிவமும் பண வடிவமும் தொடர்ந்து மாறி மாறி வருவதில் மட்டும்தான், மதிப்பு அதிகரிப்பது நடக்கும் மாற்றத்தில்தான் மதிப்பை அதன் 'சுய-மதிப்புப் பெருக்கத்தில்' பராமரிக்க முடியும்.

பொதுவாக, நாம் மேலே சொன்ன மேற்கோளில் பார்த்தது போல, பரிவர்த்தனை-மதிப்பு என்பது 'மறைந்து போகும் வடிவமாக' உள்ளது என்பதுதான் சாமானியச் சுற்றோட்டத்தின் தனிச்சிறப்பான அடையாளமாக உள்ளது. பரிவர்த்தனைக்குப் பிறகு பரிவர்த்தனை-மதிப்பு 'கனிம சாம்பல் போல எஞ்சியிருக்கும் அதன் பொருள்வகைக்குள்' தகர்கிறது. பணத்தின் பொருள்வகை இன்னும் இருக்கிறது, ஆனால் அதன் பொருளாதார வடிவ-தீர்மானிப்பு கரைந்து போகிறது. இது எல்லாமே வளர்ச்சியடைந்த மூலதனத்தின் நோக்குநிலையில் இருந்து சொல்லப் படுகிறது என்பதில் சந்தேகமில்லை. மூலதனத்தின் நோக்குநிலை மதிப்பு சுயேச்சையாக ஆவது [sich verselbständigen] எப்படி, சுயேச்சையான மதிப்பாக அதனை பாதுகாத்து அதிகரிப்பது எப்படி என்ற கேள்வியை தனது தொடக்கப் புள்ளியாகக் கொண்டுள்ளது. இந்தப் பின்புலத்தில்தான் நாம் குருண்ட்ரிசவில் (*Rohentwurf*-ல்) பணத்தின் பல்வேறு செயல்பாடுகளைப் பற்றி விவாதிக்க வேண்டியுள்ளது.

சுயேச்சையாக 'மதிப்பு-வடிவத்தை வெளிப்படுத்தும்' முதல் உருவம் விலை-வடிவம். ஆனால், விலை-வடிவம் சம்பந்தப்பட்ட நபர்களின் தலைகளில் மட்டும்தான், எதிர்நோக்கும் எதார்த்தமான சுயேச்சையாக இருக்கிறது. எனினும், ஈடேற்றம் பெற்ற விலையில் மதிப்பின் எதார்த்தமான சுயேச்சை என்பது வெறும் 'மறைந்து போகும்' சுயேச்சை தான். இதிலிருந்து வேறுபடுவதாக, மதிப்பைப் பாதுகாப்பதற்கான முதல் வடிவம் நிறுத்தி வைக்கப்பட்ட நாணயம் (இது இப்போதைய பொருளாதார மொழியில், 'மதிப்பை பாதுகாத்தலுக்கான சாதனம்' *[Wertaufbewahrungsmittel]* என்று அழைக்கப்படுகிறது, இங்கு பாதுகாக்கப்பட வேண்டியது எது என்பது தெளிவாக இல்லை!). நிறுத்தி வைக்கப்பட்ட நாணயம் என்பது இருக்கும், ஆனால் சுற்றோட்டத்துக்கு வெளியில் மட்டுமே இருக்கும் சர்வப்பொது வடிவம். சுற்றோட்டத்துக்குள் அது

'தொடர்ந்து மறைந்து போகும் மதிப்பாக' வெறும் செயல்பாட்டு இருத்தலை மட்டுமே கொண்டுள்ளது (ஏனென்றால், ஒரு பயன்-மதிப்பு நாணயமாக மாற்றப்படுவது இன்னொரு பயன்-மதிப்பைப் பெறுவதற்காகத்தான்). சேர்த்து வைத்தல் மதிப்பின் இன்னொரு எதார்த்த வடிவமாக உள்ளது. ஆனால், இதிலும் கூட, சுற்றோட்டத்துக்கு வெளியில்தான் சாரமாக்கப்பட்ட செல்வத்தின் மெய்யான இருத்தல் உள்ளது.

> சேம இருப்பில் வைக்கப்பட்டிருக்கிற நாணயங்களும், சேர்த்து வைத்த பணமும் சுற்றியோடுவதில்லை என்பதால்தான், அவை சுற்றோட்ட ஊடகமாக இல்லாதவை என்ற முறையில்தான் பணமாக இருக்கின்றன. நாம் இப்பொழுது ஆராய்கின்ற பணத்தின் தனித்த வடிவம் சுற்றியோடுகிறது, சுற்றோட்டத்துக்குள் நுழைகிறது, ஆனால் சுற்றோட்ட ஊடகமாகச் செயல்படுவ தில்லை. பணம் சுற்றோட்ட ஊடகம் என்ற முறையில் எப்போதுமே வாங்கல் சாதனமாக இருந்திருக்கிறது; ஆனால் இப்பொழுது அந்தத் தகுதியில் செயல்படவில்லை.[79]

பரிவர்த்தனை-மதிப்பின் அடுத்த "இன்னும் வளர்ச்சியடைந்த வடிவமாக" சுற்றோட்டத்துக்குள் பரிவர்த்தனை-மதிப்பின் சுயேச்சையான செயல்பாடு உள்ளது. சுற்றோட்டத் துறைக்குள் அதுதான் 'மதிப்பின் முதல் சுயேச்சையான இருத்தலாக', சாரமான செல்வத்தின் பொருளாயத இருத்தலாக இருப்பதால் அதற்கு "பணமாக இருக்கும் பணம்" என்ற பெயரை மார்க்ஸ் கொடுக்கிறார்.[80] இவ்வாறுதான் பணம் கொடுப்புச் சாதனமாக செயல்படுகிறது.

> அது சுற்றோட்டத் துறைக்குள் வருவதில்லை, அது முன்னர் வாங்குபவராக இருந்தவர் கையிலிருந்து முன்னர் விற்பவராக இருந்தவர் கைக்குப் போய்ச் சேர்கிறது; ஆனால் அது சுற்றோட்ட ஊடகமாகவோ, வாங்கல் சாதனமாகவோ சுற்றோட்டத் துறைக்குள் வருவதில்லை. அது தான் இருப்பதற்கு முன்பே இந்தச் செயல்களை நிறைவேற்றியது; இந்தச் செயல்களை முடித்த பிறகுதான் அது களத்திலே தோன்றுகிறது. சரக்கின் ஒரே போதுமான சமதையாக, பரிவர்த்தனை மதிப்பின் அறுதி உருவமாக, பரிவர்த்தனை நிகழ் முறையின் இறுதி முடிவாக, சுருக்கமாகச் சொல்வதென்றால் பணமாக, சர்வப்பொது கொடுப்பு சாதனமாக செயல்படும் பணமாக சுற்றோட்டத்துக்குள் நுழைகிறது. கொடுப்புச் சாதனமாக செயல்படும் பணம் அறுதியான சரக்காக தோற்றமளிக்கிறது, ஆனால் சுற்றோட்டத் துறைக்கு உள்ளேயே இருக்கிறது; சேர்த்து

வைத்தலைப் போல சுற்றோட்டத்துக்கு வெளியே இல்லை. [நிறுத்தி வைக்கப்பட்ட நாணயமும் இங்கு சேர்க்கப்பட வேண்டும்].[81]

பண வடிவத்தின் இறுதித் தீர்மானிப்பாக உலகப் பணம் உள்ளது [Weltgeld]: "அதன் இருத்தல் நிலை அதன் கருத்தாக்கத்துக்குப் பொருத்தமுடையதாகிறது".[82] (வெளிப்புற) சுற்றோட்டத்துக்குள் - 'சர்வதேச கணக்குகளை சமன் செய்யும்' மதிப்பின் இருத்தல் நிலையாக ஆகும் தூய தங்கத்தின் அதே பொருள்வகையாக அது உள்ளது.

மதிப்பு படிப்படியாக தன்னாட்சியாக்கப்படும் வடிவங்களை தெளிவுபடுத்தும் இந்த சிந்தனை ஓட்டம், மதிப்பு அதிகரிப்பதன் இயக்கத்தை தெளிவுபடுத்தும் இன்னொரு சிந்தனை ஓட்டத்துடன் நெருங்கிய தொடர்பைக் கொண்டுள்ளது. இரண்டுமே மூலதனத்தின் தனிச்சிறப்பான தன்மைகளாக இருக்கின்றன, இரண்டாவதாகச் சொல்லப்பட்ட நிகழ்முறையின் வளர்ச்சியும் விவரிக்கப்பட வேண்டும். 'மீ-பொருண்மையான, காத்திரமில்லா பண்பு... அதே சாகுபடியாளரின் கையில்...' தான் அதிகரிப்பதன் இரகசியத்தை வெளிவிட்டு விடாத' வெவ்வேறு வடிவங்களில் தன்னை மறைத்துக் கொண்டு... அவர் வசம் இருக்கிறது'[83] என்று மூலதன மதிப்பின் இயக்கத்தை விளக்கிய சிஸ்மாண்டி போன்ற கூர்மையான பொருளியலாளர்களை மார்க்ஸ் பாராட்டவே செய்கிறார். 'மதிப்பு மூலதனத்தில் தன்னை பாதுகாத்துக் கொள்வதில் இருந்து அதிகரிப்பதற்கு மாறிச் செல்வதை கோட்பாட்டுரீதியாக விளக்குவது, அதாவது, அதன் அடிப்படைத் தன்மையில், ஒரு விபத்தாகவோ ஒரு விளைவாகவோ இல்லாமல் கோட்பாட்டுரீதியாக விளக்குவது, திருவாளர்கள் பொருளியலாளர்களுக்கு ஒரு தலைவலியாகவே உள்ளது'.[84] இந்த அதிகரிப்பை மறைவான கூறியது கூறல்கள் மூலமாகவோ தன்னையே சுட்டும் வரையறைகள் மூலமாகவோ மழுப்பி விட முடியாது. மூலதனம் என்பது 'இலாபத்தைக் கொடுப்பது' என்று வரையறுக்கும் தந்திரம், 'மிருகத்தனமான வடிவமே' என்று மார்க்ஸ் குறிப்பிடுகிறார். ஏனென்றால், அதில் 'மூலதனம் அதிகரிப்பது, இலாபம் என்ற சிறப்பு பொருளியல் வடிவில் வடிவத்தில் ஏற்கனவே முன்னனுமானிக்கப்பட்டு விட்டது'.[85] இன்னொரு விளக்கமும் எந்த வகையிலும் சிறந்ததாக இல்லை:

> மூலதனத்திலிருந்து ஆதாயம் கிடைக்காமல் யாரும் தமது மூலதனத்தை முன்னீடு செய்ய மாட்டார்கள் போன்ற பிதற்றல் களின் பொருள், ஒன்று தமது மூலதனத்தை முன்னீடு செய்யா விட்டாலும் நல்ல முதலாளிகள் முதலாளிகளாகவே இருப்பார்கள் என்ற அபத்தமாகவோ அல்லது மூலதனம் என்ற கருத்தாக்கத்திலேயே

ஆதாயம் தரும் முன்னீடு என்பது உள்ளார்ந்துள்ளது என்று சொல்லும் அற்ப வடிவமாகவோ உள்ளது.

அதன் பிறகு, "நல்லது, அப்படியானால், அதை நிரூபிக்க வேண்டியதுதான் மிச்சம்"[86] என்று மார்க்ஸ் கிண்டலாகக் குறிப்பிடுகிறார். கட்டுவிக்கப்பட்ட வடிவங்களில் இருந்து தொடங்குவதாகவும், அவற்றை வளர்த்தெடுக்காமல் விமர்சனமின்றி அனுமானித்துக் கொள்வதாகவும் பொருளியலாளர்களை மார்க்ஸ் கண்டிப்பதற்கான தெளிவான உதாரணம் இது. என்ன நடக்கிறது என்று விவரிப்பதை விளக்கமளிப்பதாக மாற்றி விடாமல், கருத்தினங்களை மார்க்ஸ் எவ்வாறு வளர்க்கிறார்? பணத்தின் முதல் தீர்மானிப்பு மற்றும் இரண்டாவது தீர்மானிப்பு ஆகியவற்றின் ஒருமையாக பணம் என்பதில் இருந்து மார்க்ஸ் தொடர்கிறார். பணத்தின் நேரடி உலோக இருத்தல் பொருளாதார வடிவ-தீர்மானிப்போடு ஒத்திசையும் போது இதுதான் நடக்கிறது. முதல் தீர்மானிப்பும் இரண்டாவது தீர்மானிப்பும் பணத்தில் உள்ளடக்கப்பட்டு மறுதலிக்கப்படுகின்றன. அதன் உலோக இருத்தலில் பணம் பரிவர்த்தனை-மதிப்புக்கான போதுமான எதார்த்தமாக இருப்பதால், அது பரிவர்த்தனை-மதிப்பு போன்ற பிற விஷயங்களுக்கான அளவையாக இனிமேலும் இருப்பதில்லை. அதே நேரம் விலையின் ஈடேற்றமாக பணம் மறுதலிக்கப்படுகிறது, ஏனென்றால் இந்தச் செயல்பாட்டில் ‘மதிப்பின் சுயேச்சையான தெரிவிப்பு ‘தொடர்ந்து மறைந்து போவதாகவே’ அது உள்ளது. அதன் இயற்கையான உலோக இருத்தலில் ‘எல்லா பொருளாயதச் செல்வங்களும் (அதனுள்) பூட்டி வைக்கப்பட்டுள்ளதாக’ உள்ளது.[87]

> அளவையாக செயல்படும் போது அதன் பருமன் பொருட்டில்லை. சுற்றோட்ட ஊடகமாக செயல்படும் போது அதன் பொருள் வகைமை, ஒருமையின் பொருள்வகைமை பொருட்டில்லை: பணம் என்ற இந்த மூன்றாவது வகிபாகத்தில், அதன் பொருள் வகையின் திட்டமான அளவாக அதன் பருமன் இன்றியமையாதது.[88]

அது, நேரடியாக இருப்பதாக செல்வத்தின் பொது வடிவம். ஏனென்றால், ‘அளவுரீதியான வேறுபடுத்தலைத் தவிர வேறு எந்த உள்ளுறை வேறுபடுத்தலும்’ அதில் இல்லை. இவ்வாறாக, அதன் இயற்கையான உலோக இருத்தல் இருக்கின்ற ஒரு முரண்பாடு. முறைபாடாக பேசும் போது அது எல்லா பயன்-மதிப்புகளின் முழு நிறைவான வடிவாக உள்ளது, ஆனால் அதே நேரம் பணத்தின் தீர்மானகர அளவாகவே அது உள்ளது. அல்லது வேறு சொற்களில், பொதுவான செல்வத்தின் வரம்புக்குட்பட்ட பிரதிநிதித்துவ மாதிரிக்

கூறாகவே அது உள்ளது. எனவே, அது பொதுவான செல்வமாக இருக்கிறது, இல்லாமலும் இருக்கிறது. அது தன்னுடனேயே முரண்படும் வடிவம். இந்த முரண்பாடு, குறிப்பிட்ட அளவிலான பணம் தனது சொந்த வரம்பிலிருந்து விடுவித்துக் கொள்வதற்காக அளவுரீதியான அதிகரிப்பின் மூலம் அறுதி செல்வம் என்ற நிலையை எட்டுவதற்கு முயற்சிக்கும் முடிவிலி இயக்கத்தைத் தோற்றுவிக்கிறது.

> தன்னை மதிப்பாக பராமரித்துக் கொள்ளும் மதிப்புக்கு, பெருகுவதும் தன்னை பாதுகாத்துக் கொள்வதும் ஒரே விஷயம் தான், அது தனது உள்ளார்ந்த சர்வப்பொதுத்தன்மையுடன் முரண்படும், தனது சொந்த அளவுரீதியான வரம்பை கடந்து செல்வதற்கு தொடர்ந்து முயற்சிப்பதன் மூலம்தான் மதிப்பு பாதுகாக்கப்படுகிறது.[89]

மார்க்சின் கருத்துப்படி, இந்த இயக்கத்தின் முதல் வடிவம் சேர்த்து வைத்தல், அதில் ஒவ்வொரு வரம்பும் ஒரு தடையாக தோன்றுகிறது. சாமான்யச் சுற்றோட்டம் என்ற அனுமானத்தின்கீழ், சேர்த்து வைப்பவரின் உழைப்பின் மூலமாகவும் துறவு வாழ்க்கையின் மூலமாகவும் மட்டும்தான் சேர்த்து வைத்த பணத்தை அதிகரிக்க முடியும். சேர்த்து வைப்பவர், தனது சொந்த 'உபரி-உற்பத்திப் பொருட்களை' தங்கத்துக்கு பரிவர்த்தனை செய்து, அதைச் சேர்த்து வைத்து, இந்த உபரியை அதிகரிப்பதன் மூலம் மொத்தத்தில் தன்னைத்தானே சுரண்டிக் கொள்கிறார். எனினும், இந்த நடத்தை இன்னும் ஒரு முரண்பாட்டை காட்டுகிறது. அப்பட்டமான பொருள்வகையாக உள்ள உலோகம், அதனளவில் மெய்யான செல்வத்தில் இருந்து 'தூய சாரமாக்கலாகவே' உள்ளது, மெய்யான செல்வம் பல்வகையான பயன்-மதிப்புகளின் வடிவத்தில் பணத்துக்கு மேலாகவும் அதற்கு எதிராகவும் நிற்கிறது. இவ்வாறாக, இந்த வழியில் சேர்த்து வைக்கப்படும் போது தங்கம் தனக்கு நேர் எதிராக, அதாவது வெறும் கற்பனையாக மாறி விடுகிறது. செல்வம், முற்றிலும் பொருள்வகையாகவும் உணரக்கூடிய வடிவாகவும் தெரியும் போது, அது உண்மையில் கருத்தளவில் மட்டும்தான் இருக்கிறது, அது 'தூய கற்பனையாக' உள்ளது.[90] அதன் எதார்த்தம் அதற்கு வெளியில், அதன் இறைச்சிப் பொருளாக அமைகிற குறிப்பான பொருட்களின் மொத்தத்தில் அமைந்துள்ளது. சுயேச்சையாகி விட்ட இந்த செல்வம் தன்னைத்தானே பராமரித்துக் கொள்ள வேண்டுமானால் அது சுற்றோட்டத்துக்குள் விடப்பட வேண்டும், அங்கு அது செல்வத்தின் குறிப்பான வடிவத்தில் கரைந்து போகிறது. 'இவ்வாறு கரைந்து போவதுதான் அதனை செல்வமாக பாதுகாப்பதற்கான ஒரே

சாத்தியமான வழி.⁹¹ எனினும், தங்கம் சர்வப்பொதுச் சரக்காக, அல்லது செல்வத்தின் சர்வப்பொது வடிவமாக இருப்பதால் சேர்த்து வைக்கப் படுகிறது என்றால், இந்த சர்வப்பொது வடிவம், அதன் மதிப்பு அதன் உற்பத்திச் செலவுகளுக்கு இணையாக ஏறும் அல்லது இறங்கும் குறிப்பிட்ட சரக்குடன் சந்தடியின்றி அடையாளப்படுத்தப்பட ஆரம்பிக்கிறது. இவ்வாறாக, 'அதன் [பணத்தின்] சொந்த அளவே அதன் மதிப்பின் அளவையாக உள்ளது' என்ற நம்பிக்கை பொய்யாக்கப் படுகிறது. இந்தக் கருத்தை மார்க்ஸ் பின்வருமாறு தொகுத்துச் சொல்கிறார்: "பணம் அதன் இறுதியான, முழுமையான தீர்மானிப்பில் எல்லாப் பக்கங்களில் இருந்தும் ஒரு முரண்பாடாக தோற்றமளிக்கிறது, அது தன்னைத் தானே தீர்த்துக் கொள்கிறது அல்லது தன் சொந்தத் தீர்வுக்காக கடுமையாக முயற்சிக்கிறது".⁹²

மார்க்ஸ் இரண்டு சிந்தனை ஓட்டங்களை பின்பற்றுகிறார். முதலாவது சிந்தனை ஓட்டத்தில், உலகப் பணம் வரையில் பணத்தின் பல்வேறு பணிகள் வளர்வதோடு கூடவே பரிவர்த்தனை-மதிப்பு பயன்-மதிப்பிலிருந்து சுயேச்சையாகிறது. இது 'கருத்தாக்கத்துடன் பொருந்துகிற இருத்தல் நிலை' என்று விளக்கப்படுகிறது. இரண்டாவது சிந்தனை ஓட்டத்தில், சேர்த்து வைத்தல் என்ற வடிவத்தில் நிலையான மதிப்பு, அல்லது செல்வத்தின் சர்வப்பொது வடிவமாக தானாகவே இருக்கும் மதிப்பு அதிகரிப்பதற்கு, அதன் சுயேச்சையான இயக்கம் அதிகரிப்பதற்கு தீர்வு காண்பதோடு தொடர்புடையது. ஆனால், மதிப்பு சுயேச்சையாக இருக்க முடியும் அதே நேரத்தில் அதிகரிக்க முடிவது எப்படி? இதற்கான ஒரே சாத்தியமான தீர்வு

> பணம் பணமாக இருக்க வேண்டுமானால், அது அதே நேரத்தில் சுற்றோட்ட நிகழ்முறைக்குள் செல்ல முடிவதாக இருக்க வேண்டும். அதன் பொருள், சுற்றோட்டத்தில் அது வெறும் பரிவர்த்தனை மதிப்பாக நீடிக்க வேண்டும், சரக்கின் வடிவத்தில் கரைந்து போகும் வெறும் சுற்றோட்ட ஊடகமாக ஆகிவிடக் கூடாது. பணம் ஒரு தீர்மானிப்பை எடுக்கும்போது இன்னொரு தீர்மானத்தில் தொலைந்து போய்விடக் கூடாது. அதாவது, சரக்காக அதன் இருத்தலில் கூட அது பணமாகவே இருக்க வேண்டும் மற்றும் பணமாக அதன் இருத்தலில் அது மாறிச் செல்லும் சரக்கு வடிவமாகவும் இருக்க வேண்டும். சுற்றோட்டத்துக்குள் அது செல்வதே அது தானாகவே-இருக்கும் தருணமாக இருக்க வேண்டும், அது தானாகவே-இருப்பதே சுற்றோட்டத்துக்குள் செல்வதாக இருக்க வேண்டும்.⁹³

இது வணிக மூலதனம் என்ற உருவில் இருப்பது, அது அதனளவில் இன்னொரு முரண்பாட்டைக் கொண்டுள்ளது. ஏனென்றால், வடிவங்கள் தொடர்ந்து மாறும்போது மதிப்பு அதிகரிப்பதாகக் கருதப் படுகிறது. ஆனால், பரிவர்த்தனையின்போது மதிப்பின் மொத்தத் தொகை அதிகரிக்க முடியாது என்றால் மதிப்பு எப்படி அதிகரிக்க முடியும்? மார்க்ஸ் இந்தக் கருத்தை பின்வருமாறு விளக்குகிறார்:

> *பணத்துக்கு மட்டும்தான், பணம் தன்னையே இழந்து விடக் கூடிய நுகர்வுச் சாதனமாக அதன் பயன்-மதிப்பு இல்லை; மாறாக, பயன்-மதிப்பின் மூலமாகத்தான் பணம் பாதுகாக்கப்பட்டு அதிகரிக்கிறது. மூலதனமாக இருக்கிற பணத்துக்கு வேறு எந்த பயன்-மதிப்பும் இல்லை. பயன்-மதிப்புடனான உறவில் பரிவர்த்தனை-மதிப்பாக இருக்கும் அதன் நடத்தை இதை விளக்கி விடுகிறது. மூலதனமாக இருக்கும் பணத்துக்கு எதிர் நிலையாகவும் இட்டு நிரப்புவதாகவும் இருக்கக் கூடிய ஒரே பயன்-மதிப்பு உழைப்பு, உழைப்பு என்பது உழைக்கும் திறனில் இருக்கிறது, அது அகநிலையாக இருக்கிறது.*[94]

இந்த இடத்தில், *குருண்ட்ரிசவிலும் (Rohentwurf), விமர்சன பகுப்பாய்வின் முதல் வரைவிலும் (Urtext) காணக் கூடிய இயங்கியல் வாதத்தின் இந்தச் சுருக்கமான விவரிப்பை இடைமறிக்கிறேன். 1859 அரசியல் பொருளாதாரம் பற்றிய விமர்சன பகுப்பாய்வுக்கு ஒரு பங்களிப்பு நூலில், 'மறைக்கப்பட்டிருந்தாலும்' அதனை இன்னும் காண முடிகிறது.*

இந்த விளக்கம் முன்வைக்கும் வாதத்தின் தொடக்கப் படிகள், மார்க்சின் சிந்தனை ஓட்டம் முழுக்க முழுக்க கருத்தின மட்டத்திலேயே செயல்படுகிறது என்ற உணர்வைத் தரத்தான் செய்கின்றன. ஆனால், எதார்த்தத்துடன் பொருந்துவது பற்றிய சோதனையை இறுதியாகவே எதிர்கொள்ள வேண்டிய ஒரு 'பிளாட்டோனிய மாதிரியை' மார்க்ஸ் கட்டியமைக்கவில்லை என்பதை மறந்து விடக் கூடாது. மாறாக, முந்தைய பொருளியல் கோட்பாடு அனைத்துக்கும் மாறாக, ஆரம்பம் முதலே மார்க்ஸ் தனது பார்வையை இன்றும் நவீன பொருளாதாரக் கோட்பாட்டை பீடித்துள்ள சிரமத்தின் மீது பதிக்கிறார். மதிப்புக்கான உண்மையான நியமத்தை முறைபாடாக தருவிப்பதுதான் அந்தச் சிரமம். இந்த ஆதி வடிவத்தை எதார்த்தமான, பொருத்தப்பாடுடைய ஒருமையாக கட்டமைக்க அல்லது விளங்கிக் கொள்ளக் கூட முடிகிறதா என்பதுதான் ஒரு பொருளியல் கோட்பாட்டின் உரைகல் என்று கூறலாம். மனிதர்களின் எதார்த்த செயல்களை தீர்மானமாக்கும்

சாரமாக்க நிகழ்முறையை கோட்பாட்டு ரீதியாக புரிந்து கொள்வதாகத் தான் இயங்கியல் தெளிவாக்கம் உள்ளது. அதனை சம்பந்தப்பட்ட அகநிலைகளின் கருத்தாக்க சாதனைகளாக குறுக்கி விட முடியாது.

கருத்தாக்கத்துக்கும் எதார்த்தத்துக்கும் இடையிலான உறவுக்கு இது முக்கியமான விளைவுகளைக் கொண்டுள்ளது. ஞானவியல் பற்றிய மார்க்சின் வெளிப்படையான சிந்தனைகள், இயங்கியல் முறை பற்றிய அவரது கருத்துக்களைப் போலவே அரிதாகவே உள்ளன. குருண்ட்ரி சவுக்குள் அலசித் தேடினால்தான் அத்தகைய கருத்துக்களைக் காண முடிகிறது

> அதன் சாரமான, பிரதிபலிக்கப்பட்ட பிம்பம் அதன் கருத்தாக் கமாக இருக்கும் நடைமுறையான மூலதனம் முதலாளித்துவ சமூகத்தின் அடித்தளமாக இருப்பது போலவே, நவீன பொருளியலின் அடிப்படை கருத்தினமாக இருக்கும் மூலதனம் என்ற கருத்தாக்கத்தை துல்லியமாக வளர்த்தெடுப்பது அவசியமாக உள்ளது. இந்த உறவு பற்றிய அடிப்படை முன்னனுமானங்களை கூர்மையாக வரையறுப்பதன் மூலம் முதலாளித்துவ உற்பத்தியின் எல்லா முரண்பாடுகளையும் வெளிப்படுத்த வேண்டும், இந்த உற்பத்தி முறை தனது எல்லைகளைத் தாண்டிச் செல்லும் வரம்புகளையும் வெளிப்படுத்த வேண்டும்.[95]

இந்தக் கூற்றை புராதன தொடர்புபடுத்தும் கோட்பாடாக புரிந்து கொள்ளக் கூடாது. "சமூக எதார்த்தத்துக்கு கருத்தாக்கத்தை வழங்குவ தாலேயே" கருத்துமுதல்வாதம் என்று குற்றம் சாட்டப்படுவோமோ என்று ஒருவர் பயப்படத் தேவையில்லை என்ற அடோர்னோவின் கூற்றின் உணர்வில் அதை புரிந்து கொள்ள வேண்டும். இங்கு அறிவார்ந்த முனைப்பு கட்டுவிக்கும் கருத்தாக்கத்தன்மை குறிப்பிடப்படவில்லை, பொருட்களின் உள்ளாகவே அமைந்துள்ள கருத்தாக்கத்தன்மைதான் குறிப்பிடப்படுகிறது.[96] மெய்யான சாரமாக்கலை கருத்தாக்கரீதியாக உள்வாங்கிக் கொள்ளும்,[97] முறைபாடாக பேசும் போது 'அவசிய வடிவில்' நிகழும், நிகழ்முறை அது.

> சாமான்ய சுற்றோட்டத்தை நாம் பரிசீலித்ததில் இருந்து மூலதனம் பற்றிய பொதுவான கருத்தாக்கம் உருவானது, ஏனென்றால் முதலாளிவர்க்க உற்பத்தி முறைக்குள்ளாக சாமான்ய சுற்றோட்டமே மூலதனத்துக்கான முன்னனுமானமாக உள்ளது, மூலதனத்தின் முன்னனுமானமாக மட்டுமே இருக்கிறது. மாறாத கருத்துருவின் அவதாரமாக மூலதனம் என்பது இதன் விளைவாக இல்லை, மாறாக மூலதனம் எதார்த்த வாழ்வில், பரிவர்த்தனை மதிப்பை

முன்வைக்கும் உழைப்பில்தான் வாழ்கிறது என்பதை இது நிரூபிக்கிறது; வேறு சொற்களில் பரிவர்த்தனை-மதிப்பை அடிப்படையாகக் கொண்ட, அவசிய வடிவாகக் கொண்ட உற்பத்தியில்தான் மூலதனம் பெறப்படுகிறது.[98]

"அவசிய வடிவாக" என்பது இங்கு எதைக் குறிக்கிறது? "சாமானிய சுற்றோட்டம்" என்பதை எங்கெல்சின் உணர்வில், "சாமான்ய சரக்கு உற்பத்தி" என்று புரிந்து கொள்ளக் கூடாது என்று நான் மேலே வலியுறுத்தியிருந்தேன். சாமான்ய சரக்கு உற்பத்தியில் பங்கேற்பவர்கள் தமது உற்பத்திப் பொருட்களை அவற்றில் உருக்கொண்டுள்ள உழைப்பின் அளவுக்கு ஏற்ப உணர்வுரீதியாக பரிவர்த்தனை செய்து கொள்கிறார்கள் - முதலாளித்துவ உற்பத்தி முறையை எதிர்நோக்கும் சுற்றோட்ட நிகழ்முறை அது. மாறாக, சாமான்ய சுற்றோட்டத்தின் தெளிவாக்கம் சுயேச்சையான பரிவர்த்தனை மதிப்பு வடிவத்தின் தீர்மானங்களின் மரபியல்ரீதியான வளர்ச்சி மீதும், இந்தத் தீர்மானங்களின் தனிச்சிறப்பாக உள்ள முரண்பாடுகள் மீதும் என இரண்டின் மீதும் அக்கறை கொண்டுள்ளது. சாமான்ய சுற்றோட்டத்தின் இந்த முரண்பாடுகள், சுதந்திர கூலி உழைப்பாளர்கள் வர்க்கத்தின் உபரி-உழைப்பின் மூலமாக 'தீர்க்கப்படுகின்றன'. (இது மேலும் முரண்பாடுகளுக்கு இட்டுச் செல்வது ஏன் என்று நான் பின்னர் பரிசீலிக்கிறேன்). இந்த நோக்குநிலையில், பரிவர்த்தனை நிகழ்முறையில் தோன்றும் சர்வப்பொதுச் செல்வத்தை பராமரிக்கவும் அதிகரிக்கவும் செய்வதன் அசாத்தியத்தை தெளிவாக்கும் முறையாக சாமான்ய சுற்றோட்டத்தை நாம் குறிப்பிட முடியும். (இங்கு சர்வப்பொதுச் செல்வத்தின் வடிவம் தொடர்பாக மட்டுமே நாம் மெய்யான அக்கறை கொண்டுள்ளோம்). இயங்கியல் முறை தொடர்பான பிற கூற்றுகளையும் இந்த உள்ளடக்கம் தீர்மானிக்கிறது.

மறுபக்கத்தில், வரலாற்றுரீதியாக ஆய்வு செய்ய வேண்டிய புள்ளிகளை நமது முறைபாடே உணர்த்துகிறது. அல்லது உற்பத்தி நிகழ்முறையின் வெறும் வரலாற்று வடிவமாக உள்ள முதலாளித்துவப் பொருளாதாரம் தன்னைத் தாண்டி முந்தைய வரலாற்று உற்பத்தி முறைகளை சுட்டும் புள்ளிகளை நமது முறைபாடு உணர்த்துகிறது. எனவே, முதலாளித்துவப் பொருளாதாரத்தின் விதிகளை வளர்த்தெடுப்பதற்கு, உற்பத்தி உறவுகளின் எதார்த்தமான வரலாற்றை எழுத வேண்டியது அவசியமில்லை. வரலாற்றில் வளர்ந்து விட்ட இந்த விதிகளை சரியாக அவதானிப்பதும் தருவிப்பதும் எப்போதுமே முதன்மையான

சமன்பாடுகளுக்கு இட்டுச் செல்கிறது - .... - அந்தச் சமன்பாடுகள் இந்த அமைப்புக்குப் பின்னால் அமைந்துள்ள கடந்த காலத்தைச் சுட்டுகின்றன. இந்த அறிகுறிகள் (Andeutung) நிகழ்காலத்தைப் பற்றிய சரியான புரிதலுடன் சேரும்போது கடந்த காலத்தைப் புரிந்து கொள்வதற்கான திறவுகோலையும் தருகின்றன. அதே போல, அதே நேரத்தில் உற்பத்தி உறவுகளின் தற்போதைய வடிவம் நிறுத்திவைக்கப்படும், அது மாறிவிடும், எதிர்காலத்துக்கு கட்டியம் கூறும் அறிகுறிகளை காட்டும் புள்ளிகளுக்கு இந்தச் சரியான பார்வை இட்டுச் செல்கிறது, ஒரு பக்கம் முதலாளித்து வத்துக்கு முந்தைய கட்டங்கள் வெறுமனே வரலாற்றுரீதியான வையாக அதாவது நிறுத்தி வைக்கப்பட்ட முன்னனுமானங்களாக தோன்றுகின்றன, உற்பத்தியின் சமகால நிலைமைகள் அதே போல தம்மை நிறுத்தி வைப்பதில் ஈடுபட்டிருப்பதாக, எனவே சமூகத்தின் புதிய நிலைக்கான வரலாற்று முன்னனுமானங்களை முன்வைப்பதாகத் தோற்றமளிக்கின்றன.[99]

இந்தக் குறிப்புகளில், 'பரிவர்த்தனை-மதிப்பை முன் வைக்கும் கூலி உழைப்புக்கு' மாறிச் செல்வது என்பதை மார்க்ஸ் குறிப்பிடுகிறார். இந்தப் பின்புலத்தில், உழைக்கும் வர்க்கம் இருப்பது என்ற வரலாற்று மெய்ம்மையை சாரமாக்கலாக தருவிக்க முடியாது என்பதால், 'இயங்கியல் விரித்துரைப்பு தனது சொந்த வரம்புகளை அறிந்திருக்கும் போது மட்டுமே சரியாக உள்ளது' என்பது தெளிவாக்கப்படுகிறது.[100]

சுதந்திர உழைப்பாளி விளைபொருளாக இருக்கும் பொருளாதார உற்பத்தியின் வரலாற்று வளர்ச்சி கட்டம்தான் மூலதனமாக மாறுவதன், மூலதனம் இருப்பதன் முன்னனுமானமாக உள்ளது. சமூகத்தின் பொருளாதார படிவத்தில் செயல்பட்ட நீண்ட வரலாற்று நிகழ்முறையின் பலனாகத்தான் அது இருக்கிறது.[101]

எனினும், மார்க்ஸ் இரட்டை மாறிச்செல்வது பற்றி பேசுகிறார். 'இந்த இயக்கம் வேறுபட்ட வடிவங்களில் தோன்றுகிறது, வரலாற்று ரீதியாக மதிப்பை-உற்பத்தி செய்யும் உழைப்புக்கு இட்டுச் செல்வதாக மட்டுமின்றி, முதலாளித்துவ உற்பத்தி முறைக்கு அதாவது, பரிவர்த்தனை-மதிப்புக்கான உற்பத்திக்கு உள்ளாகவே' தோன்றுகிறது.[102] சரக்குகளின் சுற்றோட்டத்தின் மூலம் உருவாக்கப்படும் வணிக மூலதனம், உற்பத்தியைக் கைப்பற்றி அதனை குறிப்பிட்ட வகையில் கட்டமைக்கிறது. இதுவும் எங்கெல்சுக்கு எழுதிய கடிதத்தில் குறிப்பிடப்படுகிறது:

> நிலச் சொத்துடைமையில் இருந்து மூலதனத்துக்கு மாறிச் செல்வது வரலாற்றுரீதியானது, ஏனென்றால் நவீன நிலச் சொத்துடைமையின் வடிவம் மூலதனத்தின் விளைபொருளாக உள்ளது… அதே போல நிலச்சொத்துடைமையில் இருந்து கூலி உழைப்புக்கு மாறிச் செல்வது இயங்கியலாக மட்டுமின்றி, வரலாற்றுரீதியாகவும் உள்ளது, ஏனென்றால் கூலி உழைப்பை சர்வப்பொதுவாக சுமத்துவது [Setzen] நவீன நிலச்சொத்துடைமையின் இறுதி விளைவு..[103]

மூலதனம், உற்பத்தியை தனது கட்டுப்பாட்டுக்குள் கொண்டு வரும் போது பல்வேறு காரணிகளும் ஒன்றோடொன்று தொடர்புடைய, மிகவும் குறிப்பான கட்டமைப்பை உருவாக்குகிறது.

> முழுமையாக்கப்பட்ட முதலாளித்துவ அமைப்பில் ஒவ்வொரு பொருளாதார உறவும் மற்ற ஒவ்வொரு பொருளாதார உறவையும் அவற்றின் முதலாளித்துவ பொருளாதார வடிவில் முன்னனுமானிக்கின்றன, முன்வைக்கப்படும் ஒவ்வொன்றும் முன்னனுமானமாகவும் இருக்கின்றன. எந்த உயிர்ம அமைப்புக்கும் இதுதான் நிலைமை. இந்த உயிர்ம அமைப்பே, அதன் மொத்தத்தில் முன்னனுமானங்களைக் கொண்டுள்ளது, அது இந்த மொத்தத்துக்கு வளர்ந்து செல்லும் போது சமூகத்தின் எல்லாக் காரணிகளையும் தனக்குக் கீழ்ப்படுத்துகிறது, அல்லது தன்னிடம் இன்னும் இல்லாத உறுப்புகளை சமூகத்திலிருந்து உருவாக்குகிறது. வரலாற்றுரீதியாக இப்படித்தான் அது மொத்தமானதாக மாறியது. இந்த மொத்தமாக்க மாறும் நிகழ்முறை அதன் நிகழ்முறையின் தருணமாக, அதன் வளர்ச்சியின் தருணமாக உள்ளது.[104]

உற்பத்தியை தன் கட்டுப்பாட்டுக்குக் கொண்டு வரும், சுயேச்சையான மதிப்பை சுயமாக-பாதுகாக்கும் நிகழ்முறையாக, மூலதனத்துக்கு கட்டமைப்பாக்க சக்தி இருப்பதாகக் கருதப்படுகிறது, அந்தக் கட்டமைக்கும் சக்தி முதலாளித்துவ உற்பத்தி முறையை உருவாக்குவதோடு மட்டுமின்றி அதன் அழிவுக்கும் இட்டுச் செல்கிறது. 'முதலாளித்துவ பொருளாதாரத்தின் அமைப்பு படிப்படியாகவே வளர்ந்து வந்ததால், அதன் இறுதி விளைவான அதன் மறுதலிப்பும் படிப்படியாகவே வளர்கிறது'.[105] லசாலுக்கு எழுதிய ஒரு கடிதத்தில், மார்க்ஸ் தனது 'பொருளாதார கருத்தினங்கள் பற்றிய விமர்சன பகுப்பாய்வை' பொருளியல் என்ற துறை மீதான விமர்சன பகுப்பாய்வாக மட்டும் குறிப்பிடவில்லை (அப்படித்தான் பலமுறை தவறாக பொருள் கூறப்படுகிறது), மாறாக, 'அமைப்பு பற்றிய தெளிவாக்கம், தெளிவாக்கலின்

ஊடாக அமைப்பு பற்றிய விமர்சன பகுப்பாய்வு' என்று அவர் குறிப்பிடுகிறார்.[106] மார்க்ஸ், எதார்த்தமான அமைப்பைப் பற்றிய, இந்த 'மொத்தமாக உள்ள அங்கக அமைப்பு' பற்றிய விமர்சனரீதியான தெளிவாக்கத்தைக் குறிப்பிடுகிறார். உள்ளார்ந்த இயக்க ஆற்றலை 'அவசிய வடிவமாக' பிரதிநிதித்துவப்படுத்தும் இயங்கியல் முறை - தற்காலத்தைப் பற்றிய சரியான மதிப்பீட்டுடன் சேர்ந்து - கடந்தகால வரலாற்றின் கட்டமைப்பையும், முதலாளித்துவ உற்பத்தி முறையே அழிந்து போவதையும் இரண்டையும் புரிந்து கொள்வதற்கான சாத்தியத்தை ஏற்படுத்துகிறது.[107]

முதலில் சொன்ன அம்சத்தில் கவனம் செலுத்துவோம். குருண்ட்ரிசவில் கூலி உழைப்புக்கு மாறிச் செல்வது வரையிலான கருத்தினரீதியான தெளிவாக்கம் அதே நேரத்தில், 'அவசிய வடிவமாக' இருந்தாலும் வரலாற்று தெளிவாக்கமாகவும் உள்ளது. இதைத்தான், 'கடந்த காலத்தைப் புரிந்து கொள்வதற்கான திறவுகோல்' என்று மார்க்ஸ் அழைக்கிறார். மார்க்ஸ் தரும் பல வரலாற்று உதாரணங்களில் இருந்தும் வரலாறு பற்றிய குறிப்பிட்ட புரிதலை சார்ந்துள்ள அங்குமிங்குமான பத்திகளில் இருந்தும் இதை மட்டுமாவது பார்க்க முடிகிறது. வரலாறு பற்றிய இந்தப் புரிதல் *அரசியல் பொருளாதாரம் பற்றிய விமர்சன பகுப்பாய்வுக்கு ஒரு பங்களிப்பு* என்ற நூலின் புகழ்பெற்ற முன்னுரைக்கும் அடிப்படையாக உள்ளது. செல்வம் தன்னிலிருந்து வேறுபட்ட வடிவத்தை எடுக்கும், எனவே ஒரு உள்ளார்ந்த இயங்காற்றலை காட்டும் நிலைமைகள், இரண்டாவதாக அத்தகைய வடிவத்தை எடுக்காத நிலைமைகள் என்ற இரண்டு கட்டமைப்புகளை மட்டுமே அங்கீகரிக்கும், வரலாறு பற்றிய அழுத்தமான கருத்தாக்கமாக அது உள்ளது. பல்வேறு சமூக படிவங்கள் ஒன்று மற்றொன்றிலிருந்து எவ்வளவுதான் வேறுபட்டாலும், செல்வத்தை அதன் திட்டவட்டமான வடிவில் கையகப்படுத்துவதை அடிப்படையாகக் கொண்டிருப்பது வரை, அவை உள்ளுறை இயக்க ஆற்றல் கொண்ட அமைப்பாக இன்னும் கட்டமையவில்லை. ஒரு கோடியில், இந்திய சமூகத்தைப் போல அவை நிலைத்தவையாகவும் வரலாறு இன்றியும் இருக்கின்றன. ஒரே விஷயம் மீண்டும் மீண்டும் வருவது மார்க்சைப் பொறுத்தவரையில் வரலாறு பற்றிய உறுதியான கருத்தாக்கமாக இல்லை.

> இந்தியச் சமூகத்துக்கு பெரும் பகுதியில் எந்த வரலாறும் இல்லை, அல்லது குறைந்தபட்சம் அறியப்பட்ட வரலாறு எதுவும் இல்லை. அதன் வரலாறு என்று நாம் குறிப்பிடுவது, இந்தப்

> பாதுகாப்பற்ற, மாறாத சமூகத்தின் முனைப்பற்ற அடித்தளத்தின் மீது தமது பேரரசுகளைக் கட்டி எழுப்பும் அடுத்தடுத்த ஆக்கிரமிப்பாளர்களின் கதையைத் தவிர வேறில்லை.[108]

மதிப்பின் செயல்துடிப்பான இயக்கத்தின் மூலம் மட்டும்தான் அத்தகைய சமூகங்கள் தமது வரலாறற்ற நிலையில் இருந்து விடுவிக்கப் படுகின்றன. மதிப்பின் இயக்கம் உற்பத்தித் துறைக்குள் நுழைந்து அதைக் கைப்பற்றுவதற்கு முயற்சிக்கிறது. வணிகம், சொகுசுப் பண்டங்கள், பணம், பரிவர்த்தனை-மதிப்பு ஆகியவை வளரும் போது, நவீன சமூகங்கள் எந்த அளவுக்கு தளைக்கின்றனவோ, அதே அளவுக்கு தந்தைவழி, பண்டைய சமூகங்கள் (நிலப்பிரபுத்துவமும் கூட) வீழ்ச்சியடைய ஆரம்பிக்கின்றன. இதை நேர்கோட்டுப் பாதையாகக் கருத முடியாது என்று மார்க்ஸ் வெளிப்படையாகக் குறிப்பிடுகிறார்.

> பணச்செல்வம் இருப்பதே, அதன் தரப்பில் மேல்நிலையை சாதிப்பது கூட, மூலதனமாக கரைந்து போகும் இந்த நிகழ்முறைக்கு போதுமானதாக இல்லை. இல்லாவிடில், ரோம், பைசான்டியம் இன்னபிற தமது வரலாற்றை சுதந்திர உழைப்பும் மூலதனமும் என்ற நிலையில் முடிந்திருக்கும், அல்லது புதிய வரலாற்றைத் தொடங்கியிருக்கும்.[109]

மேலே நான் விளக்கியது போல, ஐரோப்பாவில் தொழில்துறை முதலாளித்துவத்தை நோக்கிய மாற்றத்தை மதிப்பு இயக்கத்தின் செயல்துடிப்பை மட்டும் அடிப்படையாகக் கொண்டு விளக்க முடியாது. ஏனென்றால் அது இந்த இயக்கத்துடன் நேரடி தொடர்பு இல்லாத திட்டவட்டமான வரலாற்றுக் காரணிகளை சார்ந்துள்ளது. எனினும், 'பரிவர்த்தனை-மதிப்பு, பணம் ஆகியவற்றின் சாமான்ய வடிவங்களே உழைப்புக்கும் மூலதனத்துக்கும் இடையிலான எதிர் நிலையை ஏற்கனவே கொண்டுள்ளன' என்றும் மார்க்ஸ் வாதிடுகிறார்.[110] வரலாறற்ற கட்டமைப்புகளின் அடிப்படையில் மீண்டும் மீண்டும் செயல்பட்டு, அந்த வடிவங்களின் மீதே எதிர்வினை புரிந்து அவற்றுள் ஊடுருவி அவற்றை அழித்து, உள்ளிருந்தே மாற்றுவதாக வரலாற்று நிகழ்முறையை புரிந்து கொள்ளலாம் என்று மார்க்ஸ் நினைத்ததாக நாம் அனுமானிக்க வேண்டும். அப்படியானால், நிகழ்வுகளின் குறிப்பிட்ட தொகுதிதான் தொழில்துறை முதலாளித்துவத்துக்கு இட்டுச் செல்கிறது. முன்னுரையில் எந்த உள்ளார்ந்த இணைப்புகளும் இல்லாத பட்டியலை மார்க்ஸ் தொகுப்பது ஏன் என்பதை நாம் இந்த அனுமானத்தின் பின்னணியில்தான் புரிந்து கொள்ள முடியும். ஆசியபாணி சமூகம் (புவியியல் கருத்தினம்), புராதன சமூகம் (வரலாற்று கருத்தினம்), நிலப்பிரபுத்துவ சமூகம் (கட்டமைப்புரீதியான

மார்க்ஸ் தனது இயங்கியல் முறையை மறைத்தது ஏன்? 129

கருத்தினம்) ஆகியவற்றை பொருளாதார சமூக படிவத்தின் அடுத்தடுத்த சகாப்தங்களாக மார்க்ஸ் பட்டியலிடுகிறார்.

'அதன் சொந்த முன்னனுமானங்களில் இருந்து தொடங்கி', 'இப்போதைய உற்பத்தி நிலைமைகள் சுய-உயர்தளப்பாடாக (sublate)' நிரூபிக்கப்படும் புள்ளி வரையில் முதலாளிவர்க்க சமூகத்தின் பொருளாதார கருத்தினங்களை மார்க்ஸ் இயங்கியல் ரீதியாக வளர்த்தெடுப்பதை விளக்குவது இந்தக் கட்டுரையின் வரம்புக்கு அப்பாற்பட்டது.[111] ஒரு சில சுருக்கமான பரிந்துரைகள் மட்டும் போதும். *'பொருளாதார மற்றும் தத்துவ கையெழுத்துப் பிரதிகளிலும்'*, *'ஜெர்மானிய சித்தாந்தத்திலும்'* அடித்தளமாக உள்ள சிந்தனைதான் *குருண்ட்ரிசவின்* (Rohentwurf-ன்) மையத்திலும் உள்ளது. அந்தச் சிந்தனை இதுதான்: தவிர்க்க முடியாத தனிநபர் வாழ்வுகளின் திருப்பி தலைகீழான சமூகத்தன்மையும் அவற்றுக்குள்ளான உற்பத்திச் சக்திகளும் அடங்கிய ஒரு கட்டமைப்புரீதியான வடிவம் உள்ளது (அதாவது அன்னியமாக்கப்பட்ட உலகத்துக்கு உள்ளான வடிவம்). இதற்கு முந்தைய வடிவங்கள் அனைத்தையும் தலைகீழான சமூகத் தன்மையின் இந்த இறுதி வடிவத்தின் 'வரம்பிடப்பட்ட உருவங்கள்' என்று பார்க்க முடியும். *குருண்ட்ரிசவில்* (Rohentwurf-ல்) மதிப்பின் மேன்மேலும் சிக்கலான இயக்கம் பாதிக்கப்பட்டவர்களின் முதுகுக்குப் பின்னால் செயல்படும் தலைகீழான சமூக வடிவங்களின் விரிவாக்கத்தை வலுப்படுத்துவதாக புதிய பொருளாதார உறவுகள் தொடர்ச்சியாக உற்பத்தியாவதற்கு வழிவகுக்கிறது. சுழல் மூலதனம், நிலை மூலதனம் என்ற கருப்பொருள் *குருண்ட்ரிசவில்* மார்க்சுக்கு கொண்டிருந்த முக்கியத்துவத்தை *மூலதனம்* நூலின் இரண்டாம் பாகத்தில் பார்க்க முடியாமலே போகிறது. *குருண்ட்ரிசவில்* சுழல் மூலதனம் நிலை மூலதனம் இரண்டின் முரண் ஒற்றுமையில் முழு விரித்துரைப்பின் இரகசிய இயக்குவிசையாக மூலதனம் உருவெடுக்கிறது. முதலில், வெவ்வேறு வடிவங்களின் மாறிக் கொண்டிருக்கும் ஒருமையாக முன் வைக்கப்பட்ட மூலதனம் கெட்டிப்படுகிறது, தன்னை மேன்மேலும் நிலையாக்கிக் கொள்கிறது, நிலை மூலதனம் சுழல் மூலதனம் என்ற கருத்தின மட்டத்தில் மட்டுமின்றி, அதன் பொருளாயத மட்டத்திலும் கூட வேறுபடுத்தல் உருவாகும் வரையில் இது நடக்கிறது.

> இதுவரையில் நிலை மூலதனமும் சுழல் மூலதனமும் மூலதனத்தின் வெவ்வேறு மாறிச் செல்லும் அம்சங்களாக மட்டுமே தோன்றின, அவை இப்போது இரண்டு குறிப்பிட்ட இருத்தல் நிலைகளாக கெட்டிப்பட்டுள்ளன, சுழல் மூலதனத்துக்கு

*அக்கம்பக்கமாக தனியாக நிலை மூலதனம் தோன்றுகிறது. அவை இரண்டு குறிப்பிட்ட வகையிலான மூலதனமாக உள்ளன... மூலதனத்துக்கு உள்ளான பிளவு... அதன் வடிவத்துக்குள்ளாகவே நுழைந்து விட்டது, அதை வேறுபடுத்துவதாகத் தோற்றமளிக் கிறது.*[112]

அதன் சமூகத்தன்மையின் தலைகீழ் வடிவம் கடைக்கோடி வடிவில் தோன்றும் புள்ளியை மூலதனத்தின் இயங்காற்றல் இப்போதுதான் அடைந்திருக்கிறது, உற்பத்திச் சக்திகள் சமூக உறவுகள் ஆகியவற்றின் வளர்ச்சியின் அவசிய உச்சமாக, அதனோடு தொடர்பு கொண்டவர்களின் கூருணர்வு அறியும்படி தன்னை வெளிப்படுத்திக் கொள்கிறது. இவை அவையளவில் 'சமூக தனிநபரின் வளர்ச்சியின் இரண்டு வெவ்வேறு அம்சங்களாக' அமைகின்றன.[113] 'வெவ்வேறு உழைப்பு வகைகளுக்கு இடையிலான சமூக உறவு சுழல் மூலதனத்தில் மூலதனத்தின் பண்பாகவும், நிலை மூலதனத்தில் உழைப்பின் சமூக உற்பத்தி உறவாகவும் முன் வைக்கப்படுகின்றன என்று மேலே குறிப்பிட்டோம்'.[114]

*நிலை மூலதனத்தில், அறிவியலின் ஆற்றலும் உற்பத்தி நிகழ் முறைக்குள் சமூக சக்திகளின் சேர்க்கையும், இறுதியாக நேரடி உழைப்பிலிருந்து இயந்திர சாதனத்துக்கு, கடந்த கால உற்பத்திச் சக்தியின் மீது இடம் மாற்றப்பட்ட தேர்ச்சி உள்ளிட்ட உழைப்பின் சமூக உற்பத்தித் திறன், மூலதனத்துக்கே உள்ளார்ந்த தன்மையாக முன்வைக்கப்படுகிறது. இதற்கு மாறாக, சுழல் மூலதனம் உழைப்பின் வெவ்வேறு துறைகளில் உள்ள உழைப்புகளின் பரிவர்த்தனையாகவும் அவற்றின் பின்னிப்பிணைந்த அமைப்பு உருவாக்கும் தன்மையாகவும் உற்பத்தித் திறனுள்ள உழைப்பு அருகருகே இருப்பது மூலதனத்தின் பண்பாக தோற்றமளிக்கிறது.*[115]

பொருளாதார மற்றும் தத்துவ கையெழுத்துப் பிரதிகளின் கருத்துரு என்னவென்றால், மூலதனம், முதலாளித்துவ நிலச்சொத்து டைமை, சுதந்திர கூலி உழைப்பு ஆகியவை உருவாக்கப்பட்ட பிறகு, நாம் பொய்யான சமூகத் தன்மையின் தவிர்க்க முடியாத இறுதிப் புள்ளிக்கும் அதோடு கூடவே உலக வரலாற்றின் உச்சகட்டத்துக்கும் வந்து விட்டோம். குருண்ட்ரிசவில், நிலை மூலதனம் சுழல் மூலதனம் என்ற மையமான சின்னத்தின் உதவியோடு இந்தச் சிந்தனை மேலும் திட்டவட்டமாக்கப்பட்டுள்ளது. பின் எழுதப்பட்ட மூலதனம் நூலைப் போல இல்லாமல், இந்த கருத்தினங்கள் சமூக தனிநபரின் திருப்பி நிறுத்தப்பட்ட இருத்தலின் குழப்பமற்ற தெரிவிப்பாக விளக்கப் படுகின்றன.

> *நேரடி பரிவர்த்தனையில் தனிநபரின் உழைப்பு குறிப்பிட்ட உற்பத்திப் பொருளில் அல்லது உற்பத்திப் பொருளின் ஒரு பகுதியில் ஈடேற்றம் பெற்றதாகத் தோற்றமளிக்கிறது. அதன் சமுதாய, சமூகத் தன்மை - பொதுவான உழைப்பின் பொருண்மை யாக்கம் என்ற அதன் தன்மையில், பொதுவான தேவையை நிறைவேற்றுவது என்ற அதன் தன்மையில் - பரிவர்த்தனை மூலம் மட்டுமே தெரிவிக்கப்படுகிறது. இதற்கு மாறாக, பெருவீதத் தொழில்துறையின் உற்பத்தி நிகழ்முறையில், சமூக அறிவுநிலைகள் இயற்கை சக்திகளை வெற்றி கொள்வது தானியக்க நிகழ்முறையாக வளர்க்கப்பட்ட உழைப்புச் சாதனங்களின் உற்பத்தித் திறனுக்கான முன்நிபந்தனையாக ஒரு பக்கத்திலும், எனவே மறுபக்கத்தில், தனிநபரின் உழைப்பு நேரடியாக இடம் பெறுவது நிறுத்தி வைக்கப்பட்ட தனி நபராகவும், அதாவது சமூக உழைப்பாக முன் வைக்கப்படுகிறது. இவ்வாறாக, இந்த உற்பத்தி முறையின் மற்ற அடிப்படை, இல்லாமல் உதிர்ந்து போகிறது.[116]*

*மூலதனம்* நூலின் முதல் வரைவு [குருண்ட்ரிச] இந்தச் சிந்தனையுடன் முடிகிறது. இந்தப் பக்கத்தை ஒட்டிய கூடுதல் பக்கங்களில் மார்க்ஸ் இலாப வடிவங்களை சுருக்கமாக பகுப்பாய்வு செய்கிறார். ஆனால், கருத்தினங்களை மேலும் வளர்ப்பது இனிமேலும் இல்லை. '*(கம்யூனிசமாக மாறும்)* மிகவும் முழுமையான வடிவம்', பங்குச் சந்தை மூலதனம் *[Aktienkapital]*[117] போன்றவை வளர்த்தெடுக்கப்படவில்லை. 'மிக முழுமையான வடிவம்' என்பதன் மூலம் மார்க்ஸ் எதைக் குறித்தார் என்பதை, நிலை மூலதனம் சுழல் மூலதனம் ஆகியவற்றைப் பற்றிய அவரது விளக்கத்தில் இருந்து ஒப்பீட்டளவில் எளிதாக நீட்டிக்கொள்ள முடியும். பங்குச் சந்தை மூலதனம் என்பது சொத்தின் பொதுமையாக்கமாக இருந்தாலும், நெறிபிறழ்ந்த முதலாளித்துவ வடிவத்தில், தனியார் சொத்து சமூகச் சொத்தாக உயர்தளப்பாடு அடைவதாக அது உள்ளது; இதை விட உயர்ந்த வடிவத்தை முதலாளித்துவ உலகில் கற்பனை செய்ய முடியாது.

வெளியிடுவதற்காக மார்க்சே தயாரித்த இரண்டு படைப்புகளான *அரசியல் பொருளாதாரம் பற்றிய விமர்சன பகுப்பாய்வுக்கு ஒரு பங்களிப்பு*, நூலிலும் மற்றும் *மூலதனம்* முதல் பாகத்தின் இரண்டு பதிப்புகளிலும் இந்த தொடக்ககால சிந்தனையின் தடயமே இல்லாமல் போகிறது. இயங்கியல் உருமாற்றங்கள் பற்றிய வெளிப்படையான குறிப்புகள், காரணம் சொல்லாமலே நீக்கப்பட்டு விட்டன. உதாரணமாக,

*மூலதனம்* நூலின் முதல் பாகத்தின் இரண்டாம் பதிப்பில், பின்வரும் கூற்று நீக்கப்பட்டுள்ளது: 'தெளிவாக்கலின் முன்னேற்றம் பின்னர் அதன் சொந்த உள்ளுறை இயங்கியல் மூலம் இன்னும் திட்டவட்டமான வடிவங்களுக்கு இட்டுச் செல்கிறது'.[118] இன்னொரு பக்கம், *மூலதனம்* நூலின் முதல் அத்தியாயத்தில் தெளிவாக்கலின் நுட்பமான வடிவம், இயங்கியல் முறை என்பது வெறும் 'முறைபாடு பற்றிய தொழில் நுட்பப் பிரச்சினை' மட்டுமே என்ற உணர்வைத் தருகிறது. இந்த இயங்கியல் கூட மார்க்சால் எளிமைப்படுத்தப்பட்டு ஜனரஞ்சகமாக்கப் பட்டது. குருண்ட்ரிச (Rohentwurf) பற்றி தெரியாத ஒருவருக்கு பணத்தின் செயல்பாடுகளின் அமைப்புரீதியான அடுத்தடுத்த நிலைகள் இரகசியமாகவே இருந்து விடுகின்றன. *குருண்ட்ரிசவில்* (Rohentwurf-ல்) முன்னுக்கு வந்த மதிப்பின் பல்வேறு வடிவ-தீர்மானிப்புகளுடனான உள்ளார்ந்த உறவுகள் *மூலதனம்* நூலில் இனிமேலும் கருப்பொருளாக்கப் படவில்லை.

அப்படியானால், மார்க்ஸ் தன்னுடைய பதிப்பிக்கப்பட்ட படைப்புகளில் மறைத்து விட்ட அவரது முறைபாடு பற்றி என்ன சொல்வது? வெளிப்படையாக, *குருண்ட்ரிசவின் (Rohentwurf-ன்)* மார்க்சுக்கு இயங்கியல் என்பது பெருங்குடையான தெளிவாக்கலுக்கான முறைபாடாகவும் எதார்த்தமான செயல்துடிப்பை கோட்பாட்டு ரீதியாக புரிந்து கொள்வதை ஒத்ததாகவும், மனிதர்கள் மீதே ஆதிக்கம் செலுத்தும் சாரமாக்கலின் நிகழ்முறையாகவும் உள்ளது. இந்த செயல்துடிப்பு ஒரே விஷயம் மீண்டும் மீண்டும் வருவதாக இல்லை, உற்பத்தி முறையை தொடர்ந்து புரட்சிகரமானதாக ஆக்கும், இறுதியில் புரட்சியில் உச்சத்தை அடைந்து 'கம்யூனிசமாக மாறும்', ஒரு நோக்கத்துடன் கூடிய நிகழ்முறையாக அதனைப் பார்க்க வேண்டும். இந்தப் பெரிய படைப்பை அச்சுக்காக தயாரிப்பதற்கு மார்க்ஸ் எடுத்துக் கொண்ட குறுகிய கால அளவு பற்றி குறிப்பிட வேண்டும். அது ஆறு மாதங்களில் இறுதி செய்யப்பட்டது. அக்டோபர் 1857-க்கும் மார்ச் 1858-க்கும் இடையே மிக மோசமான சூழல்களில் அது எழுதப்பட்டது, மார்க்ஸ் இரவில்தான் முதன்மையாக வேலை செய்தார். இந்த மாபெரும் முயற்சிக்கான பின்னணியாக 1857-ல் வெடித்த நெருக்கடி இருந்தது. அதைத் தொடர்ந்து ஒரு புரட்சி ந க்கும் என்று மார்க்சும் எங்கெல்சும் எதிர்பார்த்தனர். தொழிலாளர்கள் சரியான நேரத்துக்கு முன்னர் தாக்குதல் நடத்தி வெற்றிபெறாமல் போய் விடலாம் என்று கூட எங்கெல்ஸ் எழுதினார்.[119] மார்க்சுக்கோ, அவரது படைப்பு நேரத்துக்கு தயாராகாமல் போய் விடும், கோட்பாடு இல்லாமலேயே புரட்சி நடந்து விடும் என்று வேறு கவலைகள் இருந்தன. பிப்ரவரி

22 1858 அன்று, குருண்ட்ரிசவை *(Rohentwurf-ஐ)* முடிப்பதற்கு சிறிது முன்னால், மார்க்ஸ் லசாலுக்கு பின்வருமாறு எழுதினார் :

> பதினைந்து ஆண்டுகள் ஆய்வின் இறுதியில், பிரச்சினையின் மீது நான் எனது முத்திரையை பதிக்கும் நிலைக்கு கிட்டத்தட்ட வந்து விட்ட நிலையில், வெளிப்புற புயல்கள் வீச ஆரம்பித்து விடும் என்ற மோசமான உணர்வு ஏற்படுகிறது. இந்த விஷயங்கள் மீது உலகம் கவனம் செலுத்தப் போதுமான அவகாசம் இல்லாத அளவுக்கு தாமதமாக நான் முடித்தால், தவறு என்னுடையதாக மட்டுமே இருக்கும் என்பது தெளிவு...[120]

இந்த இரண்டுமே நடக்கவில்லை. புரட்சியும் நடக்கவில்லை, பொருளாயத வன்முறையாக மாற வேண்டிய சிந்தனையான *[Gewalt]* கோட்பாட்டை வெளியிடுவதும் நடக்கவில்லை. 15 ஆண்டுகள் ஆய்வுக்குப் பிறகு தனது சிந்தனைகளை எழுதி முடிக்கும்படி மார்க்சுக்கு ஊக்கம் அளித்த புரட்சி பற்றிய நிச்சய உணர்வு மோசமான ஏமாற்றமாக முடிந்தது.

இந்த ஏமாற்றத்தை மார்க்ஸ் எப்படி எதிர்கொண்டார் என்பது முக்கியமானது. ஏனென்றால், அது வரையிலான அவரது எல்லா வரையறைகளிலும் உலக வரலாற்றின் உச்சப் புள்ளி என்ற கருத்துருவுடன் இயங்கியல் பிரிக்க முடியாதபடி இணைந்திருந்தது. அங்கு வரலாற்று ரீதியான மனிதர்கள் முன்-வரலாற்றின் சுமையில் இருந்து விடுவிக்கப்படுவார்கள். ஆனால், இந்த உலக-வரலாற்று ரீதியான உச்சம் இல்லாமல் சிந்திக்கப்படக் கூடிய இயங்கியல் உள்ளதா? வரலாற்றின் மேல்கட்டுமான தத்துவத்தில் இருந்து சுயேச்சையான, 'குறுக்கப்பட்ட இயங்கியல்' கருத்தினங்களை வளர்த்தெடுப்பதற்கான முறைக்கான வழிகாட்டல்களின் தொகுதியை சிந்திக்கக் கூடிய இயங்கியல் உள்ளதா? இந்த விஷயம் பற்றி மார்க்ஸ் தனது கருத்தை வெளியிடவே இல்லை. அத்தகைய வேறுபடுத்தலை வெளிப்படையாகச் சொல்வதற்கு அவர் முயற்சிக்கவே இல்லை. அத்தகைய நகர்வின் முக்கியத்துவம் என்னவாக இருந்திருக்கும்? வரலாற்றின் தத்துவத்துக்கு அவரது கோட்பாடு உணர்த்துபவை பற்றிய விளக்கத்தை மார்க்ஸ் கொடுக்க வேண்டியிருந்திருக்கும். அதன் மூலம் வரலாற்றின் தத்துவத்தை கட்டமைப்பதன் பின் இருக்கும் மறைக்கப் பட்ட நோக்கங்களை இறுதியாக வெளிப்படுத்த வேண்டியிருந்திருக்கும். இந்த நோக்கங்களை, அவரது சொந்த நேர்வில் ஜனரஞ்சக கூருணர்வுக்கும் துறைசார் கூருணர்வுக்கும் இடையிலான பின்னிப் பிணைவு தொடர்பான (மறைக்கப்பட்ட) நுண்ணறிவின் (ஜனரஞ்சகமான)

பொருண்மையாக்கமாக அவர் புரிந்து கொள்வதாக இது அமைந்திருக்கும். தன்னையே பாதிக்கக் கூடிய இந்த அடியை எடுப்பதற்கு அவர் தயங்குகிறார். மாறாக அவர் பழைய முரண்பாட்டை மறுபடியும் உருவாக்குகிறார். 1858, ஜனவரி 14-ம் தேதியிட்ட கடிதத்தின்படி, அவர் இந்த முறைபாட்டை 'இன்னும் அதிகமாக மறைப்பதற்கு' விரும்புகிறார். 'ஹெகல் கண்டுபிடித்து அதே நேரத்தில் மாயமயமாக்கிய, முறைபாட்டின் கரணிய உட்கருவை பொதுவான மனித புரிதலுக்கு புரியும்படியாக ஆக்கும்' விருப்பத்தை (ஒருபோதும் நிறைவேறவில்லை) வெளிப்படுத்துகிறார். 'பொதுவான மனித புரிதல்' என்ற சொற்றொடர் யாரைக் குறிக்கிறது? அவர் தேர்ந்தெடுத்த இந்தச் சொற்கள், அவர் தனது சொந்த புரிதலைக் குறிப்பிடுகிறார் என்று தெரிவிக்கின்றன. இப்போது கிரேக்க தத்துவத்தில் இல்லை, ஹெகலின் தத்துவத்தில் 'பொருண்மையாக்கப்பட்ட' அவரது சொந்த மாயமாக்கலின் கரணியத்தைத்தான் அவர் 'புரியும்படி' செய்ய விரும்புகிறார்.

## III

இயங்கியல் என்ற பதத்தோடு எப்போதுமே சேர்ந்து வரும், தெளிவாக்கம் என்பது தர்க்கத்தின் உள்ளடக்கமாக இல்லாமல், 'உள்ளடக்கத்தின் தர்க்கமாக' உள்ளடக்கம் வளர்வது என்ற *[Entwicklung der Sache selbst]* சூத்திரத்தின் மூலம் மார்க்ஸ் என்ன சொல்ல வருகிறார்?[121] வரலாறு பற்றிய தத்துவத்தின் அடிச்சுமையை கொண்டிராத, பொருளாதாரம் பற்றிய விமர்சன பகுப்பாய்வை தெளிவாக்குவதை புரிந்து கொள்வது சாத்தியமா? (ஃபிரெஞ்சு கட்டமைப்புவாதம், நிச்சயமாக அதனை இந்த வழியில்தான் புரிந்து கொண்டது). ஒரு தற்காப்பு முயற்சியின் தெரிவிப்பாக இருப்பதால், உள்ளடக்கமே கோரும் வழியில் இயங்கியலை வளர்த்தெடுப்பதிலிருந்து வரலாறு பற்றிய தத்துவம்தான் அவரைத் தடுத்ததா?[122]

வரலாறு பற்றிய தத்துவம் என்ற சுமையில் இருந்து பிரித்து விட்ட பிறகு, 'உள்ளடக்கம் அதனளவில்' என்பது என்ன? தமது சமகால பொருத்தப்பாட்டையும் அதிகாரத்தையும் சிறிதளவும் இழந்து விடாத இப்போது இருக்கும் பொருளாதார பிரச்சினைகளின் மையச்சரடு இருக்கிறதா? இந்தப் பிரச்சினைகளை தீர்த்து வைப்பதற்கு மார்க்ஸ் பங்களிப்பு செய்ய முடியுமா? இந்தக் கேள்விகளின் ஒளியில், இப்படி ஒரு பிரச்சினை இருக்கிறது என்று அவர்கள் உணர்ந்திருந்த வரையில் கல்விப்புல பொருளியல் கோட்பாட்டாளர்களை தொந்தரவு செய்து வேதனை கொடுத்த இன்னும் சில உறுதியான கேள்விகள் மீது கவனத்தைத் திருப்ப விரும்புகிறேன். இந்தப் பிரச்சினைகள்

'ஒன்று கூட தெளிவில்லாத' பொருளியலின் அடிப்படை கருத்தினங்கள் தொடர்பானவை. ஜோன் ராபின்சன் சொல்வது போல, 'அவற்றை நெருக்கி வரையறுக்க முயற்சிக்கும் போது பணம், வட்டி வீதங்கள், அவற்றைப் போலவே வாங்கும் சக்தி, இவை யாவும் புரிந்துகொள்ள முடியாத கருத்தாக்கங்களாக முடிந்தன'.[123] இதோடு கூட, 'தேசிய வருவாயை முரண்பாடுகளின் மூட்டை' என்று அவர் சொல்கிறார்.[124] அறிவியல் துறை என்ற வகையில் பொருளியலின் பலவீனமான இடத்தை ஜோன் ராபின்சன் தொட்டு விடுகிறார்:

இது போன்ற போலி-கணிதவியல் இன்று செழிக்கிறது. பயன் பாட்டின் அளவுகள் போன்ற பதங்களை பொருளியலாளர்கள் வெகு காலத்துக்கு முன்பே கைவிட்டு விட்டனர் என்பது உண்மைதான். ஆனால், 'மூலதனத்தின்' அளவுகளை பயன் படுத்தும் மாதிரிகளை, இந்த அளவுகள் எதைக் குறிக்கின்றன என்று சொல்லாமலே கட்டியமைப்பது இன்னும் வழக்கமாக உள்ளது. பயன்பாடு என்ற கருத்துநிலைக்கு நடைமுறை உள்ளடக்கம் கொடுப்பதற்கான வழக்கமாக, வழிகாட்டும் வரைபடங்கள் வரையப்பட்டது போல, 'மூலதனத்தின்' அளவுகளைப் பற்றி புரிந்து கொள்ளும் பிரச்சினையை தவிர்ப்பதற்கு இயற்கணிதத்தை பயன்படுத்துவது வழக்கமாக உள்ளது, உதாரணமாக, C என்பது மூலதனத்தைக் குறிக்கிறது, டெல்டா C என்பது முதலீட்டைக் குறிக்கிறது. ஆனால், மூலதனம் என்றால் என்ன? அதன் பொருள் என்ன? மூலதனமேதான்! அதற்கு ஏதோ பொருள் இருக்கத்தான் வேண்டும், எனவே நாம் பகுப்பாய்வை செய்வோம், அதை நாம் எப்படி புரிந்து கொள்கிறோம் என்பது போன்ற மயிர்-பிளக்கும் விவாதத்தில் ஈடுபட்டுள்ள அற்பங்களைப் பற்றி நாம் கவலைப்பட வேண்டாம்.[125]

பின்வரும் கேள்வியின் மூலம் இந்தப் பிரச்சினையை இன்னும் கூர்மையாக்கலாம்:

இலாப வீதங்களை சமன் செய்வதற்கான போக்கு இருக்கிறது என்றால், பொதுவான சொற்களில் முதலாளிகள் குறைந்த இலாப வீதத்தைத் தரும் திட்டவட்டமான வடிவத்தில் இருந்து அதிக இலாபவீதத்தை ஈட்டித் தரும் திட்டவட்டமான வடிவத்துக்கு தமது உற்பத்தி அடிக்கூறுகளை மாற்றிக் கொள்ள முடியும் என்ற எதார்த்தத்தில் இருந்து அது தோன்றுகிறது. இந்த நேர்வில் திட்டவட்டமான நிலவும் காரணிகள் தரப்படவில்லை, மாறாக மூலதனத்தின் சாரமான அளவுதான் தரப்படுகிறது.

> மூலதனத்தின் தீர்மானகர அளவு அதன் வடிவத்தை மாற்றிக் கொண்டாலும் அதுவாகவே உள்ளது என்று சொல்வதன் மூலம் என்ன சொல்ல வருகிறார்கள் என்பது இன்று வரையில் தீர்க்கப்படாத மர்மமாகவே உள்ளது.[126]

இந்தக் கேள்விகளுக்கு பதில் கல்விப்புல பொருளியலாளர்களிடம் இல்லை என்பது மட்டுமில்லை, அவர்களது விமர்சகர்களிடமும் பதில் இல்லை.

ஷூம்பீட்டரும் இந்தக் கேள்வியை முன் வைக்கிறார்:

> துர்கோ (Turgot), சே (Say), ஸ்டோர்ஹ் (Storch) போன்ற பிற எழுத்தாளர்கள் அவ்வப்போது மூலதனத்தை மதிப்பின் கூட்டுத் தொகை என்று விளக்கும் அல்லது அது போன்ற கருத்தாக்கத்துடன் போராடும் அதே நேரத்தில், மூலதனம் என்பது பணத்தில் தெரிவிக்கக் கூடிய ஆனால் பணத்தால் ஆகாத, அதன் குறிப்பிட்ட சரக்கு வடிவத்தையோ அல்லது அதன் திட்டவட்டமான பயன்பாட்டையோ குறிப்பிடாமல் மதிப்பின் கொள்கலன் என்று டுட்டில் (Tuttle) தெளிவாகவும் குழப்பமின்றியும் அறிவிக்கிறார். எந்த ஒரு பொருளின் மதிப்பும் சுயேச்சையானதாக [Selbständiges] தோற்றமளிப்பது எப்படி சாத்தியமாகும் என்ற கேள்வி எழுகிறது. ஏனென்றால், மதிப்பு என்பது மதிப்பிடப்படும் பொருளில் இருந்து பிரிக்க முடியாதது.[127]

(ராபின்சனில் இருந்து) தரப்பட்ட முதல் பத்தி அதிகரித்து விட்ட சாரமாக்கப்பட்ட தொகை பற்றியது, (ஷூம்பீட்டரில் இருந்து தரப்பட்ட) இரண்டாவது பத்தி, தனது 'வடிவங்களை' மாற்றிக் கொண்ட சாரமான தொகை பற்றியது. ஆனால், இந்த இடத்தில் 'தொகை', 'வடிவம்' என்றெல்லாம் சொல்வதன் பொருள் என்ன? முதலில் சொன்ன நேர்வில், பொருளியல் என்ற கல்விப்புலம் ஒத்த பொருளுடைய முழுத் தொகுதியையே, உண்மையில் 'ஒரு பட்டியலையே' முன் வைக்கின்றது: அது 'மதிப்பின் நிறைகள்', 'மதிப்பின் கொள்ளளவுகள்', 'ஒற்றைத்தன்மை கொண்ட அளவுகள்' என்றெல்லாம் பேசுகிறது. இந்தப் பதங்கள் அனைத்தும் அறுதி பொருத்தப்பாடு உடைய ஒரு படித்தான மேநிலை-தனித்தன்மையின் (supra-individual) ஒருமையைக் குறிக்கின்றன. வேறு சொற்களில் தனிநபரின் கூருணர்விலிருந்து சுயேச்சையாக இருக்கும் பகுதியளவு-பொருள்-போன்று (quasi thing-like) அவை இருக்கின்றன. இந்தப் பகுதியளவு பொருள் 'வடிவ மாற்றங்களின் ஊடாக மாறாமலே இருக்கிறது'. பொருளியலின் மையத்தில் இருக்கும் மீ-பொருண்மவியல் என்று ஜோன் ராபின்சன் குறிப்பிடும் உள்ளடக்கம்,

மார்க்ஸ் 'புறநிலை மாயை' [gegenständlichen Schein] என்று அழைத்ததோடு துல்லியமாக பொருந்துகிறது என்பதை எளிதாகப் பார்க்க முடிகிறது. புறநிலை மாயையை கோட்பாட்டு ரீதியாக விளக்குவது அரசியல் பொருளாதாரம் பற்றிய விமர்சனப் பகுப்பாய்வின் இன்றியமையாத அம்சமாக உள்ளது. மார்க்சின் முக்கியமான படைப்பான மூலதனம் நூலின் தலைப்பில் 'விமர்சன பகுப்பாய்வு' என்ற பதம் இடம் பெறுவது, வெறுமனே கான்டிய விமர்சன பகுப்பாய்வை குறிப்பிடவில்லை, ஏனென்றால், இங்கு போலவே அங்கும், வெறும் செயல்பாடே புறநிலையாக எடுத்துக் கொள்ளப்படும் கீழ்ப்படுத்தலை விமர்சன பகுப்பாய்வு நிரூபிக்கிறது.

மதிப்பு நிறைகள், மதிப்பின் அளவுகள் அல்லது ஒற்றைத்தன்மை கொண்ட அளவுகள் ஆகியவை பற்றி பேசும் போது வெளிப்படும் 'புறநிலை மாயை' அகம்சார்ந்து பேசுவதன் பாணியாக மட்டும் இல்லை. அது தவிர்க்க முடியாத, அவசியமான சொல்லாடலாக உள்ளது. அப்படியானால், இந்தப் புறநிலை மாயை என்னவாக உள்ளது? நடைமுறையில் உள்ள பொருளியலாளர் இந்த இறுகலாக்கும் [reification-சாரமான, பொதுவான கருத்தாக்கம் ஒன்றை திட்டவட்டமானதாக்கும் அல்லது திட்டவட்டமானது போலாக்கும் - மொ.பெ / ப.ஆ மொழியை தவிர்க்க முடியாது என்றும் அதைப் பயன்படுத்த வேண்டியுள்ளது என்றும் நாம் அனுமானித்துக் கொண்டால், 'பொருண்மையாக' உள்வாங்கிக்கொள்ள முடியாத இந்த 'புறவகையான பொருள்வகை மையின் தெரிவிப்பை' ஏற்றுக் கொள்ளும்படி அவரை கட்டாயப் படுத்தும் நடைமுறை நிலைமைகள் என்ன என்று நாம் கேட்க வேண்டும். ஜோன் ராபின்சனில் இருந்தும் ஷும்பீட்டரில் இருந்தும் நாம் தந்துள்ள இரண்டு மேற்கோள்களும், உற்பத்திச் சாதனமாக, கச்சாப் பொருட்களாக, உழைப்புச் சக்தியாக இன்னபிறவாக ஈடுபடுத்தப்படும் போது வெவ்வேறு வேகங்களில் வெவ்வேறு வடிவங்களில் சுற்றியோடும் சுழல் மூலதனத்தையே இது குறிக்கிறது. இவை அனைத்திலும், நிலை மூலதனம் என்பதை 'மதிப்பை வழங்கும்' அல்லது 'மதிப்பைக் கடத்தும்' மூலதனமாக (எனவே, விலைகளை கடத்தாத மூலதனமாக) புரிந்து கொள்ள வேண்டும். இந்தப் 'பண்புகள் இல்லாத தொகைதான்' வெவ்வேறு வடிவங்களில் இருக்கிறது, அதே நேரம் இந்த வடிவங்களில் இருந்து வேறுபட்டது. ராபின்சனையும் அம்மோனையும் (Ammon) பொறுத்தவரையில், மேநிலை-அகம்சார்-பொருள்வகைத்தன்மை (supra-subjective materiality) பற்றிய மொழியை தவிர்க்கவியலாமல் பயன்படுத்துவது சிந்திக்கப்பட முடியாத கருத்தாக்கத்தை பயன்படுத்துவதாக அமைகிறது - எதார்த்தத்தில்

பண்புகள் இல்லாத அளவுகள் எதுவும் இல்லை. எனவே, அவற்றைப் பற்றி கருத்து சொல்ல மட்டும்தான் முடியும், அவை 'சிந்திக்கப்பட்ட' *[gemeinte]* பிரதிநிதித்துவங்கள் *[Vorstellungen]* என்று மார்க்ஸ் அழைத்தவையாக உள்ளன அல்லது 'மாற்றாக' 'தெளிவற்ற, கருத்தாக்கம் இல்லாத பிரதிநிதித்துவங்களாக' உள்ளன. இவை கருத்தாக்கரீதியாக புரிந்து கொள்ளப்படாத பிரதிநிதித்துவங்கள், ஆகச் சிறந்த நிலையில் அவற்றை உருவகமாகவே திரும்பத் திரும்பச் சொல்ல முடியும். அதே போல அடால்ஃப் லோவே (Adolph Lowe), பொருள்வகையாக இல்லாத அல்லது பொருளியலுக்கு மட்டும் உள்ள, பொருள் வகையான 'பொருளாதார பொருள்வகை' பற்றி பேசுகிறார். அப்படியானால், பொருளியலுக்கு மட்டும் புறநிலையான இருத்தலைக் கொண்டிருக்கும் இந்த வினோதமான பொருள்வகையில் குறிப்பாக பொருளாதார ரீதியானது என்ன உள்ளது?

'மதிப்பின் கொள்ளளவு', 'மதிப்பின் தொடர்கள்' போன்ற கருத்துருக்களில் வெளிப்படுத்தப்படும் புறநிலையான மாயையின் குறிப்பான வடிவங்கள் குறித்து மார்க்ஸ் கூட விவாதிக்கவில்லை. மார்க்சின் தெளிவாக்கலை நீட்டித்து, பண்பு இல்லாத பொருண்மையான தொகையின் தெரிவிப்பு எப்படி உருவாக்கப்படுகிறது என்பதை நாம் புரிந்து கொள்ள முடியும். பிளாட்டோவின் கருத்துருக்களைப் போல தனிநபரின் கூருணர்வுக்கு அப்பால் இருக்கும் தளத்தில் அத்தகைய தெரிவிப்பு இருக்கிறது, அது மூலதனத்தின் பொருளாயத வடிவத்தோடு ஒத்ததாக இல்லை. புறநிலையான மாயை பணத்தின் மூலமாக செயல்படுத்தப்படுகிறது. மூலதனத்தின் நிகழ்முறை தன்மையைப் பற்றி விளக்கும் போது மார்க்ஸ் வழக்கமாக பயன்படுத்தும் இனக்குறிப்பான இயங்கியல் வரையறையின் உதவியோடு அதனை விளக்க முடியும்.

> அத்தகைய நிகழ்முறையின் பொதுவான முனைப்பாக உள்ள மதிப்புக்கு, அதன் சுய-அடையாளத்தை உறுதி செய்யக் கூடிய சுயேச்சையான வடிவம் தேவைப்படுகிறது. இந்த நிகழ்முறைக்குள் அது [மூலதன-மதிப்பு] பண வடிவத்தையும் சரக்கு வடிவத்தையும் ஒரு நேரம் எடுக்கிறது ஒரு நேரம் கைவிடுகிறது. அதே நேரம் இந்த மாற்றத்தில் தன்னைப் பராமரித்து விரிவாக்கிக் கொள்கிறது. பணத்தில் மட்டும்தான் முனைப்புக்கு அதன் அடையாளத்தை உத்தரவாதப்படுத்தும் சுயேச்சை வடிவம் உள்ளது. எனவே, மதிப்புப் பெருக்க நிகழ்முறையின் தொடக்கப் புள்ளியாகவும் இறுதிப் புள்ளியாகவும் பணம்தான் அமைந்துள்ளது.[128]

எனவே, சுற்றியோடும் மதிப்பு என்பது பணத்தின் வடிவத்தை ஒத்ததாக இல்லை, (ஷூம்பீட்டர் சரியாக சுட்டிக் காட்டியதைப் போல) அது இந்த வடிவத்திலிருந்து வேறுபட்டதாக உள்ளது, ஏனென்றால் பண வடிவம் என்பது அதன் தோற்ற வடிவம் மட்டுமே. இன்னொரு வடிவம், மூலதனத்தின் மதிப்பு எதற்காக பரிவர்த்தனை செய்யப் படுகிறதோ அந்தக் குறிப்பிட்ட சரக்காக உள்ளது. அது, இந்த மதிப்பின் 'ஆளுருவமாக' பார்க்கப்படுகிறது. இரண்டுமே இந்த மதிப்பின் வடிவங்கள்: அது இந்த இரண்டு வடிவங்களாகவும் உள்ளது, அதே நேரம் அவற்றில் இருந்து வேறுபட்டதாக உள்ளது. வேறு சொற்களில்: வடிவங்கள் மாறி மாறி வருவதில்தான் மதிப்பு நிகழ்முறையின் இருத்தலாக அது இருக்கிறது. மூலதனம் என்ற கருத்தாக்கத்தை அறிமுகப்படுத்தும் போது மார்க்ஸ் இதைச் சொல்கிறார். 'உண்மையில் மதிப்பு இங்கு நிகழ்முறையின் முனைப்பாக மாறியுள்ளது, அதில் பண வடிவமாகவும் சரக்கு வடிவமாகவும் தொடர்ந்து மாறுவதன் மூலமாக அது அளவை மாற்றிக் கொள்கிறது.'[129] 'அத்தகைய நிகழ் முறையின் ஒட்டுமொத்த முனைப்பு என்ற வகையில், சுற்றோட்டத் துக்குள் பணத்தின் வடிவத்தையும் சரக்கின் வடிவத்தையும் ஒரு நேரம் எடுக்கிறது, ஒரு நேரம் இழக்கிறது, அதே நேரம் இந்த மாற்றத்தில் தன்னை பராமரித்து விரிவாக்கிக் கொள்கிறது...'[130]

'சுயேச்சையான ஏதோ ஒன்றாகவோ' (ஷூம்பீட்டர்) அல்லது 'மீ-பொருண்மையான தனிப்பொருளாகவோ' (ரிக்கார்டோ பற்றிய தனது விமர்சன பகுப்பாய்வில் பெய்லி முன்வைக்கும், எதிர் பார்வை) தோற்றமளிக்கும் இந்த *சாரமான அளவின் புறநிலை மாயை* எங்கிருந்து வருகிறது? அது பணத்தொகையுடனோ (இது அதன் 'தெரிவிப்பாக' மட்டுமே இருப்பதாகக் கருதப்படுகிறது), அல்லது திட்டவட்டமான பொருண்மைகளின் அளவுடன் கூட ஒத்ததாக இல்லை, அவற்றி லிருந்து அது அதே அளவு தனித்ததாக உள்ளது. இந்தப் புறநிலை மாயை என்பது சமதை என்ற நிகழ் முறையில் உள்ள சரக்கு, ஒரு நேரம் சமதையின் நேரடி வடிவத்தை எடுத்துக் கொள்ளும், ஒரு நேரம் பயன்-மதிப்பாக தனது குறிப்பான வடிவில் இருக்கும் சரக்கு. சரக்கு ஒரு வடிவத்தில் இருக்கும் போது அது மற்ற வடிவத்தில் இல்லை மற்றும் மறுதலையாக. சரக்கானது, இரண்டு வடிவங்களுடனும் ஒரே நேரத்தில் ஒத்ததாகவும், ஒத்ததாக இல்லாமலும் இருக்கிறது. இந்த நிரந்தர மாற்றமாக, சரக்கு ஓய்ந்திருக்கு 'உள்ளுறையாக', சுயேச்சையாக உள்ள மதிப்பாக, 'அழிவின்றி தொடர்ந்து நீடிக்கும் மதிப்பாக' தன்னை பராமரித்துக் கொள்ளும் மதிப்பாக உள்ளது. குறிப்பிட்ட அளவுக்கு, சரக்கு அல்லது சமதையானது இரண்டு வடிவங்களுடனும்

முற்றொருமையின்மையில் 'நிறுத்தி வைக்கப்பட்டுள்ளது'. இயக்கத்தில் இருந்து சாரமாக்கப்பட்டது என்ற வகையில் அது ஒரு 'சாரமாக்கலாக' நிலைக்கிறது, இது பண்பு இல்லாத சாரமான அளவின் பிரதிநிதித் துவத்தை தோற்றுவிக்கிறது, அது 'எப்படியோ... எதார்த்தமான பொருண்மைகளுடன் 'ஒட்டிக் கொள்கிறது'.

பணத்தில் தெரிவிப்பது என்பது சுற்றோட்ட ஊடகம் என்ற பணத்தின் பணியோடு ஒத்திசைகிறது என்பதை நாம் புரிந்து கொள்ளும் போது, பணத்தில் தெரிவிக்கப்படுவதிலிருந்து வேறுபடுத்தப்பட வேண்டிய மதிப்பின் சாரமான நிறையின் பிரதிநிதித்துவம் இந்தப் பொருளாயத புறநிலையில் இன்னும் கூடுதல் மர்மமாகி விடுகிறது. ஏனென்றால், சுற்றோட்ட ஊடகம் என்ற பணியில் பணத்தை பெறுமானம் இல்லாத (மதிப்பற்ற) அடையாளச் சின்னங்களைக் கொண்டு மாற்றீடு செய்ய முடியும். ஏனென்றால், இந்தப் பணியில், 'தொடர்ந்து தோன்றுவதும் மறைவதும்தான் அதன் இறைச்சிப் பொருளாக உள்ளது'.[131] இவ்வாறாக, பணம் மதிப்பின் 'தொடர்ந்து மறையும் ஈடேற்றத்தை' கட்டுவிக்கிறது.

மதிப்பின் செயல்பாடு பற்றிய இந்தப் புரிதல் (Vorstellung), எல்லா பேரியல் பொருளாதார ஆராய்ச்சிகளுக்கும் அடிப்படையாக உள்ளது. பேரியல் பொருளாதாரம் புறநிலை அளவுகளைக் கொண்டு இயங்குகிறது, எனவே, புறநிலை மதிப்பை முன்னனுமானிக்கிறது, அதே நேரம் அதனை ஒரு பொருளாக இருத்த முடியாமல் உள்ளது. ஏனென்றால், அகநிலைவாதிகளின் பார்வையில், புறநிலை மதிப்பு என்ற ஒன்று இருக்க முடியாது. கல்விப்புல அறிவியல் பிரிவுகளைப் பொறுத்தவரை (பொருளியலில் மட்டுமில்லை), பௌதீக பொருட்களும், அகம்சார் நிகழ்முறைகளும் மட்டுமே இருப்பதாகக் கூற முடியும், இடைப்பட்டது ஒதுக்கப்படுகிறது *(tertium non datur)* என்று வீசர் (Wieser) வலியுறுத்துகிறார். எனவே, புறநிலை பரிவர்த்தனை-மதிப்பு இருக்கும் அதே உணர்வில் புறநிலை பொருளாயத மதிப்புகள் எதுவும் இருக்கவில்லை. பேரியல் பொருளாதாரத்தைப் பொறுத்தவரையில் நாம் கையாளும் அளவுகள் 'அர்த்தமற்ற கருத்தாக்கங்கள்' என்று ஷூம்பீட்டர் வலியுறுத்தும்போது, அவர் தனது ஆசிரியர் வீசரின் (Wieser) சிந்தனையை கெட்டியாகப் பிடித்துள்ளார். அவரது அகநிலைவாத நம்பிக்கைகளின்படி, 'மதிப்புகள் மனித கூருணர்வில் (மட்டுமே) வாழ முடியும்'.[132] அப்படியானால், அறுதியான புறநிலை மதிப்பு எங்கிருந்து வருகிறது? அது இருக்கக் கூடாது. ஆனாலும், அளவுரீதியான சமன்பாடுகளில் அது மதிப்பின் தொகையாக, மதிப்பின் கொள்ளளவாக, மதிப்பின் ஓட்டமாக 'தெரிவிக்கப்பட' வேண்டும்.

இந்தக் கருத்தை மீண்டும் வலியுறுத்துவோம். பொருளியல் தனது சொந்த மீ-பொருண்மை கூறுகளை போதுமான அளவு கருப்பொருளாக்குவதில் இதுவரை வெற்றியடையவில்லை. பொருளியல் தனது 'மதிப்பு பற்றிய கருத்துருவை' (Wertvorstellung) - 'கருத்துரு' என்ற சொல்லை நான் வேண்டுமென்றே பயன்படுத்துகிறேன் - பண்பு இல்லாத அளவாக முன்வைக்கும் வழி புறநிலை மதிப்பு இருப்பதை முன்னனுமானிக்கிறது. மதிப்பு என்ற கருத்துரு தொடர்புள்ள அனைவரின் கூருணர்விலும் இருக்கிறது, ஆனால், அது பண்பு இல்லாத அளவு என்ற கூருணர்விற்கு உள்ளான தெரிவிப்பாக இருக்கிறது. அந்தத் தெரிவிப்பே கூருணர்வுக்கு வெளியே இருக்கிறது. அப்படியானால் பொருளியல் மதிப்பை உண்மையாகவே 'புரிந்து கொள்ள' முடியாது. அது 'கருத்துரைக்க' மட்டும்தான் முடியும், மதிப்பு என்ற கருத்துருவில் [Wertvorstellung] மட்டும்தான் மதிப்பை தெரிவிக்க முடியும். புறநிலை மதிப்பு என்பது முன்னனுமானிக்கப்படுகிறது, அல்லது மார்க்சின் சொற்களில் சொன்னால், கருத்தினங்கள் தரப்பட்டவையாக எடுத்துக் கொள்ளப்படுகின்றன, வளர்த்தெடுக்கப்படவில்லை. ஆனால், புறநிலை மதிப்பு என்பது பொருளாயத பௌதீக உலகத்தைப் போல புறநிலை இல்லை. இந்த வகையான பொருண்மை என்பது உற்பத்தி நிகழ்முறையின் சமூக வடிவத்தில் அடித்தளத்தைக் கொண்டுள்ள மதிப்பின் புறநிலைத் தன்மை [Wertgegenständlichkeit] என்ற உணர்வில் புறநிலையானது. ரோட்பர்ட்டஸ் பற்றிய விமர்சன பகுப்பாய்வில் எங்கெல்சின் வரையறையில் இருந்து எடுத்தால், 'உழைப்புக்கும் மதிப்புக்கும்' இடையே நாம் ஒரு 'திட்டவட்டமான தொடர்பை' [sachlicher Zusammenhang] நிறுவ வேண்டும்.[133]

புறநிலை மதிப்பு என்ற கருத்துரு எல்லா பேரியல் பொருளாதார அணுகுமுறைகளுக்கும் அடித்தளமாக அமைந்துள்ளது என்று நாங்கள் மேலே சுட்டிக் காட்டினோம். இவ்வாறாக, பொருளியல் நேரடியாக ஒரு சுய-முரண்பாட்டுக்குள் விழுந்து விடுகிறது. ஏனென்றால், கறாராக பேசுவதானால், எதார்த்தமான விலை என்பது ஏற்கனவே இந்த முன்னனுமானிக்கப்பட்ட அளவுகளில் ஒன்றாக உள்ளது. இது ஏனென்றால், மொத்த கணக்கிடுதலின் தொகுப்பான அளவுக்கு அடிப்படையாக எதார்த்தமான விலையின் அளவு உள்ளது.

சேயின் (Say) சமநிலை பற்றிய கோட்பாட்டை உதாரணமாக எடுத்துக் கொண்டு இந்த சுய-முரண்பாட்டை நாம் விளக்க முடியும். எல்லா பொருளியல் கோட்பாட்டையும் போலவே, தானாகவே வெளிப் படையானது என்ற பாணியில் இரண்டு உலகங்கள் என்ற கோட்பாட்டை,

சே சிந்திக்காமலேயே தனது தொடக்கப் புள்ளியாக எடுத்துக் கொள்கிறார். அவர் தனது 'கருத்தினங்களை முன்கூட்டியே தரப்பட்டவையாக' அனுமானித்துக் கொள்கிறார். இரண்டு உலகங்கள் என்ற கோட்பாட்டை பல்வேறு வழிகளில் முன் வைக்கலாம்; உதாரணமாக, நவ-செவ்வியல் கோட்பாடு அதனை எதார்த்தமான பொருளாதாரத்துக்கும் பணவியல் துறைக்கும் இடையேயான இருமைநிலையாக எடுத்துக் கொள்கிறது. இந்த வேறுபடுத்தலை எப்படித்தான் சிந்தித்தாலும், எதார்த்தத்தின் களத்தை பணத்தின் இருத்தலில் இருந்து சுயேச்சையாக மட்டுமின்றி பணம் இல்லாமலேயே இருக்கக் கூடிய உலகமாக சிந்திக்க வேண்டும். பணம் என்பது பரிவர்த்தனையை எளிதாக்கும் சாதனமாக சிந்திக்கப் படுகிறது. இவ்வாறாக, இந்தக் கருத்தாக்கமே கோட்பாட்டின் சுய-முரண்பாட்டின் இருத்தலைத் தவிர வேறில்லை என்ற மெய்ம்மையை இந்தக் கோட்பாடு கவனிக்கத் தவறுகிறது. கோட்பாட்டின் பொருண்மை எப்போதுமே சமூகத்தின் பேரியல் பொருளாதார ஒருமை என்று தரப்படுகிறது, இந்த ஒருமை எப்போதுமே முன்னனுமானிக்கப்பட வேண்டும். பொருளியலாளர்கள் எப்போதுமே 'தமது கருத்தினங்களை தரப்பட்டவையாக எடுத்துக் கொள்கின்றனர்', எனவே அவை எங்கிருந்து தோன்றின என்பதை போதுமான அளவுக்கு வளர்த்தெடுக்க முடிவதில்லை என்ற மார்க்சின் கூற்றை இந்தப் பொருளிலேதான் எடுத்துக் கொள்ள வேண்டும். இந்த ஒருமை இருக்கவும் அதே நேரம் இல்லாமலும் இருப்பதால்தான் கோட்பாடு இருக்கிறது. சேயின் விதியின் தனிப்பட்ட வரையறைகள் எப்படித்தான் தெரிவிக்கப்பட்டாலும், இந்த விதிகளின் வரையறைக்கான சாத்தியமான நிபந்தனை பணத்தின் இருத்தலாகவே உள்ளது. எனினும், ஒவ்வொரு விற்றலும் வாங்கலே என்றும் ஒவ்வொரு வாங்கலும் விற்றலே என்றும் உரிமை கோரினால், பொருளாதார சமநிலை என்ற எடுகோளில் இருந்து ஆழமான விளைவுகள் பெறப்பட்டால், அப்போது சர்வப்பொதுவானதற்கும் குறிப்பானதற்கும் இடையேயான, ஒருமைக்கும் பன்மைக்கும் இடையேயான தீர்மானகரமான வேறுபாடு, நேரடியான ஒருமைக்கு சாதகமாக நிரவப்படுகிறது. பல்வகையான உற்பத்திப் பொருட்கள், தமது பல்வகைமையிலேயே எப்போதுமே ஏற்கனவே பணமாக இருக்கின்றன: அவை நேரடியாக பரிவர்த்தனை செய்யக் கூடியவை, ஒவ்வொரு குறிப்பானதும் நேரடியாக சர்வப்பொதுவானதாகவும் உள்ளது. இவ்வாறாக, சமூகத்தின் ஒருமை அல்லது பேரியல் பொருளாதாரத்தின் மொழியில் மதிப்புகளின் மொத்தத் தொகை, எப்போதுமே ஏற்கனவே இருந்திருக்கிறது என்று அனுமானிக்கப்படுகிறது.

இரு சம மதிப்புகளின் பரிவர்த்தனை சமூகத்தில் இருக்கும் மதிப்புகளின் அளவைக் கூட்டுவதோ குறைப்பதோ இல்லை. இதே போல், சமமில்லாத இரு மதிப்புகளின் பரிவர்த்தனை... ஒருவரின் செல்வத்தைக் குறைத்து வேறொருவரின் செல்வத்தைக் கூட்டுகிறதென்றாலும் சமூக மதிப்புகளின் மொத்தத் தொகையில் எந்த மாற்றத்தையும் ஏற்படுத்துவதில்லை.[134]

வாங்கலும் விற்றலும் உற்பத்திப் பொருட்களின் நேரடி பரிவர்த்தனையாக கருதப்படுவது வரை, உத்தரவாதமில்லாத, செயல்பாட்டில் கட்டமைக்கப்பட்ட, ஒரே நேரத்தில் சுயமாக-உயர்தளப்பாடு கொண்ட சரக்கு, பணம், வாங்கல், விற்றல் போன்ற கருத்தினங்களின் எதார்த்தமான இருத்தலில் தெரிவிக்கப்படும் சமூகத்தின் ஒருமை கோட்பாட்டால் மறுதலிக்கப்படுகிறது. இந்த நேர்வில் ஒவ்வொரு உற்பத்திப் பொருளும் நேரடியாக சர்வப்பொதுவானது, குறிப்பான ஒன்றாக இல்லை. எனவே, ஏற்கனவே இருக்கும் மதிப்பை, ஆனால் உற்பத்திப் பொருட்களாக உள்ள சரக்கை சே அனுமானித்துக் கொள்கிறார். சேயின் 'மிகவும் பிரபலமான வாக்கியத்தை' 'உற்பத்திப் பொருட்களை உற்பத்திப் பொருட்களைக் கொண்டுதான் வாங்க முடியும்' என்று மார்க்ஸ் கிண்டலாக மாற்றிச் சொல்கிறார். மார்க்சின் கருத்துப்படி, சே இந்த வாக்கியத்தை 'தனது சொந்த மதிப்பை அதிகரித்துக் கொள்வதற்காக' பிசியோகிராட்டுகளிடம் இருந்து கடனாய்ப் பெற்றுள்ளார். பிசியோகிராட்டுகளின் மூல வரையறையில் இந்த வாக்கியம் 'உற்பத்திப் பண்டங்களைக் கொண்டுதான் உற்பத்திப் பண்டங்களுக்கு விலை தர முடியும்' என்று உள்ளது. இவ்வாறாக உற்பத்திப் பொருட்கள் நேரடியாக பணமாக உள்ளன.[135] ஆனால் உற்பத்திப் பொருட்கள் எப்போதுமே ஏற்கனவே பணமாக இருக்கின்றன என்றால், பரிவர்த்தனை நிகழ்முறை தேவையற்றதாகி விடும்.

இந்தக் கருத்தை மெங்கர் (Menger) சுற்றடியாக ஏற்றுக் கொள்கிறார். ஏனென்றால், சமதை என்ற கருத்தாக்கம் அறுதி பரிவர்த்தனை செய்து கொள்ளத்தக்கத் தன்மையை உணர்த்துகிறது என்று அவர் அறிவுக் கொளுந்தாக அங்கீகரிக்கிறார். இதன் விளைவு என்னவென்றால், எந்த ஒரு உற்பத்திப் பொருளும் எந்த நேரத்திலும் வேறு எந்த ஒரு உற்பத்திப் பொருளுடனும் நேரடியாக பரிவர்த்தனை ஆகக் கூடியதாக இருக்க வேண்டும். ஆனால், இது ஒரு அபத்தமான கருத்துரு என்று கூறும் மெங்கர், (அறுதி பரிவர்த்தனை செய்து கொள்ளத்தக்கத் தன்மையை உணர்த்தும்) சமதை இருப்பது சாத்தியமாகாது என்று முடிவு செய்கிறார்.

எனவே, உழைப்பு மதிப்புக் கோட்பாட்டில் அடங்கியுள்ள புறநிலை மதிப்பு என்ற கருத்துநிலையை அவர் நிராகரிக்கிறார்.

இவ்வாறாக, கோட்பாடு தான் அடித்தளம் வழங்க வேண்டிய சமூக ஒருமையை அனுமானித்துக் கொள்கிறது, ஏனென்றால், அதன் கருத்தினங்கள் முற்றிலும் சிந்திக்கப்படாத வழியில் அனுமானித்துக் கொள்ளப்படுகின்றன. அகநிலைவாதம் எல்லா கருத்தினங்களில் இருந்தும் சாரமாக்கிக் கொள்வதன் மூலமும், சாரமான பொருளாதார மனிதனை (homo economicus) கட்டமைப்பதன் மூலமும் பின்னர் தூய அனுபவவாத கண்டுபிடிப்பாக, (ஹெகல் சொல்லியிருக்கக் கூடிய வகையில்) கைத்துப்பாக்கியில் இருந்து வரும் குண்டைப் போல விலை என்ற கருத்தினத்தை அறிமுகப்படுத்துவதன் மூலம் சமூக ஒருமைக்கு அடித்தளம் அமைக்க முயற்சிக்கிறது. இத்தகைய கட்டமைப்புடன் தொடர்புடைய உள்முரண்பாட்டை கோட்டல்-ஓட்டிலியன்ஃபெல்ட் (Gottl-Ottilienfeld) பிரமாதமாக விளக்கியிருக்கிறார்.

> *ஆனால் உண்மையில் யார் அளவிடுகிறார்கள், அளவிடுதல் எப்போது நடப்பதாகக் கொள்ளப்பட வேண்டும், இந்த அளவிடுதலில் இருந்து கிடைக்கப் போவதாக கொள்ளப்படும் முடிவு என்ன? அளவுகோல்கள் ஏற்கனவே தயாராக குறியிடப்பட்டு பிறந்திருக்கும் இடத்தில் எல்லா அளவைகளும் அளவு மீறி தாமதமாக வருகின்றன?*[136]

எனவே, பரிவர்த்தனையில் தொடர்புடைய எல்லோரும் ‘மதிப்பின் மெய்யான நியமத்தை’, அதாவது, சமூகத்தின் இந்த உத்தரவாதமற்ற ஒருமையின் உள்ளார்ந்த குறியீட்டு எண்ணைக் கண்டுபிடிக்கின்றனர். அதனை சம்பந்தப்பட்டவர்களால் நடத்தப்படும் பரிவர்த்தனை செயல்களில் இருந்து தருவிக்க முடியாது. இந்த, கல்விப்புல கோட்பாட்டில் இருந்து கடன் வாங்கிய பதத்தைப் பயன்படுத்தினால், ‘எதார்த்தமான மதிப்பின் நியதி’ அதன் தோற்றத்திலேயே அடித்தளத்தைக் கொண்டிருக்க வேண்டும். இந்தப் பிரச்சினையை தெளிவாக வரையறுத்த மிகச்சில பொருளியலாளர்களில் ஷூம்பீட்டர் ஒருவர். எனவே, எல்லோருக்கும் மேலாக, பணத்தின் முதன்மை செயல்பாடு பற்றிய 'எந்த ஒரு தருவித்தல் அல்லது அடித்தளம் கொடுத்தல்' பற்றிய எந்த ஒரு சாயலையும் தராமல் இருப்பது குறித்து குஸ்டாவ் காசலை (Gustav Cassel) கண்டிக்கும் போது, அவர் ‘கணக்கிடுதலின் ஒருமை பற்றிய பிரச்சினைக் களம் தொடர்பாக எந்த விளக்கத்தையும் தர மறுப்பதை’ குறிப்பிடுகிறார். என்ன செய்ய வேண்டும் என்பதில் ஷூம்பீட்டர் மிகத் தெளிவாக உள்ளார், இருந்தும் அவரும் எந்தத்

தீர்வையும் தரவில்லை. பிரச்சினை தீர்க்கப்படாமல் உள்ளது: எதார்த்தமான 'மதிப்பின் தன்னாட்சியாக்கத்தை' நாம் எப்படிப் பெறுவது? பொருளியல் தனது ஆய்வை முடிக்கும் இடத்தில்தான் அரசியல் பொருளாதாரம் பற்றிய மார்க்சிய விமர்சனப் பகுப்பாய்வு தொடங்குகிறது என்பது முன்பு எப்போதையும் போலவே இன்றைக்கும் உண்மையாக உள்ளது.

## குறிப்புகள்

1. *ஜி. க்யோலர், டி ரிடுக்ஷ்யோன் டெர் டியாலெக்டிக் டுர்ஷ் மார்க்ஸ், க்ளெட் கோட்டா, ஸ்டுட்கார்ட்,* (G. Göhler, *Die Reduktion der Dialektik durch Marx,* Klett Cotta, Stuttgart), *1980.*
2. *பிரெமன் பல்கலைக்கழகத்தில்* (University of Bremen) MEGA *(Marx-Engels Gesamt Ausgabe)* ஆய்வுத் திட்டப்பணியின் போது எச்.ஜி பக்ஹவுஸ் (H.G. Backhaus) இதை எனக்குச் சுட்டிக் காட்டினார்.
3. *கார்ல் மார்க்ஸ், "லசாலுக்கு எழுதிய கடிதம்"* (K. Marx, Letter to Lassalle, 14 January 1858, in Briefe uber 'Das Kapital', Dietz Verlag, Berlin, 1954).
4. சுவி ரோசன், *புரூனோ பாவர் அண்ட் கார்ல் மார்க்ஸ். தி இன்ஃபுளூவன்ஸ் ஆஃப் புரூனோ பாவர்ஸ் தாட் ஆன் மார்க்ஸ் தாட்* (Z. Rosen, *Bruno Bauer and Karl Marx. The Influence of Bruno Bauer on Marx's Thought)*, Martinus Nijhoff, The Hague, 1977.
5. *கார்ல் மார்க்ஸ், இயற்கை பற்றிய டெமாக்ரீட்டிய தத்துவத்துக்கும் எபிகூரிய தத்துவத்துக்கும் இடையேயான வேறுபாடு* (K. Marx, *Difference between Democritean and Epicurean Philosophy of Nature)*, in K. Marx and F. Engels, Collected Works, vol. I, Lawrence and Wishart, London, 1975-, p. 36. The Collected Works இதன்பிறகு CW என்று குறிப்பிடப்படும்.
6. முன்வந்தது., p. 84.
7. முன்வந்தது., p. 506.
8. *கார்ல் மார்க்ஸ், எபிகூரிய தத்துவம் பற்றிய குறிப்பேடுகள் (K. Marx, Notebooks on Epicurean Philosophy)*, in CW, vol. I, p. 439).
9. *கார்ல் மார்க்ஸ், இயற்கை பற்றிய டெமாக்ரீட்டிய தத்துவத்துக்கும் எபிகூரிய தத்துவத்துக்கும் இடையேயான வேறுபாடு* (K. Marx, *Difference between Democritean and Epicurean Philosophy of Nature)*, p.36.
10. முன்வந்தது., p. *87*.
11. முன்வந்தது., p. *29*.
12. முன்வந்தது.
13. முன்வந்தது., p. *30*.
14. முன்வந்தது.
15. CW, vol. I, p. 34.
16. முன்வந்தது.
17. முன்வந்தது., p.*40*
18. முன்வந்தது.
19. முன்வந்தது.

20. முன்வந்தது., p.41
21. முன்வந்தது.
22. கார்ல் மார்க்ஸ், "லாரா மார்க்சுக்கு எழுதிய கடிதம்" (K. Marx, Letter to Laura Marx), 4 April 1868, in Marx-Engels Werke (MEW), vol. 32, Dietz Verlag, Berlin, p. 544.
23. கார்ல் மார்க்ஸ், இயற்கை பற்றிய டெமாக்ரீட்டிய தத்துவத்துக்கும் எபிகூரிய தத்துவத்துக்கும் இடையேயான வேறுபாடு (K. Marx, *Difference between Democritean and Epicurean Philosophy of Nature*). p. 11.
24. முன்வந்தது., p. 17.
25. முன்வந்தது., p. 12.
26. முன்வந்தது., p. 17.
27. முன்வந்தது., p. 12.
28. முன்வந்தது., p. 17.
29. முன்வந்தது.
30. முன்வந்தது., p. 18.
31. முன்வந்தது.
32. முன்வந்தது.
33. முன்வந்தது.
34. முன்வந்தது.
35. முன்வந்தது.
36. முன்வந்தது., p. 19.
37. முன்வந்தது., p. 45.
38. முன்வந்தது., p. 41.
39. முன்வந்தது., p. 39.
40. முன்வந்தது.
41. முன்வந்தது., p. 41.
42. முன்வந்தது.
43. முன்வந்தது.
44. முன்வந்தது.
45. முன்வந்தது., p. 14.
46. முன்வந்தது.
47. முன்வந்தது.
48. முன்வந்தது.
49. முன்வந்தது.
50. முன்வந்தது., p. 49
51. முன்வந்தது.
52. முன்வந்தது.
53. முன்வந்தது., p. 50

மார்க்ஸ் தனது இயங்கியல் முறையை மறைத்தது ஏன்?   147

54. முன்வந்தது.
55. முன்வந்தது.
56. முன்வந்தது., p. 51
57. கார்ல் மார்க்ஸ், எபிகூரிய தத்துவம் பற்றிய குறிப்பேடுகள் (K. Marx, *Notebooks on Epicurean Philosophy*). p. 407.
58. முன்வந்தது.
59. முன்வந்தது.
60. முன்வந்தது.
61. முன்வந்தது., p. 409.
62. முன்வந்தது., p. 408.
63. முன்வந்தது., p. 409.
64. முன்வந்தது., p. 478.
65. முன்வந்தது.
66. கார்ல் மார்க்ஸ், இயற்கை பற்றிய டெமாக்ரீட்டிய தத்துவத்துக்கும் எபிகூரிய தத்துவத்துக்கும் இடையேயான வேறுபாடு (*Difference between Democritean and Epicurean Philosophy of Nature*). p. 51.
67. முன்வந்தது., p. 85.
68. கார்ல் மார்க்ஸ், பொருளாதார மற்றும் தத்துவ கையெழுத்துப்பிரதிகள் (K. Marx. *Economic and Philosophical Manuscripts*). CW, vol. III, p. 313.
69. கார்ல் மார்க்ஸ் சட்டம் பற்றிய ஹெகலின் தத்துவம் மீதான விமர்சன பகுப்பாய்வுக்கு பங்களிப்பு (K. Marx. *Contribution to the Critique of Hegel's Philosophy of Law*). CW, vol. III, p. 29.
70. கார்ல் மார்க்ஸ், பொருளாதார மற்றும் தத்துவ கையெழுத்துப்பிரதிகள் (K. Marx, *Economic and Philosophical Manuscripts*), p. 297.
71. கார்ல் மார்க்ஸ், பிரெடெரிக் எங்கெல்ஸ், ஜெர்மானிய சித்தாந்தம் (K. Marx and F. Engels. *The German Ideology*). CWo vol. V, pp. 63-4.
72. கார்ல் மார்க்ஸ், அரசியல் பொருளாதாரம் பற்றிய விமர்சன பகுப்பாய்வுக்கு ஒரு பங்களிப்பு (K. Marx, *A Contribution to the Critique of Political Economy*). Lawrence and Wishart. London. 1971.
73. J. Bidet. *Quefaire du Capital*, Klincksieck. Paris, 1985.
74. கார்ல் மார்க்ஸ், "எங்கெல்சுக்கு கடிதம்" (K. Marx. Letter to Engels. 2 April) 858. in Briefe uber 'Das Kapital', p. 87f.
75. கார்ல் மார்க்ஸ், குருண்ட்ரிச (K. Marx. *Grundrisse der Kritik der Politischen Okonomie (Rohentwurf)*), Dietz Verlag. Berlin. 1953, p. 920.
76. முன்வந்தது., p. 925.
77. முன்வந்தது., p. 939.
78. முன்வந்தது., p. 931.
79. கார்ல் மார்க்ஸ், அரசியல் பொருளாதாரம் பற்றிய விமர்சன பகுப்பாய்வுக்கு ஒரு பங்களிப்பு (K. Marx, *A Contribution to the Critique of Political Economy*), p. 138.

80. K. Marx. Letter of 2 April 1858, in Briefe.

81. கார்ல் மார்க்ஸ், அரசியல் பொருளாதாரம் பற்றிய விமர்சன பகுப்பாய்வுக்கு ஒரு பங்களிப்பு (*A Contribution to the Critique of Political Economy*), p. 41.

82. கார்ல் மார்க்ஸ், மூலதனம் முதல் பாகம் (K. Marx, *Capital*, vol. I), German editions, MEW, vol. 23, p. 156.

83. கார்ல் மார்க்ஸ், குருண்ட்ரிச (K. Marx, *Grundrisse*), English edition, Penguin, Harmondsworth. 1973, p. 261.

84. முன்வந்தது., p. *270-1*.

85. முன்வந்தது., p. *271*.

86. முன்வந்தது.

87. முன்வந்தது., p. *229*.

88. முன்வந்தது.

89. கார்ல் மார்க்ஸ், குருண்ட்ரிச (K. Marx, Urtext, in *Grundrisse der Kritik der Politischen Okonomie* (Rohentwurf)), p.936.

90. கார்ல் மார்க்ஸ், குருண்ட்ரிச (K. Marx. *Grundrisse*), English edition. p. 223.

91. முன்வந்தது., p. *234*.

92. முன்வந்தது.

93. கார்ல் மார்க்ஸ், உர் டெக்ஸ்ட் (K. Marx, *Urext*), p. *931*.

94. முன்வந்தது., p. *943*.

95. K. Marx, *Grundrisse*, p. 331.

96. T. W. Adorno, *Gesammelte Schriften*, Suhrkamp, Frankfurt, vol. 8, p. 209.

97. மூலதனம் இரண்டாம் பாகத்தில் இது பற்றிய ஒரு தெளிவான குறிப்பு உள்ளது: 'மதிப்பின் சுயேச்சை நிலையை வெறும் சாரமாக்கலாக கருதுவோர், தொழில்துறை மூலதனத்தின் இயக்கமானது இந்த சாரமாக்கலின் செயல் நிலைதான் என்பதை மறந்து விடுகிறார்கள்'. (K. Marx, *Capital*. vol. II, Penguin, Harmondsworth, 1978, p. 185), *(தமிழ்ப்பதிப்பு, பக்கம் 138)*

98. கார்ல் மார்க்ஸ், உர் டெக்ஸ்ட் (K. Marx, Urtext), p. 945f.

99. K. Marx, *Grundrisse*, pp. *460-1*.

100. கார்ல் மார்க்ஸ், உர் டெக்ஸ்ட் (K. Marx, *Urtext*), p. *945*.

101. முன்வந்தது.

102. கார்ல் மார்க்ஸ், குருண்ட்ரிச (K. Marx. *Grundrisse*), p. *256*.

103. கார்ல் மார்க்ஸ், எங்கெல்சுக்குக் கடிதம் (K. Marx, Letter to Engels), 2 April 1858, in Briefe.

104. கார்ல் மார்க்ஸ், குருண்ட்ரிச (K. Marx, *Grundrisse*). p. *278*.

105. முன்வந்தது., p. *712*.

106. கார்ல் மார்க்ஸ், லசாலுக்கு கடிதம், (K. Marx. Letter to Lassalle), 22 February 1858, in Briefe.

107. ஆங்கில மொழிபெயர்ப்பாளரின் குறிப்பு: இயங்கியல் முறைபாட்டை ஹெல்முட் ரெய்ஷெல்ட், சாரமாக்கலின் எதார்த்த நிகழ்முறை பற்றிய Nachzeichnung ஆக குறிப்பிடுகிறார். இந்த முன்னொட்டு, Zeichnung (drawing) என்பது ஒரு நகலெடுப்பு என்றும் அது பின்நோக்கிய செயல்முறை என்றும் இரண்டையும் குறிக்கலாம். நகலெடுத்தல் பற்றிய பிளாட்டோனிய கோட்பாடுகளுக்கு எதிரான ரெய்ஷெல்ட்டின் வாதங்களை அடிப்படையாகக் கொண்டு இந்தச் சொல்லை மீள்-முன்வைத்தல் (re-presentation) என்று மொழிபெயர்த்துள்ளேன்.

108. கார்ல் மார்க்ஸ், *இந்தியாவில் பிரிட்டிஷ் ஆட்சியின் எதிர்கால விளைவுகள்* (K. Marx, *Die Künjtigen Ergebnisse der britischen Herrschaft in Indien*), in MEW, vol. 9. p. 220f; எனது அழுத்தம்.

109. கார்ல் மார்க்ஸ், *குருண்ட்ரிச* (K. Marx. *Grundrisse*), p. 506.

110. முன்வந்தது., p. 248.

111. பார்க்கவும் முன்வந்தது., p. 461.

112. முன்வந்தது., pp. 702-3.

113. முன்வந்தது., p. 706.

114. முன்வந்தது ., p.716.

115. பார்க்கவும் முன்வந்தது., pp. 715-16.

116. முன்வந்தது., p. 709.

117. கார்ல் மார்க்ஸ், எங்கெல்சுக்கு கடிதம் (K. Marx, Letter to Engels), 2 April 1858, in Briefe.

118. கார்ல் மார்க்ஸ், *மூலதனம்*, முதல் பாகம், முதல் பதிப்பு (K. Marx, Das Kapital, vol. I, first edition). MEGA 11.5, p. 457.

119. பிரெடெரிக் எங்கெல்ஸ், மார்க்சுக்கு கடிதம் (F. Engels, Letter to Marx). 15 November 1857, in Briefe.

120. கார்ல் மார்க்ஸ், லசாலுக்கு கடிதம் (K. Marx, Letter to Lassalle). 22 February 1858, in Briefe.

121. ஆங்கில மொழிபெயர்ப்பாளரின் குறிப்பு: *'Die Sache selbst'* என்பதன் அர்த்தம் 'பொருளாகிய மெய்ம்மை' என்பது, அல்லது பொருள் பற்றிய கருத்தாக்கத்துக்கு எதிராக அந்தப் பொருளையே குறிப்பது. கான்ட் அல்லது தர்க்கவியல் நேர்மறைவாதத்தின் தேவையில்லான தொனியை தவிர்ப்பதற்காக இதனை 'அதனளவில் உள்ளடக்கம்' (the content in itself) என்று மொழிபெயர்த்துள்ளேன்.

122. வரலாற்றின் தத்துவத்தின் சுய-மழுப்பலுக்கு பொருளாதார எதார்த்தத்தில் ஆதரவும் உறுதிப்பாடும் உள்ளது என்பதை மறந்து விடக் கூடாது. பயன்-மதிப்பு நமது காலத்தில் பேரழிவுக்கு உள்ளாக்கப்படுவதை பார்க்கும் போது, மார்க்ஸ் கண்டுபிடித்த வடிவம் அப்பாவியானதாகவும் சந்தேகத்துக்கு அப்பாற்பட்டதாகவும் இருப்பதாகக் கூற முடியும். உற்பத்தி சக்திகளுக்கும் உற்பத்தி உறவுகளுக்கும் இடையிலான உறவை 'இன்றியமையாத புறநிலைத்தன்மையின்' உறவாக மார்க்ஸ் புரிந்து கொள்ள முடிகிறது. இறுதியாக உற்பத்திச் சக்திகளின் வளர்ச்சி உற்பத்தி உறவுகள் இல்லாமல் சாத்தியமாகவில்லை என்றாலும், உற்பத்தி உறவுகள் உற்பத்திச் சக்திகளின் பொருளாயத வடிவங்களுக்கு வெளியில்தான் இருந்தாக வேண்டும். இது,

வரலாறு பற்றிய பொருள்முதல்வாத கருத்தாக்கத்தின் அடிப்படை முன்னனுமானமாக உள்ளது. புதிய சமூகத்தின் உற்பத்திச் சக்திகள் பழைய சமூகத்தின் அணிக்கோவைக்குள் ஏற்கனவே வளர்ந்துள்ளன என்ற அதன் மையமான கோட்பாட்டுக்கும் அடிப்படையாக உள்ளது. மையமான கருத்தாக்கத்தின் உருவாக்கத்தில் உள்ள தெளிவின்மைகள் எந்த அளவுக்கு இந்த முன்னனுமானத்தில் இருந்த பிறக்கின்றன என்பதை இனிமேல்தான் சீராய்வு செய்ய வேண்டியுள்ளது.

***123.*** ஜோன் ராபின்சன் *டோக்ட்ரினன் டெர் விர்ட்ஷாஃப்ட்ஸ்விஸ்சன்ஷாஃப்ட்* (J. Robinson, *Doktrinen der Wirtschaftswissenschaft*), Beck, Munchen, 1965,p.109.

***124.*** முன்வந்தது ., p. ***156.***

***125.*** முன்வந்தது., p. ***85.***

***126.*** முன்வந்தது., p. ***75.***

***127.*** எல் ஷு்ம்பீட்டர், *தியோரீ டெர் விர்ட்ஷாஃப்ட்லிஷன் என்ட்விக்ளுங்* (L. Schumpeter, *Theorie der wirtscltaftlichen Entwicklung*), 7th edition, Duncker und Humblot. Berlin, 1964, p. 189.

***128.*** கார்ல் மார்க்ஸ், *மூலதனம்,* ஜெர்மன் பதிப்பு, முதல் பாகம் (K. Marx, Capital. German edition. vol. I), p. 169.

***129.*** முன்வந்தது.

***130.*** முன்வந்தது.

***131.*** கார்ல் மார்க்ஸ், *குருண்ட்ரிச* (K. Marx, *Grundrisse*), p. 209.

***132.*** எல் ஷு்ம்பீட்டர், *தியோரீ டெர் விர்ட்ஷாஃப்ட்லிஷன் என்ட்விக்ளுங்* (l. Schumpeter. *Theorie der wirtschaftlichen Entwicklung*). p. 72.

***133.*** பிரெடெரிக் எங்கெல்ஸ், *மார்க்சின் தத்துவத்தின் வறுமைக்கான முன்னுரை* (F. Engels, 'Vortwort' to Marx's *Das Elend der Philosophie*), in MEW, vol. 21, p. 181.

***134.*** ஜே.பி. சே (J. B. Say), *மூலதனம்* முதல் பாகத்தில் மேற்கோள் காட்டப்பட்டது, (K. Marx, *Capital*, vol. I, German edition. p.178). *(தமிழ்ப் பதிப்பு பக்கம் 226)*

***135.*** முன்வந்தது ., p. ***178.***

***136.*** எஃப். கோட்டல்-ஒட்டிலியன்ஃபெல்ட். *டி விர்ட்ஷாஃப்ட்லிஷ டிமென்சியோன்* (F. Gottl-Ottilienfeld. Die Wirtschtaftliche Dimension), Gustav Fischer. lena. 1923. p. 43ff.

***137.*** ஜே. ஷு்ம்பீட்டர், *டோக்மென்ஹிஸ்டோரிஷ உண்ட் பியோகிராஃபிஷ அவுஃப்செட்ச* (J. Schumpeter. *Dogmenhistorische und biographische Aufsätze*). Mohr, Ttibingen, 1954, p. 206ff.

# 5. ஹெகலின் உரிமை பற்றிய தத்துவமும் (Philosophy of Right) மார்க்சின் விமர்சன பகுப்பாய்வும்: ஒரு மறுமதிப்பீடு

ராபர்ட் ஃபைன்[1]

*பிரதிநிதித்துவம், பிரதிநிதித்துவம் பற்றிய விமர்சன பகுப்பாய்வு, பிரதிநிதித்துவம் பற்றிய விமர்சன பகுப்பாய்வு பற்றிய விமர்சன பகுப்பாய்வு - எல்லாமே உள்ளன.*

## அறிமுகம்

மார்க்சிய அறிவுப்புலத்தில், *உரிமை பற்றிய தத்துவம் (Philosophy of Right)* என்ற நூல்தான் ஹெகலின் படைப்புகளில் மிகக் குறைவாக புரிந்து கொள்ளப்பட்டது. வழக்கமாக, நவீனகால அரசை நியாயப் படுத்துவதற்கான விமர்சனமற்ற அருமுயற்சி என்றே அது பார்க்கப் படுகிறது, மாறாக, அதனை நவீனகால அரசு பற்றிய விமர்சன பகுப்பாய்வாக புரிந்து கொள்ள வேண்டும். இந்நூல் மார்க்ஸ் உணர்ந்திருந்ததை விட மார்க்சுக்கு நெருக்கமானது, அரசியல் விமர்சனத்தின் அடித்தளமாக மார்க்ஸ் வைத்துக் கொண்ட 'உண்மையான ஜனநாயகம்' என்ற நிலைப்பாட்டை கேள்விக்குள்ளாக்குகிறது. *உரிமை பற்றிய தத்துவம்* நூலை திறந்தநிலை மார்க்சியத்தின் அடிப்படையான பிரதியாகக் கருத வேண்டும் என்று நான் வாதிடுகிறேன்.

சமகால மார்க்சிஸ்டுகளில் பெரும்பாலானவர்கள், இளம் மார்க்சின் *அரசு பற்றிய ஹெகலின் முனைவு மீதான விமர்சன பகுப்பாய்வின் (Critique of Hegel's Doctrine of the State)* பொருத்தப்பாட்டை ஏற்றுக் கொள்கின்றனர். இளம் மார்க்ஸ் ஹெகலின் படைப்புக்கு தவறாக பொருள் கூறியுள்ளார் என்றும் அதன் விளைவாக அரசின் இறைச்சிப்பொருள் குறித்தும் வரம்புகள் குறித்தும் பிழையான முடிவுகளை பெற்றுள்ளார் என்ற கலக்கமூட்டும் முன்மொழிதலை நான் செய்கிறேன். எல்லா விஷயங்களிலும் ஹெகலைக் காட்டிலும் மார்க்சின் மேன்மையை முன்னனுமானித்துக் கொள்ளாத வகையில் ஹெகலையும் மார்க்சையும் ஒருங்கிணைப்பது தேவை என்று நான் பரிந்துரைக்கிறேன்.

பரந்துபட்ட சமகால இலக்கியத்திற்குள், உரிமை பற்றிய தத்துவம் நூல் குறித்து பல பொருள்கூறல்கள் உள்ளன. அது நவீனகால அரசின் முற்றதிகாரம் தொடர்பான நியாயப்படுத்தலாக மட்டும் இன்றி, நவீன காலத்துக்கு முந்தைய அரசு பற்றிய பழமைவாத ஏக்கமாகவும், எதிர்கால முற்றதிகாரவாதத்துக்கான முன்னோடியாகவும், சமூக ஜனநாயகத்தை ஆதரிப்பதாகவும், குடிமைச் சமூகம் பற்றிய கோட்பாடாகவும் இன்ன பிறவாகவும் புரிந்து கொள்ளப்படுகிறது. ஹெகலின் நூல் ஒரு ஆதர்சமான அரசை பரிந்துரைக்கவில்லை, மாறாக, இருக்கும் அரசை பகுப்பாய்வு செய்கிறது என்ற அதன் ஆன்மாவை இந்தப் புரிதல்கள் அனைத்தும் தவற விடுகின்றன. அவர் காலத்தின் முன்னணி பழமைவாத, தாராளவாத சித்தாந்தங்களின் விமர்சனங்கள் வலியுறுத்துவது போல ஹெகல் பரிந்துரைக்க மறுக்கவில்லை. மாறாக, அவர் எதார்த்தமான அரசை 'புறவியல் எதார்த்தமாக', 'அறிவியல்ரீதியாக' கையாள்வதை தனது பரிந்துரைகளுக்கு அடித்தளமாகக் கொண்டிருந்தார் என்பதுதான் தனித்துவமானது. அரசு பற்றிய சிந்தனை மீது தொடர்ந்து ஆதிக்கம் செலுத்தி வரும் - நவீனமானதும் பாரம்பரியமானதும், விமர்சனபூர்வமானதும் பழமைவாதமானதும் ஆன இயற்கைச் சட்ட கோட்பாடுகளில் இருந்து முறித்துக் கொள்வதை இறுதி செய்வது ஹெகலின் திட்டமாக இருந்தது. இந்த வகையில் ஹெகல் அரசு பற்றிய அறிவியலின் அடித்தளத்தையும் அரசியலின் தத்துவமும் சமூகவியலும் நவீன காலத்தில் ஒருங்கிணைக்கப்படுவதன் அடித்தளத்தையும் உருவாக்கினார்.

ஹெகல் சமகாலத்தில் தான் எதிர்கொண்ட அரசியல் தீவிரவாதத்தின் வடிவங்களை விமர்சித்தார் என்பது உண்மைதான், ஆனால், இருக்கும் அரசியல் ஒழுங்கை ஏற்றுக் கொள்வதையோ அல்லது மேலும் முற்றதிகாரமான மாற்றை நாடுவதையோ அவரது விமர்சனங்கள் முற்கோளாகக் கொண்டிருக்கவில்லை. மாறாக, அரசின் அவசியத்தை அங்கீகரிக்கும் அரசு பற்றிய விமர்சன பகுப்பாய்வு மூலமாக அரசியல் தீவிரவாதத்துக்கான அடித்தளங்களை மீட்டமைப்பதுதான் அவரது நோக்கம். இந்த வகையில், பிற்காலத்தில் மார்க்சின் மூலதனம் நூல் பொருளியல் மீதான விமர்சன பகுப்பாய்வை தந்தது போல உரிமை பற்றிய தத்துவம் நூல் அரசியல் பற்றிய விமர்சன பகுப்பாய்வை தொடங்கி வைத்தது: அது அரசியல் பொருளாதாரம் பற்றிய ஒட்டு மொத்த விமர்சனப் பகுப்பாய்வுக்கான அறிவியல் அடிப்படையை வழங்கியது. தனித்தனியாக எடுத்துக் கொண்டால் இரண்டு படைப்புகளுமே நவீனகால சமூகம் பற்றிய ஒற்றைப்பரிமாண சித்திரத்தைத்தான் தீட்டுகின்றன; அவற்றை ஒன்றாக சேர்த்து எடுத்துக் கொள்ளும் போது நமக்கு உறுதியான அடித்தளம் கிடைக்கிறது.

## இளம் மார்க்சின் விமர்சன பகுப்பாய்வு

*உரிமை பற்றிய தத்துவம்* நூலின் மீது சமகால மார்க்சியத்தில் காட்டப்படும் பகைமை 1843-ல் இளம் மார்க்சின் விமர்சன பகுப்பாய்வை அடிப்படையாகக் கொண்டுள்ளது.[2] இந்த நூலில் ஹெகலின் 'இயங்கியல்', நவீனகால அரசை நியாயப்படுத்தும் கரணியமற்ற முறைபாட்டை விட வேறு எதுவாகவும் இல்லை என்ற வகையில்தான் மார்க்ஸ் இந்த நூலைப் புரிந்து கொண்டார். நவீனகால அரசின் பண்புருக்களை (predicates) - சுதந்திரம், சர்வப்பொதுத்தன்மை, அறநிலை வாழ்வு போன்ற அரசுக்கு இருக்க வேண்டியதாகக் கருதப் பட்ட பண்புகளை - திட்டவட்டமானதாக இறுகச் செய்த பிறகுதான், அவற்றில் இருந்து அதன் நிறுவன வடிவங்களான அரசியலமைப்புச் சட்டம், மன்னராட்சி, நாடாளுமன்றம், அதிகாரவர்க்கம் இன்ன பிறவற்றை ஹெகல் தருவித்தார் என்று மார்க்ஸ் வாதிட்டார். சர்வப் பொதுத்தன்மை என்ற கருத்துருவை மெய்யான முனைப்பாகவும், நவீனகால அரசை இந்த 'மாயையான இறைச்சிப்பொருளின்' '**விசையாகவும்**' (moment) ஹெகல் கையாளத் தொடங்கியதுமே, *உரிமை பற்றிய தத்துவம்* நூலின் கோட்பாட்டு வறட்டுத்தன்மை நிலை பெற்று விட்டதாக மார்க்சுக்குத் தோன்றியது.[3]

> எளிமையாக, அவர் சித்தரிக்கும் அரசின் ஒவ்வொரு துறையிலும் 'கருத்துருவை' மீண்டும் கண்டுபிடிப்பது... கைக்கெட்டுவதாக இருப்பதை இறுகப் பிடித்துக் கொண்டு அதை கருத்துருவின் எதார்த்தமான கூறு (moment) என்று நிரூபிப்பது என்பதை விட ஹெகலின் அக்கறை வேறு எதுவும் இல்லை என மார்க்சுக்குத் தோன்றியது.[4]

ஹெகலின் இலட்சிய அரசுக்கும் எதார்த்தமான பிரஷ்ய அரசுக்கும் இடையிலான ஒற்றுமையைப் பார்த்த மார்க்ஸ், ஹெகலின் பிந்தைய பணியின் இறைச்சிப்பொருளில் விமர்சனக் கூர்மையை காண முடியாது என்ற விரக்திக்கு தள்ளப்பட்டார். மார்க்சின் இறுதி செய்யப்படாத பிரதி தடைபட்டு நிற்கும் இடத்தில், 'கடவுள்தான் நம்மை காப்பாற்ற வேண்டும்' என்ற எரிச்சலான குறிப்பு உள்ளது. அரசு பற்றிய தத்துவத்துக்கு 'மிக தர்க்கரீதியான, ஆழமான, முழுமையான தெரிவிப்பை ஹெகல்' வழங்கியுள்ளார் என்று மார்க்ஸ் அங்கீகரிக்கிறார். ஆனால், 'நவீனகால அரசின் குறைகளையே, அதன் இறைச்சிப்பொருளின் அழுகலையே' விமர்சனம் செய்ய வேண்டும் என்று மார்க்ஸ் வலியுறுத்தினார். அரசின் கரணியத்தன்மை ஒவ்வொரு புள்ளியிலும் அதன் கரணியமற்ற எதார்த்தத்துடன் முரண்படுகிறது

என்று மார்க்ஸ் வாதிட்டார். எதார்த்தமான அரசு 'அது அறுதியிடுவதற்கு நேர் எதிரானதாக தன்னைக் காட்டிக் கொள்கிறது' என்று அவர் வாதிட்டார்.[6]

ஹெகல் அதிகாரத்தை மாயையாக்குவதன் மையத்தில் பிரதி நிதித்துவம் பற்றிய பிரச்சினை உள்ளதாக மார்க்ஸ் வாதிட்டார். பிரதிநிதித்துவ அரசாங்கத்தின் நவீனகால அமைப்புக்கும் ஹெகலின் கோட்பாட்டுக்கும் இரண்டையும் புரிந்து கொள்வதற்கான திறவு கோலை மார்க்ஸ் பின்வரும் கருதுகோளில் தொகுத்துச் சொன்னார்.

> சர்வப்பொது அக்கறைக்குரிய விவகாரங்கள் இப்போது, மக்களின் உண்மையான அக்கறையாக மாறாமலே, முழுமையடைந்து விட்டன.[7]

மார்க்சின் கருத்துப்படி, ஹெகல் அரசியல் பிரதிநிதித்துவத்தின் பழமைவாத, வரம்புக்குட்பட்ட வடிவத்தை கரணியமாக்க முயற்சித்தார். ஆனால் அவரது தோல்வி, 'மக்களின் விவகாரங்கள் சர்வப்பொது அக்கறைக்குரிய விஷயங்களாக உள்ளன' என்ற பிரதிநிதித்துவம் பற்றிய பொதுவான மாயையை அம்பலப்படுத்த உதவியது. நவீனகால பிரதிநிதித்துவ அரசாங்கத்தின் மறைக்கப்பட்ட இரகசியத்தை ஹெகல் தற்செயலாக வெளிப்படுத்தி விட்டார் என்று மார்க்ஸ் வாதிட்டார். அதாவது, 'அதில் மக்களின் எதார்த்தமான நலன்..... முறையாக மட்டுமே இருக்கிறது' என்றும் 'வெகுமக்கள் இருத்தலின் வாசனைப்பொருளாக, ஒரு சடங்காக, அரசு மக்களின் நலனுக்கானது என்ற பொய்யாக' மட்டுமே அரசு உள்ளது என்றும் அவர் வாதிட்டார்.[8] மக்கள் 'கருத்துருவாக, பகற்கனவாக, மாயையாக, பிரதிநிதித்துவமாக' மட்டுமே உள்ளனர் என்பதும் அரசுக்கு உள்ளாக மெய்யான அதிகாரமாக இருப்பது அதிகார வர்க்கம்தான் என்பதும் எதார்த்த அரசுக்கும் ஹெகலின் அரசு பற்றிய கோட்பாட்டுக்கும் பொதுவான மையச்சரடு என்று மார்க்ஸ் முடிவு செய்தார்.

அரசு பற்றிய ஹெகலின் முனைவு மீதான மார்க்சின் இளமைவேக விமர்சன பகுப்பாய்வு நமது தலைமுறை மார்க்சிஸ்டுகளுக்கு பழக்கமான ஒன்று, அது புதிய இடது இயக்கத்திலும் பரவலாக ஏற்றுக் கொள்ளப்பட்டுள்ளது.[9] 'நாடாளுமன்றவாதத்தைப் பற்றியும் நவீனகால பிரதிநிதித்துவ கொள்கையை பற்றியும்' தனது விமர்சன பகுப்பாய்வை லூசியோ கொல்லெட்டி (Lucio Colletti) மார்க்சின் விமர்சன பகுப்பாய்வின் தனித்த தன்மையை பின்பற்றி அமைத்துக் கொண்டார் என்பதைக் குறிப்பிட வேண்டும்.[10] ரூசோவிலிருந்து லெனினுக்கு (From Rousseau to Lenin) என்ற அவரது தொகுப்பு நூல்களில் ஒன்றின் தலைப்பு

காட்டுவது போல, - நேரடியாக பங்கேற்கும் ஜனநாயகத்துக்கு ஆதரவாக வாதிட்ட ரூசோ முதல் மார்க்ஸ் தொடர்ந்து லெனின் வரையிலான - அரசியல் சிந்தனையின் புரட்சிகர பாரம்பரியமாக தான் கருதிய வற்றையும் பிரதிநிதித்துவ அரசாங்கத்தை நியாயப்படுத்துவதில் ஹெகல் வெளிப்படுத்திய மரபொழுங்கான பாரம்பரியத்தையும் அவர் வேறுபடுத்துகிறார். கொல்லட்டியின் கருத்தின்படி, இறையாண்மை என்பதை அரசாங்கம் மக்களுக்கு கைமாற்றிய அதிகாரமாக கருதுவதா அல்லது மக்கள் தாமே தக்க வைத்துக் கொண்ட அதிகாரமாக கருதுவதா என்பதுதான் காத்திரமான பிரச்சினை. ஹெகல் முன்சொன்னதையும் மார்க்ஸ் பின்சொன்னதையும் ஆதரித்ததாக கொல்லெட்டி வாதிட்டார்: ‘அரசியல்’ என்ற தனியான, சுயேச்சையான துறைக்கு ஒதுக்கப்பட்டிருந்த இறையாண்மையின் அதிகாரத்தை சமூகம் தானே நேரடியாக எடுத்துக் கொள்வது…’.[11] நாடாளுமன்ற பிரநிதிதிகள் மக்களால் தேர்ந்தெடுக்கப் படுவது வரையில், இறை யாண்மை மக்களிடம் அமைந்திருப்பதாக அங்கீகரிக்கப்படுகிறது என்று கொல்லெட்டி வாதிட்டார்.

> தேர்தல் முடிந்தவுடன் இந்தக் கொள்கை கவிழ்க்கப்படுகிறது, நாடாளுமன்றம் சமூகமாகவே மாறி விடுகிறது, உண்மையான மக்கள் 'வடிவமற்ற தொகுப்பாக' மட்டுமே உள்ளனர்.[12]

புதிய இடதின் தனிச்சிறப்பான 'நேரடி ஜனநாயகம்' என்ற கருத்துருவுக்குள் சமகால மார்க்சியத்தை உள்வாங்கி விடுவதற்கான இந்த வாசிப்பில், ஹெகல் எதிர்மறையில் ஒப்பிடுவதற்காக மட்டுமே பயன்படுகிறார். ஹெகலுக்கும் மார்க்சுக்கும் இடையேயான உறவை இவ்வாறு புரிந்து கொள்வதைத்தான் நான் கேள்விக்குள்ளாக்குகிறேன்.

உரிமை பற்றிய தத்துவம் பற்றிய மார்க்சின் பொருள்கூறலின் முக்கியமான போக்குகள் மார்க்சுக்கு சட்டம் பற்றிய தத்துவத்தை கற்பித்திருக்கக் கூடிய எட்வர்ட் கான்ஸ் (Eduard Gans), இளம் மார்க்சுடன் நெருக்கமாக பணியாற்றிய அர்னால்ட் ரூகே (Arnold Ruge) உள்ளிட்ட அவரது சமகால ஹெகலிய ஆய்வாளர்கள் மத்தியில் ஏற்கனவே உறுதியாக நிலை கொண்டிருந்தது என்று ரிச்சர்ட் ஹைலண்ட் (Richard Hyland) நிரூபித்துள்ளார்.[13] ஹெகலின் உரிமை பற்றிய தத்துவம் நூலின் குறைபாடுகள் பற்றிய வழக்கில் இருந்த புரிதல்களை ஏற்றுக் கொண்டதன் மூலம் அந்தப் பிரதியின் விமர்சனத் தன்மைகளை கண்டு கொள்ள இளம் மார்க்ஸ் தவறினார் என்று நான் வாதிடுகிறேன். அரசியல் பொருளாதாரம் பற்றிய தனது விமர்சன பகுப்பாய்வுக்கு பயன்படுத்திய அறிவியல் முறைபாட்டுக்கு ஹெகலிடமிருந்து தான்

எடுத்துக் கொண்டவற்றை மீண்டும் மார்க்ஸ் வலியுறுத்திய போதுதான், ஹெகலின் *உரிமை பற்றிய தத்துவம்* நூலுக்கும் மார்க்சின் *மூலதனம்* நூலுக்கும் இடையிலான உறவு வெளிப்படையாகத் தெரிய ஆரம்பித்தது. 'தற்செயலாக நான் ஹெகலின் *லாஜிக்*-ஐ புரட்டிப் பார்த்தது எனது ஆய்வு முறைக்கு பெருமளவு உதவி செய்தது' என்று மார்க்ஸ் எங்கெல்சுக்கு எழுதிய போது, *உரிமை பற்றிய தத்துவம்* நூலின் அறிமுகத்தில், 'தத்துவார்த்த தர்க்கத்தில் விரித்துரைக்கப்பட்ட வகையில் தத்துவத்தில் அறிவியல் செயல்முறையுடன் பரிச்சயம் இருப்பதாக இங்கு அனுமானிக்கப்படுகிறது' என்ற ஹெகலின் சொந்தக் கருத்தை மார்க்சும் எதிரொலிக்கிறார். இந்தத் தொடர்பை நான் கீழே விவாதிக்கவிருக்கிறேன்.[15] முதலில், இந்தப் பிரதிக்கும் மார்க்சியத்துக்கும் உள்ள உறவு பற்றி மேலும் சொல்ல விரும்புகிறேன்.

## விமர்சனக் கோட்பாடும் ஹெகலின் *உரிமை பற்றிய தத்துவம்* நூலும்

சமகால மார்க்சியத்தில் ஹெகலின் *உரிமை பற்றிய தத்துவம்* நூல் தொடர்பான விவாதத்தின் முக்கியமான கருத்து, அந்தப் நூலைப் பற்றியதாகவே இல்லாமல் அந்தப் நூலுக்கும் ஹெகலின் முந்தைய அரசியல் தத்துவத்துக்கும் இடையிலான உறவைப் பற்றியதாக உள்ளது. ஜார்ஜ் லூகாக்ஸ், ஹெர்பர்ட் மார்க்யூஸ் போன்ற 'ஹெகலிய மார்க்சிஸ்டுகள்', *உரிமை பற்றிய தத்துவம்* நூலில் ஹெகல் அரசை ஆதர்சமாக்குவதற்கும், குறிப்பாக *தூய உணர்வு குறித்த புலன்கடந்த ஆய்வு (The Phenomenology of Spirit)* நூலில் அவர் ஆதரித்த சுதந்திரம் பற்றிய அவரது ஒட்டுமொத்த தத்துவத்துக்கும் இடையே உள்ள ஆழமான முரணை பதிவு செய்துள்ளனர்.[16] இதற்குப் பதிலளித்த கொல்லெட்டி, ஹெகலின் தத்துவக் கொள்கைகளுக்கும் அவரது அரசியல் முடிவுகளுக்கும் இடையே அவரது 'இயங்கியல் முறை பாட்டுக்கும்', அவரது 'பழமைவாத அமைப்புக்கும்' இடையே எந்த முரண்பாடும் இல்லை என்று வாதிட்டார். பிரஷ்ய அரசு தொடர்பாக ஹெகலின் ஆதரவான நிலைப்பாடு ஹெகலின் 'விமர்சனமற்ற' கருத்துமுதல்வாதத்தின் நேரடி விளைவு என்பது அவரது பார்வை. மார்க்சியத்தின் இரண்டு பள்ளிகளுக்கும் எதிராக, *தூய உணர்வின் புலன்கடந்த ஆய்வு* (Phenomenology of Spirit), *உரிமை பற்றிய தத்துவம்* என்ற ஹெகலின் இரண்டு படைப்புகளுக்கும் இடையேயான உறவில் அவசியமான தொடர்ச்சி உள்ளது என்று நான் வாதிடுகிறேன். இளைஞரின் புரட்சிவாதத்துக்கும் முதியவரின் பழமைவாதத்துக்கும் இடையிலான உறவாக இருப்பதை விட மார்க்சின் ஆரம்பகால

எழுத்துக்களுக்கும் பிற்கால எழுத்துக்களுக்கும் இடையேயான தொடர்ச்சியைப் போன்றது அது என்று வாதிடுகிறேன். அனுபவமும் கூருணர்வும் என்பதில் இருந்து இருத்தலும் நிறுவனங்களும் என்பதற்கு கவனக்குவிப்பு மாறுவதுதான் முக்கியமான மாற்றம் என்று நான் வாதிடுகிறேன். ஹெகலின் இளமைக்கால எழுத்துக்களின் புரட்சித் தன்மை பிந்தைய ஆண்டுகளில் அவரை விட்டுப் போய் விடவில்லை.

இருபதாம் நூற்றாண்டின் தாராளவாத சிந்தனையில் ஆதிக்கம் செலுத்திய ஹெகலைப் பற்றிய இகழ்ச்சியான உயர்வுமனப்பான்மை யிலான வாசிப்புகளை மார்க்யூஸ் கண்டனம் செய்தார்.[17] ருடால்ஃப் ஹயமும் (Rudolf Hayem) சி.எல் மிஷெலெட்டும் (C. L. Michelet) நூறு ஆண்டுகளுக்கு முன்னர் போட்ட பாதையைப் பின்பற்றிய தாராளவாத விமர்சனம் ஹெகல் தனிநபர்களின் உரிமைகளை அரசின் அதிகாரத்துக்கு கீழ்ப்படுத்தியதன் மீது தனிக்கவனம் செலுத்தியது, உரிமை பற்றிய தத்துவம் நூலை பிற்கால முற்றதிகாரவாத கருத்தியல்களுக்கான [பாசிசம்] ஆதார நூலாக காட்டியது.[18] ஹெகலை 'திறந்த சமூகத்தின்' எதிரியாக அறிவித்தபோது கார்ல் பாப்பர் (Karl Popper) இந்த நூலைக் குறிப்பிட்டார்[19]. எல்.டி ஹாப்ஹவுஸ் (L.T Hobhouse) இந்த நூலின் உள்ளடக்கத்தை 'பொய்யான தீய கோட்பாடு' என்று விமர்சித்தார்.[20] அது தனிமனித சுதந்திரத்தை தனிநபருக்கு எதிரான அரசின் சுதந்திரம் என திருப்பி நிறுத்தியது என்று கூறினார். எர்னஸ்ட் காசிரர் (Ernst Cassirer) 'இந்த, "பூமியில் இருக்கும் வகையிலான கடவுளின் கருத்துரு" என்ற ஹெகலின் அரசு பற்றிய கோட்பாட்டைப் போல வேறு எந்த ஒரு அமைப்பும் பாசிசத்துக்கும் ஏகாதிபத்தியத்துக்கும் அவ்வளவு பங்களிக்கவில்லை என்று எழுதினார்.[21] ஜான் பிளாமெனட்ஸ் (John Plamenatz) இந்தப் பிரதி முழுவதும் காணக்கூடிய 'பிரம்மாண்டமான செருக்கு' நிரம்பிய மோசமான தொனிக்கு எதிராக ஆங்கிலேய பாணியிலேயே எச்சரித்தார்.[22]

தாராளவாத வசவின் இந்தச் சகதிக்கு எதிராக மார்க்யூஸ், உரிமை பற்றிய தத்துவம் நூலுக்கு தூண்டுதலாக இருந்த செவ்வியல் தாராளவாதத்தையும் இந்த வடிவிலான விமர்சனத்தின் கொச்சைத் தன்மையையும் வலியுறுத்தினார். எல்லா தனித்தன்மைகளும் பணிந்தே தீர வேண்டிய 'கருத்துருவாக' ஹெகல் அரசை முன் வைக்கவில்லை என்றும், தனிநபர் உரிமைகளுக்கும் சமூக அதிகாரத்துக்கும் இடையிலான ஒத்திசைவின் வடிவமாக அரசை அவர் முன் வைத்தார் என்றும் அவர் வாதிட்டார். மார்க்யூஸ் சொன்னது சரியானது என்று இப்போது பரவலாக அங்கீகரிக்கப்படுகிறது. ஹெகல் 'முனைப்பு

ரீதியான சுதந்திரத்துக்கான உரிமையை புராதன காலத்துக்கும் நவீன காலத்துக்கும் இடையேயான வேறுபாட்டின் ஆதாரத்தானத்திலும் மையத்திலும்' அமைத்துக் கொண்டார்.[23]

> நவீனகால அரசுகள் பற்றிய கொள்கை, தன்னாட்சியான தனிப்பட்ட குறிப்பானதன்மையின் கடைக்கோடிகள் வரையில் முனைப்புத்தன்மையின் கொள்கை விரிவடைவதை அனுமதிக்கும் பிரமாண்டமான அதிகாரத்தையும் ஆழத்தையும் கொண்டுள்ள, அதே நேரம் அதனை (அரசுடன்) காத்திரமான ஒருமைக்கு வழிநடத்திச் செல்வதன் மூலம் முனைப்புத்தன்மையின் கொள்கைக்கு உள்ளாகவே இந்த ஒருமையை பாதுகாக்கிறது.

என்று அவர் எழுதினார்.[24]

குடிமைச் சமூகத்தை உருவாக்கியது 'நவீன யுகத்தின் சாதனை. அது முதன்முறையாக 'கருத்துருவின்' எல்லா அம்சங்களுக்கும் அவற்றுக்கு உரிய இடத்தை வழங்கியது, அதன் விளைவாக அரசில் உருக்கொண்டுள்ள சர்வப்பொது நன்மை 'தனிநபர்களின் முழுமையான சுதந்திரத்துடனும் நலவாழ்வுடனும்' இணைக்கப்பட்டுள்ளது என்று ஹெகல் அறுதியிட்டார். இதுவா முற்றாதிக்கவாதம்!

உரிமை பற்றிய தத்துவம் நூலை பற்றிய இந்தப் புரிதலுக்குப் பின்னால், முக்கியமாக கார்ல் ல்யோவித் (Karl Löwith) என்ற ஹெய்டெக்கரிய (Heidegger) ஆய்வாளரின் தாக்கம் உள்ளது.

> காத்திரமான பொதுமையான புராதன நகர அரசுகளின் (polis) கொள்கையை, கிருத்துவ சமயத்தின் கொள்கையான முனைப்பான தனித்தன்மையுடன் ஒத்திசையச் செய்வது என்ற பணியை நவீனகால அரசுக்கு ஹெகல் வழங்கினார் என்று அவர் வரையறுத்தார். இரண்டு எதிரெதிர் சக்திகளின் இந்த இயங்கியல் ரீதியான ஒத்திசைவில், ஹெகல் நவீனகால அரசின் விசேஷமான பலவீனத்தைப் பார்க்கவில்லை, மாறாக அதன் வலுவைப் பார்க்கிறார். இந்தத் தொகுப்புரையை சாத்தியமானதாக மட்டும் ஹெகல் கருதவில்லை, சம கால பிரஷ்ய அரசியல் எதார்த்தத்தில் சாதிக்கப்பட்டிருந்தாக அவர் கருதினார்.[25]

உரிமை பற்றிய தத்துவம் பற்றிய இந்தப் பொருள்கூறலை நவீனகால கருத்தாளர்கள் பொதுவாக ஏற்றுக் கொண்டுள்ளனர், 'ஒத்திசையச் செய்வது' பற்றிய தமது சொந்தக் கருத்துருவின் நிலைப் பாட்டில் இருந்து அதனை விமர்சித்தனர்.[26] எனினும், ல்யோவித்தின்

கருத்துப்படி ஹெகலின் ‘ஒத்திசைவாக்கம்’ அடிப்படையாகவே தோற்றுப் போனது. ஏனென்றால்,

> முதலாளித்துவ சமூகத்தின் எதிர்கால வளர்ச்சியை தீர்மானிக்கும், செல்வம் உருவாக்கிய ஏழ்மையை எப்படி கட்டுப்படுத்துவது என்ற கேள்வியும், எண்ணிக்கையின் பலத்தின் மூலம் ஆட்சி செய்ய முயற்சிக்கும் பெரும்பான்மையின் விருப்பங்களுடன் தாராளவாதம் மோதுவதும்.... என்ற சமூகப் பிரச்சனைகளுக்கு அதனிடம் எந்தத் தீர்வும் இல்லை.

ல்யோவித் உரிமை பற்றிய தத்துவம் நூலை வர்க்கப் பிரிவினைகளின் சுமையின் கீழ் பணிந்து போன செவ்வியல் தாராளவாத மரபின் உச்சப் புள்ளியாக புரிந்து கொண்டார். எனவே, இளம் ஹெகலியர்கள் கம்யூனிச சமுதாயத்துக்கு ஆதரவாக (மார்க்ஸ்) அல்லது புராதன கிருத்துவத்துக்கு ஆதரவாக (கீர்க்கேகார்ட் - Kierkegard), அல்லது அரசு இல்லாத ஜனநாயகத்துக்கு ஆதரவாக (புரூதோன்), அல்லது கிருத்துவ முற்றதிகாரத்துக்கு ஆதரவாக (கார்டஸ் - Cortes), அல்லது சுயநலமிகளின் ஐக்கியத்துக்கு ஆதரவாக (ஸ்டர்னர் - Stirner), ‘இணக்கமாக்கல்களுக்கு பதிலாக முடிவுகளை கோரியதும்’ ‘புரட்சி கரமாகவும் தீவிரமாகவும்’ ஆனதும் அவருக்கு ஆச்சரியமாக இல்லை. இந்த மிகையான வெளிப்பாடுகள் செவ்வியல் தாராளவாதம் காலாவதியாகிப் போனதை குறிப்பதாக ல்யோவித் வாதிட்டார்.

தாராளவாதத்தின் தவறான பொருள்கூறல் மூடத்தனங்களுக்கு எதிராக, ஹெகலின் அரசு பற்றிய கோட்பாட்டுக்கு எதிரிணையாக தேசிய சோசலிசத்தை (நேஷனல் சோசலிசம் - நாஜியிசம்) மார்க்யூஸ் நிறுத்தினார். தேசிய சோசலிசத்தில் குடிமைச் சமூகத்தின் மிகச் சக்திவாய்ந்த பொருளாதார மற்றும் அரசியல் நலன்களான கார்ப்பரேட் அறக்கட்டளைகளும் நாஜிக் கட்சியும் நேரடி அரசியல் அதிகாரத்தைக் கைப்பற்றி, தொழிலாளி வர்க்க எதிர்ப்பையும் கூலி உயர்வுக்கான போராட்டங்களையும் ஒடுக்குவதற்கு அதனைப் பயன்படுத்தியது.[27] குடிமைச் சமூகத்தின் ஒரு கூறு பிற கூறுகளை அச்சுறுத்துவதற்கான கருவியாக நாஜி அரசு மாறியது:

> ஹெகல் புனிதமாக்கிய அரசு பாசிச அரசுக்கு எந்த வகையிலும் இணையாக இல்லை.. பாசிசத்தின் கீழ் குடிமைச் சமூகம் அரசை ஆள்கிறது; ஹெகலின் அரசு குடிமைச் சமூகத்தை ஆள்கிறது.[28]

ஹெகலின் தர்க்கத்தின் அடிப்படை கட்டமைப்பை மார்க்யூஸ் செவ்வியல் விடுதலை ஆதரவு பதங்களில் மறுவரையறை செய்தார்:

சுய-நலனை நாடும் சொத்துடைமையாளர்களின் அராஜகம் அதன் பொறியமைவில் இருந்து ஒருங்கிணைந்த, கரணியமான, சர்வப்பொது சமூகத் திட்டத்தை உருவாக்க முடியாது. அதே நேரம், தனியார் சொத்துடைமை உரிமைகளை மறுத்து விட்டால் முறையான சமூக ஒழுங்கை செயல்படுத்த முடியாது. ஏனென்றால் அப்போது சுயேச்சையான தனிநபர் இல்லாமல் போய் விடுவார். எனவே, தேவையான ஒருங்கிணைப்பை உருவாக்கும் பணி, தனிப்பட்ட நலன்களுக்கு அப்பாற்பட்டு அதே நேரம் தனிநபர்களின் உடைமைகளை பாதுகாக்கும் ஒரு நிறுவனத்துக்கு ஒதுக்கப்படுகிறது.[29]

ஆயினும், உரிமை பற்றிய தத்துவம் நூலில் காணப்படும் மேன் மேலும் அதிகமான முற்றதிகார போக்குகள் நவீனகால தாராள வாதத்தின் நெருக்கடி குறித்து முன்கூட்டியே எச்சரிப்பதாக மார்க்யூசுக்குத் தெரிகிறது. வர்க்கப் பகைமைகள் தீவிரமடையும் போது, அரசை மேலும் 'சுதந்திரமான தன்னாட்சியான அதிகாரமாக' மாற்றுவதுதான் இருக்கும் நிலைமைகளுக்குள் ஒரே தீர்வு. இந்தக் கட்டாயத்தின் பேரில்தான் விடுதலை பற்றிய தனது தத்துவத்துக்கு ஹெகல் துரோகம் இழைத்தார் என்று மார்க்யூஸ் வாதிட்டார். மொத்தமாக்கலை 'வரலாற்றின் கரணிய அமைப்புடன் இறுதியில் ஒத்திசைந்த மூடப்பட்ட இருப்பினவியல் அமைப்பாக' புரிந்து கொள்வது வரை இதனை மாற்ற முடியாது என்று அவர் கருதினார்.[30] ஹெகலின் இயங்கியலை அதன் 'இருப்பினவியல் அடித்தளத்திலிருந்து' பிரிப்பதும் 'வரலாற்றின் இயக்கம் பற்றிய அவரது சாரமான, தர்க்கவியல்ரீதியான, ஊகரீதியான தெரிவிப்பை' கடந்து செல்வதும் தேவைப்பட்டது.[31] தரப்பட்ட வரலாற்று எதார்த்தத்தின் 'சர்வப்பொது எதிர்மறைத்தன்மை' காரணமாக அதனை கடந்து செல்வது அவசியமாக உள்ளது என்று மார்க்யூஸ் வாதிட்டார். ஆனால், இந்த எதிர்மறைத்தன்மைதான் உரிமை பற்றிய தத்துவம் நூலில் மறுக்கப்பட்டது. அங்கு, ஹெகல் இருக்கும் அரசை 'பாதுகாத்தார் மற்றும் இறுதி பகுப்பாய்வில் மன்னித்தார்'.[32] சட்டத்தையும் அரசையும் விட 'மகிழ்ச்சி மற்றும் பொருளாயத நிறைவு என்ற கருத்துருவுக்கு' முன்னுரிமை கொடுக்கும் 'அறுதியிடும் பொருள்முதல்வாதத்தை' ஹெகலுக்கு எதிராக மார்க்யூஸ் முன் வைத்தார்.

மார்க்யூசின் முரண்நிலையான விமர்சன பகுப்பாய்வு ஹெகலின் விடுதலை பற்றிய ஆரம்பகால தத்துவத்தையும், அதன் பிந்தைய வளர்ச்சியையும் தவறாக புரிந்து கொள்கிறது என்று நான் கருதுகிறேன்.

*உரிமை பற்றிய தத்துவம்* நூலில் ஹெகல் தனது தத்துவத்துக்கு துரோகம் இழைக்கவில்லை, மாறாக நவீனகால அரசியலை தத்துவ ரீதியாக ஆய்வு செய்தார். ஹெகலின் *உரிமை பற்றிய தத்துவம்* இருப்பினரீதியானது இல்லை, வரலாற்று ரீதியானது; கரணியவாதமானது இல்லை, விமர்சனபூர்வமானது; நிலைத்தது இல்லை, இயக்க ஆற்றலுடையது. அவர் உரிமையின் வடிவங்களை, 'வரலாற்றின் இறுதியு'டன் ஒத்திசைந்த 'மூடிய அமைப்பாக பார்க்கவில்லை. மாறாக, நவீனகால சமூகத்தின் மோதல்-பீடித்த சமூக வடிவங்களாக பார்த்தார். அவர் அவற்றை, நவீனகால வாழ்வின் அரசியல் வடிவங்களை உறுதி செய்யும் அல்லது மறுதலிக்கும் நீடித்த, கரணியமான கருத்துருக்களாக கையாளவில்லை, மாறாக நவீனகால அரசியலில் ஈடுபடும் பொருளாகவே பார்த்தார்.

## விமர்சன பகுப்பாய்வாக உரிமை பற்றிய தத்துவம் நூல்

ஹெகலின் *உரிமை பற்றிய தத்துவம்* ஆதர்சமான அரசு எப்படி இருக்க வேண்டும் என்பதற்கான பரிந்துரையை வழங்கவில்லை, இருக்கும் அரசு பற்றிய அறிவியல் பகுப்பாய்வாக உள்ளது என்று நான் மேலே கூறினேன். இதுதான் ஹெகலின் நோக்கம் என்பது *உரிமை பற்றிய தத்துவம்* நூலின் முன்னுரையில் தெளிவாகக் கூறப்பட்டுள்ளது:

> ஒரு தத்துவார்த்த படைப்பாக, எப்படி இருக்க வேண்டும் என்ற வகையில் அரசைக் கட்டமைக்கும் பொறுப்பை முடிந்த வரைக்கும் தவிர்க்க வேண்டும். அதில் இடம் பெறக் கூடிய அத்தகைய வழிகாட்டல், எப்படி இருக்க வேண்டும் என்று அரசுக்கு வழிகாட்டுவதாக இல்லாமல், அறநெறிசார் உலகமாக அரசை அங்கீகரிப்பது எப்படி என்று காட்டுவதாக இருக்க வேண்டும்.[33]

அரசியல் தத்துவத்தின் பணி 'என்ன இருக்கிறதோ அதைப் புரிந்து கொள்வது', என்ன இருக்க வேண்டும் என்பதற்கான வழிகாட்டல்களை வழங்குவது இல்லை. இந்தப் படைப்பைப் பற்றிய நமது புரிதலுக்கு இந்த வேறுபாடு முக்கியமானது. *உரிமை பற்றிய தத்துவம்* தொடர்பான ஹெகலின் கருத்தாக்கம், நவீனகால அரசு பற்றிய 'புறநிலையான கையாளலை' கட்டமைப்பதாகவும், 'அந்தப் பொருளைப் பற்றியேயான அறிவியல் விவாதத்தைக் கட்டமைப்பதாகவும்' உள்ளது. அங்கு அரசியல் கருத்துக்களை 'அவரது தனிப்பட்ட பிற்சேர்க்கையாகவும் மாறக்கூடிய அறுதியிடலாகவும்' மட்டுமே கருத வேண்டும், எனவே, 'அலட்சியமாக' கையாள வேண்டும்.[34]

*உரிமை பற்றிய தத்துவம்* நூலின் முன்னுரை அந்நூலைப் பற்றிய வழக்கமான பார்வையை ஆதரிப்பதாகத் தோன்றுகிறது என்பதில் ஐயமில்லை. 'எது எதார்த்தமானதோ அது கரணியமானது எது கரணியமானதோ அது எதார்த்தமானது' என்ற அவரது பிரபலமான மணிமொழியில், ஹெகல் நேர்க்காட்சிவாதத்தை ஏற்றுக் கொண்டு விமர்சனக் கோட்பாட்டை கைவிட்டு விட்டதாகத் தெரிகிறது. 'உலகத்தின் இருத்தலைத் தாண்டிச் சென்று, இருக்க வேண்டிய ஆதர்சமான உலகைக் கட்டுவதற்கான' எல்லா முயற்சிகளையும் அது ஒதுக்கித் தள்ளுகிறது.[35] ஹெகல் தத்துவார்த்த கூருணர்வு 'எதார்த்தத்துடன் ஒத்திசைவிப்பதாகக்' கூறும் போது, தத்துவத்தின் நோக்கம் 'என்ன உள்ளதோ, அது கரணியமானது' என்று புரிந்து கொள்வது என்று அறிவித்த போது, அவரது 'செயலின்மைவாதம்' (quietism) நிரூபிக்கப்பட்டு விட்டதாகத் தெரிகிறது.[36] ஆனால், இந்தச் சொற்களுக்கு நாம் எப்படி பொருள் கூறுவது? ஹெகலின் மொழி விளையாட்டுத்தனமாக தூண்டி விடுவதைத் தவிர வேறில்லை. ஒருவேளை அந்த நேரத்தில் பிரஷ்யாவில் செயல்பட்ட தணிக்கைச் சட்டங்களின் தாக்கம் அதன்மீது இருந்திருக்கலாம். அதன்படி, பதவிநீக்கப்படலாம் என்ற அச்சுறுத்தலின் கீழ் அரசியல் விமர்சனத்தின் எந்த வடிவத்தையும் பயன்படுத்துவதற்கு பேராசிரியர்களுக்கு தடை போடப்பட்டிருந்தது. கால்ஸ்பாத் ஆணைகள் (Karlsbad Decrees) என்று அழைக்கப்படுபவை, 1818-ம் ஆண்டில் ஹெகலின் *தேசிய சட்டமும் அரசு பற்றிய அறிவியலும்* (National Law and the Science of the State) என்ற பேருரைக்கும் 1820-ல் *உரிமை பற்றிய தத்துவம்* நூல் வெளியிடப்படுவதற்கும் இடையே பிரகடனப்படுத்தப் பட்டன. அவை ஜெர்மன் பல்கலைக் கழகங்களின் மீது கறாரான அரசியல் கட்டுப்பாடுகளை விதித்தன, அறிவியல் படைப்புகள் மீது வெளியிடுவதற்கு முந்தைய தணிக்கையை சுமத்தின. எனவே, தணிக்கையாளர்களிடமிருந்து தப்புவதற்கான தெளிவின்மை ஹெகலின் *உரிமை பற்றிய தத்துவம்* நூலில் சேர்க்கப்பட்டிருக்கலாம்.

எப்படியிருந்தாலும், *உரிமை பற்றிய தத்துவம்* நூலை கிண்டலான பிரதியாக, அரசின் பாவனைகளை கிண்டல் செய்யும் படைப்பாக வாசிக்க வேண்டும். பழமைவாத வடிவத்திலும் விமர்சன வடிவத்திலும் இரண்டிலும் இயற்கை சட்டக் கோட்பாட்டின் தனிச்சிறப்பான பரிந்துரைக்கும் தன்மையிலிருந்து எதார்த்த அரசை அறிவியல்ரீதியாக ஆய்வு செய்வதை நோக்கி அரசியல் தத்துவத்தின் குவிமையத்தை நகர்த்துவது ஹெகலின் நோக்கம். இருக்கும் அரசு அல்லது கற்பனையான எதிர்கால அரசுக்கு 'கரணியம்' என்ற தத்துவார்த்த தகுதியை வழங்குவதற்கு மாறாக, தன் சகாப்தத்தின் எதார்த்தமான

அரசியலில் தர்க்கத்தைத் தேடுமாறு, தத்துவத்தை புரட்சிகரமாக்க வேண்டும் என்றும், புரட்சியை தத்துவமாக்கி ஒதுக்கி விட வேண்டாம் என்றும் ஹெகல் அறைகூவல் விடுக்கிறார். தத்துவத்தின் 'பாரம்பரிய' நோக்கமான நீடித்த உண்மைகளை தேடுவது என்பதை சமூக அரசியல் வாழ்க்கையின் எதார்த்த வாழ்க்கைக்கு இடம் மாற்ற வேண்டும்.³⁸ 'எதார்த்தத்துடன் ஒத்திசைவதற்கும்' 'நிகழ்காலத்தில் மகிழ்ந்திருப்பதற்கும்' ஹெகல் விடும் அறைகூவல் எதார்த்த அரசியலுடன் விமர்சனரீதியாக தொடர்பு கொள்வதற்கான அழைப்பு. முழு மேற்கோள் பின்வருமாறு:

> காத்திரமானதன் களத்தில் தமது முனைப்பான சுதந்திரத்தை புரிந்து கொள்ளவும் பாதுகாக்கவும் உள்மன உந்துதலைப் பெற்ற வர்களுக்கு, நிகழ்காலத்தின் சிலுவையில் உள்ள ரோஜாவாக தர்க்கத்தை அங்கீகரித்து, அதன்மூலம் நிகழ்காலத்தில் மகிழ்ந்திருப்பது என்ற எதார்த்தத்துடன் ஒத்திசையும் கரணிய நுண்ணறிவை, தத்துவம் வழங்குகிறது.³⁸

ஹெகல், நிகழ்காலத்தை 'சிலுவையாக', துன்புறுதலின் உலகமாகக் குறிப்பிட்டார், அவர் 'அதன் வளர்ச்சியின் மேலும் முதிர்ச்சியடைந்த கட்டத்தில் என்றாலும்', 'சிந்தனையில் நியாயப்படுத்தப்படாத எதையும்' அங்கீகரிக்கக் கூடாது என்ற கொள்கையை ஆதரித்த லூதரின் புரோட்டஸ்டன்டிச பாரம்பரியத்தை அவர் பின்பற்றினார். 'மனிதர்களுக்கு கௌரவத்தைத் தரும் நவீன யுகத்தின் தனிச்சிறப்பான பண்பாக சரியாகவே ஆகியுள்ள மாபெரும் பிடிவாதம், என்று ஹெகல் இதனை சித்தரித்தார்'.³⁹ ஹெகலைப் பொறுத்தவரை தத்துவத்தின் நோக்கம் என்பது 'தற்காலத்தில் தன்னைத்தானே விடுவித்துக் கொண்டு அதன்மூலம் அதற்குள் தன்னைக் கண்டு கொள்வதாக', விடுவிப்பது, எதார்த்தம் இரண்டாகவும் இருக்கிறது. இதன் பொருள், வேற்றுலக ஆதர்சமாக இல்லாமல் 'நிகழ்காலத்தின் சிலுவையில் உள்ள ரோஜாவாக' தர்க்கத்தை பின்பற்றுவதும், அரசியல் ஐயுறவுவாதம், கருத்து முதல்வாதம் ஆகியவற்றின் இரட்டை அபாயத்தை எதிர்ப்பதும் ஆகும்,

> இந்த நிலையற்ற உலகில் விஷயங்கள் மோசமாக உள்ளன அல்லது ஆகச்சிறந்த நிலையில் அலட்சியமாக உள்ளன, இதைவிடச் சிறந்ததை இங்கு எதிர்பார்க்க முடியாது, எனவே, நாம் எதார்த்தத்தை அமைதியாக ஏற்றுக் கொண்டு வாழ வேண்டும் என்ற உணர்ச்சியற்ற விரக்தியுடன் தர்க்கம் திருப்தியடைவதில்லை. விளங்கிக் கொள்வது எதார்த்த உலகத்துடன் ஏற்படுத்திக் கொள்ளும் இணக்கம் இன்னும் கூடுதல் கதகதப்பைக் கொண்டுள்ளது என்று அவர் வாதிட்டார்.⁴⁰

எதார்த்த உலகத்துடன் அரசியல் தொடர்பை ஏற்படுத்திக் கொள்வது, இது.

இன்னும் அதிக தத்துவார்த்த மட்டத்தில், உரிமை பற்றிய தத்துவம் நவீன உலகத்தின் சட்டரீதியான உரிமையின் வடிவங்களை ஆய்வு செய்கிறது. இந்தப் படைப்பின் அறிமுகத்தில்தான் ஹெகல் தனது முறைபாட்டை விளக்க ஆரம்பிக்கிறார். 'உரிமை' என்ற கருத்தாக்கத்தின் மூலம், அந்தப் பதத்தின் (கடமைகளுக்கு எதிராக என்ற) வழக்கமான ஆங்கிலோ சாக்சன் உணர்வில் மட்டுமின்றி, சாரமான உரிமை, தனியார் உடைமை, ஒப்பந்தம், தவறு, தண்டனை, அறம், குடும்பம், நேர்மறைச் சட்டம், குடிமைச் சமூகம், கண்காணித்தல், அரசியல் கட்சிகள், தனிநலனுக்கான குழுக்கள், அரசு, அரசியல் சட்டம், சட்டமன்றம், நிர்வாக அமைப்பு, மன்னராட்சி, அதிபர்வாதம், இறையாண்மை மிக்க அரசுகளுக்கு இடையேயான உறவுகள் இன்னபிற என நவீனகால சமூகத்தின் சட்டரீதியான தெரிவிப்பில் உருவெடுக்கும் உரிமையின் பல வடிவங்களை அவர் குறிப்பிடுகிறார்.[41] நவீனகால உலகில் உரிமையின் வடிவங்களின் வளர்ச்சிதான் ஹெகலின் ஆய்வின் பொருண்மையாக இருந்தது.

‘சாரமான உரிமை’ என்பது நவீனகால சமூகத்தில் காணப்படும் உரிமையின் மிகச் சாமான்யமான வெளிப்பாடு என்பதால்தான், அது இருப்பினவியல் கருத்தினமாக இருப்பதால் அல்ல, ஹெகல் சாரமான உரிமை என்பதிலிருந்து தொடங்கினார். இந்தத் தொடக்கப்புள்ளியின் வரலாற்றுத் தன்மையை அவர் வலியுறுத்தினார்:

> உரிமை பற்றிய அறிவியல் தத்துவத்தின் பகுதியாக உள்ளது.... தத்துவத்தின் பகுதியாக அதற்கு தீர்மானகரமான தொடக்கப் புள்ளி உள்ளது. அந்தத் தொடக்கப்புள்ளி அதற்கு முன் வந்ததன் விளைவாகவும் உண்மையாகவும் உள்ளது. அந்த முடிவுக்கான நிரூபணம் என்று அழைக்கப்படுவதுதான் அதற்கு முன்வந்தது. எனவே, அதனுடைய இருத்தலாக மாறுவதைப் பொறுத்தவரை உரிமை என்ற கருத்தாக்கம் உரிமை பற்றிய அறிவியலுக்கு வெளியே உள்ளது; அதனை தருவிப்பது இங்கு முன்னனுமானிக்கப்படுகிறது, அது தரப்பட்டதாக எடுத்துக் கொள்ளப்படுகிறது.[42]

தொடக்கப் புள்ளி முந்தைய வரலாற்று நிகழ்முறையின் விளை பொருளாக முன் வைக்கப்படுகிறது, ‘அந்தரத்தில் தொங்கவிடப்பட்ட’ ஒன்றாக முன்வைக்கப்படவில்லை. உரிமையின் மேலும் சிக்கலான, திட்டவட்டமான வடிவங்களை அதிலிருந்து கட்டமைக்க முடிகிற முதன்மை வடிவம் அது என்பதால்தான் சாரமான உரிமையை ஹெகல்

தனது தொடக்கப் புள்ளியாக எடுத்துக் கொண்டார். நவீனகால சமூகம்தான், சொத்தை உடைமையாகக் கொள்ளும் உரிமையை 'விடுதலையின் முதல் பொருள்வடிவமாகவும் எனவே அதனளவிலேயே காத்திரமான நோக்கமாகவும்' அதன் பின்னர் மாற்றியது',[43] ஹெகல் அதைச் செய்யவில்லை. படிப்படியாக, நவீனகால சமூகத்தில் இருக்கின்ற உரிமையின் மேன்மேலும் சிக்கலான வடிவங்களின் ஊடாக நாம் இட்டுச் செல்லப்படுகிறோம். உரிமையின் இந்த வடிவங்களுக்கு இடையேயான உறவுகள் உள்ளார்ந்தவை என்று ஹெகல் வாதிட்டார்: 'உரிமை பற்றிய அறிவியல் அந்தப் பொருள் தானாகவே, முறையாக உள்ளார்ந்து வளர்வதை கவனிக்க வேண்டும்' என்று அவர் எழுதினார். இங்கு ஆய்வு செய்யும் முறைபாடு பின்னர் அரசியல் பொருளாதாரம் பற்றிய விமர்சன பகுப்பாய்வில் மார்க்ஸ் பயன்படுத்திய முறைபாட்டை ஒத்தது. 'மதிப்பு', பரிவர்த்தனை-மதிப்பில் இருந்து பணம் வழியாக மூலதனத்தை நோக்கி வளர்வது பற்றிய மார்க்சியக் கோட்பாட்டிற்கு சட்டரீதியான சமதையாக உரிமையின் இயக்கம் தனியார் சொத்துடைமையில் இருந்து சட்டம் மற்றும் குடிமைச் சமூகம் வழியாக நவீனகால அரசு வரை வளர்வது பற்றிய கோட்பாடு உள்ளது.

உரிமை பற்றிய தத்துவம் நூலின் ஆய்வுக்கான பொருண்மை, உரிமை பற்றிய 'கருத்துரு' என்று ஹெகல் வரையறுத்தார். உரிமை பற்றிய கருத்துரு என்பது உரிமையின் 'கருத்தாக்கத்துக்கும்' 'இருத்தலுக்கும்' இடையேயான வேறுபடுத்தப்பட்ட ஒருமை என்ற புரிந்து கொள்ளப்பட்டது. இவ்வாறாக, ஹெகல் கருத்துருவும் கருத்தாக்கமும் அதன் இருத்தலும் என்ற மூன்று கருத்தினங்களை நம் முன் வைக்கிறார். இவை அனைத்தையும் அவை ஒன்றோடொன்று கொண்ட உறவில் மட்டுமே புரிந்து கொள்ள முடியும். உரிமை பற்றிய கருத்துருவை புரிந்து கொள்ள, 'அது அதன் கருத்தாக்கத்தில் அடையாளம் காணப்படக் கூடியதாகவும் கருத்தாக்கத்தின் இருத்தலில் அடையாளம் காணப்படக் கூடியதாகவும் இருக்க வேண்டும்' என்று ஹெகல் வாதிட்டார். இந்த முறைபாட்டின் மூலம் அரசு பற்றிய கோட்பாட்டு ரீதியான புரிதலையும் நடைமுறை புரிதலையும் ஒருங்கிணைக்க அவர் முயற்சித்தார்.

உரிமை பற்றிய தத்துவார்த்த அறிவியலின் பொருண்மை, உரிமை பற்றிய கருத்துரு - உரிமை என்ற கருத்தாக்கமும் அதன் எதார்த்தமாக்கலும் - ஆகும். தத்துவம் வெறுமனே கருத்தாக்கங்கள் என்று பொதுவாக கூறப்படுபவற்றை கையாள்வதில்லை, அது

> கருத்துருக்களைக் கையாள வேண்டியிருக்கிறது. கருத்தாக்கங்கள் ஒற்றைப் பரிமாணமானவை என்றும் உண்மையற்றவை என்றும் அது காட்டுகிறது. தனது மெய்மையாக்கலில் கருத்தாக்கம் எடுக்கும் உருவம், கருத்தாக்கத்தையே விளங்கிக் கொள்வதற்கு இன்றியமையாதது, வெறும் தூய கருத்தாக்கமாக இருக்கும் வடிவத்திலிருந்து வேறுபட்டது, கருத்துருவின் இன்றியமையாத பிற கூறாக உள்ளது.[45]

ஹெகலின் 'இயங்கியல் முறைமை', உரிமை என்ற கருத்துருவின், அதன் கருத்தாக்கத்துக்கும் இருத்தலுக்கும் இடையேயான மோதல் ரீதியான உறவுகளின் வளர்ச்சியை அடிப்படையாகக் கொண்டது. கருத்தியலின் மீது எதார்த்தத்தின் தாக்கம் பற்றிதான் ஹெகல் அக்கறை கொண்டுள்ளார், இருத்தலுடனான அதன் உறவின் ஊடாக கருத்தாக்கமே விமர்சனத்துக்கு உள்ளாகிறது. முறைபாட்டுவாதத்தி லிருந்தும் கொச்சை பொருள்முதல்வாதத்திலிருந்தும் வேறுபட்டு, அரசு என்ற கருத்துருவை அதன் விண்ணுலக கருத்தாக்கத்துக்கும் மண்ணுலகில் அதன் இருத்தலுக்கும் இடையேயான ஒருமையாக, அதன் செயல்திறன் மிக்க தூய உணர்வுக்கும் 'அதன் சதையின் சீர்கேட்டுக்கும்' இடையிலான ஒருமையாக மட்டுமே புரிந்து கொள்ள முடியும் என்று ஹெகல் வாதிட்டார்.

இந்த இயங்கியலின் முக்கியமான பதம் 'உயர்தளப்பாடு' (*Aufhebung* - Sublation) என்பது: கீழ்நிலையை பாதுகாத்துக் கொண்டே, கீழ்நிலையிலிருந்து மேல்நிலைக்குச் மாறிச் செல்வது. இவ்வாறாக, ஹெகல் விவாதிக்கும், ஒருவர் விரும்பியதைச் செய்வதற்கான சுதந்திரத்தைக் கொண்டுள்ள 'சாரமான உரிமை' என்ற முதல் வடிவம், 'பொருண்மையாக்கப்பட்ட' உரிமை அல்லது சட்டம் என்ற இன்னும் பரந்து விரிந்த சட்டகத்தினுள் அமைந்துள்ளது. இந்த உரிமையானது அரசு என்ற வடிவத்துக்கு மேலும் வளர்ச்சியடைவது, 'சர்வப்பொது விருப்பத்துக்கு' உருவம் கொடுக்கிறது, ஆனால் அதற்குள்ளாகவே முனைப்பான விடுதலை உரிமையும் நேர்மறை சட்ட உரிமையும் உள்ளன. உரிமையின் ஒரு வடிவத்திலிருந்து இன்னொரு வடிவத்துக்கு மாறிச் செல்வது கடந்து செல்வதாகவும் அதே நேரம் பாதுகாப்பதாகவும் உள்ளது. இருப்பினும், இந்தக் கருத்தாக்கத்தின் விமர்சன விசை இலக்கியத்தில் வழக்கமாக கவனிக்கப்படுவதில்லை. உள்ளார்ந்த வளர்ச்சி என்ற அதன் கருத்தாக்கத்தில் இந்த விமர்சன விசை அமைந்துள்ளது. (அரசு போன்ற) உரிமையின் உயர்நிலை வடிவங்கள் (தனியார் சொத்துடைமையின் சுயநலம், குடிமைச் சமூகத்தின் வர்க்கப்

பிரிவினை போன்ற) உரிமை பற்றிய கீழ்நிலை வடிவங்களில் உள்ளார்ந்துள்ள முரண்பாடுகளை தீர்த்து விடுவதில்லை என்பதோடு அந்த முரண்பாடுகளை சுவீகரித்துக் கொள்கின்றன. இந்தப் பகை நிலைகள் பாதுகாக்கப்படுகின்றன, நேரடியாக அழிக்கப்படுவதில்லை. அரசு என்ற வடிவம் குடிமைச் சமூகத்தில் உள்ளார்ந்துள்ள எல்லா முரண்பாடுகளையும் தன்னுள் கொண்டுள்ளது, எனவே அதன் முரண்பாடுகளை தீர்த்து விட முடியாது. இந்த விமர்சனரீதியான பொருளில் கடந்து செல்லுதல் என்பது பாதுகாப்பதாகவும் உள்ளது.

ஹெகலின் 'உள்ளார்ந்த மேம்பாடு' என்ற கோட்பாடு அரசின் வடிவத்திலேயே அது குடிமைச் சமூகத்தில் தோன்றியது குறிக்கப் பட்டிருப்பதை காட்டுவதாக வடிவமைக்கப்பட்டுள்ளது. இளம் மார்க்ஸ் நினைத்தபடி ஹெகல் குடிமைச் சமூகத்தின் 'இருண்ட களத்தை' 'அரசின் ஒளிக்கு' எதிராக நிறுத்தவில்லை. அதற்கு மாறாக, ஒளிக்கும் இருளுக்கும் இடையேயான உறவை, அரசுக்கும் குடிமைச் சமூகத்துக்கும் இடையேயான உறவை இன்னும் கூடுதல் கலக்க மூட்டும் வகையில் ஹெகல் முன்வைக்கிறார். உதாரணமாக, அரசின் முன்நிபந்தனைகள் அவற்றின் வளர்ச்சிப் போக்கில் அரசின் 'பொருண்மையான உறுப்புகளாக' ஆகும் போது நிகழும் எதார்த்தமான திருப்பி நிறுத்தலை அவர் புரிந்து கொள்ள முயற்சித்தார். தனியார் சொத்துடைமை, சந்தை உறவுகள், குடிமைச் சமூகம் ஆகியவற்றை திட்டமிட்ட அரசியல் விளைவுகளாக புரிந்து கொள்ள வேண்டுமே தவிர, நவீனகால அரசின் முன்நிபந்தனைகள் என்று நேரடியாக புரிந்து கொள்ளக் கூடாது என்று அவர் நிரூபித்தார்.

## பிரதிநிதித்துவ அரசாங்கம் பற்றிய ஹெகலின் விமர்சன பகுப்பாய்வு

உரிமை பற்றிய தத்துவம் நூலில் ஹெகல் நவீனகால பிரதிநிதித்துவ அரசாங்கத்தை விமர்சனமின்றி நியாயப்படுத்துகிறார் என்ற கருத்து சமகால மார்க்சியத்தில் உறுதியாக வேரூன்றியுள்ளது, எனவே அந்தக் கருத்து எந்தவிதமான விமர்சனரீதியான பரிசீலனைக்கும் உள்ளாக வில்லை. உண்மையில் ஹெகல் அவர் எப்போதும் யாராக இருந்தாரோ அப்படியே இருந்தார், அதாவது, நவீனகால அரசாங்கத்தின் விமர்சகராகவே அவர் இருந்தார். பிரதிநிதித்துவம் தொடர்பான மாயைகளை அம்பலப்படுத்தும் நோக்கத்தில்தான், பிரதிநிதித்துவ பொறியமைவுகளுக்கு நவீனகால அரசு ஒதுக்கும் குறுகலான களத்தின் மீது அவர் கவனம் செலுத்தினார். பிரதிநிதித்துவ பொறியமைவுகள் சமூகத்திலிருந்தும் அரசின் பெரும்பாலான பகுதிகளிலிருந்தும் விலக்கி

வைக்கப்படுகின்றன, சட்டமியற்றும் மன்றத்துக்குள்ளாக மட்டும் வரம்பிடப்படுகின்றன, இன்னும் மோசமாக, சட்டமியற்றும் மன்றத்தின் ஒரு அவைக்குள்ளாக வரம்பிடப்படுகின்றன.

பிரதிநிதித்துவ அரசாங்கத்தின் மிகவும் ஜனநாயகமான வடிவங்கள் கூட ஜனநாயகம் என்ற பூதத்துக்கு எதிராக எல்லா வகையான உத்தரவாதங்களையும் கொண்டுள்ளன என்று ஹெகல் வலியுறுத்தினார். 'அமைப்பாக்கப்பட்ட அரசுக்கு எதிராக தனிமனிதர்கள் சக்திவாய்ந்த குழுவாக அமைப்பாவதைத் தடுக்கும்' வகையில், 'எஸ்டேட்டுகள்' என்ற வகையில் சமூக வர்க்கங்களுக்கு அரசியல்ரீதியாக முக்கியத்துவம் கொடுக்கப்படுகிறது என்று அவர் வாதிட்டார்.[46] அல்லது தனியார் நலன்கள் 'கார்ப்பரேட்டுகளாக' அமைப்பாக்கப்படுவது, 'பொது அதிகாரத்தின் கண்காணிப்புக்குக்' கீழ் அவற்றை வைக்கும் வகையில் வடிவமைக்கப்பட்டுள்ளது என்று அவர் வாதிட்டார். இறுதியாக, எந்த நேரத்திலும் அரசினால் கட்டுப்படுத்தப்படாத 'வடிவமில்லாத தொகையாக' மக்கள் தோன்றக் கூடாது என்பதுதான் பிரதிநிதித்துவ அரசாங்கத்தின் நவீனகால அமைப்பைப் புரிந்து கொள்வதற்கான திறவுகோல் என்று ஹெகல் கூறினார்.

வெகுமக்கள் பங்கேற்பை மட்டுப்படுத்தும் வகையில்தான் பிரதிநிதித்துவ அரசாங்கம் வடிவமைக்கப்பட்டுள்ளது என்பது ஹெகலின் முதல் நுண்ணறிவு. உதாரணமாக, பிரதிநிதிகளைத் தேர்ந்தெடுப்பதற்கு 'அவர்கள் மீதான நம்பிக்கை' அடிப்படையாக உள்ளது: 'ஒரு பணியை அல்லது குறிப்பான வழிகாட்டல்களைப் பெற்ற முகமைகளாக' அவர்கள் கருதப்படுவதில்லை, அவர்கள் தங்களது வாக்காளர்களுடன் 'நம்பிக்கை' அடிப்படையிலான உறவைக் கொண்டுள்ளனர், அதன் மூலம் 'பொது விவகாரங்கள் பற்றி தங்களுக்கு இருக்கும் கூடுதல் அறிவை அடிப்படையாகக் கொண்டு முடிவுகளை எடுக்க அவர்களுக்கு அதிகாரம் உள்ளது' என்று ஹெகல் வாதிட்டார். மேலும், பிரதிநிதிகளின் அதிகாரமே கூட அரசின் நிர்வாகப் பிரிவால் கவனமாக வரம்பிடப் படுகிறது, வெகுமக்கள் அவையின் 'மிகைகளை' மட்டுப்படுத்துவது நிர்வாகப் பிரிவின் முக்கியமான பணிகளில் ஒன்று. நிர்வாகப் பிரிவுக்கு எதிரான தேர்ந்தெடுக்கப்பட்ட அவையின் எந்த முயற்சியையும் 'மிக அபாயகரமான முன்முடிவாக' நவீனகால அரசு கையாள்கிறது.[47] 'தனிநபர்கள்தான் எப்போதுமே தலைமையில் இருக்க வேண்டும் என்ற' விதியின் காரணமாக நவீனகால அரசில் பிரதிநிதித்துவத்தின் பாத்திரம் மேலும் வரம்பிடப்படுகிறது.[48] இவ்வாறாக, சில பிரதிநிதித்துவ அமைப்புகளில் இறுதி முடிவு எடுப்பதற்கான முறையான அதிகாரத்தைக்

கொண்டுள்ள அரசியல் சட்ட முடியரசருக்கு, அரசு நீடிப்பது தொடர்பாகவே கணிசமான அதிகாரங்கள் வழங்கப்பட்டுள்ளன. இறுதியாக, நவீனகால அரசமைப்புச்சட்ட அரசாங்கத்தின் இயல்பாலேயே பிரதிநிதித்துவம் வரம்பிடப்படலாம் என்று ஹெகல் நிரூபித்தார். அரசமைப்புச் சட்டம் 'குறிப்பிட்ட நேரத்தில் உருவாகியிருந்தாலும் அதனை உருவாக்கப்பட்ட ஒன்றாகக் கருதக் கூடாது', மாறாக, 'தானே இருக்கும் ஒன்றாக, உருவாக்கப்பட்ட பொருட்களின் களத்துக்கு மேல் உயர்த்தப்பட்டதாகக்' கருத வேண்டும் என்று அரசு கோருகிறது. அரசு, பிரதிநிதிகளின் அதிகாரத்தை அரசியல் சட்டரீதியாக அனுமதிக்கப்பட்ட அளவுக்கு வரம்பிடுகிறது, 'மிகச்சிறிய', 'பார்வைக்கு சாதுவான' மாற்றத்தை மட்டுமே அது அனுமதிக்கிறது.[49] அரசமைப்புச் சட்டத்துக்கு அப்பாற் பட்ட எதுவும் பிரதிநிதித்துவ அதிகாரங்களுக்கு அப்பாற்பட்டது.

குடிமைச் சமூகத்தின் குறிப்பிட்ட நலன்களை அரசின் அங்ககம் என்ற முழுமைக்குள் அதன் பல காரணிகளில் ஒன்றாக அனுமதிப்பது தான் நவீனகால அரசில் பிரதிநிதித்துவத்தின் பணி என்று ஹெகல் வாதிட்டார். பிரதிநிதித்துவம் என்பது அரசுக்கும் குடிமைச் சமூகத்துக்கும் இடையிலான 'நடுவுறுப்பாக' உள்ளது. 'சர்வப்பொது சுதந்திரத்தில் முனைப்பின் விசையை' உள்ளடக்குவதுதான் அதன் பணி. தன்னிச் சையான கொடுங்கோன்மையாக மாறி விடக் கூடிய அரசாங்கத்தின் தீவிர தனிமைப்படுதலை மட்டுமின்றி, 'அமைப்பாக்கப்பட்ட அரசுக்கு எதிரான சக்திவாய்ந்த குழுவாக' படிகமாகி விடக் கூடிய குடிமைச் சமூகத்தின் குறிப்பான நலன்களின் தனிமைப்படுதலை தடுப்பதும் அதன் பணி.[50] பிரதிநிதித்துவ அரசாங்கம் உருவாக்கப்பட்டது மாபெரும் முன்னேற்றம் என்று ஹெகல் அங்கீகரித்தார். ஏனென்றால், முதன் முறையாக சர்வப்பொது குறிக்கோள்களை நோக்கிய முயற்சி அனைவரின் சொத்தாக மாறுகிறது. ஆனால், இந்தச் சாதனையை 'வெகுமக்கள் இறையாண்மை' என்று சொல்வது முழுக்க முழுக்க மாயையானது என்று அவர் கருதினார். 'கரணிய வடிவத்தில்' அலங்காரம் செய்யப்படாத வரையில் 'ஜனநாயகக் காரணி' அரசின் அங்ககத்துக்குள் அனுமதிக்கப்படாமல் இருப்பதுதான் பிரதிநிதித்துவ அரசாங்கம் பற்றி புரிந்து கொள்வதற்கான திறவுகோல் என்று ஹெகல் வாதிட்டார். இடையாடப்படாத வெகுமக்களின் குரலை 'எப்போதுமே வன்முறையானதாகவே' அரசு கையாள்கிறது.

*உரிமை பற்றிய தத்துவம்* நூலை எழுதிய உடனேயே அடுத்து அவர் எழுதிய *'உலக வரலாற்றின் தத்துவம் பற்றிய பேருரைகளில்' (Lectures on the Philosophy of World History)*, சுதந்திரம் என்ற கருத்துருவை,

'பிரதிநிதித்துவ அரசியல் அமைப்புச் சட்டம் என்று அழைக்கப்படுவதுடன்' பொருத்துவதை நமது காலத்தின் 'கெட்டித்தட்டிப் போன முன்முடிவு' என்று ஹெகல் குறிப்பிட்டார்.[51] விமர்சனமின்றி நியாயப்படுத்துபவரின் வாதமாகவா இது இருக்கிறது! பிரதிநிதித்துவ அரசாங்கத்தின் வெகுமக்கள் இறையாண்மை என்ற தோற்றத்துக்குக் கீழே, 'சுதந்திரமான தேர்வின் விளைவாக இல்லாத, தேசிய உணர்வின் வளர்ச்சியின் குறிப்பிட்ட நிலையுடன் தவறாமல் பொருந்துகின்ற திட்டமான அரசியல் அமைப்பு' உள்ளது என்று ஹெகல் எழுதினார்.[52] எல்லா அரசமைப்புச் சட்டங்களும் 'மக்களின் விருப்பத்தை' சார்ந்து இருப்பதில்லை, மாறாக, சம்பந்தப்பட்ட சமூகத்தையும் பிற சமூகங்களுடன் அதன் உறவையும் சார்ந்துள்ளன.

ஹெகலின் விமர்சன பகுப்பாய்வின் கடுமையை, கான்ட் பிரதிநிதித்துவ அரசாங்கத்துக்கு செலுத்திய மரியாதையிலிருந்து வேறுபடுத்திப் பார்க்கலாம். 'ஒவ்வொரு உண்மையான குடியரசும் மக்களின் பிரதிநிதித்துவ அமைப்பைத் தவிர வேறு எதுவாகவும் இல்லை எதுவாகவும் இருக்க முடியாது' என்றும் பிரதிநிதித்துவ அரசாங்கம் என்பது 'அனைவரின் ஒன்றுபட்ட விருப்பத்தை' விடக் குறைவாக இல்லை[53] என்றும் கான்ட் கூறுவதற்கு மாறாக, ஹெகல் நவீனகால பிரதிநிதித்துவ அரசாங்கத்தில் உள்ளார்ந்துள்ள முற்றாதிக்கப் போக்குகளை அம்பலப்படுத்தினார். தாராளவாத சிந்தனையின் மிகப்பெரிய மூட நம்பிக்கையான, பிரதிநிதித்துவ அரசாங்கத்தை சுதந்திரம் என்ற கருத்துருவுடன் சமப்படுத்துவது என்பதற்கு எதிராக விடப்பட்ட சவாலின் முன் அவர்கள் உணர்ந்த சங்கடத்தின் அறிகுறிதான் தாராளவாத அறிவுப்புலம் ஹெகலுக்கு எதிராக வெளிப்படுத்திய சீற்றம் என்று புரிந்து கொள்ளலாம். தாராளவாதத்தின் சினமுற்ற மனக்கொதிப்பின் பின்னால். பிரதிநிதித்துவ அரசாங்கத்துக்கு சாதகமான அதன் சொந்த 'கெட்டிப்பட்ட முன்முடிவு' அம்பலமாக்கப் பட்டு, எல்லோரும் பார்க்கும்படியாக விருப்பு வெறுப்பின்றி பிரித்து மேயப்பட்டதை பார்த்த பேரதிர்ச்சி உள்ளது. தாராளவாதம், செய்தி பற்றிய தனது கோபத்தை செய்தியை கொண்டுவந்தவர் [ஹெகல்] மீது கொட்டியது. மார்க்சிஸ்டுகள் அதே பொறிக்குள் விழுந்து விடக் கூடாது.

### 'உண்மை ஜனநாயகமும்' பிரதிநிதித்துவம் பற்றிய விமர்சன பகுப்பாய்வும்

ஹெகல் தனது தொடக்ககால இறையியல் படைப்புகளில் (Early Theological Writings) அரசியல் சமுதாயத்தின் செவ்வியல் உணர்வு தொடர்பாக ரூசோவின் வேட்கையை பகிர்ந்து கொண்டார்.[54] 'பொதுவான

விருப்பத்தை' நவீனகால அரசின் கொள்கையாக முன் வைத்ததன் மூலம், சகாப்த உணர்வில் ஏற்பட்ட புரட்சியை... தனக்காகவே சட்டமியற்றிக் கொள்ளும் உரிமையை, தனக்கு மட்டுமே பொறுப்பாக இருப்பது, தனது சொந்த சட்டங்களை அமல்படுத்துவதற்கு மட்டுமே பொறுப்பாக இருப்பது' என்பதை ரூசோ அறிமுகப்படுத்தி வைத்தார் என்று ஹெகல் வாதிட்டார்.[55] அவரும் சுதந்திரம் என்ற கிரேக்கக் கருத்துருவை கொண்டாடினார். அப்போது குடிமக்கள்

> தாமே வகுத்துக் கொண்ட சட்டங்களைப் பின்பற்றினார்கள், தாங்களே பதவியில் அமர்த்திய மனிதர்களுக்குக் கீழ்ப்படிந்தார்கள், தாமே முடிவு செய்த போர்களை நடத்தினார்கள், தமது சொந்த நோக்கத்துக்காக தமது சொத்துக்களைக் கொடுத்தார்கள், தமது உணர்வுகளை வெளிப்படுத்தினார்கள், ஆயிரக்கணக்கானவர்கள் தமது உயிர்களை தியாகம் செய்தார்கள்.[56]

குடிமக்கள் 'நகர அரசு (polis) என்ற கருத்துருவை எதிர்கொள்ளும் போது, அவர்களது சொந்த தனித்தன்மை மறைந்து போய்விடும்' என்ற கிரேக்க நம்பிக்கையை ஹெகலும் போற்றினார். 'ஆதாயமும், சுய-பராமரிப்பும் ஒருவேளை புகழ்நாட்டமும்தான் அரசியல் வாழ்க்கையில் அவர்கள் தமக்குத்தாமே வைத்துக் கொண்ட இலக்கு' என்பதை உருவாக்கிய தனியார் சொத்துடைமையின் வளர்ச்சி குறித்து அவர் வருந்தினார். தனியார் சொத்துடைமையின் ஆதிக்கம் அதிகரிப்பதன் மூலம், அரசியல் சுதந்திரம் இல்லாமல் போனது, அதன் இடத்தில் 'தமது ஒட்டுமொத்த வாழ்வை ஆக்கிரமித்த சொத்துடைமையை பாதுகாப்பதற்கான' குடிமக்களின் உரிமை எழுந்தது என்று ஹெகல் எழுதினார்.[57]

*தூய உணர்வு குறித்த புலன்கடந்த ஆய்வு (The Phenomenology of Spirit)* நூலில், ஜனநாயகம் என்ற கருத்தாக்கத்தின் நவீனகால கைப்பற்றலை, குறிப்பாக ரூசோவில் அதன் கோட்பாட்டு தெரிவிப்பையும் ஃபிரெஞ்சுப் புரட்சியில் அதன் நடைமுறை தெரிவிப்பையும் ஹெகல் மேலும் விமர்சனபூர்வமாக பரிசீலித்தார். 'உண்மையான பொது விருப்பம், அதனளவிலேயே எல்லா தனிநபர்களின் விருப்பம்'[58] என்பதற்கு ரூசோ கொண்டிருக்கும் கடப்பாட்டிற்கும் மேலும் பொதுவாக நேரடி வெகுமக்கள் இறையாண்மை என்ற கருத்தாக் கத்துக்கும் பின் உள்ள ஜனநாயக உந்துதலுக்கு அவர் தொடர்ந்து போதுமான அங்கீகாரம் கொடுத்து வந்தார்:

> சுயமாக வகுக்கப்பட்ட சட்டங்கள் என்ற வெறும் கருத்துரு மூலமாகவோ... அல்லது சட்டமியற்றுதலில் அது பிரநிதித்துவப்

படுத்தப் படுவதன் மூலமாகவோ, அதுவே சட்டத்தை இயற்றும் எதார்த்தத்திலிருந்து... சர்வப்பொதுவான வேலையிலிருந்து.... தன்னை ஏமாற்றி ஒதுக்குவதை சுய-கூருணர்வு அனுமதிப்பதில்லை. வெறுமனே பிரதிநிதித்துவப்படுத்தப்பட்டு, கருத்தியல்ரீதியாக முன் வைக்கப்படும் நேர்வில், அங்கு அது எதார்த்தமாக இல்லை; எங்கு அது பதிலி மூலமாக உள்ளதோ அங்கு அது இருக்கவில்லை.[59]

உரிமை பற்றிய தத்துவம் நூலில் ஹெகல் இந்தக் முனைவை பின்வருமாறு விளக்கியபோது இதை மீண்டும் அங்கீகரித்தார்:

எல்லா தனிநபர்களும் அரசின் உறுப்பினர்களாக உள்ளனர், அரசின் அக்கறைகள் அவர்களின் அக்கறைகளாக உள்ளன, செய்யப்படுவது அவர்கள் அறிந்து அவர்களது ஒப்புதலின் பேரில் செய்யப்பட வேண்டும் என்ற அடித்தளங்களின் மீது பொதுவான அக்கறைக்குரிய அரசியல் விவகாரங்களை விவாதிப்பதிலும் முடிவு செய்வதிலும் ஒவ்வொரு நபரும் பங்கேற்க வேண்டும்.[60]

நடைமுறை அரசியலின் எதார்த்த உலகில் இந்தக் கருத்துருக்களின் வலிமையைப் பற்றியும் அவர் எழுதினார்:

இந்த சாரமான முடிவுகள் அதிகாரத்துக்கு வந்த போது, ஒரு மகத்தான எதார்த்த அரசின் அரசியல் அமைப்பை தூக்கி எறியும் மற்றும் இருக்கும் மற்றும் தரப்பட்ட எல்லாப் பொருண்மை களையும் அழித்து விட்டு தூய சிந்தனை மூலமாக மட்டுமே முழுவதும் மறுகட்டமைக்கப்படும் வியப்பூட்டும் காட்சியை மனித வரலாற்றில் முதல் முறையாக அது உருவாக்கியது.[61]

ஹெகலின் பணிவாழ்க்கையின் இறுதிக் கட்டத்தில் எழுதப்பட்ட வரலாற்றின் தத்துவம் (Philosophy of History) நூலில், ஹெகல் ஃபிரெஞ்சுப் புரட்சியை 'மகத்தான சிந்தனை விடியல்' என்று தொடர்ந்து சித்தரித்து வந்தார். அதில் 'உரிமை என்ற கருத்துரு தனது அதிகாரத்தை உறுதி செய்தது, அநீதியால் ஆன பழைய சட்டகம் எந்த எதிர்ப்பையும் காட்ட முடியவில்லை'.[62] அனைத்து சிந்திக்கும் மனிதர்களையும் ஆட்கொண்ட 'மகிழ்ச்சியையும்', உலகம் முழுவதும் பரவிச் சென்ற 'ஆன்மீக ஆர்வத்தையும்' அவர் கொண்டாடினார்.

புரட்சியின் போது அவர் கொண்டிருந்த இளமைக்கால உற்சாகத்துக்கும், அவரது வயதான காலத்தில் புரட்சிக்கு அவர் செலுத்தும் அஞ்சலிக்கும் இடையேயான முக்கியமான மாற்றம், ஹெகலுக்கு வயதாகி விட்டது இல்லை, மாறாக புரட்சியே மிக

மோசமாக சீர்கெட்டுப் போனதுதான். ஃபிரெஞ்சுப் புரட்சியைத் தொடர்ந்து ‘அறம்’, ‘பயங்கரம்’ (ரோபஸ்பியரும் சட்டரீதியான நடைமுறைகள் இல்லாமல் அதிகாரத்தை பயன்படுத்துவதும்) என்ற இரட்டை உருவங்களின் முற்றதிகாரம் வந்தது; பின்னர் Directory of Five-ன் ஆட்சியில் ‘சந்தேகம்’ என்பது தலையெடுத்தது; பின்னர் எப்படி ஆட்சி செலுத்துவது என்று தெரிந்தவரின் (நெப்போலியன்) எழுச்சி; இறுதியாக

> சொற்களில் விவரிக்க முடியாத, போரும் குழப்பமும் நிறைந்த நாற்பது ஆண்டுகளுக்குப் பிறகு, இந்தக் குழப்பங்கள் அனைத்தும் முடிவு கட்டப்பட்டு அமைதிப்படுத்தப்படுவதைப் பார்த்துகளைப் படைந்த மனம் தன்னைத்தானே பாராட்டிக் கொள்ள முடியாது.[63]

என்று ஹெகல் *வரலாற்றின் தத்துவம் (Philosophy of History)* நூலில் எழுதினார்

என்ன தவறாகப் போனது என்பதைப் புரிந்து கொள்ளும் ஹெகலின் அருமுயற்சி, ரூசோவிய முனைவை அவர் மறு பரிசீலனை செய்ததில் வெளிப்பட்டது புரட்சியின் வீழ்ச்சி, அதைத் தூண்டிய சுதந்திரம் பற்றிய கருத்துக்களை மறுபரிசீலனை செய்யும்படி ஹெகலையும் எல்லா சிந்தனையாளர்களையும் தூண்டியது.

நவீனகால சமூகத்தில் அவரது முனைவின் குறைபாடுகளை ரூசோ ஏற்கனவே அங்கீகரித்திருந்தார்: குறிப்பாக செவ்வியல் நகர அரசுடன் (polis) ஒப்பிடும் போது நவீனகால தேசிய அரசுகள் மிகப்பெரிதாக உள்ளன என்ற பிரச்சினையும், சமத்துவம் பற்றிய நவீனகால கருத்து நிலைகள் புராதன அடிமைமுறையுடன் கொண்டுள்ள உறவு உருவாக்கும் ஒதுக்கி வைத்தல் என்ற பிரச்சினையும் அவரால் அங்கீகரிக்கப்பட்டன. ஹெகலும் இந்தக் குறைபாடுகளை ஆய்வு செய்தார். கிரேக்கர்கள் மத்தியில் இருந்தது போன்ற ஜனநாயக அரசியலமைப்புச் சட்டங்கள் ‘சிறு அரசுகளில் மட்டுமே சாத்தியமாகும்’ என்றும் ‘நமது காலத்தில் சுதந்திர குடிமக்களால் செய்யப்படும் அன்றாட வேலைகள் அடிமைகளால் செய்யப்பட வேண்டும் என்பது அந்த ஜனநாயக அரசியலமைப்புச் சட்டங்களின் அவசிய நிபந்தனை’ என்றும் *வரலாற்றின் தத்துவம் (Philosophy of History)* நூலில் கருத்து தெரிவித்தார்.[64] ஆயினும், கிரேக்க ஜனநாயகத்தில் தனிச்சிறப்பான ‘முனைப்புத்தன்மையின்மை’ என்பதுதான் ஹெகல் எழுப்பிய மிக அடிப்படையான பிரச்சினை. இறைவாக்கு (oracle) என்ற நிறுவனத்தில்

வெளிப்பட்ட சுயேச்சையான சிந்தனையின் இல்லாமை, தனிநபர்களின் குறிப்பான நலன்களும், தனிப்பட்ட நம்பிக்கைகளும் மாசுபடுத்தும் காரணிகளாக மட்டுமே தோன்ற முடியும் என்பதைக் காட்டியது.

> நம் உலகில் சுதந்திரத்தின் கொள்கையை கட்டுவிக்கும் அதன் விசித்திரமான வடிவத்தை தீர்மானிக்கும் அகநிலை சுதந்திரம் கிரேக்க சமூகத்தில் அழிவுத்தன்மையிலான காரணியாகவே வெளிப்பட்டது.[65]

இங்கு, முக்கியமாக கருத்தில் கொள்ளப்பட வேண்டியது பொதுவான நலன்தான், அதே நேரம் முனைப்பின் அறநெறியும் உரிமைகளும் இன்னும் காணப்படவில்லை. எனவேதான், சுதந்திரத்தின் கிரேக்கக் கட்டத்தைக் குறிப்பிடுவதற்கு ஹெகல் 'வளர்பருவம்' (adolescence) என்ற சொல்லைப் பயன்படுத்தினார்.

ரூசோவின் செவ்வியல்வாத முனைவுக்குள் ஹெகல் புகுத்திய வரலாற்று கூருணர்வு அபாயகரமான பின்னொட்டாக நிரூபிக்கப்பட்டது. அவர் தனது உலக வரலாறு பற்றிய பேருரைகளில் *(Lectures on World History)* முன் வைப்பது போல

> இப்போதைய அரசியலமைப்புச் சட்டங்களை வரைவதற்கு வரலாற்றில் இருந்து பாடங்கள் எதையும் எடுத்துக் கொள்ள முடியாது. புராதன அரசியல் அமைப்புச் சட்டங்களுக்கும் நவீனகால அரசியல் அமைப்புச் சட்டங்களுக்கும் பொதுவாக அவசியமான கொள்கை எதுவும் இல்லை. நமது சொந்தக் காலத்தில் அரசியலமைப்புச் சட்டங்களை ஒழுங்கமைப்பதற்கான மாதிரிகளை கிரேக்கர்களிடமும் ரோமன்களிடமும் தேடுவது மிகவும் தவறான அணுகுமுறை.[66]

குடிமக்கள் அல்லாதவர்களின் அடிமைத்தன வடிவங்களையும் குடிமக்களின் கடமை வடிவங்களையும் அடிப்படையாகக் கொண்ட புராதன சமூகத்திற்குத்தான் நேரடி வெகுமக்கள் இறையாண்மை என்ற கருத்தியல் பொருந்துகிறது. சுதந்திரம் பற்றிய இந்தக் கருத்துருவை நவீனகால உலகத்துக்கு மாற்றி பயன்படுத்துவதன் பொருள் என்ன? என்ற கேள்வியை ஹெகல் கேள்வி எழுப்பினார். நவீனகால குடிமைச் சமூகத்தில், மக்கள் தனியார் சொத்துடைமையின் பகைநிலை நிலைமைகளால் சிதறடிக்கப்பட்டு, மிரட்டப்பட்டு, ஊழலாக்கப் பட்டுள்ளனர். இதன் விளைவாக, குறிப்பிட்ட நலன்களின் தொகுப்பாக உள்ள 'எல்லோரின் விருப்பத்துக்கும்', ஒட்டுமொத்தத்தின் நலனை விரும்பும் 'பொதுவான விருப்பத்துக்கும்' இடையே நேரடி ஒத்திசைவு

எதுவும் இருக்க முடியாது. 'அனைவரின் விருப்பம்' 'பொதுவான விருப்பத்தை' விரும்பும் போதுதான் (இது எதேச்சையான நிகழ்வாகவே இருக்க முடியும்) அவை ஒன்றாக உள்ளன.

எனினும், 'எல்லோரின் விருப்பத்துக்கும்' 'பொது விருப்பத்துக்கும்' இடையேயான இடையுறவை தகவல்பரிமாற்ற கரணியத்தின் திட்டமான விதிகளின் கீழ் ஒன்றுகூடி விவாதிக்கும் குடிமக்களின் சபை மூலமாக சாதிக்கலாம் என்று (தற்கால அரசியல் கோட்பாட்டாளர்கள் பலரின், குறிப்பாக யூர்கன் ஹாபர்மாசின் (Jürgen Habermas) படைப்புகளில் எதிரொலிக்கும் பாணியில் ரூசோ வாதிட்டார். எல்லா குடிமக்களும் அவையில் பங்கேற்பது, சுய-நலனின் அடிப்படையில் முன்வைக்கப்படும் வாதங்களுக்குத் தடை, ஒட்டுமொத்த மக்களின் நலனுடன் தொடர்புடைய பொது வடிவத்தில் வாதத்தை முன் வைக்க வேண்டும் என்ற நிபந்தனை, உட்குழுக்கள் பிரிவுகள் கட்சிகள் ஆகியவற்றுக்குத் தடை இன்னபிற விதிகளை அவர் வரையறுத்தார். ரூசோவைப் பொறுத்தவரையில், 'பொது விருப்பம்' என்ற பதாகையின் கீழ் நடக்கும் பொது விவாதத்தின் கற்பிக்கும் தாக்கமும் ஒழுங்குபடுத்தும் தாக்கமும்தான் குறிப்பானதிலிருந்து சர்வப்பொதுவானதற்கான பாலத்தை உருவாக்குகின்றன.

'அனைவரின் விருப்பத்தில்' இருந்து 'பொதுவான விருப்பத்துக்கு' மாறிச் செல்வது நிச்சயமாக தோற்றுப் போகும் என்று ஹெகல் கூறினார். ஏனென்றால், அது அரசில் உள்ள தனிநபர்களின் சேர்க்கையை 'அவர்களது தன்னிச்சையான விருப்பங்கள், அவர்களது கருத்துக்கள், ஏறுமாறாக தரப்பட்ட அவர்களது ஒப்புதல் ஆகியவற்றை அடிப்படையாகக் கொண்டதாகக்' குறைத்து விடுகிறது.[67] குடிமைச் சமூகம் என்பது 'ஒவ்வொருவரின் தனிமனித நலனும் மற்றவர்களின் தனிமனித நலன்களை சந்திக்கும் போர்க்களமாக' இருந்தால், அதற்குள்ளாகவே கணிசமான சர்வப்பொதுநலன் எழுவது அசாத்தியமானது.[68] பொதுவான விருப்பத்தை 'விருப்பத்தில் அறுதியான கரணிய காரணியாகக்' கருதாமல், 'இந்தத் தனிமனித விருப்பத்தில் இருந்து எழுவதாகக்' கருதுவதில்தான் ரூசோவின் தர்க்கத்தின் பிழை உள்ளது.[69]

ரூசோ சாமான்ய செவ்வியல்வாதி இல்லை. அவர், தனியார் சொத்துடைமையை அடிப்படையாகக் கொண்ட நவீனகால குடிமைச் சமூகம், அரசியல் பங்கேற்பு என்ற கிரேக்க கருத்துரு என்ற இரண்டு கொள்கைகளை ஒத்திசையச் செய்ய முயற்சித்தார். இவ்வாறாக, அவர் அரசியல் தத்துவத்துக்கு கொடுத்த இலக்கு:

ஒவ்வொரு உறுப்பினரையும் அவரது பொருட்களையும் பொதுவான அதிகாரத்தின் மூலம் தற்காத்து பாதுகாக்கும் கூட்டமைப்பின் வடிவத்தைக் கண்டறிவது, அதில் ஒவ்வொருவரும் எல்லோருடனும் தன்னை ஒன்றுபடுத்திக் கொள்ளும் அதே நேரம், தனக்கு மட்டுமே கீழ்ப்படிவதாகவும் முன்போலவே சுதந்திரமாகவும் இருக்கலாம்.[70]

ஜனநாயகத்தின் புராதன வடிவத்துக்கும் நவீனகால குடிமைச் சமூகத்துக்கும் இடையேயான மோதலை ரூசோ தன் விருப்பப்படி புராதன வடிவத்துக்கு சாதகமாக தீர்த்துக் கொண்டார் என்று ஹெகல் குறிப்பிட்டார். 'இருக்கின்ற மனிதர்களை' எடுத்துக் கொண்டு 'இருக்கக் கூடியதான சட்டங்களை' கூராய்வு செய்யும் ரூசோவின் திட்டப்பணி 'இருக்க வேண்டியது (ought)' பற்றியும், 'இருப்பது (is)' பற்றியும் அவரது கருத்தாக்கங்களுக்கு இடையேயான விலகலைக் காட்டுகின்றன : 'இருக்கக் கூடியதான சட்டங்கள்' கிரேக்க சட்டங்கள், 'இருக்கின்ற மனிதர்கள்' நவீனகால மனிதர்கள். முன்னதை பின்னதன் மீது சுமத்துவது என்பது 'மக்களை சுதந்திரமாக இருக்கும்படி கட்டாயப்படுத்தும்' விஷயமாகவே இருக்க முடியும்.

பல கருத்தாளர்கள் ஹெகலை ரூசோவிய கண்ணாடி போட்டுக் கொண்டு வாசித்திருக்கிறார்கள், அவரது சொந்த தத்துவ திட்டப்பணி 'புராதன நகர அரசுகளின் (polis) கொள்கையை - கணிசமான பொதுத் தன்மையை - காத்திரமான தனித்தன்மை என்ற கிருத்துவ சமய கொள்கையுடன் இணக்கப்படுத்துவதுதான்' என கார்ல் ல்யோவித் (Karl Löwith) கூறுவதை ஏற்றுக் கொள்கின்றனர்.[71] இந்தத் தொகுப்புரை சாத்தியமானது அல்லது விரும்பத்தகுந்தது என நினைப்பது மாயை என்பதுதான் ஹெகலின் தர்க்கத்தின் முக்கியமான கருத்து. கிரேக்க வாழ்க்கை முறையை போற்றுவதை, நவீனகால அரசியல் வாழ்வின் தேவைகளுடன் குழப்பிக் கொள்ளக் கூடாது. நவீனகால உலகில் அரசியல் விடுதலையின் கட்டமைப்பு கிரேக்கக் கோயிலைப் போன்ற எளிமையைக் கொண்டிருக்க முடியாது, மாறாக, மத்தியகால கட்டிடக் கலை வடிவமான கோதிக் முகப்பின் (Gothic edifice) சிக்கல்நிலையைக் கொண்டிருக்க வேண்டும். இந்த சிக்கல்நிலை புராதன மனிதர்கள் அறிந்திராத ஒன்று, ஏனென்றால் அது கிருத்துவ சகாப்தத்தின் சாதனை.[72] நவீன காலங்களில் 'சுதந்திரத்தின் அமைப்பு' என்பது பல்வேறு காரணிகளின் சுதந்திரமான வளர்ச்சியைக் கொண்டுள்ள அவசியமாகவே வேறுபடுத்தப்பட்ட பொருண்மையாகும்.

'அறுதி சுதந்திரம்' என்ற முனைவே அதற்குள் 'பயங்கரத்தின்' விதைகளைக் கொண்டுள்ளது என்று ஹெகல் வாதிட்டார்; இதிலிருந்துதான் "தூய உணர்வின் புலன் கடந்த பகுப்பாய்வு" (Phenomenology of Spirit) நூலில் அவரது விவாதத்துக்கு 'அறுதி சுதந்திரமும் பயங்கரமும்' (absolute freedom and terror) என்று தலைப்பு கொடுத்தார்.[73] இந்தக் முனைவு ஃபிரெஞ்சுப் புரட்சியில் எதார்த்தமாக்கப்பட்டு, 'அதிகபட்ச அச்சுறுத்தலாகவும் பயங்கரமாகவும் முடிந்த' போது நடைமுறையில் வெளிப்பட்டது. ஏன்? அங்கு 'சாரமாக்கல்கள் மட்டும்தான் பயன்படுத்தப் பட்டன, கருத்துரு இருக்கவில்லை' என்பதுதான் ஹெகலின் பதில். சாரமாக்கல் ரூசோவின் 'பொது சித்தம்'; எதார்த்தமான தனிநபர்களின் எதார்த்தமான சுதந்திரம்தான் இல்லாத கருத்துரு. 'பொது சித்தத்தின்' சாரமாக்கலுக்கும் தனிப்பட்ட அனுபவத்தின் எதார்த்தத்துக்கும் இடையே நடுவுறுப்பு இல்லாமல் போனதால்தான், அவற்றின் உறவு ஒரு 'ஊடாடாத மறுதலிப்பாக' ஆனது.

> எனவே, சர்வப்பொது சுதந்திரத்தின் ஒரே வேலையும் செயலும் இறப்புதான், எந்த ஒரு அகநிலை முக்கியத்துவமும் இல்லாத இறப்பு.. ஏனென்றால் அறுதியான சுதந்திர சுயத்தின் காலியான புள்ளிதான் மறுதலிக்கப்படுகிறது. இவ்வாறாக, அது இறப்புகளிலேயே மிகவும் உணர்ச்சியற்ற, கேவலமான இறப்பு. ஒரு முட்டைக் கோசின் தண்டை வெட்டி எறிவது அல்லது ஒரு மடக்கு தண்ணீரைக் குடிப்பது இவற்றை விட எந்த வகையிலும் அதிக முக்கியத்துவம் இல்லாத இறப்பு.[74]

பொதுவான விருப்பம் எல்லாக் குறிப்பான விருப்பங்களுக்கும் எதிராக நிறுத்தப்படுவதால், 'உணர்வுரீதியான சுதந்திரத்துக்கான நிறுவனங்கள்' மூலம் அது நேர்மறையான எதையும் சாதிக்க முடியாது. 'அழிவின் சீற்றம்' மட்டும்தான் அதற்கு எஞ்சியுள்ளது. 'ஒவ்வொரு தனிநபரும் எப்போதுமே' பொதுவான விருப்பத்தால் தீர்மானிக்கப்பட்ட 'அனைத்தையும் செய்கிறார்' என்ற மாயையின் மூலமும் 'அனைவரும் செய்வதாகத் தோற்றமளிப்பது ஒவ்வொருவரின் உணர்வுரீதியான செயல்' என்ற மாயையின் மூலமும் தனிமனிதர்களுக்கும் 'பொதுவான விருப்பத்துக்கும்' இடையிலான எதார்த்தமான பகைநிலைகள் கரைக்கப்படுகின்றன என்று ஹெகல் வாதிட்டார்.[75] தனிப்பட்ட ஆளுமையின் முக்கியத்துவம் மறுக்கப்படும் வகையில், தமது ஒரே நோக்கம் 'பொது நோக்கம்' என்று பார்க்கும்படி தனிமனிதர்கள் வழி நடத்தப்படுகிறார்கள். பொதுவான விருப்பத்தின் 'தனித்துவமாக' இருப்பதாகக் கருதப்படும் அரசாங்கம், எதார்த்தத்தில், அதற்கே உரிய

குறிப்பான விருப்பமாக அதனை எதிர்த்து நிற்கும்போது, அதை கைப்பற்றுவதற்கான எதிரெதிர் உரிமைகோரல்களின் இலக்காக மாறுகிறது, இதன் விளைவாக பிற தரப்புகளின் பார்வையில் அரசாங்கம் என்று அழைக்கப்படுவது வெறுமனே வெற்றிபெற்ற பிரிவாகவே தோற்றமளிக்கிறது. எல்லா இடைநிலை சமூகக் குழுக்களும் வர்க்கங்களும் ஒழிக்கப்படுகின்றன. இந்த உலகத்தில் சந்தேகமும் குற்றவுணர்ச்சியும் கொடிகட்டிப் பறக்கின்றன, யாருமே பாதுகாப்பாக இல்லை.

### பிரதிநிதித்துவத்தின் பொருமல் (hypertrophy)

நேரடி வெகுமக்கள் இறையாண்மை என்ற ரூசோவிய கருத்தியலின் புரட்சித்தன்மைக்காக ஹெகல் அதனை நிராகரிக்கவில்லை, மாறாக அது போதுமான அளவு புரட்சிகரமானதாக இல்லை என்பதற்காக நிராகரிக்கிறார். அது கொடுங்கோன்மையிலிருந்து விடுவிக்கக் கூடும், ஆனால் அது சுதந்திரத்தைக் கட்டுவிக்காது. இதே உருவரையைத்தான் ஹெகல் உரிமை பற்றிய தத்துவம் புத்தகத்தில் தேடினார். அதன் முன்னுரையில் அவர் சமகால ஜெர்மானிய தீவிர வாதிகளின் புனைவியலான தேசியவாதத்தின் மீது குறிப்பிடத்தக்க கடுப்பை வெளிப்படுத்தினார். இழிபுகழ்வாய்ந்த பேராசிரியர் ஃப்ரீஸ் (Fries)-ன் அத்தகைய கவர்ச்சிகரமான முனைவை ஹெகல் பின்வருமாறு தொகுத்துச் சொன்னார்:

> உண்மையான சமுதாய உணர்வு ஆதிக்கம் செலுத்தும் மக்களில் பொது விவகாரங்களோடு தொடர்புடைய எல்லாப் பணிகளும் கீழிருந்து வாழ்வைப் பெறும், மக்களிடம் இருந்தே வாழ்வைப் பெறும்; நட்பின் புனிதமான பிணைப்பால் விடாப்பிடியாக ஒன்றுபடுத்தப்பட்டிருக்கும் வாழும் சமூகங்கள், வெகுமக்கள் கல்விக்கும் வெகுமக்கள் சேவைக்குமான ஒவ்வொரு திட்டப் பணிக்கும் தம்மை அர்ப்பணித்துக் கொள்ளும்.[76]

இந்த முனைவு அரசின் 'சிக்கலான உள்ளுறை விரித்துரைப்பை' குறுக்கி விடுவதால், அதனை 'மேலோட்டமான சிந்தனையின் நிரந்தர சாரம்' என்று ஹெகல் வர்ணித்தார்.

அதன் கரணியத்தின் கட்டிட வடிவமைப்பு - பொதுவாழ்வின் பல்வேறு துறைகளுக்கு இடையேயும் அவை அடிப்படையாகக் கொண்டிருக்கும் உரிமைகளுக்கும் இடையே தீர்மானகர வேறு படுத்தல்கள் மூலமாகவும், ஒவ்வொரு தூணும் வளைவும் சுவர் முட்டும் பிணைக்கப்பட்டிருக்கும் கறாரான விகிதத்தின்

மூலமாகவும், பகுதிகளின் ஒத்திசைவின் மூலமாக ஒட்டு மொத்தத்தின் வலுவை உருவாக்குகிறது - இந்தச் சுத்திகரிக்கப்பட்ட கட்டமைப்பை 'இதயம், நட்பு, உற்சாகம்' ஆகியவற்றின் குழம்பாக மாற்றி விடுகிறது.[77]

நவீனகாலத்தின் அரசியல் தீவிரவாதம் என்ற பரந்துபட்ட பிரச்சினையை ஃப்ரீஸின் யூத-எதிர்ப்பு தேசியவாதம் தீவிர வடிவத்தில் தெரிவித்தது. உதாரணமாக, அரசின் மற்றும் சமூகத்தின் மூலை முடுக்குகளுக்கு எல்லாம் பிரதிநிதித்துவத்தை நீட்டுவது என்ற சாமான்ய கைமருந்து மூலம் நவீனகால அரசில் பிரதிநிதித்துவத்தின் வரம்பை கடப்பதற்கு முயற்சிக்கும், அதனை ஒரு ஆணையம் அல்லது மக்களின் ஆணை என்ற வடிவத்தில் மறுவார்ப்பு செய்யும் ஜனநாயக சிந்தனையின் வடிவத்தை ஹெகல் *உரிமை பற்றிய தத்துவம்* நூலில் ஆய்வு செய்தார். இன்றைக்கு இது புரட்சிகர ஜனநாயகத்தின் மிகவும் பொதுவான மாதிரி.

பிரதிநிதித்துவ அமைப்பு, ஆயிரம் 'உத்தரவாதங்கள்' மூலம் பாதுகாக்கப்பட்டால், அவற்றை ரத்து செய்யும்படி கோருவது 'இயல்பான' ஜனநாயக எதிர்வினையாக இருக்கும் என்று ஹெகல் வாதிட்டார்:

> இத்தகைய உத்தரவாதங்களைக் கோருவதை, அந்தக் கோரிக்கை 'மக்கள்' என்ற அழைக்கப்படுவதுடன் தொடர்புப்படுத்தி முன்வைக்கப்பட்டால், அதனை இயல்பாகவே தேவையற்றதாகவும் ஒருவேளை வெறுப்பூட்டுவதாகவும் முனைப்பின் கருத்து கருதுகிறது.[78]

ஆனால், இந்த எதிர்வினை பிரதிநிதித்துவத்தின் இயல்பை தவறாகப் புரிந்து கொள்கிறது, அரசியல்ரீதியில் அபாயகரமானது என்று ஹெகல் வாதிட்டார். ஒட்டுமொத்த அரசையும் பிரதிநிதித்துவ அமைப்பு கைப்பற்றுவது பிரதிநிதித்துவத்தை பீடித்திருக்கும் 'தனியார் பார்வை நிலையை' தோற்கடித்து விடாது, அதனை எளிதாக பொதுமைப்படுத்தி விடும் என்பது ஹெகலின் வாதம். அரசின் மற்ற எல்லா நிறுவனங்களுக்கு மேலாக பிரதிநிதித்துவ அவையை உயர்த்து பவர்கள், அது 'தனிமையான தனிநபர்களிடம் இருந்து, தனியார் பார்வை நிலையில் இருந்து, தனிப்பட்ட நலன்களில் இருந்து தொடங்குகிறது, எனவே அவர்களின் நடவடிக்கைகளை இவற்றுக்கு அர்ப்பணிக்க விரும்புகிறது' என்பதை மறந்து விடுகின்றனர். பிரதிநிதித்துவத்தின் 'தூய' வடிவம் பொதுக் கருத்துக்கு அடிமையாக இருக்கும், ஆனால் பொதுக் கருத்து என்பது அதன் இயல்பிலேயே 'உண்மையான தேவைகளின்' சேமிப்பகமாகவும் 'நீதியின் கணிசமான

கொள்கைகளின்' சேமிப்பகமாகவும் மட்டும் இல்லை, மாறாக அது 'கருத்தின் எல்லா விபத்துக்களாலும், அதன் அறியாமையினாலும் வக்கிரத்தாலும் அதன் தவறுகளாலும் மதிப்பீட்டின் பொய்மையாலும் பீடிக்கப்பட்டிருக்கிறது'.[79] பொதுக்கருத்து என்பது 'உண்மையும் எண்ணற்ற தவறுகளும் கலந்த கலவை', அதனை 'எவ்வளவு மதிக்கிறோமோ அவ்வளவு வெறுக்கவும்' வேண்டியுள்ளது என்று ஹெகல் எழுதினார்.[80] 'வாழ்க்கையில் அல்லது அறிவியலில் மகத்தான எதையும் சாதிக்க வேண்டுமானால், பொதுக் கருத்தில் இருந்து சுயேச்சையாக இருப்பது முறையான முதல் நிபந்தனை என்றால்' அரசியலிலும் அப்படியே உள்ளது.

பிரதிநிதித்துவ சபைக்கும் நிர்வாக அமைப்புக்கும் இடையே, முன்னது எல்லாம் சரியாகவும் பின்னது எல்லாம் தவறாகவும் உள்ளது என்ற இன்றியமையாத எதிர்நிலையை அனுமானித்துக் கொள்வது அபாயகரமான முன்முடிவு என்று ஹெகல் வாதிட்டார். பிரதிநிதித்துவ சபை தனியார் நலன்களில் இருந்து தொடங்குகிறது என்றும் பொதுவான நலனுக்கு பாதகமாக இந்த தனியார் நலன்களுக்கு தன்னை அர்ப்பணித்துக் கொள்கிறது என்றும் சொன்னால், நிர்வாக அமைப்பு அரசின் நோக்குநிலையில் இருந்து தொடங்குகிறது எனவே சர்வப் பொதுவானதற்கு தன்னை அர்ப்பணித்துக்கொள்கிறது என்று அதே அளவு பொருத்தத்துடன் சொல்ல முடியும். இரண்டு எதிர்நிலைகளுமே நியாயப்படுத்த முடியாதவை என்று வாதிடும் ஹெகல், சட்டமியற்றும் அவையும் அதிகார வர்க்கமும் எதார்த்தத்தில் எதிரெதிராக இருப்பது அரசு 'அழிவின் விளிம்பில்' இருக்கிறது என்பதற்கான உறுதியான அடையாளம் என்று கூறினார்.

'பொது சித்தத்தை', அரசியல் கட்சிகளையும் குடிமைச் சமூகத்தின் பிற கூட்டுகளையும் அரசின் அமைப்புக்குள் அனுமதிப்பதற்கு எதிராக நிறுத்துவது இதற்கு சம அளவு அபாயகரமான முன்முடிவு என்று ஹெகல் வாதிட்டார். கட்சிகள் பக்கச்சார்புடையவையாகவும், சுயநலன் சார்ந்ததாகவும், செல்வத்தாலும் சொத்தாலும் ஊழலாக்கப்பட்டும் தமது தனியான நோக்குநிலையை மொத்தத்தின் நலனுக்குக் கீழ்ப்படுத்த முடியாமலும் இருப்பதாகத் தோன்றலாம். மாறாக, அவை திருப்தி அடைந்தவையாக குடிமைச் சமூகத்தை உண்மையிலேயே பிரதிநிதித் துவப்படுத்த திறனற்றவையாக இருக்கலாம். எப்படியானாலும், புரட்சிகர அரசியல் தத்துவம் ரூசோவின் பாதையில் கட்சிகளுக்கு விரோதமான, பிரதிநிதித்துவத்தின் அதிகாரபூர்வ அமைப்பையும் அதன் அன்னிய நிறுவனங்களையும் நிராகரிக்கும் சாய்வைக் கொண்டுள்ளது.

இந்தப் புரட்சிகர ஜனரஞ்சகம், சட்டம் இயற்றும் சபையில் மக்கள் 'தனிநபர்களாக' பங்கேற்க வேண்டும் என்று வலியுறுத்தும் போதே, மக்களை 'வடிவமில்லாத மொத்தமாக' கையாள்வதில் போய் முடிகிறது.[81] குடிமக்கள் வெறும் 'தனிநபர்கள்' இல்லை, அவர்கள் சமூக வர்க்கங்களாகவும், குழுக்களாகவும், சங்கங்களின் உறுப்பினர்களாகவும் உள்ளனர். அவர்களை தனிநபர்களின் மொத்தமாக மாற்றி, அவர்களது ஒரே சட்டபூர்வமான சேர்க்கையாக அரசு என ஆக்கி விட்டால், ஜனநாயகத்துக்கான அறைகூவல் ஜனநாயகத்துக்கு எதிரானதாக மாறி விடுகிறது. குடிமைச் சமூகத்தின் சங்கங்கள் சர்வப்பொது பார்வைக்கு முன்பாக தனியார் பார்வையை முன் வைப்பதால் குடிமைச் சமூக சங்கங்களை ஒடுக்குவது இதிலிருந்து ஒரு சிறு அடியாகவே உள்ளது.

'எல்லோரும் அரசின் செயல்பாடுகளில் பங்கேற்க வேண்டும்' என்ற புரட்சிகர ஜனநாயக சிந்தனைக்கு அடிப்படையாக இருக்கும் கருத்துருதான் ஹெகலுக்கு 'அபத்தமான கருத்துநிலையாகத்' தோன்றியது. இந்த எதிர்வினைதான் இளம் மார்க்சுக்கு அவ்வளவு அதிர்ச்சியூட்டியது. வெகுமக்கள் பிரதிநிதித்துவத்தின் ஒரே குவிமையமாக சட்டமியற்றும் அவையின் மீது ரூசோ கவனத்தைக் குவிப்பதை விமர்சித்த அதே நேரம் ரூசோவிய அரசியல் தத்துவத்தின் அடிப்படை வரையறைகளை மார்க்ஸ் ஏற்றுக் கொண்டார். ஹெகலின் தர்க்கத்தில் மேட்டிமைவாதத்தின் வெளிப்பாட்டுக்கு அப்பால் எதுவும் இல்லை என்று புரிந்து கொள்வதன் மூலம், ஹெகல் மெய்யாகவே என்ன சொல்ல வருகிறார் என்பதைப் புரிந்து கொள்ள மார்க்ஸ் தவறுகிறார் என்பது எனது கருத்து. 'எல்லோரும் இந்தச் செயல் பாட்டில் இயல்பாக உள்ளார்கள்' என்று பங்கேற்பு ஜனநாயகம் என்ற கருத்துநிலை அனுமானித்துக்கொள்வதாக ஹெகல் வாதிட்டார்.[82] எல்லா தனிநபர்களும் பொது வாழ்வில் பங்கேற்க வேண்டும் என்ற வழிகாட்டல் ஒன்று 'அநாகரீகமான அச்சுறுத்தும் குழப்பத்தில்' முடியும் அல்லது ஒரு சிலரின் ஆட்சியும் பலரின் அலட்சியமும் ஆதிக்கம் செலுத்துவதை மறைக்கும் முகமூடியாக அது முடிந்து போகும். பொது விவகாரங்களைப் பற்றி புறநிலையாக விவாதிப்பது அரசுக்கு தேவை என்பது இன்றியமையாத கருத்து. முன்முடிவும் சுய-நலனும் ஆதிக்கம் செலுத்தவல்ல இடத்தில் 'முனைப்புரீதியான கருத்தையும் அதன் தன்னம்பிக்கையையும்' அது தாண்டிச் சென்றே தீர வேண்டும்.

[Institutionalism - நிறுவனவாதம் என்பது அரசியலை ஆய்வு செய்வதற்கு அரசாங்கத்தின் முறையான நிறுவனங்கள் மீது கவனம் செலுத்தும் அணுகுமுறையான நிறுவனக் கோட்பாட்டைக் குறிக்கிறது - மொ.பெ]

நவீனகால ஜனநாயக சிந்தனையின் தனிச்சிறப்பான பாணியில், ஹெகல் சர்வமுனைப்பை அங்கீகரித்ததில் இருந்து பின்வாங்குவதாக யுர்கன் ஹாபர்மாஸ் (Jürgen Habermas) இந்தத் தர்க்கத்தை புரிந்து கொள்கிறார். நவீனகால சமூகத்தின் பல்வேறுதன்மையையும் பன்முகத் தன்மையையும் அங்கீகரிக்கும், சமூக அறம் பற்றிய அறுதி கருத்தாக் கங்களையும் சுமத்தாமல் சமூக வேறுபாட்டை ஒழுங்குபடுத்தும் இரண்டாம்-நிலை நியதிகளை தேடுவதில் இருந்து பின்வாங்குவதாகப் புரிந்து கொள்கிறார். 'தனிப்பட்ட விருப்பம்... மொத்தமாக நிறுவன ஒழுங்கமைப்புடன் பிணைக்கப்பட்டுள்ளது, நிறுவனங்கள் அதனோடு இணைந்திருக்கும் வரையில் மட்டுமே நியாயப்படுத்தப்படுகின்றன' என்று கூறும் 'உறுதியான நிறுவனவாதத்தை' அடிப்படையாகக் கொண்டு அரசு பற்றிய முற்றதிகார கருத்தாக்கத்தை தருவதாக அவர் *உரிமை பற்றிய தத்துவம் (Philosophy of Right)* நூலைப் புரிந்து கொண்டார்.[83] ஜனநாயகரீதியான சுய-நிர்ணயத்துக்கான கோரிக்கை முதிய ஹெகலின் காதுகளை எட்டிய போது, தர்க்கத்துக்கே எதிரான 'மறுப்பின் இசையாக' மட்டுமே ஹெகல் அதனைக் கேட்க முடிந்தது என்று ஹாபர்மாஸ் அறிவிக்கிறார்.

அறிவொளிக் காலத்தின் இருளான பக்கத்தை புரிந்து கொள்வதில் நவீனகால ஜனநாயக சிந்தனை எதிர்கொள்ளும் சிரமங்களின் நோய்க்குறியாக (symptomatic) இந்த விமர்சன பகுப்பாய்வு உள்ளது. புரட்சியின் வீழ்ச்சியை ஹாபர்மாஸ் தத்துவார்த்தரீதியில், அதை இயக்கிய கருத்தாக்கத்தின் அடிப்படையில் நேரடியாக எதிர்கொள்ளவில்லை. நவீனகால ஜனநாயக சிந்தனையைப் பொறுத்தவரையில், 'உண்மையான ஜனநாயகம்' என்ற அதே கருத்துருவை அடுத்த முறை இன்னும் சிறந்த வழியில் செயல்படுத்துவது என்ற நேரடியான விவகாரம்தான் அது. நீங்கள் சிந்திப்பது அறிவூட்டப்பட்டிருந்தால் மட்டுமே உங்களுக்காகவே சிந்திப்பது அறிவூட்டப்பட்டிருக்கும் அல்லது மக்கள் விரும்புவது அறுதியானதாக இருந்தால்தான் மக்களின் விருப்பம் அறுதியானதாக இருக்கும் என்ற அறிவொளி காலம் பற்றிய கான்டின் கருத்துநிலை பற்றிய ஹெகலின் விமர்சனத்தை ஹெகல் பயன்படுத்திய, இறுதியில் 'எல்லாமே இறைச்சிப் பொருள்தான்' என்ற சொற்றொடரில் தொகுத்துச் சொல்லி விடலாம். 'மக்களின் விருப்பம்' அநாகரிக நிலையைச் சேர்ந்ததாக இருக்கலாம் என்றும் ஜனநாயகவாதி 'மக்களுக்கு எதிராக' இருக்க நேரிடும் என்றும் பாசிசத்தைப் பற்றி அறிந்திருக்கும் தலைமுறைக்கு வெளிப்படையாக தெரிகிறது.

ஆண்ட்ரூ அராட்டோ (Andrew Arato) 'குடிமைச் சமூகத்தின் பிரதிநிதித்துவ கோட்பாட்டாளர்' என்று அழைத்த, நவீனகால ஜனநாயக

முறைபாட்டில் ஹெகலின் *உரிமை பற்றிய தத்துவம்* நூலுக்கு பொருள் கூறுவதன் மூலம் ஒட்டுமொத்த பிரச்சினையும் குழப்பப்படுகிறது. குடிமைச் சமூகத்தின் சங்கங்கள் மூலமாகவும், நாடாளுமன்றத்தில் அவற்றின் பிரதிநிதிகள் மூலமாகவும் பொதுக் கருத்து மூலமாகவும் 'ஒருமைப்பாடும் ஒற்றுமையும் தன்னாட்சியாக உருவாக்கப்படும்' என்று ஹெகல் கருதினார் என்கிறார் அராட்டோ. "*உரிமை பற்றிய தத்துவம்*" நூலில் அரசின் மீதும் அதன் அதிகார உறுப்புகள் மீதும் நம்பிக்கை கொண்ட இன்னொரு ஹெகல் இருக்கிறார் என்று அராட்டோ அங்கீகரிக்கிறார். ஆனால், 'குடிமைச் சமூகத்தின்' மீதும் வெளியிலிருந்து விளிம்புநிலை உதவியை மட்டும் பெற்றுக்கொண்டு சமூக ஒருங்கிணைப்பின் பணிகளைச் செய்வதற்கான அதன் திறன் மீதும்தான் ஹெகலின் முக்கியமான அழுத்தம் உள்ளது என்று அவர் வாதிட்டார். அரசின் பொதுவான பணிகளில் குடிமக்கள் வரம்பிடப்பட்ட பாத்திரத்தைத்தான் ஆற்றுகின்றனர் என ஹெகல் அங்கீகரித்தார் என்றும், ஆனால் தனிப்பட்ட செயல்பாட்டுக்கு மேலாக அரசியல் தன்மையிலான செயல்பாட்டை மக்களுக்கு வழங்குவது அவசியமானதாக அவர் கருதினார் என்றும் அராட்டோ கூறுகிறார். இந்த நிலைப்பாட்டில் இருந்து பார்க்கும் போது ஹெகல் புதிதாகச் செய்தது குடிமைச் சமூகத்தில் குடிமை சுதந்திர உரிமைகளை கார்ப்பரேட்டுகள், எஸ்டேட்டுகள் போன்ற இடைநிலை நிறுவனங்கள் மூலம் அரசியல் பங்கேற்பு உரிமைகளாக விரிவாக்குவது மட்டும்தான்: கார்ப்பரேட்டுகள் குறிப்பான நிலையில் உயர் மட்டங்களில் பங்கேற்பவை, எஸ்டேட்டுகள் இன்னும் பொதுப்படையானவை ஆனால் குறைவாக பங்கேற்பவை. இதன் விளைவாக நேரடி ஜனநாயகத்துக்கும் பிரதிநிதித்துவ ஜனநாயகத்தும் இடையே முறையான சமநிலை இருக்கும்.

இந்த விளக்கத்தில், *உரிமை பற்றிய தத்துவம்*, தனிநபரையும் சமுதாயத்தையும் தனியார் சொத்துடைமையும் அரசையும் குடிமைச் சமூகத்தின் கூட்டிணைவு வடிவங்களின் மூலமாக ஒத்திசையச் செய்யும் பரிந்துரைக்கும் சமூகவியலாக மறுவார்க்கப்படுகிறது. ஆனால், 'ஒத்திசைவாக்குவதன்' இந்த வடிவத்தின் சாத்தியத்தையேதான் ஹெகல் நிராகரித்தார். நவீனகால குடிமைச் சமூகம் பகைநிலைகளால் உடைத்து பிரிக்கப்படுகிறது என்று அவர் அங்கீகரித்தார்: 'குறிப்பான தன்மையும் சர்வப்பொதுத்தன்மையும் குடிமைச் சமூகத்தில் பிரிக்கப் பட்டுள்ளன', என்பதாலும் 'குடிமைச் சமூகம் (எல்லையற்ற) ஆடம்பரமும் துயரமும் என்ற காட்சியையும் இரண்டுக்கும் பொதுவான பௌதீக மற்றும் தார்மீக ஊழல் என்ற காட்சியையும் தருகிறது என்பதாலும் இது இவ்வாறு உடைத்துப் பிரிக்கப்பட்டுள்ளது'.[85] முதலாளித்துவ

குடிமைச் சமூகத்தின் பகைநிலைத் தன்மையை தனது அரசியல் தத்துவத்தின் இறைச்சிப் பொருளுக்குள் ஹெகல் கறாராக அனுமதித்ததை நவீனகால ஜனநாயகக் கோட்பாடு புரிந்து கொள்ளத் தவறுகிறது. அரசு குடிமைச் சமூகத்துடன் குழப்பப்பட்டால், 'தனிநபர்களின் நலன் அதனளவிலேயே அவர்கள் ஒன்று சேர்வதற்கான இறுதி குறிக்கோளாகி விடும்' என்பது அதன் நிச்சயமான விளைவாக இருக்கும் அவர் எழுதினார்.[86] இப்போது, 'குடிமைச் சமூகக் கோட்பாடு' என்று அழைக்கப்படுவது குடிமைச் சமூகத்தின் வன்முறையை எதிர்கொள்ள மறுக்கிறது.

## தொகுப்புரை: ஹெகலின் உரிமை பற்றிய தத்துவம் நூலின் சமகால முக்கியத்துவம்

வெகுமக்கள் இறையாண்மை தொடர்பான நவீனகால ஜனநாயக மாயைகளின் வேர்கள் 'சுயேச்சையான கருத்துருக்களின் களத்துக்கு உயர்த்தப்பட்டு எதார்த்தத்துக்கு எதிராக திருப்பப்பட்டு விட்ட' அரசின் அம்சங்களில் உள்ளன என்று ஹெகல் வாதிட்டார்.[87] பழமைவாத நிலையில், அரசு என்பது மக்களின் விருப்பத்தை அடிப்படையாகக் கொண்டது என்ற மாயை உறுதி செய்யப்படுகிறது. விமர்சன நிலையில் 'மக்களின் விருப்பம்' என்ற கருத்துரு அரசுக்கு எதிராக நிறுத்தப் படுகிறது. பழமைவாத நிலை, பிரதிநிதித்துவ அரசாங்கத்தின் உருவில் மனிதஇனம் பொது சுதந்திரத்தின் உச்சத்தை அடைந்து விட்டது என்ற மாயையை விற்கிறது. விமர்சன நிலை, பிரதிநிதித்துவத்துக்கு எதிராக இருத்தல், இடைநிலைக்கு எதிராக உடனடித்தன்மை என்ற புராதன குறுங்குழுவாதத்தை பயன்படுத்தி பிரதிநிதித்துவத்தின் மாயைகளை சரிசெய்ய முயற்சிக்கிறது. ஆனால் அது மாயமந்திர மருந்து எதையும் கண்டுபிடிக்க முடியவில்லை. பிரதிநிதித்துவத்தின் பிழைகளை அதனை 'ஒழித்துக்கட்டுவதன்' மூலம் சரிசெய்ய முடியாது என்றும் முடக்கப்பட்டது இன்னும் கோரமான வடிவில் மீளும் என்றும் ஹெகல் முன்னறிவித்தார்.

'எதார்த்தத்துடன் ஒத்திசைவது' என்ற ஹெகலின் கருத்து நவீனகால அரசியல் விமர்சனத்துக்கு மேலும் சிரமமான மேலும் கவலைக்குரிய, மேலும் சிக்கலான, ஆனால் உறுதியான அடித்தளத்தை வழங்குகிறது. 'மண்ணுலகில் தன்னைத்தானே ஈடேற்றம் செய்து கொள்ளும் மனமாக' தனது வாழ்வைத் தொடங்கும் நவீனகால அரசு, 'தனிநபர்கள் வெறும் உறுப்புகளாக' இருக்கும் 'சுயேச்சையான தன்னாட்சியான அதிகாரமாக' ஏன் மாறுகிறது என்று அவர் விளக்க முயற்சித்தார். பிரதிநிதித்துவ அரசாங்கத்தின் தோற்றம் நீடித்த 'தீர்வு'

எதையும் வழங்காதது ஏன் என்றும், பிரதிநித்துவம் பற்றிய புரட்சிகர விமர்சன பகுப்பாய்வும் தோற்றுப் போனது ஏன் என்றும் அவர் காட்டுகிறார். ‘அரசியல் அமைப்புச் சட்டம் பற்றிய பேச்சாளர்கள் மக்கள் பற்றி விரிவாகப் பேசும் போது, பொதுமைப்படுத்தல்களையும் வக்கிரமான பிரகடனங்களையும் தவிர வேறு எதையும் நாம் எதிர்பார்க்க முடியாது என்று முன்கூட்டியே தெரிகிறது’ என்று ஹெகல் எழுதினார்.[88] அரசின் இருத்தலை அதன் கருத்தாக்கத்துடன் சமப்படுத்த முடியாது, அரசு பற்றிய கருத்தாக்கத்தை கண்டனத்துக்கு அப்பாற்பட்ட விண்ணுலகுக்கு (‘உண்மையான’, ‘நேரடி’, பங்கேற்பு ஜனநாயகம்) உயர்த்தவும் முடியாது. அதனை அடைவதற்கு எதார்த்தமான அரசு முயற்சிக்க வேண்டும். அத்தகைய மூலஉத்தி அரசில் ஏற்கனவே இருக்கும் ‘வெகுமக்கள் இறையாண்மை’ என்ற மாயையைத்தான் மறுபடியும் முன்வைக்கிறது. ஜனநாயகக் கனவுகளும் பாசிசம் என்ற பூதமும் ஆதிக்கம் செலுத்தும் எதார்த்த அரசியல் உலகில் இன்னும் அதிக விமர்சனரீதியான மாற்று தேவைப்படுகிறது.

## குறிப்புகள்

1. கில்லியன் ரோஸ் (Gillian Rose), சைமன் கிளார்க் (Simon Clarke), அலன் நோரி (Alan Norrie), மிக் ஓ’சல்லிவன் (Mick O'SUllivan), யோர்ஜ் இயனாரஸ் (Jorge Ianarreas), மேரியன் டோயன் (Marion Doyen) மற்றும் தொகுப்பாசிரியர்கள் ரிச்சர்ட் குன், வெர்னர் போன்ஃபெல்ட் ஆகியோரின் அறிவுரைக்காகவும் விமர்சனங்களுக்காகவும் நான் அவர்களுக்கு நன்றி கூற விரும்புகிறேன்.
2. *கார்ல் மார்க்ஸ், அரசு பற்றிய ஹெகலின் கருத்தியல் மீதான விமர்சன பகுப்பாய்வு (Karl Marx, 'Critique of Hegel's doctrine of the state'),* எல். கொல்லெட்டி *(தொகுத்த) மார்க்சின் தொடக்ககால எழுத்துக்கள்* (L. Colletti'(ed.), Marx's Early Writings), Penguin, Harmondsworth, 1975.
3. *முன்வந்தது.,* p. *80.*
4. *முன்வந்தது.,* p.. *98.*
5. *முன்வந்தது.,* p. *198.*
6. *முன்வந்தது.,* p. *127.*
7. *முன்வந்தது.,* p. *125.*
8. *முன்வந்தது.*
9. இந்த விமர்சனப் பகுப்பாய்வை ஏற்றுக் கொண்டு உறுதிப்படுத்துவதை: லூசியோ கொல்லெட்டி, ஃபிரம் ரூசோ டு லெனின் (Lucio Colletti, From Rousseau to Lenin), New Left Books, London, 1972; எல் கொல்லெட்டி *(தொகுப்பு), மார்க்சின் தொடக்கா கால எழுத்துக்கள்* அறிமுகம் (L. Colletti, 'Introduction' to L. Colletti (ed.), *Marx's Early Writings);* எல், கொல்லெட்டி, *மார்க்சிசம் அண்ட் ஹெகல்* (L. Colletti, *Marxism and Hegel)*, Verso, London, *1979;* சைமன் கிளார்க், *மார்க்ஸ், மார்ஜினலிசம் அண்ட் சோசியாலஜி* (Simon Clarke, Marx, *Marginalism and Sociology*), Macmillan, London, second ed, 1991, p. *30;* கிறிஸ் ஆர்தர், *டயலிக்டிக்ஸ் ஆஃப் லேபர்* (Chris Arthur, *Dialectics of*

*Labour*), Blackwell, Oxford, ***1986;*** ஜே ஓமேலி, *அறிமுகம் கார்ல் மார்க்ஸ், கிரிட்டிக் ஆஃப் ஹெகல்ஸ் ஃபிலாசஃபி ஆஃப் ரைட்* (J O'Malley, *'Introduction' to Karl Marx, Critique of Hegel's Philosophy of Right),* Cambridge University Press, 1970 ஆகியவற்றில் பார்க்கலாம். மார்க்சின் விமர்சனப் பகுப்பாய்வு தொடர்பான மாற்று பொருள்கூறும், அதே நேரம் உரிமை பற்றிய தத்துவத்தை அவர் சித்தரிப்பதை ஏற்றுக் கொள்ளும் படைப்புகளுக்கு பார்க்கவும். ஹால் டிரேப்பர், *கார்ல் மார்க்சஸ் தியரி ஆஃப் ரெவல்யூஷன்,* தொகுதி ஒன்று, *ஸ்டேட் அண்ட் பியூரோகிரேசி* (Hal Draper, *Karl Marx's Theory of Revolution,* Volume One, *State and Bureaucracy),* Monthly Review Press, 1977, ch. ***3*** *எமன்சிபேஷன் ஃபிரம் ஹெகல் ('Emancipation from Hegel')* and *பாப் ஃபைன், டெமாக்ரசி அண்ட் த ரூல் ஆஃப் லா* (Bob Fine, *Democracy and the Rule of Law*), Pluto Press, London, ***1984.*** மார்க்சுக்கு எதிராக ஹெகலை தாராளவாதரீதியில் நியாயப்படுத்துவதற்கு பார்க்கவும் கே.எச் இல்டிங், ஹெகல்ஸ் கான்செப்ட் ஆஃப் த ஸ்டேட் அண்ட் மார்க்சஸ் இயர்லி கிரிட்டிக் (K. H. Iting, 'Hegel's concept of the state and Marx's early critique'), in Z. A. Pelczynski (ed.), The State and Civil Society, Cambridge University Press, 1984, pp. 93-113.

***10.*** எல் கொல்லெட்டி, *மார்க்சஸ் எர்லி ரைட்டிங்ஸ் (L. Colletti, Marx's Early Writings)* (1975), p. 46.

***11.*** எல். கொல்லெட்டி, *ஃபிரம் ரூசோ டு லெனின்* (L. Colletti, *From Rousseau to Lenin),* p. 184.

***12.*** எல். கொல்லெட்டி, *மார்க்சஸ் இயர்லி ரைட்டிங்ஸ்* (L. Colletti, *Marx's Early Writings*), p. 42.

***13.*** பார்க்கவும் ரிச்சர்ட் ஹைலாண்டின் (Richard Hyland) சிறந்த விவாதம், ஹெகலின் *உரிமை பற்றிய தத்துவம் : ஒரு பயனர் கையேடு ('Hegel's Philosophy of Right: A User's Manual'),* Cardozo Law Review, vol. 10, 1989, pp. 1735-1831 (especially pp. 1750 ff.).

***14.*** மார்க்ஸ், "எங்கெல்சுக்கு கடிதம்" (Marx, 'Letter to Engels'), 16Jan 1858. *'முதிர்ந்த'* மார்க்ஸ் ஹெகலுக்கு பட்டிருக்கும் மேன்மேலும் அதிகக் கடனை ஹிரோஷி உசிதா நிரூபித்துக் காட்டியுள்ளார். ஹிரோஷி உசிதா, *மார்க்சஸ் குருண்ட்ரிச அண்ட் ஹெகல்ஸ் லாஜிக்* (Hiroshi Uchida: *Marx's Grundrisse and Hegel's Logic*), Routledge, London, 1988.

***15.*** ஹெகல், *உரிமை பற்றிய தத்துவம்* (Hegel, *Philosophy of Right*), அலன் வுட் (Allen Wood) சீரமைத்தது, Cambridge University Press, Cambridge, 1991, p. ***28*** *(இதன் பிறகு* PR என சுருக்கமாக குறிப்பிடப்படும்; 'para' என்பது பத்தியை குறிக்கிறது; 'A' சேர்க்கையைக் குறிக்கிறது, 'R' கருத்தை குறிக்கிறது)

***16.*** இந்தப் பார்வையை, சமகால மார்க்சிஸ்டுகள், குறிப்பாக ரிச்சர்ட் குன் விரிவுபடுத்தி வலுவாக்கியுள்ளனர் , ஹெகலின் தூய உணர்வு குறித்த புலன் கடந்த ஆய்வு நூலில் 'ரெகக்னிஷன்' ('"Recognition" in *Hegel's Phenomenology of Spirit*'), Common Sense, Edinburgh, 4, 1989.

***17.*** ஹெர்பர்ட் மார்க்யூஸ், *ரீசன் அண்ட் ரெவல்யூஷன்* (Herbert Marcuse, *Reason and Revolution*), RKP, London, ***1968*** *(**1941**-ல் முதலில் வெளியிடப்பட்டது)*

***18.*** ஹெகலின் அரசு என்பத 'கால்ஸ்பாத் போலீஸ் அரசை அறிவுரீதியாக நியாயப்படுத்துவதைத் தவிர வேறில்லை' என்று ஹெகலின் அரசு பற்றி ஹயம் (Haym) எழுதினார். (R. Haym, *Hegel und Seine Zeit*, 1857, cited in Hyland, p. ***1774***). சி.எல் மிஷெலட் (C.L. Michelet) இந்தப் பிரதியில் 'மீட்டமைப்பு ஆண்டுகளின்

பிற்போக்கு அரசாங்க அரசியலை ஹெகல் சேர்த்துக் கொண்டார்' என்று கூடுதலாக கூறுகிறார். , சி.எல். மிஷெல்ட், *ஹெகல்* (C.L. Michelet, *Hegel*), Clarendon Press, Oxford, 1970.

19. கார்ல் பாப்பர், *தி ஓப்பன் சொசைட்டி அண்ட் இட்ஸ் எனிமீஸ்* (Karl Popper, *The Open Society and Its Enemies*) (5th rev. edition, 1966), Routledge and Kegan Paul, London, p. 2.

20. எல்.டி ஹாப்ஹவுஸ், *த மெட்டாஃபிசிக்கல் தியரி ஆஃப் த ஸ்டேட்* (L.T. Hobhouse, The Metaphysical Theory of the State), Allen and Unwin, London, 1918.

21. ஈ. காசிரர், *த மித் ஆஃப் த ஸ்டேட்* (E. Cassirer, The Myth of the State), Yale University Press, New Haven, 1946, p. 273.

22. ஜான் ப்ளமனாட்ஸ், *மேன் அண்ட் சொசைட்டி* (John Plamenatz, Man and Society), vol. 2, Longmans, London, p. 268.

23. PR, para 124R.

24. PR, para 260 and 260A.

25. கார்ல் ல்யோவித், *ஃப்ரம் ஹெகல் டு நீட்சே* (Karl Löwith, From Hegel to Nietzche), Constable, London, 1967, pp. 240-1. இதே அல்லது இது போன்ற வாதங்கள் மறுபடியும் வருவதை பார்க்கவும்:

26. அலன் வுட், '*எடிட்டர்ஸ் இன்ட்ரொடக்ஷன் டு ஹெகல், எலிமென்ஸ் ஆப் தி ஃபிலாசஃபி ஆஃப் ரைட்*' (Allen Wood, 'Editor's Introduction' to Hegel, *Elements of the Philosophy of Right*), Cambridge University Press, Cambridge, 1991; கே.எச். இல்டிங், *த ஸ்ட்ரக்சர் ஆஃப் ஹெகல்ஸ் ஃபிலாசஃபி ஆஃப் ரைட்)* K.H. Ilting, *The structure of Hegel's Philosophy of Right*'), இசட்.ஏ.பெல்சின்ஸ்கி (தொகுப்பு), *ஹெகல்ஸ் பொலிட்டிக்கல் ஃபிலாசஃபி* (Z.A. Pelczynski (ed.), Hegel's Political Philosophy), Cambridge University Press, *1971; ஃப்ரெட் டால்மயர், ரீதிங்கிங் த ஹெகலியன் ஸ்டேட்* (Fred Dallmayr, '*Rethinking the Hegelian State*'), டி கார்னெல் முதலானோரின் *(தொகுப்பு) ஹெகல் அண்ட் பாலிட்டிக்கல் தியரி-ல்* (D. Cornell et al.(eds.), *Hegel and Political Theory*), Routledge, *1991; ஃபிரெட் டால்மயர், ஜி.டபிள்யூ.எஃப், ஹெகல்; மாடர்னிட்டி அண்ட் பாலிடிக்ஸ்* (Fred Dallmayr, *G. W.F. Hegel; Modernity and Politics*), Sage, London, 1993, ch. *2 டுவேர்ட்ஸ் எ மாடர்ன் போலிஸ் (Towards a Modern Polis*'); *பெர்னார்ட் கல்லன், ஹெகல்ஸ் சோசியல் அண்ட் பொலிடிக்கல் தாட்: அன் இன்ட்ரொடக்ஷன்* (Bernard Cullen, *Hegel's Social and Political Thought*: An *Introduction*), Gill and Macmillan, Dublin, 1979, ch.5 '*The Philosophy of Right: The Rational State*'; *ஸ்டீவன் ஸ்மித், ஹெகல்ஸ் கிரிட்டிக் ஆஃப் லிபரலிசம்* (Steven Smith, *Hegel's Critique of Liberalism*), University of Chicago Press, Chicago, 1989, ch. 5 'The Hegelian Rechtsstaat'.

27. தேசிய சோசலிசத்துக்கு [நாஜியிசம்] எதிரான ஹெகலின் அரசு பற்றிய முனைவு என்பதை ஃபிரான்ஸ் நியூமனும் (Franz Neumann) வளர்த்தெடுத்தார். 'ஹெகலின் அரசு பற்றிய கருத்துரு, அடிப்படையிலேயே ஜெர்மன் இனவாத மாயையுடன் பொருந்தாதது. 'அரசு என்பது தர்க்கத்தின் ஈடேற்றம்' என்று ஹெகல் அறுதியிட்டார். ஹெகலின் கோட்பாடு கரணியமானது; அது சுதந்திர தனிநபருக்கு ஆதரவாகவும் நிற்கிறது. அவரது அரசு குடிமக்களின் சுதந்திரத்தை உத்தரவாதப்படுத்தும் அதிகார வர்க்கத்தை பண்புருவாகக் கொண்டுள்ளது. ஏனென்றால் அது கரணிய மற்றும் கணக்கிடக் கூடிய நியதிகளின் அடிப்படையில் செயல்படுகிறது' (F. Neumann, Behemoth, Gollancz, London, 1942, pp. 69-73.

28. *மார்க்யூஸ், ரீசன் அண்ட் ரெவல்யூஷன்* (Marcuse, *Reason and Revolution*), p. 216.

*29.* முன்வந்தது., p.. *201.*

*30.* முன்வந்தது., p. *314.*

*31.* முன்வந்தது., p. *315,* மார்க்சிடமிருந்து மேற்கோள் காட்டியது.

*32.* முன்வந்தது., p.. *294.*

*33.* ரிஸி, முன்னுரை , p.. *21.*

*34.* முன்வந்தது., p.. *23.*

*35.* முன்வந்தது., p.. *20.*

*36.* முன்வந்தது., p.. *22.*

*37.* பார்க்கவும் - ஜோக்கிம் ரிட்டர், *ஹெகல் அண்ட் த ஃபிரெஞ்ச் ரெவல்யூஷன்: எஸ்சேஸ் ஆன் த ஃபிலாசஃபி ஆஃப் ரைட்* (Joachim Ritter, *Hegel and the French Revolution: Essays on the Philosophy of Right*), Cambridge, MIT Press, 1982.

*38.* PR, முன்னுரை, p. *22.*

*39.* முன்வந்தது., p. *22.*

*40.* முன்வந்தது., pp.. *22-3.*

*41.* குருண்ட்லீனியன் டெர் ஃபிலாசஃபி டெஸ் ரெஷ்ட்ஸ் (*Grundlinien der Philosophie des Rechts*) என்ற மூல ஜெர்மன் பெயரை சட்டம் பற்றிய தத்துவத்தின் கொள்கைகள் என்று மொழிபெயர்ப்பது சரியாக இருக்கும் என்று ரிச்சர்ட் ஹெய்லண்ட் (Richard Hyland) பரிந்துரைத்துள்ளார். ரெஷ்ட்ஸ் ('Rechts') என்ற ஜெர்மன் சொல்லை சட்டம் என்ற விரிந்த பொருளில் ('சட்டப் பள்ளி' என்பதில் இருப்பதைப் போல) ஹெகல் பயன்படுத்தினார், உரிமை என்ற குறுகிய பொருளில் (மனித உரிமைகள் என்பதில் இருப்பதைப் போல) பயன்படுத்தவில்லை என்பதன் அடிப்படையில் அவர் பரிந்துரைத்துள்ளார். ஆனால், இந்த மொழிபெயர்ப்பிலும் பிரச்சினைகள் உள்ளன. ஏனென்றால், ஃபிலாசஃபி டெஸ் ரெஷ்ட்ஸ் (*Philosophie des Rechts*) சாரமான உரிமையில் இருந்து பொருண்மையான சட்டத்துக்கும் அதிலிருந்து அரசுக்கும் இயக்கத்தை ஆய்வு செய்கிறது. ரெஷ்ட்ஸ்-ன் (Rechts) மிக சாமான்ய கருத்தினத்தில் இருந்து மிகச் சிக்கலான கருத்தினங்கள் வரையிலான இந்த இயக்கத்தை உள்ளடக்க வேண்டுமானால், ஃபிலாசஃபி ஆஃப் த ஜூரிடிக் (*Philosophy of the Juridic*) (சட்டக் கோட்பாடு பற்றிய தத்துவம்) என்பது அழகாக இல்லாவிட்டாலும் சரியான மொழிபெயர்ப்பாக இருக்கும்.

*42.* PR, para 2.

*43.* முன்வந்தது., பத்தி *40.* 'இந்த சமூகத்தில் சுதந்திரம் என்பது சொத்துடைமைக்கான சுதந்திரம் என்ற வரலாற்று மதிப்பீட்டை செய்யாமல், சுதந்திரம் என்ற கருத்தாக்கமே தனியார் சொத்துடைமை அமைப்பில் தன்னை மெய்மையாக்கிக் கொள்கிறது என்ற தத்துவார்த்த மதிப்பீட்டை அவர் (ஹெகல்) செய்கிறார்' , *டயலிக்டிக்ஸ் ஆஃப் லேபர் (Dialectics of Labour)*, Blackwell, 1986 p. *96.* என்று எழுதும் போது கிறிஸ் ஆர்தர் (Chris Arthur) மரபொழுங்கான தவறைச் செய்கிறார்.

*44.* PR, para 2.

*45.* முன்வந்தது., 'அறிமுகம்' para I.

*46.* முன்வந்தது., para 302.

*47.* முன்வந்தது., para 301 R.

48. முன்வந்தது., para 275-286
49. முன்வந்தது., para 272-274
50. முன்வந்தது., para 302.
51. ஹெகல், *லெக்சர்ஸ் ஆன் த ஃபிலாசஃபி ஆஃப் வேர்ல்ட் ஹிஸ்டரி* (Hegel, *Lectures on the Philosophy of World History*), Cambridge University Press, Cambridge, 1989, p. 121.
52. முன்வந்தது., p.. 123.
53. இம்மானுவேல் காண்ட், *த மெட்டாஃபிசிக்கல் எலிமன்ட்ஸ் ஆஃப் ஜஸ்டிஸ்* (I. Kant, *The Metaphysical Elements of Justice*), Macmillan, London, 1965, p. 113.
54. இது பற்றிய கூடுதல் விவாதத்துக்கு பார்க்கவும் ஜார்ஜ் லூகாக்ஸ், *த யங் ஹெகல்: ஸ்டடீஸ் இன் த ரிலேஷன்ஸ் பிட்வீன் டயலெக்டிக்ஸ் அண்ட் எகனாமிக்ஸ்* (Georg Lukacs, The Young Hegel: *Studies in the Relations between Dialectics and Economics*), Merlin Press, London, 1975, part one; மேலும் சுருக்கமாக, பெர்னார்ட் கல்லென், *ஹெகல்ஸ் சோசியல் அண்ட் பொலிடிக்கல் தாட்* (Bernard Cullen, *Hegel's Social and Political Thought*), Gill and MacMillan, 1979, pp. 4-7.
55. ஹெகல், *எர்லி தியாலஜிக்கல் ரைட்டிங்ஸ்* (Hegel, *Early Theological Writings*), ed. by Hermann Nohl, University of Chicago Press, Chicago, 1907, p. 145.
56. முன்வந்தது., p.. 154.
57. முன்வந்தது., p.. 157.
58. ஹெகல், *தூய உணர்வு குறித்த புலன் கடந்த ஆய்வு* (Hegel, *The Phenomenology of Spirit*), (இனிமேல் PS), Oxford University Press, 1977, p. 357.
59. முன்வந்தது., p. 359.
60. PR, para 308 R.
61. முன்வந்தது., para 258 R.
62. Hegel, *Philosophy of History*, Dover, New York, 1956, p. 447.
63. முன்வந்தது., p. 451.
64. ஹெகல் : *ஃபிலாசஃபி ஆஃப் ஹிஸ்டரி* (Hegel: *Philosophy of History*), பகுதி 1 'த கிரீக் வேர்ல்ட்' ('The Greek World'), அத்தியாயம் 3. 'த பொலிட்டிக்கல் வொர்க் ஆஃப் ஆர்ட்' ('The Political Work of Art'), pp. 254-5.
65. முன்வந்தது.
66. ஹெகல், *லெக்சர்ஸ் ஆன் த ஃபிலாசஃபி ஆஃப் வேர்ல்ட் ஹிஸ்டரி* (Hegel, *Lectures on the Philosophy of World History*), Cambridge University Press, 1989, p. 120.
67. PR, para 258 R.
68. முன்வந்தது .. para 289.
69. முன்வந்தது .. para 258R.
70. ரூசோ, *சோசியல் கான்ட்ராக்ட்* (Rousseau, *Social Contract*), I.M. Dent and Sons, London, 1973,1991, p. 174.
71. கார்ல் ல்யோவித், *ஃப்ரம் ஹெகல் டு நீட்சே* (Karl Löwith, *From Hegel to Nietzche*), pp. 240.
72. முன்வந்தது., p. 121.

73. PS, p. 355.
74. முன்வந்தது., p. 360.
75. முன்வந்தது., p. 356-7.
76. PR, முன்னுரை,p. 15.
77. முன்வந்தது., pp. 15-16.
78. முன்வந்தது., para 310 R.
79. முன்வந்தது., para 317.
80. முன்வந்தது., para 317 R.
81. முன்வந்தது., para 303 R.
82. முன்வந்தது., 301 R.
83. ஹேபர்மாஸ், த ஃபிலாசஃபிக்கல் டிஸ்கோர்ஸ் ஆஃப் மாடர்னிட்டி (Habermas, *The Philosophical Discourse of Modernity*), Polity Press, London, 1990, p.40.
84. அராட்டோ, ஹெகல் அண்ட் சிவில் சொசைட்டி (Arato, *'Hegel and Civil Society'*), டி. கார்னெல் முதலானோர் (தொகுத்தது) ஹெகல் அண்ட் லீகல் தியரி-ல் (D. Cornell et al. (eds.), *Hegel and Legal Theory*), Routledge, London, 1991, p. 301.
85. PR, para 185.
86. முன்வந்தது., para 258 R.
87. முன்வந்தது., Preface, p. 23.
88. முன்வந்தது., para 303 R.

# 6. உரிமைகளின் இயங்கியல்: மார்க்சியக் கோட்பாட்டில் மாறிச்செல்பவைகளும் விடுவித்தலுக்கான உரிமைகோரல்களும்

மனோலிஸ் ஆஞ்சலீடிஸ்

நவீனகால அரசியல் விவாதத்தில் உரிமை பற்றிய கருத்தாக்கம் புத்துயிர் பெற்றுள்ளது. இன்றைய அரசியல் கோட்பாட்டின் ஒரு முக்கியமான போக்கு உரிமை-பற்றிய கோட்பாடாக தன்னை அடையாளப்படுத்திக் கொள்கிறது. மக்கள்நல அரசில் ஏற்பட்டுள்ள நீடித்த நெருக்கடியில் இருந்து இந்த புத்துயிர்ப்பு ஏற்பட்டுள்ளது. இது, செவ்வியல் தாராளவாத கோட்பாட்டின் மையத்தில் இருந்த முக்கியமான பிரச்சினைகளுக்கு புதிய பொருத்தப்பாட்டை வழங்கியுள்ளது. இருப்பினும், உரிமை பற்றிய எந்த ஒரு விவாதத்துக்கும் கோட்பாட்டுரீதியாக இன்றியமையாததாகக் கருதப்பட்ட தவிர்க்கவொண்ணாத நிபந்தனைகளை இந்த நவீனகால புதுப்பித்தல் இணைத்துக் கொள்ளவில்லை. சுதந்திரமும் சமத்துவமும் இணைந்துள்ள கொள்கைகளும், அவை தருவிக்கப்பட்ட இயற்கைச் சட்டமரபு பரிந்துரைக்கின்ற விழுமிய கூறு\களுடன் அவற்றின் உறவும் இந்த நிபந்தனைகளில் அடங்கும். இவற்றை அடித்தளமாகக் கொண்டுதான் குடிமைச் சமூகமே கட்டுவிக்கப்பட்டது. தற்கால விவாதங்கள் எடுத்த திசைகளில் இந்த விலக்கி வைத்தலை காண முடிகிறது. ஒருபுறம், நவீனகாலம் உருவான ஆண்டுகளில் எழுதப்பட்ட பிரதிகளில் அடங்கியிருந்த உரிமை என்ற கருத்தாக்கத்தின் திட்டவட்டமான வரலாற்றுரீதியான அர்த்தத்தை 'மீட்கும்' முயற்சியாக அதற்கு உடனடி வரலாற்று பொருள்கூறுவது என்ற அடிப்படையில் அது அணுகப்படுகிறது. இன்னொரு புறம், தனித்தனி முகமைகளுக்கு இடையேயான முறைபாடான உறவுகளை புரிந்து கொள்வதற்கான பகுப்பாய்வுக் கருவியாக அதே கருத்தாக்கம் முறைபாட்டுரீதியாகப் பார்க்கப்படுகிறது. பெரும்பாலான நவ-தாராளவாத கோட்பாடுகளில் பரவலாக உள்ள இந்த முறைபாட்டுவாத அணுகுமுறை, சமூக எதார்த்தத்தை துண்டாக்கப்பட்ட எதார்த்தமாக முன்வைக்கிறது. இந்தத் துண்டாக்கம் அந்த அணுகுமுறையின் விளக்க முறைகளுக்கும் கடத்தப்படுகிறது. அவற்றின் விளக்க முறைகளின் அவியல்வாதத் (eclectic) தன்மையில்

இது வெளிப்படுகிறது. ஒரே கோட்பாட்டு தொகுப்பிலேயே, முறைபாட்டுவாத, வரலாற்றுவாத, அங்ககவாத, மரபுரீதியான என்ற பல்வேறு முறைபாட்டு உத்திகள் இணைந்திருக்கின்றன. தாராளவாதம்-அல்லாத குறிக்கோள்களைக் கொண்டுள்ளதாக கூறிக் கொள்ளும் நவ-கட்டமைப்புவாத அணுகுமுறைகளிலும் விளக்கத்தின் வகைகள் தொடர்பாக இந்தக் குழப்பம் உள்ளது என்பதுதான் புதிர்நிலையாக உள்ளது.

நவீனகால சமூகங்களில் தனிநபர்மயமாக்கலை, தனிநபரின் செயல் பற்றிய ஆய்வை தமது தொடக்கப் புள்ளியாக எடுத்துக் கொள்வதுதான் நவீனகால உரிமை-அடிப்படையிலான கோட்பாடுகளின் முக்கிய அம்சமாக உள்ளது முரண்நிலையான சமூக எதார்த்தத்தில் கட்டுவிக்கும் துணை அடுக்காக உள்ள விழுமியங்கள் பற்றிய கேள்வியில் இருந்து எழும் சங்கடமான பிரச்சினைகளை தீர்த்து வைப்பதற்கு இந்தத் தொடக்கப் புள்ளி வசதியான கருவியாக உள்ளது. இந்த வகையான கோட்பாடாக்கத்தை வேபரிய மற்றும் பின்-வேபரிய சமூகவியலில் இருந்தே பார்க்க முடிகிறது. இந்த வகையான சமூகவியலின் மிகத் தீவிரமான பதிப்புகள், வரலாற்றுரீதியான கோட்பாடும் இயங்கியல் கோட்பாடும் 'அறிவியலற்ற' நோக்கங்களுக்காக புறநிலையை திருட்டுத்தனமாக உள்நுழைக்கின்றன என்று வாதிட்டு, வரலாற்று உறவுகளின் மொத்தமாக சமூகத்தை வரையறுக்கும் வரலாற்றுக் கோட்பாடுகளையும் இயங்கியல் கோட்பாடுகளையும் கடுமையாக விமர்சிக்கின்றன. அவை எந்த வழியில் புரிந்து கொள்ளப் பட்டாலும் உரிமைகள் பற்றிய இத்தகைய கோட்பாடாக்கத்தை, சமகால முதலாளித்துவ சமூகத்தின் தனித்தனி மட்டங்கள் பற்றிய அணுகுமுறைகளின் தொகுதியாக புரிந்து கொள்ள முடியும். எனினும், இந்தத் தொடக்க மட்டத்தை கோட்பாட்டுரீதியாக மதிப்பிடுவது, சமூகத்துக்கும் அரசியலுக்கும் இடையேயான பிரித்தலை தருவிக்க முடிகிற, சமூகம் பற்றிய சார்புநிலை கருத்தாக்கத்தை அடிப்படையாகக் கொண்டிருக்கவில்லை. மாறாக, தனிநபராக்கப்பட்ட செயல்களையும் நோக்கங்களையும் கொண்ட தொகுதியாக, அதன் சட்டகம் உடைக்கப் பட்டதாகக் கருதப்படும் சமூகம் என்ற கருத்தாக்கத்தை அடிப்படையாகக் கொண்டுள்ளது. அவற்றின் தொடக்கநிலை எடுகோள்களுடனான உறவில், இந்த அணுகுமுறைகளை முதலாளித்துவச் சமூகத்தின் வளர்ச்சி நிகழ்முறையோடு தொடர்புடைய கூருணர்வுகளின் சித்தாந்த வடிவங்களாக புரிந்து கொள்ளலாம். இந்த உணர்வில், அவற்றின் கருத்தாக்கத்தின் ஆரம்ப மட்டங்கள் கட்டமைக்கப்பட்ட, முதலாளித்துவ சமூகத்தினுள் உள்ள அடிப்படை பிரித்தல்களை அவை 'மறைக்கின்றன'

அல்லது ஒழித்துக் கட்ட வேண்டிய பிற பிரித்தல்களை 'வெளிப் படுத்துகின்றன'.

நவீனகால உரிமை-அடிப்படை கோட்பாடுகளை விமர்சன பகுப்பாய்வு செய்வது, விடுவிப்பதற்கான கோரிக்கைகளுடனும் சுதந்திரம் சமத்துவம் போன்ற கருத்துருக்களுடனும் தொடர்புபடுத்தி நவீனகால விவாதங்களில் முடக்கப்பட்ட உரிமைகளுக்கான அடித்தளத்தை மறுகட்டமைப்பதை முன்னனுமானித்துக் கொள்ள வேண்டும். முதலாளித்துவ அரசியலின் வரம்பிடப்பட்ட தனியார் முற்கோள்களைக் கடந்து செல்லும் விமர்சன நிலைப்பாட்டை கட்டுவிக்கும் சமத்துவம் என்ற செவ்வியல் கருத்துரு, உரிமைகள் கோட்பாடு இப்போது மீண்டும் உயிர்ப்பிக்கப்பட்டிருப்பதில் தொடர்ந்து மறுக்கப்படுகிறது என்று நாங்கள் வாதிடுகிறோம். கோட்பாட்டு மட்டத்தில், இயற்கைச் சட்டம் பற்றிய தொடக்ககால கோட்பாட்டின் சட்டகத்தை விட இன்னும் குறுகலான சட்டகத்தில் தான் உரிமைகள் பற்றிய கருத்தாக்கம் வளர்க்கப்பட்டுள்ளது. இந்த அணுகுமுறைகளில், தொடக்ககால கோட்பாட்டில் இருந்து தேர்வு செய்யும் பந்தயமாக மீட்டுருவாக்கப்பட்ட தனிநபர் செயலின் வடிவத்தை மட்டுமே எடுத்துக் கொள்வது ஒரு விதியாக உள்ளது; அவை விடுதலை ஆதரவு (libertarian) எடுகோள்களும், சமத்துவக் கொள்கையின் (egalitarian) எடுகோள்களும் இணையாக வளர்த்தெடுக்கப் பட்ட இயற்கைச் சட்ட நியதிகளின் பிணைக்கும் சட்டகத்தை நிராகரிக்கின்றன; இதிலிருந்து அவற்றின் குறுகிய சட்டகம் தெளிவாகிறது. மேலும், தனிமனித செயல் மீதான தனிக்கவனம் உரிமைகளின் பிரிக்கும் அடித்தளத்தை மறைக்கின்றது, விடுதலை ஆதரவு எடுகோளை, நவீனகால சமூகத்தை கட்டுவிக்கும் சமத்துவமின்மை கொள்கையாக மாற்றி அமைக்கிறது. இந்த அணுகுமுறைகளுக்கு மாறாக, நிலவும் தனிமனிதத்தன்மையால் மறைக்கப்பட்ட சமூக பிரித்தல்கள் மற்றும் பதற்றங்களின் இயங்கியல் புலமாகக் கட்டமைக்கப்பட்ட கோட்பாட்டு சட்டகத்திற்கு உள்ளிருந்து உரிமைகள் என்ற கருத்தாக்கத்தை அணுக நாங்கள் முயற்சிக்கிறோம். வரையறைப்படியே, சமூக எடுகோள்களை ரத்து செய்வதுடன் தொடர்புடையதாக தனிமனிதத்தன்மையை (individuality) ஒதுக்கி வைத்து விடும் 'மார்க்சியத்தின்' வறட்டுவாத பதிப்புகளுக்கு மாறாக, வரலாற்றுரீதியாக அன்னியமாக்கப்பட்ட வடிவில் உருவாக்கப்பட்ட மனிதச் செயல்பாட்டின் தெரிவிப்பாக தனிமனிதத்தன்மையை நாங்கள் புரிந்து கொள்கிறோம். இந்த அணுகு முறை மூலம், இயற்கைச் சட்டம் பற்றிய தொடக்ககால நவீன கோட்பாட்டு மரபையும் அதனை 'தொடக்ககால' மற்றும் 'பிற்கால'

மார்க்சியக் கோட்பாடுகள் புரிந்து கொண்டதையும் நாம் நெருங்குகிறோம். இந்த விமர்சனரீதியான புரிதலை ஆய்வு செய்வதன் மூலம் வரலாற்று ரீதியாக உருவாக்கப்பட்ட சமூக பிரித்தல்களாக உரிமைகளை புரிந்து கொள்ள முடிகிறது, சமூக உழைப்பு நிலைமைகள் மோசமாக்கப் படுவதற்கு எதிராக பாதுகாக்கும் குறைந்தபட்ச நிலைமைகளைக் கூட மாற்றி விடுவதற்கான களமாக இப்போதைய அரசியலைப் புரிந்து கொள்ள முடிகிறது.

## தொடக்ககால நவீன கோட்பாட்டில் உரிமைகள் பற்றிய பிரச்சினை

தொடக்ககால நவீன கோட்பாட்டில் உரிமைகள் பற்றிய பிரச்சினை, கரணியரீதியான இயற்கைச் சட்ட சொல்லாடலின் விரிவான சட்டத்துக்குள்ளாக உருவாக்கப்பட்டது. சட்டரீதியான நிறுவனங்களை அளவிடுவதற்கு கரணிய தேர்வு அடிப்படையை அறிமுகப்படுத்திய, வரலாற்றுரீதியில் நேர்மறையான சமூக-அரசியல் ஒழுங்கை விமர்சனரீதியாக பரிசீலிப்பதன் மீது கோட்பாட்டு தர்க்கம் கவனத்தைக் குவித்தது. இந்தக் கோட்பாட்டு மரபில், சுதந்திரம் சமத்துவம் என்ற விழுமியங்களை தனது மையத்தில் கொண்டுள்ள இயற்கைச் சட்ட கரணிய நியதிகளின்படி கட்டுவிக்கப்பட்ட அரசியல் ஒழுங்குதான் நியாயமானதாகக் கருதப்படுகிறது. முறைபாட்டுரீதியாக, வரலாற்றுரீதியாக முன்வைக்கப்பட்ட நியதிகளின் புலத்தில் இருந்து இல்லாமல், இயற்கைச் சட்ட நியதிகளின் புலத்தில் இருந்து அரசியல் புலத்துக்குள்ளான வினைவிளைவுத்தொடர் உறவை கட்டமைப்பது தொடங்கும்போதுதான் கரணியரீதியான அரசியல் ஒழுங்கை தருவிப்பது வெற்றியடைகிறது. இந்த முறையின் அடிப்படையில், விளக்கத்தை சுதந்திரம் சமத்துவம் ஆகிய விழுமியங்களுடன் இணைக்காவிட்டால் அரசியல் கோட்பாட்டின் முனைப்பை கட்டமைக்கவோ அல்லது சமூகத்தை கரணியமாக புரிந்து கொள்ளவோ நம்மால் முடியாது. இந்த விழுமியங்கள் முன்னனுமானிக்கப்படுவது சமூகத்தை சரியாகக் கட்டுவிப்பதற்கு மட்டுமின்றி, அரசியல் கோட்பாட்டையே கட்டுவிக்கிறது என்பது இதன் பொருள். ஜான் லோக், தனது இரண்டாம் ஆய்வேட்டில் *(Second Treatise)*, அரசியல் அதிகாரத்தை சரியாக புரிந்து கொள்ளும் பிரச்சினையை, சுதந்திரமும் சமத்துவமும் அடங்கிய 'இயற்கை நிலையில்' இருந்து அது உருவானதோடு தொடர்புபடுத்தும்போது இந்த உணர்வில் வாதிடுகிறார். எதார்த்த சமூகத்தில் இந்தச் சுதந்திரம் ஒழிக்கப்பட்டு விட்டது என்பதையும் அதை மறுபடியும் நிறுவ வேண்டும் என்பதையும்

உணர்த்துவதால், மனிதரின் சுதந்திரம் பற்றிய ஜே.ஜே ரூசோவின் (J.J. Rousseau) வாதத்தை இதே உணர்வில் புரிந்து கொள்ளலாம்.³ 'ஒரு நாட்டு மக்களின் உரிமைரீதியான எல்லா சட்டங்களும் இடம்பெற வேண்டிய மூல ஒப்பந்தம் என்ற கருத்துருவில் இருந்து தருவிக்கப்பட முடிகிற ஒரே அரசியல் சட்டம் குடியரசு அரசியல் சட்டம்தான்' என்று வாதிடும் போது, இம்மானுவேல் கான்ட் (I. Kant) இந்தத் தருவித்தலின் பிணைக்கும் தன்மையை ஏற்கனவே வலியுறுத்தியுள்ளார்.⁴

வரலாற்றுரீதியாகப் பார்க்கும் போது, இந்த அரசியல்-கோட்பாட்டு செயல்திட்டம், முதலாளித்துவத்துக்கு முந்தைய மேட்டிமை உரிமைகளுடன் கூடிய சமூகத்துக்கு எதிராக, புதிதாக உருவான முதலாளித்துவ வர்க்கம் நடத்திய போராட்டத்துடன் பொருந்துகிறது. பொருளாதாரத்தின் அனைத்து அம்சங்களிலும் அரசியல் ஊடுருவியிருந்த சமூகத்துக்கு எதிராக சட்டரீதியான ஒழுங்கமைப்பு நடத்திய போராட்டத்துடனும் உருத்திட்டரீதியாக பொருந்துகிறது. இந்த உணர்வில், சுதந்திரமாக சிந்திக்கும் தனிமனிதர்களின் கூட்டுத் தொகையாக சமூகம் என்ற முதலாளித்துவ கருத்தாக்கத்தை, அரசியலுக்கும் பொருளியலுக்கும் இடையிலான அடிப்படையான பிரித்தல் வலுவாக்கியது. இந்தப் பிரித்தல், உரிமைகளை வரலாற்று ரீதியாக புரிந்து கொள்வதற்கான அடிப்படை காரணியாக உள்ளது. அதே நேரம், கோரப்படும் உரிமைகள் தனிநபர் உரிமைகளாக இல்லாமல், கூட்டுத்துவ உரிமைகளாக உள்ளன என்ற எதார்த்தத்தால் அரசியலுக்கும் சமூகத்துக்கும் இடையிலான வேறுபடுத்தல் மறைக்கப்படுகிறது, இந்த வேறுபடுத்தல் அந்த எதார்த்தத்தை மறைக்கிறது. சட்டமியற்றுவதில் முதலாளி வர்க்கத்தின் பங்களிப்பை உத்தரவாதம் செய்யும் அரசியல் உரிமைகள் அவை. எனினும், பிரபலமான 'சமூகரீதியான கேள்வி' உருவான பிறகு இந்த உரிமைகள் அரசியல் கோட்பாட்டுக்கு ஒரு 'பிரச்சினை'யாக ஆகி விட்டன.

தொடக்ககால நவீன கோட்பாட்டில் உரிமைகளின் உள்ளார்ந்த-பிரிக்கும்-அடித்தளம், முதலாளித்துவத்துக்கு முந்தைய மேட்டிமை உரிமை ஒழுங்குக்கு பின்வாங்கிச் செல்வதற்கான தடைகளாக (லோக்கிய சொல்லியலின்படி 'வேலி'யாக) உரிமைகளை கருத்தாக்கம் செய்வதை சாத்தியமாக்குகின்றது; இந்த ஒழுங்கை மீட்டமைப்பதற்கான ஒவ்வொரு முயற்சியையும் சட்டத்துக்கு-அப்பாற்பட்ட வன்முறையை வரம்பின்றி பயன்படுத்துவதன் மூலம் தடுக்கிறது. சமூகத்தை பகுப்பாய்வு செய்வதற்கான அடிப்படைக் கருவியாக தனிமனிதத்தன்மையை (individuality) பயன்படுத்த ஆரம்பித்த வரலாற்று-கோட்பாட்டு

பின்னணி இதுதான். சமூகத்தை தனிமனிதர்களாக பிரித்து விடுவது என்பது முதலாளித்துவத்துக்கு முந்தைய 'கூட்டுத்துவ' உரிமைகளை ஒழித்து விடுவதற்குச் சமமானது, குடிமைச் சமூகம் என்ற நிறுவனத்தில் இயற்கைச் சட்டத்தின் பிணைக்கும் சட்டகத்தின் பொருத்தப்பாடு உறுதி செய்யப்பட்டால்தான் ஒவ்வொரு தனிநபர் செயல்பாடும், எந்த ஒரு தனிநபர் செயல்பாடும் சட்டபூர்வமானதாகக் கருதப்படுகிறது. மனிதச் செயலை தனிமனிதச் செயலாகக் கட்டமைப்பதும், குடிமைச் சமூகத்தை இயற்கைச் சட்ட நியதிகளை எதார்த்தமாக்குவதாகக் கட்டுவிப்பதும் என்ற இந்த இரட்டை நிகழ்முறை, சமூகத்தை சமூகமாகவும் அரசியலாகவும் 'இரட்டிப்பாக்குவதற்கு' இணையாக உள்ளது. இந்த 'இரட்டிப்பாக்கம்' மூலம், முதிராத அரசியல் உரிமைகள் பொதுக் களத்துக்கு இடமாற்றப்படுகின்றன. இந்தப் பொதுக்களம், சாரமான முறையான பிணைக்கும் களமாக நிறுவப்பட்டுள்ளது; மனிதச் செயல்பாடு வலுவந்தமாக தடுக்கப்படும் போதெல்லாம் செயல்படுத்தப் படத் தயாராக உள்ள, இயற்கைச் சட்ட நியதிகளின் சேமிப்பகமாக நிறுவப்பட்டுள்ளது.

தனிமனித சித்தத்தின்படியான செயலுக்கான தவிர்க்க முடியாத நிபந்தனையாக அரசியல்ரீதியானதை தருவிப்பது, தனியார் சொத்து டைமையுடன் இணைக்கப்பட்ட குறிப்பான தனிமனித உரிமையை பாதுகாப்பதை தன் இலக்காகக் கொண்டிருந்தது என்பது வரலாற்று ரீதியாக நிரூபிக்கப்பட்டது. முதலாளித்துவ சமூகத்தின் வரலாற்று ரீதியான பார்வை எல்லைக்குள் சுதந்திரத்தின் உள்ளடக்கமே தனியார் சொத்துடமையுடன் தொடர்புபடுத்திதான் வரையறுக்கப்படுகிறது, அது மூலதன உடைமையாளரின் அபாயம் மேற்கொள்ளும் செயல்பாடுகளை அனுமதிக்கிறது.[5] சுதந்திரத்தை இவ்வாறு வரையறுப்பது, அதன் நிபந்தனைகளை விட விரிந்ததாக சுதந்திரத்தின் உள்ளடக்கம் பற்றி சிந்திப்பதற்கான கடப்பாட்டில் இருந்து கோட்பாட்டு கூருணர்வை விடுவித்து விடவில்லை, இந்தச் சிந்தனை இயற்கைச் சட்டக் கோட்பாட்டின் உரிமைகோரல்களுக்கு இசைவாய் இருக்க வேண்டும், மனித இயல்புக்குள் விடுதலையை முன்வைப்பதுடன் பொருந்த வேண்டும்.

சுதந்திரம் பற்றிய இந்த அணுகுமுறை, ஆரம்பத்தில் இருந்தே ஒன்றுக்கொன்று உள்தொடர்பு கொண்ட இரண்டு காலப்பொருத்த மின்மைகளை எதிர்கொள்ள வேண்டியிருந்தது. முதலாவது, அரசியல் கோட்பாட்டில் இரண்டாம் நிலை அந்தஸ்துக்குக் குறைக்கப்பட்டு விட்ட சமத்துவம் என்ற கருத்துருவுக்கு எதிராக சுதந்திரம் என்ற

உரிமைகளின் இயங்கியல் 197

கருத்துருவுக்கு அறுதி முன்னுரிமை கொடுக்கும் 'நவ-தாராளவாத' முயற்சிகளுடன் தொடர்புடையது.[6] செவ்வியல் தாராளவாதக் கோட்பாட்டின் ஒருமையையே வலுவிழக்கச் செய்வதன் மூலம்தான் சுதந்திரத்துக்கு அறுதித் தன்மை வழங்கப்படுகிறது. செவ்வியல் விடுதலை ஆதரவு (liberal) கோட்பாட்டின் களத்தில், சுதந்திரம் சமத்துவம் ஆகியவற்றை கட்டுவிக்கும் கொள்கைகள் சமூக உழைப்பின் மூலம் நடக்கும் சமூக மறுவுற்பத்தியின் நிலைமைகளைப் பற்றிய சிந்தனையுடன் இணைக்கப்பட்டன. நவதாராளவாத தர்க்கங்களின்படி, சுதந்திரம் என்பது தொடர்ச்சியாக தலையிடும் அரசு அதிகாரம் என்ற வரலாறற்ற கருத்துருவுக்கு எதிர்நிலையாக மீள்வரையறை செய்யப்படுகிறது, இந்த மீள்வரையறையுடன் அரசு தலையீடு செய்யும் நிலைமைகள் பற்றிய சிந்தனை இணைக்கப்படவில்லை; இந்த வழியில் அரசின் ஒவ்வொரு தலையீடும், தனியுரிமையை வழங்குவதாக விமர்சிக்கப்படுகிறது. இதன் விளைவாக, சமூகக் கொள்கைகளை செயல்படுத்துவதில் ஒரு 'குளறுபடியாக' அல்லது (ஏகபோக மூலதனத்தில் போல) தனியார் கொள்கைகளின் செயல்படுத்தலின் 'மிகை'யாக உருவாக்கப்படும் தனியுரிமைகளின் நவீனகால வடிவங்களை அரசியல் கோட்பாடு கோட்பாடாக்கம் செய்ய முடியவில்லை.

இரண்டாவது காலப்பொருத்தமின்மை, சுதந்திரம் சமத்துவம் போன்ற பிணைக்கும் கருத்துருக்கள் தனியார் சொத்துடைமையின் தனியுரிமைகளை மறைக்கும் சித்தாந்த வடிவங்களாக தோன்றின என்று கருதப்படும் விமர்சன பகுப்பாய்வுடன் தொடர்புடையது. இந்த விமர்சன பகுப்பாய்வில், உரிமைகளின் இயற்கை அடித்தளத்தை நிராகரிப்பது, இன்னும் துல்லியமாக அத்தகைய அடித்தளத்தின் வரலாறற்ற தன்மையை நிராகரிப்பது உள்ளார்ந்துள்ளது. சுதந்திரமும் சமத்துவமும் மனித அடையாளத்தை பொதுவாக வரையறுக்கும் விழுமியங்களாக கருதப்படாமல் அவற்றை முதலாளித்துவ தனிமனிதரின் தனிப்பட்ட விழுமியங்களாக இந்த விமர்சன பகுப்பாய்வு ஒதுக்கித் தள்ளுகிறது. மார்க்சிய மரபுக்குள் சுதந்திரம் சமத்துவம் ஆகிய கருத்துருக்களை அவற்றின் வரலாற்று பின்புலத்தில் பரிசீலிப்பதற்கும் சுதந்திரத்தையும் சமத்துவத்தையும் மாய்மாலமாக்கப்பட்ட வடிவங்களுக்கு குறுக்கி விடும் குறுகிய வரலாற்று கருத்தாக்கத்துக்கும் எந்தத் தொடர்பும் இல்லை.[7]

இப்போதைய நவ-தாராளவாத வாதங்களுடன் தொடர்புடைய காலப்பொருத்தமின்மை, தொடக்ககால கோட்பாடு முக்கியமானதாக பார்த்த முன் நிபந்தனைகளை கையாள்வதில் இருந்து எழும் முக்கியமான

கேள்வியை முன் வைக்கிறது. இந்த முன்நிபந்தனைகள், இயற்கையின் நிலை பற்றிய பொருள்கூறும் சட்டகம் ஒருபுறமும், இயற்கைச் சட்டத்தின் பிணைக்கும் சட்டகம் மறுபுறமும் ஆகும். தொடக்ககாலக் கோட்பாடு, நியதிகளுக்கும் சுயநல மற்றும்/அல்லது பாரம்பரிய நலன்களின் பொறியமைவுகளுக்கும் இடையேயான முரண்நிலை உறவை ஒழித்து விடும் முயற்சியில் இந்த இரண்டு சட்டகங்களையும் கரணியமாக பயன்படுத்தி, வளர்த்தது. கூடுதலாக, தனியார் சொத்துடைமையை நிறுவும் பிரச்சினையை தொடக்ககால அரசியல் பொருளாதாரம் கையாள்வது இந்த முயற்சியுடன் இணைந்தது. தனியார் சொத்துடைமையைப் பற்றிய அதிகாரபூர்வமான வரையறை, சொத்துடைமை பற்றிய லோக்கிய கோட்பாடு. அதில் தனியார் சொத்துடைமை என்பது சமூகத்துக்குள்ளான பிரிவினையாக புரிந்து கொள்ளப்படுகிறது, இந்தத் தேற்றம், உழைப்புச் செயலாக சமூகம் என்ற கருத்தாக்கத்தை சாத்தியமாக்கும் உழைப்பு பற்றிய கோட்பாட்டால் வலுப்படுத்தப்படுகிறது.[8] இது முரண்நிலையாக தெரிந்தாலும், செவ்வியல் அரசியல் பொருளாதாரத்துடனான தொடர்புகள் மூலமாக மார்க்சியக் கோட்பாட்டில் இந்தக் கருத்தாக்கம் தாக்குப் பிடித்து மேலும் வளர்க்கப்பட்டுள்ளது. அறிவொளி காலத்துக்குள் விரிவான கரணிய கோட்பாட்டு மரபின் பகுதிகளாக உள்ள தொடக்ககால நவீனக் கோட்பாட்டுக்கும் மார்க்சியக் கோட்பாட்டுக்கும் இடையிலான நெருக்கத்தையும் உரிமைகள் பற்றிய பிரச்சினை தொடர்பாக மார்க்சியக் கோட்பாடு எடுத்த இரட்டை திசையையும் இது வெளிப்படுத்துகிறது. ஒரு பக்கம், மார்க்சியக் கோட்பாடு தொடக்ககால கோட்பாட்டின் விமர்சன தர்க்கத்தை எடுத்துக் கொள்கிறது, மறுபக்கம், அதன் வரலாறற்ற அடித்தளத்தை பலவீனப்படுத்துகிறது. அதன் அடித்தளம் தான் தனிமனிதத்தன்மை (individuality) *(பிரித்தல்)* என்ற கொள்கையை மனித இயல்பின் நிரந்தர அம்சமாக மாற்றுவதை சாத்தியமாக்கியது.

தனிமனித சிந்தனையின் குறுகிய தன்மையை கடந்து செல்லும் பிணைக்கும் நியதிகளின் சட்டகங்களுக்குள் சுயநல செயல்பாட்டின் பொறியமைவுகளை வைப்பது என்ற பிரச்சினை மீண்டும் பொருந்துவதை தற்கால விவாதங்கள் நிரூபித்துள்ளன. எனினும், இந்தப் பிரச்சினையின் பொருத்தப்பாடோடு கூடவே, செயல்பாட்டின் பொறியமைவுக்கும் விமர்சன இலக்குவாதத்துக்கும் இடையிலான பிணைப்பு தரமிறக்கப்படுகிறது. இந்தத் தரமிறக்கல் மூலமாக மனிதச் செயல்பாட்டை நோக்கங்களின் சட்டகத்தினுள் வைப்பதன் சாத்தியம் மறுக்கப்படுகிறது. ஏனென்றால், அத்தகைய சாத்தியம் மனிதச் செயல் பாட்டின் களத்தின் மீது முன்தீர்மானிக்கப்பட்ட நோக்கங்களை

சுமத்தும் முயற்சியாகக் கருதப்படுகிறது. அது தவிர்க்கவியலாமல் ஒடுக்குமுறைக்கு (சுதந்திரமின்மைக்கு) இட்டுச் செல்கிறது. மறுபக்கம், குறிக்கோள்களின் சட்டகம் இருக்கும் இடங்களில், அது தன்னெழுச்சியின் விளைவாக, மனிதச் செயலின் எதிர்பார்க்கப்படாத விளைவாக ஏற்றுக் கொள்ளப்படுகிறது, செயல்பாட்டுரீதியான, பாரம்பரிய தேர்வு அடிப்படைகளின் கலவையின் அடிப்படையில் ஏற்றுக் கொள்ளப் படுகிறது என வாதிடப்படுகிறது.[9] அரசியல் கோட்பாட்டு மட்டத்தில், இந்தத் தேர்வு அடிப்படைகளை ஏற்றுக்கொள்வது, இதுவரை வெற்றிகரமாக வழங்கியவற்றின் அடிப்படையில் அரசியல் மற்றும் பொருளாதார நிறுவனங்களை விமர்சனமின்றி ஏற்றுக் கொள்வதற்கு இணையாக உள்ளது.[10]

இயற்கைச் சட்டக் கோட்பாட்டின் முக்கியமான எடுகோள்களை அரசமறுப்புவாதக் கோட்பாடு கையாள்வதில் இந்த தரமிறக்கத்தை தெளிவாகப் பார்க்க முடிகிறது. இந்தக் கோட்பாட்டுக்குள்ளாக, இயற்கைச் சட்ட முற்கோள்களில் (இயற்கையின் நிலை) இருந்து அரசியல்ரீதியானது என்ற கருத்தாக்கத்தை தருவிக்கும் ஒட்டு மொத்த நிகழ்முறையும் திருப்பப்படுகிறது, அரசியல்ரீதியானது என்பது ஒவ்வொருவருக்கும் எதிராக ஒவ்வொருவரும் மோதும் (bellum omnium contra omnes) இயற்கை நிலை (state of nature) தருவிக்கப்படுவதாக புரிந்து கொள்ளப்படுகிறது. இயற்கை நிலைக்கு முன்னதாக அரசியல் ரீதியானது என்ற இந்தக் கருத்தாக்கத்தில், வரலாற்றுரீதியில் தீர்மானிக்கப்பட்ட மிகக் குறிப்பான நலவாழ்வு கொள்கை காலங்களில் அரசின் செயல்பாடுகளைக் குறிக்கும் அரசியல்ரீதியானது பற்றிய புரிதலைக் காண முடிகிறது. இந்தத் தர்க்கம் கரணியரீதியான இயற்கைச் சட்ட மரபை கட்டுடைக்கிறது; அரசியல்ரீதியானது பற்றிய லோக்கிய (Lockean) தருவித்தலுக்கு தன்னிச்சையாக மறுவடிவம் கொடுக்கிறது. ஏனென்றால், மனித முகமைகளுக்கு இடையேயான மரபொழுங்கின் (சமூக ஒப்பந்தம்) வடிவம் திட்டமிடப்படாததாகவும், இயற்கைச் சட்ட நியதிகளில் இருந்து பிரிக்கப்பட்டதாகவும் தருவிக்கப்படுகிறது. லோக்கிய (Lockean) இயற்கைச் சட்டக் கோட்பாட்டை ஆதரிக்கும் கட்டமைவுகளுக்கு, இன்னும் குறிப்பாக சொத்துடைமை உழைப்பில் கால் கொண்டிருப்பதாக வைப்பதன் மீது இந்த வகையிலான தர்க்கம் முக்கியமான விளைவுகளைக் கொண்டுள்ளது. ஒரு செயல்பாடும் ஒரு பொருளும் ஒன்று கலந்து விடாத பொறியமைவின் அடிப்படையில் இந்த அடித்தளம் வலுவிழக்கிறது.[11] இந்தப் புதிய 'முறையார்ந்த உரிமை (entitlement) கோட்பாட்டினுள்', அரசியல் ரீதியானது என்பதன் கருத்தாக்கம் மனித முகமைகளின் தன்னெழுச்சியின் விளைவாக, அந்த முகமைகளே

தொடங்கிய நிகழ்முறையின் ('பாதுகாக்கும் சங்கங்களின் உருவாக்கம்') ஊடாக மீள்வரையறை செய்யப்படுகிறது. அத்தகைய தன்னெழுச்சியான விளைவுக்கு தடை போடாமல் இருப்பதற்கு, உரிமைகளை உருவாக்கும் சூதாட்டத்தில் (lottery) இருந்து விலக்கி வைக்கப்பட்ட முகமைகளுக்கு இழப்பீடு வழங்கப்படுகிறது.[12] சமூகத்தினுள் முறையார்ந்த உரிமைக்கான நிகழ்முறை முழுவதன் அடிப்படையாக தனியார் கொள்கையை அமலபடுத்துவதை அது ஆதரிப்பது வெளிப்படையானது.

## முற்றதிகார ஆட்சி (Ancien Regime) பற்றிய மார்க்சின் விமர்சன பகுப்பாய்வு

*1840*-களின் தொடக்கத்தில் அவரது சிந்தனையை வடிவமைத்த ஆண்டுகளில் மார்க்சின் தேற்றங்களை நெருக்கமாக பரிசீலிக்கும் போது, அவர் ஜெர்மானிய கருத்துமுதல்வாதத்தின் விடுதலை ஆதரவு செயல்திட்டத்தை முழுமையாக ஏற்றுக் கொண்டார் என்பதும் சுதந்திரத்தின் மீதான தடைகளை மீண்டும் கொண்டு வருவதற்கான பிரஷ்ய முற்றதிகார அரசின் (absolutism) முயற்சிகளில் உள்ளார்ந்திருந்த பதற்றத்தை அவர் உணர்ந்திருந்தார் என்பதும் தெளிவாகிறது. அந்தக் காலகட்டத்தில் அவரது எழுத்துக்களில் முன்வைக்கப்பட்ட விமர்சன கருத்துருக்களில், 'சித்தத்தை' அதன் பொருள்வகைத் தன்மையிலிருந்து பிரிப்பதை அடித்தளமாகக் கொண்ட ஜெர்மானிய தாராளவாதத்தின் ஊசலாடும் 'தயக்கமான' இயல்பு மீது பிற்காலத்தில் அவர் செய்த விமர்சனத்தின் எந்தச் சுவடையும் காண முடியவில்லை.[13] மார்க்ஸ் ஆதரித்த அரசியல்ரீதியானது என்ற கருத்துநிலை, 'சுதந்திரம்' மற்றும் 'சட்டத்துக்கு முன் சமத்துவம்' ஆகிய கரணிய எடுகோள்களை அடிப் படையாகக் கொண்டது.[14] இந்தப் பின்புலத்தில், ஒழுக்கப்படுத்தப்பட்ட, 'தெளிவற்ற' (grey) அதிகாரபூர்வமான தீர்மானத்திற்கு எதிராக, சுதந்திரம் என்பது 'வண்ணமயமான' வகையாக வரையறுக்கப்பட்டது. பத்திரிகை சுதந்திரத்தின் மீது சுமத்தப்பட்ட முற்றதிகார அரசின் ஒழுங்கு முறைகளை, அரசியலில் அறிவொளியை எதார்த்தமாக்குவதற்கு எதிரானதாக மார்க்ஸ் விமர்சித்தார். இந்த விமர்சன பகுப்பாய்வை பிரஷ்ய முற்றதிகாரத்தை கட்டுவிக்கும் கொள்கைளுக்கே நீட்டி அவற்றை கேள்விக்குள்ளாக்கினார். பொதுவான சட்டங்களை பிரகடனப்படுத்துவதற்கும் பொது விவாதத்துக்கான சூழல்களை நிறுவுவதற்கும் பதிலாக, பிரஷ்ய முற்றதிகாரம் சுதந்திரமாக சிந்திக்கும் குடிமக்களுக்கு எதிரான மேட்டிமை உரிமைகளை கொண்டு வருகிறது. கூடுதலாக, முற்றதிகார அரசின் ஒட்டுமொத்த அரசியல் தர்க்கமும்

ஹாப்சிய வகையிலான இயற்கை நிலையை மறுவுற்பத்தி செய்கிறது என்று மார்க்ஸ் வாதிடுகிறார்.[15] அது ஆளப்படுபவர்கள் மீது முதலாளித் துவத்துக்கு முந்தைய சார்புநிலையை சுமத்துகிறது, தார்மீகரீதியான தன்னாட்சி கொள்கைகளை எதார்த்தமாக்குவதற்குக் கடும் தடைகளை ஏற்படுத்துகிறது. இந்த விமர்சன பின்புலத்தில், அதிகாரம் கைவரப் பெறும் எல்லா நேர்வுகளிலும் (குடிமைச் சட்டம், தண்டனைச் சட்டம் முதலானவற்றில்) 'குடிமைச் சமூகத்துக்கு-முந்தைய' அரசியலின் களத்துக்குள்ளாக இருக்கும் குழப்பத்தை ஆய்வு செய்வதற்கான பெருநோக்காக மார்க்ஸ் தணிக்கைச் சட்டங்களை பயன்படுத்துகிறார். அதிகாரம் பொதுவானதாக இல்லாமல் தனியாருடையதாக கட்டுவிக்கப் படுகிறது என்றும் இந்த உணர்வில் அதற்கு 'அரசியல்ரீதியான ஆன்மா' இல்லாமல் போகிறது என்றும் மார்க்ஸ் விமர்சிக்கிறார்.[16] 'அரசியல் ஆன்மா' என்ற கருத்துநிலை, அரசியல்ரீதியானதை ஊடாடும் கொள்கையாக கருத்தாக்கம் செய்வதைக் குறிக்கிறது. அது ஒரு பக்கம், நாட்டமைத்தன ('paternalistic') தேர்வு அடிப்படைகளின் மூலம் பாரம்பரிய அதிகாரத்தை சட்டசம்மதமாக்குவதைத் தடை செய்கிறது, மறுபக்கம் குடிமைச் சமூகத்தின் நேர்வுகளை ஒருங்கிணைக்கப்பட்ட, பொதுவுணர்வுமிக்க அரசியலமைப்பு சட்டத்துக்குள் இணைக்கிறது. அரசியல் ஆன்மா என்ற கருத்துநிலையின் இந்த இரட்டை உணர்வின் மூலம் விழுமியசார் தேர்வு அடிப்படைகளின் தொகுதி ஒன்றை அறிமுகப்படுத்த முடிகிறது. அதன் அடிப்படையில், எந்த நிறுவனம் 'நல்லது', எந்த நிறுவனம் 'கெட்டது' என்று முடிவு செய்ய முடியும்.[17]

இந்தத் தொடர்பில், முற்றதிகார அரசு (Ancien Regime) நிறுவனங் களுக்குள், பொதுவான உரிமைகளை குறிப்பிட்ட உரிமைகளாக மாற்றும் உரிமைகளின் இயங்கியல் நிகழ்முறையை மார்க்ஸ் வளர்த்தெடுக்கிறார். இந்த உரிமைகளை மேட்டிமை உரிமை பெற்ற பிரிவினர் கைப்பற்று கின்றனர்; 'மத்திய காலத்தின் எஸ்டேட்டுகள் நாட்டின் அரசியல்சட்ட உரிமைகளை தமக்கென கைப்பற்றி அவற்றை நாட்டுக்கு எதிரான மேட்டிமை உரிமைகளாக மாற்றியது' போல இந்தப் பிரிவினர் அவற்றை சமூகத்துக்கு எதிராக பயன்படுத்துகின்றனர்.[18] உள்தொடர்புடைய நலன்கள் மற்றும் சார்புநிலை நிலைப்பாடுகளின் வலையமைப்பாக விளக்கப்படும் முதலாளித்துவத்துக்கு முந்தைய சமூகத்தின் இயங்காற்றல் பற்றிய பகுப்பாய்வு மூலம் மேலே சொன்ன இயங்கியல் வலுப்படுத்தப் படுகிறது. இந்த இயக்க ஆற்றலுக்குள் உருவெடுக்கும் முரண்பாடுகள் சமூகத்துக்கும் பாரம்பரிய 'குடிமைக்கு-முந்திய' வடிவங்களுக்கும் இடையேயான ஒரு முக்கியமான முரண்பாடாக தொகுக்கப்படுகின்றன. கூடுதலாக, இந்த முரண்பாடு உரிமைகளின் பொதுத்தன்மை பற்றிய

மாயையை தோற்றுவிக்கிறது, ஏனென்றால் உரிமைகளை கைப்பற்றுவதன் மூலம், அவற்றின் குறிப்பிட்டதன்மை பொதுத்தன்மை என்ற பொய் வடிவத்தினால் சமூகத்திடம் இருந்து மறைக்கப்படுகிறது.[19] குறிப்பானது பொதுவானதாக தொடர்ந்து மாற்றப்படுவது, 'பிரபுத்துவ மேட்டிமை உரிமையான இரகசிய விவாதங்கள்' மூலமாக அரசியல் மட்டத்தில் உறுதி செய்யப்படுகிறது; அது அறிவொளிகால அரசியலின் செயல் திட்டத்தை பலவீனப்படுத்துகிறது. இன்னும் குறிப்பாக, முற்றதிகார அரசின் அடிப்படையாக இருப்பது 'சுதந்திரம் என்பதை தர்க்கத்தின் சர்வப்பொது சூரிய ஒளி வழங்கிய இயற்கையான பரிசாக இல்லாமல், விண்மீன்களின் குறிப்பிட்ட சாதகமான ஒழுங்கமைவின், இயற்கைக்கு அப்பாற்பட்ட பரிசாகக் கருதும் கருத்தாக்கம்' என்பது பொதுத்தன்மை என்ற வடிவத்தை மீறும் மாயையை வெளிப்படுத்தும் மார்க்சின் இயங்கியல் மூலமாக, அம்பலப்படுத்தப்படுகிறது. அது சுதந்திரத்தை குறிப்பிட்ட நபர்கள் மற்றும் சமூக எஸ்டேட்டுகளின் சொத்தாக மாற்றி விடுகிறது, 'சர்வப்பொது தர்க்கத்தையும் சர்வப்பொது சுதந்திரத்தையும்' 'மோசமான கருத்துக்களின் களத்துக்கும் "தர்க்கரீதியாக கட்டமைக்கப் பட்ட அமைப்புகளின்" பேயுருக்களுக்கும் சுருக்கி விடுகிறது, இறுதியில் 'மானுட இயல்பின் சர்வப்பொது சுதந்திரம்' தடை செய்யப்படுகிறது.[20] இந்தத் தடையின் நடைமுறை விளைவுகள் பாரம்பரிய கோட்பாட்டின் கரணியமற்ற மையச்சரடுடன் தொடர்புடையவை என்பதை நாம் புரிந்து கொள்ள முடிகிறது. அது 'தர்க்கரீதியான கட்டமைப்பை' கேள்விக் குள்ளாக்குகிறது, அது 'அற்புதத்தையும்' 'மாயையும்' 'மறுவுலகு கோட்பாட்டையும், மதத்தையும்' பயன்படுத்துகிறது.[21]

இந்தப் பின்புலத்துக்குள், பலரறிநிலையும் (publicity) விமர்சனமும்தான், வேறு சொற்களில் சுதந்திரம் என்ற கருத்துருவை செயல்படுத்துவதுதான் 'சர்வப்பொதுச் சுதந்திரத்தை' குடிமைக்கு-முந்தைய துண்டாக்கத்திலிருந்து பாதுகாக்கிறது. இதன் மூலமாக சட்டத்துக்கும் சுதந்திரத்துக்கும் இடையேயான உறவு தெளிவாகிறது. சமூகத்துக்கும் பாரம்பரிய அரசியல் வடிவங்களுக்கு இடையேயான பிரிவினையை பலரறிநிலை ரத்து செய்கிறது. ஏனென்றால், இது இரகசிய விவாதங்கள் என்ற தர்க்கத்தை வலுவிழக்கச் செய்து, எஸ்டேட்டுகளின் அவையை 'பொது உணர்வின் நேரடி பொருண்மையாக' ஆக்குகிறது, அதே நேரத்தில் அது சர்வப்பொதுவானதை தனியானதாக மாற்றி அமைக்கும் நிகழ்முறையை திருப்பி விடுகிறது.[22] விமர்சனத்தின் நிலை சார்பின்மையாகும். ஏனென்றால், அது எல்லா நிலைப்பாடுகளையும்/ நலன்களையும் கைவிடுவதை முன்னனுமானிக்கிறது, இந்த நிலைப் பாடுகளை சீர்தூக்கிப் பார்ப்பதன் அவசியத்தை அறிமுகப்படுத்துகிறது.

சீர்தூக்கிப் பார்ப்பது அதன் பங்குக்கு, சட்டத்துக்கும் சுதந்திரத்துக்கும் இடையிலான உறவைப் பற்றி சிந்திப்பதைத் தூண்டுகிறது. இந்தச் சிந்தனை, கோட்பாட்டு பரிமாணத்திலும் நடைமுறை பரிமாணத்திலும் கரணிய கோட்பாட்டின் வழக்கமான கருவிப்பெட்டியை (instrumentarium) பகிர்ந்து கொள்கிறது: சட்டம் என்பது ‘பொதுமுறையான, *தனிநபரின் சுயேச்சைத் தன்மையிலிருந்து சுதந்திரமான கோட்பாட்டு இருத்தலை*’, சுதந்திரமடைந்த நேர்மறையான, தெளிவான, சர்வப் பொது நியதியாக வரையறுக்கப்படுவதால், அதன் கோட்பாட்டு பரிமாணத்திலும், அதே நேரம் அதன் நடைமுறை பரிமாணத்தில், ரூசோவிய தர்க்கத்துடனான தொடர்புகளை நாம் காண முடிகிறது. ஏனென்றால், மனிதன் தனது ‘எதார்த்தமான நடத்தையில், இயற்கைச் சட்ட சுதந்திரத்தைப் பின்பற்றுவதை நிறுத்தி விட்டதாக காட்டிய பிறகுதான் *அரசின் சட்டம் என்ற வடிவிலான சட்டம் சுதந்திரமாக இருக்கும்படி அவரைக் கட்டாயப்படுத்துகிறது*’. கூடுதலாக, சட்டத்தின் பிணைக்கும் இயற்கைத் தன்மை, இயற்கை அறிவியலின் கருத்தாக்க சட்டகத்துடன் ஒப்பிட்டு விளக்கப்படுகிறது. ஈர்ப்பு விதி இயக்கத்தை முடக்குவதைப் போலவே இந்தச் சட்டமே சுதந்திரத்தை முடக்குகிறது.[24] மார்க்சின் முதிர்ச்சிகால படைப்பிலும் இடம் பெறும் இந்த உருவகம், உரிமைகளை எதிரெதிரான நலன்களுக்கு இடையேயான நேரடி மோதலின் ஊடாட்டம் நீக்கப்பட்ட சக்திகளாக கருதும் கோட்பாட்டுக்கு தீர்மானமான முக்கியத்துவத்தைக் கொண்டுள்ளது. அது ‘கோட்பாட்டின் அவசரம்’ என்று அழைக்கப் படுவதன் பின்புலத்தில் உருவாகிறது. எனினும் இந்த முதிர்ச்சியடையாத மட்டத்தில், இந்த ‘இயற்கைவாத’ போக்கு, சுதந்திரத்தின் அனைத்தையும் ஊடுருவும் நடைமுறைத் தன்மையால் ஈடு செய்யப்படுகிறது, அது தனது ‘நேர்மறை இருத்தலை’ பெற்று, சட்டத்தின் ஊடாக உரிமையாகக்’ கட்டுவிக்கப்படுகிறது.[26] இந்த உணர்வில், நேர்மறை சுதந்திரம்தான் அரசியல் நிறுவனங்களின் அறுதி அளவை, அதன் பரிந்துரைக்கும் தன்மை அதன் கருத்துருவிலேயே சேர்க்கப்பட்டுள்ளது, பரவலான பலரறிநிலை நீடிப்பதை தனக்கான தவிர்க்க முடியாத நிபந்தனையாக சுதந்திரம் நீடிக்கச் செய்கிறது, வலியுறுத்துகிறது. அதன் கருத்துருவின் படி சுதந்திரத்தை நேர்மறையாக்கும் இந்தத் திட்டப்பணி, மெய்யானதை பரிந்துரைக்கும்படி கோருகிறது அதன் மூலம் முதலாவது இரண்டாவதன் ஒன்றுபடுத்தும் சக்தியை பெறுகிறது. இந்த உணர்வில், மெய்யானதை அதன் பரிந்துரைக்கும் அடித்தளத்தின் அடிப்படையில் மூலம் மட்டுமே செயல்படுத்த முடியும், அது இந்தச் செயல்படுத்தல் மூலம் இருப்பதற்கான தனது உரிமையைப் பெறுகிறது.

இந்தப் பின்புலத்துக்குள், முற்றதிகார ஆட்சி பற்றிய விமர்சன பகுப்பாய்வு, ஒரு உச்சப் புள்ளியை அடைகிறது. அங்கு உரிமைகளின் கட்டமைப்பு என்ற பிரச்சினை சமூகப் பொருள்வகைமையின் கட்டமைவுடன் இணைக்கப்பட்டுள்ளது. இந்த முக்கியமான தொடர்பு, தொடக்ககால மார்க்சிய விமர்சன பகுப்பாய்வின் வரம்புகளை காட்டுகிறது. ஏனென்றால், உரிமைகள் பற்றிய பிரச்சினையை கையாள்வதற்கு சட்டக் கோட்பாட்டின் கருத்தாக்க சட்டகம் போதவில்லை, 'தத்துவத்துக்கும் வரலாற்றுக்கும் கீழ்ப்படுத்தப்பட்ட' சட்டத்துறையின் கருத்தாக்க சட்டகம் கூட போதவில்லை.[27]

எனவே, உரிமைகளை கட்டுவிப்பது சொத்துடைமை என்ற நிறுவனத்தையும் சொத்துடைமை மீறப்படுவது தொடர்பான குடிமை விதிகளையும் தண்டனை விதிகளையும் கோருகிறது. சொத்துடைமை உரிமைகள் பற்றிய நவீனகால வரையறைக்கு, அதை மீறும் நேர்வுகளில் தண்டனை வழங்குவதற்கான கரணிய முறை தேவைப்படுகிறது என்றும் இது அதன் தரப்பில் ஒரு கரணிய அளவையை முன்னனு மானிக்கிறது என்றும் மார்க்ஸ் வாதிடுகிறார். இந்த அளவையை அறிமுகப்படுத்துவது, சொத்துடைமைக்கு அரசியல் தனியுரிமைகள் இல்லை என்றும், அது சமூக-பொருளாதார உறவுகளின் மட்டத்தில் கட்டுவிக்கப்பட்டுள்ளது என்றும் உட்கிடையாக அனுமானித்துக் கொள்கிறது. தண்டனைக்கான அளவையை அறிமுகப்படுத்துவதில் இந்த வரலாற்று வளர்ச்சி வெளிப்படுகிறது. அந்த அளவை 'அதன் தர்க்கரீதியான தெரிவிப்பின் ஊடாக முதலில் சமூகரீதியாக புரிந்து கொள்ளக் கூடியதாகவும் கடத்தப்படுவதாகவும் ஆக்கப்படும் சொத்துடைமையின் குடிமை இருத்தல் நிலையாகிய மதிப்பு ஆகும்.[28] இந்த உணர்வில், மதிப்பு என்பது 'பொருண்மையின் இயல்பையே' பின்பற்றி புறநிலைத்தன்மையை பெறுகிறது, இந்தப் புறநிலைத் தன்மை சட்ட-அரசியல் களத்தில் தீர்ந்து போவதாகத் தெரிகிறது. முதலாளித்துவத்துக்கு முந்தைய போர் அரசுக்கு எதிராக குடிமைச் சமூக அரசின் முழுநிறை வடிவமாக உள்ள இந்தப் புறநிலை நியதியுடனான உறவில், 'விறகு திருடுவது' தொடர்பான மசோதா, சர்வப்பொதுத்தன்மைக்கான நடைமுறை உரிமைகோரலுக்கு பின் தங்கியுள்ளதாகக் கருதப்படுகிறது ஏனென்றால் அதற்கு 'வேறுபாடுகளை நிறுவும்' திறன் இல்லை. சட்டப்பேரவை 'காட்டு உடைமையாளரின்' உரிமை என்ற மரபுரீதியான ஒரு பகுதி உரிமையை மட்டும் அங்கீகரிப்பதிலும், மரபுரீதியான வேறு எல்லா உரிமைகளையும் ஒழித்துக் கட்டுவதிலும் இந்தத் திறனின்மை வெளிப்படுகிறது.[29]

காட்டு மசோதாக்களின் பின்புலத்தில், மார்க்ஸ் உரிமைகளின் (மரபுரீதியானதோ இல்லையோ) வரையறையில் வடிவத்துக்கும் உள்ளடக்கத்தும் இடையேயான இயங்கியலை நோக்கி நகர்கிறார். அதன் மூலம் 'பொய்யான' உரிமைகளையும் 'சரியான' உரிமைகளையும் அளவிடுவதை சாத்தியமாக்கும் தேர்வுஅடிப்படை அறிமுகப்படுத்தப் படுகிறது. இந்த இயங்கியல் நகர்வு, நிராகரிக்கப்பட்ட உரிமைகளை அவற்றின் உள்ளடக்கத்தின் அடிப்படையில் கூட்டுத்துவரீதியில் அல்லது சமூகரீதியில் தீர்மானமாக்குவதை வெளிப்படுத்துகிறது, அதே நேரம் முற்றதிகார அரசு சட்டத் துறையையும் அரசியல் துறையையும் குழப்பிக் கொள்வதற்குக் காரணமாக, 'பிரிக்கப்பட்ட மனித இனத்தின்' உலகமான, சுதந்திரமின்மையின் உலகமான நிலப்பிரபுத்துவ வரலாறு இருந்தது. சட்டக்கோட்பாடு வழங்கும் களத்தை விட விரிவான, அதே நேரம் இன்னும் கோட்பாட்டுரீதியாக கட்டமைக்கப்பட முடியாத களத்தினுள் விமர்சன பகுப்பாய்வு செல்கிறது. எனினும், சமூக மறு வுற்பத்தியின், அறிவியலுக்கு முந்தைய திட்டத்தின் அடிப்படையில் முந்தைய வரலாற்றை புரிந்து கொள்ள முயற்சிக்கப்படுகிறது. மேட்டிமை உரிமை பெற்ற வர்க்கங்களுக்கு மரபுரீதியான உரிமைகளை மீண்டும் வழங்குவதற்கான கோரிக்கையை புரிந்து கொள்ள அது உதவலாம். இந்தக் கோரிக்கை, உரிமையின் 'மனித உள்ளடக்கத்துக்கு' மாறாக 'விலங்கு வடிவத்தை' மீட்டமைப்பதற்கான காலப்பொருத்தமற்ற உரிமைகோரல் என்கிறார் மார்க்ஸ். உரிமையின் இந்த விலங்கு வடிவம், இயற்கைச் சட்டக் கோட்பாடு எடுகோளாக முன்வைத்த மனித வாழ்வை மனித இயல்பிலிருந்து போலியாக பிரிப்பதைக் கொண்டிருக்கிறது. அது சுதந்திரமின்மை என்ற நிலையை, ஒரே பேரினத்தின் வெவ்வேறு இனங்களுக்கு இடையேயான அடிபணிதலும் சார்புநிலையும் என்ற அதன் குறிப்பான பண்புடன் இணைக்கிறது, 'ஒரு இனத்தைச் சுரண்டுவதன் மூலம் இன்னொரு இனத்தை கொழுக்க வைப்பதை' சாத்தியமாக்குகிறது.[30] சொத்துடையவர்களுக்கும், இந்த புதிய வரலாற்றுச் சூழல்களில் எந்த சமூக எஸ்டேட்டையும் சேராத சொத்தில்லாதவர்களுக்கும் இடையேயான பிரித்தலையும் இந்த பக்கச்சார்பு தெளிவாக்குகிறது. இந்தக் கருதுதல், ஏழைகளின் பொருளாயத நிலைமைகள் தொடர்பான சிந்தனையைக் கொண்டுள்ளது, ஏழைகளின் உரிமைகள் அரை (quasi) சமூக உரிமைகளாக, நிராகரிக்கப்படுகின்றன, சொத்துடைமை உரிமைகள் தவறாக பயன்படுத்தப்படுவதற்கு 'எதிராக' கட்டமைக்கப்பட வேண்டிய உரிமைகளாக கருதப்படுகின்றன. இந்தத் 'தோற்கடிப்பு' கூட்டுத்துவ தோற்கடிப்பாக கட்டமைக்க வேண்டும் என்று உணர்த்தப்படுகிறது, இந்த அவசியம் ஒரு பக்கம், சமூக

ஒப்பந்தத்தின் அடிப்படையில் ஒவ்வொன்றிலும் உரிமையை (jus in omnia) தனிச்சிறப்பான சொத்துடைமை உறவுகளாக மாற்றும் இயற்கைச் சட்ட 'கற்பனை'யின் வரலாற்று விளக்கத்தில் இருந்து தருவிக்கப்படுகிறது. மறுபக்கம், சட்டத்தின் சர்வப்பொது வடிவத்துக்கும் குறிப்பான மரபுரீதியான உரிமைகளுக்கும் இடையிலான இயங்கியல் வெளிப்படுத்தல் மூலம் தருவிக்கப்படுகிறது, அதன் மூலம் எந்த மரபு ரீதியான உரிமையை ஒழிக்க வேண்டும், எதனை ஒழிக்கக் கூடாது என்ற கேள்வியுடன் தொடர்புபடுத்தி விழுமிய அளவுகோல் அறிமுகப்படுத்தப்படுகிறது. இந்தப் பின்புலத்தில், தனியுரிமைகளை உரிமைகளாக மாற்றும் கேள்விக்கு தனிக்கவனத்தை வழங்கும் உரிமைகள் பற்றிய பிரச்சினைக்கான அணுகுமுறை தரப்படுகிறது. தனியார் சொத்துடைமையை கட்டமைக்கும் பாதுகாக்கும் சார்பானதாக்கும் மையமான பிரச்சினையுடனான உறவில் வரம்பிடும் உரிமைகளின் சட்டகங்களை அகற்றும், மீண்டும் நிறுவும் வரம்பிடும் சிக்கலான வரலாற்று நிகழ்முறையாக இந்த நிகழ்முறையை முன்-கருத்தாக்கம் செய்வதுடன் இந்த மாற்றத்துக்கான நிபந்தனைகள் இணைக்கப்பட்டுள்ளன. இந்த முன்கருத்தாக்கம் அதனை இறுதி முடிவுக்குக் கொண்டு வரவில்லை என்பது உறுதி. ஆனால், தற் செயலுக்கும் அவசியத்துக்கும் இடையேயான இயங்கியல் பற்றிய மார்க்சின் முதிர்ந்தகால ஆராய்ச்சியின் முக்கியமான அம்சங்களை அது எதிர்நோக்குகிறது.[31] மார்க்சின் சிந்தனைகள் உருப்பெற்ற காலகட்டத்தில் இந்த இயங்கியல், சட்டக் கோட்பாடு மட்டத்தில் முடிந்து விடுகிறது, 'தனியுரிமைகளை உரிமைகளாக மாற்றுவது', ஒரு பக்கத்தில், தனியார் சொத்துடைமையின் தனிச்சிறப்பான உரிமையை பாதுகாப்பதன் மூலமாகவும், மறுபக்கம், சமூகத்தின் மட்டத்தில் சமூக உரிமைகளின் 'பற்றாக்குறை' மூலமாகவும் சாதிக்கப்படுவதாக வாதிடப்படுகிறது.

இந்த இயங்கியலுக்குள், பிரபுக்குலத்தின் பாரம்பரிய மரபு ரீதியான உரிமைகள், அவற்றின் 'உள்ளடக்கம் சட்டத்தின் வடிவத்துக்கு - சர்வப்பொதுத்தன்மைக்கும் அவசியத்துக்கும்... முரணாக' இருப்பது வரையில் 'மரபுரீதியான அநீதிகள்' என்று விமர்சிக்கப்படுகின்றன, அத்தகைய அநீதியிலிருந்து எழும் எந்த ஒரு உரிமைகோரலும், கரணியமற்ற, 'விசித்திரமான' அடிப்படையில் உருவாக்கப்பட்டதாகக் கருதப்படுகிறது.[32] இந்த முடிவுக்கான முக்கியமான தேர்வு அடிப்படை காரணியமே. இந்த உணர்வில்,

> சட்ட உரிமைக்கு அக்கம்பக்கமாக மரபுரிமை இருப்பது... சட்டத்துக்கு அக்கம்பக்கமாகவும், அதற்குக் கூடுதலாகவும் இருக்கும் போது மட்டும்தான், ஒரு சட்ட உரிமையை எதிர் நோக்குவதாக மரபுரிமை இருக்கும் போதுதான் அது கரணியமாக

உள்ளது. எனவே, தனியுரிமை பெற்ற எஸ்டேட்டுகளின் மரபுரிமைகள் என்று நாம் பேச முடியாது. அவர்களது கரணிய உரிமையை மட்டுமின்றி, அவர்களது கரணியமற்ற பாசாங்கான உரிமைகளையும் சட்டம் அங்கீகரிக்கிறது. சட்டத்தைப் பொறுத்த வரை, இந்த தனியுரிமை பெற்ற எஸ்டேட்டுகளுக்கு எதிர் நோக்கும் உரிமை எதுவும் இல்லை, ஏனென்றால், அவர்களது உரிமைக்கான எல்லா சாத்தியமான விளைவுகளையும் சட்டம் எதிர்நோக்கி விட்டிருக்கிறது.³³

இன்னொரு பக்கம், ஏழைகளின் மரபுரிமைகளைப் பொறுத்தவரை, குடிமைச் சட்டத்தை நிறுவனப்படுத்தும் சாரத்தின் மீதே பிரதிபலிப்பைப் பார்க்க முடிகிறது. 'ஏற்கனவே இருப்பதாகக் கண்டறியப்பட்ட உரிமைகளை வரையறுப்பதும் சர்வப்பொது மட்டத்துக்கு உயர்த்துவதும்' என்பதாக மட்டும் அதன் வீச்சு வரம்பிடப்படுகிறது.³⁴ இவ்வாறு, கொள்கை ரீதியாக வரம்பிடப்பட்ட குடிமைச் சட்டத்தின் தர்க்கத்தின் காரணமாக புதிய உரிமைகளை உருவாக்குவதற்கு அது திறனற்று போகிறது. குடிமைச் சட்டத்தை நிறுவுவது என்பது 'குறிப்பான மரபுகளை' ஒழிப்பதாக இருந்தாலும், 'எஸ்டேட்டுகளின் அநீதிகள் தன்னிச்சையான உரிமைகளின் வடிவத்தை எடுக்கும் அதே நேரம், சமூக எஸ்டேட் இல்லாதவர்களின் உரிமை தற்செயலான பயன்பாட்டு உரிமைகளின் வடிவத்தை எடுத்தது' என்ற மெய்ம்மை அடையாளம் காண முடியாது அதனுடனேயே இணைந்துள்ளது.³⁵ எனவே, குடிமைச் சட்டம் என்பது 'தற்போக்கான பாசாங்குகளை' 'சட்ட உரிமைகோரல்'களாக மாற்றுவதோடு நின்று கொண்டது, ஏழைகளின் நலன்களை புறக்கணித்து விட்டது, ஏனென்றால், அது 'தற்செயலான பயன்பாட்டு உரிமைகளை' 'அவசியமான உரிமைகளாக' மாற்றத் தவறி விட்டது.³⁶ குடிமைச் சட்டம் பற்றிய மார்க்சின் விமர்சனம் அதை உருவாக்கிய வரம்புக்குட்பட்ட வரலாற்று நோக்குநிலையை விட பரந்தது, அதிக தொலைநோக்குடையது. இந்த விமர்சனத்தில், சொத்துடைமை மேட்டிமை உரிமைகளின் 'வினோதமான தன்மையை' நீக்கி விட்டு, அவற்றுக்கு 'குடிமைத் தன்மையை' கொடுத்த சிறப்பு குடிமைச் சட்டத்துக்கு வழங்கப்படுகிறது.³⁷ 'உடைமையாளரின் தனியார் உரிமையும், உடைமையற்றவரின் தனியார் உரிமையும்' என இரண்டு உரிமைகள் உள்ளன என்பதை மறந்து விடும் சட்டமியற்றும் சிந்தனையின் குறைபாடுகளை அது சுட்டிக் காட்டுகிறது.³⁸ இந்த அணுகுமுறை அரசு பற்றிய கேள்விக்கு திரும்பும் போது இந்த விமர்சனத்தின் தொலைநோக்குத் தன்மை தெளிவாகிறது. ஏழைகளின் மரபுரீதியான உரிமைகள் இப்போது 'உள்ளுணர்வுரீதியான உரிமையைக்' கொண்டுள்ள கூட்டுத்துவ தோற்கடிக்கும் உரிமையாகக் கருதப்படுகின்றன. உயிர்வாழ்தலை

நீட்டிக்கும் சமூகக் களமாக இயற்கைக்கு நெருக்கமாக அவை அவர்களைக் கொண்டு வருகின்றன, அவற்றை நியாயப்படுத்துகின்றன, '... ஏழை வர்க்கத்தின் இருத்தலே குடிமைச் சமூகத்தின் மரபுதான்' என்பதை அம்பலப்படுத்துகின்றன, அதற்கு அரசின் உணர்வுரீதியான ஒழுங்கமைப்பில் பொருத்தமான இடம் வழங்கப்படவில்லை.[39]

'அரசின் உணர்வுரீதியான ஒழுங்கமைப்பில்' ஏழைகள் விலக்கி வைக்கப்படுவது, தனியார் நலன்களுக்கும் அரசுக்கும் இடையேயான உறவு என்ற கருப்பொருளுக்கும் சமூகத்துக்குள்ளாக பொதுவான நேர்வுகளுக்கும் தனியார் நேர்வுகளுக்கும் இடையேயான உறவு என்ற கருப்பொருளுக்கும் வழி வகுக்கிறது. காட்டு மசோதாக்களின் தர்க்கம், 'அரசின் அதிகாரத்தை காட்டுடைமையாளரின் சேவகனாக மாற்றும்' தர்க்கமாக மாயைநீக்கம் செய்யப்படுகிறது.[40] 'தனியார்' நலன் 'பொதுக்' களத்தினுள் ஊடுருவும் முதலாளித்துவத்துக்கு முந்தைய தன்மையை அது அம்பலப்படுத்துகிறது. சமூகத்தில் இந்த இரண்டு துறைகளுக்கு இடையேயான குழப்பம், தனியார் நலனை 'உலகின் இறுதி இலக்காக' ஆக்குகிறது, தண்டனையைப் பொறுத்தவரை, தொடக்ககால நவீன கோட்பாட்டின் தனிச்சிறப்பான, 'சட்டத்தை நிலைநாட்டுவதற்கும்' 'மதிப்பைத் திருப்பி கொடுப்பதற்கும், இழப்பீடு வழங்குவதற்கும்' இடையேயான வேறுபாட்டின் மூலமாக 'பொதுத் தண்டனையை தனியார் இழப்பீடாக' மாற்றி விடுகிறது.[41] இதன் விளைவாக, அதன் சர்வப்பொதுத்தன்மை, அதன் கரணியம், அதன் கண்ணியம் ஆகியவற்றின் அடிப்படையில் சட்டத்தை நிலை நாட்டுவதற்கு மாறாக, பிரபுத்துவ முதலிரவு உரிமை *(droit du segneur)* இப்போது புதிதாக செயல்படுத்தப் படுகிறது, அதன் மூலம் நிவாரணம் வழங்க முடியாத கடன்காரர் மீது 'தற்காலிக பண்ணையடிமைத்தனம்' சுமத்தப்படுகிறது. கூடுதலாக, காட்டுச் சட்டத்தை நிறைவேற்றுவதற்கு பின்பற்றிய செயல்முறை, 'அரசியல்-அல்லாத' நிறைவேற்றமாக - 'தர்க்கத்தின் முழுமையோடும் அரசின் அறநெறியோடும்' தொடர்புப்படுத்தப்படாத நிறைவேற்றமாக- கடுமையாக விமர்சிக்கப்படுகிறது.[42]

அந்தக் காலகட்ட தர்க்கங்களில் மார்க்சின் பிந்தைய படைப்புகளில் வளர்த்தெடுக்கப்பட்ட, விமர்சன பகுப்பாய்வின் பல்வேறு திசைகளை நாம் காண முடிகிறது. அத்தகைய ஒரு திசை, பாரம்பரிய/தந்தைமை வகையிலான அரசியலுடன் தொடர்புள்ள சுயநல நலன்கள் மீதான விமர்சனத்துடன் தொடர்புடையது. இந்த விமர்சனம், 'யூதர்கள் பிரச்சினை' என்ற கட்டுரையில் முன் வைக்கப்பட்ட வாதங்களின் முக்கியமான அம்சங்களை குறிப்பிட்ட அளவு எதிர்நோக்குகிறது.

இன்னொரு திசை, முதலாளித்துவத்துக்கு முந்தைய சமூக உறவுகளின் அழிவால் உருவாக்கப்பட்ட 'சமூக உரிமைகளில் பற்றாக்குறை' என்ற கருத்துருவுடன் தொடர்புடையது. இது மார்க்சின் முதிர்ச்சிகால படைப்புகளில் முழுவதுமாக வளர்த்தெடுக்கப்பட்டுள்ளது. உரிமைகளின் வடிவங்களை உருவாக்கவும் அழிக்கவும் செய்யும் சிக்கலான வரலாற்று நிகழ்முறையாக உரிமைகள் கட்டமைக்கப்படுவதை இது அணுகுகிறது. இந்த நிகழ்முறை முதலில் உழைப்புப் பிரிவினை என்ற கருத்தாக்கத்துடனான உறவில் கருத்தாக்கம் செய்யப்பட்டது, அதன் பிறகு, மதிப்புக் கோட்பாட்டின் பரந்து விரிந்த கோட்பாட்டு சட்டகத்தினுள்ளாக கருத்தாக்கம் செய்யப்பட்டது.

## மனித சாரத்தை அன்னியமாக்கும் வடிவங்களாக உரிமைகள்

மார்க்சியக் கோட்பாட்டு செயல்திட்டத்தில் முற்றதிகார அரசின் மீதான விமர்சன பகுப்பாய்வில் இருந்து எழும் பிரச்சினைகளும், இந்த விமர்சனப் பகுப்பாய்வின் நடைமுறை விளைவுகளும், ஒன்றுபட்ட மனித இயல்புக்கு முரணான சித்தாந்த வடிவங்களாக கரணிய அரசியல் கோட்பாட்டின் எடுகோள்களையே விமர்சனரீதியாக கூராய்வு செய்வதற்கு இட்டுச் சென்றது. முதலாளித்துவ அரசியல் விடுதலையின் வரலாற்று நிகழ்முறையானது, ஹெகலிய கோட்பாடு மீதான ஃபாயர்பாஹிய விமர்சன பகுப்பாய்வால் முன் வைக்கப்பட்ட மானுடவியல் முற்கோள்களைக் கொண்ட கோட்பாட்டுக்குள் கருத்தாக்கம் செய்யப் படுகிறது. மனித விடுதலை செயல்பாட்டுக்கு வருவதை தடுப்பது குடிமைச் சமூகத்தை நிறுவுவதில் உள்ளார்ந்திருந்த முரண்பாடுகள்தான் என்று மார்க்ஸ் இப்போது வாதிடுகிறார். முதலாளி வர்க்கமாகவும் (bourgeois) குடிமகனாகவும் (citoyen) மனித சாரம் துண்டாக்கப்படுவதாக அவற்றை தொகுத்து சொல்லலாம். இந்தத் துண்டாக்கம், மனித சமூகத்தை அதன் சார்புநிலை 'பொருளாயத' அடிப்படையில் புரிந்து கொள்வதுடன் இன்னும் தொடர்புபடுத்தவில்லைதான். எனினும், இந்தத் துண்டாக்கம் சுதந்திரம் சமத்துவம் ஆகிய எடுகோள்களை தீர்மானகரமாக தீர்மானித்து, அவற்றைப் பிரிக்கும் உள்ளடக்கத்தை வழங்குகிறது என்று வாதிடப்படுகிறது. அதே நேரம், இந்த உள்ளடக்கம் ஒருபுறம் சுயநல ரீதியிலான நலன்களுக்கும் மறுபுறம் சுயநல மனிதர்களின் 'சமூகத்தில்' அவை எதார்த்தமாக்கப்படுவதை சாத்தியமாக்கும் அரசியல் வடிவத்துக்கும் மேலாகக் கவிந்துள்ளது என்று வலியுறுத்தப்படுகிறது. மனிதர்களுக்கு இடையேயான தொடர்பின்மையை ஒழித்துக் கட்டுவதற்கு மாறாக அதனை விரிவடையச் செய்வதால் இந்த அரசியல் வடிவம் தவறானது, மானுட அன்னியமாதலை உருவாக்குகிறது என்று

உணர்த்தப்படுகிறது. இவ்வாறாக, நவீனகால முதலாளித்துவ சமூகத்தில் உரிமைகளின் கட்டுவிப்பு, இந்தச் சமூகம் பிரிக்கப்பட்டிருப்பதை முன்னனுமானிக்கிறது, தனது இருத்தலுக்கான அடிப்படை நிபந்தனையாக இந்தப் பிரிவினைகளை மறுவுற்பத்தி செய்கிறது. 'சுதந்திரத்தை' விமர்சனரீதியாக மீட்டுருவாக்கம் செய்யும்போது இந்தக் கோட்பாட்டு திசைவழி சிறப்பாக வெளிப்படுகிறது. 'சுதந்திரத்துக்கான மனிதனின் உரிமை மனிதன் மனிதனோடு இணைந்திருப்பதை அடிப்படையாகக் கொண்டிராமல் மனிதனையும் மனிதனையும் பிரிப்பதை அடிப்படையாகக் கொண்டுள்ளது' என்று விமர்சிக்கப் படுகிறது. இந்த பிரித்தலின் உரிமைதான் அது, வரம்பிடப்பட்ட, அவருக்குள்ளாகவே வரம்பிடப்பட்ட தனிநபரின் உரிமை அது.[43]

முதலாளித்துவ தனிநபராக்கம் அதன் வரலாற்று நிலைமைகளில் இருந்து கோட்பாட்டு ரீதியாக உருவாக்கப்படவில்லை. மாறாக, அதன் 'இன்றியமையாத நிபந்தனைகளை' புரிந்து கொள்வதுடன் தொடர்புபடுத்தி முதலாளித்துவ அரசியல் விடுதலைதான் இங்கு விமர்சனத்துக்கு உள்ளாகிறது. ஃபாயர்பாஹ் பற்றிய தேற்றங்களில் இன்னும் வெளிப்படையாக முன்வைக்கப்பட்ட கருத்துருவை இந்தப் புரிதல் குறிப்பிட்ட அளவுக்கு எதிர்நோக்குகிறது; நவீனகால சமூகத்தின் சித்தாந்தக் கூறுகளை (உதாரணமாக, மதம்), அதன் 'சார்பற்ற அடித்தளத்தின்' 'முரண்நிலைகளாக' புரிந்து கொள்வது என்ற கருத்துருதான் அது. இந்தக் கூறுகள் பிரிக்கப்பட்ட மெய்ம்மைகளாக புரிந்து கொள்ளப் படுகின்றன, 'முதலாளிவர்க்கத்துக்கும் குடிமகனுக்கும் இடையிலான, 'அரசியல் அரசுக்கும் 'குடிமைச் சமூகத்துக்கும்' இடையிலான இன்றியமையாத முரண்பாடாக குறைக்கப்பட்ட பிரிக்கப்பட்ட மெய்ம்மைகள் அவை.[44] கூடுதலாக, இயங்கியலுக்கு-முந்தைய ஞானவியல் திசையில் இந்தக் கருத்துரு தருவிக்கப்படுகிறது. அதற்குள், கரணிய இயல்திறனுக்குள்ளாக (faculty) 'படிநிலை' திருப்பி நிறுத்தப்படுதல் 'எதார்த்தமான' அறிவியலுக்கு தவிர்க்கவியலாத நிபந்தனையாக உள்ளது.[45] பொதுவான மார்க்சிய பாரம்பரியத்தில் இந்தத் திருப்பி நிறுத்தல் முக்கியமான கோட்பாட்டு-நடைமுறை விளைவுகளைக் கொண்டுள்ளது, இந்த மட்டத்தில், அரசியல் விடுதலை என்ற பிரச்சினைக்கும் மனித விடுதலைக்கான கோரிக்கைக்கும் இடையேயான தொடர்பை உருவாக்கும் மார்க்சிய சித்தாந்த விமர்சன பகுப்பாய்வைத் தொடங்கி வைப்பது அந்த விளைவுகளில் ஒன்று. அரசியல் விடுதலை என்பது 'இப்போதைய நிலைமைகளுக்குள்ளாக மனித விடுதலையின் இறுதி வடிவம்' என்று கருதப்படுகிறது, மானுட விடுதலை என்பது 'எதார்த்தமான, நடைமுறையான விடுதலை' என்று புரிந்து கொள்ளப்

படுகிறது.[46] எனினும், மானுட விடுதலையை 'எதார்த்தமான' விடுதலையின் மட்டத்துக்கு உயர்த்துவது, விடுதலையின் அன்னியமாக்கப்பட்ட (தந்திரமான), அவசியமான வடிவத்தை இடைநிலையாகக் கொண்டிருப் பதாகவும், அது 'எதார்த்தமான விடுதலையை விடப்' பின்தங்கியது என்றும் தெரிகிறது. மனிதத் தனிநபர்தன்மையை அதனளவில் ஒரு விழுமியமாகக் கொண்டிருப்பதாலும், அதன் 'புனிதமற்ற இருத்தல்' மற்றும் 'அவசியமானது' என்ற நிலையில் இருந்து அதனை உயர்த்துவதை தடை செய்வதாலும் இந்த வடிவம் அன்னியமாக்கப் பட்டதாகக் கருதப்படுகிறது. ஏனென்றால், அரசியல்ரீதியானதை அதன் சர்வப்பொதுவான வடிவத்தில் பெறுவதற்கான நிபந்தனையாக இந்த தனிமனிதத்தன்மை உட்கிடையாக அங்கீகரிக்கப்படுகிறது. அரசியல் விடுதலை கொள்கைரீதியாக அன்னியமாக்கப்பட்டிருந்தாலும், அது முதலாளித்துவத்துக்கு முந்தைய சொத்துடைமை உறவுகளை ஒழித்துக் கட்டுகிறது. அந்தச் சொத்துடைமை உறவுகள் உருத்திரிக்கப்பட்ட வடிவில், சட்ட-அரசியல் மேட்டிமை உரிமைகளுடன் குழப்பப் பட்டதாக செயல்துடிப்பாக இருந்தன. முதலாளித்துவத்துக்கு முன்பு, 'பிறப்பு, படிநிலை, கல்வி, தொழில்' முதலான வேறுபடுத்தல்களின் அடிப்படையில், மனித ரீதியானது அரசியல்ரீதியானதில் இருந்து பிரிக்கப்பட்டிருந்த இடத்தில், இப்போது, அதன் சர்வப்பொதுத் தன்மையில் அரசியலுக்கும் (முதலாளித்துவ) சமூகத்துக்கும் இடையிலான வேறொரு பிரித்தல் கொண்டு வரப்படுகிறது.[47] 'நிலவும் திட்டத்தின்' பகுதியாக அதுவே இருக்கும் முதலாளி வர்க்க சமூகத்துக்குள்ளாக, இந்த பிரித்தல்கள் அனைத்தும் அரசியல் ரீதியானவை இல்லை என்றும் அவை 'மெய்யான பிரித்தல்களாக' தொடர முடியும் என்றும் பிரகடனப்படுத்தப்படுகின்றன. அரசின் 'இருத்தலுக்கு அவை முன்னனுமானிக்கப்படுகின்றன. இந்தக் காரணிகளுக்கு எதிராகத்தான் அரசு தன்னை அரசியல் அரசாக உணர்கிறது, தனது சர்வப்பொதுத் தன்மையை அறுதியிடுகிறது'.[48] இவ்வாறாக, ஒவ்வொரு மனிதனும் பிற மனிதர்களை 'தனது சொந்த சுதந்திரத்தை ஈடேற்றுவதாக இல்லாமல் வரம்பிடுவதாக' அங்கீகரிக்கும் பகைநிலை சமூகம் நிறுவப்படுகிறது.

**[Gattungswesen என்பது வழக்கமாக 'மனித-உயிரினம்' அல்லது 'மனித-சாரம்' என்று மொழிபெயர்க்கப்படுகிறது. இந்தச் சொல் ஃபாயர்பாகின் தத்துவத்தில் இருந்து தருவிக்கப்பட்டது. இது ஒவ்வொரு ஒரு மனிதரின் இயல்பையும், ஒட்டு மொத்த மனிதகுலத்தின் இயல்பையும் என இரண்டையுமே குறிக்கிறது - மொ.பெ]**

*மனித-சாரத்தின்* (Gattungswesen) *(சமூகத்தின்)* பகுதியாக, மானுட, சுயநலமற்ற தனிமனிதத்தன்மையின் நெறிமுறைசார் பரிமாணத்தை

மீட்டமைப்பதற்கான மார்க்சின் முயற்சிக்குள், நவீனகால அரசியல் மற்றும் சமூக நிறுவனங்களை நீடிக்கச் செய்யும் அடிப்படை ஒருமையாக அரசுக்கும் முதலாளித்துவ சமூகத்துக்கும் இடையிலான நகலாக்கத்தை தருவிப்பது பற்றிய புரிதல் உள்ளது. அது பொதுக் களத்தில் அல்லது தனியார் களத்தில் கட்டமைக்கப்பட்ட உரிமைகளின் வடிவத்தை எடுக்கும் முக்கியமான பிரித்தல்களை உருவாக்குகிறது. அதே நேரத்தில், இந்தப் பிரித்தல்கள் சுயநலமான மனிதர்களை இணைக்கும் பிணைப்புகளுக்கு வடிவம் கொடுக்கின்றன. எனினும், 'தேவைக்கும் தனியார் நலனுக்குமான' 'இயற்கை அவசியத்தால்' தீர்மானிக்கப்படும் இந்தப் பிணைப்புகள், மனித-சாரமாக இல்லை. மனித சாரம் தனிநபர்களுக்கு வெளியில் இருப்பதாகத் தோன்றும் போது இந்தக் குறைபாடு வெளிப்படுத்தப்படுகிறது.[50] இவ்வாறாக, கட்டுவிக்கப்பட்ட உரிமைகளின் பார்வைஎல்லை தன்னல உணர்வுதான். இந்தத் தன்னல உணர்வின் வகையைப் பற்றிய பிரச்சினை இப்போது எழுகிறது. இந்தக் கேள்விக்கு விடை தர முயற்சிக்கும் போது, தனியார் நலன்களுக்கு இடையேயான ஊடாட்டத்தின் சர்வப்பொது வடிவம் அரசியல் என்ற தனது ஆரம்ப நிலை கருத்தாக்கத்தை மார்க்ஸ் கைவிடுகிறார். எனினும், இந்தக் கைவிடுதல், உரிமைகளை முரண்நிலையாக தருவிப்பதை நோக்கிய இயங்கியலின் விளைவாக உள்ளது, அதன் ஊடாக, அரசியல் ரீதியானதன் உடனடித்தன்மை அல்லது உடனடித்தன்மையின்மை மனித-சாரத்தின் அரசியல் எதார்த்தமாக்கத்தின் பார்வையில் பரிசீலிக்கப்படுகிறது. இந்தப் பின்புலத்தில் முற்றதிகார ஆட்சியை கலைத்து விடுவதன் மூலம் அரசியல் விடுதலை பெறப்படுகிறது. 'அதன் அரசியல் அமைப்பு மக்களிடமிருந்து பிரிக்கப்பட்டிருந்தாலும்', அதன் 'குடிமை வாழ்க்கையின் காரணிகள்... உடனடி அரசியல் தன்மையைப் பெற்றிருந்தன'.[51] வினோதமாக, இந்த உணர்விலான அரசியல்ரீதியானதன் நேரடித்தன்மை, குடிமை வாழ்க்கையின் காரணிகளான சொத்துடைமை, உழைப்பு ஆகியவை பிரபுத்துவ உணர்விலாவது தமது அரசியல் தன்மையை தக்க வைத்துக் கொண்டு 'சமூகத்துக்குள் தனி சமூகங்களாக' கட்டுவிக்கப்பட்டுள்ளன என்ற அடித்தளத்தில் உயர்த்தப்படுகிறது.[52] வேறு சொற்களில், இந்த முதன்மையான நேர்வில், சமூகத்துள்ளாக தனியான சமூகம் என்ற நேர்வில், பழைய சமூகத்தினுள் மனித-சாரத்தின் நடைமுறை நோக்கங்கள் எதார்த்தமாக்கப்படுகின்றன என்று உணர்த்தப்படுகிறது. இந்த நோக்குநிலையில், அரசியல் புரட்சி பழிக்கப்படுகிறது. ஏனென்றால், அது 'குடிமைச் சமூகத்தின் அரசியல் தன்மையை ஒழித்து விட்டது', குடிமைச் சமூகத்தை அதன் எளிய கூறுகளாக' சிதறடித்துள்ளது, புதிய அரசியல்ரீதியாக விடுவிக்கப்பட்ட சமூகத்தின்

உரிமைகளின் இயங்கியல்

அடித்தளமாக சுயநலம் என்ற போலியான 'சுமையை' விட்டுச் செல்கிறது.⁵³ அரசியல் புரட்சி பற்றிய இந்த விமர்சனத்தில், ஒரு பக்கம், 'தேவைகளின் உலகமாக, உழைப்பின் உலகமாக, தனியார் நலனின் உலகமாக, குடிமைச் சட்டத்தின் உலகமாக குடிமைச் சமூகத்தைப் புரிந்து கொள்ளும் நேர்மறை அம்சம்' உள்ளது.⁵⁴ இன்னொரு பக்கம், இழந்து விட்ட, அரசியல் ரீதியானதன் கற்பனையான நேரடித் தன்மையை மீட்பது என்ற கோரிக்கைக்குள் வரம்பிடப்பட்டுள்ள அளவில் இந்த விமர்சன பகுப்பாய்வு தேவைகளின், உழைப்பின் இன்னபிறவற்றின் உலகத்தின் இயல்பை ஊடுருவிப் பார்க்கும் முயற்சிகளை ஒதுக்கி வைக்கிறது. இந்த மட்டத்தில், விடுதலைக்கான செயல்திட்டம் முதலாளி வர்க்கத்துக்கும் குடிமகனுக்கும் இடையிலான பிரித்தலை ஒழித்துக் கட்டும் கோரிக்கையாக உள்ளது. அதன் ஊடாக 'எதார்த்தமான மெய்யான, தனிநபரான மனிதன், சாரமான குடிமகனை தனக்குள்ளாகவே மீட்டமைத்து... தனிநபராக அனுபவரீதியான உலகில் மனித சாரத்தின் இருத்தலாக மாறுகிறான்'.⁵⁵ தன்னளவில் மனிதன் என்ற எதார்த்தத்தை மீண்டும் புரிந்து கொள்வதற்கு இந்தச் செயல்திட்டம் எடுத்த திசைவழி, ஊகரீதியிலான தத்துவத்தின் மீதான ஃபாயர்பாஹிய விமர்சனத்தை இன்னும் எதிரொலிக்கிறது. மார்க்சால் ஏற்கனவே ஏற்றுக் கொள்ளப்பட்ட இந்த விமர்சனத்தின் வீச்சு, விடுதலைக்கான செயல்திட்டத்தை விட பரந்து விரிந்தது, அது கருத்துமுதல்வாத தத்துவத்தின் அடித்தளங்களையே, இன்னும் குறிப்பாக ஹெகலிய தத்துவத்தையே மீண்டும் விமர்சிக்கிறது.⁵⁶ இந்த அடிப்படையில், கருத்துமுதல்வாத இயங்கியலுக்கு தனிச்சிறப்பான 'சாரமானதில் இருந்து திட்டவட்டமானதற்கும் கருத்தியலானதிலிருந்து எதார்த்தமானதற்கும் போவது' என்ற செயல்முறை 'உருத்திரிக்கப்பட்ட செயல்முறை என்று' விமர்சிக்கப்படுகிறது. ஏனென்றால், சாரமாக்கல் என்ற நிகழ்முறையே மனிதர்களில் இருந்து மனிதசாரத்தை அன்னியமாக்குகிறது. அதன் மூலம், மானுடசாரத்தை மானுட இருத்தலுடன் 'நேரடியாக, வெளிப் படையாக, ஏமாற்றாமல் அடையாளப்படுத்துவதற்கு' தடையாக உள்ளது.⁵⁷

எனினும், இந்த விமர்சனத்துக்குள்ளாக, மனித-சாரத்துக்குள்ளாகவே மனித இருத்தலின் நேரடித்தன்மையை மீட்பது என்ற கோரிக்கை, மனித அன்னியமாதல் என்ற கருத்துநிலை மனித உழைப்பு என்ற கருத்துருவுடனான தொடர்பில் குறிப்பிடப்படும் போது தேவைகளிலான உலகம் பற்றிய சிந்தனையுடன் இணைக்கப்பட்டுள்ளது. மார்க்சிய விடுவிக்கும் கருத்தியல் அரசியல் பொருளாதாரத் துறைக்கு நகர்கிறது- இந்தத் துறை 'எதார்த்தத்தின் நிகழ்முறையுடனேயே'⁵⁸ அடையாளப்படுத்தப் படுகிறது. அங்கு 'உற்பத்தி நிகழ்முறையின் போது மனிதச் செயல் பாட்டையும், மனிதர்களின் உற்பத்திப் பொருட்களையும் பரிவர்த்தனை

செய்வதற்கு' சமமாக 'மனித இனச் செயல்பாடு' புரிந்து கொள்ளப்படுகிறது. இவ்வாறாக, மனிதர்களுக்கு இடையேயான பிரித்தலில் தெரிவிக்கப்படும் மனித அன்னியமாதல், இந்தத் தேவைகளின் உலகின் விளைபொருளாக உள்ளது, 'உண்மையான சமுதாயத்தின்' விடுவிக்கும் கருத்தியல் புறநிலையாக தீர்மானிக்கப்படுகிறது, ஏனென்றால் அது, தனி நபர்களின் தேவையில் இருந்தும் சுயநலத்தில் இருந்தும் அதாவது அவர்களது சொந்தச் செயலில் இருந்தே நேரடியாக எழுகிறது'.[59] அரசியல் பொருளாதாரத்தின் களத்துக்குள் நகர்வது மார்க்சிய விமர்சன பகுப்பாய்வில் முக்கியமான தாக்கங்களைக் கொண்டுள்ளது. ஏனென்றால், இந்த நகர்வு பொருளியலின் 'இயற்கைவாத' முற்கோள்களை கடந்து விமர்சனரீதியான சமூகக் கோட்பாட்டில் வரலாற்றுத்தன்மை என்ற கேள்வியை மையமான பிரச்சினையாக எழுப்புகிறது, இந்த முற் கோள்களில் இருந்து வரலாற்று இருத்தலாக மனித இருத்தல் இல்லாத பொய்யான (அன்னியமாக்கப்பட்ட) புறநிலை தருவிக்கப்படுகிறது என்று உணர்த்துகிறது. கூடுதலாக, பொருளியல் 'இயற்கை புறநிலைத் தன்மையை' கொண்டிருப்பதாகக் கூறிக் கொள்வது 'வெறும் தோற்றமே, எதார்த்தத்தில் அது மனிதன் தனக்குத் தானே கொடுத்துக் கொண்ட இருத்தலின் குறிப்பான வரலாற்று வடிவமாகவே உள்ளது' என்று இந்த நகர்வு தெரிவிக்கிறது.[60] இவ்வாறாக, (தனியார் சொத்துடைமை போன்ற) பிரித்தல்களாக உரிமைகளைப் பற்றிய மார்க்சிய கருத்தாக் கத்துக்கு அதன் வரலாற்றுரீதியான அடித்தளம் கிடைக்கிறது. அது அன்னியமாக்கப்பட்ட வடிவங்களை ஒழித்துக் கட்டுவதற்கான நெறிமுறைசார் திட்டப்பணிக்கு, அவசியம் என்ற அடித்தளத்தை வழங்குகிறது. அன்னியமாதல் என்ற கருப்பொருள் பரிவர்த்தனை நிகழ்முறை பற்றிய பகுப்பாய்வால் வலுப்படுத்தப்படுகிறது, அது மூலதனம் நூலில் வளர்த்தெடுக்கப்பட்ட விரித்துரைத்தலை பல வகைகளில் எதிர்நோக்குகிறது. இந்த அடிப்படையில், முதலாளித்துவ சமூகத்தில் தனிநபராக்கத்தின் கட்டமைப்பு அன்னியமாக்கப்பட்டதாக விமர்சனரீதியாக ஆய்வு செய்யப்படுகிறது, அதே நேரத்தில் அரசியல் பொருளாதாரத்தினுள்ளாகவே உள்ள, 'சமூகமற்ற, குறிப்பிட்ட நலன்களின் ஊடாகத்தான்' சமூகம் நிறுவப்படுகிறது என்ற அடிப்படையான முரண்பாட்டை வெளிப்படுத்துகிறது.[61] இந்த நிலைப்பாட்டில் இருந்து, விடுவிக்கும் ஆதர்சத்தை வைத்துப் பார்க்கும் போது, பரிவர்த்தனை நிகழ்முறை, சமூகமற்ற, மானுடத்தன்மையற்ற உறவாக, 'மனிதர்கள் ஒருவருக்கொருவர் மனிதர்களாக உறவு கொள்ளாத', 'தனியார் சொத்துடைமையுடன் தனியார் சொத்துடைமை கொண்டுள்ள பிரிக்கப்பட்ட உறவாக' பகுத்தாராயப்படுகிறது.[62] 'அவர்களது தனியார்

சொத்துடைமையை கட்டமைக்கும் பொருண்மையின் குறிப்பான இயல்பாக மனிதர்களை ஒன்றுபடுத்தும் பிணைப்பு தீர்மானிக்கப்படுகிறது'.[63] இந்த இயங்கியல், 'மற்றவர்களின் உழைப்பின் உற்பத்திப் பொருட்களுடன்' முனைப்பின் உறவை, 'குறிப்பிட்ட இருத்தலாக' இல்லாமல் மொத்தமான இருத்தலாக தெரிவிக்கிறது. இந்த உறவு 'தனியார் சொத்துடைமையின் பின்புலத்தில்' கட்டுவிக்கப்படுகிறது, அதே நேரம் பரிவர்த்தனை என்பது 'சமூக உறவின் எதிர்க்கூறாகவே' உள்ள 'புறநிலையான, அன்னியமாக்கப்பட்ட மனித செயல்பாடு' என்ற வடிவத்தை எடுக்கிறது.[64] இங்கு தனியார் சொத்துடைமை என்பது முதலாளித்துவ சமூகத்திற்கு உள்ளாகவே மையச்சரடாக உள்ள பிரித்தலாக அணுகப்படுகிறது, அதிலிருந்து மற்ற எல்லா பிரித்தல்களும், குறிப்பாக அதிலிருந்து அதன் பிரித்தல், தோன்றுகின்றன. தனியார் சொத்துடைமை என்பது பண்ட மாற்றில் ஈடுபடும் தரப்புகளுக்கு இடையிலான உறவாக வரையறுக்கப் படுகிறது, ஒவ்வொரு தரப்பும், 'தனது சொந்த பதிலியாகவும், மற்றதன் பதிலியாகவும்' இருக்கும் *'மற்றதன் இருத்தலை பொருண்மையாக்குகிறது*'. ஒட்டுமொத்த உற்பத்தி நிகழ்முறை விரிவாக்கப்படுவதன் மூலமாக இந்த நிகழ்முறை தீவிரமாக்கப்படுகிறது. அதன் ஊடாக, 'வேலை கூலி-உழைப்பாக மாறுதல்', 'மனிதன் சுயநலமியாக' 'ஆன்மீகரீதியான பௌதீகரீதியான கலைப்பாக மாற்றி அமைக்கப் படுதல்' போன்ற முக்கியமான மாற்றி அமைத்தல்கள் நிறைவேறுகின்றன. அதன் மூலமாக முதலாளித்துவச் சமூகத்தின் தனிச்சிறப்பாக உள்ள, உழைப்பு, மூலதனம், நிலவுடைமை ஆகியவற்றின் பிரித்தல் ஏற்படுகிறது.[66]

மனித சாராம்சத்தின் அன்னியமாக்கப்பட்ட வடிவங்களை நேரடியாக ஒழித்துக் கட்டி விடுவிக்கும் ஆதர்சத்துடன் தொடர்பு படுத்தி அல்லது அரசியல் பொருளாதாரத்தின் கோட்பாட்டு செயல் திட்டத்தைப் பற்றிய விமர்சன பகுப்பாய்வுடனான, அதாவது முதலாளித்துவ சமூகத்தில் உற்பத்தி மற்றும் வினியோக உறவுகளைப் பற்றிய ஆய்வுடன் தொடர்புபடுத்தி ஒழுங்கமைக்கப்பட்ட இந்தப் பிரித்தல்களை புரிந்து கொள்வதற்கான பல்வேறு முயற்சிகளை நாம் பார்க்க முடிகிறது. இரண்டாவது திசைவழியைப் பொறுத்தவரையில், சொத்துடைமை உரிமைகளைப் பற்றி புரிந்து கொள்வதற்கான சமூக பொருள்வகைமை பற்றி கேள்விகளில் ஈடுபடுவதை நாம் முன்கூட்டியே பார்க்க முடிகிறது. உடனடி தேவைகளுக்கு அப்பால் உற்பத்தி விரிவாக்கப்படும் போது இந்த உரிமைகள் தோற்றுவிக்கப்பட்டன; அதன் மூலம் உபரியாக உற்பத்தி செய்யப்பட்ட 'உற்பத்திப் பொருள் உடைமையாக உள்ளது'.[67] விரிதிற உற்பத்தி என்ற திட்டப்பணி அங்கீகாரம் (recognition) பற்றிய ஹெகலிய இயங்கியலின் பின்புலத்தில் கருத்தாக்கம்

செய்யப்படுகிறது.⁶⁸ அது அதன் தரப்பில், பரிவர்த்தனை நிகழ்முறையின் ஒட்டுமொத்த தர்க்கத்தையும், ஒருவருக்கொருவர் உடைமை உரிமைகளை அங்கீகரித்துக் கொள்ளும், மோதலில் உள்ள உடைமையாளர்களுக்கு இடையிலான கணக்கிடும், கொள்ளையிடும் மற்றும்/அல்லது ஏமாற்றும் நிகழ்முறையாக மாற்றி விடுகிறது. பௌதீக வலுவந்தத்தை இல்லாமல் செய்து, பேரம் பேசுவதன் அவசியத்தின் மூலம் நிறுவப்பட்ட அரசியல் ரீதியானது என்ற கருத்துநிலை இங்கு உணர்த்தப்படுகிறது.⁶⁹ இவ்வாறாக, தனியார் சொத்துடைமையை தனிச் சிறப்பான உடைமை உரிமையாக அறுதியிடும், மானுட சாரத்தை இன-சாரமாக எதார்த்தமாக்குவதை தடை செய்யும் ஊடாடும் வடிவமாக அரசியல்ரீதியானது ('குடியுரிமைக்குள் உண்மையாக அனுமதிக்கப்படுவதாக பிளவுறுவதை' மறுவரையறுப்பது) என்ற கருத்து நிலைக்குள் பகுப்பாய்வு மீண்டும் ஒருமுறை விழுந்து விடுகிறது.⁷⁰

[மனிதர்களின் இருத்தலை சமூக மனிதர்களாக உருவாக்கும் பொறியமைவை ஹெகல் recognition (அங்கீகாரம்) என்று அழைக்கிறார் - மொ.பெ]

மார்க்சின் சிந்தனையில் இந்த மாறிச்செல்லல்கள், அரசியல் பொருளாதாரத்தின் கருத்தினங்களுடன் இன்னும் நெருக்கமான தொடர்பை (அவற்றின் மீதான விமர்சன பகுப்பாய்வையும்) பார்க்க முடிகிற, 1844 பொருளாதார மற்றும் தத்துவ கையெழுத்துப் பிரதிகளிலேயே வெளிப்படுகின்றன. இந்தப் பின்புலத்தில் 'தனியார் சொத்துடைமை என்பது அன்னியமாக்கப்பட்ட உழைப்பு என்ற கருத்தாக்கத்தைப் பற்றிய பகுப்பாய்வில் இருந்து தருவிக்கப்படுகிறது'; 'உற்பத்தியின் எதார்த்தமான ஆன்மாவாக' உழைப்பு என்பதிலிருந்து தொடங்கினாலும், அது 'உழைப்புக்கு எதையும் கொடுக்காமல் எல்லாவற்றையும் தனியார் சொத்துடைமைக்குக் கொடுக்கிறது' என்று அரசியல் பொருளாதாரம் விமர்சிக்கப்படுகிறது.⁷¹ அரசியல் பொருளாதாரம் பற்றிய இந்தத் தொடக்ககால விமர்சன பகுப்பாய்வில், 'பிளவுண்ட உழைப்பு பற்றிய விதிகளை வெறுமனே வரையறுக்கிறது' என்ற வகையில் அரசியல் பொருளாதாரமே பொய்யான கோட்பாட்டு கூருணர்வாக கட்டமைக்கப்பட்டுள்ளது என்பதை உணர்த்துகிறது, அது உழைப்பு பிளவுறுதலை அது உற்பத்தியாளர்களுக்கு எப்படி தோன்றுகிறதோ அப்படி ஆய்வு செய்கிறது என்பதை உணர்த்துகிறது. மாய்மாலமாக்கம் என்ற கருப்பொருளுடன் தொடர்பை வலியுறுத்தும் வகையில், அவர்களுக்கு

ஒரு தனியாளின் உழைப்பை ஏனையோரின் உழைப்புடன் பிணைக்கிற உறவுகள், வேலை செய்கிற தனியாட்களிடையிலான

> நேரடிச் சமூக உறவுகளாகத் தோன்றாமல், ஆட்களிடையிலான பொருளாயத உறவுகளாகவும், பொருட்களிடையிலான சமூக உறவுகளாகவும் - *உண்மையில் அவை இருக்கிறபடி* தோன்றுகின்றன.[72] (மூலதனம், முதல் பாகம், தமிழ்ப் பதிப்பு, பக்கம் *108*-மொ.பெ)

தனியார் சொத்துடைமை தருவிக்கப்பட்ட, அரசியல் பொருளாதாரம் தனது கோட்பாடாக்கத்தைத் தொடங்கும், பிளவுறுதல் என்ற பொருளாதார மெய்ம்மை, சொத்தையும் சொத்தின்மையையும் பிரிக்கும் இயல்பை தன்னுள் கொண்டுள்ளது. இந்தப் பிரித்தல், '*உழைப்புடனும் தனது உழைப்பின் உற்பத்திப் பொருளுடனும் தொழிலாளரின் உறவு, தொழிலாளருடனும் அவரது உற்பத்திப் பொருளுடனும் தொழிலாளர்-அல்லாதவரின் உறவு* இரண்டுக்கும் உருக்கொடுகிறது, இன்னும் அதிகமாக, '*தொழிலாளர்களின் விடுவிப்பின் அரசியல் வடிவத்தை*' 'சர்வப்பொது மனித விடுவிப்பின்' வடிவமாக ஆக்குகிறது,[73] அதன் மூலம் இந்தப் பிரித்தல் ஒழித்துக் கட்டப்படும். இந்த சார்புநிலை மையச்சரடு, உரிமைகளை கருப்பொருளாகக் கொண்டு கோட்பாடாக்கம் செய்வதற்கான களம் எதையும் வழங்கவில்லை. ஏனென்றால், ஒட்டுமொத்த வாதமும், அனைத்தையும் உள்ளடக்கிய விடுவிக்கும் ஆதர்சத்துக்கு உட்பட்டுள்ளது. நிச்சயமாக, இந்தப் பின்புலத்தில், விடுதலை ஆதரவு அரசியல் கோட்பாடு வழங்கும் சட்ட பரிந்துரைவாத மரபிலான கருப்பொருளாக்கத்துக்கு எந்த இடமும் இல்லை. அரசியல்-பொருளாதார உறவுகளின் அன்னியமாக்கப்பட்ட மெய்ம்மையை மனிதச் செயலுடன் பிணைக்கும் நியதிகளை தருவிக்கும் அதன் தர்க்கத்திலேயே இந்த வகை பரிந்துரைவாதம் மறுதலிக்கப்படுகிறது. எனினும், மனித-சாரத்தின் (Gattungwesen) விடுவிக்கும் கருத்தியல் அதன் தரப்பில் அரசியல் பொருளாதாரத் துறையில் வளர்த்தெடுக்கப்பட்ட கருப் பொருட்களை நோக்கி படிப்படியாக நகர்த்தப்படுகிறது, இவ்வாறாக, பொருண்மைத்தன்மையின் முரண்நிலை இயல்பினால் அதன் உள்ளடக்கம் தீர்மானிக்கப்படுகிறது: 'மதிப்பிறக்கப்பட்ட' மனித உலகம் ஒழித்துக் கட்டப்படும் விடுவிக்கும் கருத்தியல் செயல்படுத்தப்பட வேண்டுமானால், இந்த மதிப்பிறக்கம் கோட்பாட்டுரீதியாக புரிந்து கொள்ளப்பட வேண்டும்.

'தொடக்ககால' மார்க்சியக் கோட்பாட்டு அணுகுமுறைகள், உரிமைகளை நேரடியாக அடைவதை முன்வைப்பதற்கு பதிலாக, (உரிமைகள் உள்ளிட்டு) சமூகத்தின் வடிவங்கள் உருவாக்கப்பட்ட பிரிக்கும் அடித்தளத்தை புரிந்து கொள்வதற்கான முக்கியமான

கோட்பாட்டு செயல்திட்டத்தைப் பின்பற்றியதாக நான் கருதுகிறேன். இந்தப் பிரித்தல்களை இயல்பானவையாகவும் வரலாறற்றவையாகவும் தனது பொருண்மைக்குள் எடுத்துக் கொண்ட வகையில் அரசியல் பொருளாதாரம் விமர்சிக்கப்பட்டது. இந்தப் பின்புலத்தில், உரிமைகள் பற்றிய கருப்பொருள் அரசியல் பொருளாதாரத்தின் கருத்தினங்கள் மீதான விமர்சன பகுப்பாய்வுக்குப் பின்னால் மறைந்து விட்டது. இந்த அறிவியலின் பொருண்மையை விமர்சனரீதியாக மீட்டுருவாக்கம் செய்யும் போது, 'நல வாழ்வுக்கான உழைப்பாளர்களின் உரிமை'யை அரசியல் வடிவ (அரசின்) நியதிகளின் சட்டகத்துக்குள்ளாக இல்லாமல், சமூக மறுவுற்பத்தியின் 'முன்நிபந்தனைகளாக வரையறுப்பதற்கான' உள்ளார்ந்த முயற்சியை பார்க்க முடிகிறது.[74]

அரசியல் பொருளாதாரம் தனது பொருண்மையில் எதை பொருத்தப்பாடுடையதாக சேர்த்துக் கொள்கிறது, எதனை பொருத்தப் பாடற்றதாக அல்லது முக்கியமற்றதாக விலக்கி வைக்கிறது என்ற நோக்குநிலையில் இருந்து மார்க்ஸ் அந்த அறிவியலை அணுகும் போது இந்தப் போக்கு வெளிப்படுகிறது. இவ்வாறாக, சமூகத்தின் செல்வத்தை அதன் உற்பத்திக்குத் தேவையான உழைப்பாக அரசியல் பொருளாதாரம் குறுக்கி விட்ட போதும், அது உழைப்பை 'தாங்கியிருப்பவரை' 'சுமை இழுக்கும் விலங்காக மட்டுமே' அங்கீ கரிக்கிறது. கூடுதலாக, உழைப்புக்கும் உற்பத்திக்கும் இடையேயான உறவை புறக்கணிப்பதாக அரசியல் பொருளாதாரம் வைக்கப்பட்டிருப்பது வரை,

> உழைப்பு பணக்காரர்களுக்கு அற்புதங்களை உற்பத்தி செய்கிறது, ஆனால், அது தொழிலாளருக்கு வறுமையை உற்பத்தி செய்கிறது. அது அரண்மனைகளை உருவாக்குகிறது, ஆனால் தொழிலாளருக்கு குடிசைகளையே உருவாக்குகிறது. அது அழகை உற்பத்தி செய்கிறது ஆனால் தொழிலாளருக்கு அவலட்சணத்தையே உருவாக்குகிறது. அது தொழிலாளர்களின் இடத்தில் இயந்திர சாதனங்களைக் கொண்டு வருகிறது, ஆனால் அது சில தொழிலாளர்களை உழைப்பின் அநாகரிக வடிவங்களுக்கு பின் தள்ளுகிறது, மற்றவர்கள் இயந்திர சாதனங்களாக மாற்றி விடுகிறது. அது அறிவை உற்பத்தி செய்கிறது, ஆனால் தொழிலாளருக்கு அறியாமையையும் மூடத்தனத்தையும் உற்பத்தி செய்கிறது.[75]

என்பதை அது உணர முடியாது.

இந்த வகையான மதிப்பீடு, உழைப்பு என்ற கருத்தாக்கத்தில் உள்ளார்ந்துள்ள நெறிமுறைசார் மையச்சரடை சேர்த்துக் கொள்வதற்கு

உரிமைகளின் இயங்கியல் 219

வரலாற்று ரீதியாகவும் கோட்பாட்டு ரீதியாகவும் அரசியல் பொருளாதாரம் தயாராக இருக்கவில்லை. அவ்வாறு அது சேர்த்துக் கொண்டிருக்க வேண்டும். உழைப்பை வைத்திருப்பவர், மனித தீர்மானம் இல்லாமல், வெறும் தொழிலாளராக மட்டுமே இருக்கிறார். அவரது இருத்தலின் அளவையாக மூலதனம் உள்ளது:

> ஏனென்றால், மூலதனம் அவரை புறக்கணித்துவிட்டு அவரது வாழ்க்கையின் உள்ளடக்கத்தைத் தீர்மானிக்கிறது. எனவே, வேலையில் இல்லாத தொழிலாளரை, இந்த வேலை உறவுக்கு வெளியில் உள்ள உழைக்கும் மனிதரை, அரசியல் பொருளாதாரம் அங்கீகரிப்பதில்லை. ஏமாற்றுப் பேர்வழி, வஞ்சகன், பிச்சைக்காரர், வேலையில்லாதவர், பட்டினி கிடப்பவர், ஏதுமற்றவர், மற்றும் குற்றம் செய்யும் உழைக்கும் மனிதன் ஆகிய உருவங்கள் அதற்கு இல்லை, மாறாக, மருத்துவர்கள், நீதிபதிகள், புதைகுழி தோண்டுவோர், தேவாலய சேவகர் போன்ற மற்றவர்களின் பார்வைகளுக்கு மட்டுமே இருக்கின்றன. அவை அரசியல் பொருளாதார வரம்புக்குள் வராத தெளிவற்ற ஆளுருவங்களாக உள்ளன.[76]

அரசியல் பொருளாதாரத்தை ‘செல்வம் பற்றிய அறிவியல்’ என்றும், அதே நேரம் ’மறுத்தலின் அறிவியலாக, பட்டினியின் அறிவியலாக, சேமித்தலின் அறிவியலாக, மனிதருக்கு தூய காற்றையும் உடற் பயிற்சியையும் மறுப்பது வரை போவதாகவும் விளக்கும் போது அதன் முரண்படும் இயல்பும் ஒதுக்கி வைக்கும் இயல்பும் அதன் வரம்புகள் வரை இழுக்கப்படுகிறது’.[77]

அரசியல் பொருளாதாரத்துக்கு எவை பொருத்தமானவை எவை பொருத்தமற்றவை என்று மார்க்ஸ் முன்வைத்த வரம்புகளை ’சமூக மறுவுற்பத்திக்கு அவசியமான முன்நிபந்தனைகளின் ’பட்டியலை’ தயாரிப்பதற்கு பயன்படுத்தலாம். அதே நேரம், இந்த அவசியமான முன்நிபந்தனைகளின் ‘பட்டியல்’ இப்போதைய பிளவுபட்ட நிலைமை களுக்குள்ளாக எதார்த்தமாக்கப்படுவது ‘தடுக்கப்பட்டுள்ளது’, உழைப்பு முழுமையாக தரமிறக்கப்படுவதிலிருந்து பாதுகாக்கும் ‘உரிமைகளின் பட்டியலாக’ செயல்படுத்தப்படுவது ‘தடுக்கப்பட்டுள்ளது’. இந்தத் ‘தடையை’ வரலாற்று நிகழ்முறைக்கு ஒதுக்கப்பட்ட விசித்திரமான இயற்கை நிர்ணயவாதத்தில் இருந்து தருவிக்கலாம். அதனை இந்தப் பின்புலத்தில், ‘மனிதன்’ புலனுர்வுரீதியான கூறுணர்வின் பொருண்மையாக மாறுவதற்கும், ‘மனிதனாக மனிதனின்’ தேவைகள்

[புலனுர்வுரீதியான] தேவைகளாக மாறுவதற்கும் தயாரிப்பாகவும் வளர்ச்சியாகவும் புரிந்து கொள்ளலாம்.[78]

## நியதிகளும் உரிமைகளும்: அவற்றுக்குள்ளான பதற்றம்

கரணிய இயற்கைச் சட்டக் கோட்பாடு அரசியல் கோட்பாட்டில் மிகவும் சச்சரவுக்குள்ளாகியுள்ளது. முக்கியமாக ஏனென்றால், அது மனித சுதந்திரத்தையும் சமத்துவத்தையும் பிணைக்கும், கறாரான அறிவார்ந்த எடுகோள்களின் அடிப்படையில் சட்டரீதியான பொதுநலவாயத்துக்கு (commonwealth) ஒப்புதல் கொடுத்த மூல சமூக ஒப்பந்தம் என்ற புரட்சிகரமான கருத்துருவுடன் இணைக்கப்பட்டுள்ளது. கரணிய இயற்கைச் சட்டத்துக்கு எதிரான முக்கியமான விமர்சன முயற்சிகளில் பெரும்பாலானவை, இயற்கை என்ற முக்கியமான கருத்தாக்கத்தையும் அதன் கரணிய அடித்தளத்தையும் தமது குவிமையமாக கொண்டிருந்தன. அவற்றில் ஹியூமிய முயற்சி மிக முக்கியமானது, ஏனென்றால், அது அரசியலின் செயல்பாட்டுரீதியான அடித்தளத்துக்கும் வரலாற்றுவாதத்துக்கும் இடையேயான வரம்புகளுக்கு இடையே நிற்கிறது. கறாராக பேசும் போது, இயற்கைச் சட்ட கரணியவாதத்தின் முக்கிய எதிரியாக இருப்பது வரலாற்றுவாதம்தான். இந்தப் பதற்றம் அரசியல் கோட்பாட்டின் புலத்துக்குள், இன்னும் குறிப்பாக கரணியரீதியான எடுகோள்களின் அடிப்படையில் ஒரு அரசியல் சட்டத்தை நிறுவுவது என்ற பதற்றமான களத்துக்குள் முழுமையாக வெளிப்பட்டது. ஒவ்வொரு தேசிய/கலாச்சார அமைப்பின் வரலாற்றுரீதியான குறிப்பானதன்மையை அடிப்படையாகக் கொண்ட பாரம்பரிய உரிமைகளையும் பாரம்பரிய ஒழுங்குகளின் உரிமைகளையும் உள்ளடக்கியிருக்கும் அரசியல் சட்டத்தை வரலாற்றுவாதம் ஆதரித்தது. கரணியவாதம் அமல்படுத்தப்படக் கூடிய ஒவ்வொரு புலத்திலும், இருப்பதன் கரணியத்துடன் தொடர்புபடுத்தி ஐயுறவுவாதத்தை நீட்டிப்பது என்ற இன்று புறக்கணிக்கப்படும் வரலாற்றுவாத தர்க்கத்தின் பரிமாணத்தின் மீது தனிக்கவனம் செலுத்தி வரலாற்றுவாதத்தை கூர்மையாக விமர்சித்தவர்களில் மார்க்சும் ஒருவர்.[79]

தர்க்கம் எடுகோளாக முன்வைத்த ‘இயற்கை’ நியதிகளின் அடிப்படையில் இயற்கை உரிமைகளை தருவிப்பது, தொடக்ககால கரணியவாதத்தின் குறைபாடுகளைக் கொண்டிருந்தது; இன்னும் குறிப்பாக, மேட்டிமை உரிமை, ஏறுமாறான போக்கு, தன்னெழுச்சித் தன்மை இவற்றால் துண்டாக்கப்பட்ட கரணியமற்ற எதார்த்தத்தின் மீது சுதந்திரம் சமத்துவம் போன்ற சாரமான கருத்துருக்களை பொருத்த முயற்சிப்பதன் குறைபாடுகளைக் கொண்டிருந்தது. எதார்த்தத்தை

உள்வாங்கும் முறைபாட்டுக்கும் எதார்த்தத்துக்கும் இடையேயான பிரிவினையை அறிமுகப்படுத்துவது என்ற விலை கொடுத்து ஒன்றுபடுத்தப்பட்ட கொள்கைகளின் அடிப்படையில் பிரிக்கப்பட்ட எதார்த்தம் மறுபடியும் நிறுவப்பட்டதாகத் தோன்றுகிறது. கரணிய கோட்பாட்டின் தனிச்சிறப்பாக இருந்த, சமூகப் பொருள்வகைமை என்ற பிரச்சினையையும் வரலாற்றை மறுப்பதையும் பற்றி சிந்திக்காமல் இருந்ததன் மீது மார்க்சியக் கோட்பாடு ஜெர்மானிய சித்தாந்தத்துக்குப் பிறகு விமர்சன ரீதியாக கவனத்தைக் குவித்தது. கூடுதலாக, இயற்கைச் சட்ட பாரம்பரியத்துக்குள்ளான மையமான கருத்தாக்கங்களை, உதாரணமாக, தனிமனிதரை வரலாற்றின் தொடக்கப் புள்ளியாக முன்வைப்பதற்கு அடிப்படையாக உள்ள 'இயற்கை மனிதன்' என்ற கருத்துநிலையை, மாயநீக்கம் செய்த பெருமை மார்க்சிய கோட்பாட்டுக்குச் சேரும்.[80] எனினும், மார்க்சிய விமர்சன பகுப்பாய்வின் நேரடி நடைமுறைத்தன்மையின் விளைவாகவும், பிந்தைய மார்க்சிஸ்டுகளின் அறிவியல்வாத அணுகுமுறைகளின் விளைவாகவும், மோதல் என்ற முப்பட்டகக் கண்ணாடி மூலமாக பார்க்கப்பட்ட உரிமைகள் பற்றிய பிரச்சினை மீதான சிந்தனையைத் தவிர நவீனகால முதலாளித்துவ சமூகத்தில் உரிமைகள் பற்றிய பிரச்சினை பற்றி மேலும் சிந்திப்பதை மார்க்சிய மரபின் கோட்பாட்டு நிலைப்பாடு ஒதுக்கி விட்டது. மார்க்சிய கோட்பாடு, குறைந்தபட்சம் அதன் 'முதிர்ச்சி காலத்தின்' போது இயற்கைச் சட்ட நியதிகளை சார்பானதாக்கும் முயற்சியில் அதன் எதிரிகளை ஒத்திருந்தது.

முதலாளித்துவ சமூகத்தின் 'மேற்பரப்பின்' மீது கட்டமைக்கப் பட்டவையாக மனிதனின் இயற்கையான அல்லது உள்ளார்ந்த உரிமைகள் மீதான விரிவான விமர்சன பகுப்பாய்வுடன் சுற்றோட்டத் துறை அல்லது சரக்கு பரிவர்த்தனை துறையுடன் தொடர்புடைய பிரச்சினைகளை முன் வைத்து மூலதனம் நூலின் முதல் பாகத்தின் [பணம் மூலதனமாக மாற்றமடைவது என்ற-மொ.பெ] இரண்டாவது பகுதியை மார்க்ஸ் நிறைவு செய்கிறார். இந்த விமர்சன பகுப்பாய்வின் கருப்பொருட்கள் 'சரக்குகளின் மாய்மாலம்' என்ற பிரிவின் தொடர்ச்யாக உள்ளன, இந்த விமர்சன பகுப்பாய்வின் நோக்கம் சரக்கு உற்பத்தியின் மறைக்கப்பட்ட இரகசியத்தை வெளிப்படுத்துவதுதான். எனினும், மார்க்சியத்தின் பலவீனமான மாணவர்கள் உழைப்புச் சக்தியை சுரண்டும் நிகழ்முறையுடன் தொடர்புடையதாக இந்த இரகசியத்தை ஒரு சார்பாக புரிந்து கொண்டனர், அதே நேரம், இந்த நிகழ்முறையின் முரண்நிலை அடித்தளத்தை அவர்கள் ஆய்வு செய்யவில்லை. மூலதனம்

நூலுக்குள்ளாக, உழைப்புச் சக்தி வாங்கப்படுவதும் விற்கப்படுவதும் நிகழும் சரக்கு பரிவர்த்தனைத் துறை பற்றிய முதலாளித்துவ அரசியல் பொருளாதாரத்தின் கருத்தாக்கத்தை மார்க்ஸ் விமர்சிக்கிறார். அங்கு தொடக்ககால நவீன கோட்பாட்டின் விழுமியங்கள் செயல்படுவதாகச் சொல்லப்படுகிறது. தமது 'சுயநலம், ஆதாயம், தனியார் நலனையும்' தாண்டி 'தமது பரஸ்பர ஆதாயத்துக்காக ஒன்றாகச் செயல்படும்' தனிமனிதர்கள் என்ற ஆதர்சம் செயல்படுகிறது.[81] கூடுதலாக, இந்த 'இணக்கப்படுத்தும்' கருத்துருவின் கோட்பாட்டு முன்னனுமானங்கள் பற்றிய கருத்துக்களும் தரப்படுகின்றன. வாங்குபவரும் விற்பவரும் *சரக்கு உடைமையாளர்களாக மட்டுமே* ஒருவரை ஒருவர் எதிர் கொள்ளும், உழைப்புச் சக்தியை விற்பதுடன் தொடர்புடையதாக உழைப்புக்கும் மூலதனத்துக்கும் இடையேயான உறவை குறுக்குவதன் மூலம் இந்த இணக்கப்படுத்தும் கருத்துரு பெறப்படுகிறது. 'இங்கு குறிப்பான பொருளாதார உறவாக அமையும் பரிவர்த்தனை மூலம் பெறப்பட்ட சரக்கை மூலதனம் நுகரும்' செயலை இந்தக் குறுக்கல் புறக்கணிக்கிறது.[82] 'இணக்கப்படுத்தும்' முதலாளித்துவ கருத்துருவுக்கு மாறாக, முதலாளித்துவ உற்பத்தி முறையின் உழைப்பு நிகழ் முறைக்குள் உழைப்புச் சக்தியை நுகரும் செயலே தனிநபர்களுக்கு இடையேயான கூட்டு உழைப்பு (அல்லது 'சேர்ந்து வேலை செய்தல்') என்ற ஆதர்சத்துக்கு தடையாக உள்ளது என்று மார்க்ஸ் வாதிடுகிறார். இந்தக் கூட்டுறவு தனியார் சொத்துடைமையால் துண்டாக்கப்பட்டு, கூட்டுத்தன்மை ஒழித்துக் கட்டப்பட்டிருப்பது வரை அதனை செயல்படுத்த முடியாது என்றும் மார்க்ஸ் வாதிடுகிறார். முதலாளித்துவ சமூகத்தின் மேற்பரப்புக்குள்ளாகவே பகுப்பாய்வு முடிக்கப்பட்டு விட்டால் இந்தத் தடை புலனாவதில்லை. ஏனென்றால், 'மனிதனின் உள்ளார்ந்த உரிமைகளின் ஈடன் தோட்டமாக' உள்ள சரக்குப் பரிவர்த்தனை துறை, 'உற்பத்தியின் மறைக்கப்பட்ட களத்துக்குள்' எதார்த்தத்தில் என்ன நடக்கிறது என்பதை மறைத்து விடுகிறது'.[83] உழைப்பின் உற்பத்திப் பொருட்கள் சரக்குகளின் வடிவத்தை எடுப்பது வரை, முதலாளித்துவ உற்பத்தி முறைக்குள்ளாக சமூக உழைப்பின் கூட்டுறவுத் தன்மை துண்டாக்கப்படுகிறது. வேறு சொற்களில், 'ஒருவருக்கொருவர் ஒருவர் சுயேச்சையாக வேலை செய்யும் தனியார் தனிநபர்களின் உழைப்பின் உற்பத்திப் பொருட்கள்' சரக்குகளாக இருப்பது வரையிலும், 'உற்பத்தியாளர்கள் தமது உழைப்பின் உற்பத்திப் பொருட்களை பரிவர்த்தனை செய்யும் போதுதான் சமூகத் தொடர்புக்கு வருவது' வரையிலும் சமூக உழைப்பின் கூட்டுறவுத் தன்மை துண்டாக்கப்படுகிறது.[84]

இந்த விமர்சன பின்புலத்தில், 'சுதந்திரம்', 'சமத்துவம்', 'சொத்துடைமை', 'பயன்பாட்டுவாதம்' ஆகியவை சுதந்திரமாக சிந்திக்கும், சரக்குகளை சுதந்திரமான உடைமைகளாகக் கொண்டிருக்கும் தனியார் தனிநபர்களுக்கு இடையேயான பரிவர்த்தனையின் நிபந்தனைகளாகவே புரிந்து கொள்ளப்படுகின்றன. அவர்கள் அவற்றின் பயன்பாட்டை அதிகபட்சமாக்கும் நோக்கில் செயல் படுகின்றனர். உழைப்பு நுகரப்படும் நிகழ்முறையானது 'பரிவர்த்தனையில் இருந்து பண்புரீதியாக தனித்தியங்கும் நிகழ்முறை' என்பதையும், அது 'இன்றியமையாமல் வேறுபட்ட கருத்தினமாக' அமைகிறது[85] என்பதையும் புரிந்து கொள்வதற்கு, பரிவர்த்தனை உறவை நிறுவுவதற்கு தவிர்க்க முடியாத இந்த அரசியல் முன்நிபந்தனைகளில் இருந்து பிரித்துக் கொள்ள வேண்டும். எனினும், சமூகத்தின் கூட்டு உழைப்புத் தன்மையை மறைக்கும் துண்டாக்கப்பட்ட வடிவங்களை ஒழித்துக் கட்டுவதற்கான மார்க்சிய நெறிமுறைசார் திட்டப்பணியில் அரசியல் முன்நிபந்தனைகள் ஒதுக்கி வைக்கப்படவில்லை. மாறாக, பரிவர்த்தனை -மதிப்பை கட்டமைப்பது பரிவர்த்தனை உறவையே உருவாக்குவதற்கு தவிர்க்க முடியாததும், அரசின் வடிவிலான முதலாளித்துவ அரசியல் உறவுகளின் நிறுவனங்களால் பாதுகாக்கப்படும் வரலாற்றுரீதியில் குறிப்பான ஒப்பந்த வடிவத்தை (குடிமை விதி) முன்னனுமானிப்பது வரை இந்த முன்நிபந்தனைகள் பயன்-மதிப்பில் இருந்து பரிவர்த்தனை-மதிப்புக்கு கருத்துரீதியான மாறிச்செல்லல் பற்றிய பகுப்பாய்வில் கூட உள்ளார்ந்து இடம் பெறுகின்றன.[86] இவ்வாறாக, சுதந்திரத்தையும் சமத்துவத்தையும் அடிப்படையாகக் கொண்ட எந்த ஒரு அரசியல் நிறுவனத்தையும் முதலாளித்துவ ஏமாற்றும் விழுமியங்கள் என்று ஒட்டுமொத்தமாக பழிக்கும் வறட்டுவாத பொருள்கூறலுக்கு மாறாக, மார்க்சிய நெறிமுறைசார் திட்டப்பணியில் விடுதலை ஆதரவு விழுமியங்களும் சமத்துவ கொள்கையின் விழுமியங்களும் முனைப்பாக இடம் பெறுகின்றன. உழைப்புச் சக்தியை மூலதனம் நுகர்வதற்கான நிலைமைகளோடு தொடர்புடைய பிரச்சினைகளை மார்க்ஸ் விவாதிக்கும் 'வேலை-நாள்' பற்றிய அத்தியாயத்தில் இது இன்னும் தெளிவாக உள்ளது.

இந்தப் பிரச்சினைகளை ஆய்வு செய்வதற்கு முன்னர், கூட்டு உழைப்பு என்பதை முதலாளித்துவ சமூகத்துக்குள் நிலவும் பிரிக்கும் நிலைமைகளின் மூலம் அது எதார்த்தமாக்கப்படுவது தடுக்கப்படும் நெறிமுறைசார் ஆதர்சமாக அறிமுகப்படுத்துவதோடு தொடர்புடைய கேள்விகளை பரிசீலிப்பது அவசியம். உழைப்பு (திறனுடைய செயல்பாடு) 'மனித உயிரமைப்பின் செயல்பாடுகளின்' தொகுதியாக

உள்ளது என்ற கருத்துருவின் மீதுதான் கூட்டு உழைப்பு என்பது உருவாக்கப்படுகிறது. அதன் ‘வடிவம் அல்லது இயல்பு என்னவாக இருந்தாலும் சரி, அது இன்றியமையாமல் மனித மூளை, நரம்புகள், தசைகள், புலன் உறுப்புகள் ஆகியவற்றின் செலவீடாகவே உள்ளது’.[87] செயலில் உள்ள மனித உயிரமைப்பின் செலவீடாக உழைப்பு என்ற இந்தக் கருத்தாக்கம், ‘மனிதன் தனக்கும் இயற்கைக்கும் இடையிலான பொருளாயதப் பிரதிச் செயல்களை தானாகவே தொடங்கி, முறைப்படுத்தி, கட்டுப்படுத்துகிற மனிதனுக்கும் இயற்கைக்கும் இடையிலான நிகழ்முறையாக’[88] *(மூலதனம், முதல் பாகம் பக்கம் 244-மொ.பெ)* உழைப்பின் இயங்கிலுக்குள்ளாகவே புகுத்தப்பட்டு வளர்த்தெடுக்கப்பட்டுள்ளது. கருத்தாக்க சட்டகத்தின் முன்வைப்பு தொடரும் போது இந்த சாரமாக்கல் பகுதியளவு ரத்து செய்யப்பட்டு, அதன் சமூக வடிவத்தை முன்னுக்குக் கொண்டு வரும் நோக்கத்துடன் உழைப்பு என்ற கருத்தாக்கத்தினுள் புதிய தீர்மானிப்புகள் சேர்க்கப் படுகின்றன. ‘மனிதர்கள் எவ்விதத்திலேனும் ஒருவர் மற்றவருக்காக உழைக்கிற அக்கணத்திலிருந்தே அவர்களது உழைப்பு சமூக வடிவத்தை மேற்கொள்வதாக’[89] *(மூலதனம், முதல் பாகம், பக்கம் 106-மொ.பெ)* வாதிடப்படுகிறது. ஒரு புறம், உழைப்பின் மூலமாக மனிதர்கள் ஒன்று சேர்க்கப்படுவது, உற்பத்தியாளர்களுக்கு இடையேயான சமூகத் தொடர்பின் முறையிலிருந்து சுயேச்சையாக, உழைப்புப் பிரிவினை பற்றிய மார்க்சிய கருத்தாக்கத்தின் மையச்சரடுடன் தொடர்புபடுத்தப் படுகிறது. மறுபக்கம், உற்பத்தியாளர்களுக்கு இடையேயான சமூகத் தொடர்பு பரிவர்த்தனை உறவு மூலமாக ஏற்படுத்தப்படும் முதலாளித்துவத்துக் குள்ளாக உழைப்புப் பிரிவினையின் வடிவத்தின் மீது பகுப்பாய்வு கவனத்தைக் குவிப்பதால், ‘ஒரு தனியாளின் உழைப்பை ஏனையோரின் உழைப்புடன் பிணைக்கிற உறவுகள், வேலை செய்கிற தனியாட்களிடையிலான நேரடிச் சமூக உறவுகளாகத் தோன்றாமல் ஆட்களிடையிலான பொருளாயத உறவுகளாகவும், பொருட்களிடையிலான சமூக உறவுகளாகவும் உண்மையில் அவை இருக்கிறபடி உற்பத்தி யாளர்களுக்குத் தோன்றுகின்றன’[90] *(மூலதனம், முதல் பாகம், தமிழ்ப் பதிப்பு, பக்கம் 108. மொ.பெ)*. இந்தச் சமூக வடிவத்தின் மாய்மாலமாக் கத்தையும் தாண்டி அதனை கோட்பாட்டுரீதியாக முன்வைப்பது, ‘சுயேச்சையாக ஒன்று சேர்ந்த மனிதர்கள் உணர்வுரீதியாகவும் திட்டமிட்டும்’ நிகழ்த்தும் செயல்பாடாக மனித கூட்டு வேலை என்ற நெறிமுறைசார் ஆதர்சத்தை தன்னுள் கொண்டுள்ளது. அது செயல் படுத்தப்படும் போது, ‘சமூக வாழ்வு-நிகழ்முறையின் தோற்றத்தை’ மறைக்கும் பொருளாயத மாயத் திரை அகன்று விடுகிறது.[91] எனினும், இந்த ஆதர்சத்தை செயல்படுத்துவதற்குத் தேவையான பொருளாயத

முன்னிபந்தனைகளைப் பற்றிய சிந்தனை இல்லாமல் விமர்சனமின்றி இந்த ஆதர்சம் முன் வைக்கப்படவில்லை. மார்க்சிய நோக்குநிலை வெளிப்படுத்தப்பட்ட அந்தத் தருணத்திலேயே இந்த வரலாற்று முன்னிபந்தனைகள் வரலாற்றுரீதியாக உருவாகியுள்ளன என்று வாதிடப்படுகிறது.[92]

ஒட்டுமொத்த கருத்தாக்க வளர்ச்சியும், மதிப்பைப் படைக்கும் (உழைப்புச் சக்தியை நுகரும்) நிகழ்முறையாக புரிந்து கொள்ளப்பட்ட உழைப்பு-உற்பத்தி நிகழ்முறையின் புலத்துக்கு நகர்ந்தவுடனேயே, உழைப்புச் செயல்பாடுக்கும் அதன் உற்பத்திப் பொருளை மூலதன உடைமையாளர் தனதாக்கிக் கொள்வதற்கும் இடையிலான முக்கியமான பிரித்தல் வெளிப்படுத்தப்படுகிறது. இந்தப் பிரித்தல் (சொத்துடைமை) உழைப்பையும் மதிப்புப் பெருக்க நிகழ்முறைகளையும் இணைக்கிறது. இரண்டாவது நிகழ்முறையை, அவரது தனியார்-சொத்துடைமை உரிமையின் அடிப்படையில் முதலாளி உழைப்புச் சக்தியை நுகரும் நிகழ்முறையாக பரிசீலிப்பதற்கு மாறிச் செல்வதை அவசியமாக்குகிறது. எனினும், முதலாவதாக 'உழைப்புச் சக்தி இயல்பான நிலைமைகளில் செயல்படுவதையும்', இரண்டாவதாக 'உழைப்புச் சக்தியே இயல்பான திறனைக் கொண்டுள்ளதாக இருப்பதையும்' உறுதி செய்யும் குறிப்பிட்ட நிலைமைகளின் கீழ் மட்டும்தான் இந்த உரிமையை பயன்படுத்த வேண்டும்.[93] உழைப்புக்கான புறநிலை காரணிகளின் நிலைமைகள் முதலாளியைச் சார்ந்துள்ளன. அதே நேரம் உழைப்புச் சக்தியின் இயல்பான நிலைமைகள் 'சராசரி அளவிலான முனைப்பையும் [சமூக ரீதியில்] வழக்கமான [*gesellschaftlich üblichen*] தீவிரத்தையும்' சார்ந்துள்ளன.[94] முதலாளியின் நோக்குநிலையில் இருந்து பார்க்கும் போது, 'சராசரியாகவும்', சமூகரீதியில் 'வழக்கமானதாகவும்' எது இருக்கிறது என்பது 'அவரது தொழிலாளர்கள் ஒரு கணம் கூட சோம்பி யிருக்கக் கூடாது என்பதை உறுதி செய்யும்' அவரது அக்கறையைப் பொறுத்துள்ளது.[95] தொழிலாளரின் நோக்குநிலையில் இருந்து பார்க்கும் போது, 'சராசரி' என்றால் என்ன, சமூகரீதியில் 'வழக்கமானது' என்றால் என்ன என்பது வேலை நாளை நீட்டிப்பதன் மூலம் அதன் சாரத்திலேயே அச்சுறுத்தப்படும் உழைப்பை சமூக உழைப்பாக தீர்மானிப்பதை உள்ளடக்கும் வகையில் விரிவடைகிறது. எனவே, பகுப்பாய்வு வேலை நாளின் அதிகபட்ச வரம்பை தீர்மானிக்கும் பிரச்சினை மீது கவனம் செலுத்துகிறது. மொத்த விவாதமும் மதிப்புப் பெருக்க நிகழ்முறையின் முரண்நிலையான தன்மையை வெளிப்படுத்துகிறது. அதிகபட்ச வரம்பு மிகவும் 'நெகிழ்வாகத்' தெரிந்தாலும், அது பௌதீக மற்றும் சமூக/தார்மீக நியதிகளால் வரம்பிடப்படுகிறது. இந்த

மட்டத்தில், வேலை நாளின் அதிகபட்சம் மாறக் கூடியதாகவும் நெகிழ்வானதாகவும் இருப்பது சரக்குப் பரிவர்த்தனை விதியின் நோக்குநிலையில் இருந்து அணுகப்படுகிறது. அது பரிவர்த்தனை- நிகழ் முறையில் இரண்டு கதாபாத்திரங்கள் ஈடுபட்டிருப்பதை தீர்மானிக்கிறது. இந்த இரு 'நபர்களுக்கு' இடையேயான உறவு, வலுவந்தத்தால் செயல்படுத்தப்படும் எதிரெதிரான உரிமைகளுக்கு இடையேயான முரண்நிலையாக கோட்பாட்டு ரீதியாக புரிந்து கொள்ளப்படுகிறது. உறவின் இரண்டு தரப்பும் முன்வைக்கும் காரணங்களினால் பின்னப் பட்டிருக்கும் இந்த செயல்பாடு மூலமாக வேலை நாளுக்கான நியதி நிறுவப்படுகிறது, அது அந்த நாளுக்கான வரம்பு தொடர்பான ஒரு போராட்டமாக, 'கூட்டு மூலதனத்துக்கும் அதாவது முதலாளி வர்க்கத்துக்கும் கூட்டு உழைப்புக்கும் அதாவது தொழிலாளி வர்க்கத்துக்கும் இடையிலான போராட்டமாக தன்னை முன்வைத்துக் கொள்கிறது.'[97] (மூலதனம் முதல் பாகம், பக்கம் 319 - மொ.பெ)

எதிரெதிரான உரிமைகளுக்கு இடையேயான மோதலின் வடிவத்தில் நியதியை நிறுவுவது முன்வைக்கப்படும் (வர்க்கப் போராட்டம்) பரிவர்த்தனையின் மேல்மட்டத்தை இப்போதைக்கு விட்டு விடுவோம். இந்த மோதல் நியதியை அவசியமாக நிறுவுவதை நோக்கியதாக புரிந்து கொள்ளப்படுவதோடு மட்டுமின்றி, இந்த நிறுவலின் அவசியத்தன்மை பரவலான பொருண்மையான அடித்தளத்தில் நிற்கிறது என்றும் அது முதலாளியின் நோக்குநிலையையே வரம்புக்குட்பட்டதாக தீர்மானிக்கிறது என்றும் புரிந்து கொள்கிறோம். ஒரு சமூக உறவாக மூலதனம் தனது உள்ளார்ந்த முரண்நிலைகளை வெளிப்படுத்தும் நிகழ்முறையாக சுரண்டல் நிகழ் முறையின் முரண்நிலை தர்க்கத்திலிருந்தே இந்த வரம்பு உருவாக்கப்படுகிறது.

> மூலதனம் அவசிய உழைப்பு நேரத்தைத் தொடர்ந்து குறைத்து விட முயற்சிக்கும் (இது தொழிலாளரை குறைந்தபட்சமாக, அதாவது வெறும் உழைக்கும் சக்தியாக அவரது இருத்தலாக குறைத்து விடுவதாகும்) அதே நேரம், மூலதனம் தனது மறு வுற்பத்திக்கும் ஈடேற்றத்துக்கும் அவசிய உழைப்பு நேரத்தை அவசிய நிபந்தனையை முன் வைக்கும் வகையில் உபரி உழைப்பு நேரம் அவசிய உழைப்பு நேரத்தின் எதிர்நிலையாக மட்டுமே இருக்கிறது. ஒரு குறிப்பிட்ட புள்ளியில், பொருளாயத உற்பத்திச் சக்திகளின் வளர்ச்சி - அதே நேரம் அது தொழிலாளி வர்க்கத்தின் சக்திகளை வளர்ப்பதாகவும் உள்ளது - மூலதனத்தையே ஒழித்து விடுகின்றது.[98]

என்று மார்க்ஸ் சுட்டிக் காட்டுகிறார்.

உரிமைகளின் இயங்கியல் 227

அவசிய உழைப்பு நேரத்துக்கும் உபரி உழைப்பு நேரத்துக்கும் இடையிலான இந்த முரண்நிலை உறவு, முதலாளியின் நோக்கு நிலையில் இருந்து அவரது சொந்த, பக்கச்சார்பான, வரம்புக்குட்பட்ட நலன்களில் இருந்து சிந்திப்பதாக புரிந்து கொள்ளப்படுகிறது. இயல்பான வேலை நாளை ஏற்றுக் கொள்ளும்படி அவருக்கு அது சொல்கிறது. இந்தப் பரிந்துரையின் கரணியம் அவரது சொந்த நலன் மூலமாகவே தரப்படுகிறது. ஏனென்றால், உழைப்புச் சக்தியின் வாழ்க்கையை குறுக்குவதாக அமையும் அதன் மீதான கட்டுப்பாடற்ற சுரண்டல் என்பது, அதனை மூலதனம் மேலும் துரிதமாக மாற்றீடு செய்வதைக் கோருகிறது. அது மூலதனத்துக்கு கூடுதல் செலவாக, அதன் மறுவுற்பத்திக்குக் கூடுதல் செலவாக ஆகிறது.[99] எனினும், அவர் போட்டியாளர்களை எதிர்கொள்ள வேண்டியிருக்கும் வரையில் முதலாளியே வேலை நாளை முறைப்படுத்துவதை முன்னெடுக்க முடியாது. எதிரெதிரான முதலாளிகளுக்கு இடையேயான இந்த மோதல், சுதந்திரப் போட்டிக்கான நிலைமைகளை வரையறுக்கின்றன, அவற்றின் கீழ் 'முதலாளித்துவ உற்பத்தியின் உள்ளார்ந்த விதிகள், புறத்தே உள்ள வலுவந்தமான சக்தியாக தனிப்பட்ட முதலாளியை எதிர்கொள்கின்றன'.[100] அவற்றை முதலாளி பரவலாக்கப்பட்ட, தொடர்பில்லாத தரவுகளாக புரிந்து கொள்கிறார். ஒரு தனிப்பட்ட முதலாளியாக பிழைத்திருக்க வேண்டுமானால் அவற்றை அவர் கணக்கில் எடுத்துக் கொள்ள வேண்டும். போட்டியின் ஒழுங்கமைக் கப்படாத கொந்தளிப்புக் குள்ளாகாமல், வேலை நாளை ஒழுங்கு படுத்துவது சர்வப்பொது ஒழுங்காற்றல் என்ற தன்மையில்தான், எல்லா தனிப்பட்ட முதலாளிகள் மீதும் சமூகம் சுமத்துவதாகத்தான் அமைய முடியும்.[101]

உழைப்பின் நோக்குநிலைக்கு இப்போது நகர்ந்தால், தனது இருத்தலை அதன் வேர்களிலேயே பலவீனப்படுத்தும் நிகழ்முறையாக உழைப்பு நிகழ்முறையை தொழிலாளர் கண்ட பிறகு, உழைப்பு என்பது தனது துயரத்தையும் சுதந்திரமின்மையையும் உணர்ந்திருப்பதாக புரிந்து கொள்ளப்படுகிறது.[102] 'பாதுகாப்பு பெறுவதற்கு தொழிலாளர்கள் ஒன்று பட்டு ஆலோசித்து, ஒரு சட்டத்தை நிறைவேற்றுமாறு ஒரு வர்க்கம் என்ற முறையில் கட்டாயப்படுத்த வேண்டும். தொழிலாளர்கள் சுய விருப்பத்தின் பேரில் மூலதனத்துடன் ஒப்பந்தம் செய்து கொள்வதன் மூலம் தம்மையும் தம் குடும்பத்தினரையும் அடிமைத்தனத்துக்கும் மரணத்துக்கும் விற்று விடுவதை தடுக்கும்படியான சக்திமிக்க சமூகத் தடையாக இச்சட்டம் திகழ வேண்டும்.'[103] (மூலதனம், முதல் பாகம், தமிழ்ப் பதிப்பு, பக்கம் 410-மொ.பெ) இந்த நிலைப்பாடு, அதன் சார்பு நிலையைத் தாண்டி ஒட்டுமொத்த சமூகத்தின் உள்ளுறையான

'பாதுகாவலனாக' உருவெடுப்பதாக கட்டமைக்கப்படுகிறது. இந்த நீட்டல், உழைப்பை சமூக உழைப்பாக, சமூகத்துக்கேயான முன் நிபந்தனையாக கருத்தாக்கம் செய்யப்படுவதன் மீது கட்டப்பட்டுள்ளது. தனிநபராக்கத்தின் நிலைப் பாட்டில் இருந்து இல்லாமல் அதன் கூட்டுழைப்பு அடிப்படையில் இருந்து புரிந்து கொள்ளப்படுகிறது. இந்த முன்நிபந்தனையை பாதுகாக்கவும் செயல்படுத்தவும் உணர்வு ரீதியான முயற்சி, முதலாளித்துவ அரசியலின் முறையான கட்டமைக்கும் கொள்கைகளை கூட்டு-வேலையாக உழைப்பு என்ற நெறிமுறைசார் கருத்தியலின் அடிப்படையில் மனித உரிமைகளின் சட்டகத்தை ("இழக்கவோ துறக்கவோ முடியாத மனித உரிமைகளின் படோடபமான பட்டியலுக்குப் பதிலாய்" என்கிறார் மார்க்ஸ்) மறுவரையறை செய்வதுடன் இணைக்கப்பட்டுள்ளது; அதன் மூலம் முதலாளித்துவ சமூக உறவுகளில் உள்ளார்ந்துள்ள பிரித்தல்களை ரத்து செய்கிறது.

### தொகுப்புரை: உரிமைகள் பற்றிய கோட்பாட்டின் உள்முரண்பாடுகள் (aporias)

சமீபகால தாராளவாத கோட்பாடு, உரிமைகள் பற்றிய கோட்பாட்டின் உள்முரண்பாடுகளை கையாள்வதை தனது இலக்காக அமைத்துக் கொண்டது; நவீனகால ஜனநாயக சமூகம் கட்டப் பட்டுள்ள விடுதலை ஆதரவு கொள்கைகளுக்கு சமத்துவரீதியிலான அடிக்கோள்கள் முன் வைத்த தடைகள் பற்றிய விமர்சன பகுப்பாய்வை நோக்கித் திரும்பியது. இந்த வழியில், உரிமைகளை அணுகுவதற்கான கோட்பாட்டுரீதியான அறிவை இந்தக் கோட்பாடுகள் அழித்து விடுகின்றன. அவை சுதந்திரம் என்ற காரணியை சமத்துவம் என்ற காரணியில் இருந்து பிரித்து விடுகின்றன, சமத்துவத்துக்கு மேலாக சுதந்திரத்துக்கு தனியுரிமை கொடுக்கின்றன. அதன் மூலம் சமூகத் தன்மை நீக்கப்பட்ட, சொத்துடைமை உறவுகளை பாதுகாப்பதற் காகவே முழுமையாக அமைந்துள்ள சுதந்திரம் பற்றிய முறைபாட்டுவாத கருத்தாக்கத்தை உருவாக்குகின்றன. அதே நேரம், செவ்வியல் இயற்கை சட்டக் கோட்பாட்டில் ஏற்கனவே இடம் பெற்றிருந்த, சொத்துடைமை உரிமைகளை கட்டுப்பாடின்றி செயல்படுத்துவதற்கு எதிராக சமூகத்தை எப்படி பாதுகாப்பது என்ற கேள்வியை அவை தவிர்க்கின்றன.

மறுபக்கத்தில், மார்க்சிய கோட்பாட்டில் ஏற்பட்ட நீடித்த நெருக்கடியும், வறட்டுவாத பதிப்பின் ஆதிக்கமும், நவீனகால சமூகத்துக்கான உரிமைகள் பற்றிய கோட்பாட்டை விமர்சனரீதியாக உருவாக்குவதற்குத் தடையாக இருந்தன. சமூக நடைமுறையின் நிபந்தனையாக விடுதலை ஆதரவு அடிக்கோளுக்கு தரப்படும் எந்த

ஒரு தனிக்கவனமும், சித்தாந்த மரபுத்தூய்மையிலிருந்து விலகுவதாக சந்தேகிக்கப்பட்டது. கூடுதலாக, மார்க்சிய பதிப்புகளில் பெரும் பாலானவை வர்க்கப் போராட்டத்தைத் தீவிரப்படுத்துவதன் மூலம் சுரண்டல் உறவுகளை 'உடனடியாக' ஒழித்துக் கட்டுவதன் மீது கவனம் செலுத்தியதால், அத்தகைய விமர்சனரீதியான திசைக்கான குறிப்புகள் எதையும் மார்க்சிய கோட்பாடே தரவில்லை என்பதாகத் தெரிந்தது. சமூக முகமைகளை பிரிக்கும் (பிரித்தல் பரிமாணம்) அதே நேரம் அவர்களை ஏமாற்றும் உறவாக சுரண்டல் உறவையே கோட்பாட்டுரீதியாக புரிந்து கொள்ளும் பிரச்சினை புறக்கணிக்கப்பட்டது. எனினும், இன்றியமையாத பிரித்தல்களின் சேர்க்கையாக சமூகத்தை கருத்தாக்கம் செய்வது, இந்த பிரித்தல்களில் இருந்து உருவாக்கப்பட்டு விடுவிக்கும் உரிமை கோரலாக அவற்றால் முனைப்பாக்கப்பட்ட சுதந்திரமான சமூக கூட்டுறவு என்ற கருத்தியலுடன் உள்ளார்ந்து இணைக்கப்பட்டுள்ளது. மார்க்சிய கோட்பாட்டுக்குள்ளாக, பிரிக்கப்பட்ட தனிமனிதர்கள் ஒன்றாக இருப்பதற்கு தவிர்க்கவியலாத முறைபாடான நிபந்தனைகளாக இந்த கருத்தியல் புரிந்து கொள்ளப்படவில்லை. மாறாக, 'போலி' உரிமைகள் எதார்த்தமாக்கப்படுவது வரையில் இடையீட்டால் அச்சுறுத்தப்படும் சமூக மறுவுற்பத்தி நிகழ்முறையின் ஒன்றுபடுத்தப்பட்ட காரணிகளாகவே புரிந்து கொள்ளப்பட்டன. இவ்வாறாக, பிரிக்கும் பரிமாணத்துக்கும் சமூகக் கூட்டுறவு என்ற கருத்தியலுக்கும் இடையிலான உறவு பற்றிய ஆய்வு, உரிமைகளை விமர்சனரீதியாக மதிப்பிடுவதற்கான 'சரியான' தேர்வு அடிப்படைகளின் பிணைக்கும் சட்டகத்தை தருவிப்பது என்ற கேள்வியாக பார்க்கப்பட்டது. அத்தகைய ஆராய்ச்சியின் மூலமாக உரிமைகள் பற்றிய விமர்சன ரீதியான கோட்பாட்டின் உள்முரண்களை, மனித உழைப்பை மேலிருந்து ஒருங்கிணைக்கும் பிரச்சினையாக சமூகக் கூட்டுழைப்பை புரிந்து கொள்ளாமல், சமூகக் கூட்டுழைப்பின் மையச்சரடிலேயே விடுதலை ஆதரவு அடிக்கூறை சேர்ப்பது என்ற பிரச்சினையாக புரிந்து கொள்ளப்படும் திசையில் தீர்ப்பது சாத்தியமாகும்.

இந்த நோக்குநிலையில் இருந்து, இந்த ஆய்வுக் கட்டுரையில் தரப்பட்டுள்ள மார்க்சிய வாதங்கள் மாறிச் செல்வதைப் பின்பற்றி, ஒரு புறம், விடுதலை ஆதரவு அடிக்கோள்கள் முனைப்பாக உள்ளன என்றும் இந்த வாதங்களை உள்ளுறையாகக் கட்டுவிக்கின்றன. மறுபுறம், இயற்கைச் சட்டம் பற்றிய செவ்வியல் கோட்பாட்டில் இருப்பதைப் போல அது சுய-அறுதியிடுவதாக இல்லை. அது சமூக முனைப்பைப் பற்றிய விடுவிக்கும் கோட்பாட்டின் கருத்தாக்க வளர்ச்சியில் இருந்து கோட்பாட்டு ரீதியாக உருவாக்கப்படுகிறது. இது

இன்னும் தீர்க்கப்படாத கோட்பாட்டு ஆய்விற்கான ஒரு கேள்வி. ஏனென்றால், மார்க்சிய கோட்பாடாக்கத்தின் மட்டங்களை படிப்படியாக தொடர்வதன் மூலம், மார்க்சிய மரபுக்குள்ளாகவே இருக்கும் உருத்திரிக்கப்பட்ட பதிப்புகளை ஒழித்துக் கட்டும் திசையில் நமது செயல்பாட்டு முயற்சியைச் செலுத்த முடியும்.

## குறிப்புகள்

1. பார்க்கவும் உதாரணமாக, *ஆர். டுக், நேச்சுரல் ரைட்ஸ் தியரீஸ். தெயர் ஆரிஜின் அண்ட் டெவலப்மெண்ட்* (R Tuck, Natural Rights Theories. Their Origin and Development), Cambridge University Press, 1981, ஜே.துல்லி, *எ டிஸ்கோர்ஸ் ஆன் பிராப்பர்ட்டி. ஜான் லோக் அண்ட் ஹிஸ் அட்வர்சரீஸ்* (J. Tully, A Discourse on Property. John Locke and his adversaries), Cambridge University Press, 1982.
2. பார்க்கவும் உதாரணமாக, ஆர். நோசிக். *அனார்க்கி, ஸ்டேட், அண்ட் உடோபியா* (R Nozick, *Anarchy, State and Utopia*), Blackwell, Oxford, *1980*. உரிமை-அடிப்படையிலான கோட்பாடுகளுடன் தொடர்புடைய பிரச்சினைகள் பற்றிய விவாதத்துக்கு பார்க்கவும் ஜே வால்ட்ரன் *(தொகுப்பு), தியரீஸ் ஆஃப் ரைட்ஸ்* (J. Waldron (ed.), *Theories of Rights*), Oxford University Press, 1984 and ஆர்.ஜி. ஃப்ரே *(தொகுப்பு), யூடிலிட்டி அண்ட் ரைட்ஸ்* (R.G. Frey (ed.), *Utility and Rights*), Blackwell, Oxford, 1985.
3. பார்க்கவும் ஜே லோக், *டூ ட்ரீட்டைசஸ் ஆஃப் கவர்ன்மெண்ட்* (J. Locke, *Two Treatises of Government*), (ed.) P. Laslett, second edition, Cambridge University Press, 1980, II, §41. இதையும் பார்க்கவும் *1.1.* ரூசோ, *த சோசியல் காண்ட்ராக்ட்* (Rousseau, *The Social Contract*), Penguin, Harmondsworth, 1978, p. 49.
4. பார்க்கவும் இம்மானுவேல் காண்ட், *பெர்ப்பச்சுவல் பீஸ்* (I. Kant, '*Perpetual Peace*'), இம்மானுவேல் காண்ட், *பொலிட்டிக்கல் ரைட்டிங்ஸ்-ல், எச் ரீஸ் (தொகுப்பு)* (I. Kant, *Political Writings*, (ed.) H. Reiss), second edition, Cambridge University Press, 1991, pp. 99-100. *(சாய்வெழுத்து சேர்க்கப்பட்டது.)*
5. பார்க்கவும் ஈ. ப்ளோஹ், *நேச்சுரல் லா அண்ட் ஹியூமன் டிக்னிட்டி* (E. Bloch, Natural Law and Human Dignity), MIT Press, Cambridge, Mass., 1988, p. *164*, அதில், சுதந்திரம் என்பது *'தனிநபர் சுதந்திரமாக' 'தொழில்முனைவோருக்கு ஒப்புதல் அளிப்பதை'* நோக்கமாகக் கொண்டுள்ளது என்று வாதிடப்படுகிறது.
6. இதையும் பார்க்கவும் என்.ஸ்டாமர்ஸ், *ஹியூமன் ரைட்ஸ் அண்ட் பவர்* (N.Stammers, '*Human Rights and Power*'), in Political Studies (1993), XLI, p. *74*, 'தமது பணியை பொருளாதார அதிகாரத்துக்கு எதிரான சவாலை நியாயப்படுத்துவதற்கான சாத்தியங்களை அகற்றுவதற்காக இயற்கை உரிமைகள் பற்றிய தொடக்ககால கருத்தாக்கங்களுக்கு தாராளவாத கோட்பாட்டாளர்களும் மறுபொருள் கூறியுள்ளனர். தனியார் சொத்துடைமைக்கு அப்பால் பொருளாதார உரிமைகளையும் சமூக உரிமைகளையும் பற்றிய பார்வையை குறிக்கும் லோக் (Locke), பெயின் (Paine) ஆகியோரின் எழுத்துக்களின் பகுதிகளை இவர்கள் தவிர்த்துள்ளதாக' அதில் வாதிடப்படுகிறது.
7. பார்க்கவும் ஜி. டெல்லா வோல்பே, *ரூசோ அண்ட் மார்க்ஸ் அண்ட் அதர் ரைட்டிங்ஸ்* (G.della Volpe, *Rousseau and Marx and other Writings*), Lawrence and Wishart, London, 1978, p. 41 ff இதில் இந்தக் காலப்பொருத்தமின்மை வெளிப்படையாக தெரிகிறது.

8. பார்க்கவும் ஜே லோக், *டூ டிரீட்டைஸ்* (J. Locke, *Two Treatises*), §§39-43, தனியார் சொத்துடைமையை லோக் கையாள்வதில் உழைப்புப் பிரிவினை பற்றிய வேறுபடுத்தப்படாத கருத்தாக்கம் வெளிப்படுகிறது. லோக்கிய சொல்லாடலில் தனியார் சொத்துடைமை தருவிக்கப்படுவது, "ஒவ்வொன்றிலும் உரிமை" (jus in omnia) என்பதை தனியார் சொத்துக்கான தனிநபர் உரிமையாக மாற்றுவதாக முன்வைக்கப்படுகிறது.

9. நவ-தாராளவாத சொல்லாடலில் தனிச்சிறப்பான மேற்சொன்ன வாதம் ஆஸ்திரிய பொருளியலில் இருந்து தோன்றியது. பார்க்கவும் சி மெங்கர் *இன்வெஸ்டிகேஷன்ஸ் இன்டு த மெதட் ஆஃப் த சோசியல் சயின்சஸ் வித் ஸ்பெஷல் ரெஃபரென்ஸ்'டு எகனாமிக்ஸ்* (C. Menger, *Investigations into the Method of the Social Sciences with special Reference to Economics*), New York University Press, 1985, p. 139ff.

10. பார்க்கவும் எஃப்.ஏ.ஹயக், *தி எர்ரர்ஸ் ஆஃப் கன்ஸ்ட்ரக்டிவிசம்* (F.A. Hayek, '*The Errors of Constructivism*'), எஃப்.ஏ.ஹயக், *நியூ ஸ்டடீஸ் இன் ஃபிலாசஃபி, பாலிடிக்ஸ், எகனாமிக்ஸ், அண்ட் த ஹிஸ்டரி ஆஃப் ஐடியாஸ்-ல்* (F.A.Hayek, *New Studies in Philosophy, Politics, Economics and the History of Ideas*), Routledge and Kegan Paul, London, 1985, அங்கு மேலே குறிப்பிட்ட "ஒப்புதல்" ('sanction') ஒரு அரை (quasi) சமூக உயிரமைப்பால் ஆதரிக்கப்படுகிறது..

11. பார்க்கவும் ஆர் நோசிக், *அனார்கி, ஸ்டேட் அண்ட் உடோபியா* (R. Nozick, Anarchy, *State and Utopia*), p. 174ff.

12. முன்வந்தது., pp. 12-87,149-60.

13. பார்க்கவும், மார்க்ஸ் & எங்கெல்ஸ், *ஜெர்மானிய சித்தாந்தம்* (K. Marx and F. Engels, The German Ideology, Progress Publishers, Moscow, 1976, p. 21 Off).

14. பார்க்கவும் கார்ல் மார்க்ஸ், *சமீபத்திய பிரஷ்ய தணிக்கை விதிகள் பற்றிய கருத்துக்கள்* (K. Marx, '*Comments on the latest Prussian censorship instruction*'), in K. Marx and F. Engels, Collected Works, Progress Publishers, Moscow, 1975, vol. I, p. 112.

15. முன்வந்தது., p. 120, அதில் 'ஒரு மனநிலைக்கு எதிரான சட்டம் என்பது அதன் குடிமக்களுக்காக அரசு இயற்றும் சட்டம் இல்லை, அது ஒரு தரப்புக்கு எதிராக இன்னொரு தரப்பின் சட்டம். ஒரு போக்கை தண்டிக்கும் சட்டம் சட்டத்துக்கு முன் குடிமக்களின் சமத்துவத்தை ஒழிக்கிறது. அது பிரிப்பதற்கான சட்டமாக உள்ளது, ஒன்றுபடுத்துவதற்கான சட்டமாக இல்லை, பிரிக்கும் சட்டங்கள் அனைத்தும் பிற்போக்கானவை. அது ஒரு சட்டம் இல்லை, அது ஒரு தனியுரிமை.' என்று வாதிடப்படுகிறது.

16. பார்க்கவும் கார்ல் மார்க்ஸ், *பத்திரிகை சுதந்திரம் பற்றிய விவாதங்கள் மற்றும் எஸ்டேட்டுகளின் அவையின் விவாதங்கள் பற்றிய வெளியீடு பற்றி* (K. Marx, '*Debates on Freedom of the Press and Publication on the Proceedings of the Assembly of the Estates*'), in K. Marx and F. Engels, Collected Works, vol. I, pp. 135-6.

17. கார்ல் மார்க்ஸ், *சமீபத்திய பிரஷ்ய தணிக்கை விதிகள் பற்றிய கருத்துக்கள்* (K. Marx, '*Comments on the latest Prussian censorship instruction*'), முன்வந்தது., pp. 130-1.

18. கார்ல் மார்க்ஸ், *பத்திரிகை சுதந்திரம் பற்றிய விவாதங்கள்* (K. Marx, 'Debates on Freedom of the Press'), p. 146.

19. மார்க்ஸ்&எங்கெல்ஸ்-ன் *ஜெர்மானிய சித்தாந்தம்* நூலுடன் ஒப்பிடவும் (K. Marx and F. Engels, *The German Ideology*), pp. 68-9.

20. பார்க்கவும் கார்ல் மார்க்ஸ், *பத்திரிகை சுதந்திரம் பற்றிய விவாதங்கள்* (K. Marx, '*Debates on Freedom of the Press*'), pp. 151-2.

21. *முன்வந்தது*., p. *152*. *சமூகக் கோட்பாட்டில் 'கட்டமைப்புவாத மறுப்பு' போக்குகளுடனும் ஒப்பிடவும் (பார்க்கவும் குறிப்பு 10 மேலே).*

22. *முன்வந்தது*., p. 148ff.

23. *முன்வந்தது*., p. 162 (Italics added).

24. *முன்வந்தது*.

25. பார்க்கவும் காஸ்மாஸ் சைக்கோபீடிஸ், *'இயக்கவியல் கோட்பாடு: மீள்கட்டமைப்பின் பிரச்சினைகள்'*, *திறந்தநிலை மார்க்சியம் தொகுதி* I-*ல்* (K. Psychopedis, 'Dialectical Theory: Problems of Reconstruction', in W. Bonefeld et al. (eds.), *Open Marxism. Dialectics and History*, vol. I, Pluto Press, London,1992,pp.31-2).

26. கார்ல் மார்க்ஸ், *பத்திரிகை சுதந்திரம் பற்றிய விவாதங்கள்* (K.Marx., '*Debates on Freedom of the Press*'), p. 162.

27 பார்க்கவும். கார்ல் மார்க்ஸ் *அரசியல் பொருளாதாரம் பற்றிய விமர்சன பகுப்பாய்வுக்கு ஒரு பங்களிப்பு* நூலின் முன்னுரை (K. Marx, *A Contribution to the Critique of Political Economy*, Lawrence and Wishart, London, 1971, p. 19 (Preface)), இதில், "பொருளாயத நலன்கள் என்று அறியப்பட்டவற்றை விவாதிக்க வேண்டிய சங்கடமான நிலையில் நான் இருந்தேன்" என்று மார்க்ஸ் அங்கீகரிக்கிறார்.

28. பார்க்கவும் '*விறகு திருடுதல் தொடர்பான மசோதா பற்றிய விவாதங்கள்*' (K. Marx, '*Debates on the law on thefts of wood*'). in K. Marx and F. Engels, Collected Works, vol. I, p. 229.

29. *முன்வந்தது* p. *228*: 'உதிர்ந்த சுள்ளிகளை பொறுக்குவதற்கும் காட்டு சட்டங்களை மீறுவதற்கும் மரக்கட்டைகளை திருடுவதற்கும் இடையிலான வேறுபாட்டை சட்டப் பேரவை நிராகரிக்கிறது. இந்தச் செயல்களுக்கு இடையேயான வேறுபாட்டை அது நிராகரிக்கிறது. காட்டு சட்டங்களை மீறுபவர்களின் நலன்களைப் பொறுத்தவரை செயலின் தன்மையை தீர்மானிப்பதாக அதனைக் கருத மறுக்கிறது, அதே நேரம் காட்டு உடைமையாளர்களின் நலன்களைப் பொறுத்தவரை இந்த வேறுபாட்டை அங்கீகரிக்கிறது.'

30. *முன்வந்தது* p. *230-1*. பார்க்கவும், கூடுதலாக, 'ஆண் தேனீக்களுக்கும்' 'வேலைக்கார தேனீக்களுக்கும்' இடையேயான ஒப்புமையை.

31. இந்த மட்டத்தில், 'சொத்துடைமையின் தீர்மானமற்ற வடிவங்களுக்குஞ் சாரமான குடிமை சட்டத்தின் இருக்கும் கருத்தினங்களுக்கு, ரோமானிய சட்டத்தில் கிடைக்கும் மாதிரியை' பொருத்துவது என்ற பிரச்சினையை மார்க்ஸ் ஆய்வு செய்கிறார். (*முன்வந்தது*., p.. *233*). இந்தப் பிரச்சினை பற்றி பார்க்கவும் ஏ. ஷ்மிட், *ஹிஸ்டரி அண்ட் ஸ்ட்ரக்சர்: என் எஸ்சே ஆன் ஹெகலியன்-மார்க்சிஸ்ட் அண்ட் ஸ்ட்ரக்சுரலிஸ்ட் தியரீஸ் ஆஃப் ஹிஸ்டரி* (A. Schmidt, *History and Structure. An Essay on Hegelian-Marxist and Structuralist Theories of History*), MIT Press, Cambridge, Mass., 1981, pp. *15-16-ல்* கருத்துக்களை. *1850*-களில், 'நவீனகால உற்பத்தி உறவுகள் சட்ட உறவுகளாக கருதப்படும் போது ரோமானிய சட்டத்தின் வரம்புக்குள், முற்றிலும் வேறுபட்ட பொருளாதாரத்தை முன்னனுமானிக்கும் சட்டத்தின் வரம்புக்குள் இருக்கிறது என்ற மெய்ம்மையை எப்படி விளக்க முடியும் என்று மார்க்ஸ் கேட்கிறார். இது ஒரு சிக்கலான கேள்வி, தற்செயலுக்கும் அவசியத்துக்கும் இடையேயான சிக்கலான இயங்கியலை பரிசீலிப்பதற்கு அது வழிவகுத்தது' என்று பதிவு செய்யப்படுகிறது.

32. பார்க்கவும் கார்ல் மார்க்ஸ் *விறகு திருடுவது பற்றிய மசோதா மீதான விவாதங்கள்* (K. Marx. '*Debates on the law on thefts of wood*') , p. 231.

33. முன்வந்தது., p. 231.

34. முன்வந்தது., p.. 232 (சிறிது மாற்றப்பட்டது).

35. முன்வந்தது., (சாய்வெழுத்து சேர்க்கப்பட்டது).

36. முன்வந்தது.

37. முன்வந்தது., p. 233. ஜே.ஜே. ரூசோ, *த சோசியல் கான்ட்ராக்ட்* (J.J. Rousseau, *The Social Contract*), Bk. I, Ch. 8, p. 65-டனும் ஒப்பிடவும். அங்கு சமூக ஒப்பந்தம் என்ற கருத்துருவைப் பொறுத்தவரையில், 'சம்பந்தப்பட்ட தனிநபரின் உடல் வலிமையில் வரம்பைக் கொண்டுள்ள இயற்கை சுதந்திரத்தையும், பொது விருப்பத்தால் வரம்பிடப்பட்ட குடிமை சுதந்திரத்தையும் வேறுபடுத்திப் பார்ப்பதுடன், 'வன்முறையை அல்லது "முதலில் ஆக்கிரமித்தவரின் உரிமை"யை அடிப்படையாகக் கொண்ட கைப்பற்றலையும் சட்டரீதியான உரிமையை அடிப்படையாகக் கொண்ட சொத்துடைமையையும் வேறுபடுத்த வேண்டும்'.

38. பார்க்கவும் கார்ல் மார்க்ஸ், *விறகு திருடுவது பற்றிய மசோதா மீதான விவாதங்கள்* (K. Marx, '*Debates on the law on theft of wood*'), p. 233.

39. முன்வந்தது., p.. 234.

40. முன்வந்தது., p. 245.

41. முன்வந்தது., p. 252. லோக், *டூ டிரீட்டைஸ் ஆன் கெவர்ன்மென்ட்* (1. Locke, *Two Treatises of Government*), II, § 10, p. 291 -டன் ஒப்பிடவும்.

42. பார்க்கவும் கார்ல் மார்க்ஸ், *விறகு திருடுவது பற்றிய மசோதா மீதான விவாதங்கள்* (K. Marx, '*Debates on the law on thefts of wood*'), p. 262.

43. பார்க்கவும் கார்ல் மார்க்ஸ் *யூதர்கள் பிரச்சினை குறித்து* (K.Marx. '*On the Jewish Question*'), in K. Marx. Early Writings, Penguin, HarrnondsworthiNew Left Review. London, 1977. p. 229.

44. முன்வந்தது. p. 221. மேலே குறிப்பிட்ட எதிர்நோக்கல் தொடர்பாக பார்க்கவும் முன் வந்தது., p. 217, 'மதத்தை நாம் இனிமேலும் அடிப்படையாக பார்ப்பதில்லை, மாறாக, சார்பற்ற குறுகிய தன்மையின் நேர்வாக பர்க்கிறோம். எனவே, சுதந்திர மனிதர்கள் மீதான மத கட்டுப்பாடுகளை, அவர்கள் எதிர்கொள்ளும் சார்பற்ற சுதந்திரத்திலிருந்து விளக்குகிறோம். நாம், சார்பற்ற கேள்விகளை இறையியல் கேள்விகளாக மாற்றுவதில்லை. இறையியல் கேள்விகளை சார்பற்ற கேள்விகளாக மாற்றி விடுகிறோம்.'

45. பார்க்கவும் கார்ல் மார்க்ஸ், *பொருளாதார மற்றும் தத்துவ கையெழுத்துப் பிரதிகள்* (K. Marx. '*Economic and Philosophical Manuscripts*'), in K. Marx, Early Writings. p. 355. அதில், 'புலனுணர்வு உணர்ச்சிகள்தான் எல்லா அறிவியலுக்கும் அடிப்படையாக இருக்க வேண்டும். புலனுர்வுரீதியான கூருணர்வு, புலனுணர்வுரீதியான தேவை என்ற இரட்டை வடிவத்திலான புலனுணர்வு உணர்ச்சியில் இருந்து அறிவியல் தொடங்கும் போதுதான், அதாவது அறிவியல் இயற்கையில் இருந்து தொடங்கும் போதுதான், அது உண்மையான அறிவியல்' என்று வாதிடப்படுகிறது.

46. பார்க்கவும் கார்ல் மார்க்ஸ், *யூதர்கள் பிரச்சினை பற்றி* (K. Marx. '*On the Jewish Question*'). in K. Marx, Early Writings. Penguin, Harmondsworth, p.221.

47. முன்வந்தது., p.219.

48. முன்வந்தது.

49. முன்வந்தது., p. 230.

*50.* முன்வந்தது.

*51.* முன்வந்தது .• p. *232*.

*52.* முன்வந்தது.

*53.* முன்வந்தது .• p. *233*. 'நிலப்பிரபுத்துவ சமூகம் அதன் அடித்தளமாக, மனிதனாக கரைக்கப்படுகிறது. ஆனால், எதார்த்தமாகவே அதன் அடித்தளமாக இருக்கும் மனிதனாக - சுயநல மனிதனாக கரைக்கப்படுகிறது' என்று அங்கு கூறப்பட்டுள்ளது. கூடுதலாக, பக்கம் 234-ல், 'அரசியல் புரட்சி குடிமை சமூகத்தை அதன் பகுதிகளை புரட்சிகரமாக்காமால், அந்தப் பகுதிகளாக கரைக்கிறது,' என்று கூறப்பட்டுள்ளது.

*54.* முன்வந்தது., p. *234*.

*55.* முன்வந்தது.

*56.* ஹெகலிய தத்துவம் பற்றிய ஃபாயர்பாஹிய விமர்சனம் என்பது குறிப்பிட்ட வழிகளைத் தவிர 'ஹெகலிடம் இருந்தோ ஹெகலியத்திலிருந்தோ முறித்துக் கொள்வதாக இல்லை' என்பதை கருத்தில் எடுத்துக் கொள்ள வேண்டும் என்பதில் ஐயமில்லை. மேலும் பார்க்கவும் டபிள்யூ.வார்டோஸ்கி, ஃபாயர்பாக் (W. Wartofsky, *Feuerbach*), Cambridge - University Press, 1982, p. 141.

*57.* பார்க்கவும் எல் ஃபாயர்பாக், *புரொவிஷனல் தீசஸ் ஃபார் த ரிஃபர்மேஷன் ஆஃப் ஃபிலாசஃபி* (L. Feuerbach, '*Provisional Theses for the Reformation of Philosophy*'), எல்.எஸ். ஸ்டெபெலவிச் *(தொகுப்பு)*, '*த யங் ஹெகலியன்ஸ். என் அன்தாலஜி*'-ல் (L.S. Stepelevich (ed.), *The Young Hegelians. An Anthology*, Cambridge University Press, 1987, pp. 161.159).

*58.* பார்க்கவும் கார்ல் மார்க்ஸ் *ஜேம்ஸ் மில்லின் எலிமன்ட்ஸ் ஆஃப் பொலிடிக்கல் எகானமனி-யில் இருந்து குறிப்புகள்* (K. Marx, '*Excerpts from James Mill's Elements of Political Economy*'), in K. Marx, Early Writings, p. 266.

*59.* முன்வந்தது., p. *265*.

*60* பார்க்கவும் எச் மார்க்யூஸ், *ரீசன் அண்ட் ரெவல்யூஷன். ஹெகல் அண்ட் த ரைஸ் ஆஃப் சோசியல் தியரி* (H. Marcuse, *Reason and Revolution. Hegel and the rise of Social Theory*), Beacon Press, Boston, 1969, p. 281.

*61.* பார்க்கவும் கார்ல் மார்க்ஸ், *பொருளாதார மற்றும் தத்துவ கையெழுத்துப்பிரதிகள்* (K. Marx, '*Economic and Philosophical Manuscripts*'), p. ***374***.

*62.* பார்க்கவும் கார்ல் மார்க்ஸ் *ஜேம்ஸ் மில்லின் எலிமன்ட்ஸ் ஆஃப் பொலிடிக்கல் எகானமனி-யில் இருந்து குறிப்புகள்* (K. Marx, '*Excerpts from James Mill's Elements of Political Economy*'), p. 261.

*63.* முன்வந்தது., p. *267*.

*64.* முன்வந்தது.

*65.* முன்வந்தது., p. *268*.

*66.* முன்வந்தது., pp. *269*, *270*. *ஆ. ஸ்மித், நாடுகளின் செல்வத்தின் இயல்பும் காரணங்களும் பற்றிய ஒரு ஆய்வு* (A. Smith, *An Inquiry into the Nature and Causes of the Wealth of Nations*, (ed.) R.H. Campbell and A.S. Skinner, Liberty, IndianapOlis, 1981, vol. II, pp. *781*-2 என்பதுடனும் ஒப்பிடவும்.

*67.* பார்க்கவும் கார்ல் மார்க்ஸ் *ஜேம்ஸ் மில்லின் எலிமன்ட்ஸ் ஆஃப் பொலிடிக்கல் எகானமனி-யில் இருந்து குறிப்புகள்* (K. Marx, '*Experts from James Mill's Elements of Political Economy*'), p. 274 ff.

உரிமைகளின் இயங்கியல் 235

68. ஜி.டபிள்யூ. ஹெகல், *ஃபிலாசஃபி ஆஃப் மைண்ட்* (G.W. Hegel, *Philosophy Of Mind*), Clarendon Press, Oxford, 1985, §§**430-435** உடன் ஒப்பிடவும்

69. பார்க்கவும் கார்ல் மார்க்ஸ் *ஜேம்ஸ் மில்லின் எலிமன்ட்ஸ் ஆஃப் பொலிடிக்கல் எகானமனி-யில் இருந்து குறிப்புகள்* (K. Marx, 'Experts from James Mill's Elements of Political Economy'), pp. 275-6.

70. பார்க்கவும் கார்ல் மார்க்ஸ் *பொருளாதார மற்றும் தத்துவ கையெழுத்துப் பிரதிகள்* (K. Marx, '*Economic and Philosophical Manuscripts*'), p. 334.

71. முன்வந்தது., p. 332. (Italics added.) p. 327ff-லிருந்து பகுப்பாய்வையும் பார்க்கவும். கிறிஸ் ஆர்தர், *பெர்சனாலிட்டி அண்ட் த டயலிக்டிக் ஆஃப் லேபர் - லோக், ஹெகல், மார்க்ஸ்* (Chris Arthur, '*Personality and the Dialectic of Labour and Property - Locke, Hegel, Marx*'), in R. Edgley and R. Osborne (eds.), Radical Philosophy Reader, Verso, London, 1985, p. **67**-ம் பார்க்கவும். அங்கு, ஏன் '"அன்னியமாக்கப்பட்ட உழைப்புக்கு" "தனிச் சொத்துடைமைக்கு" மேலாக கருத்தாக்க முன்னுரிமை கொடுக்க வேண்டும்' என்று விளக்கப்படுகிறது. இந்தப் பிரச்சினை பற்றி எஸ். கிளார்க், *மார்க்ஸ், மார்ஜினலிசம் அண்ட் மாடர்ன் சோசியாலஜி. ஃப்ரம் ஆடம் ஸ்மித் டு மேக்ஸ் வேபர்* (S. Clarke, *Marx, Marginalism and Modern Sociology. From Adam Smith to Max Weber*), second ed., Macmillan, London, 1991, pp. **66-70**-ன் கருத்துக்களையும் பார்க்கவும்.

72. பார்க்கவும் கார்ல் மார்க்ஸ், *மூலதனம்* (K. Marx, *Capital*), Penguin, HarmondsworthlNew Left Review, London, 1986, vol. I, p. **166**. *(அழுத்தம் சேர்க்கப்பட்டது)*

73. பார்க்கவும் கார்ல் மார்க்ஸ், *பொருளாதார மற்றும் தத்துவ கையெழுத்துப் பிரதிகள்* (K. Marx, '*Economic and Philosophical Manuscripts*'), pp. **334**, **333**.

74. இந்த விஷயம் தொடர்பாக கே சைக்கோபீடிஸ், *டயலிக்டிகல் தியரி* (K. Psychopedis, '*Dialectical Theory*'), pp. 40-2.

75. பார்க்கவும் K. Marx, கார்ல் மார்க்ஸ், *பொருளாதார மற்றும் தத்துவ கையெழுத்துப்பிரதிகள்* ('*Economic and Philosophical Manuscripts*', pp. 290, 325-6). *(சாய்வெழுத்து சேர்க்கப்பட்டது.)*

76. முன்வந்தது., p. **335**. பார்க்கவும் மேலும் p. **336**, 'மனிதன் வெறும் தொழிலாளியாக சாரமாக இருத்தல், நாள்தோறும் அவரது நிறைவேற்றப்பட்ட ஏதுமின்மையில் இருந்து அறுதி ஏதுமின்மைக்குள் வீழ்கிறது, சமூகரீதியான எனவே எதார்த்தத்தில் இருத்தலின்மைக்குள் வீழ்கிறது' என்று அங்கு வாதிடப்படுகிறது.

77. முன்வந்தது., p. **360**.

78. முன்வந்தது., p. **355**. இந்தப் பின்புலத்துக்குள், 'இயற்கை அறிவியல்' என்பது 'மனித அறிவியலாக' இருக்க வேண்டும் என்றும், 'வரலாறே இயற்கை வரலாற்றின் எதார்த்த பகுதியாகவும், இயற்கை மனிதனாக ஆவதன் வரலாறாகவும் உள்ளது' என்றும் வாதிடப்படுகிறது.

79. பார்க்கவும் கார்ல் மார்க்ஸ், *த ஃபிலாசஃபிக்கல் மேனிஃபெஸ்டோ ஆஃப் த ஹிஸ்டாரிக்கல் ஸ்கூல் ஆஃப் லா (K. Marx. 'The Philosophical Manifesto of the Historical School of Law*'), in K. Marx and F. Engels, Collected Works, Progress, Moscow, 1975, vol. I, p. 205, அங்கு, ஹியூகோவை குறிப்பிட்டு, 'அவருக்குப் பிறகு, எது இருக்கிறது என்பது பற்றிய கரணியத்தின் மீதான பதினெட்டாம் நூற்றாண்டு ஐயுறவுவாதம், கரணியத்தின் இருத்தல் தொடர்பான ஐயுறவுவாதமாக மாறுகிறது' என்று மார்க்ஸ் வாதிடுகிறார்.

80. பார்க்கவும் கார்ல் மார்க்ஸ், *குருண்ட்ரிச* (K. Marx, *Grundrisse*), Penguin, Harmondsworthl New Left Review, London, 1981, p. 83ff.
81. கார்ல் மார்க்ஸ், *மூலதனம் முதல் பாகம்,* (K. Marx, *Capital*), vol. I, p. 280.
82. பார்க்கவும் கார்ல் மார்க்ஸ், *பொருளாதார கையெழுத்துப்பிரதிகள் 1861-63* (K. Marx, '*Economic Manuscripts of 1861-63*', in K. Marx and F. Engels, Collected Works, Progress Publishers, Moscow, 1988, vol. 30, p. 54.
83. கார்ல் மார்க்ஸ், *மூலதனம் முதல் பாகம்,* (K. Marx, *Capital*, vol. I), p. 279-80.
84. முன்வந்தது., p. 165. (Italics added.)
85. கார்ல் மார்க்ஸ், *1861-63 பொருளாதார கையெழுத்துப் பிரதிகள்* (K. Marx, '*Economic Manuscripts of 1861-63*'), p. 54. பார்க்கவும் மேலும் மூலதனம், முதல் பாகம் (*Capital*, vol. I, p. 279), 'உழைப்புச் சக்தியை நுகரும் நிகழ்முறை அதே நேரத்தில் சரக்குகளையும் உபரி-மதிப்பையும் உற்பத்தி செய்யும் நிகழ்முறையாகவும் உள்ளது. எந்த ஒரு சரக்கையும் போலவே, உழைப்புச் சக்தியை நுகர்வது சந்தைக்கு வெளியே, அதாவது சுற்றோட்டத் துறைக்கு வெளியே நிறைவேறுகிறது' என்று வலியுறுத்தப் படுகிறது. 86. பார்க்கவும், உதாரணமாக கார்ல் மார்க்ஸ், *மூலதனம் முதல் பாகம்* (K. Marx, *Capital*, vol. I), p. *178*. அங்கு சரக்கு உடைமையாளர்களின் சம்மதத்தின் பேரில் உருவாக்கப்பட்ட சட்ட உறவின் வடிவம் வெளிப்படையாகக் குறிப்பிடப்படுகிறது.
87. முன்வந்தது., p. *164*.
88. முன்வந்தது., p. *283, 290.* (அழுத்தம் சேர்க்கப்பட்டது) இதையும் பார்க்கவும் கார்ல் மார்க்ஸ், *1861-63 பொருளாதார கையெழுத்துப்பிரதிகள்* (K. Marx, '*Economic Manuscripts of 1861-63*', p. 63. இந்தப் பிரச்சினை பற்றி பார்க்கவும் கிறிஸ் ஆர்தர், பெர்சனாலிட்டி (Chris Arthur, '*Personality*'), pp. 53-6.
89. கார்ல் மார்க்ஸ், மூலதனம், முதல் பாகம் (K. Marx, *Capital*, vol. I, p. 164). (சாய்வெழுத்து சேர்க்கப்பட்டது.)
90; முன்வந்தது., pp. 165-6.
91. முன்வந்தது., p. *173.*
92. முன்வந்தது.
93. முன்வந்தது., p. *303.*
94. முன்வந்தது. (ஆங்கிலப் பதிப்பில் இந்தச் சேர்க்கைக்கு பார்க்கவும், K. Marx, Werke, vol. 23, p. 210 ஜெர்மன் மூலத்தை).
95. முன்வந்தது., p. *303.*
96. முன்வந்தது., p. *341.*
97. முன்வந்தது., p. *344.* (Italics added.)
98. கார்ல் மார்க்ஸ், *குருண்ட்ரிச* (K. Marx, *Grundrisse*), p. 543.
99. கார்ல் மார்க்ஸ், மூலதனம், முதல் பாகம், (K. Marx, *Capital*, vol. I), p. 377
100. முன்வந்தது., p. *381.*
101. முன்வந்தது.
102. முன்வந்தது., p. *348.*
103. முன்வந்தது., p. *416.* (சாய்வெழுத்து சேர்க்கப்பட்டது.)

# 7. பின்-வரலாற்றின் குற்றப்பொறுப்பு

ஏட்ரியன் வில்டிங்

வரலாறுக்கு கெட்டகாலம் ஏற்பட்டுள்ளது. கடந்த சில ஆண்டுகளில், வரலாறு இறந்து விட்டது என்றும் வரலாறு காலாவதியாகி விட்டது என்றும் அறிவிப்புகள் பல்கிப் பெருகியுள்ளன, பிரபலமாகியுள்ளன. இந்தப் பிரகடனங்கள் தமது பகுப்பாய்வின் முடிவில் கிட்டத்தட்ட மார்க்சியத்தையே குறி வைத்தன். 1980-களின் இறுதியில் கிழக்கு ஐரோப்பாவில் நடந்த ‘ஜனநாயகப் புரட்சிகள்’, ‘மார்க்சிய பரிசோதனை’ (ரசியாவின் முன்னாள் அதிபர் போரிஸ் யெல்ட்சின் அப்படி அழைத்தார்) தோல்வியடையப் போவதற்குக் கட்டியம் கூறியதோடு வரலாற்றின் முடிவையும் காட்டுவதாகக் கூறப்பட்டன.[1] இப்போது இழிபுகழ் ஈட்டிவிட்ட ஃபுகுயாமாவின் (Fukuyama) இந்தத் தேற்றத்துக்கு இணையாக, வரலாறு தேவையற்றதாகி விட்டது என்ற அவரது நம்பிக்கையை ஏற்றுக் கொள்ளும் சிந்தனைப் போக்கு வளர்ச்சி யடைந்துள்ளது. வரலாற்று நிகழ்முறை தொடர்பான பொதுவான முடிவுகளை முற்கோளாகக் கொண்ட எந்த ஒரு அரசியலையும் இந்தக் கோட்பாடு குறி வைக்கிறது. மார்க்சியம் அத்தகைய அரசியலுக்கு சிறந்த உதாரணமாக சொல்லப்படுகிறது. சமகால பின்-கட்டமைப்புவாத, பின்-நவீனத்துவ சிந்தனையில் இந்தக் கருப்பொருள் மீண்டும் மீண்டும் இடம் பெறுகிறது. இதன்படி, ஃபூக்கோ வரலாறு பற்றிய தத்துவத்தை ‘பிளாட்டோனிசம்’[2] என்று குற்றம் சாட்டுகிறார்; அதே போல லியோடார்ட் (Lyotard) விடுதலைக்கான ‘பெருங்கதையாடல்களுக்கு’ எதிராக போர்ப் பிரகடனம் செய்கிறார்.[3] முதல் பார்வையில் ‘பின்-வரலாற்றின்’[4] இந்த இரண்டு இழைகளும் தொடர்பற்றவையாகத் தோன்றுகின்றன. முதலில் சொன்னது வரலாறு பற்றிய இலக்குவாத தத்துவத்தை (இது கம்யூனிசத்தின் இடத்தில் தாராளவாத ஜனநாயகத்தை வைக்கிறது) ஏற்றுக் கொள்கிறது, இரண்டாவதாக சொன்னது வரலாறு பற்றிய எந்த பொதுக் கோட்பாட்டையும் நிராகரிக்கிறது. எனினும், கோட்பாடாகவும் செயல்பாடாகவும் மார்க்சியம் காலாவதியாகி விட்டது என்று முடிவு செய்வதில் இரண்டும் ஒன்றுபடுகின்றன.

வரலாறு பற்றிய மார்க்சின் விவரிப்பு பற்றிய இந்த இரண்டு பகுப்பாய்வுகளுமே பொருத்தமில்லாதவை என்றும், பின்வரலாறு என்ற முனைவில் உள்ள தவறுகளுக்கும் இடைவெளிகளுக்கும்

தீர்வுகளை மார்க்சில் காண முடியும் என்றும் நான் வாதிடவுள்ளேன். பின்-வரலாறு அங்கீகரிக்க மறுக்கும் வரலாற்றில் அதுவே இலக்காக உள்ளது என்று வாதிடப் போகிறேன். அத்தகைய மறுப்பு பின்-வரலாறு விளக்க முயற்சிக்கும் சமூக மாற்றங்களை அதனால் கையாள முடியாமல் செய்து விடுகிறது என்றும் வாதிடவுள்ளேன். பின்-வரலாறு அங்கீகரிக்காத வரலாற்றை மீட்டுருவாக்கம் செய்யும் போது பின்-வரலாறு குற்றப்பொறுப்பைக் கொண்டிருப்பது மீண்டும் மீண்டும் தெரிய வருகிறது. முதன்மையாக, அங்கீகரிக்கப்படாத இந்த வரலாறு தத்துவார்த்தமாக உள்ளது - காண்ட், ஹெகல் (ஃபுகுயாமா) நீட்சே (பின் நவீனத்துவம்) ஆகியோரை தமது முன்னோடிகளாகக் கூறிக் கொள்ளும் பின்-வரலாற்றின் இந்த இரண்டு பாதைகளும் அந்தச் சிந்தனையாளர்களின் சிக்கல்நிலையையும் புரட்சித்தன்மையையும் புரிந்து கொள்ளவில்லை.[5] பின்வரலாறு வரலாற்றுரீதியாக முடக்கும், ஈடுபடத் தவறும் சமூக அரசியல் உலகமும் உள்ளது. இந்த அளவில், பின்வரலாறு பற்றிய விமர்சன பகுப்பாய்வு மார்க்சின் வரலாறு பற்றிய எழுத்துக்களின் பிரதிபலிப்புத் தன்மையையும் நடைமுறை ஈடுபாட்டையும் தெளிவாகக் காட்டுகிறது. இதை மனதில் கொண்டு பின்-வரலாற்றின் தத்துவார்த்த பாரம்பரியத்தின் மீது நான் முதலில் கவனம் செலுத்துகிறேன்.

## வரலாற்றை எடுத்துரைத்தல்

*1784-ல் இம்மானுவேல் காண்ட், பல்தேசிய பார்வையிலிருந்து சர்வப்பொது வரலாறுக்கான கருத்துரு* (*Idea for a Universal History From a Cosmopolitan Point of View*) என்ற கட்டுரையை வெளியிட்டார். 'வரலாறு பற்றிய தத்துவத்தை' உருவாக்க முயற்சித்த முதல் நபர் காண்ட் இல்லை (இந்தச் சொற்றொடரே வால்டேரில் இருந்து பெறப்பட்டது); எனினும் இந்த அறிவுத்துறை வளர்ச்சிக்கான அடிப்படையை நிறுவிய வகையில் காண்ட்டின் கட்டுரை நீடித்த செல்வாக்கு செலுத்துவதாக அமைந்தது. மேல்பார்வைக்கு, அங்கொன்றும் இங்கொன்றுமாக நிகழும் தொடர்பற்ற கடந்தகால நிகழ்வுகளில் இருந்து ஒட்டுமொத்த ஒத்திசைவும் புரிந்து கொள்ளும் தன்மையும் கொண்ட ஏதோ ஒன்றை பெற முடியும் என்ற நம்பிக்கை அவரது தர்க்கத்தின் மையமாக இருந்தது. இந்த உணர்வில், 'வரலாறு' என்பது கடந்தகாலம் என்று எளிதாக புரிந்து கொள்ளப்படவில்லை, மாறாக மனிதச் செயல்களை 'எடுத்துரைக்கும்' அல்லது தொடர்புடையவையாக ஆக்கும் முயற்சியை அது குறிக்கிறது. வேறு எந்த இயற்கை நிகழ்வைப் போலவே மனிதச் செயல்களும் 'சர்வப் பொது விதிகள்' என்று காண்ட் அழைப்பவற்றுக்கு உட்பட்டவை என்ற மெய்ம்மையிலிருந்து இந்த எடுத்துரைத்தல் சாத்தியமாகிறது. இந்த விதிகளைக் கண்டுபிடித்த பிறகு

> உலகில் மனித சித்தத்தின் சுதந்திரம் செயல்படுவதை நாம் கவனித்தால், அதில் ஒழுங்கான இயக்கத்தை நாம் காணலாம், தனிநபரில் சிக்கலானதாகவும் குழப்பமானதாகவும் தெரிவது, ஒட்டுமொத்த மனித இனத்தின் நோக்குநிலையில் இருந்து பார்க்கும் போது, மனித இனம் இயற்கையாகப் பெற்றிருக்கும் செல்வங்களின் முன்நோக்கிய, நீடித்த பரிணாம வளர்ச்சியாக தெரிகிறது.[6]

என்ற நம்பிக்கை வருகிறது.

இவ்வாறாக, 'தமக்கென திட்டம் எதுவும் இல்லாத உயிரினங்களுக்கான குறிப்பான திட்டமாக' வரலாறு அமைகிறது. வரலாற்றின் விதிகள் மனிதர்கள் எதிர்பாராத விளைவுகளைப் பற்றிய விதிகளாக உள்ளன. வரலாற்றின் இந்தச் சீரான இயக்கத்தின் உள்ளடக்கம் என்ன? மனிதர்களுக்கு இடையேயும் அரசுகளுக்கு இடையேயும் 'இயற்கையான பகைநிலைகள்' முன்நோக்கி வளர்ச்சியடைவது அதன் உள்ளடக்கம் என்று கான்ட் முன்வைக்கிறார். மனிதனின் சமூகத்தன்மைக்கும் மற்றவர் மீது அவனது ஆக்கிரமிப்புக்கும் இடையேயான இயற்கையான இயங்கியல் மூலமாக, மனிதனின் 'சமூகமற்ற சமூகத்தன்மை' மூலமாக வரலாறு இயங்குகிறது என்கிறார், கான்ட். கூடுதலாக, முறையாக பேசினால், மனிதர்களுக்கிடையே அமைதியான சகவாழ்வு நிறுவப் படுவதுடன், சர்வப்பொது குடிமைச்சமூகம் நிறுவப்படுவதுடன் முடிவுக்கு வரப் போகும் போராட்டம் அது.

வரலாற்று நிகழ்முறைக்கு ஒட்டுமொத்த பொருளைத் தருவதை மட்டும் கான்ட் செய்யவில்லை; அந்தப் பொருள் நிறைவேறுவதற்கும் அது முடிவடைவதற்கும் முடித்து வைக்கப்படுவதற்கும் சாத்தியம் இருப்பதாக அவர் வாதிடுகிறார். வரலாறு பற்றிய பொதுவான பருந்துப் பார்வையும், அதன் இறுதி ஓய்வுப் புள்ளியை அடையாளம் காண்பதும் என இரட்டை சாத்தியங்களின் அடிப்படையில் வரலாற்றின் தத்துவம் பற்றிய திட்டப்பணி ஆரம்பத்தில் இருந்தே வரையறுக்கப் பட்டிருந்தது. பின்சொன்னது (அதாவது வரலாற்றுரீதியான இலக்கு) முன் சொன்னதை (வரலாற்றின் பொருளைப் பற்றிய அறிவு) சாத்திய மாக்குகிறது. இங்கு இறையியலின் தாக்கம் இருக்கிறது என்பதில் ஐயமில்லை. வரலாற்றின் தத்துவம் அது தருவிக்கப்படும் வரலாற்றின் இறையியல் முத்திரையைத் தாங்கியுள்ளது என ல்யோவித் (Löwith) பதிவு செய்கிறார்.[7] தோற்றத்தையும் (படைப்பு) முடிவையும் (இறுதித் தீர்ப்பு) கொண்ட காலம் பற்றிய மாதிரியை இறையியலில் (குறிப்பாக கிருத்துவ இறையியலில்) இருந்து சர்வப்பொது வரலாறு எடுத்துக் கொள்கிறது. அதில் மண்ணுலக வாழ்க்கை விண்ணுலக வாழ்வுக்கு

இட்டுச் செல்லும். இந்த எதிர்கால வெளிப்படுத்தலை எதிர்நோக்கு வதாகத்தான் குறிப்பிட்ட நிகழ்வுகளை புரிந்து கொள்ள முடிகிறது. வரலாற்று உயிரினமாக மனிதன் இருப்பதன் முடிவு வரலாற்றின் நோக்கத்தை வெளிப்படுத்துவதோடு ஒன்றிணைகிறது. 'கடவுளின் சித்தத்தை ஏற்றுக் கொள்வது"[8] என்பது வரலாறு கற்பிக்கும் செய்தி என்ற கான்டின் பரிந்துரை இந்த இறையியல் மரபுரிமையை அடிக் கோடிட்டு காட்டுகிறது. வரலாற்றின் வடிவமைப்பு, அதில் பங்கேற்கும் கதாபாத்திரங்களின் 'சிந்தனைக்கு அப்பால்தான்' வெளிப்படுகிறது என்கிறார் கான்ட். வரலாறு மேன்மேலும் உருவாக்கிச் செல்லும் இறைவனின் கருணையை அவர்கள் தம்மை அறியாமலேயே பெற்றுக் கொள்ள வேண்டும்.

மற்றபடி கான்டை கடுமையாக விமர்சிக்கும் சிந்தனையாளர் ஹெகல் இந்த முற்போக்கான வரலாற்றின் முக்கியமான காரணிகளை தக்க வைத்துக் கொள்கிறார். 'சர்வப்பொது வரலாறு.... ஆன்மாவின் தரப்பில் சுதந்திரம் பற்றிய கூருணர்வு வளர்ச்சியடைவதையும், அதன் விளைவாக அந்தச் சுதந்திரம் ஈடேற்றம் பெறுவதையும் காட்டுகிறது"[9] என்ற ஹெகலின் நம்பிக்கை, அவரது 'இலக்குவாதத்தை' ஒதுக்கித் தள்ள ஆர்வமாக இருப்பவர்கள் முன்வைக்கும் பல குறுக்கல்வாத பொருள்கூறல்களுக்கு ஆதாரமாக இருந்திருக்கிறது. அத்தகைய சித்தரிப்புகளில் அவர் சொன்னதாகக் கூறப்படும் வகையிலான சாரமாக்கப்பட்ட உருத்திட்டங்களை ஹெகல் எதிர்ப்பது புறக்கணிக்கப் படுகிறது. வரலாறு மீது வெளியிலிருந்து சுமத்தப்படும் எந்த ஒரு மாதிரியையும் ஹெகல் நிராகரிக்கிறார். வரலாற்றை அப்படியே விட்டு வைக்காமல், முன்கருதப்பட்ட கருத்துநிலைகளுக்கு பொருந்துமாறு கட்டாயப்படுத்தும், முன்தரப்பட்டதாக வரலாற்றை கட்டமைக்கும், மாற்றியமைக்கக் கூடியதாக வரலாற்றை அணுகும் எந்த அணுகு முறையையும் ஹெகல் விமர்சிக்கிறார்.[10] சுதந்திரத்தின் வளர்ச்சி ஹெகலைப் பொறுத்தவரை நேர்கோட்டுப் பாதையாகவும் இல்லை, முன் தீர்மானிக்கப்பட்டதாகவும் இல்லை, அது சிக்கலானதாகவும் முன்னறிவிக்க முடியாததாகவும் உள்ளது.[11] ஹெகல் (ஃபுகுயாமாவைப் போல) தாராளவாத ஜனநாயகத்துக்கு முட்டுக்கொடுக்கவும் இல்லை. ஹெகலைப் பொறுத்தவரை முதலாளித்துவ சமூகம் எந்த வகையிலும் வரலாற்றின் 'இலக்காக' இல்லை; முறையான சுதந்திரங்களின் ஒரு தொகுதியை நிறுவும் அதே நேரம் சுதந்திரமின்மையின் ஒரு முழுத் தொகுதியையே அது புதிதாக உருவாக்குவதாகவும் புரிந்து கொள்ளப் படுகிறது. பிறழ்அறிவு (misrecognition) பற்றிய ஹெகலின் நேர்வியல் கான்டின் ஞானவியலையும் வரலாறு பற்றிய அவரது கோட்பாட்டையும்

செயல்படுத்துகிறது.[12] அதன் மூலம் வரலாறு 'பற்றிய கோட்பாடு' என்ற கருத்துருவையே, அறிவுக்கும் வரலாற்றுக்கும் தனித்தனி களங்களை ஒதுக்கும் எந்த அணுகுமுறையையும் கேள்விக்குள்ளாக்குகிறது. ஹெகல் மீதான விமர்சனங்களையும் தாண்டி, இந்தப் பகுப்பாய்வின் ஒரே நேரத்திலான பிரதிபலிப்புத்தன்மை, நகரும் தன்மை இரண்டையும் மார்க்ஸ் எப்போதுமே தக்க வைத்துக் கொள்கிறார் என்பதைக் குறிப்பிட வேண்டும்.

வரலாறு பற்றிய தத்துவத்தின் மீதான உறுதியான விமர்சன பகுப்பாய்வை நீட்சே (Nietzsche) வழங்குகிறார். *வாழ்க்கைக்கு வரலாற்றின் பயன்பாடும் பாதகமும் பற்றி* (*On the Use and Disadvantage of History for Life*) என்ற நீட்சேவின் கட்டுரை, வரலாற்றின் மீதான கவனம், அதாவது கடந்த காலத்தில் மூழ்கியிருப்பது நிகழ்கால சிந்தனையையும் செயல்பாட்டையும் முடக்குவதாக மாறுவதை எதிர்த்து எழுதப்பட்டுள்ளது. வரலாறு மீதான பற்றார்வம் இங்கு இப்போது இருப்பவற்றுடன் தொடர்பு ஏற்படுத்திக் கொள்வதற்கு மாற்றாக மாற ஆரம்பிக்கிறது. 'வரலாற்று உணர்வு, வாழ்வை பாதுகாக்காமல் அதை பாடம் (mummify) செய்து விடும்' போது,[13] மிகப்பெரிய பிரச்சினை ஏற்படுகிறது. கான்டும் ஹெகலும் பயன்படுத்திய அந்த எடுத்துரைப்பு தொடர்பாக மட்டுமே நீட்சே உடன்பட மறுக்கிறார். வரலாற்றை ஒத்திசைவான முழுமையாக எடுத்துரைப்பது என்பது பல சமயங்களில் புரிந்து கொள்ள முடியாத நேர்வுகளை ஒப்பிடுவதாக உள்ளது என்று அவர் வாதிடுகிறார். வரலாற்று நாடகாசிரியர், 'பொருட்களில் ஒருமித்த திட்டம் ஏற்கனவே இல்லை என்றால் அதனை அதற்குள் புகுத்த வேண்டும் என்ற முன்னனுமானத்தோடு பிரித்து ஒதுக்கப்பட்ட நிகழ்வை முழுமைக்குள் பொருத்துகிறார்'.[14] எடுத்துரைக்கப்பட்ட வரலாற்றின் இந்த பொதுமைப் படுத்தும் விசையின் முன்பு, செயலுக்கும் புத்தாக்கத்துக்குமான களமாக அவர் பார்க்கும் 'தருணத்தின்' முழுமைக்கு புத்துயிர் கொடுக்க நீட்சே முயற்சிக்கிறார். எனினும், இந்த அணுகுமுறை வரலாற்றை அதனளவில் நிராகரிப்பதைக் கொண்டிருக்கவில்லை. மாறாக,

> நமக்கு வரலாறு தேவை, ஆனால் அறிவின் தோட்டத்தில் உள்ள சோம்பேறிக்கு தேவைப்படுவது போல இல்லாமல்... வாழ்வுக்கும் செயலுக்கும் நமக்கு அது தேவைப்படுகிறது.. வரலாறு வாழ்க்கைக்கு சேவை செய்யும் அளவில் மட்டுமே நாம் வரலாற்றுக்கு சேவை செய்ய விரும்புகிறோம்.[15]

என்று அவர் வாதிடுகிறார்.

வரலாற்றின் தத்துவத்துக்குள் சில கருப்பொருட்கள் பற்றிய இந்த (சுருக்கமான) விளக்கத்தில் இருந்து 'பின்வரலாறு' பற்றிய சமகால கருத்துருக்கள் எந்த வகையிலும் புதிதில்லை என்பதோடு, அவை பழைய கருத்துக்களை நுண்நயம் இல்லாமல் வெறுமனே திரும்பச் சொல்லியிருக்கின்றன என்பது தெரிய வருகிறது. இந்தப் பாரம் பரியத்தின் உருவரைகளை மீண்டும் பயன்படுத்தும் போது (கான்ட், ஹெகல் ஆகியோரின் சர்வப்பொது வரலாற்றை ஃபுகுயாமா பயன் படுத்துகிறார், 'எடுத்துரைத்தல்' பற்றிய நீட்சேவின் விமர்சன பகுப்பாய்வை ஃபூகோவும் லியோடார்டும் பயன்படுத்துகின்றனர்), இந்த இரண்டு போக்குகளுமே இந்தப் பாரம்பரியத்துடன் தாம் கொண்டிருக்கும் சொந்தத் தொடர்பை புரிந்து கொள்ளத் தவறுகின்றன. ஹெகல் கான்ட் தொடர்பாக ஏற்கனவே விமர்சன பகுப்பாய்வு செய்து விட்ட, சாரமாக்கப்பட்ட இலக்குவாதத் திட்டம் ஒன்றை ஹெகலின் பெயரில் ஃபுகுயாமா உருவாக்குகிறார். அதே போல, வரலாற்றுக் கேள்விகள் தொடர்பாக நீட்சே நுட்பமாக ஆய்வு செய்வதை கவனிக்காமல் பல்வேறுபட்ட பொதுவளவு இல்லாத நிகழ்வுகளின் மொத்தமாக்கம் என பெருங்கதையாடல்களை நீட்சேவின் பெயரில் பின்நவீனத்துவம் (லியோடார்ட்) நிராகரிக்கிறது. ஹெகல் இலக்குவாத தாராளவாதியும் இல்லை, நீட்சே வரலாற்றின் பகைவனும் இல்லை. ஒரு முக்கியமான உணர்வில், பின் வரலாறு பின்வரும் இரட்டைத் தவறுகளில் வீழ்கிறது: வரலாற்றை சாரமாக மறுப்பதற்கு எதிராக சாரமான சர்வப்பொது வரலாறு நிறுத்தப்படுகிறது. எனினும், ஒட்டுமொத்தமாக வரலாற்றின் மீது கவனம் செலுத்துவதற்கும் குறிப்பிட்ட வரலாற்று நிகழ்வுகள் மீது கவனம் செலுத்துவதற்கும் இடையேயான இயைபின்மையை இந்த எதிர்நிலை குறிக்கிறது. சர்வப்பொதுவானதற்கும் குறிப்பானதற்கும் இடையேயான இந்த இயைபின்மையை இயங்கியல்ரீதியாக கோட்பாடாக்கம் செய்வதற்கு மாறாக, பின் வரலாறு அதனை மீண்டும் தொகுத்துச் சொல்கிறது. அதன் கோட்பாட்டு இருமைநிலைகளுடன் இணையான சமூகப் பிளவை (diremption) ('பிரிவினைகள்') விமர்சன ரீதியாக விவாதிக்க முடியாமல் இருக்கிறது. ஒரு மாற்று அணுகுமுறை தேவைப்படுகிறது.

## நேரமும் இயக்கமும்

முதல் பார்வையில், மார்க்ஸ், மேலே விவரித்த வகையிலான சாரமான சர்வப்பொது வரலாற்று வகையில் பொருந்துவதாகத் தெரிகிறார். 'இதுவரையிலான வரலாறு அனைத்துமே வர்க்கப் போராட்டத்தின் வரலாறே' என்ற கம்யூனிஸ்ட் கட்சி அறிக்கையின் புகழ்பெற்ற கூற்றும், 1859 முன்னுரையில் [அரசியல் பொருளாதாரம்

பற்றிய விமர்சன பகுப்பாய்வுக்கு ஒரு பங்களிப்பு - மொ.பெ/ப.ஆ] முதலாளித்துவத்தோடு 'மனித சமூகத்தின் முன்வரலாறு முடிவுக்கு வருகிறது' என்ற குறிப்பும், சர்வப்பொது வரலாற்றில் நாம் கண்டறிந்த 'எடுத்துரைப்பு' வகைமுறையை பின்பற்றுவதாகத் தோன்றுகிறது.[16] எனினும், வரலாறு தொடர்பான மார்க்சின் மிக முக்கியமான நுண்ணறிவை இந்த சூத்திரத்தன்மையிலான கூற்றுக்களில் காண்பதை விட, *மூலதனம்* நூலிலும் *குருண்ட்ரிசவிலும்* முன்வைக்கப்பட்டுள்ள மேலும் திட்டவட்டமான பகுப்பாய்வில் காண வேண்டும்.[17] 1859-ல் மார்க்ஸ் முன் வைக்கும் இறுதித்தீர்ப்புவாதம், வேலை நாள் பற்றிய அவரது பகுப்பாய்வை விட குறைவான பயனையே கொண்டுள்ளது. வரலாறு பற்றிய மார்க்சின் விளக்கத்தின் வெளிப்படையான சாரமான சர்வப்பொதுத்தன்மைக்கு இணையாக, நேரம் மீதான குறிப்பான கவனத்தை, வரலாறு பற்றிய தத்துவம் புறக்கணித்ததாக நீட்சே கருதிய 'தருணத்தின்' மீதான கவனத்தை அடையாளம் காண முடிகிறது. இதை நிரூபிப்பதற்கு, 'உற்பத்தியின் மறைக்கப்பட்ட களத்துக்குள்' மார்க்சை பின் தொடர்ந்து சென்று, வேலை நாளின் கால நீட்டிப்பைப் பரிசீலிப்பது அவசியமாக உள்ளது.

வரலாற்று நேரத்தை நாம் உணர்வதை முதலாளித்துவமே மாற்றும் வழியை வெளிப்படுத்துவதுதான் மார்க்சின் நுண்ணறிவு. ஒரு உதாரணம் இதை விளக்கும். ஒருபடித்தான 'கடிகார' நேரம் பற்றிய நமது உணர்வு எங்கிருந்து வந்தது என்பதைக் கண்டறிய, முதலாளித்துவத்தின் பிறப்புக்கு இணையாக தோன்றிய ஓய்வு நேரத்தை உழைப்பு நேரத்துக்குக் கீழ்படுத்துவதன் போக்கை கண்டறிவது அவசியமாக உள்ளது. பணியிடத்தில் கடிகார-அளவீட்டு உத்திகள் அதிகரிப்பது (டெய்லரின் 'அறிவியல்ரீதியான மேலாண்மை' மூலம் முனைவு அந்தஸ்து தரப்பட்டது), புதிய முறைகளை அறிமுகப்படுத்த வில்லை. மாறாக, உழைப்பு நிகழ்முறையை ஒழுங்குபடுத்துவதற்கும் ஒருபடித்தான நேரத்தை நிறுவுவதற்கும் இடையே ஏற்கனவே இருந்த பொது ஒத்திசைவை தீவிரப்படுத்த மட்டுமே செய்தது என்று ஈ.பி தாம்சன் (E.P Thompson) நிரூபித்துள்ளார்.[18] நேரம் பற்றிய சமகால கூருணர்வை (மிகக் குறிப்பிடும்படியாக முன்னேற்றம் தொடர்பாகவும், திரும்பச் செய்வது தொடர்பாகவும் நமது கருத்தாக்கங்கள்), வேலை சுமத்தப்படுவது பரவலாக்கப்பட்டதில் காணலாம் என்று சொல்வது மிகையாகாது. நவீன இயந்திரவியல் ஒருபடித்தான நேரத்தை இயற்கையில் காண்கிறது என்ற மெய்ம்மை இந்தக் கருத்தை பலவீனப் படுத்துவதற்கு மாறாக, நேரம் பற்றிய நமது கருத்தாக்கங்களின் தோற்றுவாய்கள் எவ்வளவு மறைக்கப்பட்டு விட்டன என்பதைக் காட்டுவதற்குத்தான் பயன்படுகிறது.

மூலதனம் நூலில் வேலை-நாள் பற்றிய மார்க்சின் பகுப்பாய்வு, மூலதனத்தின் மதிப்புப் பெருக்கத்துக்கு நேரத்தை கீழ்ப்படுத்துவது பற்றிய அத்தகைய விவரிப்பைத்தான் தருகிறது. வேலை-நாள் மீதான ஆதிக்கத்தோடு,

> பகல்-இரவு பற்றிய கருத்துக்களும் கூட - பழைய சட்டங்களில் கிராமிய எளிமை வாய்ந்திருந்த இந்தக் கருத்துகளும் கூட - ஒன்றும் புரியாத குழப்படி ஆயின. *1860*-ம் ஆண்டிலும் கூட பகல் என்றால் என்ன, இரவு என்றால் என்ன என்பதை 'நீதி முறையில்' விளக்குவதற்கு ஓர் ஆங்கிலேய நீதிபதிக்கு யூத வேத விற்பன்னருக்குரிய கூரறிவு தேவைப்பட்டது.[19] (மூலதனம் முதல் பாகம், தமிழ் பதிப்பு, பக்கம் *378*- மொ.பெ)

என்று மார்க்ஸ் பதிவு செய்கிறார்.

உபரி-மதிப்பை உற்பத்தி செய்வதற்கு செலவிடப்படும் நேரத்தின் அளவை அதிகரிக்கும் முயற்சிகளில் மூலதனம் வானவியல் (sidereal) நேரத்தையே புரட்சிகரமாக்குகிறது. இதன் விளைவு சாரமான அளவையின் தற்காலிகத்தன்மை, ஏனென்றால் உபரி உழைப்பு நேரத்தின் விரிவெல்லைதான் மூலதனத்தின் மதிப்புப் பெருக்கத்தின் மீது தாக்கம் செலுத்துகிறது. சாரமாக்கப்பட்ட அளவுரீதியான நேரம் ஓரேமாதிரியானதும் ஒருபடித்தானதும் ஆகும். ஒருபடித்தான நேரத்தில் மட்டுமே வினைவிளைவுத்தொடரின் தாக்கம் இருக்க முடியும் என்பதால் (ஒவ்வொரு கணமும் சமமாக இருக்கும் போதுதான் ஒரு கணம் முந்தைய கணத்தைத் தொடர்வதாக சொல்ல முடியும்), நேரத்தின் ஒவ்வொரு அலகும் சமமாக இருப்பது வரப்போகும் தருணத்தை கணிப்பதை (எனவே கட்டுப்படுத்துவதை) தன்னுள் கொண்டுள்ளது. உழைப்பு-நேரத்தின் ஒருபடித்தான தன்மை இவ்வாறாக உபரி-மதிப்பை உற்பத்தி செய்வதை கணிக்க முடிவதுடன் ஒத்திசைகிறது.

ஆனால் மார்க்ஸ் சொல்வது போல இது ஒருதரப்பான நிகழ்முறை இல்லை. நேரத்தை ஒருபடித்தானதாக்கும் மூலதனத்தின் முயற்சி (அதன் மூலம் இடைநில்லாத மூலதனத் திரட்டலை உறுதி செய்வது) தொழிலாளர்களின் தரப்பில் நேரடியான மறுப்பை எதிர்கொள்கிறது.

> நான்கு நாள் கூலியைக் கொண்டு வாரம் முழுவதும் வாழ முடியும் என்ற இந்த நிலைமை எஞ்சிய இரு நாட்களிலும் தொழிலாளர்கள் முதலாளிக்காக வேலை செய்ய வேண்டும் என்பதற்குப் போதுமான காரணமாக தொழிலாளர்களுக்குப் படவில்லை.[20] (மூலதனம் முதல் பாகம், பக்கம் *372*, தமிழ்ப் பதிப்பு-மொ.பெ)

இந்த மறுப்புக்கு எதிராக, பணியிட மட்டத்திலும் (உழைப்புச் சக்திக்கான பிற ஆதாரங்களை தேடுதல்) அரசு மட்டத்திலும் (வேலை நாளை நீட்டுவதையும் 'சோம்பலை' எதிர்ப்பதையும் நோக்கமாகக் கொண்ட சட்டங்கள் மூலம்) மூலதனம் எதிர்வினை ஆற்றியது. அதைத் தொடர்ந்த நீண்ட போராட்டம் தொழிலாளி வர்க்க எதிர்ப்பின் அதிகரிக்கும் ஒழுங்கமைப்பையும் மூலதனம் தனது சொந்த மதிப்புப் பெருக்கத்துக்காக நேரத்தை மூர்க்கமாக அறுவடை செய்ய முயற்சிப்பதையும் காட்டியது. 'முதலாளி வர்க்கத்துக்கும் தொழிலாளி வர்க்கத்துக்கும் இடையில் பெரும்பாலும் மறைவாக நீண்ட காலத்துக்கு நடக்கும் ஓர் உள்நாட்டுப் போரின் விளைவாகவே இயல்பான வேலை-நாள் நிலைநாட்டப்படுகிறது' என்று மார்க்ஸ் முடிக்கிறார்.[21] (மூலதனம் முதல் பாகம், பக்கம் 406, தமிழ்ப்பதிப்பு-மொ.பெ)

ஒரு முக்கியமான உணர்வில், இந்தப் போராட்டங்களின் பொருண்மையாக நேரமே உள்ளது. பத்தொன்பதாம் நூற்றாண்டு இங்கிலாந்தின் தனிச்சிறப்பாக மார்க்ஸ் இங்கு தனித்துக் காட்டுவது அந்தப் பின்புலத்துக்கு மட்டும் பொருந்துவதாக இல்லை. நேரம் தொடர்பாக மார்க்ஸ் அடையாளம் கண்ட மோதலை முதலாளித்துவ மறுவுற்பத்தியின் பொதுத்தன்மையாக பார்க்க முடியும். ஒருபடித்தான கடிகார நேரத்தை நிறுவுவதற்கு மூலதனத்தின் முயற்சி பல நேரங்களில் கடுமையான எதிர்ப்பை சந்திக்கிறது. "தொழிலாளி வேலை செய்யும் நேரம் என்பது, முதலாளி அவரிடம் இருந்து வாங்கியிருக்கும் உழைப்புச் சக்தியை நுகரும் காலம் ஆகும். தொழிலாளி கொடுக்கத் தக்கதாயுள்ள தனது நேரத்தைத் தனக்காகவே நுகர்ந்தால் அவர் முதலாளியைக் கொள்ளையிடுகிறவராம்" (பக்கம் 317, மூலதனம், முதல் பாகம், தமிழ்ப்பதிப்பு-மொ.பெ). சாரமான ஒருபடித்தன்மையில் இருந்து மீட்கப்பட்ட ஓய்வு நேரம், அதோடு தொடர்புடைய திட்டப் பணியின் தன்மையால் மட்டுமே கட்டமைக்கப்பட்ட பண்புரீதியான தன்மையைக் கொண்டுள்ளது. உழைப்பதில் அல்லது உழைப்புச் சக்தியை மறுவுற்பத்தி செய்வதற்கு கீழ்ப்படுத்தப்படாத இந்த நேரப் பகுதிகள் முதலாளித்துவ மறுவுற்பத்தியை நேரடியாக சீர்குலைக்கின்றன.[22]

மதிப்புப்பெருக்கத்துக்கான அளவுரீதியான நேரத்துக்கும் தன்னாட்சியான திட்டப்பணிகளின் சுய-மதிப்புப்பெருக்கத்துக்கான பண்புரீதியான நேரத்துக்கும் இடையேயான முரண்பாட்டால் மூலதனம் பீடிக்கப்பட்டுள்ளது.[23] உபரி மதிப்பு உற்பத்திக்காக தியாகம் செய்யப்படும் நேரத்துக்கும் மூலதனத்தை மதிப்புப்பெருக்கம் செய்யாத (வேலை மூலமாக அல்லது நுகர்வு மூலமாக), அல்லது உழைப்புச்

சக்தியை மறுவுற்பத்தி செய்யாத திட்டப்பணிகளால் கட்டமைக்கப்படும் நேரத்துக்கும் இடையிலான முரண்பாட்டால் பீடிக்கப்பட்டுள்ளது. வரலாற்றைப் பற்றிய நமது புரிதலுக்கு இது கொண்டுள்ள தாக்கங்கள் கணிசமானவை. சுய-மதிப்புப் பெருக்கம் இங்கேயே-இப்போதே கம்யூனிசத்தை கட்டமைக்கிறது[24] என்பது வரலாற்றுப் பொருள்முதல் வாதத்தின் வழக்கமான காலவரிசையை குலைக்கிறது. கம்யூனிசம் என்பது ஏதோ எதிர்கால இலக்கு இல்லை, நிகழ்காலத்திலேயே முரண்படும் (ஏனென்றால் அது முடக்கப்பட்டுள்ளது, மறுக்கப் பட்டுள்ளது) வடிவத்தில் இருக்கிறது. மூலதனம் அதன் சொந்த வரலாற்று மறுதலிப்பை தன்னுள்ளேயே கொண்டுள்ளது. எனவே, வரலாறு நம்பிக்கையூட்டும் நேர்கோட்டுத்தன்மையை தரவில்லை, முரண்பாட்டின் சிரமத்தைத்தான் தருகிறது. ஒருபடித்தான நேர்கோட்டு நேரம் பற்றிய மார்க்சின் விமர்சனப் பகுப்பாய்வு ஒருபடித்தான நேர்கோட்டு வரலாறு பற்றிய விமர்சன பகுப்பாய்வை தந்துள்ளது, அதற்கு இணையான விமர்சனபூர்வமான வரலாற்றுக்கான மேடையை உருவாக்கியுள்ளது.

மார்க்ஸ் கூறியதாக வழக்கமாகக் கூறப்படும் வரலாற்றுரீதியான இலக்குவாதம், நேரத்தை ஒருபடித்தானதாக்குவதுடன் இணைகிறது என்பதாலேயே மார்க்சின் சிந்தனைக்கு எதிரானது. முதலாளித்துவ மறுவுற்பத்தியின் இதயத்தில் நேரத்தின் இயல்பு பற்றியே மார்க்ஸ் கண்டறிந்த போராட்டத்தை, ஒவ்வொரு வரலாற்று தருணத்திலும் உள்ளடங்கியுள்ள இயங்கியல் பதற்றத்தை அது காணத் தவறுகிறது. ஒருபடித்தான அளவுரீதியான நேரத்தை உழைப்பு-நேரத்தின் ஆட்சியாக, அதாவது சுரண்டலுக்கும் ஆதிக்கத்துக்குமான நேரமாக மார்க்ஸ் பகுப்பாய்வு செய்கிறார். ஏதோ ஒரு எதிர்கால இலக்கை நோக்கி வரலாறு சுமுகமாக முன்னேறிச் செல்வது என்று பார்ப்பது, அத்தகைய வளர்ச்சி நடந்து கொண்டிருக்கும் இறுகலான தொடர்வரிசையை (continuum) புறக்கணிக்கிறது. இந்த அன்னியமாக்கப்பட்ட தொடர் வரிசையை (continuum) உடைப்பதன் மூலம் மட்டுமே உருவாகக் கூடிய மெய்யான முன்னேற்றத்தை அது புறக்கணிக்கிறது என்பதுதான் மிக முக்கியமானது.

### தொடர்ச்சியற்ற வரலாறு

**'புரட்சிகள் உலக வரலாற்றின் இழுபொறிகள் என்று மார்க்ஸ் சொல்கிறார். ஆனால், அது முற்றிலும் வேறாக இருக்கலாம். புரட்சி என்பது இந்த ரயில்களில் இருக்கும் மக்கள் அவசரநிலை முறிவை (பிரேக்கை) செயல்படுத்துவதாக இருக்கலாம்' என்று வால்டர்**

பெஞ்சமின் எழுதுகிறார். வலுவந்தமாக நிறுத்தப்பட்ட வரலாறு என்ற சித்திரம், 'தீர்க்கதரிசனமானது' என அவர் அழைக்கும் நேரம் பற்றிய உணர்வை விளக்குவதற்கான பெஞ்சமினின் முயற்சி. வரலாறு பற்றிய தத்துவத்தில் பயன்படுத்தப்படும் பல கருத்தாக்கங்களைப் போலவே, தீர்க்கதரிசன நேரத்துக்கு இறையியல் தோற்றுவாய்களும் இறுதித்தீர்ப்பு தோற்றுவாய்களும் உள்ளன. எனினும், இந்தக் கருத்தாக்கத்தை பெஞ்சமின் பயன்படுத்துவது அதே அளவு சார்பற்றதாகவும் (secular) அரசியல் ரீதியானதாகவும் உள்ளது. 'அரசியல் நிலைமையில் இருந்து ஒவ்வொரு வரலாற்று தருணமும் செதுக்கி உருவாக்கும் தனிச் சிறப்பான புரட்சிகர வாய்ப்புநிலையை' அது குறிப்பிடுகிறது.[26] இந்தப் பதங்களில்தான் நாம் கம்யூனிசத்தை புரிந்து கொள்ள வேண்டும் என்று பெஞ்சமின் வலியுறுத்துகிறார். 'வர்க்கமற்ற சமூகம் என்ற கருத்துருவில் தீர்க்கதரிசன நேரம் என்ற கருத்துருவை, மார்க்ஸ் சரியாகவே சார்பற்றதாக்கியுள்ளார்'.[27] வரலாறு பற்றிய திட்டமான கருத்தாக்கங் களுடன் தொடர்புடைய அரசியல் நோக்கங்களை வால்டர் பெஞ்சமின் கவனத்துக்குக் கொண்டு வருகிறார். வரலாற்றின் தொடர்ச்சி எனத் தோன்றுவது ஆதிக்கத்தின் தொடர்ச்சியைத் தவிர வேறில்லை என்றும் வரலாற்றில் தற்செயலின் செயல்பாட்டை மறைப்பதற்கான முயற்சி என்றும் எதிர்காலத்தை முன்தீர்மானிப்பது என்றும் அவர் அம்பலப் படுத்துகிறார். எனினும், இங்கு பெஞ்சமினின் நுண்மாண் நுழைபுலம் அடிப்படையானது,

> கால ஓட்டத்திற்கு மேலாக ஒருபடித்தன்மையை வைக்கும் காலரீதியான ஒழுங்குக்குள், பல்படித்தான, எஞ்சியிருக்கும் துண்டுகள் இருப்பதைத் தவிர்க்க முடியாது. பண்பை அடையாளம் காண்பதை அளவை அளவிடுவதுடன் இணைப்பது என்பது நினைவுகளை வெற்றாக விட்டு வைக்கும், விடுமுறைகளின் வடிவில் விட்டு வைக்கும் நாட்காட்டிகளின் செயலாக உள்ளது.[28]

நேரத்தைக் கட்டுப்படுத்தி அதனை ஒருபடித்தானதாகக் குறைக்கும் எந்த முயற்சியும் அதற்கு எதிரான போராட்டத்தை எதிர்கொள்ள வேண்டியிருக்கும், இந்தப் போராட்டத்தை ஒரே நேரத்தில் அளவு ரீதியாகவும் பண்புரீதியாகவும் உள்ள நாட்காட்டியின் காலத்தன்மை வெளிப்படுத்துகிறது.

சுய-மதிப்புப் பெருக்கத்துக்கான நேரமாக கம்யூனிசம் இங்கே இப்போதே இருக்கிறது என்ற அங்கீகாரம் (மூலதனத்துக்குக் கீழ் கொண்டுவரப்பட்ட நேரத்தின் எப்போதுமே அச்சுறுத்துப்பட்ட இடைவெளிகளில் மட்டும்தான் என்றாலும்), எல்லா வகையான

இலக்குவாத அல்லது படிநிலைவாத மார்க்சியத்தை ரத்து செய்து விடுகிறது. இதன் நடைமுறை தாக்கங்கள் முக்கியமானவை. கம்யூனிசத்துக்கான பாதையை செப்பனிடுவதற்காக முன்முடிவு செய்யப்பட்ட வரலாற்று சகாப்தங்களை கடந்து வருவதன் அவசியம் பற்றியும், பின்தங்கிய பொருளாதாரங்கள் அவற்றின் உற்பத்திச் சாதனங்களை நவீனப்படுத்த வேண்டும் என்ற விளக்கத்தையும் மார்க்சில் புரிந்து கொள்வதன் அபாயங்களை இந்த நூற்றாண்டு [20-ம் நூற்றாண்டு-மொ.பெ] நமக்குக் கற்பித்துள்ளது. ஸ்டாலினிசமும் பல வளர்ச்சி குன்றிய நாடுகளில் செய்யப்பட்ட நவீனமயமாக்க சோதனைகளும் இத்தகைய மாதிரியின் அழிவுகரமான தாக்கங்களுக்கு சாட்சியங்களாக உள்ளன. இந்தப் படிநிலைவாதத்துக்கு எதிராக, முன்னர் தனித்த வரலாற்று சகாப்தங்களாக கருதப்பட்டவை ஒன்றின் மீது ஒன்று கவிகின்றன என்று, உதாரணமாக, நிலப்பிரபுத்துவ சமூக உறவுகள், முதலாளித்துவத்தால் 'மறுவரையறை' செய்யப்படுவதாக பார்ப்பது அவசியம்..[29] இதன் விளைவாக வரலாறு என்பது 'காலத்தால் வேறுபட்ட' சமூக வடிவங்களின் கலவையாக மாறுகிறது.[30] வரலாறு பற்றிய நேர்கோட்டுப் பாதையை அகற்றி விடுவது புதிய அரசியல் நுண்ணறிவுகளை வழங்குகிறது. வரலாற்றின் தொடர்ச்சியின்மையை அங்கீகரிக்கும் போது, மத அடிப்படைவாதமும் அல்லது மண்ணின் மைந்தர்கள் வகையிலான புனைகதைகளும் (blood and soil mythology) தொடர்ந்து பிரபலமாக இருப்பது ஆச்சரியத்தைத் தரவில்லை. குறிப்பிட்ட புனைகதை கருத்துருக்கள் தற்கால பொருத்தம் பெற ஆரம்பித்த நேரத்தில்

> இன்றைக்கு நாம் எதிர்கொள்ளும் விஷயங்கள் இருபதாம் நூற்றாண்டிலும் 'இன்னும்' சாத்தியமா என்று ஆச்சரியப்படுவதில் தத்துவ உணர்வு இல்லை. இந்த ஆச்சரியத்தைத் தோற்றுவிக்கும் வரலாறு பற்றிய பார்வை பொருத்தமற்றது என்பதைத் தவிர, இந்த ஆச்சரியம் அறிவின் தொடக்கமாக இல்லை.' என்று வால்டர் பெஞ்சமின் குறிப்பிட்டார்.[31]

குருண்ட்ரிச பற்றிய ஒரு குறிப்பில், தனது வரலாற்று வளர்ச்சி பற்றி பொருளாயாத கருத்தாக்கம் 'அவசியத்தை உணர்த்துவதாக தோற்றமளிக்கிறது',[32] அதாவது தற்செயலை முக்கியமற்றதாக்கி விடுகிறது என்று மார்க்ஸ் ஏற்றுக் கொள்கிறார். எனினும், அது 'தற்செயலுக்கான நியாயப்படுத்தலையும் வழங்குகிறது' என்று அடுத்தபடியாக அவர் வலியுறுத்துகிறார். இது எப்படி சாத்தியம்? மேற்கண்ட விவாதத்தின் ஒளியில் நாம் குறைந்தபட்சம் ஒரு விடையை

தரலாம். வரலாறு பற்றிய அவரது அவசியரீதியான விளக்கமாகத் தோன்றுவதற்கு எதிரான ஆதாரங்கள் மார்க்சின் எழுத்துக்களில் உள்ளன. ஒருபடித்தான நேரத்துக்கு எதிரான போராட்டம் பற்றிய பகுப்பாய்வு மூலமாக, அவரது சொந்த வரலாற்றுப் பார்வைகளை மீள் சிந்தனை செய்வதற்கான, 'ஏற்றத்தாழ்வான வளர்ச்சி' என்ற அவரது கருத்துநிலையை இகழ்ச்சி தொனிப்பிலிருந்து மீட்பதற்கான, தொடர்ச்சியற்ற வரலாறு பற்றிய விவரிப்பை அவரது எழுத்துக்களில் கண்டுபிடிப்பதற்கான அடிப்படையை மார்க்ஸ் வழங்குகிறார்.

'வரலாறு பற்றிய பொருளாயத முன்வைப்பு முன்னேற்றம் பற்றிய உள்ளார்ந்த விமர்சன பகுப்பாய்வுடன் இணைந்தே செல்கிறது' என்று பெஞ்சமின் வாதிடுகிறார்.[33] மார்க்சியம் 'வரலாற்றில் உள்ள புனைகதை காரணியை கைவிட்டு விட்டு', அதற்கு மாறாக, 'சகாப்தத்தின் தொடர்ச்சியை வெடித்துப் பிளக்க வேண்டும்'.[34] 'இயங்கியல் அனுபவத்தில்' (மார்க்சின் 'புரட்சிகர அல்லது செயல்பாட்டு-விமர்சன செயல்') இன்றி வேறு எங்கும் இந்த சாத்தியம் ஈடேற முடியாது என்று மார்க்சைப் பின்பற்றி அவர் கண்டறிகிறார். செயல்பாடானது முன்னேற்றம், திரும்ப வருவது ஆகிய இரட்டை மாயைகளை (மூலதனத்தின் ஆட்சி தொடர்ச்சியானதும் நீடித்திருப்பதும் என்ற மாயை) துடைத்தெறிகிறது:

> பொருட்களின் தோற்றம் எப்போதுமே ஒரே மாதிரி உள்ளது, வரலாற்றில் திரும்ப வரும் போதும் ஒரே மாதிரியாக உள்ளது என்பதை அகற்றுவதுதான் இயங்கியல் அனுபவத்தின் தனித்துவமான தன்மை.. எதார்த்தமான அரசியல் அனுபவம் இந்தத் தோற்றத்தில் இருந்து முழுமையாக விடுபட்டுள்ளது.[35]

வேறு சொற்களில், மார்க்ஸ் அரசியல் பொருளாதாரத்தின் கருத்தினங்கள் பற்றி சொன்னது போன்ற அதே உணர்வில் ஒருபடித்தான நேரம் 'தீர்மானகர சாரமாக்கலாக' புரிந்து கொள்ளப்படுகிறது. உழைப்பு என்ற கருத்தினத்துக்கு வரலாறற்ற அல்லது நீடித்த பொருத்தப்பாடு இல்லை,[36] அது குறிப்பிட்ட வரலாற்றுப் படிவத்துக்கு (முதலாளித்துவத்துக்கு) மட்டும் பொருந்துவது என்று காட்டப்பட்டது போல, சாரமாக்கப்பட்ட அளவுரீதியான நேரம், நேரத்தை உழைப்புக்கு முதலாளித்துவம் கீழ்ப்படுத்துவதில் இருந்து சாரப்படுத்துவதை கட்டமைக்கிறது. தீர்மானகர சாரமாக்கல்களின் 'தீர்மானகரம்' அவை அந்தக் குறிப்பிட்ட களத்தில் திட்டவட்டமான இருத்தலைக் கொண்டிருப்பதில் அமைந்துள்ளது. இந்த அளவுக்கு ஒருபடித்தான நேரத்துக்கு 'எதார்த்தமான' தாக்கம் உள்ளது : முதலாளித்துவம் என்பது பல வகைகளில் திரும்பத் திரும்ப வருவது, சலிப்பூட்டுவது, கணிக்கக்

கூடியது. எனினும், ஒருபடித்தான நேரம் என்ற இந்தக் கருத்தாக்கத்தின் எதேச்சைத்தன்மையை நாம் அங்கீகரித்ததும், அதன் மாறாத்தன்மை (அரசியல் பொருளாதாரத்தின் கருத்தினங்களைப் போல) புரட்சிகரமாக கேள்விக்குள்ளாக்கப்படுகிறது.

மார்க்சில் முன்வடிவமைப்பாக கோட்பாடக்கம் செய்யப்பட்ட 'தொடர்ச்சியின்மை' அல்தூசர் எழுதிய 'ஞானவியல் முறிவாக' இல்லை என்று இடைக்குறிப்பாக சொல்ல வேண்டும்.[37] போராட்டத்தில் இருந்து பிரிக்கப்பட்ட கடந்து நிற்கும் மாதிரியைக் கொண்டு மாற்றத்தை விளக்க முடியாத கட்டமைப்புவாதத்தின் இயலாமையாகவே அல்தூசரின் தொடர்ச்சியின்மை என்ற கருத்துநிலை உள்ளது. கட்டமைப்புவாதத்தின் 'தொடர்ச்சியின்மைகள்' வெவ்வேறு வரலாற்று 'பெருநோக்குகளின்' பொதுவளவின்மைக்கு பெயர் சூட்டுவதைத் தவிர வேறு எதையும் செய்யவில்லை. இந்தக் கட்டமைப்புகள் சமூகச் செயலால் எந்த வகையிலும் உருவாக்கப்படவோ அல்லது உருமாற்றப்படவோ செய்யாமல் சமூகச் செயலுக்கு முன்பே வருகின்றன. எந்த ஒரு முன்பே தரப்பட்ட கட்டமைப்புக்குள் அமைந்திராமல், சமூகச் செயல்பாட்டின் மீது கட்டமைப்புரீதியான தளைகளை சுமத்தும் மூலதனத்தின் முயற்சிகளுக்கு எதிரான போராட்டத்தில் இருப்பதாக புரிந்து கொள்வதுதான் பெஞ்சமினின் தொடர்ச்சியின்மை என்ற கருத்து நிலையின் வலிமை. 'அவர்கள் வரலாற்றின் தொடர்ச்சிநிலையை வெடித்துத் தகர்க்கின்றனர் என்பது, புரட்சிகர வர்க்கங்கள் செயலில் இறங்கும் தருணத்தின் விசேஷத் தன்மை' என்று பெஞ்சமின் அவரது *ஆன் த கான்சப்ட் ஆஃப் ஹிஸ்டரி* (On The Concept of History) பற்றிய தேற்றங்களில் எழுதுகிறார்.[38]

## பின்நவீனத்துவமும் பின்வரலாறும்

பின்நவீனத்துவம் வரலாற்றை நிராகரிப்பதில் தொடக்கத்தில் இருந்தே ஒரு முரண்பாடு உள்ளது: 'பின்நவீனத்துவம்' என்பது ஒரு வரலாற்று காலப்பிரிப்பின் மூலமாகவே வரையறுக்கப்படுகிறது. அது 'பிந்தைய முதலாளித்துவத்தை'ப் பற்றிய கோட்பாட்டு விரித்துரைப்பை கட்டுவிப்பதாகச் சொல்லப்படுகிறது.[39] இந்த சகாப்தத்தில் ஊடக தொழில் நுட்பங்கள் துரிதமாக பரவியதும், உற்பத்தி மின்னணுமயமாக்கப்பட்டதும் எதிர்த் தாக்குதலுக்கான விமர்சன வெளிகள் அனைத்தும் மறைந்து போவதற்கு வழி வகுத்தன.[40] தொழில்நுட்ப மாற்றம் கட்டுப்பாட்டை மீறிச் சென்று விட்டதன் காரணமாக, அனைத்திலும் ஊடுருவி விட்ட ஒரு காட்சியை நையாண்டி செய்யும் வடிவத்தைத்தான் எதிர்ப்பு எடுக்க முடியும்.

இந்தக் கண்டறிதல், மேலே விவரிக்கப்பட்ட வரலாறு பற்றிய முன்னேறிச் செல்லும் பார்வையையே திரும்பச் சொல்கிறது. இந்த முறை தொழில்நுட்ப வளர்ச்சி சமூகத்தின் முன்னேற்றத்தை நடத்திச் செல்வதாகவும் அதன் ஆணைகளுக்கு நடைமுறைரீதியாகவும் கோட்பாட்டு ரீதியாகவும் நாம் இணங்கிச் செல்ல வேண்டும் என்று கோருவதாகவும் உள்ளது. 'மின்மயமாக்கலும் சோவியத்துகளும் இணைவதுதான் கம்யூனிசம்' என்ற லெனினின் இழிபுகழ் வாய்ந்த சூத்திரத்தை புதுப்பிப்பது போல, மின்னணுவியலும் சுதந்திரச் சந்தையும் சேர்ந்த தொகுப்பாக இறுதித்தீர்ப்பை பின்நவீனத்துவம் கணக்கிடுகிறது. தொழில்நுட்பரீதியாக இயக்கப்படுவதாக சமூக வளர்ச்சியை பார்ப்பதுதான் இரண்டு பார்வைகளிலும் உள்ள தவறு. தொழில்நுட்பம் வரலாற்றை இயக்கவில்லை. மாறாக, மனித உற்பத்தித் திறனுள்ள செயல்பாட்டை ஒருபடித்தானதாக்கி, அதனை நிரலாக்கம் செய்யத் தக்கதாக்கும் மூலதனத்தின் முயற்சி ஒருபுறமும் அது தவிர்க்க முடியாமல் எதிர்கொள்ளும் எதிர்ப்பு மறுபுறமும் என்ற முதலாளித்துவ வளர்ச்சியின் பிற பகுதிகளை பீடித்துள்ள எல்லா முரண்பாடுகளையும் அது வெளிப்படுத்துகிறது. வளர்ச்சியை விளக்குவதாக உள்ள தொழில் நுட்ப தீர்மானவாதம் ஒருபடித்தான நேரத்தை, நிரலாக்கத்துக்கும் கட்டுப்பாட்டுக்குமான நேரத்தை அனுமானித்துக் கொள்கிறது; பெஞ்சமினின் சொற்களைப் பயன்படுத்தினால் அது வரலாற்றின் வெற்றியாளர்கள் பக்கம் நிற்கிறது.

பின்நவீனத்துவம், தன்னையறியாமலேதான் என்றாலும், சமகால சமூகத்தில் அதிகாரத்தின் வடிவங்களில் சில உண்மையான மாற்றங்களை அடையாளம் காண்கிறது என்பதை அங்கீகரிக்க வேண்டும். சமூக வாழ்வின் எல்லா துறைகளுக்கும் தனது தாக்கத்தை விரிவுபடுத்தும் மூலதனத்தின் முயற்சிகளை ('உழைப்பு எதார்த்தத்தில் கீழ்ப்படுத்தப் படுவது' என மார்க்ஸ் ஏற்கனவே முன்னுணர்த்தியதை) அது பதிவு செய்கிறது (உதாரணமாக 'அதிகாரம்' பற்றிய ஃபூக்கோவின் பொதுமைப் படுத்திய கருத்துநிலை), எனினும் இந்த நிகழ்முறை பற்றி கோட்பாடாக்கம் செய்யவும் விமர்சன புரிதலை பெறவும் தவறுகிறது. மேலும், அத்தகைய வளர்ச்சிகளை புரிந்து கொள்ள உதவும் மோதலையும் போராட்டத்தையும் நிராகரித்து விட்டதால் அல்லது வெறும் அடையாளமாக்கி விட்டதால் அது இதைச் செய்யத் திறனற்று உள்ளது. மார்க்சில் கீழ்ப்படுத்தலின் கட்டமைப்புக்கான இயங்காற்றல் திறவு கோலை கட்டுவிக்கும் பகைநிலை சட்டகம், பின்நவீனத்துவத்தில் மொத்தத்தில் ஒழித்துக் கட்டப்பட்டு விட்டது' என்று நெக்ரி வாதிடுகிறார்.[41] பெரும்பகுதி பின்நவீனத்துவ சிந்தனையில் நாம் காணும் மூலதனத்தின்

அழிவுப் போக்குகளை உறுதிப்படுத்துவது குறைந்தபட்சம் இந்தத் திறனற்றதாக்கும் விமர்சனப் பகுப்பாய்வோடு இணைகிறது, ஆனால் இந்த இணைப்பின் காரணமாக எந்த வகையிலும் ஏற்றுக்கொள்ளும் படியாக இல்லை.

இவ்வாறாக, வரலாற்றின் இறப்பு பற்றிய அறிவிப்புகளில் அபாயகரமான முதிர்ச்சியின்மை உள்ளது: வரலாற்று நேரத்தின் இயல்பு தொடர்பான போராட்டமே முதலாளித்துவ வளர்ச்சிக்கு மையத்தில் இருப்பதால், வரலாற்றின் முடிவை அறிவிப்பது அவசரக் குடுக்கைத்தனம்தான்.[42] இதைச் சொன்ன பிறகு, வரலாற்றை 'தப்பிக்க முடியாததாக' பார்க்கும் நிலைப்பாட்டை நியாயப்படுத்துவது குறித்து பின்வரலாற்றின் எதிர்த்தரப்பு அதே அளவு எச்சரிக்கையுடன் இருக்க வேண்டும். ஏனென்றால், பலமுறை (இதுதான் இடதுசாரிகள் ஃபுகுயாமாவுக்குக் கொடுக்கும் வழக்கமாக பதிலாக உள்ளது), முன்னேற்றத்தின் அறத்தை மீண்டும் நிலைநாட்டுவதற்கு மேல் அது எதையும் சாதிப்பதில்லை (மார்க்சின் இரயில் இழுபொறி உருவகத்தில் நாம் 'இன்னும் இருப்புப் பாதையின் மேல்தான் உள்ளோம்'). இந்த எதிர்வினை ஞானவியல் அடிப்படைகளிலும் பிழையானது. இவ்வாறாக, ஒரு ஆர்க்கிமீடிய நோக்குநிலைக்காக ஏங்குவதாக நீட்ஹாம்மர் (Niethammer) பின்-வரலாற்றை நிராகரிக்கிறார்.[43] வரலாறு பற்றிய 'பேரியல்-கோட்பாட்டுரீதியான' நோக்குநிலைகளை அவர் விமர்சிக்கிறார். அவரைப் பொறுத்தவரை வரலாற்றின் தொடக்கம் பற்றியும் முடிவு பற்றியும் காத்திரமான ஒன்றை அறிந்திருப்பதாகச் சொல்லிக் கொள்ளும் நோக்குநிலைகள், அவை. பின்கட்டமைப்புவாதத்தை எதிர்ப்பதாகச் சொல்லிக் கொண்டாலும், நீட்ஹாம்மர் வரலாற்று 'பிளாட்டோனிசம்' மீதான ஃபூக்கோவின் தாக்குதலை தானும் நிகழ்த்துகிறார். இந்தப் போக்கில், காலம் தொடர்பாகவும் இடம் தொடர்பாகவும் குறிப்பானதில் சிக்கிக் கொண்டிராத வரலாற்று அறிவுக்கான சாத்தியத்தை அவர் மறுத்து விடுகிறார். வரலாற்று பிரதிபலிப்புத் தன்மையை, அதாவது பரந்த அளவில் கடந்த காலத்தைப் புரிந்து கொள்ளும் நம்பிக்கையை தியாகம் செய்வது என்ற விலையைக் கொடுத்துதான் அறிவின் சூழலமைவுத் தன்மை (situatedness) அங்கீகரிக்கப்படுகிறது. இந்த கோட்பாட்டின்படி, 'இதுவரை இருந்த எல்லா சமூகங்களின் வரலாறும் வர்க்கப் போராட்டத்தின் வரலாறுதான்' என்ற மார்க்சின் கூற்று சோதிக்க முடியாத கருதுகோள் மட்டுமே.

[Situatedness என்பது மனம் என்பது இருப்பினரீதியாகவும் செயல் ரீதியாகவும் சுற்றுச் சூழல் காரணிகளுடனும் சமூகக் காரணிகளுடனும்,

கலாச்சார காரணிகளுடனும் பின்னிப் பிணைந்தது என்ற கோட்பாட்டு நிலைப்பாடு. அவற்றளவில், உளவியல் செயல்பாடுகளை முகமைக்கும் சுற்றுப் புறத்துக்கும் இடையேயான நெருக்கமான பிணைப்பாகக் கட்டமைவதாக புரிந்து கொள்வது சரியானது. - மொ.பெ

ஒருபடித்தான நேரத்தை தீர்மானிக்காத எதிர்காலத்துக்குள் முன் வைப்பதால், வரலாற்றின் 'முடிவின்மையை' நியாயப்படுத்தும் எதிர்வினையும் சம அளவில் பிரச்சினைக்களமாக உள்ளது. இங்கு இப்போது நடக்கும் போராட்டங்கள் வரலாற்றின் தொடர்நிலையை உடைப்பதற்கான வலுவைக் கொண்டுள்ளன என்ற மெய்ம்மையை அங்கீகரிப்பது, ஏதோ ஒரு இலக்கை நோக்கி நாம் தொடர்ந்து விழுந்து கொண்டிருக்கும் 'வரப்போகும்' ஜனநாயகத்தின் கட்டுடைக்கும் சாத்தியத்தை அடித்தளமாகக் கொண்ட தத்துவம், கான்டிய 'முடிவிலி தார்மீக செயல்' அல்லது அதன் வாரிசான 'வரப்போகும்' ஜனநாயகத்துக்கான கட்டுடைக்கும் சாத்தியத்தை பொய்யாக்குகிறது.[44] எர்னஸ்ட் ப்ளாஹ் 'வீணாக வரலாற்றுரீதியானது' என்று அழைப்பதன் அறிவியல் படிப்படிவாதமாகவும் (gradualism) சமூக ஜனநாயகமாகவும் உள்ளது.[45] திறந்தத்தன்மை என்ற பெயரில் அத்தகைய சிந்தனை எதிர்காலத்தை முரண்நிலையாக கைவிட்டு விடுகிறது, ஏனென்றால் நிரந்தரமாக தள்ளிப் போடப்பட்ட (விண்ணுலக வாழ்வில்) ஜனநாயகம் ஈடேற்றம் பெற முடியாத ஜனநாயகம்.[46]

## வரலாற்று அறிவு

எனினும், வரலாற்று உரிமைகோரல்களின் ஞானவியல் நிலை பற்றிய கேள்வியை மார்க்சியம் எடுத்துக் கொள்ள வேண்டியிருப்பதால் நீட்ஹாமர் எழுப்பும் பிரச்சினை முக்கியமானது. இந்தப் பிரச்சினைக்கு நீட்ஹாமரே தரும் பதில் ஒருவகையில் ஏமாற்றமளிக்கிறது. 'கடந்த காலத்தின் மெய்யான நிகழ்வுகளின் தடங்களுக்கு பொருள்கூறி முன்னேறுவதன் மூலம் அர்த்தமுள்ள வரலாறு உருவாக்கப்படுகிறது' என்ற அவரது வாதம், 'பொருள்கூறலின்' உண்மை உள்ளடக்கம் பற்றிய கேள்வியை எழுப்புகிறது.[47] தமது வாழ்க்கைக் கதைகளை சொல்லும் பேச்சாளர்களின் சமுதாயத்தில் அத்தகைய பொருள்கூறலின் உண்மைத் தன்மைக்கு அடித்தளம் அமைப்பதற்கான அவரது அடுத்த முயற்சியும் (ஹாபர்மாசியன் போக்கில்) அதே அளவு பிரச்சினைக்களமாக உள்ளது. வரலாறு பற்றிய தத்துவத்தின் சாரமான சர்வப்பொதுத்தன்மை என்று சொல்லப்படுவதற்குப் பதிலாக, அவர் நோக்குநிலைகளின் சார்புத் தன்மையையே கொண்டு வருகிறார். வாழும் சாட்சியத்தை சார்ந்திருக்கும் வரலாற்று பகுப்பாய்வின் பரப்பெல்லை வரம்புக்குட்பட்டதாகவே இருக்கும் என்பது நிச்சயம்.

மார்க்சியம், வரலாற்று வளர்ச்சியின் மையத்தில் மோதலை காணும் அதே நேரம் வரலாற்று பொருள்கூறலின் மையத்திலும் மோதலைக் காண்கிறது. வெற்றியாளர்களின் தொடர்ச்சியாகவே வரலாற்றின் தொடர்ச்சி இருக்கிறது[48] அல்லது நெக்ரி சொல்வது போல,[49] 'தொடர்ச்சிகள் என்பவை ஆதிக்கம் செலுத்தப்பட்ட தொடர்ச்சி இன்மைகள் அல்லது உடைப்புகளே' என்றால், அப்போது கடந்தகாலம் பொருள்கூறப்படும் பாணி முதன்மை முக்கியத்துவம் கொண்டதா யிருக்கும். முதலாவதாகவும் எல்லாவற்றுக்கும் மேலாகவும் நமக்குத் தரப்பட்ட வரலாறு என்பது ஒவ்வொரு சமூக மற்றும் சித்தாந்த மோதலில் வெற்றி பெற்றவர்கள் தாம் தோற்கடித்தவர்களை விலக்கி விட்டு எழுதியதுதான் என்பதை பரிசீலிக்க வேண்டியிருக்கும். தனது பொருண்மையின் இந்த வலுவந்தமான ஒதுக்கிவைக்கும் கட்டமைப்பை அங்கீகரிக்காத வரையில் எந்த வரலாற்று ஆய்வும் பொருள்கூறும் உணர்வில் விமர்சனமற்றதாக முடிந்து போகும். வரலாற்றாசிரியரின் பணி, வெற்றிகளையும் பெருவெற்றிகளையும் பற்றிய 'நினைவுச் சின்னங்களின் வரலாறு' என்று நீட்சே அழைத்ததை மீண்டும் சொல்வதாக இல்லாமல், கடந்த காலத்தைப் பற்றிய இந்த விவரிப்பில் விட்டுப் போனது என்ன என்பதை கருத்தார்ந்து ஆய்வு செய்வது ஆகும். ஆதிக்கம் பற்றிய இந்த படிந்து போன கதையாடல்களை வரலாற்றியலாளர் கலைக்க வேண்டுமானால் அவரது தூரிகை வரலாற்றுவாதத்தின் போக்குக்கு எதிராக போக வேண்டும். ஒருபடித்தான நேரம் பற்றிய விமர்சன பகுப்பாய்வு, 'கீழிருந்தான வரலாறு', சாரமான மறுப்பாக இல்லாமல் கடந்த காலத்தை மீண்டும் ஆய்வு செய்து மீட்டுருவாக்கம் செய்வதாக புரிந்து கொண்ட வரலாற்றின் 'அழிவை' கோருகிறது.[50] வரலாற்றின் ஞானவியல் உள்ளடக்கம் பற்றிய பிரச்சினைக்கு தீர்வை வழங்கவில்லை. மார்க்சிய வரலாற்றியலில் உள்ள சிரமங்களையும் முக்கியத்துவங்களையும் அடிக்கோடிட்டு காட்டுகிறது.

அப்படியானால், மார்க்சியத்தின் பின்வரலாற்று விமர்சகர்கள் கூறுவது போல மார்க்சியம் சர்வப்பொது வரலாறாக உள்ளதா? நிரந்தர அமைதியை நோக்கி முன்னேறிச் செல்லும் விடுதலையைப் பற்றிய கதையாடல் என்ற கான்டிய உணர்வில் நிச்சயமாக இல்லை. இருபதாம் நூற்றாண்டு முழுவதும் நிகழ்ந்த பேரழிவுகளை வைத்துப் பார்க்கும் போது, 'சிறந்த உலகத்துக்கான திட்டம் வரலாற்றில் வெளிப்படுத்தப்பட்டு அதை ஒன்றுபடுத்துகிறது என்று கூறுவது நம்பிக்கை வறட்சியாக உள்ளது' என்று அடோர்னோ சொல்வதுடன் உடன்படுவதுதான் சரி என்று தோன்றுகிறது.[51] இருந்தும், மார்க்சைப் பின்பற்றி சர்வப் பொது

வரலாறு என்பது வர்க்கப் போராட்டங்களின் வரலாறு என்று நாமும் எழுதினால், சர்வப்பொது வரலாறு என்ற கருத்தாக்கத்தை உடையும் புள்ளி வரை இழுக்கிறோம், ஏனென்றால் வர்க்கப் போராட்டத்தை முன்நிறுத்துவது வரலாற்றின் தொடர்ச்சியின் மையத்தில் உள்ள உடைப்பை அடையாளம் காண்பதாகும். மார்க்சில் சர்வப்பொது வரலாறு, 'கட்டுவிக்கப்பட்டதாகவும் [*konstruieren*] மறுக்கப்பட்டதாகவும்' இரண்டாகவும் இருக்க வேண்டும் என்ற அடோர்னோவின் நிபந்தனையை நிறைவேற்றுகிறது.[52] வரலாற்றை ஏதாவது ஒன்றிணைக்கிறது என்றால், அது (எப்போதுமே கணிக்க முடியாதது) வர்க்கப் போராட்டத்தின் இயக்கமே தவிர வேறு எதுவும் இல்லை. 'சர்வப்பொது வரலாற்றின் உண்மையான கருத்தாக்கம் தீர்க்கதரிசன வகையிலானது' என்பது வரலாற்றின் ஒருமை முழுக்க முழுக்க நொறுங்கும் தன்மை கொண்டது என்று உணர்த்துகிறது.[53] வரலாற்றியலில் பொதுத்தன்மையையும் குறிப்பானதன்மையையும் ஒத்திசையச் செய்யாமல் (பின்வரலாற்றில் மீண்டும் உருவாக்கப்படுவதாக, ஆனால் மறுக்கப்படுவதாக நாம் கண்ட பதற்றம்) அவற்றை மார்க்ஸ் அங்கீகரித்தார் என்றால் அத்தகைய பதற்றம் வரலாற்றிலேயே உள்ளார்ந்துள்ளது என்ற அறிவுடன் அதைச் செய்தார்..

ப்ளோஹின் சொற்களில், 'வரலாறு'

> என்பது எப்போதும் ஒரே கோட்டில் முன்னேறிச் செல்லும், உதாரணமாக முந்தைய எல்லாவற்றையும் தீர்த்து விட்ட இறுதிக் கட்டமாக முதலாளித்துவம் என்ற பொருண்மை இல்லை, மாறாக அது பல-ராகத்துடன் கூடிய கொண்ட பல்-வெளியிலான போதுமான அளவு புரிந்து கொள்ளப்படாத மற்றும் இன்னும் வெளிப்படுத்தப் படாத முனைகளையும் கொண்டுள்ள பொருண்மை.[54]

படைப்பில் இருந்து முக்தி வரை நீளும் இறையியல் 'ஒற்றைக் கோட்டை'[55] இன்றைய படிப்படியான சமூக-ஜனநாயகத்திலும், நவீனமயமாக்கும் முன்னணிப்படைவாதத்திலும் சார்பற்றதாக்கப் பட்டதாக இன்றும் பார்க்க முடிகிறது. இந்தக் கட்டுரை முழுவதும் வாதிடப்பட்டது போல, இதற்கு எதிராக, வர்க்கமற்ற சமூகம் என்ற மார்க்சின் கருத்துநிலைக்கு ஏதாவது இறையியல் முன்னோடி இருக்குமென்றால் அது 'ஒற்றைக் கோட்டின்' இலக்குவாதத்தில் இல்லை, மாறாக, 'தீர்க்கதரிசனத்தின்' இயக்கத்தில், அதாவது இலக்கு வாதத்தையே இடம் பிழறச் செய்வதில் உள்ளது.[56] புரிந்துகொள்ளப்பட்ட வரலாறு மட்டுமே அதன் வளர்ச்சியின் இறுதிக்கு வந்து விட்டதாகச் சொல்லப்பட முடியும் என்பதால், வரலாற்றின் முடிவு பற்றிய

சமீபத்திய அறிவிப்புகள் அப்பாவித்தனமான ஆணவமாகத் தெரிகின்றன. சமூக ஜனநாயகத்திலும் முன்னணிப்படைவாதத்திலும் நாம் காணும் படிநிலை திட்டங்களின் எதிரிணையைத் தவிர வேறு எதையும் பின்வரலாறு பிரதிநிதித்துவப்படுத்தவில்லை. அது 'முன்னேற்றம் பற்றிய நம்பிக்கையின் மேல்தட்டுவாத, கலாச்சார ரீதியில் அவ நம்பிக்கையான திருப்பி நிறுத்தல்'.[57] சமகால சமூக மாற்றங்களுடன் தன்னை இணைத்துக் கொள்ள முயற்சிக்கும் போது - தாராளவாத ஜனநாயகத்தின் பரவல் (ஃபுகுயாமா), அதிகாரத்தின் பாரம்பரிய வடிவங்களை மாற்றியமைப்பது (பின்நவீனத்துவம்) - பின்வரலாறு வரலாற்று முன்னோடிகளை புரிந்து கொள்வதையும் இந்த மாற்றங்களின் முன்நிபந்தனைகளை புரிந்து கொள்வதையும் மறுப்பதில் போய் முடிகிறது. சாரமாக்கப்பட்ட சர்வப்பொது வரலாற்றை ஃபுகுயாமா நியாயப்படுத்துகிறார்; பின் நவீனத்துவமோ அதன் 'கொடுங் கோன்மையை' நிராகரித்து, குறிப்பிட்ட நிகழ்வின் 'விடுவிக்கும்' தன்மையை ஆதரிக்கிறது. முதலாளித்துவத்தின் இதயத்திலேயே மார்க்ஸ் அடையாளம் கண்ட பிளவை இரண்டுமே தம்மை அறியாமல் சிந்தனையில் மறுபடியும் உருவாக்குகின்றன. இறுதியில், வரலாற்றுக்குப் பிந்தைய கோட்பாடாகவும், வரலாறு இல்லாத கோட்பாடாகவும் என்ற அதன் இரண்டு வேடங்களிலும் பின்வரலாறு தான் நிராகரிக்கும் அதே வரலாற்றின் தயவிலேயே விடப்படுகிறது.

## நன்றியறிவிப்பு

இந்த ஆய்வுக் கட்டுரையின் வரைவு குறித்து கருத்து சொன்னதற்காக கீத் ஆன்செல் பியர்சனுக்கும் (Keith Ansell-Pearson) இந்தத் தொகுதியின் தொகுப்பாசிரியர்களுக்கும் நன்றி தெரிவிக்கிறேன்.

## குறிப்புகள்

1. பார்க்கவும். ஃபிரான்சிஸ் ஃபுகுயாமா, *த எண்ட் ஆஃப் ஹிஸ்டரி அண்ட் த லாஸ்ட் மேன்* (F. Fukuyama, *The End of History and the Last Man*), Penguin, Harmondsworth, 1992.
2. எம் ஃபூக்கோ, *லேங்வேஜ், கவுன்டர்-மெமரி, பிரேக்டீஸ்* (M. Foucault, *Language, Counter-Memory, Practice*), Cornell University Press, Ithaca, N.Y., 1977.
3. ஜே.எஃப். லயோடார்ட், *த போஸ்ட் மாடர்ன் கண்டிஷன்: எ ரிப்போர்ட் ஆன் நாலெட்ஜ்* (J.F. Lyotard, *The Postmodern Condition: A Report on Knowledge*), Manchester University Press, Manchester, 1984.
4. சியீ. எல். நீட்ஹாமர், *போஸ்ட்ஹிஸ்டயர்: ஹேஸ் ஹிஸ்டரி கம் டு என் எண்ட்?* (L. Niethammer, Posthistoire: Has History Come to an End?), Verso, London, 1992.
5. இருபதாம் நூற்றாண்டு சிந்தனையில் பின்வரலாறு என்ற கருத்துநிலையின் ஆதிக்கத்தை நீட்ஹாமர் (Niethammer) நிரூபிக்கிறார். ஆனால், இந்தக் கருத்துருக்களிலும் விவாதங்களிலும் பல காண்ட் தொடங்கி வைத்த தத்துவார்த்த நவீனகாலத்தில் தமது தோற்றுவாய்களைக் கொண்டுள்ளன என்பதை அவர் குறைத்து காட்டுகிறார்.

6. *இம்மானுவேல் கான்ட், ஆன் ஹிஸ்டரி* (I. Kant, *On History*), Bobbs-Merrill, Indianapolis, 1963, p. 11.
7. கே. ல்யோவித், *மீனிங் இன் ஹிஸ்டரி: தியாலிகல் இம்ப்ளிகேஷன்ஸ் ஆஃப் த ஃபிலாசஃபி ஆஃப் ஹிஸ்டரி* (K. Löwith, *Meaning in History: Theological Implications of the Philosophy of History*), University of Chicago Press, Chicago, 1949. The Complicity of Posthistory
8. இம்மானுவேல் கான்ட், *ஆன் ஹிஸ்டரி* (I. Kant, On History), p. 68.
9. ஜி.டபிள்யூ.எஃப். ஹெகல், *த ஃபிலாசஃபி ஆஃப் ஹிஸ்டரி* (G.W.F. Hegel, *The Philosophy of History*), Dover, New York, 1956, p. 63.
10. ஜி.டபிள்யூ.எஃப். ஹெகல், *லெக்சர்ஸ் ஆன் த ஃபிலாசஃபி ஆஃப் வேர்ல்ட் ஹிஸ்டரி: இன்ட்ரொடக்ஷன்* (G.W.F. Hegel, *Lectures on the Philosophy of World History: Introduction*), Cambridge University Press, Cambridge, 1975, p. II.
11. சியீ. ஜி. ரோஸ், *ஹெகல் கான்ட்ரா சோசியாலஜி* (G. Rose, *Hegel Contra Sociology*), Athlone, London, 1981.
12. ஜி.டபிள்யூ.எஃப். ஹெகல், *தூய உணர்வு குறித்த புலன் கடந்த ஆய்வு* (G.W.F. Hegel, Phenomenology of Spirit), Oxford University Press, Oxford, 1977.
13. எஃப், நீட்சே, *அன்டைம்லி மீடியேஷன்ஸ்* (F. Nietzsche, *Untimely Mediations*), Cambridge University Press, Cambridge, 1983, p.75.
14. முன்வந்தது., p. 91.
15. முன்வந்தது., p. 59.
16. கார்ல் மார்க்ஸ் *அரசியல் பொருளாதாரம் பற்றிய விமர்சனத்துக்கான ஒரு பங்களிப்பு*, முன்னுரை (K. Marx, 'Preface' to *A Contribution to the Critique of Political Economy*, in K. Marx and F. Engels, Collected Works, vol. 29, Lawrence and Wishart, London, 1975-, p. 264.)
17. கார்ல் மார்க்ஸ், *மூலதனம் முதல் பாகம்*, (K. Marx, *Capital*, vol. I), Penguin, Harmondsworth, 1976; K. Marx, Grundrisse, Penguin, Harmondsworth, 1973.
18. ஈ.பி. தாம்சன், *டைம், வொர்க்-டிசிப்ளின் அண்ட் இண்டஸ்ட்ரியல் கேபிடலிசம், பாஸ்ட் அண்ட் பிரசன்ட்* (E.P. Thompson, '*Time, Work-Discipline and Industrial Capitalism*', Past and Present), no. 38, 1967.
19. கார்ல் மார்க்ஸ், *மூலதனம் முதல் பாகம்*, (K. Marx, *Capital*, vol. I), p. 390.
20. முன்வந்தது., p. 385.
21. முன்வந்தது p. 412.
22. முன்வந்தது., p. 342.
23. பார்க்கவும். அ. நெக்ரி, *த பாலிடிக்ஸ் ஆஃப் சப்வெர்ஷன்* (A. Negri, *The Politics of Subversion*), Polity Press, Cambridge, 1989.
24. முன்வந்தது.
25. வால்டர் பெஞ்சமின், *கெசாம்மெல்ட ஷ்ரிஃப்டன் (6 தொகுதிகள்)* (W. Benjamin, Gesammelte Schriften (6 volumes)), Suhrkamp, Frankfurt, 1974-1985, vol. 1,1974, p. 1232.
26. முன்வந்தது., p.. 1231.
27. முன்வந்தது., p. 1231.

28. *முன்வந்தது.*, p. *642.*

29. பார்க்கவும். *அ. நெக்ரி, த பாலிடிக்ஸ் ஆஃப் சப்வெர்ஷன்* (A. Negri, The Politics of Subversion).

30. *எ. ப்ளோஹ், ஹெரிடேஜ் ஆஃப் அவர் டைம்ஸ்* (E. Bloch, *Heritage of Our Times*, Polity Press), Cambridge, 1991.

31. *வால்டர் பெஞ்சமின், இல்லுமினேஷன்ஸ்* (W. Benjamin, *Illuminations*), Shocken, New York, 1968, p. 257.

32. *கார்ல் மார்க்ஸ், குருண்ட்ரிச* (K. Marx, *Grundrisse*), p. 109.

33. *வால்டர் பெஞ்சமின், கெசமல்ட ஷ்ரிஃப்டன்* (W. Benjamin, *Gesammelte Schriften*), vol. V, 1974, p. 596.

34. *முன்வந்தது.*, pp. *592-3.*

35. *முன்வந்தது.*, p. *591*.

36. *கார்ல் மார்க்ஸ், குருண்ட்ரிச* (K. Marx, *Grundrisse*), p. 105.

37. *எல். அல்தூசர், ஈ பாலிபர் ரீடிங் கேப்பிட்டல்* (L. Althusser and E. Balibar, *Reading Capital*), New Left Books, London, 1970. See also M. Foucault, The Order of Things, Travistock, London, 1970.

38. *வால்டர் பெஞ்சமின், இல்லுமினேஷன்ஸ்* (W. Benjamin, *Illuminations*), p. 261.

39. *சியீ. எஃப் ஜேம்சன், போஸ்ட்மாடர்னிசம், ஆர், த கல்சுரல் லாஜிக் ஆஃப் லேட் கேப்பிடலிசம்* (F. Jameson, *Postmodernism, or, The Cultural Logic of Late Capitalism*), Verso, London, 1991.

40. *பார்க்கவும் ஜே.எஃப் லியோடார்ட் த போஸ்ட்மாடர்ன் கண்டிசன்* (J.F. Lyotard, *The Postmodern Condition*).

41. *அ நெக்ரி, த பொலிடிக்ஸ் ஆஃப் சப்வெர்ஷன்* (A. Negri, *The Politics of Subversion*), p. 204.

42. ஃபுகுயாமாவின் வெற்றிமுழக்கத்தினால் தூண்டப்பட்டு ஜேக் தெரிதா பின்வரும் தாக்குதலை முன் வைத்தார்: 'இன்றைக்கு, மனித வரலாற்றின் கருத்தியல் ஈடேற்றம் பெற்று விட்ட தாராளவாத ஜனநாயகம் என்ற கருத்தியலின் பெயரால் சிலர் நவ-பிரச்சாரம் செய்யத் துணியும் போது, வன்முறையும் ஏற்றத்தாழ்வும், ஒதுக்கி வைத்தலும், பசியும் எனவே பொருளாதார ஒதுக்கி வைத்தலும் இவ்வளவு அதிகமான மனிதர்களை பாதித்த காலம் இதற்கு முன் பூமிக் கோளின் வரலாற்றிலும் மனிதகுல வரலாற்றிலும் எப்போதும் இருந்ததில்லை என்று முழங்க வேண்டியது அவசியமாக உள்ளது. வரலாற்றின் முடிவு என்ற கொண்டாட்டத்தில் தாராளவாத ஜனநாயகத்தின் ஆதர்சமும், முதலாளித்துவ சந்தையின் ஆதர்சமும் வந்து விட்டதை போற்றுவதற்கு மாறாக, "சித்தாந்தத்தின் முடிவையும்", மகத்தான விடுவிக்கும் சொல்லாடல்களின் முடிவையும் கொண்டாடுவதற்கு மாறாக, எண்ணற்ற தனிநபர் துயரங்களால் ஆன இந்த பேரியல் ஆதாரத்தை ஒரு போதும் மறக்காமல் இருப்போம்: இவ்வளவு அதிகமான ஆண்களும், பெண்களும் குழந்தைகளும் வெற்றி கொள்ளப்பட்டு பட்டினியில் தள்ளப்பட்டு, அழிக்கப்படுகிறார்கள் என்ற மெய்ம்மையை புறக்கணிப்பதற்கு எந்த முன்னேற்றமும் நம்மை அனுமதிப்பதில்லை' (J. Derrida, *Spectres de Marx: CEtat de la dette, le travail du deuil et la nouvelle Internationale*, Galilee, Paris, 1993, p. 141).

43. எல். நீட்ஹாமர், *போஸ்ட்ஹிஸ்டோயர்* (L. Niethammer, *Posthistoire*), p. 144.

44. Cf. ஜே. தெரிதா, *ஸ்பெக்ட்ரஸ் தி மார்க்ஸ்* (J. Derrida, *Spectres de Marx*).

45. வால்டர் பெஞ்சமின், *கெசமல்ட ஷ்ரிஃப்டன்* (W. Benjamin, *Gesammelte Schriften*), vol. I, p. 1231.

46. பழமைவாதத்துக்கும் (ஜனநாயகம் ஏற்கனவே நிறுவப்பட்டு விட்டது என்ற பார்வை), புரட்சிக்கும் (ஜனநாயகத்தை நிச்சயமாக நிறுவ முடியும்) இரண்டிலிருந்து வேறுபட்டதாக ஜனநாயகம் பற்றிய சிந்திக்கும் முயற்சியில், தெரிதாவின் சமீபகால எழுத்துக்கள் a-venir ('வரப்போகும்') என்ற சித்திரத்தை பயன்படுத்துகின்றன. முற்றுமுடிவாக ஈடேற்றி விட்டதாக கூற முடியாத வரையில் ஜனநாயகத்தின் செயல்பாடு முடிவிலியாக உள்ளது என்று அவர் வாதிடுகிறார். அலட்சியத்தை தவிர்க்க வேண்டுமானால், தன் பெயருக்கு தகுதியான எந்த ஒரு ஜனநாயகத்தையும் தொடர்ந்து பாதுகாப்பதன் அவசியத்தை பாராட்டும்படியாக உள்ளடக்கியிருந்தாலும், மூலதனமே எதார்த்தமான ஜனநாயகத்தை தள்ளிப் போடுவதற்கு முயற்சிக்கிறது என்ற மெய்ம்மையை எதிர்கொள்ளும் போது தெரிதாவின் 'முடிவிலி கருத்துரு' விமர்சனமற்றதாக காட்டப்படுகிறது. ரூசோவில் நம்பிக்கையற்ற ஊகமாக தோன்றியதில் இருந்து ஒரு அரசியல் கோட்பாட்டை கட்டுடைப்பு உருவாக்குகிறது: 'கடவுளரின் மனிதர்கள் இருக்கும் இடத்தில் அவர்களது அரசாங்கம் மிகச் சரியான ஜனநாயகமாக இருக்கும், எனவே, அவ்வளவு சரியான அரசாங்கம் மனிதர்களுக்கு இல்லை.' (J.J. Rousseau, The Social Contract, Penguin, Harmondsworth, 1968, p. 114).

47. எல். நீட்ஹாமர், *போஸ்ட்ஹிஸ்டயர்* (L. Niethammer, *Posthistoire*), p. 145.

48. வால்டர் பெஞ்சமின், *இல்லுமினேஷன்ஸ்* (W. Benjamin, *Illuminations*), p. 256.

49. அ. நெக்ரி, *இன்றைய வர்க்கநிலைமை பற்றிய பொருள்கூறல் : முறைபாட்டு அம்சங்கள், திறந்தநிலை மார்க்சியம், தொகுதி* II (A. Negri, 'Interpretation of the Class Situation Today: Methodological Aspects', in W. Bonefeld, R. Gunn and K. Psychopedis (eds.) Open Marxism, vol. II), Pluto Press, London, 1992, p. 80.

50. "கீழிருந்தான வரலாறு" என்பது இப்போது வரலாற்றியலுக்குள்ளாக ஒரு முக்கியமான எதிர்ப் போக்காக உள்ளது என்பது நிச்சயம். எட்வர்ட் தாம்சன், கிறிஸ்டோபர் ஹில், பீட்டர் லைன்பாக் முதலானவர்களின் படைப்புகள் இந்த வகையில் முன்னணி பணிகளாக இருந்தன.

51. டி.டபிள்யூ. அடோர்னோ, *நெகடிவ் டயலிடிக்ஸ்* (T. W. Adorno, *Negative Dialectics*), Routledge, London, 1973, p. 320.

52. முன்வந்தது.

53. வால்டர் பெஞ்சமின், *கெசமல்ட ஷ்ரிஃப்டன்* (W. Benjamin, *Gesammelte Schriften*), vol. Y, 1974, p. 608.

54. ஈ. ப்ளோஹ், *ஹெறிடேஜ் ஆஃப் அவர் டைம்ஸ்* (E. Bloch, *Heritage of Our Times*), p. 62.

55. சியீ. எஃப் மனுவேல், *ஷேப்ஸ் ஆஃப் ஃபிலாசஃபிக்கல் ஹிஸ்டரி* (F. Manuel, *Shapes of Philosophical History*), Stanford University Press, Stanford, California, 1965, p. 3.

56. வால்டர் பெஞ்சமின், *கெசமல்டன் ஷ்ரிஃப்டன்* (W. Benjamin, *Gesammelte Schriften*), vol. I, 1974, p. 1231.

57. எல். நீட்ஹாமர், *போஸ்ட்ஹிஸ்டயர்* (L. Niethammer, *Posthistoire*), p. 144.

# 8. மறுத்தலின் சீற்றத்தில் இருந்து அதிகாரத்தின் சீற்றத்துக்கு: மையத்தில் வேலை

ஜான் ஹாலவே

ஆரம்பத்தில் சீற்றம் இருந்தது.

அனுபவத்தின் சீற்றம். கோபத்தின் சீற்றம், திகிலின் சீற்றம். நாம் வாழ்வதிலிருந்தும் நாம் பார்ப்பதிலிருந்தும், நாம் வாசிக்கும் செய்தித் தாள்களிலிருந்தும் நாம் பார்க்கும் தொலைக்காட்சி நிகழ்ச்சிகளில் இருந்தும், நமது அன்றாட வாழ்க்கையின் மோதல்களில் இருந்து எழும் சீற்றம். செழிப்புடன் கூடவே பெருந்திரள் பட்டினி இருப்பதை ஏற்றுக் கொள்ளாத சீற்றம், மனித உயிர்களை மாய்ப்பதற்காக இவ்வளவு வளங்கள் ஒதுக்கப்படுவதை ஏற்றுக் கொள்ளாத சீற்றம், தனியார் சொத்துடைமையை பாதுகாப்பதற்கான வழியாக தெருக் குழந்தைகளை அமைப்புரீதியாக கொல்வது ஒழுங்குபடுத்தப்பட்ட பகுதிகள் உலகில் உள்ளன என்பதை ஏற்றுக் கொள்ளாத சீற்றம். மறுத்தலின் சீற்றம்.

ஒழுங்கற்ற, இசைவற்ற, பலமுறை தெளிவற்ற சீற்றம்: சில நேரங்களில் முணுமுணுப்பைத் தாண்டாத, சில நேரங்களில் இயலாமையின் கண்ணீர்த் துளிகள், சில நேரங்களில் நம்பிக்கை யுடனான முழக்கம் - ஆனால் எல்லாமே உலகம் தலைகீழாக நிற்பதை நோக்கியவை, உலகத்தின் உண்மையின்மையை நோக்கியவை.

ஆனால் சீற்றத்தைத் தாண்டி நாம் எப்படி நகர்வது? தலை கீழானதாக, உண்மையற்றதாக, எதிர்மறையானதாக உலகத்தை எப்படிப் புரிந்து கொள்வது? ஊடகங்களிலும், புத்தகங்களிலும், பள்ளிகளிலும் பல்கலைக் கழகங்களிலும் சமூகம் கிட்டத்தட்ட எப்போதுமே நேர் மறையாகவே முன்வைக்கப்படுகிறது. சமூக அறிவியலை படிக்கும் போது, 'விஷயங்கள் எப்படி உள்ளன' என்று நாம் ஆய்வு செய்கிறோம். 'விஷயங்கள் எப்படி உள்ளன' என்பதை விமர்சிக்கலாம், ஆனால் என்ன உள்ளது என்பதும் நமது உணர்ச்சிகரமான எதிர்வினைகளும் வேறுபடுத்தப்படுகின்றன. சமூக அறிவியலின் மையமான கருத்தினமாக சீற்றம் இடம் பெறுவதில்லை. சீற்றத்தை ஒதுக்கி வைப்பதன் மூலமாகவே சமூக அறிவியல் தன்னை அறிவியல்ரீதியானதாக வரையறுத்துக் கொள்கிறது. உலகம் இருப்பதை அப்படியே ஆய்வு செய்வது, நேர்மறையாக ஆய்வு செய்வது என்பது நமது எதிர்மறை

உணர்வை நம்மீதே திருப்பி அடிக்கிறது, எதிர்மறை உணர்வை நமது தனிப்பட்ட பிரச்சினையாக, நமது பொருத்தமின்மையின் வெளிப்பாடாக மறுவரையறுக்கிறது. உலகத்தைப் பற்றிய கரணிய புரிதல் நமது தனிப்பட்ட உணர்ச்சிரீதியான எதிர்வினையில் இருந்து தனியானது என்று நமக்குச் சொல்லப்படுகிறது.

சமூகம் பற்றிய எதிர்மறைக் கோட்பாடுகள் சீற்றத்தின் நோக்கு நிலையை மீட்க முயல்கின்றன, அனுபவத்தின் எதிர்மறை உணர்வை மதித்து வலுப்படுத்தும், உலகம் பற்றிய மாற்றுச் சித்திரத்தை கட்டமைக்க முயல்கின்றன. நமது எதிர்மறை உணர்வின் கூட்டுத்துவத் தன்மையை தெளிவுபடுத்தி நிலைநாட்டும் விவாதங்களின் மூலமாகவும் போராட்டங்கள் மூலமாகவும்தான் அத்தகைய கோட்பாடுகள் எப்போதுமே எழுகின்றன. எதிர்மறை உணர்வின் சமூக அனுபவம் வெவ்வேறு வரலாற்று வடிவங்களை எடுக்கும் போது, அதன் வரலாற்றுரீதியான தெரிவிப்பின் வடிவங்களும் மாறுகின்றன.

1960-களின் இறுதியிலும் 1970-களின் தொடக்கத்திலும் உலகெங்கும் தீவிரமடைந்த போராட்டமும் எதிர்ப்பும், எங்களைப் போன்ற கோடிக்கணக்கானவர்களை சமூகத்துக்கு எதிரான எங்களது இருத்தலை புரிந்து கொண்டு வலுப்படுத்தும் வழியாக மார்க்சிய மரபை நாட வைத்தன. மார்க்சியத்தை நாடியதன் மூலம் நாங்கள் சமூகத்தைப் பற்றிய கோட்பாட்டை தேடவில்லை, சமூகத்துக்கு எதிரான கோட்பாட்டை தேடினோம்.[1] நாங்கள் அரசியல் அறிவியலை, சமூகவியலை அல்லது பொருளியலைத் தேடவில்லை, மாறாக எதிர்-அரசியல் அறிவியலை, எதிர்-சமூகவியலை, எதிர்-பொருளியலை தேடினோம்: 'அறிவியல்ரீதியான' சொல்லாடல் துண்டாக்கப்படுவதன் மூலம் அனுபவத்தின் சீற்றம் ஒழிக்கப்பட்டு விடாத சமூகம் பற்றிய எதிர்மறைக் கோட்பாட்டை தேடினோம்.

மார்க்சியத்தை முதலில் நாடியதற்கான எதிர்மறை விசை தெளிவாக இருந்தாலும், விரைவிலேயே விஷயங்கள் குழம்பிப் போயின. சமூகத்துக்கு எதிரான கோட்பாடு என்பது சமூகத்தைப் *பற்றிய* புரிதலைக் கொண்டுள்ளது. முதலாளித்துவ சமூகத்தின் உடைப்பு பற்றிய கோட்பாட்டில் முதலாளித்துவ சமூகத்தின் மறுவுற்பத்தி பற்றிய புரிதல் உள்ளடங்கியிருக்க வேண்டும். போராட்ட அலைகள் ஓய ஆரம்பித்த போது, 1968-ன் எதிர்மறையின் வெடிப்பு, நினைவாக சுருங்க ஆரம்பித்த போது, சமூகத்துக்கு எதிரான கோட்பாட்டை சமூகம் பற்றிய கோட்பாட்டில் இருந்து பிரிக்கும் எல்லைக் கோடு, உடைப்பை மறு உற்பத்தியில் இருந்து பிரிக்கும் எல்லைக் கோடு தெளிவற்றதாக

ஆரம்பித்தது. இந்த எழுச்சியில் மாணவர்கள் ஈடுபட்டதன் ஒரு விளைவாக, அதைத் தொடர்ந்து வந்த ஆண்டுகளில் நிகழ்ந்த கோட்பாட்டு விவாதங்களில் பெரும்பகுதி பல்கலைக் கழகங்களில் நடைபெற்றன என்ற எதார்த்தத்தால் இது இன்னும் அதிகப்படுத்தப் பட்டது. பல்கலைக்கழகங்களில் சமூகம் பற்றிய மற்றும் சமூக மறுவுற்பத்தி பற்றிய கோட்பாடுகள், நிறுவப்பட்ட பல்கலைக்கழக பாடப்பிரிவுகளுடன் அழகாக பொருந்த ஆரம்பித்தன. ஆரம்ப உந்துதலின் எதிர்மறை உணர்வை சமன் செய்து, மார்க்சியத்தை சமூக அறிவியல்களின் சட்டகத்துக்குள் ஒருங்கிணைப்பதை நோக்கி, சீற்றத்தை அமைதியாக்க முயற்சிக்கும் வெவ்வேறு சிந்தனைப் போக்குகளின் எழுச்சியை நோக்கி தனிக்கவனம் மாறியது.

பல்கலைக் கழகங்களையும் பல மார்க்சிஸ்டுகள் இணைக்கப்பட்ட கல்விப் பிரிவு கட்டமைப்புகளையும் எல்லாவற்றுக்கும் குறை சொல்லி விட முடியாது என்பது சரிதான். மார்க்சியக் கோட்பாட்டின் திருப்பங்கள் நிறைந்த பாதைகளை கம்யூனிஸ்ட் கட்சிகளின் மற்றும் மார்க்சியக் கோட்பாட்டால் வழிநடத்தப்படுவதாகக் கூறிக் கொண்ட பிற அரசியல் குழுக்களின் நீண்ட வரலாற்றில் இருந்து பிரிக்க முடியாது. எல்லாவற்றுக்கும் மேலாக, முன்னாள் சோவியத் ஒன்றியத்தின் வரலாற்றில் இருந்து அதனை பிரிக்க முடியாது. சோவியத் ஒன்றியத்தில் மார்க்சியம் மறுதலிப்பின் கோட்பாடாக இல்லாமல் போனது, இருக்கும் அதிகாரக் கட்டமைப்புகளின் மறுவுற்பத்தியை நியாயப் படுத்துவதற்காக தேவைக்கேற்ப மாற்றியமைக்கப்பட்டது. இது 'கம்யூனிஸ்ட்' என்று அழைக்கப்படும் நாடுகளில் மட்டுமின்றி, கம்யூனிஸ்ட் கட்சிகளின் செல்வாக்கு மூலமாகவும், மேலும் சுற்றடியாக கம்யூனிஸ்ட் கட்சிகளுக்கு எதிராக இருப்பதாக தம்மை வரையறுத்துக் கொண்ட கட்சிகள், குழுக்கள் மூலமாகவும் உலகம் முழுவதும் மார்க்சியம் பற்றியும் மார்க்சிய மரபின் வளர்ச்சி பற்றியும் புரிந்து கொள்வதை பாதித்தது.

நிறுவப்பட்ட சமூக ஒழுங்குக்கு எதிரான போராட்டங்கள் பற்றி கோட்பாடாக்கம் செய்வதற்கு மார்க்சியத்தை பயன்படுத்துவதில் உள்ள சிரமங்கள், அந்தப் போராட்டங்களின் இயல்பின் காரணமாக இன்னும் அதிகமாயின. மூலதனத்துக்கும் உழைப்புக்கும் இடையிலான வர்க்க மோதலாக சமூக மோதலுக்கு பொருள் கூறும் மார்க்சிய பகுப்பாய்வின் மரபுரீதியான பொருள்கூறலை, தொடர்ந்து வந்த ஆண்டுகளில் கூடுதல் முக்கியத்துவம் பெற்ற கல்வி, வீட்டுவசதி, மருத்துவம், அணுசக்தி, சுற்றுச் சூழல், இனம், பாலினம் தொடர்பான போராட்டங்களுடன்

தொடர்புபடுத்துவது சிரமமாக இருந்தது. வர்க்கம் பற்றிய மார்க்சியக் கோட்பாட்டுக்கு ஒட்டுப் போட்டு அதனை மேலும் நுணுக்கமானதாக மாற்றும் பல்வேறு சமூகவியல் முயற்சிகள் (புலண்ட்ஸஸ் - Poulantzas, ரைட் - Wright, கார்செடி-Carchedi முதலானோர்) உதவவில்லை. வர்க்கம் பற்றிய மார்க்சின் கோட்பாட்டுக்கு சமூகவியல் கோட்பாடாக பொருள் கூறியதன் மூலம் அவர்கள் அதன் எதிர்மறை உணர்வை ஒழித்து விட்டனர் என்பது அதற்குப் பகுதியளவு காரணமாக இருந்தது.

இருக்கும் சமூகத்துடனான பகைநிலையை வெளிப்படுத்துவதற்கான ஊர்தியாக பயன்படுத்துவதற்கு மார்க்சியம் தனது கவர்ச்சியை இழந்து விட்டதில் ஆச்சரியம் இல்லை. சமீப ஆண்டுகளில் சூழலியல் கோட்பாடும் எல்லாவற்றுக்கும் மேலாக பெண்ணியமும் இன்னும் பரவலான ஏற்பைப் பெற்றுள்ளன, சில வழிகளில் மக்களின் நடத்தையில் ஆழமாக வேர்களை ஊன்றியுள்ளன.

இப்போது சோவியத் ஒன்றியமும், அதைச் சார்ந்திருந்த நாடுகளும், உலகெங்கிலும் உள்ள பல கம்யூனிஸ்ட் கட்சிகளும் வீழ்ச்சியடைந்து விட்ட நிலையில், மார்க்சியத்தின் பொருத்தப்பாடு பற்றிய கேள்வி புதிய பின்புலத்தில் முன்வைக்கப்படுகிறது. சோவியத் அரசின் வீழ்ச்சி மார்க்சியத்தின் விடுதலையாகவும், அது தொடர்ந்து தாக்குப் பிடிப்பதன் மீதான அச்சுறுத்தலாகவும் இரண்டாகவும் உள்ளது. 'சோவியத் மார்க்சியத்தின்' வெறுப்பூட்டும் சுமைகளில் பெரும் பகுதியை எளிதாக தூக்கி எறிந்து விட முடியும் என்ற வகையில் அது விடுதலையாக உள்ளது. ஆனால் அதே நேரம், சோவியத் ஒன்றியத்தின் வீழ்ச்சி மார்க்சியத்தின் வீழ்ச்சியாக பார்க்கப்படுவதாலும், எனவே முதலாளித்துவ சமூகத்துக்கு எதிரான தமது பகைநிலையை வெளிப்படுத்துவதற்கு மார்க்சியத்தை குறைவான மக்களே நாடுவார்கள் என்பதாலும் சோவியத் ஒன்றியத்தின் வீழ்ச்சி மார்க்சியம் உயிரோடிருப்பதன் மீதான அச்சுறுத்தலாகவும் இருக்கிறது.

சமூகத்துக்கு எதிரான கோட்பாட்டை வளர்த்தெடுக்கும் முயற்சியில் மார்க்சியக் கருத்தினங்களை பயன்படுத்தி கோட்பாடாக்கம் செய்யும் எங்களைப் போன்றவர்களுக்கு வயதாகிக் கொண்டிருக்கிறது என்பதில் ஐயமில்லை. சில நேரங்களில் லத்தீன் மொழியில் பேசுவது போலத் தோன்றுகிறது. யாரும் புரிந்து கொள்ளாத, யாரும் கற்றுக் கொள்ள விரும்பாத உயர் வளர்ச்சியடைந்த மொழியை பேசுவதாகத் தோன்றுகிறது. உதாரணமாக, பத்து அல்லது பதினைந்து ஆண்டுகளுக்கு முன்பை விட இப்போது, மூலதனம் நூலை வாசிப்பவர்களின் எண்ணிக்கை குறைவு. மூலதனம் நூல்தான் மார்க்சின் சமூகத்துக்கு-எதிரான-

கோட்பாட்டின் அடிப்படைகளைப் பெறுவதற்கான முக்கியமான பிரதி. முதலாளித்துவத்துக்கு எதிரான போராட்டத்தின் சீற்றம் அமைதியாகி விடப் போவதில்லை என்பது நிச்சயமாக இருந்தாலும், அந்தச் சீற்றத்தை விரித்துரைக்கும் மொழியாக மார்க்சியம் இல்லாமல் போய் விடும் என்ற மெய்யான அபாயம் உள்ளது.

அதனால் என்ன? பிளாட்டோ, அரிஸ்டாட்டில், ஹாப்ஸ், ரூசோ ஆகியோரின் வரிசையில் மார்க்சை, "அரசியல் சிந்தனையின் வரலாறு" (History of Political Thought) துறை ஆசிரியர்களும் மாணவர்களும் பார்த்துக் கொள்ளட்டும் என்று பாதுகாப்பாக விட்டு விட முடியாதா? இருக்கும் சமூகத்துக்கு எதிரான போராட்டத்தின் விரித்துரைப்பாக மார்க்சியம் தோற்று விட்டது என்றால், அதனை எலிகளின் விமர்சனத்துக்கும் அரசியல் கோட்பாட்டு ஆசிரியர்களின் விமர்சனத்துக்கும் விட்டு விடுவதுதானே நல்லது?

மார்க்சியம் அத்தகைய தலைவிதிக்கு இன்னும் தயாராகவில்லை. மார்க்சியம், இப்போது இருக்கும் சமூகத்துக்கு எதிரான மிகவும் சக்தி வாய்ந்த கோட்பாடாக தனது பொருத்தப்பாட்டை தக்கவைத்துள்ளது, முதலாளித்துவத்தை மறுதலிப்பதற்கு மிகச் சக்திவாய்ந்த கோட்பாடாக உள்ளது என்று இந்தக் கட்டுரை வாதிடுகிறது. இதைத் தெளிவாக வெளிப்படுத்த வேண்டுமானால், கம்யூனிச இயக்கத்தின் துன்பியல் வரலாற்றை பகுப்பாய்வு செய்வது மட்டும் போதாது. மார்க்சிய மரபில் ஆழமாக வேர் ஊன்றியுள்ள சில கருத்தாக்க பிரச்சினைகளையும் விவாதிப்பது இன்றியமையாதது.

## II

சமூகத்துக்கு எதிரான கோட்பாடாக மார்க்சியத்தில் சிறப்பாக என்ன உள்ளது?

அனுபவத்தின் சீற்றத்தில் இருந்து, இருக்கும் சமூகத்தை அனுபவ ரீதியாக நிராகரிப்பதில் இருந்து நாம் தொடங்கினால், அப்போது மார்க்சியத்தை சமூகம் பற்றிய கோட்பாடாக மதிப்பிடாமல் சமூகத்துக்கு எதிரான கோட்பாடாக மதிப்பிட வேண்டியிருக்கும். அதன் இன்றைய பொருத்தப்பாட்டை அதன் விளக்கும் திறன் அடிப்படையில் இன்றி சமூகத்தை மறுதலிக்கும் அதன் திறனின் அடிப்படையில் பரிசீலிக்க வேண்டும். முதலாவதாக, கோட்பாட்டுக்கான தொடர்புபடுத்தும் சட்டகமாக பொதுவான சமூக அறிவியல்கள் இல்லை, மாறாக, சமூகம் பற்றிய புரட்சிகரமான கோட்பாடுகள்தான், இருக்கும் சமூகத்தை நிராகரிப்பதை தமது தொடக்கப் புள்ளியாக எடுத்துக் கொண்ட

கோட்பாடுகள்தான் சட்டகமாக உள்ளன. நமது பணி, மார்க்சியத்தின் அறிவுசார் மரியாதையை காட்டுவது இல்லை, மாறாக அதன் மரியாதையின்மையின் சக்தியைக் காட்டுவதுதான் நமது வேலை. சமூகத்துக்கு-எதிரான-கோட்பாடாகத்தான் சமூகம் பற்றிய கோட்பாட்டை உள்ளடக்கியதாக மார்க்சியத்தை புரிந்து கொள்ள முடியும்.

சமூகத்துக்கு எதிரான கோட்பாடுகளில் மார்க்சியம் தனித்துவமான இடத்தைக் கொண்டுள்ளது என்று வாதிடுவது, முதலாளித்துவத்தை நிராகரிப்பதை விரித்துரைக்கும் வடிவமாக அது பிழைத்திருப்பதன் முக்கியத்துவத்தை ஆதரித்து வாதிடுவதாக இருக்கும். மார்க்சியத்தை சமூகம் பற்றிய பிற கோட்பாடுகளில் இருந்து வேறுபடுத்துவது என்னவென்றால், மார்க்சியம் சமூகத்தை மறுதலிப்பதை மற்ற எந்த புரட்சிகரக் கோட்பாட்டை விட அதிக தூரம் எடுத்துச் செல்கிறது. இது, உணர்ச்சியின் தீவிரத்தையோ அல்லது பயன்படுத்திய மொழியின் வன்முறையையோ பற்றிய கேள்வி இல்லை, மாறாக, மறுதலிப்பின் அனைத்தும் தழுவிய இயல்பைப் பற்றிய கேள்வி இது. மார்க்சியம், மற்ற எந்த புரட்சிகர கோட்பாடும் செய்யாத வழியில், ஒட்டு மொத்த சமூகத்தையும் எதிர்மறை உணர்வில் கரைத்து விடுகிறது.

சமூகத்தின் மறுதலிப்பு பொதுவாக புறநிலை மறுதலிப்பாக தொடங்குகிறது, அவர்களுக்கு எதிராக நாம்: ஆண்களுக்கு எதிராக பெண்கள், வெள்ளையருக்கு எதிராக கருப்பர், பணக்காரருக்கு எதிராக ஏழை. ‘பணக்காரர்களைக் கொல்லுங்கள்’ என்ற முழக்கம் இந்தக் கருத்தைத் தெளிவாக வெளிப்படுத்துகிறது. பணக்காரர்கள் நாம் இல்லை என்று தெளிவாக வரையறுக்கப்படுகிறார்கள், அவர்களுக்கு எதிரான போராட்டம் தெளிவாகவே புறநிலை போராட்டமாகத்தான் உள்ளது. இந்த அணுகுமுறையின் கவர்ச்சியும் தாக்கமும் வெளிப்படை யானவை. அதன் பலவீனம் காலவரம்பற்ற புறநிலைத்தன்மையில் உள்ளது. இன்றைக்கு நாம் பணக்காரர்களைக் கொல்வோம், நாளை அவர்கள் நம்மைக் கொல்வார்கள், பின்னர் நாம் அவர்களைக் கொல்வோம், பின்னர் அவர்கள் நம்மைக் கொல்வார்கள், இப்படி தொடர்ந்து கொண்டே இருக்கும், டுமீல் டுமீல், டிங் டாங், முன்னும் பின்னுமாக போய்க் கொண்டே இருக்கும். நமது எதிர்மறை உணர்வு அவர்களது நேர்மறைத்தன்மையை வெளிப்புறத்தில், சாத்தியமான முடிவிலி மோதலில் சந்திக்கிறது. பணக்காரர்கள் நம்மை ஒடுக்கு கின்றனர், நாம் அவர்களை வெறுக்கிறோம், அவர்களுக்கு எதிராக சண்டை போடுகிறோம் என்பது தெளிவாக உள்ளது, ஆனால் இந்த

அணுகுமுறை நமது சக்தியைப் பற்றியோ அவர்களது பலவீனத்தைப் பற்றியோ எதுவுமே சொல்வதில்லை. பொதுவாக, புரட்சிகரமான கோட்பாடு அடக்குமுறையின் நொறுங்கும் தன்மையின் மீது அல்லது இயக்கத்தின் மீது கவனத்தைக் குவிக்காமல், அடக்குமுறை மீதும் அடக்குமுறைக்கு எதிரான போராட்டத்தின் மீதும் கவனத்தைக் குவிக்கிறது. உதாரணமாக, சமூகத்தில் பாலினரீதியான ஒடுக்கு முறையின் தன்மையை தெளிவுபடுத்துவதில் பெண்ணியக் கோட்பாடு மிகவும் சக்தி வாய்ந்ததாக இருந்திருக்கிறது. இந்த அடக்குமுறையின் பலவீனத்தைப் பற்றிய அல்லது வரலாற்றுத்தன்மையைப் பற்றிய கோட்பாட்டைத்தான் அது வளர்த்தெடுக்கவில்லை. புரட்சிகரக் கோட்பாட்டில் வரலாறு என்பதை வெளிப்புற போராட்டங்களின் தொகுப்பாக புரிந்து கொள்ளும் போக்கு உள்ளது. பாரம்பரியத்துக்கு அது கொடுக்கும் முக்கியத்துவத்தால் அத்தகைய கருத்தாக்கம் அதன் விளைவில் பழமைவாதமாக முடிந்து விடுகிறது.

புரட்சிகரக் கோட்பாட்டின் 'அவர்களுக்கு-எதிராக-நாம்' என்பதற்கு எதிராக, "'அவர்கள்' என்று யாரும் இல்லை, நாம் மட்டும்தான் இருக்கிறோம். நாம்தான் ஒரே எதார்த்தமாக ஒரே சக்தியாக உள்ளோம். நம்மைத் தவிர எதுவுமில்லை, நமது எதிர்மறை உணர்வைத் தவிர வேறு எதுவுமில்லை. அதனால்தான் மறுப்பின் சீற்றம் ஒரு அதிகாரத்தின் சீற்றமாக உள்ளது" என்று மார்க்ஸ் அறைகூவல் விடுக்கிறார்.

எல்லா வெளிப்புறத்தன்மையையும் கரைத்து விடுவதாகச் சொல்லும் உரிமை கோரல்தான் மார்க்சியத்தின் இன்றியமையாத உரிமை கோரல், அதனை புரட்சிகரக் கோட்பாட்டின் பிற வகைகளில் இருந்து வேறுபடுத்திக் காட்டும் உரிமை கோரல். 'அவர்கள்' நம்மால் தொடர்ந்து உருவாக்கப்பட்டுக் கொண்டிருப்பதால், அவர்கள் நம்மைச் சார்ந்துள்ளனர் என்பது 'அவர்களுக்கு' எதிரான தாக்குதலின் மையச் சரடாக உள்ளது. அதிகாரம் இல்லாத நாம்தான் அதிகாரம் நிறைந்தவர்கள்.

புரட்சிகரக் கோட்பாட்டின் 'நமக்கு-எதிராக-அவர்கள்' என்ற வெளிப்புறத்தன்மையை விமர்சனப் பகுப்பாய்வு செய்வது, தெளிவற்ற கோட்பாட்டுவாதம் மட்டும் இல்லை, சமூகத்தை புரட்சிகரமாக மாற்றி அமைப்பதற்கான சாத்தியம் பற்றிய மார்க்சிய புரிதலின் மையச் சரடாக அந்த விமர்சனப் பகுப்பாய்வு உள்ளது. 'அவர்கள்' நமக்கு வெளியே இல்லை என்ற, மூலதனம் உழைப்புக்கு வெளியில் இல்லை என்ற புரிதலின் மூலமாகத்தான் முதலாளித்துவ ஆதிக்கத்தின் பலவீனத்தை நாம் புரிந்து கொள்ள முடியும். 'நமக்கு-எதிராக-அவர்கள்' என்பதன் வெளிப்புறத்தன்மையைத் தாண்டிச் செல்வது, அதே நேரம்

ஒடுக்குமுறை பற்றிய புரட்சிகரக் கோட்பாட்டில் இருந்து அடக்கு முறையின் நொறுங்கும் தன்மை என்ற மார்க்சியத்தின் அக்கறைக்கு தாண்டிச் செல்வதாக உள்ளது.

## III

மார்க்சியத்தின் மறுதலிப்பின் மொத்தத்தன்மைதான் அதனை எதிர்மறை கோட்பாட்டின் பிற வகைகளில் இருந்து வேறுபடுத்துகிறது என மேலே சொல்லப்பட்ட உரிமை கோரல் (கீழே இன்னும் முழுமையாக வாதிடப்படுகிறது), பெரும்பாலான மார்க்சிய மரபுக்கு எதிரானது. மார்க்சியத்தின் மேம்பட்ட அறிவியல் தன்மைதான் அதை மற்ற புரட்சிகர கோட்பாடுகளில் இருந்து வேறுபடுத்திக் காட்டுகிறது என்பதுதான் பொதுவான உரிமைகோரல். உதாரணமாக, கற்பனாவாத சோசலிசத்துக்கும் அறிவியல் சோசலிசத்துக்கும் இடையேயான வேறுபடுத்தலில் (எங்கெல்ஸ்) இது வெளிப்படுத்தப்படுகிறது. இங்கு 'கற்பனாவாத' சோசலிசம் என்பது இறுதியில் கனவு நனவாகும் என்பதால் உந்தப்பட்ட புரட்சிகர போர்க்குணத்தின் முடிவற்ற போராட்டத்தைக் குறிக்கிறது. இந்தப் பின்புலத்தில், முதலாளித் துவத்தின் வீழ்ச்சிக்கு அல்லது மேன்மேலும் அதிக நிலையின்மைக்கு இட்டுச் செல்லும் முரண்பாடுகளால் முதலாளித்துவம் பீடிக்கப் பட்டுள்ளதால் இந்தப் போராட்டம் முடிவற்றது இல்லை என்று கூறுவதைத்தான் 'அறிவியல்ரீதியானது' என்ற உரிமை கோரல் சுட்டுகிறது.

இங்கு பிரச்சினை, மார்க்சியத்தின் 'அறிவியல்' தன்மை பற்றியது இல்லை, மாறாக, இந்த உரிமைகோரல் வழக்கமாக அடிப்படையாகக் கொண்டிருக்கும் 'அறிவியல்ரீதியானது' என்பதைப் பற்றிய புரிதல்தான் பிரச்சினை. 'மரபுத்தூய்மை', மார்க்சிய மரபில், 'அறிவியல்ரீதியானது' என்பது 'புறநிலையானது' என்பதுடன் சமப்படுத்தப்பட ஆரம்பித்தது. 'அறிவியல்' என்பது முனைப்பை ஒதுக்கி வைப்பது என்ற நேர் காட்சிவாத உணர்வில் புரிந்து கொள்ளப்பட்டது. முதலாளித்துவத்தின் முரண்பாடுகளின் புறநிலையான இயக்கத்தில் முனைப்பின் போராட்டம் ஆதரவைப் பெறுகிறது என்று மார்க்சியம் அறிவியல் ரீதியானது என்ற உரிமைகோரலுக்கு பொருள்கூறப்பட்டது. இவ்வாறாக, (முனைப்பின்) போராட்டத்துக்கும் (புறநிலையான) போராட்ட நிலைமைகளுக்கும் இடையே வேறுபடுத்தப்பட்டது.

முனைப்புக்கும் பொருண்மைக்கும் இடையான வேறுபடுத் தலையும், முனைப்பு ரீதியானதற்கும் பொருண்மையானதற்கும் இடையேயான வேறுபடுத்தலையும் அடிப்படையாகக் கொண்ட

'அறிவியல் ரீதியானது' பற்றிய இந்தப் புரிதல் மார்க்சிய மரபு முழுவதும் செயல்படும் இருமைவாதத்துக்கான அடித்தளத்தை உருவாக்குகிறது. அது, போராட்டத்துக்கும் முரண்பாட்டுக்கும் இடையேயான பிரித்தல், போராட்டத்துக்கும் கட்டமைப்புக்கும் இடையேயான பிரித்தல், வர்க்கப் போராட்டத்துக்கும் வளர்ச்சியின் பொருண்மையான விதிகளுக்கும் இடையேயான பிரித்தல், அரசியலுக்கும் பொருளியலுக்கும் இடையேயான பிரித்தல், உழைப்புக்கும் மூலதனத்துக்கும் இடையேயான பிரித்தல், எதிர்ப்பின் சீற்றத்துக்கும் புறநிலையான எதார்த்தத்தை அமைதியாக மதிப்பிடுவதற்கும் இடையேயான பிரித்தல் என பல்வேறு வழிகளில் வெளிப்படுத்தப்படுகிறது. இந்த மரபிற்குள், இருமைவாதத்தின் இரண்டு பதங்களின் முக்கியத்துவம் எப்போதுமே அங்கீகரிக்கப்படுகிறது - எந்த மார்க்சிஸ்டும் வர்க்கப் போராட்டம் முக்கியம் இல்லை என்று சொல்ல மாட்டார் - ஆனால், செயல்பாட்டில் இரண்டு பதங்களுக்கு இடையேயான உறவு சமமாக இல்லை. அறிவியல் என்பதை புறநிலையுடன் அடையாளப்படுத்துவது வரை, அறிவியல்ரீதியான பகுப்பாய்வு மேலே சொன்ன ஒவ்வொரு இணை பதங்களிலும் இரண்டாவது பதத்துக்கு: முரண் பாட்டுக்கு, கட்டமைப்புக்கு, வளர்ச்சியின் புறநிலை விதிகளுக்கு, பொருளியலுக்கு, மூலதனத்துக்கு, புறநிலையான எதார்த்தத்தை நிதானமாக மதிப்பிடுவதற்கு முன்னுரிமை கொடுக்கிறது. புறநிலையை, முதலாளித்துவத்தின் முரண்பாடுகளை, பகுப்பாய்வு செய்வதுதான் போராட்டத்துக்கு தமது பங்களிப்பு என்று மார்க்சியக் கோட்பாட்டாளர்கள் பொதுவாக புரிந்து கொண்டுள்ளனர்.

இவை அனைத்திலும் போராட்டம் மறுக்கப்படுவதில்லை: பொதுவாக, மார்க்சிய மரபில் வேலை செய்வது, போராட்டத்தில் ஏதோ ஒருவகையில் பங்கேற்பதில் இருந்து தோன்றுகிறது. இருப்பினும், இதற்கான தூண்டுதல் என்னவாக இருந்தாலும் இந்த வகையான 'அறிவியல்' பகுப்பாய்வு, போராட்டத்துக்கு மிகவும் கீழ்நிலை வகிபாகத்தைத்தான் வழங்குகிறது. போன்ஃபெல்டின் (Bonefeld) சொற்களில் போராட்டத்துக்கு 'அதுவும் கூட' என்ற வகிபாகம்தான் தரப்படுகிறது;[2] முதலாளித்துவ வளர்ச்சி விதிகளின் இடுக்குகளுக்குள்தான் அது அனுமதிக்கப்படுகிறது, வளர்ச்சியின் புறநிலை விதிகள் தீர்மானிக்காமல் விட்டுவிட்ட இடைவெளிகளின் நிழலில் அது அனுமதிக்கப்படுகிறது, புறநிலை நிலைமைகள் முன்வைக்கும் வாய்ப்புகளை கைப்பற்ற அது அனுமதிக்கப்படுகிறது (தீர்மானவாதம் என்று மார்க்சியம் குற்றம் சாட்டப்படும் போதெல்லாம் நியாயப்படுத்த முடியாத வகையில் ஒரு பதிலை வழங்குவதற்கும் அது அனுமதிக்கப்

படுகிறது). போராட்டத்தின் முக்கியத்துவம் மறுக்கப்படவில்லை, ஆனால் மார்க்சியம் அதன் 'அறிவியல்' வேடத்தில் போராட்டத்தின் கோட்பாடாக இல்லாமல், போராட்டத்தின் புறநிலையான நிலைமைகள் பற்றிய கோட்பாடாக ஆகிறது, இரண்டும் மிகவும் வேறுபட்டவை.

தீவிர இடதுசாரிகளில் இருந்து முன்னாள் கம்யூனிஸ்ட் கட்சிகளின் திரிபுவாதம் வரையில் செயல்படும் இந்த இருமைவாத மரபு வெளிப்படும் மிகவும் பரவலான வடிவங்களில் ஒன்றாக 'மார்க்சிய பொருளியல்' என்ற கருத்துநிலை உள்ளது. மார்க்சிய பொருளியல் என்ற கருத்துரு (பொருளியல் பற்றிய மார்க்சியத்தின் விமர்சன பகுப்பாய்வுக்கு எதிராக), போராட்டத்திலிருந்து முரண்பாட்டை பிரிப்பதை நீட்டிக்கிறது. முதலாளித்துவ வளர்ச்சியின் புறநிலை விதிகளையும் இப்போதைய பொருளாதார வளர்ச்சியுடன் அவற்றின் உறவையும் ஆய்வு செய்வது என்று மார்க்சிய பொருளியல் பொதுவாக புரிந்து கொள்ளப்படுகிறது. பொருளியலுக்கும் போராட்டத்துக்கும் இடையிலான வேறுபடுத்தல் கேள்வியின்றி ஏற்றுக் கொள்ளப்படுகிறது, அதே போல பொருளியலுக்கும் அரசியலுக்கும் இடையிலான வேறுபடுத்தலும் கேள்வியின்றி ஏற்றுக் கொள்ளப்படுகிறது. இந்தப் பிரித்தல், தனித்த 'மார்க்சிய அரசியல் அறிவியல்' என்று புலண்ட்ஸஸ் பார்த்ததை[3] அல்லது உண்மையில் 'மார்க்சிய சமூகவியலை' உணர்த்தினாலும், பொருளியல் என்பதை முதலாளித்துவத்தின் முரண்பாடுகளை ஆய்வு செய்யும் தனியுரிமை பெற்ற துறையாகவே பொதுவாக பார்த்திருக்கின்றனர்.

மார்க்சிய பொருளியல் என்ற கருத்துநிலையின் தாக்கங்கள் மிக ஆழமானவை. ஏனென்றால், அது மார்க்சின் பணி தொடர்பாகவும் பயன்படுத்தப்பட்ட கருத்தினங்கள் தொடர்பாகவும் குறிப்பிட்ட வகையிலான வாசிப்பை அனுமானிக்கிறது. அரசியல் பொருளாதாரத்தின் மீதான விமர்சன பகுப்பாய்வு என்ற துணைத்தலைப்பு இருந்த போதும் மூலதனம் நூல் மார்க்சிய பொருளியலின் முக்கியமான நூலாக பார்க்கப்படுகிறது, அங்கு வளர்த்தெடுக்கப்பட்ட கருத்தினங்கள் (மதிப்பு, உபரி-மதிப்பு, விலை, இலாபவீதம் வீழ்ச்சியடையும் போக்கு பற்றிய விதி, நெருக்கடி, கடன்) வர்க்கப் போராட்டத்தை சார்ந்திராத புறநிலை எதார்த்தத்தைக் கொண்ட பொருளியல் கருத்தினங்களாக புரிந்து கொள்ளப்படுகின்றன. மீண்டும், வர்க்கப் போராட்டம் நிச்சயமாக மறுக்கப்படவில்லை, ஆனால், அது மார்க்சிய பொருளியலின் பகுப்பாய்வுகளில் இருந்து தனித்து இயங்குவதாக பார்க்கப்படுகிறது. போராட்டத்தின் புறநிலை நிலைமைகளைப் பற்றிய பகுப்பாய்வைத்

தருவதாக பொருளியல் பகுப்பாய்வு பார்க்கப்படுகிறது. சமூகத்தை மாற்றி அமைப்பது பற்றிய தீவிர-இடது பகுப்பாய்வுகள் என்று அழைக்கப்படக் கூடியவற்றில் கூட, சமூக மாற்றத்தில் அகநிலை போராட்டத்தின் வகிபாகத்தின் மீது தனிக்கவனம் செலுத்தும் பகுப்பாய்வுகளில் கூட - உதாரணமாக பானேகுக் (Pannekoek), மாட்டிக் (Mattick) அல்லது லக்சம்பர்க் (Luxemburg) - முதலாளித்துவ முரண்பாடுகளின் வளர்ச்சி பற்றிய புறநிலையான, பொருளியல் பகுப்பாய்வுக்கும், அந்த முரண்பாடுகள் உருவாக்கும் முனைப்புரீதியான போராட்ட சாத்தியங்களுக்கும் இடையே இருமைவாதம் அனுமானிக்கப்படுகிறது. முனைப்புக்கும் பொருண்மைக்கும் இடையேயான, போராட்டத்துக்கும் முரண்பாட்டுக்கும் இடையிலான இருமைவாதத்தை மார்க்சிய பொருளியல் என்ற கருத்துநிலையில் இருந்து பிரிக்க முடியாது.

ஆதிக்கம் செலுத்தும் மார்க்சிய மரபின் இந்த ஒட்டுமொத்த இருமைவாதம்தான் இப்போது நெருக்கடியில் உள்ளது. பிரித்தலின் இரு பக்கங்களிலும் மார்க்சியம் நெருக்கடியில் உள்ளது. 'புறநிலை என்ற பக்கத்தில், 'அறிவியல்ரீதியான', புறநிலையான அணுகுமுறை உறுதி செய்யும் நிச்சயங்கள் சமீப ஆண்டுகளின் எழுச்சிகளின் ஒளியில் ஏற்க முடியாதவையாகத் தெரிகின்றன. அதைவிட முக்கியமாக, இந்த வகையான மார்க்சியம் உணர்த்தும், முனைப்பை கோட்பாட்டு ரீதியாகவும் பல நேரங்களில் நடைமுறைரீதியாகவும் கீழ்ப்படுத்துவது, போராட்டம் பற்றிய கோட்பாடு என்ற, சமூகத்துக்கு எதிரான கோட்பாடு என்ற மார்க்சியத்தின் நம்பகத்தன்மையை பலவீனப் படுத்தியுள்ளது.

## IV

ஒட்டுமொத்த மார்க்சிய மரபும் இந்த இருமைவாதமாகத்தான் இருக்கிறது என்றால் விவாதிப்பதற்கு எதுவும் இல்லை: முதலாளித்துவ சமூகத்தை நிராகரிப்பதை கோட்பாடாக்குவதற்கு மீட்கமுடியாத அளவுக்கு பழுதான மொழியாக மார்க்சியத்தை சாகும்படி விட்டு விடலாம். நல்வாய்ப்பாக அப்படி இல்லை. மார்க்சின் பணிக்குப் பிறகு, உயிரைப் போக்கி விடும், உயிரை எடுக்கும் 'மரபுத்தூய்மையின்' இருமைவாதத்துக்கு எதிரான அரசியல் கோட்பாட்டு போராட்டத்தின் மிக நீண்ட, பலமுறை மறைவாக செயல்பட்ட பாரம்பரியம் உள்ளது. அரசியல்ரீதியாகவும் கோட்பாட்டுரீதியாகவும், அது பல்வகையான மரபாக உள்ளது. தமது அரசியலில் 'மரபுத்தூய்மையை' எதிர்த்த ஆனால் தமது கோட்பாட்டு தாக்கங்களை எப்போதுமே இறுதிவரை சிந்திக்காதவர்களும் கோட்பாட்டுரீதியாக எதிர்த்து அதே நேரம் சில

நேரங்களில் கம்யூனிஸ்ட் கட்சிகளின் திசைவழிக்கு ஒத்துப் போனவர்களும் என பல்வகையான போராட்டமாக உள்ளது. பெயர்களின் எந்த ஒரு பட்டியலும் பிரச்சினைக்களமாக இருக்கும். ஆனால், பட்டியலில் சேர்ப்பதற்கு வெளிப்படையான தேர்வுகளாக, லக்சம்பர்க் (Luxemburg), பானேகுக் (Pannekoek), தொடக்ககால லூகாக்ஸ் (Lukacs), கோர்ஷ் (Korsch), மாட்டிக் (Mattick), ப்ளோஹ் (Bloch), அடோர்னோ (Adorno), ரூபின் (Rubin), பஷுகனிஸ் (Pashukanis), ரோஸ்டால்ஸ்கி (Rosdolsky), அக்னோலி (Agnoli), த்ரோந்தி (Tronti), நெக்ரி (Negri) ஆகியோர் இருக்கிறார்கள். ஒவ்வொரு பெயரும் இன்னும் பல மரபுமீறும் மார்க்சிஸ்டுகளை சுட்டுகின்றன.[4]

போராட்டத்தின் கோட்பாடாக மார்க்சியத்தின் சக்தியை கருதுவதற்கான (மரபுத்தூய்மை மரபின் இருமைவாதத்தை தோற்கடிப்பதற்கும்) தொடக்கப் புள்ளி போராட்டமாகவே, இந்த அத்தியாயத்தில் தொடக்கத்தில் குறிப்பிட்ட முனைப்பின் அனுபவ ரீதியான சீற்றமாகவே, மார்க்சியம் பற்றிய புறநிலைவாத 'அறிவியல் ரீதியான' கருத்தாக்கத்தால் குரல் மறுக்கப்பட்ட சீற்றமாகவே இருக்க வேண்டும். மரபுத்தூய்மை-எதிர்ப்பு மார்க்சியத்தில், முனைப்பின் மீதான தனிக்கவனம் திரும்பத் திரும்ப வரும் கருப்பொருளாக உள்ளது.

சமீபத்திய ஆண்டுகளில், அதன் மிகச் சக்தி வாய்ந்த வரையறைகளில் ஒன்று இத்தாலியில் முதன்மையாக வளர்த்தெடுக்கப்பட்ட போக்கில் இருந்து கிடைத்துள்ளது. 1960-கள் முதல் இத்தாலியில் வளர்த்தெடுக் கப்பட்ட இந்தப் போக்கு 'தன்னாட்சிவாத மார்க்சியம்' அல்லது 'operaismo' எனப் பலவகையாக அழைக்கப்படுகிறது. மரபுத்தூய்மை மார்க்சியத்தின் புறநிலைவாத மரபைப் பற்றிய விமர்சன பகுப்பாய்வு மரியோ த்ரோந்தியின் 'இங்கிலாந்தில் லெனின்' என்ற கட்டுரையில் கூர்மையாக வரையறுக்கப்பட்டுள்ளது. 'தன்னாட்சிவாத' மார்க்சியத்தின் அணுகுமுறையை வரையறுப்பதற்கு அது பெருமளவு பங்களிப்பு செய்துள்ளது:

> நாங்களும் முதலாளித்துவ வளர்ச்சியை முதலாவதாகவும் தொழிலாளர்களை இரண்டாவதாகவும் வைக்கும் கருத்தாக்கத்துடன் வேலை செய்தோம். இது ஒரு தவறு. இப்போது பிரச்சினையை தலைகீழாக நிறுத்த வேண்டும், துருவமுனைப்பை திருப்பி நிறுத்த வேண்டும், மீண்டும் தொடக்கத்தில் இருந்து ஆரம்பிக்க வேண்டும், தொழிலாளர் வர்க்கத்தின் வர்க்கப் போராட்டம்தான் அந்தத் தொடக்கம்.[5]

மார்க்சிய மரபின் துருவத்தன்மையை திருப்பி நிறுத்தி, கீழிருந்து, போராட்டத்திலிருந்து, எதிர்மறை உணர்விலிருந்து தெளிவாகத் தொடங்குவதுதான், முதல்படியாக இருக்க வேண்டும். ஆனால் துருவத்தன்மையை திருப்பி நிறுத்துவது மட்டும் போதாது, துருவத்தன்மையையே பரிசீலனைக்கு உட்படுத்த வேண்டும். துருவத்தன்மையை திருப்பி நிறுத்துவது என்பது நம்மை சரியான தொடக்கப் புள்ளிக்கு திருப்பி அனுப்புவதாக இருக்கும் : மார்க்சியம் என்பது சமூகத்துக்கு எதிரான கோட்பாடு, சமூகத்தைப் பற்றிய கோட்பாடு இல்லை; போராட்டம் பற்றிய கோட்பாடு, போராட்டத்தின் புறநிலை நிலைமைகள் பற்றிய கோட்பாடு இல்லை; உழைப்பு பற்றிய கோட்பாடு, மூலதனம் பற்றிய கோட்பாடு இல்லை; உடைப்பு பற்றிய கோட்பாடு, மறுவுற்பத்தி பற்றிய கோட்பாடு இல்லை என்று மறுபடியும் உறுதி செய்வதாக இருக்கும். எதிர்மறை உணர்வின் தொடக்கப்புள்ளி இன்றியமையாதது ஆனால், எதிர்க்கோட்பாட்டுக்கு மார்க்சியம் என்ன பங்களிப்பு செய்ய முடியும் என்பதை அது இன்னும் காட்டவில்லை.

த்ரோந்தி (Tronti), துருவத்தன்மையை திருப்பி நிறுத்துவதை உடனடியாக இன்னொரு அடி முன்னெடுத்துச் செல்கிறார். தொழிலாளி வர்க்கப் போராட்டத்தில் இருந்து தொடங்குவது என்பது தொழிலாளி வர்க்க நோக்குநிலையை எளிமையாக ஏற்றுக் கொள்வதைக் குறிக்க வில்லை, மாறாக, மரபுவழி மார்க்சிய அணுகுமுறையை முற்றிலும் திருப்பி நிறுத்தி, முதலாளித்துவ வளர்ச்சியை தீர்மானிப்பதாக தொழிலாளி-வர்க்கப் போராட்டத்தை பார்ப்பதைக் குறிக்கிறது.

> சமூகரீதியில் வளர்ச்சியடைந்த மூலதனத்தின் மட்டத்தில், முதலாளித்துவ வளர்ச்சி தொழிலாளி வர்க்கப் போராட்டங் களுக்குக் கீழ்ப்படுத்தப்படுகிறது; அது அவற்றைத் தொடர்ந்து செல்கிறது, அவைதான் மூலதனத்தின் சொந்த மறுவுற்பத்தியின் அரசியல் பொறியமைவுகளை மாற்றுவதன் வேகத்தைத் தீர்மானிக்கின்றன.[6]

இதுதான், 'operaismo மார்க்சியத்தை கோப்பர்நிக்கிய முறையில் திருப்பி நிறுத்துதல்' என்று மவுலியர் (Moulier) குறிப்பிடுவதன் மையச்சரடாக உள்ளது,[7] அசோர் ரோசாவின்படி (Asor Rosa), அதனை

> தொழிலாளி வர்க்கத்தை மூலதனத்தின் இயங்காற்றல் உந்து சக்தியாகவும் மூலதனத்தை உழைக்கும் வர்க்கத்தைக் காரணியாகக் கொண்டதாகவும் மாற்றும் சூத்திரமாக தொகுத்துச் சொல்ல

முடியும்... அத்தகைய நிலைப்பாடு அரசியல்ரீதியாக உணர்த்தும் நோக்கு நிலைகளை திருப்பி நிறுத்துவதன் அளவு பற்றிய சித்திரத்தை அந்தச் சூத்திரம் அதனளவிலேயே தருகிறது...[8]

போராட்டத்தின் சீற்றத்தை பாதிக்கப்பட்டவரின் அழுகையாக இல்லாமல் அதிகாரத்தின் சீற்றமாக சிந்திக்க வேண்டுமானால் இந்தத் திருப்பி நிறுத்தல் இன்றியமையாதது. ஆனால், முதலாளித்துவ சமூகத்தில், மூலதனமும் முதலாளித்துவ வர்க்கத்தின் தேவைகளும் ஆதிக்கம் செலுத்துதாக நிச்சயமாகத் தோன்றும் ஒரு சமூகத்தில், உழைக்கும் வர்க்கத்தைக் காரணியாகக் கொண்டதாக (function of) மூலதனத்தை எப்படி புரிந்து கொள்ள முடியும்?

இந்தக் கேள்விக்கு, பலவீனமான விடை என்றும் வலுவான விடை என்றும் அழைக்கக் கூடிய இரண்டு சாத்தியமான விடைகள் உள்ளன. மூலதனத்தின் வரலாறு என்பது தொழிலாளி-வர்க்கப் போராட்டத்தின் எதிர்வினையாக இருப்பதால் மூலதனத்தை தொழிலாளி வர்க்கத்தை காரணியாகக் கொண்டதாகப் புரிந்து கொள்ளலாம் என்று சொல்வது பலவீனமான பதிப்பாக இருக்கும். இதே பாணியில், போரில் தற்காக்கும் படையின் நகர்வுகள் தாக்கும் படையின் நகர்வுகளை காரணியாகக் கொண்டிருப்பதாகவும் அல்லது போலீஸ் படையில் ஏற்படும் மாற்றங்கள் கிரிமினல்களின் செயல் பாட்டைக் காரணியாகக் கொண்டதாகவும் நாம் பேசலாம். மூலதனம் என்பது தொழிலாளி வர்க்கத்தின் உற்பத்திப் பொருள், எனவே நிமிடத்துக்கு நிமிடம் தொழிலாளி வர்க்கத்தைச் சார்ந்தே தன்னை மறுவுற்பத்தி செய்து கொள்கிறது என்ற எளிய காரணத்தால் மூலதனம் என்பது தொழிலாளி வர்க்கத்தைக் காரணியாகக் கொண்டுள்ளது என்பது இந்த விடையின் வலுவான பதிப்பு. முதல் அணுகுமுறையில், தொழிலாளி வர்க்கத்துக்கும் மூலதனத்துக்கும் இடையேயான உறவு எதிர்நிலை உறவாக, வெளிப்புற உறவாகப் பார்க்கப்படுகிறது. இரண்டாவது அணுகுமுறையில், ஒரு துருவத்தின் எதிர்நிலை எதிர்த்துருவத்தால் உருவாக்கப்படும் உட்புற உறவாக இந்த உறவு பார்க்கப்படுகிறது. முதல் அணுகுமுறையில், தொழிலாளி வர்க்கம் மூலதனத்துக்கு எதிராக இருப்பதாக எளிமையாகப் பார்க்கப்படுகிறது, இரண்டாவது அணுகுமுறையில் அது மூலதனத்துக்கு எதிராகவும்- உள்ளாகவும் இருக்கிறது. 'எதிர்வினை' பொருள்கூறல், 'உற்பத்தி' பொருள்கூறல் என்ற இந்த இரண்டு பொருள்கூறல்களும் ஒன்றை யொன்று விலக்குவதாக இருக்க வேண்டிய அவசியம் இல்லை, ஆனால் எதற்கு அழுத்தம் தரப்படுகிறது என்பதைப் பொறுத்து

கோட்பாட்டு தாக்கங்களும் அரசியல் தாக்கங்களும் மிகவும் வேறுபடும்.

தன்னாட்சிவாத பகுப்பாய்வில் இந்த இரண்டு காரணிகளும் இடம் பெற்றாலும், 'எதிர்வினை' பொருள்கூறல்தான் முதன்மையாக உள்ளது.[9] குறிப்பாக, முதலாளித்துவ வளர்ச்சியின் இயங்காற்றல் தொழிலாளி வர்க்க இயக்கத்தின் சக்திக்கு எதிர்வினையாக புரிந்து கொள்ளப்படுகிறது. வெளிப்படையான எதிர்ப்பு காலங்களில் வெளிப்படுத்தப்படும் தொழிலாளி வர்க்க இயக்கத்தின் வலிமைக்கு மூலதனத்தின் தற்காப்பு எதிர்வினையாகத்தான் மூலதனத்தின் வளர்ச்சி புரிந்து கொள்ளப்படுகிறது. உதாரணமாக, நெக்ரியின் பகுப்பாய்வில்[10] கீனிசியனிசம் என்பது தொழிலாளி வர்க்கத்தை அங்கீகரித்து ஒருங்கிணைப்பதன் மூலம் மட்டுமே மூலதனம் பிழைத்திருக்கமுடியும் என்று தெளிவுபடுத்திய 1917 புரட்சிக்கான எதிர்வினையாகவே உள்ளது. இந்தப் பகுப்பாய்வுகள் பெருமளவு கருத்துக்களை உள்ளடக்கியுள்ளன. ஆனால், அவற்றில் முதலாளித்துவ வளர்ச்சி என்பது எதிர் வினையின் நிகழ்முறையாக புரிந்து கொள்ளப்படுகிறது, உழைப்புக்கும் மூலதனத்துக்கும் இடையிலான உறவு வெளிப்புற உறவாகப் புரிந்து கொள்ளப்படுகிறது என்பதை வலியுறுத்த வேண்டும்.

உழைப்புக்கும் மூலதனத்துக்கும் இடையிலான உறவை வெளிப்புற உறவாக புரிந்து கொள்வது தீவிரமான அரசியல் மற்றும் கோட்பாட்டு விளைவுகளைக் கொண்டுள்ளது. அரசியல்ரீதியாக, தொழிலாளி வர்க்க இயக்கத்தின் சக்தி மீதான தனிக்கவனம் வெளிப் படையான கவர்ச்சியுடையது. ஆனாலும், இவ்வாறு உழைப்பையும் மூலதனத்தையும் பிரிப்பது, முரண்நிலையாக (கற்பனையாகவும்) இரண்டின் அதிகாரத்தையும் மிகைப்படுத்திக் காட்டுகிறது. உழைப்புக்கும் மூலதனத்துக்கும் இடையிலான உறவின் உள்ளுறை இயல்பை ஆய்வு செய்யத் தவறுவதன் மூலமாக தன்னாட்சிவாத பகுப்பாய்வு உழைப்பானது முதலாளித்துவ வடிவங்களுக்கு உள்ளேயே இருக்கும் அளவை குறைத்து மதிப்பிடுகிறது. முதலாளித்துவ வடிவங்களுக்கு உள்ளாகவே உழைப்பு இருப்பது உழைப்பு மூலதனத்துக்கு கீழ்ப்படுத்தப்படுவதையும் மூலதனத்தின் உள்ளுறை நொறுங்கும்தன்மையையும் குறிக்கிறது என்று பின்னர் இன்னும் முழுமையாக வாதிடப்படும். உழைப்புக்கும் மூலதனத்துக்கும் இடையிலான உறவின் உள்ளுறை இயல்பை புறக்கணிப்பது, உழைப்பு மூலதனத்துக்குள் அடைக்கப்படுவதை குறைத்து மதிப்பிடுவதையும் (எனவே மூலதனத்துக்கு எதிரான உழைப்பின் சக்தியை மிகை

மதிப்பிடுவது), உழைப்பின் சக்தியை மூலதனத்துக்குள்ளான உள்ளுறை முரண்பாடாக குறைத்து மதிப்பிடுவதையும் (எனவே, உழைப்புக்கு எதிராக மூலதனத்தின் அதிகாரத்தை மிகைமதிப்பிடுவது) குறிக்கிறது.

மூலதனத்துக்கும் உழைப்புக்கும் இடையே துருவத்தை மாற்றி விடுவது, இன்றியமையாத தொடக்கப்புள்ளியாக இருந்தாலும், அது இந்த துருவத்தன்மையை இன்னொரு வடிவில் மீண்டும் உருவாக்குவதாக முடிகிறது. மரபுவழி மார்க்சிய பகுப்பாய்வு மூலதனத்தின் தர்க்க ரீதியான வளர்ச்சியின் மீது கவனம் செலுத்தி, வர்க்கப்போராட்டத்தை 'அதுவும் இருக்கிறது' என்ற வகிபாகத்துக்கு ஒதுக்குகிறது; தன்னாட்சி கோட்பாடு வர்க்கப்போராட்டத்தை அதன் துணைநிலை வகிபாகத்தில் இருந்து விடுவிக்கிறது, ஆனால் அதனை இன்னமும் மூலதனத்தின் வெளிப்புற தர்க்கத்தை எதிர்கொள்ளும்படி விடுகிறது. இப்போது மூலதனத்தின் தர்க்கம் 'பொருளாதார' விதிகள் மற்றும் போக்குகளின் அடிப்படையில் புரிந்து கொள்ளப்படாமல் பகைவனை தோற்கடிப்பதற்கான அரசியல் போராட்டத்தின் அடிப்படையின் புரிந்து கொள்ளப்படுகிறது என்பதுதான் வேறுபாடு. முதலாளித்துவ வளர்ச்சி பற்றிய மார்க்சிய பொருளாதார விளக்கத்தில் முக்கியமான கருத்தினமாக உள்ள மதிப்பு விதியை, தன்னாட்சிவாதிகள் தேவையற்றதாகக் கருதுகின்றனர்.[11] தொழிலாளி வர்க்க இயக்கத்தின் சக்தியை எதிர்கொண்ட மூலதனம், ஒருங்கிணைக்கப்பட்ட உலக முதலாளித்துவத்தை இப்போது உருவாக்கி விட்டது, அதிகாரத்தை பராமரிப்பது என்ற தர்க்கம் அதன் ஒரே தர்க்கமாக உள்ளது.[12] உழைப்புக்கும் மூலதனத்துக்கும் இடையிலான எதிர்வினைரீதியான புரிதல் முதலாளித்துவம் பற்றிய கண்ணாடி பிம்ப பார்வையைக் கொண்டு வருவது தவிர்க்கவியலாமல் போகலாம்: தொழிலாளி வர்க்க இயக்கத்தின் சக்தி எவ்வளவு அதிகமாக இருக்கிறதோ, முதலாளித்துவ வர்க்கத்தின் எதிர்வினை அவ்வளவு ஒற்றைப்படையானதாகவும் முற்றாட்சியாகவும் இருக்கும். மார்க்சியக் கோட்பாட்டை போராட்டத்தின் கோட்பாடாக மீண்டும் உறுதி செய்வதில் தன்னாட்சிவாதக் கோட்பாடு முக்கிய பங்காற்றியுள்ளது. ஆனால், போராட்டம் பற்றிய மார்க்சின் கோட்பாட்டின் முக்கிய விசை, மூலதனத்துக்கும் உழைப்புக்கும் இடையிலான துருவத் தன்மையை திருப்பி நிறுத்துவதில் இல்லை; துருவத்தன்மையைக் கரைத்து விடுவதில் உள்ளது.

## V

இருமைவாதத்தின் இரு துருவங்களுக்கு இடையேயான உறவை, வடிவம், மொத்தத்தன்மை, விமர்சன பகுப்பாய்வு ஆகிய தொடர்புடைய

கருத்தினங்களின் அடிப்படையில் முன் வைப்பது இருமைவாதம் என்ற பிரச்சினையை தீர்ப்பதற்கான வழியாக உள்ளது. இந்த அணுகு முறை வழக்கமாக வடிவ-பகுப்பாய்வு என்று அழைக்கப்படுகிறது.

மூலதனம் நூலில் மார்க்சின் விவாதத்தில் 'வடிவம்' என்ற கருத்தாக்கம் மையமானது. உதாரணமாக, மதிப்பையும் பணத்தையும், மதிப்பு வடிவமாகவும் பண வடிவமாகவும், சமூக உறவுகளின் வடிவமாக புரிந்து கொள்வதன் முக்கியத்துவத்தை மார்க்ஸ் வலி யுறுத்துகிறார். மூலதனம் நூலின் முதல் அத்தியாயத்தில், 'வடிவம்' என்ற கருத்தாக்கத்தைப் பயன்படுத்தி, அவர் விமர்சிக்கும் அரசியல் பொருளியலாளர்களின் அணுகுமுறையில் இருந்து தனது அணுகு முறையை வேறுபடுத்திக் காட்டுகிறார்:

செவ்வியல் மரபின் மிகச்சிறந்த பிரதிநிதிகளான ஆதாம் ஸ்மித்தும், ரிக்கார்டோவும் கூட மதிப்பின் வடிவத்தை முக்கியத்துவமற்ற ஒன்றாக, சரக்குகளின் உள்ளார்ந்த இயல்புடன் தொடர்பேதும் இல்லாததாகக் கருதுகின்றனர். இதற்குக் காரணம் மதிப்பின் பருமனைப் பகுத்தாய்வதில் அவர்கள் முற்றிலும் மூழ்கி விடுகிறார்கள் என்பது மட்டுமன்று. காரணம் இன்னும் ஆழமானது. உழைப்பினது உற்பத்திப் பொருளின் மதிப்பு வடிவமென்பது முதலாளித்துவப் பொருளுற்பத்தியில் உற்பத்திப் பொருள் மேற்கொள்கிற சாரமான வடிவம் என்பதோடு சர்வப் பொதுவடிவமும் ஆகும்; அது முதலாளித்துவப் பொருளுற்பத்தியை சமூகப் பொருளுற்பத்தியின் குறிப்பிட்ட இனமாக முத்திரையிட்டு, இவ்விதம் அதற்குரிய வரலாற்றுத் தனித்தன்மையைப் பெறச் செய்கிறது. அப்படியானால், இந்த உற்பத்தி முறையை சகல சமூக முறைகளுக்கும் உரியதாய், சாசுவதமான ஒன்றாய் இயற்கையால் நிலைநிறுத்தப்பட்ட ஒன்றாய்க் கொண்டு ஆராய்வோமானால் மதிப்பு வடிவத்துக்கும், ஆதலால் சரக்கு வடிவத்துக்கும், மேற்கொண்டு அதன் வளர்ச்சிகளாய் விளங்கும் பண-வடிவம், மூலதன-வடிவம் முதலானவற்றுக்கும் உரிய இன வழிப்பட்ட தனித்தன்மைகளைத் தவிர்க்க முடியாத வகையில் கவனியாது ஒதுக்கவே செய்கிறோம்.[14] (மூலதனம் முதல் பாகம், பக்கம் 119 அடிக்குறிப்பு, தமிழ்ப் பதிப்பு-மொ.பெ)

'வடிவம்' என்ற கருத்தாக்கம் இங்கு பல்வேறு உட்குறிப்புகளைக் கொண்டுள்ளது. ஸ்மித், ரிக்கார்டோ ஆகியோரின் வரம்புகளைச் சுட்டிக் காட்டும் போது மார்க்ஸ் உணர்த்துவது போல, 'பொருட்களை'

'வடிவங்களாக' புரிந்து கொள்வது அவற்றின் தற்காலிகத்தன்மையை, (குறைந்தபட்சம்) வரலாற்றுரீதியாக கடந்து செல்லும் தன்மையின் சாத்தியத்தை புரிந்து கொள்வதை உணர்த்துகிறது. முதலாளித்துவ சமூகத்தை சமூக வடிவங்களின் அடிப்படையில் பகுப்பாய்வு செய்வது என்பது அதன் வரலாற்றுரீதியான நிரந்தரமின்மையின் நோக்குநிலையில் இருந்து அதைப் பார்ப்பது, நிரந்தரமாகத் தோற்றமளிப்பவற்றை கடந்து போவதாக பார்ப்பதாகும், நேர்மறையாகத் தெரிவதை எதிர்மறையாக முன்வைப்பது. வடிவம் என்ற கருத்தாக்கத்தை அறிமுகப்படுத்துவது என்பது ஒளிப்பட அச்சிலிருந்து (positive) அதன் எதிர்முகத்துக்கு (negative) நகர்வது. உதாரணமாக, மதிப்பில் இருந்து மதிப்பு-வடிவத்துக்கு நகர்வது என்பது விவாதத்தின் ஒட்டுமொத்த நோக்குநிலையை திருப்பி நிறுத்துவது, அரசியல் பொருளாதாரத்தில் இருந்து அரசியல் பொருளாதாரத்தின் மீதான விமர்சன பகுப்பாய்வுக்கு நகர்வது. அதனால்தான், (முதலாளிவர்க்க சமூக அறிவியலைப் போல) முதலாளித்துவ சமூக உறவுகளை நிரந்தரமானவையாக அனுமானிக்கும் போது மார்க்சின் விவாதத்தின் மையத்தில் இருக்கும் 'வடிவம்' என்ற கருத்தினம் உண்மையாகவே அர்த்தமற்றுப் போகிறது.

'வடிவம்' என்ற கருத்தினம் சமூக 'பொருட்களுக்கு' இடையேயான உறவுகளின் உள்ளூறை (வெளிப்புறத்தன்மை-அல்லாத) இயல்பை கூடுதலாக உணர்த்துகிறது. பணத்தை மதிப்பின் வடிவமாக, மதிப்பை உழைப்பின் உற்பத்திப் பொருளின் வடிவமாக, மதிப்பையும் பணத்தையும் சமூக உறவுகளின் வடிவங்களாக பேசுவது மதிப்பு, பணம், உழைப்பு, சமூக உறவுகள் ஆகியவற்றுக்கு இடையேயான உறவின் உள்ளூறை இயல்பின் மீது அழுத்தம் கொடுக்கிறது. சமூகம் பற்றிய, தனித்தனியாகத் தோன்றும் 'பொருட்கள்' (அரசு, பணம், மூலதனம் இன்னபிற) சமூக நேர்வுகளாக, சமூக உறவுகளின் வடிவங்களாக உள்ளன, அவற்றுக்கு இடையேயான உள் இணைப்புகளை வெளிப்புறமானவையாக (உதாரணமாக வினைவிளைவுத்தொடர் உறவுகளாக) புரிந்து கொள்ளாமல், உள்ளூறையானவையாக மாறிச் செல்லும் அல்லது உருமாற்றும் நிகழ்முறைகளாக புரிந்து கொள்ள வேண்டும்.

'வடிவத்தின்' பல்வேறு உட்கிடைகளை (வரலாற்றுத்தன்மை, எதிர்மறை உணர்வு, உள்ளூறைத்தன்மை) 'இருத்தலின் நிலை' என்ற சொல் சிறப்பாக உள்ளடக்குகிறது.[15] இவ்வாறாக, உதாரணமாக, பணம் என்பது சமூக உறவுகளின் 'இருத்தல் நிலை' என்று சொல்வது, 'வடிவம்' என்ற கருத்தாக்கத்தைப் போலவே அதே வரலாற்று குறிப்பானதன்மை, எதிர்மறை உணர்வு, உள்ளூறைத்தன்மை ஆகியவற்றை உணர்த்துகிறது.

இங்கு பயன்படுத்தப்பட்ட வகையில் 'வடிவம்' என்ற கருத்தாக்கம் 'மொத்தத்தன்மை' என்ற கருத்தாக்கத்தை உணர்த்துகிறது. சமூகத்தின் எல்லா அம்சங்களும் சமூக உறவுகளின் வடிவங்களாக புரிந்து கொள்ளப்பட வேண்டுமானால், அவை அனைத்தும் உள்ளுறையாக உறவுபடுத்தப்பட்ட மொத்தத்தின் பகுதிகளாக உள்ளன, அவை அனைத்தும் சமூக மொத்தத்தன்மையின் உறுப்புகளாக உள்ளன. எனவே, மார்க்சியக் கோட்பாட்டில் 'வடிவம்' என்பது மையக் கருத்தினமாக உள்ளது என்று சொல்வது, 'மார்க்சியத்துக்கும் முதலாளிவர்க்க சிந்தனைக்கும் இடையேயான தீர்மானகரமான வேறுபாட்டை கட்டமைப்பது, வரலாற்றுரீதியான விளக்கத்தில் பொருளாதார நோக்கங்கள் முதன்மை பெற்றிருப்பது இல்லை, மாறாக மொத்தத்தன்மை என்ற பார்வை நிலைதான் அதைக் கட்டமைக்கிறது' என்ற லூகாக்சின் (Lukacs) பிரபலமான கூற்றுடன் ஒத்துப் போகிறது.[16]

'வடிவமும்' 'மொத்தத்தன்மையும்' 'விமர்சன பகுப்பாய்வு' என்ற மூன்றாவது கருத்தாக்கத்தை தெளிவாக உணர்த்துகின்றன. தனித் தனியாகத் தோன்றும் பொருட்கள் (பணமும் அரசும் என்று வைத்துக் கொள்வோம்), ஒற்றை மொத்தத்தன்மையின் தனித்த வடிவங்களாக புரிந்து கொள்ளப்பட்டால், புரிந்து கொள்ளும் நிகழ்முறை அவை தனித்தனியாகத் தோன்றுவதைப் பற்றிய விமர்சன பகுப்பாய்வைக் கொண்டுள்ளது. இந்த உணர்வில் விமர்சிப்பது என்பது, 'பொருட்களுக்கு' இடையேயான இடைத்தொடர்புகளை ஆய்வு செய்வதாகவும், தனித்தனியாகவும் வெளிப்புறமாக மட்டுமே தொடர்புடையவையாகவும் தோன்றும் சமூகத்தின் அம்சங்கள் ஒரே சமூக மொத்தத்தின் வடிவங்களாக உள்ளுறையாக உறவுகொண்டுள்ளன என்று காட்டுவதாகவும் உள்ளது.

சமூக உறவுகளின் மொத்தத்தின் வடிவங்களாக 'பொருட்களையும்' 'மெய்ம்மைகளையும்' பகுப்பாய்வு செய்யும் வடிவ பகுப்பாய்வு கெட்டியான எதார்த்தத்தை சமூக உறவுகளின் மாறிக்கொண்டிருக்கும் வடிவங்களின் ஓட்டத்தில் கரைத்து விடுகிறது. தனித்தனியானவையாக தோற்றமளிப்பவற்றை (அரசு, பணம், நாடுகள் இன்னபிற) அவற்றின் ஒருமையில்-பிரிப்பு அல்லது பிரிப்பில்-ஒருமையின் அடிப்படையில் இப்போது புரிந்து கொள்ள முடிகிறது. முனைப்புக்கும் பொருண்மைக்கும் இடையேயான பிரிப்பை ஒருமையில்-பிரிப்பு என்று மறுகருத்தாக்கம் செய்வதன் மூலம், முனைப்பையும் பொருண்மையையும் ஒரே சமூக மொத்தத்தின் வடிவங்களாக புரிந்து கொள்வதற்காக இருமைவாதத்தை விமர்சிப்பதன் மூலம், முனைப்புக்கும் பொருண்மைக்கும் இடையேயான இருமைவாதத்தை கோட்பாட்டு ரீதியாக முறியடிப்பது எப்படி என்பதை இப்போது பார்க்க முடிகிறது. முன்னர் கெட்டியாகவும்

பொருண்மையாகவும் தோற்றமளித்தது இப்போது மாறிச்செல்வதாக, நிலையற்றதாக உள்ளது. முதலாளித்துவ எதார்த்தத்தின் கட்டிடம் கோட்பாட்டுரீதியாக நொறுங்குகிறது.

மார்க்சிய மரபின் தனிச்சிறப்பாக இருந்த, இருமைவாதத்தின் மீதான தாக்குதலின் மையத்தில் வடிவ-பகுப்பாய்வு உள்ளது. சமீப ஆண்டுகளில் பெரும் எண்ணிக்கையிலான கோட்பாட்டாளர்கள் அதன் மீது தனிக்கவனம் செலுத்தியது சரியானதே.[17] 1960-களின் இறுதியிலும் 1970-களின் தொடக்கத்திலும் மீண்டும் கண்டறியப்பட்ட லூகாக்ஸ் (Lukacs), ரோஸ்டோல்ஸ்கி (Rosdolsky), ரூபின் (Rubin), பஷுகானிஸ் (Pashukanis) போன்ற முந்தைய எழுத்தாளர்களின் படைப்புகள் அவர்கள் மீது தாக்கம் செலுத்தின. இருந்த போதிலும், 'வடிவ-பகுப்பாய்வுக்கான' உதாரணங்கள் என்று தளர்வாக குறிப்பிடக்கூடிய பல அணுகுமுறைகள் அவை விமர்சித்த இருமைவாதத்தை விட பெரிதாக எதுவும் சாதித்து விடவில்லை. பல நேரங்களில், முதலாளித்துவ வளர்ச்சி பற்றிய தூய தர்க்கரீதியான புரிதல்தான் (சில நேரங்களில், 'மூலதன-தர்க்கம்' என்று குறிப்பிடப்படுகிறது) அவற்றின் விளைவாக இருந்திருக்கிறது, அது வர்க்கப் போராட்டத்துக்கு அதிக இடம் விட்டு வைக்கவில்லை.

இங்கு இரண்டு வகையான சிரமங்கள் உள்ளன. 'தர்க்கத்தின்' மட்டம் என்று அழைக்கக் கூடிய ஒரு மட்டத்தில், 'வடிவம்' என்பதைப் புரிந்து கொள்ளும் பிரச்சினை உள்ளது. 'வடிவம்' என்ற சொல்லை பல வழிகளில் புரிந்து கொள்ளலாம் என்பது தெளிவானது. இங்கு பயன்படுத்திய வகையில், 'இருத்தல் நிலை' என்ற உணர்வில், இந்தக் கருத்தாக்கம் இன்றியமையாமல் விமர்சனபூர்வமானது. பிரிக்கப்பட்டவையாக தோன்றுபவற்றின் ஒருமையை, நிரந்தரமாக தோன்றுவதன் கடந்து போகும் தன்மையை, தோற்றத்தின் உண்மை யின்மையை அது அறுதியிடுகிறது. இன்னொரு பக்கம், பல நேரங்களில் செய்யப்படுவது போல, 'கோதுமை என்பது தானியத்தின் ஒரு வடிவம்' என்ற பயன்பாட்டில் இருப்பது போல பேரினம்-இனம் வகையிலான கருத்தாக்கத்தில் துணைப்பிரிவை உணர்த்துவதாக அதை பயன்படுத்தினால், அப்போது இந்தக் கருத்தாக்கம் தனது விமர்சனத் தன்மையை முழுவதும் இழந்து விடுகிறது, நமது அக்கறைக்குரியதாக இருக்கும் இருமைவாதத்திலிருந்து நம்மை விடுவிப்பதற்கு எதுவும் செய்யாமல் போகிறது.[18]

இருப்பினும், 'வடிவம்' என்பதை' A என்பது B-ன் வடிவமாக உள்ளது' என்று சொல்வது B என்பது A-ன் இருத்தல் நிலையாக உள்ளது என்பதை உணர்த்துகிறது என்ற வலுவான உணர்வில் புரிந்து கொண்டால் கூட, அப்போதும் வடிவ-பகுப்பாய்வு கருத்தினங்களின் வெற்று

தர்க்கமாக, கருத்தினங்களுக்கு இடையேயான தர்க்கரீதியான உறவுகள் மட்டுமே ஒரே எதார்த்தமாகத் தோன்றும் சொல்லாடலின் வடிவமாக ஆகி விடக் கூடிய அபாயம் உள்ளது. மொத்தம், வடிவம், விமர்சன பகுப்பாய்வு ஆகிய வகையினங்கள், மார்க்சிய மரபின் முக்கியமான கோட்பாட்டு/அரசியல் பிரச்சினையாக அடையாளம் காணப்பட்ட இருமைவாதத்தின் மீதான தாக்குதலில் முக்கியமானவை என்பது தெளிவு, ஆனால், அவற்றை எப்படிப் புரிந்து கொள்வது? 'வடிவ-பகுப்பாய்வு' விவாதத்தின் பெரும்பகுதியில் உள்ள பண்டிதவாதத்தை (scholasticism) எப்படி தவிர்ப்பது? எதன் மொத்தம், எதன் வடிவங்கள்? மொத்தம், வடிவம், விமர்சன பகுப்பாய்வு ஆகியவற்றைப் பற்றி பேசும் போது நாம் எதைப் பற்றி பேசுகிறோம்?

மொத்தம் என்பது சமூக உறவுகளின் மொத்தம், வடிவங்கள் என்பவை சமூக உறவுகளின் வடிவங்கள் என்பதுதான் மிக எளிமையான விடை. இவ்வாறாக, பணத்தை பண-வடிவமாகவும், மதிப்பை மதிப்பு-வடிவமாகவும், அரசை அரசு-வடிவமாகவும் பேசுவது என்பது தம்மை பொருட்களாக தெரிவித்துக் கொள்ளும் இந்த நேர்வுகள், சமூக உறவுகளின் வடிவங்கள் என்று சொல்வது. எல்லா சமூக நேர்வுகளையும், மனிதர்களுக்கு இடையேயான சமூக உறவுகளின் இருத்தல் நிலையாக விமர்சிக்க வேண்டும் (மாயைநீக்க வேண்டும்). இருந்தும், இது அதனளவில் பிரச்சினையை தீர்த்து விடுவதில்லை: 'வடிவ-பகுப்பாய்வின்' பல நேர்வுகளில் சமூக உறவுகளோடு தொடர்பு படுத்துவது வெறும் வடிவரீதியாகவே உள்ளது. ஏனென்றால், சமூக உறவுகள் தர்க்கரீதியாக பரிந்துரைக்கப்பட்ட வளர்ச்சிப் பாதையை பின்பற்றுகின்றன என இது அனுமானித்துக் கொள்கிறது. இதன் விளைவாக, ஒரு புறத்தில் தர்க்கரீதியாக முன்-விதிக்கப்பட்ட சமூக உறவுகளின் வளர்ச்சிக்கும் (மூலதனத்தின் தர்க்கம்) மறுபுறம் முதலாளித்துவ சமூக உறவுகளில் இருந்து தனித்ததாக புரிந்து கொள்ளப்படும் வர்க்கப் போராட்டத்துக்கும் இடையிலான பிரித்தல் என்ற அடிப்படையில் இப்போது புரிந்து கொள்ளப்பட்ட இருமைவாதம், மீண்டும் உருவாகிறது.

முதலாளித்துவத்தின் சமூக உறவுகள் உள்ளார்ந்து பகைநிலை யானவை, உள்ளார்ந்து மோதல்ரீதியானவை, முதலாளித்துவத்துக்கு உள்ளான சமூக உறவுகள் அனைத்துமே வர்க்கப் போராட்டத்தின் உறவுகள் என்று பார்ப்பதன் மூலமாக மட்டுமே சமூக உறவுகளுக்கும் போராட்டத்துக்கும் இடையிலான பிரித்தலை முறியடிக்க முடியும். மொத்தத்தை சமூக உறவுகளின் மொத்தமாகப் பேசுவது என்பது பகை

நிலை சமூக உறவுகளின் மொத்தத்தைப் (வர்க்கப் போராட்டம்) பற்றிப் பேசுவதாகும். பணம் என்பது சமூக உறவுகளின் வடிவம் என்று சொல்வது அது வர்க்கப் போராட்டத்தின் வடிவம் என்று சொல்வதாகும், அதன் வளர்ச்சியை தர்க்கரீதியான நிகழ்முறையாகப் புரிந்து கொள்ள முடியாது, மாறாக, போராட்டத்தின் நிகழ்முறையாக மட்டுமே (குறித்த இருத்தல் நிலையைக் கொண்டுள்ள ஆனால் முன்-தீர்மானிக்கப்படாத போராட்டம்) புரிந்து கொள்ள முடியும் என்று சொல்வதாகும்.

இவ்வாறு புரிந்து கொள்ளும் போது, மொத்தம், வடிவம், விமர்சனப் பகுப்பாய்வு போன்ற கருத்தினங்கள் எல்லா சமூக நேர்வுகளும் வர்க்கப் போராட்டத்தின் இருத்தல் நிலைகளாக உள்ளன என்ற புரிதலுக்கும், மறுதலையாக, வர்க்கப் போராட்டத்தை இந்த சமூக நேர்வுகளுக்கு உள்ளாகவும் அவற்றின் ஊடாகவும் இருப்பதாகப் புரிந்து கொள்வதற்கும் வழிவகுக்கிறது. சமூகத்தின் எல்லா அம்சங்களையும் வர்க்கப் போராட்டத்தின் இருத்தல் நிலையாகப் புரிந்து கொள்வது, சமூகத்துக்கும் போராட்டத்துக்கும், பொருண்மைக்கும் முனைப்புக்கும் இடையேயான இருமைவாத பிரித்தலைக் கடந்து செல்ல உதவுகிறது, ஆனால் நாம் இன்னும் அறுதியிடலின் மட்டத்தில்தான் உள்ளோம். உதாரணமாக, அரசு என்பதை வர்க்கப் போராட்டத்தின் மொத்தத்தின் குறிப்பிட்ட வடிவமாக புரிந்து கொள்ள வேண்டும் என்று நாம் சொல்ல முடியும். அல்லது அரசியலுக்கும் பொருளியலுக்கும் இடையேயான உறவை, வர்க்கப் போராட்டத்தின் பிரித்தலில்-ஒருமை/ஒருமையில்-பிரித்தல் என்ற அடிப்படையில் புரிந்து கொள்ள வேண்டும் என்று நாம் கூற முடியும். அரசியல் வளர்ச்சியையும் பொருளாதார வளர்ச்சியையும் புரிந்து கொள்வதற்கு இந்த இரண்டு கூற்றுகளும் முக்கியமானவை, ஆனால் அவை இன்னொரு கேள்வியை எழுப்புகின்றன: ஏன்? அரசியலுக்கும் பொருளியலுக்கும் இடையேயான (பிரித்தலில்) ஒருமையை கட்டமைப்பது எது? சமூக உறவுகளின் மொத்தத்தன்மை பற்றி நம்மை பேச அனுமதிப்பது எது? மொத்தத்தன்மை என்ற கருத்தாக்கம் உணர்த்தும் ஒருமை எங்கிருந்து வருகிறது? இந்த ஒருமையை உருவாக்குவது எது? அதன் உருவாக்கத்தை நாம் எப்படிப் புரிந்து கொள்வது? மொத்தம் என்ற கருத்தாக்கத்தை நாம் தீவிரமாக எடுத்துக் கொண்டால் அது உருவாக்கம் (அல்லது கட்டுவிப்பு) என்ற கேள்விக்கு நம்மை இட்டுச் செல்கிறது. மொத்தம், வடிவம் போன்ற கருத்தாக்கங்களில் இருந்து உருவாக்கம் அல்லது கட்டுவிப்பு என்ற கருத்தாக்கங்களுக்கு நகரும் போதுதான் அதிகாரம் பற்றிய பிரச்சினை உருவெடுக்கிறது.

## VI

இருமைவாதத்தின் விரும்பத்தகாத தாக்கத்தை முறியடிப்பதற்கான முயற்சி, (வர்க்கப் போராட்டத்தின் உறவுகளாக) சமூக உறவுகளின் மொத்தத்தை மரபியல்ரீதியாகப் புரிந்து கொள்வது என்ற கேள்விக்கு நம்மை இட்டுச் செல்கிறது.

சமூக நேர்வுகளின் உருவாக்கம் அல்லது கட்டுவிப்பு பற்றி ஆய்வு செய்வதுதான் மார்க்சின் அணுகுமுறைக்கு முக்கியமானது. இது அவரது படைப்புகள் அனைத்தையும் (மிகத் தெளிவாக மூலதனம் நூலை) கட்டமைப்பதோடு மட்டுமின்றி அறிவியல் முறைபாடு பற்றிய அவரது வரையறையாக பலமுறை கூறப்பட்டுள்ளது. மிகப் பிரபலமான கூற்றுகளில் ஒன்று 1857-ல் குருண்ட்ரிசவுக்கு அவர் எழுதிய முன்னுரையில் உள்ளது. அதனை நீளமாக மேற்கோள் காட்ட வேண்டும்:

> எதார்த்தமானதிலிருந்தும், திட்டவட்டமானதிலிருந்தும், எதார்த்தமான முன்நிபந்தனைகளிலிருந்து தொடங்குவதே சரியாகத் தோன்றுகிறது. இவ்வாறாக, பொருளியலில் ஆராய்ச்சியை ஒட்டுமொத்த சமூக உற்பத்திச் செயலுக்கும் அடித்தளமாகவும் பொருண்மையாகவும் இருக்கும் மக்கள் தொகையிலிருந்து தொடங்குவது சரியாகத் தோன்றுகிறது. எனினும் நுணுக்கமாக ஆராய்கிற பொழுது அது தவறென்பது தெரியும். மக்கள் தொகை என்பது - உதாரணமாக அதில் அடங்கியுள்ள வர்க்கங்களை கவனிக்கவில்லை என்றால் - வெறும் சாரமாக்கலே. இந்த வர்க்கங்கள் எவ்வகையான காரணிகளைச் (உதாரணமாக கூலி உழைப்பு, மூலதனம் இதரவை) சார்ந்திருக்கின்றன என்பது தெரியவில்லை என்றால் இந்த வர்க்கங்களும் கூட வெறும் வார்த்தைகளாகவே இருக்கும். இந்தக் காரணிகள் பரிவர்த்தனை, உழைப்புப் பிரிவினை, விலைகள் இதரவற்றை முன்னனுமானிக்கின்றன. உதாரணமாக, கூலி உழைப்பு இல்லாமல் மதிப்பு, பணம், விலை இதரவை இல்லாமல் மூலதனம் என்பது இருக்க முடியாது. எனவே, மக்கள் தொகையிலிருந்து தொடங்கினால் அது ஒரு சிக்கலான மொத்தத்தைப் பற்றிய தெளிவில்லாத கருத்தாக்கமாகவே இருக்கும். இன்னும் நுணுக்கமான வரையறைகளின் மூலம் நாம் மேன்மேலும் சாமான்யமான கருத்தாக்கங்களுக்கு [Begriff], கற்பனையான திட்டவட்டமான கருத்தாக்கங்களிலிருந்து மேன்மேலும் சாமான்யமான கருத்தாக்கங்களுக்கு [Begriff], கற்பனையான திட்டவட்டமான கருத்தாக்கங்களிலிருந்து

மேன்மேலும் பலவீனமான சாரமாக்கல்களுக்கு என மிகச் சாமான்யமான தீர்மானிப்புகளுக்கு வந்து சேரும் வரை பகுப்பாய்வு ரீதியாக நகர முடியும். அங்கிருந்து மக்கள்தொகையை வந்தடையும் வரை பயணத்தை பின்நோக்கி நடத்த வேண்டும். இப்பொழுது மக்கள் தொகை என்ற கருத்தாக்கம் ஒரு மொத்தத்தைப் பற்றிய தெளிவில்லாத கருத்து அல்ல; பல தீர்மானிப்புகளையும் உறவு களையும் கொண்டுள்ள ஒருமை... பிந்தியதுதான் அறிவியல் ரீதியில் சரியான முறை என்பது தெளிவு. திட்டவட்டமானது பல தீர்மானிப்புகளின் எனவே, பல்வகைப்பட்டவற்றின் ஒருமையாக உள்ளதால்தான் திட்டவட்டமானதாக உள்ளது. எனவே, இதன் விளைவாக, அது தொடக்கப் புள்ளியாகவும், அதனால் அவதானிப்பின் [Anschauung] மற்றும் கருத்தாக்கத்தின் தொடக்கப் புள்ளியாகவும் எதார்த்தத்தில் இருந்த போதிலும் சிந்திக்கும் நிகழ்முறையில் அது தொடக்கப் புள்ளியாக இல்லாமல் ஒன்றுசேர்க்கும் நிகழ்முறையாகத் தோன்றுகிறது. முதலாவதாகச் சொல்லப்பட்ட வழியில், சாரமான தீர்மானிப்பைத் தரும் வகையில் முழு கருத்தாக்கமும் ஆவியாக்கப்படுகிறது; இரண்டாவது வழியில் சாரமான தீர்மானிப்புகள் திட்டவட்டமானதை சிந்தனை வழியாக மறுவுற்பத்தி செய்வதை நோக்கிச் செல்கின்றன.... ஆனால், திட்டவட்டமானது இத்தகைய நிகழ் முறையில்தான் உருவானது என்று எந்த வகையிலும் சொல்லவில்லை.[19] *(மார்க்ஸ் எங்கெல்ஸ் தேர்வு நூல்கள்- தொகுதி 6-மொ.பெ)*

இதே கருத்து மூலதனம் நூலில் மீண்டும் மீண்டும் சொல்லப் படுகிறது, உதாரணமாக, மார்க்ஸ் தொழில்நுட்பம் பற்றிய விமர்சன பகுப்பாய்வில் தொடங்கி சமயம் பற்றிய விமர்சனப் பகுப்பாய்வுக்கு நகரும் ஒரு அடிக்குறிப்பில் தரப்பட்டுள்ள சுருக்கமான குறிப்பில் :

எதார்த்தத்தில், மதத்தின் மாயப் படைப்புகளின் மண்ணுலகக் கருவைப் பகுப்பாய்வின் மூலம் கண்டுபிடிப்பது அவ்வளவு கடினமன்று, ஆனால் உள்ளபடியே நிலவுகிற வாழ்க்கை உறவு களிலிருந்து அவ்வுறவுகளுக்குரிய விண்ணுலக வடிவங்களை வகுத்தமைப்பது மிகவும் கடினமாகும். இந்த இரண்டாவது வழிமுறைதான் பொருள்முதல்வாத வழிமுறையாகும்; ஆதலால் அறிவியல்ரீதியான வழிமுறையாகும்.[20] (மூலதனம் முதல் பாகம், தமிழ்ப்பதிப்பு, பக்கம் 506-மொ.பெ).

ஆனால், இதுதான் அறிவியல்ரீதியான முறை என்று மார்க்ஸ் ஏன் வலியுறுத்துகிறார்? அது கோட்பாட்டுரீதியாக அதிக முயற்சியைக்

கோருவது என்பது தெளிவு, ஆனால் அதற்கு என்ன முக்கியத்துவம் உள்ளது? மரபியல்ரீதியான தொடர்பை நாம் எப்படி புரிந்து கொள்வது? மதம் பற்றிய விமர்சன பகுப்பாய்வு தொடர்பான ஒரு கருத்து ஒரு விடையை கோடிட்டு காட்டுகிறது. 'மதத்தின் மாயப் படைப்புகளின் மண்ணுலகக் கருவைப் பகுப்பாய்வின் மூலம்' கண்டுபிடிப்பது என்பது ஃபாயர்பாகையும், கடவுள் இருக்கிறார் என்ற நம்பிக்கை மனித சுய-அன்னியப்படுத்தலின் தெரிவிப்பாக, வேறு சொற்களில், 'மதத்தின் மண்ணுலகக் கருவாக' உள்ளது என்பது அவரது தர்க்கத்தையும் குறிப்பிடுகிறது. 'உள்ளபடியே நிலவுகிற வாழ்க்கை உறவுகளிலிருந்து அவ்வுறவுகளுக்கு உரிய விண்ணுலக வடிவங்களை' வளர்த்தெடுப்பதைப் பற்றிய மார்க்சின் வாக்கியத்தின் இரண்டாவது பகுதி, சுய-அன்னியமாக்கலை சாரமான உணர்வில் புரிந்து கொள்ளாமல், நடைமுறை (எனவே வரலாற்றுரீதியான) உணர்வில் புரிந்து கொள்ள வேண்டும் என்ற ஃபாயர்பாஹ் மீதான மார்க்சின் விமர்சன பகுப்பாய்வை குறிப்பிடுகிறது. கடவுள் மனிதர்களின் படைப்பு (மறுதலையாக மனிதர் கடவுளின் படைப்பாக இல்லை) என்பதை ஃபாயர்பாஹ் சுட்டிக்காட்டியது சரியானது, ஆனால் படைப்பின் நிகழ்முறையை நடைமுறையாக, உணர்வுரீதியாகப் புரிந்து கொள்ள வேண்டும். 'கடவுள்' என்ற கருத்தாக்கத்தை மனித சிந்தனையின் விளைபொருளாகப் புரிந்து கொள்ள வேண்டும், அந்தச் சிந்தனையோ தனிநபரின் வரலாறற்றச் செயல் இல்லை, அது குறிப்பிட்ட வரலாற்று நிலைமைகளில் சமூக செயல்பாட்டின் ஒரு அம்சமாக உள்ளது.

ஃபாயர்பாஹ் மீதான விமர்சனம் முக்கியமான அரசியல் தாக்கங்களைக் கொண்டுள்ளது. மனிதர்களை பொருண்மைகளாக, ஒரே படைப்பாளியான, எல்லாப் பொருட்களின் தோற்றுவாயான, எல்லா சக்தியின் ஆதாரமான, ஒரே முனைப்பான கடவுளால் படைக்கப்பட்ட உயிரினங்களாக மதம் முன் வைக்கிறது. மதம் பற்றிய ஃபாயர்பாஹின் விமர்சனம் மனிதர்களை உலகத்தின் மையத்தில் வைக்கிறது ஆனால், அவர்கள் எதார்த்தத்தில் அதிகாரம் பெறவில்லை, ஏனென்றால் ஃபாயர்பாஹின் மனிதர்கள் காலவரம்பற்ற சுய-அன்னியமாதலில் சிக்கிக் கொண்டுள்ளனர். கடவுளை உருவாக்கியதை சமூக, வரலாற்று ரீதியான மனிதச் செயல்பாடாக புரிந்து கொண்ட பிறகு, மனிதர்கள் இனிமேலும் வெறும் பொருண்மைகளாக இல்லை, இனிமேலும் காலவரம்பற்ற அதிகாரமின்மையின் வெற்றிடத்தில் அவர்கள் சிக்கியிருக்க வில்லை: மாறாக, மனிதச் செயல்பாடுதான் ஒரே படைப்பாளியாகவும், எல்லாப் பொருட்களின் தோற்றுவாயாகவும், எல்லா சக்தியின் ஆதாரமாகவும், ஒரே முனைப்பாகவும் அங்கீகரிக்கப்படுகிறது.

இந்த உணர்வில் நடைமுறைரீதியான-மரபியல்ரீதியாக புரிந்து கொள்ளும் போது மதம் பற்றிய விமர்சன பகுப்பாய்வு, மனிதர்கள் தம்மைச் சுற்றிய உலகை தமது 'உண்மையான சூரியனாக' கட்டமைத்துக் கொள்ள அனுமதிக்கிறது.

'மதத்தைப் பற்றிய விமர்சனம்தான் எல்லா விமர்சனங்களின் முற்கோளாக உள்ளது.'[21] என்று மார்க்ஸ் சொல்கிறார். அரசியல் பொருளியலாளர்கள் பற்றிய அவரது விமர்சன பகுப்பாய்வு, ஃபாயர்பாஹ் பற்றிய அவரது விமர்சன பகுப்பாய்வின் அதே வகைமுறையைப் பின்பற்றுகிறது. மூலதனம் நூலில், மதத்தின் கடவுளை விட பல மடங்கு சக்திவாய்ந்த கடவுளான பணத்தின் (மதிப்பின்) மீது மார்க்சின் கவனம் திரும்பி விட்டது. அன்றாட சிந்தனையில் பணம் தன்னை உலகத்தின் ஆட்சியாளனாக, அதிகாரத்தின் ஒரே ஆதாரமாக பிரகடனப்படுத்திக் கொள்கிறது. (இங்கு ஃபாயர்பாஹின் இடத்தில் உள்ள) ரிக்கார்டோ அப்படி இல்லை என்று காட்டினார். பொருளியலின் (பணத்தின் மதம்) 'மாயப்படைப்புகளின் மண்ணுலக மையச்சரடு' மதிப்பின் இறைச்சிப் பொருளாக உள்ள மனித உழைப்புதான் என்று 'பகுப்பாய்வு' மூலம் அவர் நிரூபித்தார். ஆயினும், ஃபாயர்பாஹ் சுய-அன்னியமாதலை கையாளும் அதே வழியில்தான், மனித நிலைமையின் காலவரம்பற்ற, வரலாறற்ற அம்சமாகவே ரிக்கார்டோ உழைப்பைக் கையாள்கிறார்.

உள்ளபடியே, மதிப்பையும் அதன் பருமனையும் அரசியல் பொருளாதாரம் - எவ்வளவுதான் அரைகுறையாக என்றாலும் - பகுத்தாய்ந்திருக்கிறது. இந்த வடிவங்களுக்குள் பொதிந்திருப்பது என்ன என்று அது கண்டுபிடித்திருக்கிறது. ஆனால் உழைப்பு அதன் உற்பத்திப் பொருளின் மதிப்பாலும், உழைப்பு-நேரம் மதிப்பின் பருமனாலும் குறிக்கப்படுவது ஏன் என்ற கேள்வியை அது ஒருமுறை கூடக் கேட்டதில்லை.[22] *(மூலதனம் முதல் பாகம், தமிழ்ப் பதிப்பு, பக்கம் 117-8-மொ.பெ)*

இதன் விளைவாக, ஃபாயர்பாஹைப் போலவே ரிக்கார்டோவும் மனிதர்களை உலகத்தின் மையத்தில் வைக்கிறார், ஆனால் மனித இனத்தை காலவரம்பற்ற, மாறாத அதிகாரமின்மையின் வெற்றிடத்தில் சிக்கவிட்டுவிடுகிறார். சமூகரீதியான, வரலாற்றுரீதியான மனிதச் செயல்பாட்டின் மூலம் மதிப்பும் பணமும் உருவாக்கப்படுவதை விளக்குவதன் மூலம் மட்டுமே, பணத்தின் அதிகாரத்தை (மனிதர்களின் அதிகாரமின்மையையும்) விமர்சன பகுப்பாய்வு செய்வது என்பது, மனித அதிகாரத்தின் கோட்பாடாக, மனிதச் செயல்பாட்டின் அதிகாரமாக, அல்லது வேலையாக மாறுகிறது.

மரபியல்ரீதியான முறை என்பது மேம்பட்ட தர்க்கத்தை பயன் படுத்துவது என்ற கேள்வியாக மட்டுமில்லை என்று இந்த உதாரணங்கள் உணர்த்துகின்றன. மார்க்சின் முறை சிலநேரங்களில் கருத்தினங்களை தர்க்கரீதியாக 'தருவிப்பதை' (மதிப்பிலிருந்து பணத்தை, பணத்திலிருந்து மூலதனத்தை, இன்னபிற) அடிப்படையாகக் கொண்டதாக கூறப்படுகிறது. உதாரணமாக, அரசு பற்றிய மார்க்சியக் கோட்பாட்டின் வளர்ச்சி 'அரசு' என்ற கருத்தினத்தை தருவிப்பதில் அமைந்துள்ளது என்று வாதிடப்படும் 'அரசை தருவிக்கும் விவாதம்' என்று அழைக்கப்படுவதில் இதுதான் நிலைமை. இது சரியானது, ஆனால், தருவித்தல் அல்லது மரபியல்ரீதியான இணைப்பு என்பதை தூய தர்க்கரீதியான அடிப்படையில் புரிந்து கொள்வது வரை, மார்க்சிய அணுகுமுறையின் மையச்சரடு தவறாகப் புரிந்து கொள்ளப்படுகிறது. சமூக உள்ளிணைப்புகளை வெறும் தர்க்கரீதியாக புரிந்து கொள்வதன் மூலம், சமூகச் செயல்பாட்டை வலுப்படுத்துவதற்கு பதிலாக பலவீனப்படுத்தும், கோட்பாடுதான் கிடைக்கும். மார்க்சின் முறைபாடு அறிவியல்ரீதியானது என்று உரிமை கோருவது, அதன் தர்க்கம் மேம்பட்டது என்றோ அல்லது அது இன்னும் கறாரானது என்றோ கூறுவது இல்லை, மாறாக, நடைமுறை உருவாக்க நிகழ்முறையின் இயக்கத்தை அது சிந்தனையில் தொடர்கிறது (எனவே அதில் கூருணர்வோடு பங்கேற்கிறது) என்று கூறுவது.

அப்படியானால், நாம் 'மொத்தத்தன்மை' என்ற கருத்தாக்கத்துக்குத் திரும்பிச் சென்று, 'மொத்தத்தன்மையின் பார்வைநிலைக்கு' (லூகாக்சின் சொற்றொடர்)[23] அடித்தளத்தைக் கொடுப்பது எது - சமூக நேர்வுகளின் பல்வகைமையின் ஒருமையிலிருந்து தொடங்குவதுதான் 'அறிவியல்ரீதியில் சரியான' ஒரே அணுகுமுறை என்ற உரிமை கோரலை எது நியாயப்படுத்துகிறது - என்று கேட்டால், மொத்தத் தன்மையை மொத்தத்தன்மையாகக் கட்டமைப்பது (எனவே, சமூக உறவுகளின் 'வடிவங்களை' அவ்வாறு கட்டமைப்பது) எதுவோ, அது மனித படைப்பூக்கமான செயல்பாட்டின் (வேலையின்) தனிச்சிறப்பான சக்தி என்பதே விடையாக இருக்க முடியும். வேலையில் மரபியல் ரீதியாக-செயல்பாட்டுரீதியாக அடித்தளத்தைக் கொண்டிருக்கும் போது மட்டுமே, மொத்தத்தன்மை (மற்றும் வடிவம் மற்றும் விமர்சன பகுப்பாய்வு) பற்றிய கருத்தாக்கத்துக்கு அதிகாரம் பற்றிய அறிவியல் ரீதியான/அரசியல்ரீதியான கருத்தாக்கமாக அர்த்தம் உள்ளது.

உருவாக்கம் (அல்லது தருவித்தல்) என்பதை இந்த உணர்வில், மனித செயல்பாட்டின் மரபியல்ரீதியான சக்தி சிந்தனையில்

இயங்குவதாகப், புரிந்து கொண்டால், *1857 அறிமுகத்தில் (குருண்ட்ரிச -மொ.பெ)* மார்க்ஸ் குறிப்பிடும் 'எளிமையான தீர்மானங்களை' வேலை (மனிதச் செயல் பாட்டின் படைப்பூக்க சக்தி) என்று மட்டுமே புரிந்து கொள்ள முடியும்.[24] சாரமாக்கும் நிகழ்முறை உள்ளிட்ட எல்லா சமூக இணைப்புகளையும் நடைமுறைரீதியானவை என்று புரிந்து கொண்டால்தான் மார்க்சின் முறைபாட்டை (குன் 'தீர்மானகர சாரமாக்கல்' என்று கூறினார்[25]) புரிந்து கொள்ள முடியும்.

முதலாளித்துவ எதார்த்தத்தின் 'எல்லாம் இப்படித்தான் இருக்க முடியும்' என்ற முதலாளித்துவ பொருண்மைத்தன்மை இப்போது கரைக்கப்பட்டு விட்டது. மொத்தத்தன்மை, வடிவம் இன்னபிற கருத்தாக்கங்கள் முனைப்புக்கும் பொருண்மைக்கும் இடையேயான வலுவான பிரித்தலை முறியடிப்பதற்கான, பிரித்தலை ஒருமையில்-பிரித்தல்/பிரித்தலில்-ஒருமை என கருத்தாக்கம் செய்வதற்கான அடித்தளத்தை வழங்கியுள்ளன. எனினும், இந்தக் கருத்தாக்கங்களை நடைமுறை-மரபியல்ரீதியான உணர்வில் புரிந்து கொள்ளும் போதுதான், முனைப்புக்கும் பொருண்மைக்கும் இடையேயான சமச்சீர்மை மறைந்து போகிறது : அப்போதுதான், பொருண்மை எதுவுமில்லை, முனைப்பு மட்டும்தான் உள்ளது என்பது தெளிவாகிறது.

## VII

சீற்றம் இப்போது புதிய பரிமாணத்தைப் பெற்றுள்ளது. மறுதலிப்பின், மறுத்தலின் சீற்றமாக இருந்ததில் இருந்து இப்போது அது அதிகாரத்தின் சீற்றமாக ஆகியுள்ளது. இதற்கான தொடக்கப்புள்ளி 'புறநிலை எதார்த்தமாக இருக்கும் சமூகத்தை' முனைப்பாக நிராகரிப்பதாக இருந்தது: இப்போது புறநிலை எதார்த்தம் கரைந்து போய் விட்டது, இப்போது முனைப்பின் சக்தியைத் தவிர வேறு எதுவும் மிஞ்சவில்லை. அதிகாரமில்லாத பாதிக்கப்பட்டவரின் சீற்றம், மார்க்சியக் கோட்பாட்டின் காதுகள் மூலமாகக் கேட்கும் போது இப்போது அதிகாரம் கொண்ட முனைப்பின் சீற்றமாக ஆகிறது.

இந்த மாற்றத்தின் திறவுகோலாக வேலை என்ற கருத்தாக்கம் இருக்கிறது. மனிதச் செயல்பாட்டின், வேலையின் படைப்பூக்க சக்தி என்ற கருத்தாக்கம் மார்க்சியக் கோட்பாட்டின் ஆதாரத்தானமாக உள்ளது, மறுதலிப்புக்கான சக்தியைக் கொடுக்கிறது. மார்க்சைப் பொறுத்தவரையில், உணர்வுரீதியான படைப்பூக்க செயல்முறையால் மனிதத்தன்மை வரையறுக்கப்படுகிறது: 'சுயேச்சையான உணர்வு ரீதியான செயல்பாடு மனிதரின் மானுடத்தன்மையாக உள்ளது'. செயல்பாடு அல்லது வேலை என்ற கருத்தாக்கம் முதலாவதாக

அதிகாரத்தின் கருத்தாக்கம். மதத்தில் வெளிப்படுத்தப்பட்ட மனிதர்களின் சக்தியின்மை என்ற கருத்துநிலை மீதான விமர்சன பகுப்பாய்வில் அது உருவெடுக்கிறது: நடைமுறைரீதியாகவும் படைப்பூக்கத்துடனும் இருப்பது கடவுள் இல்லை, மானுடர்கள்தான். மானுடர்கள் நடைமுறைரீதியான படைப்பூக்கமான உயிரினங்கள் என்றால், அவர்களுக்கு இடையேயான எல்லா உறவுகளும் நடைமுறை உறவுகளாக, வேலையின் உறவுகளாக புரிந்து கொள்ளப்பட வேண்டும்: 'சமூக வாழ்க்கை அனைத்தும் சாராம்சத்தில் நடைமுறைரீதியானவை. கோட்பாட்டை மாயாவாதத்துக்குள் கொண்டு செல்லும் எல்லா மாயைகளுக்கும் கரணியரீதியான தீர்வு மனிதச் செயல்பாட்டிலும் அந்தச் செயல்பாட்டை புரிந்து கொள்வதிலும் உள்ளது' (ஃபாயர்பாஹ் பற்றிய தேற்றம் VIII). சமூகத்தைப் பற்றி கோட்பாடாக்குவதற்கான திறவுகோலாக இருப்பது செயல்பாட்டை புரிந்து கொள்வதுதான், ஏனென்றால், சமூகம் என்பது செயல்பாட்டைத் தவிர வேறு எதுவுமில்லை. எனவேதான், மூலதனம் நூலின் தொடக்கத்தில் 'சரக்குகளில் உருக்கொண்டுள்ள உழைப்பின் இரட்டைத்தன்மை'யை 'அரசியல் பொருளாதாரத்திலான தெள்ளிய ஞானத்துக்கு ஆதாரத்தானமாக திகழ்வதாக' (மூலதனம், முதல் பாகம், பக்கம் 67-மொ.பெ) மார்க்ஸ் குறிப்பிடுகிறார்.[27]

இங்கே வேலை, படைப்பு, செயல்பாடு இந்த மூன்றும் ஒரே பொருளில் மாற்றி மாற்றி பயன்படுத்தப்படுகின்றன. முதலாளித்துவத்தின் கீழ், வேலை என்பது திட்டவட்டமான உழைப்பு, சாரமான உழைப்பு என்ற உழைப்பின் இரட்டைத் தன்மையின் வடிவத்தில் இருக்கிறது: 'மனித இனத்தின் தனிச்சிறப்பான' 'சுயேச்சையான உணர்வுரீதியான செயல்பாட்டை' மறுதலிக்கிறது என்பதுதான் திட்டவட்டமான உழைப்பு சாரமான உழைப்புக்குக் (முரண்பாடாக, பகைநிலையாக) கீழ்ப்படுத்தப்படுவதன் (மதிப்பின் உற்பத்தி) பொருளாக உள்ளது. மனிதர்களை மனிதர்களாக ஆக்குவதை மறுப்பதன் மூலம் மனிதர்களின் மனிதத்தன்மையை நீக்கி விடுகிறது என்பதுதான் முதலாளித்துவம் பற்றிய மார்க்சின் மையமான விமர்சனம். இருந்தாலும், மதிப்பை-உற்பத்தி செய்யும் உழைப்பாக வேலை இருப்பது, வேலையின் அனைத்தையும்-கட்டமைக்கும்-சக்தியை மாற்றி விடவில்லை : சமூகத்தின் (எல்லா சமூகங்களின்) ஒரே படைப்பூக்கமான சக்தியாக இருப்பது வேலையே என்பதால் இது வேறு மாதிரியாக இருக்க முடியாது. மார்க்சின் மதிப்புக் கோட்பாட்டின் வலிமை இதிலேதான் உள்ளது: அது ஒரே நேரத்தில் வேலையை கீழ்ப்படுத்தும் கோட்பாடாகவும், வேலையின் தனிச்சிறப்பான சக்தியைப் பற்றிய கோட்பாடாகவும் உள்ளது.

அப்படியானால், வேலை (Work) என்பது (1857 [குருண்ட்ரிச-மொ.பெ] ‘அறிமுகத்தின்’ சொல்லைப் பயன்படுத்தினால்) ‘மிக சாமான்யமான தீர்மானிப்பாக’ உள்ளது. இவ்வாறு புரிந்து கொள்ளப்பட்ட வேலை முனைப்பாக - நடைமுறை முனைப்பாக - உள்ளது, ஏனென்றால் வேறு எதுவும் இல்லை. இருப்பதை நடைமுறையில் மறுதலிப்பதால் வேலை என்பது எதிர்மறை உணர்வாக உள்ளது. வேலை என்பது அனைத்தையும் கட்டமைப்பது. ‘பொருண்மை’ (புறநிலை) என்பது பொருண்மையாக்கப்பட்ட முனைப்பைத் தவிர வேறில்லை: முனைப்பையும் அதன் பொருண்மையாக்கத்தையும் (பொருண்மையாக இருத்தலின் நிலையாக அது மாறுவது) தவிர வேறு எதுவுமில்லை.

முதலில் அறிவியலுக்கு விரோதமானதாகத் தெரிந்த (பெரும்பாலான கல்விப்புல விவாதத்தில் அவ்வாறே கையாளப்படும்) முனைப்பின் சீற்றம், இப்போது அறிவியல்ரீதியான சிந்தனையின் இன்றியமையாத தொடக்கப் புள்ளியாக வெளிப்படுகிறது. சமூகம் என்பது முனைப்பும் அதன் புறநிலையாக்கமும் தவிர வேறில்லை என்றால், சமூகத்தைப் புரிந்து கொள்வதற்கான ஒரே தொடக்கப் புள்ளி முனைப்புதான் (செயல்பாடுதான்) என்று பெறப்படுகிறது. சமூகத்தைப் புரிந்து கொள்வது எனபது நமது சொந்த முனைப்பின் வடிவங்களை கண்டறியும் (புற நிலையாக்கும்) நிகழ்முறைதான் என்று பெறப்படுகிறது. ‘அறிவியல் ரீதியான புறநிலைத்தன்மை’ என்ற கருத்துநிலையின் மூலமாக இந்தப் பாதை மொத்தமாக அடைபட்டு விடுகிறது. உலகத்தை முனைப்பாக, விமர்சனரீதியாக, எதிர்மறையாக, கீழிருந்து மட்டுமே புரிந்து கொள்ள முடியும். சமூகம் பற்றிய கோட்பாட்டுக்கு பதிலாக சமூகத்துக்கு-எதிரான-கோட்பாட்டை தேடுவதிலிருந்து தொடங்கினோம். சமூகத்துக்கு-எதிரான-கோட்பாட்டின் (‘புறநிலையை’ அகநிலை விமர்சன பகுப்பாய்வு செய்வதில் இருந்து தொடங்கும் கோட்பாடு) மூலமாக மட்டுமே, முனைப்பின் புறநிலையாக்கமாக சமூகத்தை புரிந்து கொள்ள முடியும் என்பது இப்போது தெளிவாகிறது. முனைப்பு சமூகத்தில் இருந்து (தவிர்க்கவியலாமல் பெயரளவில்) முடக்கப் படுவதாகச் (அல்லது விலக்கப்படுவதாக) சொல்லப்படுவதிலிருந்து தொடங்கும் கோட்பாடு, வேலையின் முனைப்பான அதிகாரத்தின் அடிப்படையில் சமூகம் பற்றிய புரிதலை அடைவது சாத்தியமாகாது.[28] அது, முனைப்பை அதிகாரமற்றதாக்கும் புறநிலையாக்கத்தை அப்படியே எடுத்துக் கொள்ளத்தான், அதன் மூலம் அந்த அதிகாரமற்றதாக்கலுக்கு பங்களிப்பு செய்யத்தான் முடியும். சமூகத்தை, எதிர்மறையாக மட்டுமே, சமூகத்துக்கு எதிரான கோட்பாட்டின் மூலமாக மட்டுமே புரிந்து கொள்ள முடியும்.[29]

## VIII

நடைமுறைரீதியான (மற்றும் கோட்பாட்டுரீதியான) முனைப்பாக, 'மிக எளிமையான தீர்மானமாக' வேலை என்ற ஆதாரத்தானமான கருத்தாக்கத்தில் இருந்து சமூகத்தை மறுபடியும் தொகுப்பது சாத்தியமாகிறது, முனைப்பு புறநிலையாக்கப்படும் நிகழ்முறையை, முனைப்பு புறநிலை எதார்த்தமாக இருத்தலை மீண்டும் கண்டறிவது சாத்தியமாகிறது.

திட்டவட்டமான உழைப்பாகவும் சாரமான உழைப்பாகவும் வேலையின் ஆதாரத்தானமாக இருத்தல் என்பதிலிருந்து பயணத்தை பின்னோக்கி நடத்துவதுதான் மூலதனம் நூலில் மார்க்ஸ் எடுத்துக் கொண்ட பணி. வேலையின் உற்பத்திப்பொருள் எடுக்கும் வடிவங்களாக மதிப்பில் தொடங்கி பணம், மூலதனம், இலாபம் முதலானவற்றின் உருவாக்கத்தை அவர் கண்டறிகிறார். அதே நேரம் மனிதர்களுக்கு இடையிலான உறவுகள் (நடைமுறை உறவுகள், வேலையின் உறவுகள்), பொருட்களுக்கு இடையேயான உறவுகளின் வடிவத்தை எடுக்கின்றன என்று காட்டுகிறார். நடைமுறை சமூக உறவுகள் பொருட்களுக்கு இடையிலான உறவுகளாக இருப்பதை மார்க்ஸ் மாய்மாலம் என்று குறிப்பிடுகிறார்.

மாய்மாலம் என்பதன் பொருள் என்ன? மனிதர்களுக்கு இடையிலான உறவுகள் பொருட்களுக்கு இடையிலான உறவுகளாக இருந்தால், அதாவது முனைப்புகளுக்கு இடையிலான உறவுகள் பொருட்களுக்கு இடையிலான உறவுகளாக இருந்தால், இந்தத் தர்க்கத்தின் கருப் பொருளாக இருந்த முனைப்பில் என்னதான் மிஞ்சியிருக்கும்? மனிதர்களுக்கு இடையிலான உறவுகள் புறநிலையாக, குறிப்பிட்ட வடிவத்தில் இருந்தால், அவை புறநிலையான உறவுகளாகத்தானே இருக்க வேண்டும்? முனைப்பின் உறவுகளை பொருண்மையாக்குகிறது என்பது முதலாளித்துவத்தின் மீதான விமர்சனமாக இருந்தால், முதலாளித்துவம் பற்றிய ஆய்வு என்பது இந்த பொருண்மையை ஆய்வு செய்வதாக இருக்க வேண்டும் என்று பொருள்படவில்லையா?

புறநிலைவாதம் என்ற பிரச்சினை பின்வாசல் வழியாக, மாய்மாலம் என்ற கருத்துநிலை வழியாக மீண்டும் வந்து விடுகிறது. இப்போது, மையநீரோட்ட மார்க்சியத்தின் புறநிலைவாத மரபுக்கான நியாயப் படுத்தலாக மனிதர்களுக்கும் அவர்களது புறவியல் எதார்த்த நிலைமை களுக்கும் இடையிலான எளிய இருமைவாதம் என்பது முன்வைக்கப்பட முடியாது, மானுட-சாரத்தில், நடைமுறைரீதியிலான படைப்பூக்க

உயிர்களாக எதார்த்த மனிதர்கள் முதலாளித்துவத்தின் கீழ் பொருண்மை களாக, மனிதம்நீக்கப்பட்டவர்களாக, அவர்களது முனைப்பு மறுக்கப் பட்டவர்களாக இருக்கின்றனர் என்பதுதான் முன் வைக்கப்பட முடிகிறது. மனிதர்கள் பொருண்மைகளாக இருப்பதுதான் மூலதனம் நூலில் மார்க்ஸ் முதலில் பகுப்பாய்வு செய்த, பின்னர் மார்க்சிய பொருளியல் மரபில் ஆய்வு செய்யப்பட்ட முதலாளித்துவத்தின் 'வளர்ச்சிக்கான புறநிலை விதிகளின்' தர்க்கரீதியான வளர்ச்சியின் அடிப்படையில் முதலாளித்துவத்தைப் புரிந்து கொள்ள நம்மை அனுமதிக்கிறது என்று அந்தத் தர்க்கம் போகிறது. இந்தப் பார்வையில் வர்க்கப் போராட்டம் என்பது மூலதனத்தின் தர்க்கத்துக்கு எதிரான போராட்டம், அதிலிருந்து தெளிவாக தனித்து இயங்குகிறது.

புறநிலைவாதத்தை இவ்வாறு நியாயப்படுத்துவது, மாய்மால மாக்கத்தின் (அல்லது அதே நிகழ்முறைக்கான வெவ்வேறு சொற்களான அன்னியமாக்கலின், இறுகலாக்கத்தின், பொருண்மையாக்கத்தின்) 'வலுவான' பொருள்கூறலை சார்ந்துள்ளது. மாய்மாலமாக்கல் என்பது நிலைபெற்றுவிட்ட மெய்ம்மையாக எடுத்துக் கொள்ளப்படுகிறது. மாய்மால வடிவங்கள் மனிதர்களுக்கு இடையேயான உறவுகளின் ஒரே இருத்தல் நிலையாக எடுத்துக் கொள்ளப்படுகின்றன.

மாய்மாலம் என்பதை புரிந்துகொள்ளும் வழிதான் அரசியல் ரீதியாகவும் கோட்பாட்டுரீதியாகவும் மார்க்சியத்தின் மையமான பிரச்சினை. அரசியல்ரீதியாக, மாய்மாலம் என்ற வலுவான கருத்தாக்கம் வெளிப்படையான இருமனநிலைக்குக்கு இட்டுச் செல்கிறது. மனிதர்கள் முதலாளித்துவத்தின் கீழ் பொருண்மைகளாகவே இருக்கின்றனர் என்றால் புரட்சியை எப்படிப் புரிந்து கொள்வது? இந்த இருமனநிலைக்கு மூன்று சாத்தியமான தீர்வுகள் உள்ளன. 'எந்த வழியும் இல்லை, சமூகப் புரட்சிக்கான எந்த சாத்தியமும் இல்லை, நம்பிக்கை இல்லாத விமர்சனம் மட்டும்தான் நம்மால் முடியும்' என்று சொல்வது ஒரு வழி. இந்த நம்பிக்கையின்மை ஃபிராங்க்ஃபர்ட் பள்ளியுடன் தொடர்புடையது. பொருண்மைகளாக தமது நிலைமை யிலிருந்து தம்மை விடுவித்துக் கொண்டவர்களின் செயல் மூலமாக, அதாவது வேறு சொற்களில் முன்னணிக் கட்சியின் தலைமை மூலமாகவும் முன்னேறிச்செல்ல வழி உள்ளது என்பது இரண்டாவது வழி. இது லெனினிய நிலைப்பாடு. புரட்சியை முனைப்பின் செயலாக சிந்திக்காமல், புறநிலையான முரண்பாடுகளின் வளர்ச்சிப் போக்கே முதலாளித்துவத்தின் வீழ்ச்சியையும் முனைப்பின் விடுதலையையும் கொண்டு வந்து விடும் என்று வாதிடும் மூன்றாவது சாத்தியமான

தீர்வு உள்ளது. இது இரண்டாம் அகிலத்தின் நிலைப்பாடு. இந்த மூலவுத்திகள் அனைத்தும், அவற்றுக்கு இடையிலான வேறுபாடுகளையும் தாண்டி, - மாய்மாலத்தை நிறுவப்பட்ட எதார்த்தமாக புரிந்து கொள்வது என்ற ஒரே தொடக்கப்புள்ளியைக் கொண்டுள்ளன. மக்களை பொருண்மையாக்கப்பட்டதாக புரிந்து கொண்டால், ஏதோ ஒரு வடிவில், அவர்களை பொருண்மைகளாக கையாளும் அரசியல் உருவாகிறது.

கோட்பாட்டுரீதியாக, மாய்மாலம் புரிந்து கொள்ளப்படும் வழி, மற்ற எல்லா கருத்தினங்களையும் புரிந்து கொள்வதை பாதிக்கிறது. சமூக உறவுகள் பொருண்மையாக்கப்பட்டதாக புரிந்து கொள்ளப்பட்டால், அப்போது அந்த சமூக உறவுகளின் (மற்றும் அவற்றுக்கு இடையிலான உறவின்) இருத்தல் நிலைகளும் பொருண்மையாக புரிந்து கொள்ளப்படும், அவற்றின் வளர்ச்சி மூடப்பட்ட தர்க்கத்தின் வளர்ச்சியாகவே புரிந்து கொள்ளப்படும். இவ்வாறாக, உதாரணமாக, மதிப்பு என்பது இந்த மரபில் பொருளியல் கருத்தினமாக (அடிக்கடி, விலை பற்றிய கோட்பாட்டுக்கான அடித்தளமாக) புரிந்து கொள்ளப் படுகிறது, வர்க்கப் போராட்டத்தின் வடிவமாக புரிந்து கொள்ளப்படுவ தில்லை. பணமும் பொருண்மையாக இருப்பதாக, வர்க்கப் போராட்டத்தை பாதிக்கும் நிலைமைகளை உருவாக்குவதாக புரிந்து கொள்ளப்படுகிறதே தவிர, வர்க்கப் போராட்டத்தின் வடிவமாகவே புரிந்து கொள்ளப்படுவதில்லை. தன்னிறைவான தர்க்கத்தின்படி அவை வளர்ச்சியடைகின்றன என்ற உணர்வில் இந்தக் கருத்தினங்கள் 'மூடப்பட்டவையாக' புரிந்து கொள்ளப்படுகின்றன.

மாய்மாலத்தை இப்படிப் புரிந்து கொள்வது முதலாளித்துவம் பற்றிய மரபியல்ரீதியான விவாதத்துக்கு இல்லாமல் பகுப்பாய்வு ரீதியான விவாதத்துக்கு இட்டுச் செல்கிறது. மாய்மாலமாக்கம் முழுமை யடைந்து விட்டது என்றால், மரபியல்ரீதியான அணுகுமுறையின் (அல்லது வடிவ பகுப்பாய்வின்) முக்கியத்துவம் தெளிவாகத் தெரிவதில்லை. மனிதர்கள் பொருண்மையாக்கப்பட்டு விட்டார்கள் என்றால், அவர்களின் முனைப்பின் பொருண்மையாக்கலை கண்டறிவதன் பயன் என்ன? மதிப்புதான் ஆதிக்கம் செலுத்துகிறது, வேலை ஆதிக்கம் செலுத்தவில்லை என்றால், மார்க்ஸ் வலியுறுத்துவது போல 'உழைப்பு அதன் உற்பத்திப் பொருளின் மதிப்பின் மூலம் தெரிவிக்கப்படுவது ஏன்?' என்று கேட்பதன் பலன் என்ன? மார்க்சிய பொருளியலின் ஆதிக்கம் செலுத்தும் அணுகுமுறையில் உருவாக்கம், வடிவம் ஆகியவை பற்றிய கேள்விகள் வெறுமனே புறக்கணிக்கப்

படுகின்றன. மதிப்பு பற்றிய விவாதங்களில், உதாரணமாக, மதிப்பின் வடிவத்துக்கு (அதன் பருமனுக்கு எதிராக) குறைந்த கவனமே தரப்படுகிறது. ரிக்கார்டோ மீதான மார்க்சின் மிகமுக்கியமான விமர்சனம் மொத்தத்தில் மறக்கப்படுகிறது.

வடிவம் என்ற கருத்துருவை, மாய்மாலம் பற்றிய 'வலுவான' புரிதலுடன் ஒருங்கிணைப்பதில் வெற்றியடையும் இன்னும் நுண்நயம் வாய்ந்த அணுகுமுறை, வடிவ-பகுப்பாய்வை வரலாற்றுரீதியாக புரிந்து கொள்ள வேண்டும் என்று கருதுபவர்களால் முன்வைக்கப்படுகிறது. இந்தப் பார்வையில், வடிவத்தின் மீது மார்க்ஸ் அழுத்தம் கொடுப்பது முதலாளித்துவத்தின் வரலாற்றுத்தன்மையை காட்டுவதற்காக மட்டும்தான். அப்படியானால், சமூக உறவுகளின் வடிவங்களின் உருவாக்கத்தை வரலாற்றுரீதியாக புரிந்து கொள்ள வேண்டும் : மதிப்பு அல்லது பணத்தின் ஆட்சி நிறுவப்படுவது முதலாளித்துவத்தின் ஆரம்பகால நாட்களில் சாதிக்கப்பட்ட வரலாற்று நிகழ்முறை. இந்த நோக்குநிலையில், மதிப்பை ஆதிக்கத்தின் வடிவமாக புரிந்து கொள்ள முடியும் ஆனால், போராட்டத்தின் வடிவமாக புரிந்து கொள்ள முடியாது. வேலை முதலாளித்துவத்தின் கீழ் எடுக்கும் வடிவமாக உள்ள மதிப்பு உற்பத்தி முதலாளித்துவ ஆதிக்கத்தின் வடிவம், அதனை கடந்த காலத்திலிருந்தும் எல்லாவற்றுக்கும் மேலாக எதிர்காலத்தில் வேலை விடுவிக்கப்படுவதிலிருந்தும் வேறுபடுத்திப் பார்க்க வேண்டும்.

மார்க்சிய மரபுக்குள் ஆதிக்கம் செலுத்துவதாக இருப்பது மாய்மாலம் பற்றிய வலுவான பொருள்கூறல்தான் என்பதில் சந்தேகமில்லை. மனிதர்களை அரசியலின் முனைப்புகளாக இல்லாமல் பொருண்மை களாக நடத்துவது என்ற மிக மோசமான கம்யூனிச அரசியல் மரபிற்கு அது ஒருவகையில் காரணமாக இருந்தது என்பதிலும் சந்தேகமில்லை. மென்மையாகச் சொன்னால், மாய்மாலம் பற்றிய இந்தப் பொருள் கூறல் முன்னணிப்படை மரபின் பெரும்பகுதியின் தனிச்சிறப்பாக இருந்த முற்றாதிக்கவாதத்துடன் ஒத்திசைகிறது.

மாய்மாலத்தை புரிந்து கொள்வதற்கு, மூலதனம் நூலில் மார்க்ஸ் மேற்கொள்ளும் 'பயணத்தை திரும்ப நிகழ்த்துவதை' புரிந்து கொள்வதற்கு இன்னொரு வழி உள்ளது. இந்தக் கருத்தை ப்ளோஹ் (Bloch) அழகாக விளக்குகிறார்:

> அன்னியமாதலை அளவிடுவதற்கு அதற்கு எதிரான ஒன்று தானாக-மாறுவதன் தன்னோடு இருப்பதன் சாத்தியம் ஒன்று இருக்கா விட்டால், அன்னியமாதலைப் பார்க்கக் கூட முடியாது,

மனிதர்களின் சுதந்திரத்தை பறிப்பதாக, உலகத்திற்கு ஆன்மாவை இல்லாமல் செய்வதாக அதனைக் கண்டனம் செய்வதும் முடியாமல் போய் விடும்.[31]

வேறு சொற்களில், அன்னியமாக்கல் அல்லது மாய்மாலமாக்கல் என்ற கருத்தாக்கத்தில் அதன் எதிர்மறை உள்ளார்ந்துள்ளது: அது நமது மனங்களுக்குள் ஆழமாக புதைந்துள்ள அன்னியமாகாத இன்றியமையாத 'வீடுபேறாக' இல்லை, நமது அன்றாட செயல்பாட்டில் அன்னியமாதலை எதிர்ப்பது, மறுப்பது, நிராகரிப்பதாக உள்ளது. அன்னியமாதலின்மை (அல்லது இன்னும் சிறப்பாக அன்னியமாதல் எதிர்ப்பு) அல்லது மாய்மால-எதிர்ப்பு என்ற கருத்தாக்கத்தின் அடிப்படையில் மட்டும்தான் நாம் அன்னியமாதலை அல்லது மாய்மாலமாக்கலை புரிந்து கொள்ள முடியும். எனவே, மாய்மாலம் என்பதை முழுமையடைந்ததாக புரிந்து கொள்ளக் கூடாது: அதனை ஒரு நிகழ்முறையாக, மாய்மாலமாக்கலாகத்தான் புரிந்து கொள்ள முடியும்.

மாய்மாலம் என்பதை மாய்மாலமாக்கலாக புரிந்து கொண்டால், அப்போது சமூக உறவுகளின் முதலாளித்துவ வடிவங்களின் உருவாக்கம் வரலாற்று அக்கறைக்குரியதாக மட்டும் இல்லை. மதிப்பு-வடிவம், பண-வடிவம், மூலதன-வடிவம், அரசு-வடிவம் இன்னபிற, முதலாளித்துவம் தோன்றும்போது ஒரே அடியாக நிறுவப்பட்டு விடவில்லை. மாறாக, சமூக உறவுகளாக அவை தொடர்ந்து பிரச்சினையாக உள்ளன, அவை தொடர்ந்து கேள்விக்குள்ளாக்கப்படுகின்றன, போராட்டத்தின் ஊடாக நிறுவப்படுகின்றன மறுபடியும் நிறுவப்படுகின்றன (அல்லது நிறுவப்படாமல் போகின்றன). சமூக உறவுகளின் வடிவங்கள் சமூக உறவுகளை வடிவமைப்பதன் நிகழ்முறைகளாகும்.[32]

அப்படியானால், நமது இருத்தல் சமூக உறவுகளின் மாய்மால மாக்கப்பட்ட வடிவங்களுக்குள் இருத்தலாக இல்லை. வெறுமனே முதலாளித்துவத்தின் பொருண்மையாக்கப்பட்ட பாதிக்கப்பட்டவர்களாக மட்டும் நாம் இருக்கவில்லை. அதே நேரம் முதலாளித்துவ வடிவங்களுக்கு வெளியிலும் நாம் இருக்க முடியாது: முதலாளித்துவமற்ற இருத்தலின் களம் எதுவும் இல்லை, மாய்மாலமாக்கப்படாத வாழ்வின் தனி யுரிமையான களம் எதுவுமில்லை, ஏனென்றால் நாம் தொடர்ந்து பிறருடனான நமது உறவுகளை கட்டமைக்கிறோம் அவற்றால் கட்டமைக்கப்படுகிறோம். மாறாக, இந்த விவாதத்தின் தொடக்கப் புள்ளியாக இருந்த சீற்றம் பரிந்துரைப்பது போல, நாம் மூலதனத்துக்கு எதிராகவும்-உள்ளாகவும் இருக்கிறோம். முதலாளித்துவத்துக்கு எதிராக

நமது இருத்தல் உணர்வுரீதியான தேர்வு பற்றிய பிரச்சினை இல்லை, ஒடுக்கும் அன்னியமாக்கும் சமூகத்தில் நமது வாழ்வை தவிர்க்க முடியாமல் தெரிவிப்பதாக அது உள்ளது. 'ஒடுக்கப்பட்டவர்களின் (சுய-முரண்பாடான) எழுச்சியாக மட்டுமே சுதந்திரமின்மை உயிர்வாழ்கிறது' என்று சொல்லும் போது குன் இந்த விஷயத்தை அழகாக சித்தரிக்கிறார்.[33] நமது மூலதனத்துக்கு-எதிரான-இருத்தல், நமது மூலதனத்துக்குள்-இருத்தலை தவிர்க்கவியலாமல் தொடர்ந்து மறுதலிப்பதாக உள்ளது. மறுதலையாக, நமது மூலதனத்துக்குள்-இருத்தல் (அல்லது, மேலும் தெளிவாக, மூலதனத்துக்குள் நாம் அடைபட்டிருப்பது) என்பது மூலதனத்துக்கு எதிரான நமது எழுச்சியை தொடர்ந்து மறுதலிக்கிறது. மூலதனத்துக்குள் நாம் அடைபட்டிருப்பது நமது சமூக உறவுகளை மாய்மாலமாக்கும் அல்லது வடிவம் கொடுக்கும் தொடர்ச்சியான போராட்டம்.

மாய்மாலத்தை மாய்மாலமாக்கமாக புரிந்து கொள்வது, எனவே, முதலாளித்துவ சமூகத்தில் நமது இருத்தலை மூலதனத்துக்கு எதிராகவும்-உள்ளாகவும் இருத்தல் என இவ்வாறு புரிந்து கொள்வது, மார்க்சிய சிந்தனையின் எல்லா கருத்தினங்களையும் பற்றிய நமது புரிதலை பாதிக்கிறது. (அரசியல் பொருளியலாளர்களின் கருத்தினங்களில் தெரிவிக்கப்பட்ட) சமூக உறவுகளின் வடிவங்களை சமூக உறவுகளுக்கு வடிவம் கொடுக்கும் கருத்தினங்களாக புரிந்து கொண்டால், எனவே போராட்டமாக புரிந்து கொண்டால், இந்தக் கருத்தினங்களை நெகிழ்வானவையாக புரிந்து கொள்ள வேண்டும் என்பது தெளிவு. உதாரணமாக, மதிப்பு என்பதை ஒரு பொருளாதார கருத்தினமாக அல்லது ஆதிக்கத்தின் வடிவமாக புரிந்து கொள்ளாமல், போராட்டத்தின் வடிவமாக புரிந்து கொண்டால், கருத்தினத்தின் மெய்யான அர்த்தம் போராட்டத்தின் போக்கை சார்ந்திருக்கும். சிந்தனையின் கருத்தினங்களை பொருண்மையாக்கப்பட்ட சமூக உறவுகளின் தெரிவிப்புகளாக புரிந்து கொள்ளாமல், அவற்றை பொருண்மையாக்குவதற்கான போராட்டமாக புரிந்து கொண்டால் அப்போது கணிக்கமுடியாமையின் ஒட்டுமொத்த புயல் அவற்றின் ஊடாக வீசுகிறது. பணம், மூலதனம், அரசு ஆகியவை 'வாழ்க்கையின் முழுமையான அமைதியின்மை' என்று ஹெகல் அழைப்பதற்கு வடிவம் கொடுத்து, ஒழுங்குபடுத்தி, கட்டமைப்பதற்கான போராட்டத்தைத் தவிர வேறில்லை என்று புரிந்து கொள்ளப்பட்டதுமே, அப்போது அவற்றின் வளர்ச்சியை செயல்பாடாக மட்டுமே, முன்தீர்மானிக்கப்படாத போராட்டமாக மட்டுமே புரிந்து கொள்ள முடியும்.[34] போராட்டத்தின் கோட்பாடாக இருக்கும் மார்க்சியம் தவிர்க்கவியலாமல் நிச்சயமின்மையின் கோட்பாடாக உள்ளது.[38]

போராட்டம் என்ற கருத்துநிலை, மறுதலிப்பின்-மறுதலிப்பு என்ற உத்தரவாதமான மகிழ்ச்சியான முடிவு என்ற கருத்துருவோடு ஒத்திசை வற்றது. இயங்கியலை எதிர்மறை இயங்கியலாகத்தான்,[36] உண்மையற்றதை திறந்தமுனையாக மறுதலிப்பதாக, சுதந்திரமின்மைக்கு எதிரான கிளர்ச்சியாக மட்டுமே புரிந்து கொள்ள முடியும்.

## IX

மார்க்சின் முறைபாடு அதிகாரத்தைவழங்குவது/அதிகாரத்தை பறிப்பதன் இயக்கமாக உள்ளது.

முறைபாட்டின் அரசியல் இந்தக் கட்டுரையின் முதன்மையான கருப்பொருளாக இருந்தது. மார்க்சியத்தை நெகிழ்வானதாக்குவது, மார்க்சிய முறைபாடு பற்றி நமக்குத் தரப்பட்ட பொருள்கூறலை கேள்விக்குள்ளாக்குவது, செய்தே தீர வேண்டிய அளவு முக்கியமாக இருப்பது கோட்பாட்டு காரணங்களுக்காக இல்லை, செயல்பாட்டு காரணங்களுக்காக. மார்க்சிய முறைபாடு பற்றிய கேள்விகளை அவற்றுக்கும் அரசியலுக்கும் எந்தத் தொடர்பும் இல்லாதது போல விவாதிப்பது இன்னும் பரவலாக இருப்பது மார்க்சியத்தை நெகிழ்வாக்கும் திட்டப்பணியின் முதன்மை தடைகளில் ஒன்று. மரபார்ந்த மார்க்சியம் பற்றிய முக்கியமான விமர்சன பகுப்பாய்வுகளில் பல, அவற்றின் ஆசிரியர்கள் தூய கோட்பாட்டின் களத்தில் மிதந்து கொண்டு தாம் எழுதுபவற்றில் உள்ளார்ந்துள்ள நடைமுறை பற்றி எந்த அக்கறையும் இல்லாதது போன்ற பாணியில் எழுதப்பட்டுள்ளன.

முறைபாடு பற்றிய கேள்வி, லெனினிய அர்த்தத்தில் இல்லா விடினும், புரட்சிகர அதிகாரம் பற்றிய கேள்வியாக உள்ளது. ஐ.ஐ.ரூபின் (I.I.Rubin), 1927-ம் ஆண்டு மாஸ்கோவில் நிகழ்த்திய *மார்க்சின் அமைப்பில் சாரமான உழைப்பும் மதிப்பும் (Abstract Labour and Value in Marx's System)* என்ற உரையில்,[37] குருண்ட்ரிசவின் அறிமுகத்தில் இருந்து நாம் ஏற்கனவே மேற்கோள் காட்டிய பத்தியை குறிப்பிட்டு, மார்க்சின் முறைபாட்டை பகுப்பாய்வு அடியாகவும் இயங்கியல் அல்லது மரபியல்ரீதியான அடியாகவும் என இரண்டு அடிகளாக விளக்கினார். ரூபினின் தர்க்கத்தில் உள்ளார்ந்திருந்த அரசியல் அவரது பேருரையில் தெளிவாக்கப்படவே இல்லை, இருந்தும் அது அவரது உயிரைப் பறிக்கக் கூடியதாக இருந்தது - அவர் ஸ்டாலினிச களை யெடுப்புகளில் மறைந்து விட்டார். மார்க்சிய முறைபாட்டில் உள்ளார்ந்துள்ள அதிகாரம் மற்றும் புரட்சி பற்றிய கருத்தாக்கம் ரசியப் புரட்சி எடுத்த திசைக்கு முற்றிலும் பொருந்தாதது என்று ஸ்டாலின் அல்லது அவரது அடியாட்கள் உணர்ந்திருக்கலாம்.

மார்க்சின் முறைபாட்டில் உள்ள பகுப்பாய்வு இயக்கம், "அதிகாரமற்றவர்களின் அதிகாரத்தை நாம் எப்படி கருத்தாக்கம் செய்ய முடியும்" என்ற புரட்சிகர கேள்விக்கு விடையை வழங்குகிறது. அதிகாரத்தில் இல்லாதவர்கள் அதிகாரமில்லாதவர்கள், அரசியல்வாதிகளும் மாஃபியாக்களும் போதைமருந்து அதிபர்களும், பணக்காரர்களும்தான் அதிகாரம் படைத்தவர்கள் என்று சமூகத்தில் உள்ள எல்லாமே நமக்குச் சொல்வதால் இந்தக் கேள்வி அபத்தமானது. மனிதசமூகத்தின் எதிர் காலத்தைப் பற்றி புரிந்து கொள்வதற்கு வேறு எந்த வழியும் இல்லாமல் ஆகிக் கொண்டே இருக்கிறது என்பதால் இந்தக் கேள்வி அவசியமான கேள்வி.

மற்றவரின் அதிகாரத்தையும் நமது அதிகாரமின்மையையும் தொடர்ந்து பிரகடனப்படுத்தும் சமூக உறவுகளின் வடிவங்களை (கடவுள், பணம், மூலதனம், அரசு, போதைமருந்து அதிபர்கள்) பகுப்பாய்வு செய்வதன் மூலம், இவை அனைத்தையும் கட்டுவிக்கும் எனவே இவை அனைத்தும் சார்ந்திருக்கும் அதிகாரம் உள்ளது என்பதைப் பார்ப்பது சாத்தியமாகிறது என்பதுதான் மார்க்சின் பதில். அனைத்தையும் கட்டுவிக்கும் அந்த அதிகாரம் உழைப்பு, வேலை, படைப்பூக்க செயல்பாடு. அதிகாரமற்றவர்களின் அதிகாரம், அவர்களை (நம்மை) மனிதர்களாக ஆக்கும் வேலையால் கட்டுவிக்கப்படுகிறது. அதிகாரம் படைத்தவர்கள் அதிகாரமற்றவர்களை சார்ந்திருப்பதுதான் அதிகாரமற்றவர்களின் அதிகாரம்.

இது அபத்தமான கேள்விக்கான அபத்தமான பதில், அவசியமான கேள்விக்கான அவசியமான பதில். பகுப்பாய்வின் இயக்கம் அதிகாரமளிப்பதன் இயக்கமாக உள்ளது: நமது அதிகாரமின்மையின் எல்லா வடிவங்களுக்கும் பின்னால் நம்மை முழு சக்தியுடையவர்களாக ஆக்கும் விஷயமாக வேலை உள்ளது. இதுதான் உழைப்பு மதிப்புக் கோட்பாட்டின் முதல், வெளிப்படையான, பொதுவாக புறக்கணிக்கப் படும் பொருள். 'நாங்கள் மனிதர்கள், தொழிலாளர்களாக, சக்தி வாய்ந்தவர்கள்' என்ற தோள் தட்டும் முழக்கம் அது. மதம் பற்றிய தொடக்ககால விமர்சன பகுப்பாய்வு தொடங்கி மூலதனம் நூலில் அதன் மகத்தான விரித்துரைப்பு வரை மார்க்சின் படைப்புகள் முழுவதிலும் எதிரொலிக்கும் கருப்பொருள் அது. இதன் மூலம் உலகம் திருப்பி நிறுத்தப்படுகிறது: அங்கிருந்து தொடங்கி 'சமூக அறிவியல்களில்' இருந்து முற்றிலும் வேறுபட்ட பாணியில் நாம் உலகத்தைப் பற்றி வேறு வழியில் புரிந்து கொள்ள முடியும்.

இயங்கியல் இயக்கம் என்று ரூபின் (Rubin) அழைக்கும் இரண்டாவது அடி, நமது சர்வவல்லமையின் அதிகாரம் நீக்கப்படுவதைக் கண்டறிகிறது,

உழைப்பின் சர்வவல்லமை உழைப்பின் அதிகாரமின்மையின் வடிவில் எப்படி இருக்கிறது என்பதை கண்டறிகிறது. மதிப்பின் இறைச்சிப் பொருளாக உழைப்பு உள்ளது என்பதை நாம் பார்த்த உடனேயே, உழைப்பின் உற்பத்திப் பொருள் மதிப்பின் வடிவத்தை எடுப்பது ஏன் என்ற கேள்வி எழுகிறது.

மார்க்சின் முறைபாட்டின் இரண்டாவது கட்டம் கண்டறியும் மாய்மாலமாக்கல், இரு முகங்களைக் கொண்ட நிகழ்முறையாக உள்ளது. ஒரு பக்கம், அது உழைப்பை அதிகாரநீக்கம் செய்வது. சரக்காக, மதிப்பாக, பணமாக, மூலதனமாக உருமாற்றப்பட்ட உழைப்பின் உற்பத்திப் பொருள் உழைப்பின் உற்பத்திப் பொருளாக இனிமேலும் தோன்றவில்லை: உழைப்பின் அதிகாரம் மாய்மாலமாக்கல் நிகழ்முறை மூலம் (ஒரு போதும் முற்றிலுமாக இல்லை) அவிக்கப்படுகிறது. உழைப்பின் அதிகாரம் பணம், அரசு, மூலதனம் என்ற வடிவத்தில் இருப்பதாக ஆகி விட்ட (ஒருபோதும் முழுமையாக இல்லை) நிகழ் முறையாக மாய்மாலம் உள்ளது. இந்த நிகழ்முறை மூலம்தான் உழைப்பு சாரமான உழைப்பாக, மதிப்பை-உற்பத்தி செய்யும் உழைப்பாக, மாற்று எதிர்காலங்களைக் கொல்லும், ஆனால் ஒருபோதும் முழுமையாக கொன்று விடாத, நிகழ்முறையாக குறைக்கப்படுகிறது.

மறுபக்கம், உழைப்பின் அதிகாரத்தை பறிப்பது அசாத்தியமானது, ஏனென்றால் அதுதான் எல்லா சமூக அதிகாரத்தின் ஆதாரம். கறாராக சொன்னால் மாய்மாலமாக்கம் என்பது உழைப்பின் அதிகாரத்தை மாற்றி அமைப்பது. உழைப்பை சாரமான, மதிப்பை உற்பத்தி செய்யும் உழைப்பாக குறைப்பதற்கான அதன் போராட்டத்தில் மூலதனம் எவ்வளவுதான் வெற்றியடைந்தாலும், மூலதனம் அதன் இருத்தலுக்கு எப்போதுமே உழைப்பைச் சார்ந்துள்ளது. முதலாளித்துவம் முனைப்பான உழைப்பை பொருண்மையாக்குவதை அடிப்படையாகக் கொண்டுள்ளது, ஆனால், பொருண்மையாக்கம் எவ்வளவுதான் முழுமையாக இருந்தாலும் அது முனைப்பின் பொருண்மையாகவே இருக்கிறது. மூலதனத்தின் ஆதிக்கம் எவ்வளவுதான் அறுதியானதாகவும் பயங்கரமானதாகவும் இருந்தாலும், உழைப்பைச் சார்ந்திருப்பதில் இருந்து அது ஒருபோதும் தன்னை விடுவித்துக் கொள்ள முடியாது. மூலதனம் உழைப்பை சார்ந்திருப்பது மூலதனத்துக்குள்ளாகவே முரண்பாடாக இருக்கிறது.

அப்படியானால், உழைப்பின் அதிகாரம் மூலதனத்துக்கு எதிராகவும்-உள்ளாகவும், ‘எதிரானது’, ‘உள்ளானது’ இரண்டுக்கும் இடையே தெளிவான வேறுபடுத்தல் இல்லாமல் இருக்கிறது. நாம், போராட்டத்தில் இருந்து தொடங்குகிறோம்: சீற்றம், மூலதனத்துக்கு நமது வெளிப்படையான எதிர்ப்பு, மூலதனத்துக்கு எதிரான உழைப்பின்

இருத்தல், வேலை நிறுத்தங்களிலும் நாசவேலைகளிலும் வேலைக்கு விடுப்பு எடுப்பதிலும் எல்லா வகையான போர்க்குணமிக்க செயல்பாடுகளிலும் வெளிப்படுத்தப்படும் உழைப்பின் சீர்குலைக்கும் சக்தியில் இருந்து தொடங்குகிறோம். மூலதனத்தை எதிர்ப்பது எப்போதுமே நெகிழ்வானதாக இல்லை, அது பல நேரங்களில் அடைக்கப்பட்டுள்ளது, ஒன்றிணைக்கப்பட்டுள்ளது. உழைப்பின் சீர்குலைக்கும் சக்தி உற்பத்தித்திறனுள்ள சக்தியாக அறுவடை செய்யப் படுகிறது. இங்கு வலுவான தடைகள் எதுவும் இல்லை, வேறு படுத்தலுக்கான தெளிவான எல்லைக் கோடுகள் இல்லை. மூலதனத்துக்கு எதிரான உழைப்பின் அதிகாரத்துக்கும் மூலதனத்துக்குள் உழைப்பின் அதிகாரத்துக்கும் இடையே தொடர்வரிசை ஒன்று உள்ளது. உற்பத்தித் திறனுள்ள சக்தி எப்போதுமே குறிப்பிட்ட அளவு சீர்குலைப்பதாக உள்ளது, எதிர்ப்புணர்வு ஒருபோதும் இல்லாமல் போவதில்லை. எனினும், மாய்மாலமாக்கப்பட்ட போதும், அடைக்கப்பட்ட போதும், உழைப்பின் அதிகாரம் எப்போதுமே உள்ளது. அது திட்டவட்டமான உழைப்புக்கும் சாரமான உழைப்புக்கும் இடையிலான, பயன்-மதிப்புக்கும் மதிப்புக்கும் இடையிலான, திறனுடை மூலதனத்துக்கும் பண மூலதனத்துக்கும் இடையிலான முரண்பாடாக உருவாகிறது : அறுதி-உபரி-மதிப்பை விரிவாக்குவதன் மீதான வரம்பாக, இலாபவீதம் வீழ்ந்து செல்லும் போக்கில் தெரிவிக்கப்படும் ஒப்பீட்டு உபரி-மதிப்பின் முரண்பாடாக அது தோன்றுகிறது. முரண்பாடு என்பது உழைப்பின் எப்போதும் இருக்கும் அதிகாரத்தின் மாய்மாலமாக்கப்பட்ட தெரிவிப்பு. உழைப்பின் உற்பத்திப் பொருளை மதிப்பாக மாற்றுவது, மூலதனம் சார்ந்திருக்கும் உழைப்பின் அதிகாரத்தைக் கொண்டுள்ளது, ஆனால் அது மூலதனத்தின் இதயத்தில் உள்ள ஒழித்துக் கட்ட முடியாத தெளிவற்ற நொறுங்கும்தன்மையாகவும் அதனை மீண்டும் உருவாக்குகிறது.

இவ்வாறாக, மூலதனத்துக்கு எதிரான கோட்பாடாக மார்க்சியத்தின் குறிப்பான பங்களிப்பாக முதலாளித்துவத்துக்கு எதிரான போராட்டம் அமைப்பின் 'புறநிலை எதார்த்தமான முரண்பாடுகளால்' ஆதரிக்கப் படுகின்றது என்பது இல்லை, மாறாக, வெளிப்படையானதும் கட்டுண்டதும் ஆன உழைப்பின் சக்தி, முதலாளித்துவத்தின் நொறுங்கும் தன்மையை கட்டமைக்கிறது என்பதுதான் மார்க்சியத்தின் குறிப்பான பங்களிப்பு. முதலாளித்துவ வளர்ச்சியின் இயங்காற்றல் (அதாவது வர்க்கப் போராட்டம்), உழைப்பின் அதிகாரத்தைச் சார்ந்திருப்பதில் இருந்து தப்பிக்கும் மூலதனத்தின் முடிவற்ற நம்பிக்கையற்ற ஓட்டமாக உள்ளது. இந்த அடிப்படையில்தான் முதலாளித்துவ நெருக்கடி என்ற கேள்வியை புரிந்து கொள்ள வேண்டும்.

தொழிலாளர் இயக்கம் உலகம் முழுவதும் அவ்வளவு தோல்விகளை சந்தித்துள்ள இப்போதைய நேரங்களில், உழைப்பின் அதிகாரம் பார்வையிலிருந்து மறைந்து விட்டது போலத் தெரிகிறது. முதலாளித்துவம் எதிர்கொள்ளும் பிரச்சினைகள் வேறு வகையான சமூகத்துக்கான அடிப்படையை உருவாக்கக் கூடிய போராட்டங்களோடு எந்தத் தொடர்பும் இல்லாத பொருளாதார விதிகளின் விளைவாகத் தெரிகின்றன. வேலை என்பது 'மிக எளிமையான தீர்மானமாக' இருக்கலாம் ஆனால், அது எதிர்ப்பு இயக்கங்களின் அதிகாரமின்மையோடு பெரும்பாலும் பொருத்தமின்றி உள்ளது. சமீபத்திய வரலாற்றை வேலையின் அதிகாரத்தை மீள்மாய்மாலமாக்கும் மூலதனத்தின் போராட்டமாக பொருள் கூறுவதற்கு, இந்த மீள்மாய்மாலமாக்கல் எதிர்ப்பை எவ்வாறு நிராயுதபாணியாக்குகிறது என்று காட்டுவதற்கு, உழைப்பின் அதிகாரத்தை முதலாளித்துவத்தின் நிலையின்மையாக எவ்வாறு மறுவுற்பத்தி செய்கிறது என்பதைக் காட்டுவதற்கு : எச்சரிக்கும் ஒரு செய்தியையும் நம்பிக்கையின் ஒரு செய்தியையும் தருவதற்கு 'பயணத்தை மறுபடியும் கண்டறிவதை', வேலையின் சக்தியை கருத்தினரீதியாக மட்டும் இல்லாமல் வரலாற்றுரீதியாகவும் வெளிப்படுத்துவது முன்பு எப்போதையும் விட அவசியமாக உள்ளது.

இந்த ஆய்வுக் கட்டுரையின் வரைவுகளை மெக்சிகோ சிட்டியின் டொலுகாவிலும் (Toluca, Mexico City) எடின்பர்கிலும் (Edinburgh) விவாதிக்க முடிந்தது நல்வாய்ப்பாக அமைந்தது. யாவியர் அர்சுவாகா (Javier Arzuaga), சிசிலியா காயத் (Cecilia Gayet), குஸ்டாவோ எமரிஷ் (Gustavo Emerich), வெர்னர் போன்ஃபெல்ட் (Werner Bonefeld), ரிச்சர்ட் குன் (Richard Gunn) ஆகியோருக்கு எனது சிறப்பான நன்றிகள் உரித்தாகின்றன.

## குறிப்புகள்

1. மார்க்சியம் சமூகம் பற்றிய கோட்பாடாக ஏன் இல்லை என்பதற்கு பார்க்கவும்: ஆர் குன் (R. Gunn), *வரலாற்றுப் பொருள்முதல்வாதத்துக்கு எதிராக: முதல்-நிலை சொல்லாடலாக மார்க்சியம்* ('Against Historical Materialism: Marxism as a First-Order Discourse'), வெர்னர் போன்ஃபெல்ட், ரிச்சர்ட் குன், காஸ்மாஸ் சைக்கோபீடிஸ் (தொகுத்தது), *திறந்தநிலை மார்க்சியம்* தொகுதி *II* (in W. Bonefeld, R. Gunn and K. Psychopedis (eds.), *Open Marxism, vol. II*, Pluto Press, London, 1992).

2. வெர்னர் போன்ஃபெல்ட், *'த ரீஃபார்முலேஷன் ஆஃப் ஸ்டேட் தியரி'* (W. Bonefeld, 'The Reformulation of State Theory'), வெர்னர் போன்ஃபெல்ட், ஜான் ஹாலவே (தொகுப்பாசிரியர்கள்), *போஸ்ட் ஃபோர்டிசம் அண்ட் சோசியல் ஃபார்ம்*-ல் (W. Bonefeld and 1. Holloway (eds.), *Post-Fordism and Social Form)*, Macmillan, London, 1991.

3. என். புலண்ட்ஸஸ், *பொலிடிக்கல் பவர் எண்ட் சோசியல் கிளாசஸ்* (N. Poulantzas, Political Power and Social Classes), New Left Books, London, 1973.

4. பார்க்கவும் *திறந்தநிலை மார்க்சியம்* தொகுதி I-ன் அறிமுகம் (Introduction to Volume I of *Open Marxism*, Pluto Press, London, 1992.)

5. எம். த்ரோந்தி, *லெனின் இன் இங்கிலாந்து* (M. Tronti, '*Lenin in England*'), in Working Class Autonomy and Crisis, CSElRed Notes, London, 1979, p. 1.

6. முன் வந்தது.

7. ஒய், மவுலியர். "*அறிமுகம்*" (Y. Moulier, 'Introduction'), *அ.நெக்ரி, த பொலிடிக்ஸ் ஆஃப் சப்வெர்ஷன்* -ல் (A. Negri, *The Politics of Subversion*, Polity Press, Oxford, 1989, p. 19.

8. Quoted in ibid., p. 20).

9. மூலதனம் உழைப்பின் உற்பத்திப் பொருளாக இருப்பதால் மூலதனம் உழைப்பைச் சார்ந்துள்ளது என்ற இன்னொரு பொருள்கூறல் சில தன்னாட்சிவாத விவாதங்களிலும் இடம் பெற்றுள்ளது. உதாரணமாக, த்ரோந்தியின் பிற்கால கட்டுரையில் உள்ள பத்தியைப் பார்க்கவும்: *'மூலதனத்தின் நிபந்தனைகள் தொழிலாளர்களின் கையில் இருந்தால், உழைப்புச் சக்தியின் உயிருள்ள செயல்பாடு இல்லாமல் மூலதனத்தில் முனைப்பான வாழ்வு இல்லை என்றால், மூலதனம் என்பது அதன் பிறப்பிலேயே ஏற்கனவே உழைப்புச் சக்தியின் விளைவாக இருந்தால், தொழிலாளர்களின் விரித்துரைப்பு இல்லாமல் முதலாளித்துவ சமூகம் இல்லை என்றால், வேறு சொற்களில் வர்க்க உறவு இல்லாமல் சமூக உறவு இல்லை என்றால், தொழிலாளர் வர்க்கம் இல்லாமல் வர்க்க உறவு இல்லை என்றால்... முதலாளி வர்க்கம் அதன் பிறப்பிலேயே தொழிலாளி வர்க்கத்துக்கு கீழ்ப்படுத்தப் பட்டதாக உள்ளது என்று நாம் முடிவு செய்யலாம்' (எம். த்ரோந்தி, த ஸ்ட்ரேடஜி ஆஃப் ரிஃபியூசல்* (M. Tronti, '*The Strategy of Refusal*'), in Working Class Autonomy and Crisis, p. 10).

10. அ. நெக்ரி, '*கீன்ஸ் அண்ட் த கேபிடலிஸ்ட் தியரி ஆஃப் த ஸ்டேட் போஸ்ட் - 1929*' (A. Negri, 'Keynes and the Capitalist Theory of the State post-1929'), *அ.நெக்ரி த ரெவ்ல்யூஷன் ரிட்ரீவ்ட்*-ல் (A. Negri, *Revolution Retrieved*), Red Notes, London, 1988.

11. சியீ. முன்வந்தது.

12. சியீ. எஃப். குவட்டாரி, அ. நெக்ரி, *கம்யூனிஸ்ட்ஸ் லைக் அஸ்* (F. Guattari and A. Negri, *Communists Like Us*), Semiotext(e), New York, 1990.

13. தன்னாட்சிவாத கோட்பாடு பற்றிய தொடர்புடைய விவாதத்துக்கு பார்க்கவும்: வெர்னர் போன்ஃபெல்ட், '*ஹியூமன் பிராக்டிஸ் அண்ட் பெர்வெர்ஷன்: பியாண்ட் அடான்னி எண்ட் ஸ்ட்ரக்சர்*' (W. Bonefeld, 'Human Practice" and Perversion: Beyond Autonomy and Structure' ), *Common Sense*, no. IS, 1994.

14. கார்ல் மார்க்ஸ், *மூலதனம்*, முதல் பாகம் (K. Marx, *Capital*, vol. I), Progress Publishers, Moscow, 1965.

15. ரிச்சர்ட் குன், 'வரலாற்றுப் பொருள்முதல்வாதத்துக்கு எதிராக' (R. Gunn, 'Against Historical Materialism')-ல் முக்கியமான விவாதத்தைப் பார்க்கவும்.

16. ஜி. லூகாக்ஸ், *ஹிஸ்டரி அண்ட் கிளாஸ் கான்சியஸ்னஸ்* (G. Lukacs, *History and Class Consciousness*), Merlin Press, London, 1971, p. 27.

17. உதாரணமாக, '*அரசை தருவிப்பது பற்றிய விவாதம்*' என்று அழைக்கப்படுவதில் வடிவ-பகுப்பாய்வு மையமானதாக உள்ளது. இது பற்றி பார்க்கவும் ஜான் ஹாலவே, எஸ் பிக்கியாட்டோ, *ஸ்டேட் அண்ட் கேப்பிட்டல் : எ மார்க்சிஸ்ட் டிபேட்* (J. Holloway and S. Picciotto, State and Capital: A Marxist Debate), Edward Arnold, London, 1978.

18. ஒப்பிடவும். ரிச்சர்ட் குன், வரலாற்றுப் பொருள்முதல்வாதத்துக்கு எதிராக (R. Gunn, 'Against Historical Materialism').

19. கார்ல் மார்க்ஸ், *குருண்ட்ரிச* (K. Marx, *Grundrisse*), Penguin, Harmondsworth, 1973, pp. 100-1; என் அழுத்தம்.

20. கார்ல் மார்க்ஸ், *மூலதனம்* முதல் பாகம், (K. Marx, *Capital*, vol. I), pp. 372-3.

21. *கார்ல் மார்க்ஸ், ஹெகலின் சட்டம் பற்றிய தத்துவம் மீதான விமர்சன பகுப்பாய்வுக்கு ஒரு பங்களிப்பு* (K. Marx, *Contribution to a Critique of Hegel's Philosophy of Law*), அறிமுகம், in K. Marx and F. Engels, Collected Works, vol. 3, Progress Publishers, Moscow, 1975, p. 175.

22. கார்ல் மார்க்ஸ், *மூலதனம்*, முதல் பாகம் (K. Marx, Capital, vol. I), op. cit., p. 80.

23. சியீ.ஜி.லூகாக்ஸ், *ஹிஸ்டரி அண்ட் கிளாஸ் கான்சியஸ்னஸ்* (G. Lukacs, *History and Class Consciousness*).

24. கார்ல் மார்க்ஸ், அறிமுகம், *குருண்ட்ரிச* (K. Marx, 'Introduction', *Grundrisse*).

25. ரிச்சர்ட் குன், "வரலாற்றுப் பொருள்முதல்வாதத்துக்கு எதிராக" (R. Gunn, 'Against Historical Materialism'), p. 17.

26. கார்ல் மார்க்ஸ், *1844 பொருளாதார மற்றும் தத்துவ கையெழுத்துப் பிரதிகள்* (K. Marx, *Economic and Philosophical Manuscripts of 1844*), in K. Marx and F. Engels, Collected Works, vol. 3, p. 276.

27. கார்ல் மார்க்ஸ், *மூலதனம்* முதல் பாகம் (K. Marx, *Capital*, vol. I). p. 41.

28. ஒப்பிடவும் ரிச்சர்ட் குன், 'வரலாற்றுப் பொருள்முதல்வாதத்துக்கு எதிராக' (R. Gunn, 'Against Historical Materialism').

29. எனவே, ஃபிரெஞ்சுப் புரட்சியின் கோட்பாட்டளாராக ஹெகலிலும், பத்தொன்பதாம் நூற்றாண்டின் மத்தியில் புரட்சிகர நிகழ்வுகளைப் பற்றிய கோட்பாட்டாளராக மார்க்சிலும் புரட்சிகர சிந்தனையின் சக்தி உள்ளது.

30. உதாரணமாக பார்க்கவும் பி. ஜேசப், *போலர் பியர்ஸ் அண்ட் கிளாஸ் ஸ்ட்ரகிள்: மச் லெஸ் தேன் அ செல்ஃப்-கிரிடிசிசம்* (B. Jessop, *'Polar Bears and Class* Struggle: Much Less than a Self-Criticism'), வெர்னர் போன்ஃபெல்ட், ஜான் ஹாலவே, *போஸ்ட்-ஃபோர்டிசம் அண்ட் சோசியல் ஃபார்ம்*-ல் (W. Bonefeld and J. Holloway (eds.), *Post-Fordism and Social Form*), ஜே. ஹிர்ஷ், *'த ஸ்டேட் அப்பாரடஸ் அண்ட் சோசியல் ரீப்ரொடக்ஷன். எலிமன்ட்ஸ் ஆஃப் இ தியரி ஆஃப் த பூர்ஷ்வா ஸ்டேன்'* (J. Hirsch, 'The State Apparatus and Social Reproduction: Elements of a Theory of the Bourgeois State'), ஜே. ஹாலவே, எஸ் பிக்கியாட்டோ *(தொகுப்பு) ஸ்டேட் அண்ட் கேபிடல்*-ல் (J. Holloway and S. Picciotto (eds.), State and Capital).

31. ஈ. ப்ளோஹ், *ட்யூபிங்கர் ஐன்லைட்டுங் இன் டீ ஃபிலாசொஃபீ* (E. Bloch, *Tübinger Einleitung in die Philosophie*), vol. II, Suhrkamp, Frankfurt, 1963, p. 113.

32. ஆதித் திரட்டலின் தொடர்ந்த பொருத்தப்பாடு பற்றிய விவாதத்தோடு இது தொடர்புடையது. பார்க்கவும் W. Bonefeld, 'Class Struggle and the Permanence of Primitive Accumulation', *Common Sense*, no. 6,1988; இந்தத் தொகுதியில் டல்லா கோஸ்டாவின் கட்டுரையையும் பார்க்கவும்.

33. ரிச்சர்ட் குன், வரலாற்றுப் பொருள்முதல்வாதத்துக்கு எதிராக (R. Gunn, 'Against Historical Materialism'), p. 29.

34. சியீ. வெர்னர் போன்ஃபெல்ட், ரிச்சர்ட் குன், காஸ்மாஸ் சைக்கோபீடீஸ், *திறந்தநிலை மார்க்சியம் தொகுதி I, II* (W. Bonefeld, R. Gunn and K. Psychopedis (eds.), *Open Marxism, vol I and vol. II*), Pluto Press, London, 1992.

35. இந்தத் தொகுதியில் காஸ்மாஸ் சைக்கோபீடிசின் கட்டுரையையும் பார்க்கவும்.

36. சியீ. டி.டபிள்யூ, அடோர்னோ, *நெகடிவ் டயலிடிக்ஸ்* (T.W. Adorno, *Negative Dialectics*), Routledge and Kegan Paul, London, 1973.

37. ஐ.ஜே ரூபின், *அப்ஸ்ட்ராக்ட் லேபர் அண்ட் வேல்யூ இன் மார்க்சஸ் சிஸ்டம்* (I.I. Rubin, *'Abstract Labour and Value in Marx's System'), Capital & Class*, no. 5, 1978.

## 9. முனைப்பாக மூலதனமும் உழைப்பின் இருத்தலும்

வெர்னர் போன்ஃபெல்ட்

### அறிமுகம்

ஜான் ஹாலவே, இந்தத் தொகுதியில் தனது பங்களிப்பில், மார்க்சியத்தின் எதிர்மறை சக்தி மீது தனிக்கவனம் செலுத்துகிறார். இந்தச் சக்தி, 'விமர்சன பகுப்பாய்வு' என்பதை அழிவு சக்தியாக, சமூக இருத்தலை மனிதச் செயல்பாட்டின் இருத்தல் நிலையாக பயன் படுத்துகிறது. எனினும், புரட்சிகர சிந்தனையில், மனிதச் செயல் பாட்டின் 'நிலை' பற்றி கூர்மையான வேறுபாடுகள் உள்ளன. மனிதச் செயல்பாடு உற்பத்தித் திறனுள்ள சக்தியாக உள்ளதா அல்லது அது கட்டமைப்புரீதியான கட்டுப்பாடுகளுக்கும் விதிகளுக்கும் வெறுமனே சேவை செய்வதாக உள்ளதா, அல்லது கடைசிக் கணக்கில் பரந்து விரிந்த அமைப்புக்குள் அது வெறும் கடையாணிதானா (cog in the wheel)? உண்மையில், மனிதச் செயல்பாடு பற்றி பேசுவதன் பொருள்தான் என்ன? 'மனிதச் செயல்பாட்டுக்கும்', முதலாளித்துவத்தின் 'வக்கிரமான (perverted) ஏமாற்றமடைந்த உலகுக்கும்' இடையேயான உறவை கட்டுவிப்பது என்ன?[1]

'கட்டமைப்புகளும், சமூக நிறுவனங்களும் வழக்கமாக தனிமனித செயல்களின் எதிர்பாரா விளைவுகளாக மறுவுற்பத்தி செய்யப் படுகின்றன' என்று விமர்சன எதார்த்தவாதத்துடன் தொடர்புடைய சமகால விமர்சனம் கூறுகிறது.[2] வேறு சொற்களில், மனிதர்கள் உற்பத்தியாளர்களாக இருக்கலாம், ஆனால் அவர்களது உழைப்புகளின் உற்பத்திப்பொருள் அவர்கள் எதிர்பார்த்த விளைவாக இருக்க வேண்டியதில்லை. கட்டமைப்புகள் கட்டுப்படுத்துகின்றனவா, அதாவது 'தனிமனிதர்' இருளில் உள்ளாரா? மனிதச் செயல்பாடு சுய-தீர்மானிக்கும் செயலாக இல்லை, மாறாக, அது கட்டமைப்புரீதியான உறவுகளுக்குக் கீழ்ப்படுத்தப்பட்டதாக உள்ளது அல்லது தன்னை தர்க்கரீதியாக செயல் படுத்த இயலாமல் உள்ளது என்கிறார் லோவரிங் (Lovering). கட்டமைப்புகள் மனிதச் செயல்களை முன்கட்டமைப்பு செய்து, விளைவை நிர்ணயித்து, தனிமனித செயலின் வெற்றியை வரையறுக்கின்றனவா? அதாவது மனிதர்கள் மீது அவர்களது கட்டுப்பாட்டுக்கு அப்பாற்பட்ட சக்திகள் தாக்கம் செலுத்துகின்றனவா? லோவரிங்கைப் பொறுத்தவரை, கட்டமைப்புகள் அசாதாரணமான தினசரி வாழ்வியலுக்கு மேலமர்ந்துள்ள

(extramundane) பொருண்மைகள்: நாம் அவற்றுக்குள் பிறக்கிறோம், தனிமனித செயல்கள் மூலம், மாற்றப்பட்ட வடிவில் அவை தம்மைத்தாமே மீட்டுருவாக்கிக் கொள்கின்றன. கட்டமைப்புகள் மனிதச் செயலின் மூலமாக மீட்டுருவாக்கப்படுகின்றன என்ற கருத்துநிலை விசித்திரமாகத் தெரிகிறது. இருப்பினும், அதுதான் லோவரிங்-ன் விமர்சன எதார்த்தவாத நிலைப்பாடாக இருப்பதாகத் தெரிகிறது..

மானுடத்துக்கு அப்பாற்பட்ட சக்திகள் மனிதச் செயல்பாடு மீது சுமத்தும் கட்டுப்பாடுகளை கண்டறிய முயற்சிக்கும் இன்னொரு சமீபத்திய பங்களிப்பை பாப் ஜேசப் (Bob Jessop) செய்துள்ளார். லோவரிங்கிலிருந்து வேறுபட்ட ஜேசப்பின் அணுகுமுறை, மனிதச் செயல்பாட்டை கட்டுப்படுத்தும் பொருண்மையான கட்டமைப்பின் தேர்வு அடிப்படைகள் மீது கவனம் செலுத்துவதற்கு மாறாக முனைப்பின் தேர்வு அடிப்படைகள் மீது கவனம் செலுத்துகிறது. ஜேசப்புக்கு மிக முக்கியமான முனைப்பாக மூலதனம் உள்ளது.[3] சமூக எதார்த்தம் என்பது பல்வகை சமூக நலன்களுக்கும் நோக்கங்களுக்கும் இடையேயான ஊடாடலின் விளைபயனாக பார்க்கப்படுகிறது. இந்த ஊடாடல் மூலதனத்தின் 'முனைப்புத்தன்மை' மூலமாக கட்டுப்படுத்தப்படுகிறது, அது மனிதச் செயல்பாட்டின் மீது தனது சொந்த தனித்த தர்க்கரீதியான மற்றும்/அல்லது இயற்கையான தேவைகளை சுமத்துகிறது.[4] மூலதனத்தின் முனைப்புக்கு மனிதச் செயல்பாடு கீழ்ப்படுத்தப்படுவதை, 'மதிப்பு மீ-வடிவத்தின்' தன்னாட்சியின் அடிப்படையில் ஜேசப் விளக்குகிறார். மனிதச் செயல்பாடு வளர்ந்து செல்லும் சட்டகத்தை வழங்குவதாக இந்த மீ-வடிவம் புரிந்து கொள்ளப்படுகிறது. நமது தர்க்கத்தின் பிந்தைய ஒரு கட்டத்தில் ஜேசப்பின் அணுகுமுறையைப் பற்றி மீண்டும் சுருக்கமாகப் பார்க்கலாம். இந்த இடத்தில் முக்கியமானது என்ன வென்றால், லோவரிங், ஜேசப் இருவரின் அணுகுமுறைகளும் கட்டுவிக்கப்பட்ட பொருட்களாக மூலதனம் (அல்லது கட்டமைப்புகள்) என்ற கருத்துநிலையைச் சார்ந்துள்ளன. மூலதனம் இருக்கும் பொருண்மையாக முன்னனுமானிக்கப்படுகிறது என்று இதற்குப் பொருள். மூலதனம் என்னவாக 'உள்ளது' என்ற கேள்வி இனிமேலும் எழுப்பப்படுவதில்லை. இதன் விளைவாக, மூலதனம் வரலாற்று ரீதியில் செயலூக்கமுள்ள முனைப்பாக (subject) அடையாளப்படுத்தப் படுகிறது. மூலதனம் எவ்வாறு உற்பத்தி செய்யப்படுகிறது என்ற கேள்விக்கு பதிலாக மூலதனம் எவ்வாறு உற்பத்தி செய்கிறது என்ற கேள்வியை இது தன்னுள் கொண்டுள்ளது. லோவரிங்கைப் போலவே ஜேசப் மார்க்சியத்தை அறிவியல்பூர்வமான, புறநிலைக் கோட்பாடாக பார்க்கிறார். மூலதனம் முனைப்பாக விளங்கிக்கொள்ளப்படும் அதே

நேரம், மனிதச் செயல்பாடு சமூக மறுவுற்பத்தி பற்றிய மூலதனத்தின் சொந்த வரையறைக்கு ஏற்ப தீர்மானிக்கப்படுகிறது. மூலதனம் முனைப்பாக முன்னனுமானிக்கப்படுவதால், உழைப்பு மூலதனத்தின் நிபந்தனைகளுக்குள்ளாக மட்டும்தான் தனது தெரிவிப்பைப் பெற முடியும். மனிதச் செயல்பாடு மூலதனத்தின் முனைப்புக்கு உள்ளாக மட்டுமே உள்ளது: இவ்வாறாக எல்லா உழைப்பும் இயற்கையாகவே கூலி-உழைப்பாகத் தோன்றுகிறது.

அரசியல் பொருளாதாரம் சமூக இருத்தலை கட்டுவிக்கப்பட்ட வடிவங்களின் அடிப்படையில் கருத்தாக்கம் செய்வதுதான் அதன் முக்கியமான பலவீனம் என்று மார்க்ஸ் கூறுகிறார்.[5] அரசியல் பொருளாதாரம் குறிப்பிட்ட நேர்வுகளின் வரலாற்று இருத்தலை ஏற்றுக் கொண்டு அவற்றுக்கு இடையே வினைவிளைவுத்தொடர் இணைப்புகளை நிறுவுவதற்கு முயற்சிக்கிறது என்பது இதன் பொருள். அரசியல் பொருளாதாரம் தான் நிரூபிக்க முயற்சிப்பதை, அதாவது, 'மூலதனம்' என்பதை முன்னனுமானித்துக் கொள்கிறது என்பதுதான் அரசியல் பொருளாதாரம் பற்றிய மார்க்சின் விமர்சன பகுப்பாய்வு. சமூக உழைப்பு அதன் உற்பத்திப் பொருளின் மதிப்பின் மூலமாக தெரிவிக்கப் படுவது ஏன் என்று அரசியல் பொருளாதாரம் கேட்பதில்லை. மாறாக, பரிவர்த்தனை உறவுகளை முன்னனுமானிப்பதன் மூலம், அதாவது, மூலதனத்தின் சுற்றை முன்னனுமானிப்பதன் மூலம் இந்த மதிப்புகளை வரையறுக்க முயற்சிக்கிறது. அரசியல் பொருளாதாரம் கோட்பாடாக்கம் செய்யப்படாத முன்னனுமானங்களைக் கொண்டு ஆய்வு செய்கிறது. அதாவது, மூலதனத்தின் வடிவங்கள் வரலாற்று வளர்ச்சியில் இனிமேலும் பிரச்சினையாக இல்லாத, வரலாற்று ரீதியாக சாதிக்கப்பட்ட வடிவங்களாக ஏற்றுக் கொள்ளப்படுகின்றன. மனிதச் செயல்பாட்டிலும் செயல்பாட்டின் மூலமாகவும் (in and through) இருப்பதற்கு பதிலாக அவை மனிதச் செயலை கட்டுப்படுத்துகின்றன. சுருக்கமாக, இந்த வடிவங்கள் மனிதச் செயல்பாட்டுக்கு வெளியில் இருப்பதாகவும், இயற்கையாகவே சுய-கட்டுவிக்கும் வலிமைகளை பெற்றிருப்பதாகவும் புரிந்து கொள்ளப்படுகின்றன. இதன் விளைவாக, மூலதனம் என்பது மூலதனத்தை உற்பத்தி செய்யும் 'ஏதோ ஒன்றாக' வரையறுக்கப்படுகிறது.

அரசியல் பொருளாதாரத்தின் கருத்தாக்கங்கள் முதலாளித்துவ சமூகத்தின் மாய்மாலமாக்கப்பட்ட இருத்தல் வடிவங்களுடன் தொடர்புள்ள சாரமாக்கல்களாக உள்ளன. மார்க்ஸ் சொல்வது போல,

> மூலதனத்தில் மதிப்பின் சுய-பாதுகாப்பில் இருந்து மதிப்பின் பெருக்கத்துக்கு விபத்தாக அல்லது விளைவாக இல்லாமல் அதன் அடிப்படையாக, கோட்பாட்டுரீதியாக மாறிச் செல்வது

திருவாளர்கள் பொருளியலாளர்களுக்கு ஏற்படுத்தும் சிரமம் கொஞ்சம் இல்லை. இந்த அடிப்படையை 'முறையாக' என்ற வினையுரிச்சொல் மூலம் ஸ்டோர்ஹ் (Storch) உள்நுழைப்பதைப் பாருங்கள். இதனை மூலதன உறவில் இன்றியமையாத அம்சமாக பொருளியலாளர்கள் அறிமுகப் படுத்துகிறார்கள் என்பதை ஏற்றுக் கொள்ளலாம், ஆனால், எது இலாபத்தைக் கொண்டு வருகிறதோ அது மூலதனம் என்று, அதாவது மூலதனத்தின் அதிகரிப்பே சிறப்பான பொருளாதார வடிவமான இலாபமாக ஏற்கனவே முன்னனுமானிக்கப்படும் முரட்டு வடிவில் செய்யா விட்டால், அது இரகசியமாகவே நடக்கிறது... ஆதாயம் கிடைக்காமல் யாரும் தமது மூலதனத்தை முன்னீடு செய்ய மாட்டார்கள் போன்ற பிதற்றல்களின் பொருள், ஒன்று தமது மூலதனத்தை முன்னீடு செய்யா விட்டாலும் நல்ல முதலாளிகள் முதலாளிகளாகவே இருப்பார்கள் என்ற அபத்தமாகவோ அல்லது மூலதனம் என்ற கருத்தாக்கத்திலேயே ஆதாயம் ஈட்டும் முன்னீடு என்பது உள்ளார்ந்துள்ளது என்று சொல்லும் அற்ப வடிவமாகவோ உள்ளது. நல்லது. அப்படியானால், அதை நிரூபிக்க வேண்டியது தான் மிச்சம்.[6]

முதலாளித்துவ அணுகுமுறையாக இருந்தாலும் இல்லா விட்டாலும், கட்டுவிக்கப்பட்ட வடிவமாக மூலதனத்தை தமது பண்புருவாகக் கொண்டிருக்கும் அணுகுமுறைகள், சிந்தனையின் நச்சுச் சுழலில் சிக்கியுள்ளன: அவை வரையறுக்க முயற்சிப்பதையே முன்னனுமானித்துக் கொள்கின்றன. இருத்தலின் புறநிலை நிலைமைகள் பற்றி அவை அறிவியல்ரீதியாக மறுவிளக்கத்தை வழங்குகின்றன. இந்த நிலைமைகள் எப்போதுமே, அவசியமாகவே மூலதனத்துக்குள்ளாக மட்டுமே இடம் பெறுகின்றன. ஏனென்றால், மூலதனம் ஆதிக்கம் செலுத்தும் காரணியாக மட்டுமின்றி, தீர்மானிப் பதாகவும் வரலாற்றுரீதியில் செயல்முனைப்பான உற்பத்தி உறவாகவும் முன்னனுமானிக்கப்படுகிறது. மனிதச் செயல்பாடு கோட்பாட்டு அணுகுமுறையின் மையமாக இருப்பதற்கு மாறாக, அனுபவரீதியான உலகத்தில் அவதானிக்கக் கூடிய மெய்ம்மையாக மட்டுமே தோன்றுகிறது. அரசியல்ரீதியாக, மனித முனைப்பை கைவிடுவது, 'புறநிலை நிலைமைகளுடன்' சமரசம் செய்து கொள்வதற்கு, அதாவது 'வக்கிரமான' இருத்தல் பற்றிய ஆமோதிக்கும், ஆதரவான விவரிப்புக்கு இட்டுச் செல்கிறது. '... முனைப்பும் பொருண்மையும் கறாராக பிரித்து வைக்கப்பட்டிருக்கும்' கோட்பாட்டை கண்டனம் செய்யும் போது, 'கோட்பாட்டின் பொருண்மையை கோட்பாட்டில் இருந்து பிரிக்கப் பட்டதாக சிந்தித்தால் நாம் செயலின்மைவாதம் (quietism) அல்லது

உடன்படுவாதத்துக்குள் (conformism) விழுந்து விடுகிறோம்' என ஹோர்க்ஹெய்மர் (Horkheimer)[7] பதிவு செய்கிறார். முனைப்பும் பொருண்மையும் பற்றிய, கோட்பாடும் இருத்தலும் பற்றிய இருமைவாத கருத்தாக்கம், மரபுரீதியான கோட்பாடு என்று ஹோர்க்ஹெய்மர் கூறுவதோடு இணைந்துள்ளது.

அரசியல் பொருளாதாரம் பற்றிய மார்க்சின் விமர்சன பகுப்பாய்வு, உழைப்பின் இருத்தல் நிலையாக மூலதனம் பற்றிய விமர்சன பகுப்பாய்வை வழங்குகிறது என்று இந்தக் கட்டுரை வாதிடுகிறது. தன்னாட்சியான முனைப்பாக 'மூலதனம்' என்ற மார்க்சின் கருத்து நிலையை எடுத்துக் கொண்டு, 'உழைப்பு' கட்டமைக்கும் சக்தியாக இருப்பதன் மீது கவனம் செலுத்துவதன் மூலம் இந்தக் கருத்து நிலையை மதிப்பீடு செய்வோம். நெறிபிறழ்ந்த முதலாளித்துவ உலகம் என்ற வடிவத்தில் உழைப்பு தனக்கு எதிராகவே இருக்கிறது என்று வாதிடப் போகிறோம்.

### மூலதனத்திலிருந்து உழைப்புக்கு?

'தமது சொந்த உழைப்பின் மூலம் தம்மை மேன்மேலும் அடிமையாக்கும் எதார்த்தத்தை மனிதர்கள் உருவாக்குகிறார்கள்' என்ற ஹோர்க்ஹெய்மரின் கருத்து, இந்த ஆய்வுக் கட்டுரையில் எழுப்பப்படும் பிரச்சினைகளுக்கு அடிப்படையான முக்கியத்துவம் கொண்டுள்ளது.[8] முதல் பார்வையில், இந்த வாக்கியத்தில் ஒரு முரண்நிலை உள்ளது. ஒரு பக்கம், மனிதர்கள் வாக்கியத்தின் எழுவாயாக உள்ளனர். அவர்கள் செயல்முனைப்பாகவும் படைப்பூக்கத்துடனும் உள்ளனர். அவர்கள் இந்த வாக்கியத்தின் சாரமாக உள்ளனர். இன்னொரு பக்கம் அவர்கள் எதார்த்தத்தின், அடிமையாக்கும் எதார்த்தத்தின் பொருண்மையாக மட்டுமே உள்ளனர். மனிதர்கள் முகமற்ற 'அவர்கள்' ஆக, தமக்கு மேலே நிற்கும், மனிதச் செயல்பாட்டின் மூலம் வெறுமனே வளர்ந்து செல்லும் எதார்த்தத்தின் பின்னொட்டாக குறைக்கப்பட்டுள்ளனர். மனிதச் செயல்பாட்டை நாம் எப்படிப் புரிந்து கொள்கிறோம் : முனைப்பாகவும் எதார்த்தத்தின் சாரமாகவும் புரிந்து கொள்கிறோமா; அல்லது எதார்த்தத்தின் வெறும் பொருண்மையாக புரிந்து கொள்கிறோமா? வேறு சொற்களில், மனிதச் செயல்பாடு என்பது சமூக உறவுகளை தீர்மானிக்கும் எதார்த்தத்தின் ஏதுமறியா பார்வையாளர் மட்டும்தானா; அல்லது மனிதச் செயல்பாடு உற்பத்தித் திறனுள்ள சக்தியா? ஹோர்க்ஹெய்மரின் கருத்துக்கு விமர்சனரீதியான பொருள் ஒன்று உள்ளது. மனிதச் செயல்பாடு மனிதருக்கு-அப்பாற்பட்டதாகத் தெரியும் வடிவங்களில் தன்னை முன்வைத்துக் கொள்ளும் சூழ்நிலைகளை எப்படி புரிந்து கொள்ள முடியும்? வேறு சொற்களில், மனிதச்

செயல்பாடு வக்கிரமான வடிவங்களை உற்பத்தி செய்வதோடு மட்டுமின்றி, வக்கிரமான வடிவங்களுக்கு உள்ளாக தனக்கு எதிராகவே இருப்பது ஏன்? சமூக இருத்தலின் கட்டமைத்தல் தொடர்பாக ஹோர்க்ஹெய்மர் ஆய்வு செய்கிறார். அவரது மொத்தமாக்கும் சிந்தனையிலிருந்து வேறுபட்ட வகையில், அவரது 'முரண்நிலையின்' இரண்டு 'பக்கங்கள்' மார்க்சியத்தின் கட்டமைப்புவாத பதிப்புகள் மீதும் அகநிலைவாத பதிப்புகள் மீதும் கவனத்தைக் குவிக்கின்றன. கட்டமைப்புவாத அணுகுமுறைகள் சமூகத்தை தனது சொந்த உள்ளார்ந்த விதிகளுக்கு ஏற்ப வளர்ச்சியடையும் 'உயிரினமாக' பார்க்கின்றன. மனிதச் செயல்பாடு இந்த உயிரினத்தின் ஒரு அம்சமாக மட்டுமே பார்க்கப்படுகிறது. சமூக மோதல் என்பது சமூகத்தை சமன் செய்வதற்கான சாதனமாக மட்டுமே, எனவே கட்டமைப்பை மீண்டும் உருவாக்கும் பொருண்மையாகவே பார்க்கப்படுகிறது. இந்தப் பார்வையில் கட்டமைப்புகள் இயற்கையாகவே முனைப்பின் பண்புகளைப் பெற்றுள்ளன.[9] அவை முடிவெடுக்கின்றன, தீர்மானிக்கின்றன, 'தேர்ந்தெடுக்கின்றன'. மறுபக்கம், அகநிலைவாத அணுகுமுறைகள், படைப்பூக்கமான, அன்னியமாகாத, சுய-நிர்ணயிக்கும் முனைப்பு என்ற கருத்துநிலையைச் சார்ந்துள்ளன, அந்த முனைப்பு முதலாளித்துவ அமைப்பிலிருந்து உருவாகும் கோரிக்கைகளை எதிர்த்து நிற்கிறது. வேறு சொற்களில், 'முனைப்பு' என்பது முதலாளித்துவ திட்டப்பணிக்கு வெளியே நிற்கும் அதில் பங்கேற்கும்படி தொடர்ந்து கட்டாயப்படுத்தப்படும் மெய்யான படைப்பூக்கமுள்ள இருத்தலாக பார்க்கப்படுகிறது. இரண்டு நேர்வுகளிலுமே மனிதச் செயல்பாட்டின் முதன்மை பயன்படுத்தப்படவில்லை. ஏனென்றால், மனிதச் செயல்பாடு என்பது 'கட்டமைப்புகளை' மீண்டும் உருவாக்கும்படி கட்டாயப்படுத்தப்படுகிறது [கட்டமைப்புவாதம்], அல்லது அது தனது சொந்த சமூக உலகத்துக்கு வெளியில் இருக்கிறது [அகநிலைவாதம்]. (மனித இருத்தல் என்ற) இந்த உள்ளடக்கம், (முதலாளித்துவ சமூக உறவுகள் என்ற) இந்த வடிவத்தை எடுப்பது ஏன் என்ற விமர்சன ரீதியான கேள்வி ஒதுக்கித் தள்ளப்படுகிறது. அதனிடத்தில், 'மூலதனத்தை' ஏதோ ஒன்றாக, தன்னையே உற்பத்தி செய்வதாக அல்லது மெய்யான முனைப்பை முதலாளித்துவ நோக்கத்துக்கு சேவை செய்யும்படி இணங்க வைக்கும் 'சக்திவாய்ந்த பொருண்மையாக', ஏற்கனவே முன்னனுமானித்துக் கொள்ளும் கேள்வி வைக்கப்படுகிறது.

### மனிதச் செயல்பாடும் கட்டுவிக்கப்பட்ட வடிவமாக மூலதனமும்

மூலதனம் தன்னைத் தானே எப்படி மறுவுற்பத்தி செய்து கொள்கிறது, தனது சொந்த மறுவுற்பத்தியை எவ்வாறு ஒழுங்கு படுத்திக் கொள்கிறது என்ற கேள்வியை எழுப்பும் பகுப்பாய்வைப்

பொறுத்தவரையில் அரசியல் பொருளாதாரத்தின் கவனக்குவிப்பு 'கட்டுவிக்கப்பட்ட வடிவங்கள்' மீது உள்ளது. மனிதச் செயல்பாடு என்பது மாறிவரும் அனுபவரீதியான சூழல்களில் இந்த வடிவங்களை வலுவாக்கி மறுவுற்பத்தி செய்யும் மனிதக் காரணியாக கருதப் படுகிறது. இவ்வாறாக, மனித இருத்தல் என்பது மனிதக் காரணியாக, உற்பத்தியின் ஒரு காரணியாக, அல்லது திட்டமான செயல்களையும் நலன்களையும் இன்னபிறவற்றையும் கொண்டதாக தொடர்புபடுத்தப் படுகிறது. சுருக்கமாக, மனித இருப்பு மனிதச் செயல்பாட்டின் வீச்சுக்கு அப்பால் இருக்கும், மனிதச் செயல்பாட்டின் வீச்சை வரையறுத்து மட்டுப்படுத்தும் நிறுவப்பட்ட வடிவங்களின் சட்டகத்துக்குள் செயல்பட கட்டாயப்படுத்தப்பட்ட 'ஏதோ ஒன்றாக' மாறுகிறது. பொருண்மையும் முனைப்பும் என்ற இந்த இருமைவாதத்துக்குள் பொருண்மை செயல் முனைப்பான காரணியாக உள்ளது, முனைப்போ செயல்முனைப்பற்ற பார்வையாளராகவும் அல்லது தேர்ந்தெடுக்கும் கட்டமைப்புகளால் பாதிக்கப்பட்டதாகவும் உள்ளது. மனிதச் செயல்பாடு பற்றிய இந்தப் பார்வையை லோவரிங் தெளிவாகவே கூறியுள்ளார். அவர் சொல்வது போல,

> தனிமனிதர்கள் தாங்கள் தேர்ந்தெடுக்காத உலகத்துக்குள் நுழைகின்றனர், அங்கு வந்ததும் அந்த உலகத்தின் கட்டமைப்பை பகுதியளவு மறுவுற்பத்தி செய்யும், பகுதியளவு மாற்றி அமைக்கும் வழிகளில் அவர்கள் செயல்படுகின்றனர். ஆனால், இந்த கட்டமைப்பு ரீதியான விளைவுகளைப் பற்றிய அவர்களது புரிதலும் அவற்றை கட்டுப்படுத்துவதற்கான அவர்களது திறனும் கறாராக வரம்பிடப்பட்டுள்ளன.[10]

லோவரிங்-ஐப் பொறுத்தவரை, ஆகச்சிறந்த நிலையில், சமூக தனிமனிதர் என்பவர் அவருக்குச் சொந்தமில்லாத உலகத்தில் பிறந்த அரசியல் பொருளாதாரத்தின் தனிநபராக உள்ளார். லோவரிங் சமூக ரீதியான முனைப்பை சமூகத்திலிருந்து முடக்குவது கட்டமைப்புகள் மனிதர்களுக்கு-அப்பாற்பட்ட பொருண்மைகள் என்ற பார்வையை வலுப்படுத்துவதோடு அல்லாமல், சமகால புரட்சிகர சிந்தனையில் தர்க்கத்தின் மீதான தாக்குதலுக்கும் பங்களிப்பு செய்கிறது. கட்டமைப்புகள் மனிதக் களத்துக்கு அப்பால் உருவாக்கப்பட்டவை, எனவே புலன் கடந்து நிற்கும் பொருண்மைகள் என்று லோவரிங் ஏற்றுக் கொள்கிறார். சமகால புரட்சிகர சிந்தனை பற்றிய அவரது கருத்தில், அக்னோலி (Agnoli) கூறுவது போல: 'நிறைவின்மை என்ற தொந்தரவு செய்யும் உணர்வின் காரணமாக, தர்க்கத்தின் மீதான தாக்குதல் ஆன்மீகத்துக்குள்,

ஆன்மாவின் சகதிக்குள் உற்சாகமாக தாவி விடுகிறது'.[11] கட்டமைப்புகள் எங்கிருந்து வருகின்றன, அவை எவ்வாறு உருவாக்கப்பட்டன, அவற்றை கட்டுவிப்பது என்ன? கட்டமைப்புகள் என்பவை புலனுணர்வு கடந்த 'பொருண்மைகள்' என்றால், அவற்றின் கட்டுவிப்பு தொடர்பான எந்த ஒரு தேடலும் வரலாற்றுக்கு முந்தைய காலங்களுக்குள் தேடுவதாக அல்லது கண்ணுக்குத் தெரியாத மாயாவாத வெளிகளுக்குள் தேடுவதாகத்தான் இருக்க வேண்டுமா? கட்டமைப்புகள் இருக்கின்றன, மனிதர்கள் அவற்றுள் பிறக்கின்றனர், புலன்கடந்த தர்க்கத்தைக் கொண்ட உலகத்தில் செயலின் விளைவுகளை தலைவிதி தீர்மானிக்கிறது. இவ்வாறாக, கட்டமைப்புகள் புனிதமான பொருண்மைகளாக மாறியுள்ளன, அவை மனிதச் செயல்பாட்டை பாதிக்கின்றன, மனிதச் செயல்பாட்டின் ஊடாக மறுபடியும் உருவாகின்றன, ஆனால் மனித இருத்தலுக்கு மேலே நிற்கின்றன. இருத்தலின் சாரம் இனிமேலும் மனிதராக இல்லை, மாறாக கட்டமைப்புகளின் புலன்கடந்த உலகமாக, புரிந்து கொள்வதற்கு அப்பாற்பட்ட உலகமாக, கண்ணுக்குத் தெரியாத கொள்கைகளின் மூலமாக சமூக உறவுகளை பாதிக்கும் உலகமாக உள்ளது. சபிக்கப்பட்ட மனிதர், உண்மையில், 'யாரும் இல்லாதவர்' ஆக உள்ளார். எல்ஸ்டருடன் (Elster) தொடர்புடைய[12] கரணிய தேர்வு மார்க்சியத்தின் முறைபாட்டு தனிநபர்வாதத்தில் இருப்பதைப் போல, முனைப்புகள் அங்கீகரிக்கப்பட்ட விதிகளின் சட்டகத்துக்குள் கரணிய மாகவும் தனித்தன்மையுடனும் செயல்படுகின்றன, கணக்கிடுகின்றன. அதனை மாற்றி அமைக்க முயற்சிக்கின்றன, ஆனால் இறுதியில் தமது செல்வங்களை அதிகபட்சமாக்குவதற்காக வடிவமைக்கப்பட்ட திட்டப்படியான நடத்தை மூலமாக அதனை வலுப்படுத்தவும் அறுதியிடவும் மட்டுமே அவற்றால் முடிகிறது. குறைந்தபட்சம், எல்ஸ்டரைப் பொறுத்தவரையில், நமது பிரச்சினைக்கான விடையை மாயாவாதத்தில் பெறமுடியாது. அவரது கருத்துப்படி இதற்கான விடை பேராசையின் மாற்றி அமைக்கும் சக்தியில் அடங்கியுள்ளது.

கட்டுவிக்கப்பட்ட வடிவங்கள் மீது தனிக்கவனம் செலுத்துவது மனித இனத்தை நோக்கமாக பார்ப்பதை விட வளமாக பார்க்கும் சிந்தனை வடிவத்தை உறுதி செய்கிறது. மனிதச் செயல்பாடு கட்டுவிக்கப்பட்ட வடிவங்களால் வரையறுக்கப்பட்டும் அவற்றில் இருந்து பெறப்படுவதும் ஆகிறது: மனித முனைப்பு புரிந்துகொள்ள முடியாத எதார்த்தத்தின் வெறும் சேவகனாக ஆவது மட்டுமின்றி, கண்ணுக்குத் தெரியாத கொள்கைகளை மறுவுற்பத்தி செய்வதற்கான வளமாகவும் மாறுகிறது. 'இன்றியமையாத', ஆனால் புலன்கடந்த, கட்டமைப்புகளுக்கு சேவை செய்வதாக மனிதச் செயல்பாட்டை

கையாள்வது, விதிகளையும் சட்டங்களையும் ஒழுங்குமுறைகளையும் கொண்டு அமைக்கப்பட்ட, சமூக தனிநபரின் தரப்பில் சுய-தீர்மானத்தை ஒதுக்கி வைக்கும் சமூக உலகத்தை முன்னனுமானித்துக் கொள்கிறது. கட்டுவிக்கப்பட்ட வடிவங்கள் என்ற நிலைப்பாடு, பொருண்மைக்கும் முனைப்புக்கும் இடையேயான உறவை திருப்பி நிறுத்துகிறது. அமைப்பின்-பண்புகள் முனைப்புரீதியான அதிகாரமாக மாறுகின்றன, மனிதர் 'அமைப்பில்' இருந்து தோன்றும் கோரிக்கைகளை நிறைவேற்றுபவராக மாறுகிறார். மனிதத் தொடர்பு மூலமாக கட்டமைப்புகள் தம்மை செயல்படுத்திக் கொள்கின்றன. இவ்வாறாக, மனித இனம் கட்டமைப்புரீதியான மறுவுற்பத்திக்கான வளமாக ஆகிறது. இதிலிருந்துதான், கட்டமைப்பில் இருந்து தோன்றும் கட்டளைகளை சுமந்து செல்வதாக அல்லது முகமையாக மனித இனம் என்ற கட்டமைப்புவாதத்தின் வலியுறுத்தல் பிறக்கிறது.

கட்டுவிக்கப்பட்ட வடிவங்கள் என்ற நிலைப்பாடு 'மூலதனம்' என்பதை, வர்க்கப் போராட்டத்தின் மூலம் வெறுமனே வளர்ந்து செல்லும் 'தன்னியக்கமான முனைப்பாக' புரிந்து கொள்கிறது. மூலதனம் பற்றிய இந்தச் சித்தரிப்பைப் பயன்படுத்தி மார்க்சிஸ்டுகள் வர்க்க உறவுக்கு மேலாக மூலதன உறவின் முதன்மையை நியாயப் படுத்துகின்றனர். மூலதன உறவு என்பது, பண மூலதனம் திறனுடை மூலதனம் சரக்கு மூலதனம் போன்ற மூலதனத்தின் பல்வேறு வடிவங்களுக்கு இடையேயான உறவையும், 'அதன்' தர்க்கமும் விதிகளும் உள்ளிட்ட இந்த உறவின் சுய-முரண்பாட்டு தன்மையையும் உள்ளடக்குவதாக சொல்லப்படுகிறது.[13] அடிப்படையாக, மூலதன உறவு என்பது மூலதனத்துக்கும் மூலதனத்துக்கும் இடையிலான உறவு. அதன் இயக்கம் போட்டி விதியால் 'ஒழுங்கமைக்கப்படுகிறது'. மறுபக்கம், வர்க்க உறவானது மூலதனத்துக்கும் உழைப்புக்கும் இடையிலான உறவைக் கொண்டுள்ளது.[14] தன்னை வர்க்கப் போராட்டத்தின் மூலம் உறுதிப்படுத்திக் கொள்ளும் பகைநிலை உறவாக இந்த உறவு பார்க்கப்படுகிறது. மூலதன உறவின் முதன்மை என்ற கருத்துநிலை, மிகச்சிறந்த நிலையில், 'மூலதனத்தின்' சுய-முரண்பாட்டு கட்டமைப்பு வர்க்க மோதலைத் தூண்டுகிறது என்றும் இந்த மோதல் முதலாளித்துவ மறுவுற்பத்தியை சிதைக்கிறது எனவே 'நெருக்கடியை' உருவாக்குகிறது என்றும் பொருள்படுகிறது. இந்தப் பார்வையில் உழைப்பின் மீதான முதலாளித்துவச் சுரண்டலின் முரண்படும் தன்மை, 'மூலதனத்துக்கு' உள்ளார்ந்த முரண்பாட்டின் அடிப்படையில் புரிந்து கொள்ளப்படுகிறது, முரண்பாடுகளின் வளர்ச்சி வர்க்கப் போராட்டத்தால் தீர்மானிக்கப்படுகிறது என்று புரிந்து கொள்ளப்படுகிறது.[15]

மிக மோசமான நிலையில், வர்க்கப் போராட்டம் முதலாளித்துவத்தின் தொடரும் மறுவுற்பத்தியில் ஒரு காரணி மட்டுமே என்பது இந்தக் கருத்துநிலையின் அர்த்தம். ஜேசப் (Jessop) போன்று[16] இந்தப் பார்வையை முன்வைப்பவர்கள், மூலதனம் வர்க்க உறவுகளுக்கு மேல் நிற்பதாகவும் வர்க்கப் போராட்டத்தின் மூலமாக வளர்கிறது என்றும், ஆனால் அந்தப் போராட்டத்தில் ஒரு பிரச்சினையாக இல்லை என்றும் வாதிடுகின்றனர். மூலதனம் என்பது தனது சொந்த தர்க்கத்தின் ஊடாக வாழ்ந்திருக்கும் ஒன்றாகப் பார்க்கப்படுகிறது. திட்டவட்டமான, அனுபவரீதியான வர்க்கப் போராட்டத்தின் நிலைமைகளைப் பற்றிய முறையான புரிதல் வர்க்கப் போராட்டம் இடம்பெற்று வளர்ச்சியடையும் முதலாளித்துவச் சட்டகத்தின் நிலைமைகளை அடிப்படையாகக் கொண்டிருக்க வேண்டும் என்பதைப் பொறுத்தவரை வர்க்கப் போராட்டம் பகுப்பாய்வுக்கு வெளியில் வைக்கப்படுகிறது. மூலதன உறவின் முதன்மை மீதான இந்த தனிக்கவனம் முதலாளித்துவ வளர்ச்சியின் புறநிலை எதார்த்தமான பாதைகளின் மீது கவனத்தைக் குவிக்கிறது. இந்த அணுகுமுறையால் அங்கீகரிக்கப்படும் ஒரே முனைப்பு கட்டமைப்புகள்தான். முதலாளித்துவ வளர்ச்சியின் இயங்காற்றல் மூலதனத்திலேயே அமைந்துள்ளது. முரண்பாடு மூலதனத்துக்கு உள்ளார்ந்ததாகப் பார்க்கப்படுகிறது, முதலாளித்துவ வளர்ச்சி இந்த முரண்பாடுகளின் விளைவாகப் பார்க்கப்படுகிறது. இதன் விளைவாக, அறிவியல் ரீதியான ஆய்வு மூலதனம் எவ்வாறு உற்பத்தி செய்கிறது என்பதன் மீது கவனத்தைக் குவிக்க வேண்டும். சமூக இருத்தல் பற்றிய அத்தகைய அணுகுமுறை, 'மூலதனம்' செயல்முனைப்பான, சுய-கட்டுவிக்கும் பொருள் என்ற முன்னனுமானத்தின் மீது உருவாக்கப் பட்டுள்ளது. வேறு சொற்களில், அதனுடனேயே அது கொண்டிருக்கும் உறவுகள், வர்க்க உறவுகள் உயிர் வாழ்வதற்கான புறநிலை சட்டகத்தை நிறுவும் வகையில் தன்னியக்கமான முனைப்பாக மூலதனம் என்று இந்த அணுகுமுறை முன்னனுமானிக்கிறது. இதன் நடைமுறை தாக்கங்கள் பிரம்மாண்டமானவை. மறுதலிப்புடனும் பகைநிலை இல்லாத உலகத்துக்கான போராட்டத்துடனும் மார்க்சியம் கொண்டுள்ள உறவுக்குப் பதிலாக, மூலதனத்தின் 'இயற்கையான' தேவைகளை புரிந்து கொள்ளும் நோக்கத்துடன் மூலதனத்தின் சுய-கட்டுவிப்பின் அடித்தளத்தை அறிவியல்ரீதியாக ஆய்வு செய்வது வருகிறது. இதன் அரசியல் தாக்கங்கள் தெளிவாக உள்ளன. பாரம்பரிய கோட்பாட்டில்[17] இருப்பதைப் போல, 'கட்டமைப்புரீதியான தேர்வினால் பாதிக்கப்பட்ட' அனைவருக்கும் ஒரு மேம்பட்ட உலகைச் சாதிக்கும் வகையில் கட்டமைப்புரீதியான வளர்ச்சி (யின் அங்கீகரிக்கப்படாத நிலைமைகள்)

மீது, அதை விரும்பும் திறமையான அரசியல்வாதிகள் எவ்வாறு தாக்கம் செலுத்த முடியும் என்ற வழி பற்றிய தமது அறிவை, வர்க்கப் போராட்டத்துக்கு மேலாக நின்று கொண்டு கோட்பாட்டாளர்கள் வழங்குகின்றனர். இவ்வாறாக, அறிவியல்ரீதியான மார்க்சியம், விழுமிய-மதிப்பீடுகள் இல்லாத மார்க்சியம் உருவாகிறது. வேறு சொற்களில், இப்போது விமர்சிக்கப்பட்ட அணுகுமுறை நேர்மறையான புறநிலை எதார்த்தம் பற்றிய கோட்பாடாக மார்க்சியத்தை புரிந்து கொள்கிறது. கரணியத்துக்கு, 'எந்த நேரத்திலும் கீழ்ப்படியாமையை தூண்டுவது, கோரங்களை அழிப்பது என்ற வரலாற்று வகிபாகத்தை' அத்தகைய நேர்க்காட்சி மார்க்சியம் மறுக்கிறது.[18]

பக்கச்சார்பில்லாத, நேர்மறை கோட்பாடாக மார்க்சியத்துக்கு நீண்ட பாரம்பரியம் உள்ளது. இந்தப் பாரம்பரியத்தில், மார்க்சியத்தின் அறிவியல்ரீதியான முறைபாட்டின் காரணமாக சமூகத்தின் இயக்க விதிகளை புரிந்து கொள்வதற்கான தனிச்சிறப்பான சக்தி அதற்கு உள்ளதாகக் கூறப்படுகிறது. இவ்வாறாக, ஹில்ஃபர்டிங், 'மார்க்சியத்தின் முடிவுகளை ஏற்றுக் கொள்வதில், எனவே அத்தகைய "சிக்கலான அமைப்பை"[19] ஆய்வு செய்வதற்கான "முயற்சியை" எடுப்பதில் ஆளும் வர்க்கங்களின் கடக்க முடியாத தயக்கத்தை' சுட்டிக் காட்டினார் என்கிறார் கோர்ஷ் (Korsch). வேறு சொற்களில், வர்க்க உறவுகளுக்கு மேலாக மூலதன உறவின் முதன்மையை தனது பண்புருவாகக் கொண்ட அணுகுமுறையானது முதலாளிவர்க்க பொருளியலை விட மேம்பட்ட அறிவியல் மார்க்சியம் என்ற கருத்துநிலையை பயன் படுத்துகிறது. முதலாளித்துவ உற்பத்தியின் அராஜகத்தை ஒழுங்கமைக்கும் இரகசிய விதிகள் பற்றிய மார்க்சியத்தின் புறவயமான புரிதலை கரணிய விளக்கமும் ஒழுங்கமைப்பும் தேவைப்படும் உலகத்துக்குப் பொருத்த வேண்டும் என்று அது கோருகிறது. தொகுப்பாக, மார்க்சியம் என்பது சுரண்டல் உறவுகள் மீதான விமர்சன பகுப்பாய்வாக பார்க்கப்படுவதற்கு மாறாக, முதலாளித்துவ சமூகத்தை மேம்பட்ட முறையில் ஒழுங்கமைப் பதற்கான அறிவியல்ரீதியான வழிகாட்டியாக பார்க்கப்படுகிறது.

### மனிதச் செயல்பாடும் மூலதனம் உற்பத்தி 'செய்யப்படுவதும்'

'மனிதர்கள் தமது சொந்த உழைப்பின் மூலம் அவர்களை மேன் மேலும் அடிமைப்படுத்தும் எதார்த்தத்தை உருவாக்குகின்றனர்' என்ற ஹோர்க்ஹெய்மரின் கருத்துநிலையை, சமூக இருத்தலின் சாரமாக 'உழைப்பு' என்பதன் மீது கவனத்தைக் குவிப்பதற்கான அழைப்பாகவும் பொருள்கூற முடியும். மனிதச் செயல்பாடு கட்டுவிக்கும் அதிகாரமாக பார்க்கப்படும். மூலதனம் எவ்வாறு உற்பத்தி செய்கிறது என்பதன்

மீது தனிக்கவனம் செலுத்துவதற்கு மாறாக, மூலதனம் எப்படி உற்பத்தி செய்யப்படுகிறது என்பதன் மீது தனிக்கவனம் மாறுகிறது. சமூக இருத்தலின் வடிவங்கள் மனிதச் செயல்பாட்டின், மனித உழைப்பின் விளைவாக பார்க்கப்படும். 'அமைப்பின்' முறையான விதிகளை - புறநிலை எதார்த்தத்தை - தனித்துக் காட்டுவதற்கு மாறாக, 'முனைப்புத் தன்மை' என்ற கருத்துநிலையின் மீது கவனம் திரும்புகிறது.

எனினும், இந்தத் தனிக்கவனம் பின்வரும் கேள்வியை எழுப்புகிறது. ஒரு பக்கம் 'முனைப்புத்தன்மைக்கும்' மறுபக்கம் அதன் இருத்தல் நிலைக்கும் இடையே நாம் வேறுபடுத்திப் பார்க்க முடியுமா? ஹோர்க்ஹெய்மர் சொல்வது போல மனிதர்கள் தமது முனைப்பு ரீதியான சக்தியின் மூலமாக, அவர்களை அடிமைப்படுத்தும் எதார்த்தத்தை உருவாக்கினால், இந்த முனைப்புரீதியான சக்தி அது உருவாக்கும் வடிவங்களுக்கு வெளியில் இருக்க முடியாது: தனது சொந்த 'வக்கிரமாதலின்' அப்பாவியான பார்வையாளராக அது இருக்க முடியாது. மார்க்சின் தொடக்ககால எழுத்துக்களில் இதுதான் அவரது வாதமாக இருந்தது. அவரது வாதத்தில் அன்னியமாக்கப்பட்ட உழைப்பு தனியார் சொத்துடைமையின் விளைவு இல்லை, அதன் காரணம். தனியார் சொத்துடைமையை ஒழித்துக் கட்டுவது அன்னியமான உழைப்பை ஒழித்துக் கட்டுவதை முன்னனுமானிக்கிறது.[20] முனைப்புக்கும் புறநிலை எதார்த்தத்திற்கும் இடையிலான உறவை வெளிப்புறமானதாகக் கருத முடியாது. அப்படி வாதிடுவது, அந்த வாதம் எதை மறுக்க முயற்சிக்கிறதோ அதை, அதாவது மனிதச் செயல்பாடு மட்டும் படைப் பாற்றலுள்ள ஒரே சமூக சக்தியாக இல்லை என்பதை முன்னனு மானிக்கிறது. இது ஏனென்றால், முனைப்புக்கும் பொருண்மைக்கும் இடையிலான வெளிப்புற உறவில் 'முனைப்புத்தன்மை' என்ற கருத்துநிலை, 'முனைப்பின் களத்துக்கு' வெளியில் நிற்கும் 'சக்தி' உள்ளது என்று பொருள்படும் என்பதால். விதிவிலக்கில்லாத 'முனைப்புத்தன்மை' என்ற நிலைப்பாடு, அதன் வக்கிரமாகி விட்ட உலகத்துக்கு வெளியில் கட்டமைக்கும் முனைப்பு உள்ளது என்று மட்டும் முன்னனுமானிக்கவில்லை. வக்கிரமான உலகம் அதுவாகவே இருக்கிறது என்றும், இன்னும் அறியப்படாத, வரையறுக்கப்படாத கட்டுவிக்கும் சக்தியாக இருக்கிறது என்றும் முன்னனுமானித்துக் கொள்கிறது.

உழைப்பும் மூலதனமும் நிபந்தனையின்றி ஒன்றை மற்றொன்று எதிர்த்து நிற்கவில்லை. மூலதனம் உழைப்பின் அன்னியமான இருத்தலின் விளைபொருளாக உள்ளது, இந்த இருத்தலில் உற்பத்தியாளர் மனிதருக்கு அப்பாற்பட்ட சக்தியாகத் தோன்றும் மூலதனத்தின் அதிகாரத்தின்

உள்ளேயும் அதிகாரத்தின் ஊடாகவும் (in and through) அடிமைப்படுத்தப் படுகிறார். அரசியல் பொருளாதாரம் பற்றிய மார்க்சின் பகுப்பாய்வு மூலதனம் உழைப்பை சார்ந்திருப்பதைக் காட்டுகிறது. உயிருள்ள உழைப்பு மதிப்பின் இறைச்சிப் பொருளாகவும் மதிப்பை உற்பத்தி செய்வதற்கான சாதனமாக மட்டுமின்றி உபரி-மதிப்பை கறப்பதற்கான சாதனமாகவும் உள்ளது. மூலதனம் உழைப்பின் உள்ளே, உழைப்பின் ஊடாக (in and through) மட்டுமே இருக்கிறது. 'தொழிலாளர்-உற்பத்தி யாளர்கள் வர்க்கத்துக்கு உண்மையில் கீழ்ப்படுத்தப்படுவதிலிருந்து' தப்பிக்கும் சாதனமாக மூலதனம் சுரண்டலை பயன்படுத்துகிறது என்று இதற்கு பொருள் இல்லை.[21] மூலதனம் உற்பத்தி செய்யப்படுகிறது என்ற கருத்துநிலை கொண்டுள்ள நுண்ணறிவை அத்தகைய வரையறை அழித்து விடுகிறது. ஏனென்றால், மூலதனம் அதன் சொந்த பலத்திலேயே, வரம்புக்குட்பட்டிருந்தாலும் வலுவான முனைப்பாக புரிந்து கொள்ளப் படுகிறது. உழைப்பின் மீதான இந்தக் கவனக்குவிப்பு, அது எதை மறுக்க விரும்புகிறதோ அதையே, அதாவது சக்திவாய்ந்த முனைப்பாக மூலதனம் என்ற கருத்துநிலையையே முன்னனுமானித்துக் கொள்கிறது. அன்னியமாக்கப்பட்ட உழைப்புதான் தனியார் சொத்துடைமைக்கான 'காரணம்' என்ற மார்க்சிய கருத்துரு, மூலதனம் அன்னியமாக்கப்பட்ட உழைப்பை உற்பத்தி செய்கிறது என திருப்பி நிறுத்தப்படுகிறது. மூலதனத்தில் இருந்து உழைப்பு தன்னாட்சியைக் கொண்டிருக்கிறது என்ற கருத்துநிலையை பண்புருவாகக் கொண்ட அணுகுமுறைகள், சமூக இருத்தலை தனித்தியங்கும் களங்களாக பிரிக்கும் போக்கைக் கொண்டுள்ளன. ஒரு பக்கம் மூலதனத்தின் இயந்திரத்தைப்-போன்ற தர்க்கமும் மறுபக்கம் சமூகச் செயல்பாட்டின் கடந்து செல்லும் சக்தியும் என்று பிரிக்கின்றன. சமூகச் செயல்பாட்டின் அகநிலைவாத அங்கீகாரம், புரட்சிகர முனைப்பின் உடனடித்தன்மையை கற்பனையாக எழுப்புவதாக மட்டுமே இருக்க முடியும். வெறுமனே, உழைப்பின் புரட்சிகர உடனடித் தன்மையை பயன்படுத்துவது, முனைப்பிலிருந்து கட்டமைப்பை வெளிப் புறமாக்கும் போக்கைக் கொண்டுள்ளது, அது தீர்மானவாதத்தின் நாணய மறுபக்கமான தன்னார்வவாத கருத்தாக்கத்துக்கு வழி வகுக்கிறது. மூலதனம் அதற்குள்ளாக மட்டுமே அமைந்துள்ள தர்க்கத்தின் அடிப்படையில் புரிந்து கொள்ளப்படுகிறது, அதன் முரண்கள் மட்டும்தான் புரட்சிகரச் செயல்பாட்டை செயல்படுத்துவதற்கான புள்ளிகளை வழங்குகின்றன. மூலதனத்துக்கும் உழைப்புக்கும் இடையிலான உறவு, இருமைவாத, வெளிப்புற வழியில், முனைப்பு சக்திகளுக்கு எதிராக முன்வைக்கப்படும் முடக்கும் அமைப்புரீதியான தர்க்கத்தின் அடிப்படையில் மட்டுமே புரிந்து கொள்ளப்படுகிறது.[22]

சுரண்டல் என்ற வெறுப்பூட்டும் உள்ளடக்கத்தை பகுப்பாய்வு செய்வதற்கான அப்பாவியான தொடக்கப் புள்ளியாக உழைப்பை எடுத்துக் கொண்டால் மூலதனம் என்பது, நடைமுறையில், அதன் சொந்த கட்டுவிக்கும் சக்தியையும் தர்க்கத்தையும் கொண்ட ஒன்றாக மட்டுமே தோன்ற முடியும். மூலதனம் சுய-கட்டுவிக்கும் சக்தியாக பார்க்கப்படும் அதே நேரத்தில் உழைப்பு சுய-தீர்மானிக்கும் சக்தியாக பார்க்கப்படுகிறது: கட்டுவிப்பதாகவும் உருவாக்குவதாகவும் அது மட்டுமே உள்ளது எனக் கருதப்படும் ஒன்றை பலவீனப்படுத்தி கட்டுப்படுத்தி சுரண்டுவதற்கான, மனிதத்தன்மை நீக்குவதற்கான மூலதனத்தின் வலிமை மூலதனத்தை தனிமுதல் முனைப்பாக ஆக்குகிறது.[23] இதன் விளைவாக, உழைப்பு அதன் சொந்த இருத்தல் நிலைக்கு வெளிப்புறத்தில் விளங்கிக் கொள்ளப்படுகிறது. இவ்வாறாக, முதலாளித்துவ மறுவுற்பத்தியை புரிந்து கொள்வதற்கு, மூலதனத்தின் 'மயக்கும் சக்தியை' (Negri), அல்லது 'சுய-கட்டுவிக்கும் சக்தியை' (Arthur)[24] புரிந்து கொள்வது அவசியமாக உள்ளது. எனவேதான், பொருண்மையும் முனைப்பும் ஒருமையில்-பிரிக்கப்பட்டவையாக உள்ளன, ஒவ்வொன்றும் மற்றதிற்குள்ளும் மற்றதன் ஊடாகவும் (in and through) அதே நேரம் ஒன்று மற்றொன்றுடன் முழுதொத்ததாக இல்லாமலும் இருக்கின்றன என்ற ஹோர்க்ஹெய்மரின் வலியுறுத்தல், மூலதனமும் உழைப்பும் எதிரெதிராக நிறுத்தப்பட்டு ஒன்றை மற்றொன்று எதிர்க்கும், இரண்டும் சேர்ந்து வெவ்வேறு சமூக சக்திகளாக, கோட்பாடாக்கம் செய்யப்படாமல் விடப்பட்டுள்ளது. 'கட்டுவிக்கும் சக்தி' என்ற கருத்துநிலையை முடிவுவாதத்தின் (decisionism) தயவில் விட்டு விட்டு கோட்பாடு அவற்றுக்கு இடையே மாறி மாறிச் செல்லும்படி கட்டாயப்படுத்தப்படுகிறது. 'கோட்பாட்டு மர்மங்கள்... மனிதச் செயல்பாட்டிலும் இந்தச் செயல்பாட்டைப் புரிந்து கொள்வதிலும் தமது கரணிய தீர்வைக் காண்கின்றன' என்ற மார்க்சிய வாதத்துக்கும் இதற்கும் தொடர்பில்லை.[25]

[ முடிவுவாதம் (Decisionism) என்பது தார்மீக அல்லது சட்ட விதிகள் அரசியல் அல்லது சட்ட அமைப்புகளின் முடிவுகளின் விளைவுகள்தான் என்று கூறும் அரசியல், அறநெறி, சட்டக் கோட்பாட்டு கருத்தியல் - விக்கிபீடியா - மொ.பெ]

### முனைப்பாக மூலதனமும் கட்டுவிக்கப்பட்ட வடிவங்களும்

முதலாளிவர்க்கக் கோட்பாடு பொருளாதார உறவுகளின் பிளவுண்ட வெளிப்புற தோற்றங்களில் இயல்பாக செயல்படுகிறது. 'வெகுமக்கள் நேரடியாக புரிந்து கொள்பவையாக இருந்தாலும்.. [முதலாளிவர்க்கக் கோட்பாட்டுக்கு-மொ.பெ] அவற்றின் உள்ளார்ந்த உறவுகள் எவ்வளவு

மறைக்கப்பட்டுள்ளனவோ...அவ்வளவுக்கு தாமே-வெளிப்படையானதாக தெரியும்' கட்டுவிக்கப்பட்ட வடிவங்களையும் உறவுகளையும் அது கோட்பாடாக்கம் செய்கிறது. மேற்கோள் காட்டிய பத்தியில் மார்க்சின் உதாரணங்களை பயன்படுத்தினால், வாடகை என்பது நிலத்திலிருந்து வரும் வருமானமாக, வட்டி என்பது மூலதனத்தில் இருந்து வரும் வருமானமாக, கூலி என்பது உழைப்பிலிருந்து வரும் வருமானமாக உள்ளது என்பது தாமே-வெளிப்படையாக இருந்தாலும், இந்த உறவுகள், 'அன்றாட வாழ்வின் மதத்தை' முன் வைத்தாலும் அவை 'மூன்று சாத்தியமில்லா இணைவுகள்'.²⁶ (மூலதனம் மூன்றாம் பாகம், பக்கம் 1165-மொ.பெ) எனவேதான், மார்க்ஸ் அறிவியல் என்று அழைப்பதன் அவசியம் எழுகிறது: 'பொருட்களின் வெளிப்புற தோற்றமும் சாரமும் ஒத்திருந்தால் அறிவியல் அனைத்தும் தேவையற்றதாகி விடும்'.²⁷ 'உதாரணமாக சரக்குகள் போன்ற ஒவ்வொரு, மிக எளிமையான காரணியும், ஏற்கனவே தலைகீழாய் நிறுத்தப்பட்டதாக உள்ளது,²⁸ அதாவது அது 'வக்கிரமான வடிவமாக' உள்ளது.²⁹ மனித உள்ளடக்கம் சரக்குகளிலும், சரக்குகளின் ஊடாகவும் மறுக்கப்படும் நிலையில் உயிர் வாழ்கிறது. வேறு சொற்களில், மனித உறவுகள் உற்பத்திப் பொருட்களுக்கு இடையேயான உறவுகள் அல்லது பொருட்களுக்கு இடையேயான உறவுகள் என்ற வடிவத்தை எடுக்கின்றன. தனக்குத் தானே உறவு கொள்ளும் ஒன்றாக மூலதனம், அதாவது சுய-மதிப்புப் பெருக்கத் திறனைக் கொண்டுள்ள ஒன்றாக மூலதனம் என்ற கருத்து நிலை, மார்க்சின் கருத்துப்படி முதலாளித்துவ உற்பத்தியின் மாய்மாலத்தைக் கொண்டுள்ளது. இந்தத் தர்க்கத்தின்படி, 'தன்னுடனேயே உறவைக் கொண்டுள்ள பொருளாக' மூலதனம் பார்க்கப்படும் போது முதலாளித்துவ உற்பத்தியின் மாய்மாலத் தன்மை அதன் முழு வடிவத்தைப் பெறுகிறது.³⁰

'முதலாளித்துவ-உறவு', திறனுடை மூலதனம், சரக்கு மூலதனம், பண மூலதனம் என்ற மூலதனத்தின் பல்வேறு வடிவங்களைக் கொண்டுள்ளது.³¹ மூலதனம் மிக சர்வப்பொதுவான சாரமான செல்வத்தின் வடிவமாக இருக்கும், அதன் சொந்த அதிகரிப்புக்கான ஆதாரமாக நேரடியாக தோன்றும், M...M' என்ற பண மூலதனத்தின் சுற்றுதான் கவனத்தை ஈர்க்கிறது. மூலதனம் தனக்குத்தானே கொண்டிருக்கும் உறவு, 'தனக்கு சமமில்லாத மதிப்பை உருவாக்கும் அதன் மாயாவாதப் பண்புடன்' கூடிய மூலதன-வட்டியின் சூத்திரத்தில் தெளிவாக வெளிப்படுகிறது. மார்க்சைப் பொறுத்தவரை வட்டி மூலதனம் என்பது 'மூலதனத்தின் மிகவும் மாய்மாலமான வடிவம்', மூலதனம் 'அர்த்தமற்ற படிவாக' சுருக்கிக் குறைக்கப்பட்டு விட்ட வடிவம்,³² அது

(மூலதனம் மூன்றாம் பாகம், பக்கம் 534-மொ.பெ). வேறு சொற்களில், அரசியல் பொருளாதாரத்தின் விமர்சன பகுப்பாய்வின் குவிமையமாக மூலதன உறவை ஏற்றுக் கொள்வது, சமூக உறவுகளின் மாய்மாலமாக்கலை, அவை 'பொருட்களின் செயலாக'[33] (மூலதனம் முதல் பாகம், பக்கம் 111-மொ.பெ) இருப்பது போல மீண்டும் சிந்திக்கப்படுவதாக அமைகிறது. பொருண்மை 'முனைப்பாக்கப்படுவதும்' மனித உறவுகள் பொருட்களுக்கு இடையிலான உறவுகளாக 'பொருண்மையாக்கப்படுவதும்' வக்கிரமாகி விட்ட உலகத்தின் ஒன்றுக்கொன்று சார்ந்த வெளிப்பாடுகள், அதில் மனித இனம் ஒரு நோக்கமாக இருப்பதற்கு மாறாக ஒரு வளமாக இருக்கிறது. மனித உறவுகள் சமூக பின்புலத்தில் தனிநலன் சார்ந்த, அரூபமான, தனிமனித நிலையாக - முரண்படுவதாக - இருக்கின்றன. பொருட்களுக்கு இடையிலான உறவுகளுக்கு மனிதவடிவம் கொடுக்கப்படுவது, மனித இருத்தலுக்கு வரலாற்றுரீதியாக தரப்பட்ட நிபந்தனையாகத் தோன்றுகின்றது.

தொகுப்பாக, பொருண்மையின் செயல்கள், வர்க்க உறவுகளுக்கு மேலே நிற்கும் வர்க்கப் போராட்டம் வளர்ச்சியடையும் சட்டகத்தை உருவாக்குவதாகவும் தெரிகின்றன.[34] இந்தத் 'தோற்றத்தை' அவ்வாறே எடுத்துக் கொண்டால், வர்க்கப் போராட்டம் என்பது மூலதன உறவை மறுவுற்பத்தி செய்வதுடன் வெறுமனே ஊடாடும் பொருண்மையான பொறியமைவாக மாறுகிறது. ஃபோர்டிசத்துக்குப் பிந்தைய அரசு பற்றிய விவாதத்தில் இந்தப் பார்வையின் சமகால விரித்துரைத்தலை காண முடியும்.[35] இந்த விவாதம், மூலதன உறவு நிறுவிய பொருண்மையான சட்டகத்துக்குள் வர்க்கப் போராட்டம் வளர்ச்சியடைகிறது என்ற கருத்துநிலையை அடிப்படையாகக் கொண்டது. உதாரணமாக, ஜேசப்பின் அணுகுமுறையில், வர்க்க மோதல் 'அதனளவில் மொத்தத்தை உருவாக்குவதையோ, [முதலாளித்துவத்தின்] இயங்காற்றல் சுற்றுப் பாதையை உருவாக்குவதையோ செய்வதில்லை'. இது ஏனென்றால், 'வர்க்கங்களின் கருத்தாக்கரீதியான ஒருமை மூலதன உறவுக்கு உருக்கொடுக்கும் வர்க்கங்களால் உருக்கொடுக்கப்படுவதற்கு மாறாக, மூலதன உறவின் மூலமாகவே தரப்படுகிறது. எனவே மூலதன உறவு வர்க்க உறவுகளுக்கு மேலாக நிற்கிறது.[36] எனவே, 'மூலதனம்தான் முனைப்பாக உள்ளது' என்றும், எனவே பொதுவான முனைப்பாக (übergreifendes Subjekt) உள்ளது என்று அவர் வலியுறுத்துவது தர்க்க ரீதியானதே.[37] வேறு சொற்களில், ஜேசப் மூலதனத்தை 'அரூபமாக' புரிந்து கொள்கிறார், சமூக உறவுகளை மாறிக் கொண்டிருக்கும் அனுபவ ரீதியான சூழலின் 'எதார்த்த' உலகத்திற்குள் விட்டு விடுகிறார். அவரைப் பொறுத்தவரை, வர்க்கங்களின் பகைநிலை பல்வகை தீர்மானிப்புகளின்

எதார்த்த உலகத்தில் மட்டும்தான் எழுகிறது.[38] அதன் விளைவாக, வர்க்க உறவுகள் என்ற கருத்தாக்கம் முகிழ்க்கும் கட்டமைப்புரீதியான சேர்க்கைகளுடன் தன் சொந்த வழியில் உறவு கொள்ளும் நலக் குழுக்கள் என்ற பன்மைவாத கருத்துநிலைக்குள் கரைந்து போகின்றன. வர்க்கப் பகைநிலை என்ற மார்க்சிய கருத்துநிலை, சமூக மோதல்களின் பல்வகைமையின் அனுபவரீதியாக அவதானிக்கத்தக்க செயல்வகைத் தன்மைகள் என்ற சமூகவியல் கருத்தாக்கத்துக்கு சாதகமாக அழிக்கப்படுகிறது. இந்த மோதல்கள் மூலதன-முனைப்பு நிறுவிய சட்டகத்துக்குள் உறுதியாக இடம் பெற்றுள்ளன.

ஜேசப்பைப் பொறுத்தவரை, சமூக முனைப்புகளின் வர்க்கத் தன்மை மதிப்பு வடிவத்துடன் அவை கொண்டிருக்கும் உறவின் மூலமாக வரையறுக்கப்படுகின்றன. வர்க்கப் பகைநிலையின் கட்டமைப்பு ரீதியான சட்டகத்தை புரிந்து கொள்வதற்கான திறவுகோலாக உபரி-மதிப்பு என்ற கருத்தாக்கம் உள்ளது.[39] அது பொதுமைப்படுத்தப்பட்ட சரக்கு உற்பத்தி அமைப்பில் மதிப்பு வடிவத்தின் ஆதிக்கம். சரக்கு உற்பத்தி அமைப்பு வர்க்கங்களின் கருத்தாக்க முழுதொத்தத் தன்மையை, வர்க்க உறவுகளின் இயல்பை, வர்க்கப் போராட்டத்தின் வடிவங்களை, முதலாளித்துவ உற்பத்தி முறைக்குள் வர்க்கப் போராட்டமும் போட்டியும் கொண்டுள்ள மொத்தமாக்கும் இயங்காற்றலை தீர்மானிப்பதாகப் பார்க்கப்படுகிறது, ஜேசப்பைப் பொறுத்தவரை, மதிப்பு-வடிவத்தை மீ-வடிவமாக புரிந்து கொள்வது இன்னும் சிறந்தது. திறனுடை மூலதனம், பண மூலதனம், சரக்கு மூலதனம் ஆகிய மதிப்பின் வெவ்வேறு வடிவங்கள் ஒன்றோடொன்று போட்டியிடும் கட்டமைப்பு சட்டகத்தினுள் சுற்றி வரும் போது மதிப்பு மீ-வடிவம் வர்க்க உறவுகளுக்கு மேலாக நிற்பதாகப் பார்க்கப்படுகிறது. அவற்றின் போட்டி, அதன் கட்டமைப்பு மதிப்பு மீ-வடிவம் மூலமாக சாரமாக வரையறுக்கப்படும் மூலதனத்தின் சுற்றுக்குள் வெளிப்படுகிறது. ஜேசப்பின் கருத்துப்படி, மூலதனத்தின் சுற்றுக்குள்ளாகவே மூலதனத்தின் வெவ்வேறு தர்க்கங்களை நாம் காண்கிறோம். இந்தத் தர்க்கங்கள் போட்டியிடும் மூலதன பகுதிகளின் வெவ்வேறு திரட்டும் மூலஉத்திகளை குறிக்கின்றன. மதிப்பு மீ-வடிவம் மூலதனத் திரட்டலின் போக்கை முழுவதுமாக தீர்மானிப்பதில்லை, முதலாளித்துவத்தின் தன்னளவில் தீர்மானமாகாத நிறுவன தர்க்கத்தையும் திசைரீதியான இயங்காற்றலையும் மட்டுமே தீர்மானிக்கிறது. இவ்வாறாக, 'வர்க்கச் சக்திகளின் சமநிலை, மதிப்பு வடிவத்துக்கு அப்பால் உள்ள பல காரணிகளால் உருக்கொடுக்கப்படும் பொருளாதார வர்க்கப் போராட்டத்தால்' மிகை-தீர்மானிக்கப்பட வேண்டும்.[40] கிளார்க் (Clarke)

சுட்டிக் காட்டியது போல, ஜேசப் மதிப்பு வடிவத்தை 'சமூக உறவுகள் பொருட்களுக்கு இடையேயான உறவுகளின் வடிவமாக தோற்றமளிக்கும்' நிகழ்முறையினுள்ளும் அதன் ஊடாகவும் புரிந்து கொள்ளாமல், 'சமூக உறவுகளை தீர்மானிக்கும் பொருள்-போன்ற கட்டமைப்பாக' புரிந்து கொள்கிறார்.[41] மதிப்பு மீ-வடிவம் முதலாளித்துவ உற்பத்தி முறையின் ஒத்திசைவை வரையறுக்கிறது, அந்த ஒத்திசைவு செயல்பாட்டில், எதார்த்த உலகில் சமூக மோதலின் எதேச்சையான சக்திகளின் மூலமாக சாதிக்கப்படுகிறது. மதிப்பு மீ-வடிவம் என்பது வெவ்வேறு மூலதன தர்க்கங்களின் செயலாட்சிக்கான வெளியை வெறுமனே புறநிலையாக கட்டுப்படுத்துவதாக மட்டுமே பார்க்கப்படுகிறது. மதிப்பு வடிவத்தை மதிப்பு மீ-வடிவமாக கருத்தாக்கம் செய்வது கூறியது கூறல் ஆகும். இது ஏனென்றால், போட்டியிடும் சமூக சக்திகளின் எதார்த்த உலகில் மதிப்பு மீ-வடிவத்தின் தீர்மானிப்பு நடைமுறையில் மதிப்பு மீ-வடிவம் இருப்பதை முன்னனுமானிக்கிறது, மற்றும் மறுதலையாக. ஜேசப்பின் அணுகுமுறையில், மதிப்பு மீ-வடிவம் அதன் சமூக தீர்மானிப்புக்கு வெளியில் இருப்பதாக பார்க்கப்படுகிறது.

ஜேசப்பின் அணுகுமுறை அன்றாட வாழ்வின் அனுபவத்தை முறையான அடிப்படையில் வெளிப்படுத்துகிறது : சமூக உழைப்பின் வாழ்வுச் செயல்பாடு, அசலான உற்பத்தியாளர்களின் முதுகுக்குப் பின்னல் அவர்கள் மீது தன்னை சுமத்திக் கொள்ளும் முதலாளித்துவ அமைப்பு-கரணியத்தை மறுவுற்பத்தி செய்வதாகத் தெரிகிறது. ஜேசப்பின் அணுகுமுறை அன்றாட வாழ்வின் வக்கிரமாக்கலை தனது தொடக்கப் புள்ளியாக எடுத்துக் கொள்கிறது. சரக்காக்கப்பட்ட துண்டாக்க வடிவங்களின் உள்ளாகவும் அவற்றின் ஊடாகவும் சமூக வடிவங்கள் இருப்பது ஏன் என்ற கேள்வியை எழுப்புவதற்கு மாறாக, இந்தத் துண்டாக்கல் முன்னனுமானிக்கப்பட்டு, சமூக உறவுகள் சரக்கு உற்பத்தி விதிகளுக்கு சேவை செய்ய வைக்கப்படுகின்றன. முதலாளித்துவ மறுவுற்பத்தி என்பது தலைகீழாய் நிறுத்தப்பட்ட வடிவிலான சமூக மறுவுற்பத்தி: சமூக பின்புலத்தில் உள்ள தனியார் உற்பத்தி. தனியார் உற்பத்தியின் சமூகத்தன்மை சமூகத்தின் உணர்வுரீதியான முடிவு பற்றிய பிரச்சினையாக இல்லை, ஏனென்றால், இரண்டாவதாகச் சொன்னது தனியார் துண்டாக்கலின் திருப்பி நிறுத்தப்பட்ட வடிவத்தில்தான் (சரக்கு உற்பத்தி) இருக்கிறது. எனவே, தனியார் உற்பத்தியின் சமூக இருத்தல் தனிப்பட்ட உற்பத்தியாளர்களை வெளிப்புற சுயேச்சையான பொருளாக எதிர்கொள்கிறது. மார்க்ஸ் வாதிட்டது போல, சமூக பின்புலத்தில் தனிமனிதர்களாக அவர்கள் இருப்பதற்கான நிபந்தனை அது.[42] வேறு சொற்களில், உழைப்பின் சமூகத் தன்மை, அரசியல்

பொருளாதாரத்தின் கருத்தினங்களிலும் அவற்றின் ஊடாகவும்தான், முரண்படுவதாக, இருக்கிறது. உதாரணமாக மதிப்பு, உற்பத்தித் திறன், இலாபம் போன்ற பொருளாதார கருத்தினங்களுக்கு அவற்றின் வரலாற்று இருத்தலில் இருந்து தனித்து இயங்குவதாக பொருள் கூற முடியாது. இந்தக் கருத்தினங்களை மார்க்ஸ் ஏற்றுக் கொள்வது, வரலாற்றுரீதியில் செயல்முனைப்பாக உள்ள காரணிகளாக அவற்றை அங்கீகரிப்பதைக் கொண்டிருக்கவில்லை. மாறாக, இந்த அங்கீகாரத்தைத் தொடர்ந்து, (ஒரு கட்டுடைக்கும்)[43] விமர்சன பகுப்பாய்வு வருகிறது.

பரிவர்த்தனை உறவுகள் செயல்படுவதைப் பற்றிய பகுப்பாய்வுடன் மார்க்சிய விமர்சன பகுப்பாய்வு திருப்தியடையவில்லை. மாறாக, அது பரிவர்த்தனை உறவுகளின் சமூகக் கட்டமைப்பை, அதாவது மதிப்பின் சமூகக் கட்டமைப்பை புரிந்து கொள்ள முயற்சிக்கிறது. பரிவர்த்தனை என்ற செயல் பரிவர்த்தனை செய்யப்படும் 'பொருள்' உருவாக்கப்படுவதை விளக்கவில்லை, தனிப்பட்ட உற்பத்தியாளர்கள் அவ்வாறு இருப்பது ஏன் என்பதையும் அது விளக்கவில்லை. அரசியல் பொருளாதாரம் என்பது பரிவர்த்தனை உறவுகளையும் பரிவர்த்தனை உறவுகளுக்கு உள்ளிருந்து உற்பத்தி உறவுகளையும் புரிந்து கொள்வதற்கான முயற்சியாகும். இவ்வாறாக, உழைப்பு மதிப்புக் கோட்பாடு என்பது உழைப்பின் உற்பத்திப் பொருட்களில் உருக் கொண்டுள்ள தனியார், தனிநபர் உழைப்பு பற்றிய கோட்பாடாக புரிந்து கொள்ளப்படுகிறது. 'உருக்கொண்டுள்ள உழைப்பு' என்பது 'மதிப்பை' ஒழுங்குபடுத்துவதாக புரிந்து கொள்ளப்படுகிறது. 'மதிப்பின்' சமூகக் கட்டமைப்பு பற்றிய இரகசியம் தீர்க்கப்படாமலேயே உள்ளது, ஏனென்றால், 'மதிப்பு' என்பது சமூக உறவாக இல்லாமல் வெறும் 'பொருளாக' புரிந்து கொள்ளப்படுகிறது. இருப்பினும், 'மதிப்பின் இயக்கம், இயற்கை உற்பாதத்துக்குரிய மூர்க்கத்துடன் செயல்பட்டு தன்னியல்பான' இயக்கமாக தன்னை தெரிவித்துக் கொள்கிறது' *(மூலதனம் 2-ம் பாகம், பக்கம் 138, தமிழ்ப்பதிப்பு-மொ.பெ)*. மதிப்பின் இயக்கம் 'சுயேச்சையான பொருளின்'[44] இயக்கமாகத் தோற்றமளிக்கிறது. அதே போலத்தான் சமூக உறவுகளுக்கு மேலாக நின்று, அவற்றைக் 'கட்டமைக்கும்' வரலாற்றுரீதியில் செயல்முனைப்பான முனைப்பின் இயக்கமும் உள்ளது. எனினும், அதன் முறையான இயக்க நிலையின் அடிப்படையில் பார்க்கப்படும் போது மட்டும்தான் 'மதிப்பு' சுயேச்சையான பொருளாக உள்ளது. உழைப்பின் சமூகத்தன்மை 'பரிவர்த்தனை செயலில் அல்லாமல் தன்னை வெளிப்படுத்திக் கொள்வதில்லை'. மனிதச் செயல்பாடு, பொருட்களுக்கே இடையிலேயான 'தனியொருவரைச் சுட்டாத' உறவுகளின் பொருண்மையாக இருப்பது

போல, சரக்குகளின் உலகத்திலும் சரக்குகளின் உலகத்தின் ஊடாகவும் அது உயிர் வாழ்கிறது. எனினும், 'உள்ளடக்கம்' இல்லாமல் 'வடிவம்' இல்லை.[46] உள்ளடக்கம் இல்லாமல் வடிவம் இருக்கிறது என்று வாதிடுவது, 'வடிவம்' என்பது தனது சொந்த சமூக தீர்மானிப்புக்கு வெளியில் இருக்கிறது என்று சொல்வதாகும். கட்டுவிக்கப்பட்ட வடிவங்கள் என்ற கருத்துநிலையைப் போல, 'உள்ளடக்கம்' இல்லாத 'வடிவமாக' 'மதிப்பு' என்ற கருத்துநிலை முதலாளிவர்க்க சமூகத்தின் மதமான, சரக்குகளின் மாய்மாலத்தை பரப்புரை செய்கிறது.

தொகுப்பாக, கட்டுவிக்கப்பட்ட வடிவங்கள் மீது கவனத்தைக் குவிக்கும் அணுகுமுறைகள், ஏற்கனவே முன்னனுமானிக்கப்பட்ட தைத்தான் விவரிக்க முடியும்: தனிமனிதர்கள் அவர்களது வாழ்வை 'கட்டமைக்கும்' கரணியத்துக்கான புறநிலை எதார்த்தமான சமூக உறவுகளின் சட்டகத்துக்குள்ளாகவே செயல்படுகின்றனர். 'பொருண்மை களின் செயலில்'[47] இருந்து தருவிக்கப்படக் கூடியதாக மனிதச் செயல்பாட்டை புரிந்து கொள்ள முயற்சிக்கும் அணுகுமுறைகள், ஸ்மித்தின் 'புலப்படாத கை' (invisible hand) என்ற கொள்கையை குறுக்கல்வாத வழியில் மறுவரையறை செய்கின்றன. இருக்கிறது என்று நாம் அறிந்திருக்கும் ஆனால் நாம் பார்க்கவோ, புரிந்து கொள்ளவோ முடியாத ஒன்றால் சமூக எதார்த்தம் ஆளப்படுகிறது. உண்மையின் கடைசி, மிக நயமான ஆதாரத்தை தேடுவதற்கான நமது அறிவியல்ரீதியான தேடல் வெற்றிபெறவில்லை, அதைக் கைவிட வேண்டி வந்தது. புலப்படாத ஒன்றால் நாம் ஆளப்படுகிறோம், இந்தப் புலப்படாத ஒன்று ஒரு கொள்கையாக உள்ளது, அதாவது நமது இருத்தலை தீர்மானிக்கும் காரணியாக உள்ளது. எனினும், இந்த மிக முக்கியமான கொள்கை இரும்புக் கரம் போல உறுதியாக செயல் படுகிறது என்று நமக்குத் தெரியும்: அதன் செயல்பாட்டை உணராமல் இருப்பவர்கள், கொள்கையின் உணர்ச்சியற்ற விருப்புவெறுப்பற்ற 'கரத்தை' உணர்வார்கள். இவ்வாறாக, நமது புரிதலுக்கு அப்பாற்பட்ட, நாம் புரிந்து கொள்ள முடிவதற்கு அப்பால் உள்ள ஏதோ ஒன்றின் படிதான் நாம் 'இருக்கிறோம்'. வேறு சொற்களில், சமூக இருத்தல், உணர்வுரீதியான சமூகச் செயலாக இல்லாமல் தலைவிதியாக உள்ளது, தலைவிதியாக மட்டுமின்றி, தற்செயலால் ஆளப்படுவதாகவும் உள்ளது. மனிதச் செயல்பாடு புலப்படாத கொள்கையினால் ஆளப்படுகிறது என்ற கருத்துநிலை, தமது உலகாயத விவகாரங்களை சார்பற்றதாக ஆக்குவதில் மனிதர்கள் வெற்றியடையவில்லை என்றும், தமது சமூக இருத்தல் கட்டுவிக்கப்படுவதை உள்வாங்கிக் கொண்டு தர்க்கத்தின் அடிப்படையில் தம்மை ஒழுங்கமைத்துக் கொள்ளும் திறமையில்லாமல்

அவர்கள் உள்ளனர் என்றும் கூறுகிறது. புலப்படாத கொள்கையில் இருந்து பிறக்கும் விதிகளால் ஆளப்படும் உலகத்தில் தர்க்கத்துக்கான எந்த அடித்தளமும் இல்லை.

புலப்படாத கொள்கைகளை ஆதரிக்கும் அணுகுமுறைகள் அனைத்தும், அவை மார்க்சியமாக இருந்தாலும் சரி இல்லாவிட்டாலும் சரி, வரலாறு பற்றிய இலக்குவாத கருத்தாக்கங்கள் என்ற வடிவில் இருந்தாலும் சரி, மூலதனத்தை முனைப்பாக அறிவிப்பதன் மூலமாக இருந்தாலும் சரி, அவை முன்-தீர்மானிக்கப்பட்ட ஏதோ ஒன்றை, 'எதார்த்த உலகத்தால் நிறுவப்பட்ட போக்கையும் திசையையும் கொண்ட தவிர்க்க முடியாத பாதையை' பின்பற்ற முடிவதாக மட்டுமே மனிதச் செயல்பாட்டை பார்க்கின்றன.[48] வேறு சொற்களில், நேர்மறையான ஆக்கபூர்வமான மார்க்சிய அறிவியலை முன்வைப்பதற்கான சமகால முயற்சிகள், பாரம்பரியக் கோட்பாட்டுக்கு இணையாக, உண்மைக்கான கடைசியான மிக நயமான, தவிர்க்க முடியாத, புலப்படாத தேர்வு அடிப்படைகளை தேடுவதில் பங்கேற்கின்றன. இந்த நோக்கு நிலையில், நமது அனுபவம் வழங்கும் அனுபவரீதியான அறிவைக் கொண்டுதான் நாம் 'சமூகத்தைப்' பற்றி சிந்திக்க முடிகிறது. வெறுமனே, தற்செயலின் வளர்ச்சியாக (Fundsache) மனித மனதுக்கு தோற்றமளிக்கும் தவிர்க்கமுடியாத வளர்ச்சிப் பாதைகளின் தயவில் 'சமூகம்' உள்ளது.[49] வேறு சொற்களில், சமூக இருத்தல் என்பது மனித உள்ளடக்கம் இல்லாத ஒன்றாக முன்னனுமானிக்கப்படுகிறது; சமூக தனிமனிதரின் இடத்தில், தனது சொந்த விதிகளை [Eigengesetzlichkeit] செயல்படுத்துவதற்கு உள்ளாகவும் அதன் ஊடாகவும் (in and through) ஆட்சி செய்யும் 'மதிப்பு-பொருள்' வைக்கப்படுகிறது. இவ்வாறாக, ஜேசப்பின் 'மதிப்பு மீ-வடிவமும்' ஸ்மித்தின் 'புலப்படாத கை' பற்றிய கொச்சையான புரிதலும் சமூகத்தை தர்க்கத்துக்கு அப்பாற்பட்டதாக, உழைப்பின் மாற்றி அமைக்கும் சக்திக்கு அப்பாற்பட்டதாக கருத்தாக்கம் செய்கின்றன. மேலே குறிப்பிட்டது போல, கட்டுவிக்கப்பட்ட வடிவங்கள் என்ற கருத்துநிலையை பண்புருவாகக் கொண்ட அணுகுமுறைகள் கட்டமைப்புகளை மட்டும்தான் முனைப்புகளாக அங்கீகரிக்கின்றன. மானுட இருத்தலுக்கான விதிகள் மானுட களத்திற்கு வெளியே எங்கோ உருவாவதாகப் பார்க்கப்படுகின்றன. அந்த 'எங்கோ' தனது சொந்த விதிகளையும், கொல்வதற்கான வழிகளையும் கொண்டுள்ளது. வரையறுக்கப்பட வேண்டியது வரையறுப்புக்கு அப்பாற்பட்ட ஒன்றாக முன்னனுமானிக்கப்படுவதால், கருதுகோள் ரீதியான மதிப்பீட்டால்-கண்ணுக்குத் தெரியாத தவிர்க்க முடியாத கொள்கைகளின் நடைமுறை அர்த்தம் பற்றிய மதிப்பீடுகளால் - ஆளப்படும் உலகத்தை

பாரம்பரிய கோட்பாடு ஏற்றுக் கொள்வது மீ-கோட்பாடுகளின் முடிவிலி தொடராக முடிகிறது.[50] நீடித்ததில் அல்லது புலனாகாத வெளிகளில் 'உண்மையை'க் கண்டறிய முயற்சிப்பது பாரம்பரிய கோட்பாட்டின், அதாவது, மனிதர்களால் உருவாக்கப்பட்ட உலகமாக, மனித உருமாற்றும் சக்தியை சார்ந்திருக்கும் உலகமாக நமது சமூக உலகைப் புரிந்து கொள்வதை எதிர்க்கும் கோட்பாட்டின் தனிச்சிறப்பாக எப்போதுமே இருந்திருக்கிறது.[51]

## மார்க்சின் விமர்சன பகுப்பாய்வு: பரிவர்த்தனை உறவுகளைப் பற்றிய பகுப்பாய்வா?

அரசியல் பொருளாதாரத்தில் உழைப்பு என்ற கருத்தினம் அதன் சமூக இருத்தலில் இருந்து தனித்து பார்க்கப்படுகிறது : மார்க்சின் உழைப்பு மதிப்புக் கோட்பாடு, உருக்கொண்ட உழைப்பு உற்பத்திப் பொருளின் மதிப்பை ஒழுங்குபடுத்துகிறது என்று பிரகடனப்படுத்தும் கோட்பாடு இல்லை.[52] மாறாக, மார்க்சைப் பொறுத்தவரை உற்பத்திப் பொருளின் மதிப்பு சமூகவழியில் அவசியமான உழைப்பு நேரத்தால் கட்டுவிக்கப்படுகிறது. மார்க்சின் விமர்சனப் பகுப்பாய்வு பரிவர்த்தனை பற்றிய மாற்று பொருளாதார கோட்பாடு இல்லை, அது மதிப்பின் கட்டுவிப்பு பற்றிய கோட்பாடு. ரெய்ஷெல்ட் சொல்வது போல,

> கட்டுவிப்பு என்ற கருத்துருவை மதிப்பு என்ற பின்புலத்தினுள், இருத்தலின் நிரந்தமாக இயங்கும் வடிவம் என நாம் எடுத்துக் கொள்ள வேண்டும். அவ்வாறு செய்யத் தவறினால், மதிப்பை நிலைத்து விட்ட ஒன்றாக அல்லது தன்னியக்கமாக செயல் முனைப்பான முனைப்பாக மட்டுமே அடையாளப்படுத்த முடியும்.[53]

மதிப்பை கட்டுவிப்பதாக அல்லது அதன் இறைச்சிப்பொருளாக உழைப்பு உள்ளது. ஆனால், உழைப்பு தன்னளவில் மதிப்பு இல்லை. மாறாக, 'இயங்கும் மனித உழைப்புச் சக்தி, அல்லது மனித உழைப்பு மதிப்பைப் படைக்கிறது'.[54] உழைப்பு நிகழ்முறை என்பது 'சமூகத்தின் குறிப்பிட்ட வடிவத்தினுள்ளும் அந்த வடிவத்தின் ஊடாகவும் (in and through) இயற்கையை தனிநபர் தனதாக்குவதாகும்'.[55] இவ்வாறாக, உழைப்பு என்பது பொருளாயத செல்வத்தின் ஒரே ஆதாரமாக இல்லை. இருந்தாலும், உழைப்புதான் மதிப்பின் ஒரே ஆதாரமாக உள்ளது, எனவே அதன் மூலம் மூலதனம் உயிர்வாழ்வதாகவும் உள்ளது.

உழைப்பு மதிப்பின் இறைச்சிப்பொருளாக உள்ளது என்றும் இந்த இறைச்சிப்பொருள் பொருட்களுக்கு இடையிலான உறவிற்குள்ளும் அந்த உறவின் ஊடாகவும் (in and through) இருக்கிறது என்றும் கூறும்

கருத்துநிலை, வர்க்க உறவிற்குள்ளும் வர்க்க உறவின் ஊடாகவும் (in and through) மட்டுமே முதலாளித்துவ உறவு இருக்க முடியும் என்று பொருள்படுகிறது. உழைப்பின் மீதான சுரண்டல், மதிப்பின் சமூகரீதியான கட்டுவிப்பு மறுக்கப்படும் நிலையில் இருக்கும் பரிவர்த்தனைத் துறையில் ஈடேற்றம் பெற வேண்டியுள்ளது.[56] இவ்வாறாக, 'தன்னியக்கமான முனைப்பாக' மூலதனம்[57] என்ற கருத்துநிலை உருவாகிறது: மதிப்பின் இயக்கத்தின் ஊடாக தன்னை தெரிவித்துக் கொள்ளும் சமூக இருத்தலைக் கொண்ட சாரமான தனிநபரின் நிலையில் சமூக தனிநபர் தனக்கு எதிராக இருக்கிறார். திறனுடை மூலதனம், சரக்கு மூலதனம், பண மூலதனம் ஆகிய மூலதனத்தின் வெவ்வேறு வடிவங்களின் சுற்றுகளை புரிந்து கொள்வது, ஒரு வடிவத்தில் இருந்து இன்னொன்றுக்கு மாறிச்செல்லும் மதிப்பின் பொதுவான இயக்கத்தை நமக்குக் காட்டுகிறது. இந்தப் பொதுவான இயக்கத்தில், 'தனியார் உழைப்பின் வெவ்வேறு வகைகள் அனைத்தும் சமூகத்துக்கு தேவைப்படும் அளவுவழிப்பட்ட விகிதாசாரங்களாக தொடர்ந்து பெயர்க்கப்பட்டு வருகின்றன'[58] (மூலதனம் முதல் பாகம், பக்கம் 111, தமிழ்ப்பதிப்பு-மொ.பெ). இவ்வாறாக, சமூக உழைப்புப் பிரிவினையின் பல்வேறு கிளைகளுக்கு இடையேயான உறவு தனிமனிதர்களுக்கு இடையேயான சமூக உறவாக இல்லாமல் பொருட்களுக்கு இடையேயான உறவாகவே தோற்றமளிக்கிறது. மூலதனத்துக்கு உள்ளார்ந்தவையாக தெரியும் விதிகளுக்கு சேவை செய்பவையாக சமூக உறவுகள் தோற்றமளிக்கின்றன. மூலதனம் தன்னுடனேயேயான உறவில், 'மதிப்பின் பெருக்கத்தை'[59] பொது அடிப்படையாகக் கொண்ட உறவில், இருப்பதாகத் தோன்றுகிறது. எனினும், மதிப்பைப் படைக்கும் மதிப்பாக தனக்குத்தானே உறவு கொண்டுள்ள பொருளாக மூலதனத்தைப் புரிந்து கொள்வதில், 'மூலதனத்தின் மாய்மாலம்' அமைந்துள்ளது.[60] தனக்குத்தானேயான மூலதன உறவுக்குள்ளாக, மதிப்பின் கட்டுவிப்பும் எனவே மூலதனத்தின் கட்டுவிப்பும் தொலைந்து போகின்றன. 'நோக்கத்துடன் கூடிய உற்பத்தித் திறனுள்ள செயல்பாடாக அதன் சாமான்ய திறனில்' உழைப்பானது, 'மதிப்பைப் படைப்பதாக' அல்லாமல் மூலதனத்தின் ஒரு காரணியாகத் தோற்றமளிக்கிறது. இவ்வாறாக, மூலதனம் என்பது அதன் 'இறைச்சிப் பொருளில், அதன் சாரத்தில்' இருந்து சுயேச்சையாக இருக்கும் பொருளாகத் தோற்றமளிக்கிறது.[61] இருந்தாலும், அதுதான் சமூக மறுவுற்பத்தியின் முதலாளித்துவ வடிவத்தின் நிபந்தனையாக, அவசிய நிபந்தனையாகக் கூட உள்ளது.[62] 'இவ்விதம் மூலதனம் ஒரு மர்மப் பிறவியாகி விடுகிறது; ஏனென்றால் உழைப்பின் சமூக உற்பத்தித் திறன்கள் அனைத்துக்கும் உழைப்பே காரணம் என்பதற்குப் பதில்

மூலதனமே காரணம் என்பதாகத் தோன்றுகிறது; இந்த உற்பத்தித் திறன்களெல்லாம் மூலதனத்தில் இருந்தே பிறந்து வருவதாகத் தோன்றுகிறது'[64] (மூலதனம் 3-ம் பாகம், பக்கம் 1180, தமிழ்ப்பதிப்பு-மொ.பெ). உழைப்பு வக்கிரமாக்கப்படுவது இருக்கிறது, இது எதார்த்தமான வக்கிரமாக்கல். இருப்பினும், முக்கியமாக மூலதனம் 'முதலாளிக்கு உபரி-மதிப்பை இறைத்துத் தரும் நிரந்தர இயந்திரமாக' இருப்பது வரையில்தான்,[65] எனவே அதன் விளைவாக, உழைப்பு என்பது மதிப்பை உற்பத்தி செய்யும் சரக்கு என்ற சமூக வடிவத்தில், கூலி உழைப்பில் அடங்கியிருப்பது வரையில்தான் மூலதனம் சுயமாக-மதிப்பைப் பெருக்குவதாக உள்ளது.

மனிதர்களுக்கு அப்பாற்பட்ட சக்திகளைக் கொண்டுள்ளதாகத் தெரியும் மாய்மாலமான கருத்தாக்கமாக மதிப்பை விமர்சன பகுப்பாய்வு செய்வதில் மார்க்சியத்தின் புரட்சி அமைந்துள்ளது. அரசியல் பொருளாதாரம் பற்றிய விமர்சன பகுப்பாய்வு 'மதிப்பை' சமூக உறவாக, முதலாளித்துவத்தில் உழைப்பின் இருத்தல் நிலையாகக் காட்டுகிறது. மாய்மாலம் பற்றிய விமர்சன பகுப்பாய்வு, அதன் மனித உள்ளடக்கத்தின் அடிப்படையில், அதாவது சமூக உறவுகள் முரண்பட்ட வழியில் உயிர்வாழும் நெறிபிறழ்ந்த வடிவமாக 'மதிப்பு' பற்றிய புரிதலை வழங்குகிறது.[66] பொருளாதாரக் கருத்தினங்கள் மீதான விமர்சன பகுப்பாய்வு பொருளாதார உறவுகள், உண்மையில் சமூக உறவுகளின் வக்கிரமாக்கல்கள்தான் என்று காட்டுகிறது. இந்த உறவுகளே இல்லாமல் போய் விடுவதில்லை. மாறாக, அவை பொருளாதார கருத்தினங்களின் வக்கிரமான வடிவில், முரண்படுவதாக இருக்கின்றன. வேறு சொற்களில், முதலாளித்துவத்தில் உழைப்பின் சமூகத்தன்மை அரசியல் பொருளா தாரத்தின் கருத்தினங்களுக்கு உள்ளாகவும் அவற்றின் ஊடாகவும் (in and through) ஈடேற்றம் பெற வேண்டியுள்ளது. அவை வக்கிரமாக்கப்பட்ட சமூக உறவுகளின் முறையான தெரிவிப்புகளாக இருக்கும் வரையில் இந்தக் கருத்தினங்கள் போதுமானவை. வேறு சொற்களில், அவை வக்கிரமான, ஏமாற்றமடைந்த உலகத்தின் கருத்தினங்களாக உள்ளன. இவ்வாறாக, மூலதன உறவை முதன்மையாகவும் வர்க்க உறவை இரண்டாம் நிலையிலும் நாம் பார்க்க முடியாது. ஏனென்றால், மூலதனம் என்ற கருத்தினத்தில் உழைப்பு என்ற கருத்தினம் இடம் பெற்றுள்ளது. மூலதனம் என்பதை 'சுய-கட்டுவிக்கும்' ஒன்றாக பார்க்கும் கருத்துரு, உழைப்பை கூலி-ஈட்டும் சரக்காக மட்டும் பார்க்கும் முதலாளித்துவ உலகின் மாய்மாலத்தை வலுப்படுத்துகிறது. 'மூலதனம் உழைப்பை கூலி உழைப்பாக முன்னனுமானிக்கிறது'.[67] முதலாளித்து வத்தில், மனிதச் செயல்பாடு தனக்கே எதிராக, அன்னியமாக்கப்பட்ட

முனைப்பின் வடிவத்தில் இருக்கிறது. இதன் பொருள், உழைப்பின் நடைமுறை-விமர்சன செயல்பாடு, முதலாளித்துவத்தின் மாய்மாலமாக்கப் பட்ட உலகின் வடிவத்தில் தனக்கு எதிராக தானாகவே இருக்கிறது. சமூக உழைப்பின் கட்டுவிக்கும் அதிகாரம் - தானாகவே - முரண்படுவதாக இருக்கிறது. மறுக்கப்படும் நிலையில் இருக்கிறது. இவ்வாறாக,

> முனைப்பும் புறநிலை எதார்த்தமும் நிலைத்தவையாக ஒன்றை ஒன்று எதிர்நோக்கவில்லை, மாறாக அவை 'முனைப்புத்தன்மையை புறநிலையாக திருப்பி நிறுத்துதல் மற்றும் மறுதலையாக புறநிலைத்தன்மையை முனைப்புத்தன்மையாக திருப்பி நிறுத்துதல்', எனத் 'தொடரும் நிகழ்முறையில்' சிக்கியுள்ளன.[68]

## முனைப்பாக மூலதனம்

மூலதனத்தை 'தானியக்க முனைப்பு' என்று மார்க்ஸ் சித்தரிப்பதற்கு என்ன பொருள் கூற முடியும்? மூலதனத்தை 'தானியக்க முனைப்பு' என கருத்தாக்கம் செய்வது அரசியல் பொருளாதாரத்தின் சாதனைகள் மீதும் குறைபாடுகள் மீதும் கவனத்தைக் குவிக்கிறது. அரசியல் பொருளாதாரம் கட்டுவிக்கப்பட்ட வடிவங்களை கருத்தாக்கம் செய்தது, எனவே, 'உழைப்பு' கூலி உழைப்பு என்ற நிலையில் இருப்பது ஏன்? 'உழைப்பு மூலதனத்தின் முனைப்புத்தன்மையால் பிரதிநிதித்துவப் படுத்துவதாகத் தோன்றுவது' ஏன்? என்ற கேள்வியை எழுப்பத் தவறுகிறது. முதலாளித்துவத்தில் மனித உறவுகள் பொருட்களுக்கு இடையேயான உறவிற்குள்ளும் அவற்றின் ஊடாகவும் (in and through) இருக்கின்றன என்று மாய்மாலம் பற்றிய மார்க்சின் பகுப்பாய்வு சொல்கிறது. தானியக்க முனைப்பாக மூலதனம் என்ற கருத்துநிலையை அவர் பயன்படுத்துவது, அரசியல் பொருளாதாரம் ஆதரித்த முனைப்பை அவர் ஏற்றுக் கொள்வதைக் காட்டுகிறது. எனினும், இந்த ஏற்பு, தானியக்க முனைப்பாக மூலதனம் என்ற கருத்துநிலை கொண்டுள்ள சிந்தனையின் நச்சுச் சுழலை வெளிப்படுத்தும், அழிவுத்தன்மையிலான விமர்சனப் பகுப்பாய்வுடன் கைகோர்த்துச் செல்கிறது. இவ்வாறாக, சுய-மதிப்புப் பெருக்கும் முனைப்பாக மூலதனம் என்ற கருத்துநிலையை அவர் கேள்விக்குள்ளாக்குகிறார், சமூக மனிதருக்கு வெளியில் இருக்கும் ஒன்றாக சமூகம் என்ற கருத்துருவை அவர் வலுவிழக்கச் செய்கிறார், முதலாளித்துவ சமூகம் என்பது வக்கிரமான இருத்தலின் வடிவம் என்பதை அவர் ஏற்றுக் கொள்கிறார். மார்க்சைப் பொறுத்தவரை, முதலாளித்துவ சமூகத்தில், வக்கிரமான வடிவங்களுக்கு வெளியில் சமூக தனிமனிதருக்கு எந்த இருத்தலும் இல்லை. இந்த வடிவங்களுக் குள்ளும், இந்த வடிவங்களின் ஊடாகவும்தான் (in and through) முதலாளித்துவ சமூகத்தில் மனித உறவுகள் உயிர்வாழ்கின்றன.

இருப்பினும், தானியக்க முனைப்பாக மூலதனம் என்ற கருத்துநிலை உள்ளிட்ட பொருளாதார கருத்தினங்களை மார்க்ஸ் சமூகக் கருத்தினங் களாக அங்கீகரித்தது மட்டுமின்றி, அவற்றை சமூக செயல்பாட்டின் வக்கிரமாக்கப்பட்ட வடிவங்களாகவும் விமர்சித்ததால், இந்தப் பார்வை அரசியல் பொருளாதாரத்தின் செயல்பாடுகளுக்கு ஒரு தடைக்கல்லை போட்டு விடுகிறது. வேறு சொற்களில், மூலதனத்தை முனைப்பாக மார்க்ஸ் கையாள்வது, இந்தச் சமூகத்தின் 'அன்றாட மதத்தை' ஏற்றுக் கொள்கிறது, இந்த மதத்தின் மாயைகள் உற்பத்தியின் சமூக உறவுகளில் அமைந்துள்ளன என்று அங்கீகரிக்கிறது.

அரசியல் பொருளாதாரம் மீதான மார்க்சின் விமர்சன பகுப்பாய்வு பரிவர்த்தனை உறவுகள் பற்றிய முனைப்புரீதியான கோட்பாடாகவோ புறநிலையான கோட்பாடாகவோ இல்லை. அது 'மதிப்பு' சமூக ரீதியாகக் கட்டுவிக்கப்படுவதை, அதன் முதன்மையான மற்றும் அர்த்தமற்ற எல்லா வெளிப்பாடுகளிலும், புரிந்து கொள்வதற்கான முயற்சியாக உள்ளது. பக்ஹவுஸ் (Backhaus) சுட்டிக் காட்டுவது போல, மூலதனம் பற்றிய மேலே சொன்ன சித்தரிப்பை மார்க்ஸ் பயன் படுத்துவது, 'மகத்தான பொருளியலாளர்களின் படைப்புகளில் அவர் [மார்க்ஸ்] ஏற்கனவே கண்டறிந்தவற்றை வெளிப்படையானதாக' ஆக்குகிறது.[69] கூடுதலாக, அரசியல் பொருளாதாரம் மூலதனத்தை அதனுடனேயே தவறாக அடையாளப்படுத்துவதன், அதாவது, ஒரு மூலதனம் தன்னுடனேயே பரிவர்த்தனை செய்து கொள்ள ஆரம்பித்த போது அதற்கு இருந்த மதிப்பை விட அதிக மதிப்பை எப்படிக் கொண்டிருக்க முடியும் என்பதை விளக்க முயற்சிப்பதன் குறைபாடுகளை இந்தக் கருத்தாக்கம் காட்டுகிறது.[70] மூலதனம், 'தன்னுடனான உறவாக, அசலான மதிப்புத் தொகையாக உருவாக்கப்பட்ட புதிய மதிப்பில் இருந்து வேறுபடுத்தப்படும் உறவாக' தோன்றுவதால், மூலதனம் தானியக்க முனைப்பாக உள்ளது. பொருட்களுக்கு இடையேயான உறவை மார்க்ஸ் 'மதிப்பின் வடிவம்' என்று அழைத்தார். இந்த வடிவம், 'உற்பத்தி நிகழ்முறை மனிதர்களால் கட்டுப்படுத்தப்படாமல் மனிதர்கள் மீது ஆதிக்கம் செலுத்தும்' சமூகத்துக்கு உரியது.[71] எனினும், மதிப்பு வடிவம் என்பது உழைப்பு என்பது மதிப்பைப் படைப்பது என்ற தீர்மானிக்கும் உள்ளடக்கத்தின் தீர்மானகர வடிவம் மட்டுமே.[72] உழைப்பு பழைய மதிப்பைக் கூட்டவும் புதிய மதிப்பைப் படைக்கவும் செய்தாலும், 'உழைப்பின் இந்த இயற்கையான சக்தி மூலதனத்தின் உள்ளார்ந்த இயல்பாகத் தோற்றமளிக்கிறது'.[73] இவ்வாறாக, 'மூலதனம் என்பது ஒரு பொருள் அல்ல; அது வரலாற்று வழிப்பட்ட சமூக அமைப்புக்குரிய குறிப்பிட்ட சமூக உற்பத்தி உறவு. இந்த உற்பத்தி

உறவு பொருளாக வடிவம் தரித்து அதற்கொரு தனிச்சிறப்பான சமூகத் தன்மையை வழங்குகிறது'[74] (மூலதனம் 3-ம் பாகம், தமிழ்ப்பதிப்பு, பக்கம் 1161-மொ.பெ). மூலதனம் உழைப்பிலிருந்து தன்னை தன்னாட்சியாக்கிக் கொள்ள முடியாது. இருந்தும், மூலதனமானது, சுய-மதிப்புப் பெருக்க சாத்தியங்களைக் கொண்டுள்ள தானியக்க முனைப்பாக இருக்கிறது. அதன் இறைச்சிப் பொருளில் இருந்து மூலதனத்தின் நெருக்கடி-பீடித்த தன்னாட்சி, மூலதனத்தின் இருத்தல் நிலையாகும். தன்னாட்சியாவதற்கான ஆற்றல் M...M' என்ற பண மூலதனத்தின் சுற்றில் தன்னை வெளிப்படுத்திக் கொள்கிறது. இந்தச் சுற்றில், 'மூலதனம்' மிக முதன்மையான வடிவத்தில் தன்னை வெளிப்படுத்திக் கொள்கிறது: மதிப்பின் இறைச்சிப்பொருளாக உழைப்பு தன்னை பணத்தில் மட்டும்தான் வெளிப்படுத்திக் கொள்கிறது. பணத்திற்குள்ளும் பணத்தின் ஊடாகவும்தான் (in and through) குறிப்பிட்ட தனிப்பட்ட திட்டவட்டமான உழைப்பு தன்னை சமூகரீதியான, சாரமான உழைப்பாக உறுதி செய்து கொள்கிறது. 'அதாவது, திட்டவட்டமான உழைப்பு சாரமான உழைப்பாக ஆகும் ஊடகமாக அது உள்ளது. ஒரு வார்த்தையில் சொன்னால், பணம்தான் சாரமான உழைப்பின் இருத்தல் வடிவம்'.[75] சாரமான உழைப்பின் ஆளுருவமாக தன்னை வெளிப்படுத்திக் கொள்ளும் அதே நேரம், பணம்தான் மூலதனத்தின் மிகவும் அர்த்தமற்ற வடிவம், ஏனென்றால், அது தன்னை வெறும் பொருளாக வெளிப்படுத்திக் கொள்கிறது, எனவே தன் சொந்த உள்ளடக்கத்தை மறுதலிக்கிறது.[76] எனவேதான், மார்க்ஸ் வட்டி மூலதனத்தை, தலைசிறந்த மூலதனம் என்றும், அதனளவில் 'தெளிவற்ற பொருள்' (Dunkelding) என்றும் அழைக்கிறார்.[77] எனவேதான், 'மதிப்பைப் படைக்கும் மதிப்பாக' மூலதனத்தின் மாய்மாலம் உருவாகிறது.[78] 'சமூக உழைப்பின் உற்பத்தித் திறன்கள் மூலதனத்தின் உள்ளார்ந்த இயல்புகளாய் தோற்றமளிக்கின்றன, முதலாளிகள் இடையறாது உபரி-உழைப்பைத் தமதாக்குவதன் மூலம், [உழைப்பின் இந்த இயற்கையான சக்தி] மூலதனத்தின் இடையறாத தற்பெருக்கமாக தோற்றமளிக்கிறது'[79] (மூலதனம் முதல் பாகம், தமிழ்ப் பதிப்பு பக்கம் 816-மொ.பெ). மேலே பதிவு செய்யப்பட்டது போல, அரசியல் பொருளாதாரத்தின் ஒவ்வொரு கருத்தினத்தையும் மனித இருத்தலை தலைகீழாக்கியதாகவும் அதனளவில் வக்கிரமாக்கலாகவும் மார்க்ஸ் கையாள்கிறார். மூலதனம் வக்கிரமாக்கப்பட்ட சமூகத்தின் தீர்மானிக்கும் உற்பத்தி உறவாக இருப்பதால் அது ஆதிக்கம் செலுத்தும் கருத்தினமாக வடிவெடுக்கிறது.[80] உழைப்பு தன்னை மதிப்பாக தெரிவிக்காத வரையில் அதன் நோக்கத்துடன் கூடிய உற்பத்தித்திறனால் எந்தப் பயனும் இல்லை: 'மதிப்புதான்... ஒவ்வொரு உற்பத்திப்

பொருளையும் ஒரு சமூகக் குறிப்பொருளாக மாற்றுகிறது[81] (மூலதனம் முதல் பாகம், பக்கம் 110-மொ.பெ). அதே நேரம், இந்தக் குறிப்பொருள்தான் முதலாளித்துவத்தில் உழைப்பின் சமூக வடிவமாக உள்ளது: 'சுயேச்சையாக மேற்கொள்ளப்படும் தனியார் உழைப்பின் குறிப்பான சமூகத்தன்மை... உற்பத்திப் பொருளில் மதிப்பு என்ற வடிவத்தைப் பெறுகிறது'. உழைப்பின் சமூகத் தன்மை சமுதாயத்தின் உணர்வுரீதியான முடிவைச் சார்ந்து இல்லை, மாறாக, பொருட்களுக்கு இடையேயான உறவின் சமூக செயலைச் சார்ந்து உள்ளது. எனவேதான், மார்க்ஸ் மதிப்பு-வடிவத்தின் முக்கியத்துவத்தை வலியுறுத்துகிறார். இந்த வடிவம்

> முதலாளித்துவ உற்பத்தியில் உற்பத்திப் பொருள் எடுக்கும் மிகச் சாரமான வடிவமாக மட்டுமின்றி, மிக சர்வப் பொதுவான வடிவமும் ஆகும். அது உற்பத்தியை சமூக உற்பத்தியின் குறிப்பிட்ட இனமாக முத்திரை குத்துகிறது, அதன்மூலம், அதற்கு தனிச்சிறப்பான வரலாற்றுத் தன்மையை கொடுக்கிறது.[82]

மதிப்பு வடிவத்தில், உழைப்பு மறுக்கப்படும் நிலையில் இருக்கிறது.

மார்க்சைப் பொறுத்தவரை, சமூக பகைநிலை அதனளவில் இருக்க முடியாது. பகைநிலை உறவுகள் வர்க்கப் பகைநிலையின் இயக்கநிலைக்குள்ளும் வடிவங்களுக்குள்ளும் இயக்க நிலையின் ஊடாகவும் வடிவங்களின் ஊடாகவும் (in and through) இருக்கின்றன. வடிவம் என்பது பகைநிலை உறவுகள் இணக்கமாக வாழ்வதற்கான ஏற்பாடாக (modus vivendi) இங்கு பார்க்கப்படுகிறது, மேலும் அதனளவில் வடிவம்தான் 'பொதுவாக முரண்பாடுகளை இணக்கப் படுத்தும் வழியாக உள்ளது'.[83] 'ஊடாட்டம்'[84] என்ற பதம் இங்கு அடிப்படை முக்கியம் வாய்ந்தது, ஏனென்றால், பகைநிலை உறவுகளை 'அக்கம் பக்கமாக இருக்க' அனுமதிக்கும் இயங்காற்றல் பகைநிலை உறவின் இருத்தல் நிலையை அது குறிக்கிறது. வடிவங்களில் சமூக பகை நிலைகள் இருப்பது, பகைநிலை உறவுகள் என்ற தன்மையை 'அகற்றி விடுவதில்லை',[85] மாறாக, இந்த வடிவங்கள்தான் மூலதனத்துக்கும் உழைப்புக்கும் இடையிலான வர்க்கப் பகைநிலையின் இருத்தல் நிலையாக உள்ளன. மூலதனம் என்ற கருத்தாக்கத்தினுள் உழைப்பு உள்ளது. அவை இரண்டும் [மூலதனமும் உழைப்பும்-மொ.பெ] முதலாளித்துவ சமூகத்தின் சமூக உற்பத்தி நிகழ்முறையின் ஒன்றை யொன்று சார்ந்த, பிரிக்க முடியாத காரணிகள். அதே நேரம், அவை ஒன்றையொன்று விலக்கும் பகைநிலை துருவங்கள் - ஒரே தெரிவிப்பின் துருவங்கள். முதலாளித்துவ மறுவுற்பத்தி என்பது மனிதர்கள் தமக்குத்

தாமே தந்து கொண்ட சமூக மறுவுற்பத்தி வடிவமாக இருப்பதால், அவை ஒரே தெரிவிப்பின் இரு துருவங்களாக உள்ளன. உழைப்பின் கட்டுவிக்கும் சக்தி மதிப்பு வடிவத்தில், முரண்பாடாக இருக்கிறது. உழைப்பு அன்னியமாக்கப்பட்ட வாழ்வாக இருக்கும் சமூகக் கட்டுப்பாட்டின் வடிவமாக மூலதனத்தைப் புரிந்து கொள்வதற்கு இந்தப் பார்வை அனுமதிக்கிறது. இந்த இருத்தல் மூலதனத்திலிருந்து பெறப்படாமல், உழைப்பு தன்னிடமிருந்தே அன்னியப்படுவதில் இருந்து 'பெறப்படுகிறது'. மாய்மாலத்தின் மீதான விமர்சன பகுப்பாய்வு, சமூக இருத்தலின் (இயற்கையுடன் உழைப்பின் பரிவர்த்தனை) முன்னனுமானம் மேல்பார்வைக்கு ஒழிக்கப்பட்டு விட்டதாக உழைப்பின் சமூக செயல்பாட்டை புரிந்து கொள்கிறது.

மேலே பதிவு செய்தது போல, மார்க்சின் மதிப்புக் கோட்பாடு, எல்லாவற்றுக்கு முதலாக, 'சமூகக் கட்டுவிப்பு' பற்றிய கோட்பாடாக உள்ளது. ஏனென்றால், அது நோக்கத்துடன் கூடிய உழைப்பு செயல் பாட்டில் வக்கிரமாக்கல் 'தோன்றுவதை' ஆய்வு செய்கிறது. வேறு சொற்களில், மார்க்சியக் கோட்பாடு வக்கிரமான வடிவங்களின் 'மனிதத் தோற்றுவாய்' மீது அக்கறை காட்டுகிறது. இவ்வாறாக, அரசியல் பொருளாதாரத்தின் மீதான விமர்சன பகுப்பாய்வு, 'மனிதர்கள் தமது சொந்த பெருங்குடை சக்திகளை, அதாவது அவர்களின் 'கூட்டுத்துவ சக்திகளை' அல்லது 'சமூக சக்திகளை' தன்னாட்சியான அன்னியமான இருத்தலாக எதிர் கொள்கின்றனர்'[86] என்ற கருத்துநிலையை அடிப்படையாகக் கொண்டுள்ளது. மாய்மாலம் மீதான விமர்சன பகுப்பாய்வு, சரக்குகளின் மாய்மாலத்தை 'உழைப்பின் விசேஷமான சமூகத் தன்மைதான் உருவாக்குகிறது' என்று நிரூபிக்கிறது.[87] சமூக வடிவங்களின் 'தோற்றம்' என்ற கருத்துநிலை கட்டுவிக்கும் சமூகச் செயல்பாடாக உழைப்பு என்பதன் மீது தனிக்கவனம் செலுத்துகிறது. 'கட்டுவித்தல்' என்ற கருத்துநிலை, பொருட்களுக்கு இடையேயான உறவே வரலாற்று முன்னனுமானம்தான் என்று சொல்கிறது. ஏனென்றால், ஆதித் திரட்டல் நிகழ்முறையின் போது மக்கள்திரளின் உற்பத்திச் சாதனங்களும் வாழ்வுச் சாதனங்களும் அவர்களிடமிருந்து பிரிக்கப்பட்டதற்கு இட்டுச் சென்ற வரலாற்றுப் போராட்டம் இந்த உறவுக்கான அடித்தளமாக உள்ளது. உழைப்பின் உற்பத்தித் திறனுள்ள சக்தி உழைக்கும் சரக்கு என்ற வடிவில் இருக்க முடிவதற்கு முன்னர், இந்த பிரிப்பு வரலாற்றுரீதியாக சாதித்திருக்கப்பட வேண்டும்.

முதலாளித்துவச் சுரண்டல், உழைப்பு அன்னியமாதலை 'கற்பனை வடிவங்களில்' உற்பத்தி செய்த சமூக மோதலை அடித்தளமாகக்

கொண்டுள்ளது.[88] வர்க்கப் போராட்டத்தின் வரலாற்று விளைவு முதலாளித்துவத்தை கட்டுவிக்கிறது. எனினும், உழைப்பின் அன்னியமாதல் பற்றிய வரலாற்றுரீதியான முன்னனுமானம்தான், உழைப்பின் மீதான சுரண்டல் அமைந்திருக்கும் முற்கோளாகவும் உள்ளது. மூலதனம் உழைப்பைச் சுரண்டுவது வர்க்கப் போராட்டத்தின் பலனாக உள்ளது. இந்த வர்க்கப் போராட்டம், ஆதிக்கம் செலுத்தும் உற்பத்தி உறவாக மூலதனம் இருப்பதை முன்னனுமானிப்பது மட்டுமின்றி, மூலதனத்தின் தொடர்ந்த இருத்தலுக்கும் முற்கோளாக உள்ளது. 'உழைப்புக்கு உழைப்பை பரிவர்த்தனை செய்வது - தொழிலாளரின் சொத்தின் நிபந்தனையாகத் தெரிவது - தொழிலாளரின் சொத்துடைமையின்மையில் தனது அடித்தளத்தைக் கொண்டுள்ளது'.[89] வேறு சொற்களில், முதலாளித்துவ சமூக உறவுகள் 'ஆதித் திரட்டலை' முன்னனுமானிக்கின்றன, இந்த உறவுகள் தொடர்ந்து இருக்க வேண்டுமானால் ஆதித் திரட்டல் தொடர்ந்து மறுவுற்பத்தி ஆக வேண்டும். உழைப்பாளர்களை உழைப்புச் சாதனங்களில் இருந்து பிரித்திடும் சமூக நடைமுறையை, ஒருமுறை சாதிக்கப்பட்ட, கட்டுவிக்கப்பட்ட வடிவமாக மூலதனம் என்ற அடிப்படையில் எளிமையாக முன்னனுமானிக்கப்பட்ட வரலாற்றுச் செயலாக பார்க்க முடியாது. மாறாக, இந்தப் பிரித்தலும், எனவே அதை உருவாக்கிய சமூக மோதலும் உழைப்பின் மீதான முதலாளித்துவச் சுரண்டலின் இதயத்தில் உள்ளது.[90] சமூகச் செயல்பாட்டின் கட்டுவிக்கும் சக்தி என்பது இவ்வாறாக மூலதனத்தின் இருத்தலுக்கான முன்னனுமானமாகவும், அதன் தொடர்ச்சியான முற்கோளாகவும் உள்ளது. சமூக மறுவுற்பத்தியை முதலாளித்துவ மறுவுற்பத்திக்குக் கீழ்ப்படுத்துவது என்பது உழைப்பை உற்பத்திச் சாதனங்களில் இருந்து தொடர்ந்து அன்னியமாக்குவதாகவும் அதன் மூலம் மூலதனத்தின் வக்கிரமாக்கப்பட்ட வடிவில் சமூகச் செயல்பாட்டை கட்டுவிப்பதாகவும் பொருள்படுகிறது. சாதிக்கப்பட்ட முதலாளித்துவத்தின் நோக்குநிலையில் இருந்து, பின் சொன்னது வரலாற்றுரீதியான விளைவாக இல்லாமல், கருத்தாக்கமாகவும் வரலாற்று ரீதியான முன்னனுமானமாகவும் உள்ளது. இந்த முன்னனுமானம் தலைகீழான வடிவத்தில் பொதுத்தன்மையை அடைகிறது:

> 'வடிவங்களை' கருத்தாக்கம் செய்யும் போது அவை வரலாற்று ரீதியாக தீர்மானகரமாக இருந்த அதே வரிசையில் ஒன்று மற்றொன்றை தொடர அனுமதிப்பது தவறு. மாறாக, இந்த வரிசைக்கிரமம் முதலாளிவர்க்க சமூகத்தின் நிலையில் ஒன்று மற்றொன்றுடன் கொண்டிருக்கும் உறவால் தீர்மானிக்கப்

படுகிறது. அது, அவற்றின் இயல்பான வரிசைக்கிரமமாகத் தோன்றுவதற்கு அல்லது வரலாற்று வளர்ச்சியுடன் பொருந்தக் கூடியதற்கு நேரெதிராக உள்ளது.[91]

இவ்வாறாக, மார்க்சின் 'சாரமாக்கல்கள்' நெறிபிறழ்ந்த உலகத்தின் கட்டுவிப்பையும் இயக்கத்தையும் பற்றிய புரிதலைத் தேடுகிறது. பக்ஹவுஸ் (Backhaus) சுட்டிக் காட்டியது போல, மார்க்சின் 'சாரமாக்கல்கள்' இருக்கும் சாரமாக்கல்கள்.[92] பக்ஹவுஸ் வாதிட்டது போல, பொருண்மை என்பதை இருக்கும் சாரமாக்கலாக - செயல்பாட்டில் இருக்கும் சாரமாக்கலாக (daseiende Abstraktion) புரிந்து கொள்ளும் போதுதான் சமூக இருத்தல் அல்லது சமூகப் பொருண்மை என்ற கருத்துநிலையை உள்வாங்கிக் கொள்ள முடியும். 'எதார்த்தத்தில் இருக்கும்' சாரமாக்கல் என்ற கருத்துநிலை எதார்த்தமான சமூக நிகழ்முறைகளில் இருந்து அவை இருக்கும் சமூக வடிவங்களுக்கு வளர்ந்து செல்லும் சமூக உலகத்தைப் பற்றிய புரிதலைக் காட்டுகிறது. இவ்வாறாக, மூலதனத்தின் கருத்தாக்கத்தினுள் உழைப்பின் இருத்தல், ஆதித் திரட்டலின் வரலாற்று விளைவாகும், அது முதலாளித்துவத்தின் வக்கிரமான உலகத்தின் சமூக எதார்த்தத்தின் வரலாற்றுரீதியான மற்றும் கருத்தாக்கரீதியான முன்னனுமானமாக தலைகீழாக்கப் படுகிறது. மூலதனம் தன்னைத்தானே உற்பத்தி செய்து கொள்ள முடியாது. அது, உழைப்பின் உற்பத்திச் சக்தியை மதிப்பைப் படைக்கும் சரக்காக மூலதன உறவுக்குள் ஒருங்கிணைப்பதை சார்ந்துள்ளது. சமூகரீதியான தனிநபரின் சமூகரீதியான உழைப்பின் கட்டுவிக்கும் இருத்தல் வக்கிரமாக்கப்பட்ட சமூகச் செயல்பாட்டின் வடிவத்தில் இருக்கிறது. கட்டுவிக்கப்பட்ட வடிவங்களை நாம் கருத்தாக்கம் செய்தால், உழைப்பின் கட்டுவிக்கும் செயல்பாடு, முனைப்பாக 'மூலதனத்தின்' தயவிலேயே விடப்படுகிறது. வேறு சொற்களில், உழைப்பின் இருத்தல் வெறுமனே சரக்காக கருத்தாக்கம் செய்யப்படும். கட்டுவிக்கும் சமூகச் செயல்பாடாக உழைப்பைப் புரிந்து கொள்வது, தானியக்க முனைப்பாக மூலதனம் இருக்கிறது என்ற அரசியல் பொருளாதாரத்தின் வாதம் அசாத்தியமானது என்பதைத் தெளிவுபடுத்துகிறது. உழைப்பின் சமூகச் செயல்பாட்டில் இருந்து சுயேச்சையாக மூலதனத்துக்கு எந்தத் தர்க்கமும் இல்லை. ஷ்மிட் (Schmidt) குறிப்பிடுவது போல, மார்க்சின் பணி எல்லாவற்றுக்கும் முதலாக 'செயல்பாட்டின்' முதன்மையால் குறிக்கப்படுகிறது. சமூக தனிமனிதர் ஒவ்வொரு நாளும் செயல்படும் எதார்த்தம் மாறாமல் இல்லை. அதாவது, எதார்த்தம் செயல்பாட்டிலிருந்து சுயேச்சையானதாக இல்லை. இவ்வாறாக, அரசியல் பொருளாதாரம் மீதான விமர்சன

பகுப்பாய்வு கருத்தாக்கம் செய்யப்பட்ட நடைமுறையாக (begriffene Praxis) அமைகிறது,[93] அதாவது, முதலாளித்துவத்தின் வக்கிரமாக்கப்பட்ட உலகத்தை கட்டுவிக்கும், ஊடுருவும், முரண்படும் மனிதச் செயலின் மொத்தத்தன்மையை கோட்பாட்டு ரீதியாக புரிந்து கொள்வதாக அமைகிறது.

சமூக உறவுகள் நடைமுறைரீதியான உறவுகள். இந்த கருத்து நிலையில், சுய-உறவாக 'மூலதனம்' என்ற கருத்துநிலையை ஆதரிப்பவர்கள் எடுத்த தொடக்கப் புள்ளியிலிருந்து பெரிதும் வேறுபட்ட தொடக்கப் புள்ளி உள்ளடங்கியுள்ளது. உழைப்பின் வரலாற்று இயக்கத்தின் சமூகக் கட்டுவிப்புதான் தொடக்கப் புள்ளி.[94] உழைப்பின் வரலாற்று வளர்ச்சி சமூகத்தின் வரலாறுக்கான திறவுகோலைக் கொண்டுள்ளது. எல்லா சமூகங்களிலும் மனிதர்கள் உற்பத்தியாளர்களாக உள்ளனர். எனவே, உழைப்பு மிக சாமான்யமான கருத்தினமாக இருந்தாலும், முதலாளித்துவ சமூகத்தில் அது மாயமாக்குவதாக மாறுகிறது. ஏனென்றால், செல்வத்தின் பொருளாயதக் காரணிகள் உழைப்பின் உற்பத்திப் பொருட்கள் என்பதிலிருந்து சரக்குகளின் பண்புகளாக மாறி விடுகின்றன, இன்னும் துலக்கமாக அவை உற்பத்தி உறவையே ஒரு பொருளாக மாற்றி அமைக்கின்றன.[95] சமூக உழைப்பின் உற்பத்திச் சக்தி மதிப்பு என்ற 'வக்கிரமாக்கப்பட்ட' வடிவிற்குள்ளும் வடிவின் ஊடாகவும் (in and through) இருப்பது மட்டுமின்றி அது இந்த வடிவத்தை உருவாக்குவதாகவும் உள்ளது. தனியார் சொத்துடைமைதான் அன்னியமாக்கப்பட்ட உழைப்பின் இருத்தல் நிலையாக உள்ளது. எனவே, மேலே சொன்ன அணுகுமுறைகளைப் போல, 'மூலதனத்தின் பொருண்மையான' அல்லது எதார்த்தமான இருத்தலை கருத்தாக்கத்தின் தொடக்கப் புள்ளியாக எடுத்துக் கொள்ள முடியாது. ஏனென்றால், பொருளியல் சிந்தனையில் 'பொருண்மை' அல்லது 'பொருண்மையான தர்க்கம்' அல்லது 'பொருண்மையான இருத்தல்' என தன்னைத்தானே உறுதிப்படுத்திக் கொள்வது, (பக்ஹவுஸ் குறிப்பிட்டது போல)[96] மார்க்சின் கோட்பாட்டில் அன்னியமாக்கப்பட்ட முனைப்புத்தன்மை என்று புரிந்து கொள்ளப் படுகிறது. 'மூலதனத்தின்' முறையான தர்க்கமாகத் தெரிவதன் மீது கவனத்தைக் குவிக்கும் 'மூலதனம்' பற்றிய எந்த கருத்தாக்கமும், மார்க்சின் கோட்பாட்டின் தனித்தியங்கும் தன்மையை ஒதுக்கி விடுகிறது, மாறாக, முதலாளித்துவத்தின் இறுகலாக்கப்பட்ட உலகத்தை கோட்பாட்டின் பொருண்மையாகவும் நோக்கமாகவும் ஆதரிக்கும் போக்கைக் கொண்டுள்ளது. ஜேசப் செய்வதைப் போல, தானியக்க முனைப்பாக மூலதனம் என்ற கருத்துநிலையின் மீது மட்டுமே

கவனத்தைக் குவித்தால், மூலதனத்தின் முரண்படும் தன்மை கோட்பாடாக்கப்படாது. மாறாக, கோட்பாடானது மனிதருக்கு அப்பாற்பட்ட சக்தியாகச் சொல்லப்படுவதால் முன் வைக்கப்படும் முறையான முரண்பாட்டில் தேங்கிப் போயிருக்கும். மூலதனத்தை வெறுமனே அதன் முறையான இருத்தல் அடிப்படையில், தானியக்க முனைப்பாக கையாள்வதன் மூலம், மதிப்பு என்பதை சமூக இறைச்சிப் பொருள் இல்லாத வரலாற்றுரீதியாக செயல்முனைப்பான முனைப்பாக மாற்றும் அபாயம் உள்ளது. 'மூலதனத்தின்' முரண்படும் கட்டுவிப்பு, மூலதனத்துக்கும் உழைப்புக்கும் இடையிலான சமூக பகைநிலையின் அடிப்படையில் புரிந்து கொள்ளப்படாமல், மூலதனத்தின் அடிப்படையிலேயே புரிந்து கொள்ளப்படும். இதன் விளைவாக, முதலாளித்துவத்தின் முரண்படும் கட்டுவிப்பு, கண்ணுக்குத் தெரியாத சக்திகளின் மட்டத்தில் கட்டுவிக்கப்பட்ட முறையான முரண்பாடாக மட்டுமே பார்க்கப்படும்.

மூலதனம் ஒரு தானியக்கமான முனைப்பு என்ற கருத்துநிலை, மூலதனத்தின் நெருக்கடி இதே முனைப்பின் கட்டுவிப்பு காரணியாகவே இருக்க வேண்டும் என்பதை உணர்த்துகிறது. மூலதனம் தன்னுடனேயே முரண்பாட்டில் உள்ளது என்றும் தொழிலாளி வர்க்கப் போராட்டம் மூலதனம் தன் சொந்த நெருக்கடியை தீர்த்துக் கொள்வதற்கு முயற்சிக்கும் வழிக்கு எதிரான பதிலடி மட்டுமே, எதிர்வினை மட்டுமே என்றும் அத்தகைய கருத்தாக்கம் உணர்த்துகிறது, உண்மையில் மூலதன-தர்க்க அணுகுமுறைகளில் அவ்வாறு வாதிடப்படுகிறது. வெளியிலிருந்து மூலதன உறவுக்குள் நுழைந்து அதனை வளர்க்கும் ஒன்றாகவே வர்க்கப் போராட்டம் பார்க்கப்படுகிறது. இந்த ஆய்வுக்கட்டுரை வலியுறுத்துவது போல, முதலாளித்துவ சமூகம் வர்க்கப் போராட்டத்தின் ஊடாக வளர மட்டும் செய்வதில்லை. மாறாக, மூலதனம் என்ற கருத்தாக்கத்தினுள்ளாகவே உழைப்பின் இருத்தலின் காரணமாக மூலதன உறவை கட்டுவிக்கும் தருணமாக வர்க்கப் போராட்டம் உள்ளது. கிளார்க்கின் (Clarke) அணுகுமுறை மீதான பின்வரும் விமர்சன பகுப்பாய்வு இந்தக் கருத்தை தெளிவுபடுத்த முயற்சிக்கிறது.

## வர்க்கப் போராட்டமும் அதிகாரமாக மூலதனமும்

கிளார்க்கின் கருத்துப்படி, முரண்பாடானதாகவும் நெருக்கடி பீடித்த பாணியிலும் என்றாலும், முதலாளித்துவ மறுவுற்பத்தியின் சமூக உறவுகள் சந்தை செயல்பாட்டின் மூலமாக ஒழுங்குபடுத்தப்படும் மூலதன உறவுகளின் சுய-மறுவுற்பத்தி பற்றிய பகுப்பாய்வை மார்க்ஸ் மூலதனம் நூலில் வழங்குகிறார்.[97] சமூக உறவுகள் செயல்படக் கூடிய

சட்டகத்தை நிறுவுவதாக மூலதன உறவு பார்க்கப்படுகிறது. கிளார்க் சொல்வது போல, "வர்க்கப் போராட்டத்தை பகுப்பாய்வதன் தொடக்கப் புள்ளி, வர்க்கப் போராட்டம் வளர்ச்சியடைவதற்கான அடிப்படையாக உள்ள முதலாளித்துவ உற்பத்தி முறையின் மறுவுற்பத்தியில் உள்ளார்ந்துள்ள முரண்பாடுகள் பற்றிய மார்க்சின் பகுப்பாய்வுகளாகத் தான் இருக்க வேண்டும்".[98] சமூக இருத்தலின் 'கட்டுவிப்பையும்', கருத்தினங்களின் கட்டுவிப்பையும் பற்றிய பிரச்சினையை கிளார்க் எழுப்பவில்லை. அவரது கவனம் உற்பத்திச் சக்திகளுக்கும் உற்பத்தி உறவுகளுக்கும் இடையேயான உறவின் மீது விழுகிறது. சந்தையின் வரம்புகளைப் பற்றி கவலைப்படாமல் உற்பத்திச் சக்திகளை வளர்க்கும் தொடர்ச்சியான போக்கினாலும் அதன் முதலாளித்துவ வரம்புகளுக்குள் மூலதனத்திரட்டலை அடைக்க வேண்டியதன் தேவையினாலும் கட்டுவிக்கப்படும் ஒன்றாக மூலதனத்தின் அடிப்படையான முரண்பாட்டை அவர் பார்க்கிறார். இந்த முரண்பாடு, 'சமூக உற்பத்தியின் வளர்ச்சி இலாபத்துக்கான உற்பத்தி என்ற முதலாளித்துவ வடிவத்தில் அதன் வரம்புகளை எதிர்கொள்வதாக உலகளாவிய மூலதனத்தின் மிகைத் திரட்டல் என்ற போக்கின்' அடிப்படையாக உள்ளது.[99] மூலதனம் வெறுமனே தன்னுடனேயே முரண்படுவதாகவும் வர்க்கப் போராட்டம் இதன் விளைவாக இருப்பதோடு மட்டுமின்றி, முரண்பாடு வளர்ச்சியடையும் சாதனமாகவும் உள்ளதாக கிளார்க் முன்வைக்கிறார்.[100] அவரைப் பொறுத்தவரை, 'முதலாளித்துவத் திரட்டலின் இயக்கு விசை, உற்பத்திச் சக்திகளின் ஏற்றத்தாழ்வான வளர்ச்சிதான்'. போட்டியின் அழுத்தத்துக்கு எதிர் வினையாக, பிற விஷயங்களோடு கூடவே 'வேலை-நாளை நீட்டுவதன் மூலமும், கூலியைக் குறைப்பதன் மூலம், உழைப்பை தீவிரப் படுத்துவதன் மூலமும், எல்லாவற்றுக்கும் மேலாக உற்பத்தி முறைகளை மாற்றி அமைப்பதன் மூலமாகவும் செலவுகளை'க் குறைக்க முயற்சித்து முதலாளிகள் வர்க்கப் போராட்டத்தை மேலிருந்து நடத்துகின்றனர்.[101] இவ்வாறாக, முதலாளித்துவத்தின் வளர்ச்சி என்பது 'போட்டியின் அழுத்தம் வர்க்கப் போராட்டம் தீவிரமாக்கப்படுவதற்கு இட்டுச் செல்கிறது' என்ற அளவில், விடாப்பிடியான வர்க்கப் போராட்டத்தால் தீர்மானிக்கப்படுகிறது.[102] மூலதனத்துக்கும் உழைப்புக்கும் இடையிலான உறவை வினைவிளைவுத்தொடர் உறவாக கிளார்க் கையாள்கிறார்: வர்க்கப் போராட்டத்தின் மூலமாக வளர்ச்சியடையும் முரண்பாடாக மூலதனம் கட்டுவிக்கப்படுகிறது. இவ்வாறாக, வர்க்க உறவு என்பது, மூலதனத்திற்குள்ளும் மூலதனத்துக்கு எதிராகவும் (in and against) உழைப்பு இருப்பதில் இருந்து கட்டுவிக்கப்படவில்லை. மாறாக,

'முதலாளித்துவ' மிகை மூலதனத் திரட்டலும் நெருக்கடியும் நிலவும் காலங்களில் வர்க்க உறவு மூலதன உறவுக்குள் 'உடைத்துப் புகுகிறது'. மூலதனத்துக்கும் அதன் இறைச்சிப் பொருளுக்கும் இடையிலான உள்ளுறை உறவை, முரண்படும் உலகத்தின் கட்டுவிப்பாக மூல தனத்துக்கும் அந்த முரண்பாட்டின் வளர்ச்சியாக வர்க்கப் போராட்டத்துக்கும் இடையிலான உள்ளுறை உறவாக கிளார்க் மாற்றி அமைக்கிறார். மொத்தத்தில், வர்க்கப் பகைநிலையின் இயக்கத்தையும் அதன் கட்டுவிப்பையும் கிளார்க் வேறுபடுத்திப் பார்க்க முற்படுகிறார். இயக்கம் வர்க்க உறவாக பார்க்கப்படும் அதே நேரம், வர்க்கப் பகை நிலையின் கட்டுவிப்பு மூலதன உறவாகப் பார்க்கப்படுகிறது. இதன் விளைவாக, முதலாளித்துவ மறுவுற்பத்தியின் முரண்படும் தன்மையை 'மூலதனத்துக்கு' உள்ளுறையான முரண் பாட்டின் அடிப்படையில் புரிந்து கொள்ளும் போக்கு உருவாகிறது. அது மூலதனத்திரட்டலின் வரம்புகளை தொழிலாளி வர்க்கத்தின் மீது சுமத்துவதால் ஏற்படும் வர்க்கப் போராட்டத்தால் இட்டு நிரப்பப்படுகிறது.

மூலதனத்தின் முரண்பாடுகள் மூலதனத்தாலேயே கட்டுவிக்கப் படுகின்றன என்று கிளார்க் பரிந்துரைப்பது சரியாக இருந்தால், உழைப்பு என்ற கருத்தினம் இந்த முரண்பாடுகளுக்குக் கீழ்ப்படுத்தப்பட்டு அவற்றை வெளியிலிருந்து மட்டுமே எதிர்த்து நிற்கும். இதுதான் கிளார்க்கின் நிலைப்பாடு: மூலதனமும் அரசும் வர்க்கப் போராட்டத்தின் மாறாத 'பொருண்மையாக' பார்க்கப்படுகின்றன. கிளார்க்கின் கோட்பாட்டில் பொருண்மை முனைப்பின் வடிவத்தை எடுப்பதில்லை மற்றும் மறுதலையாக முனைப்பு பொருண்மையின் வடிவத்தை எடுப்பதில்லை, ஏனென்றால் பொருண்மையும் முனைப்பும் உள்ளுறையாக தொடர்பு கொண்டவை இல்லை, வெளிப்புறமாக இணைக்கப்பட்டவை. மார்க்ஸ் '"ஒன்றுக் கொன்று ஊடுருவும்" கலவையைப் பற்றிப் பேசாமல், வினைவிளைவுத் தொடர் உறவுகளைப் பற்றி பேசுகிறார்' என்று வலியுறுத்துவதன் மூலம் கிளார்க் இயங்கியலை ஒதுக்கித் தள்ளுகிறார்.[103] இதன் விளைவாக, கிளார்க்கைப் பொறுத்தவரை, மார்க்சின் சாரமாக்கும் முறைபாடு வெறுமனே முறைபாடுரீதியானது. மார்க்சின் சாரமாக்கல்களை கிளார்க் 'தீர்மானகர சாரமாக்கல்கள்' என்று சித்தரிக்கிறார், அவை பொருட்களில் உருக்கொண்டுள்ள இன்றியமையாத பண்புகளுடன் பொருந்துவதாக இல்லாமல் தீர்மானகர சமூக நிகழ்முறைகளுடன் பொருந்துகின்றது.[104] வேறு சொற்களில், கிளார்க்கின் கருத்துப்படி மார்க்சின் சாரமாக்க முறை இன்றியமையாத சமூக உறவுகளையும் அவை இருக்கும் வடிவங்களையும் கருத்தாக்கம் செய்யவில்லை, மாறாக, அவை

குறிப்பிட்ட உறவுகளின் பல்வகைத்தன்மையின் பொதுவான அம்சத்தை விவரிக்கும் திட்டவட்டமான பொதுமைப்படுத்தல்கள், இந்த குறிப்பிட்ட உறவுகளுக்குள் வெளிப்படுவது வரை மட்டும் பொருந்துபவை.[105]

மார்க்சின் சாரமாக்கல் முறைபாடு பற்றிய கிளார்க்கின் பொருள் கூறல் ஆச்சரியமளிக்கிறது. ஏனென்றால், அரசியல் பொருளாதாரத்தின் சாரமாக்கல் முறைபாட்டை விமர்சிப்பதற்கு மார்க்ஸ் இதே வாதத்தையும் கிட்டத்தட்ட இதே வரையறையையும் பயன்படுத்துகிறார். வேறு சொற்களில், கிளார்க் அரசியல் பொருளாதாரத்தின் சாரமாக்கல் முறைபாட்டை விமர்சிப்பதோடு நில்லாமல், அரசியல் பொருளாதாரத்தின் சாரமாக்கல் முறைக்கு மார்க்சின் மாற்றாக அதையே ஏற்றுக் கொள்ளவும் செய்கிறார்.[106] இதன் விளைவாக அரசியல் பொருளாதாரம் பற்றிய மார்க்சின் விமர்சன பகுப்பாய்வு

முதலாளித்துவ சமூக உறவுகள் வெளிப்படுத்தப்பட்டு வளர்ச்சி யடையும் மேலும் திட்டவட்டமான (சிக்கலான) குறிப்பிட்ட வடிவங்கள் பற்றிய ஒப்பீட்டுரீதியான பகுப்பாய்வையும் வரலாற்றுரீதியான பகுப்பாய்வையும் வளர்ப்பதற்கான பகுப்பாய்வு அடித்தளத்தை வழங்குவதாக கிளார்க் பார்க்கிறார்.[107]

பகுப்பாய்வு அடித்தளம் மூலதன உறவின் பொதுவான தன்மைகள் பற்றிய ஆய்வாக புரிந்து கொள்ளப்படும் அதே நேரம் வரலாற்று ரீதியான திட்டவட்டமானது என்பது வர்க்கப் போராட்டத்தின் கணிக்கமுடியாமைக்கு இட்டுச் செல்லும் 'செயல்பாட்டு களத்தின்' அடிப்படையில் பார்க்கப்படுகிறது. அதனால்தான், கிளார்க்கின் 'சாரமாக்கல்களில்' முறைபாட்டுரீதியான தன்மை உருவாகிறது : அவரைப் பொறுத்தவரை சாரமானது திட்டவட்டமானது இல்லை, மறுதலையாக, திட்டவட்டமானது சாரமானது இல்லை, ஏனென்றால், 'சாரமானது' என்பது முதலாளித்துவ உற்பத்தி முறையின் மிகப் பொதுவான தன்மைகளின் தொகுப்பாக மட்டுமே உள்ளது. வேறு சொற்களில், கிளார்க்கின் 'சாரமாக்கல்' பற்றிய புரிதல், மார்க்சின் கோட்பாட்டில் மிகச் சாமான்ய கருத்தினமான உழைப்பு மிகச் சாரமான கருத்தினமாகவும் உள்ளது என்பதைப் புறக்கணிக்கிறது.[108] மூலதனத்தை கட்டுவிக்கும் சமூக இறைச்சிப்பொருளுக்கு வெளியில் இருக்கும் ஒன்றாக மூலதனத்தை கிளார்க் புரிந்து கொள்வதால், அவரது சாரமாக்கல் பற்றிய கருத்தாக்கத்தில் உள்ளடக்கம் இல்லாமல் போகிறது.

ஜேசப் முன்வைத்த அணுகுமுறையில் வர்க்கப் போராட்டம் கோட்பாட்டுரீதியாக முடக்கப்படுவதைப் போல இல்லாமல், வர்க்கப் போராட்டத்தின் மீதான கிளார்க்கின் அழுத்தம், எல்லா சமூக உறவுகளும் இன்றியமையாமல் நடைமுறைரீதியானவை என்ற மார்க்சிய கருத்துநிலையை தனது தொடக்கப் புள்ளியாக எடுத்துக் கொள்கிறது. இந்த அழுத்தத்தில்தான் கட்டமைப்பை-மையமாகக் கொள்ளும் அணுகுமுறையில் இருந்து முக்கியமாக வேறுபடுகிறது. கிளார்க் வர்க்கப் போராட்டத்தை முதன்மையானதாக பார்த்தாலும், அவர் அந்தக் கருத்துநிலையை அதன் புரட்சிகர முடிவு வரை வளர்த்தெடுக்காமல் இருப்பதுதான் அவரது அணுகுமுறையில் உள்ள பிரச்சினை. அரசியல் பொருளாதாரம் மீதான மார்க்சின் விமர்சன பகுப்பாய்வை வக்கிரமடைந்த சமூகச் செயல்பாட்டின் மீதான விமர்சன பகுப்பாய்வாக புரிந்து கொள்ளாமல், மூலதனம் தன்னுடனேயே கொண்டிருக்கும் முரண்படும் உறவு பற்றிய பகுப்பாய்வாக கிளார்க் புரிந்து கொள்கிறார். முதலாளித்துவத்தின் வளர்ச்சியில் மிக முக்கியமான காரணியாக வர்க்கப் போராட்டத்தை கிளார்க் அறிமுகப் படுத்துகிறார். மூலதனம் எப்போதுமே வர்க்கத்தின் தொடர்ச்சியான விசையின் பொருண்மையாக உள்ளது என்று அவர் வலியுறுத்தினாலும், வர்க்கப் போராட்டத்தின் சமூகக் கட்டுவிப்பு பற்றிய ஏற்கும்படியான கருத்தாக்கத்தை அவர் வழங்கவில்லை. மூலதனம் என்ற கருத்தாக்கத்தின் உள்ளாக இருப்பதாக பார்க்கப்படுவதற்கு மாறாக, வர்க்கப் போராட்டம் என்பது மூலதனத்தின் சுய-முரண்பாட்டிலான உலகம் வளர்ச்சியடை வதற்கான சாதனமாக மட்டுமே புரிந்து கொள்ளப்படுகிறது. இந்தக் கட்டுரை வாதிடுவது போல, மூலதனத்தின் அடிப்படை முரண்பாடு அது உழைப்பைச் சார்ந்திருப்பது. உழைப்பின் இருத்தலில் இருந்து மூலதனம் தன்னை தன்னாட்சியாக்கிக் கொள்ள முடியாது. உழைப்பு என்ற வளத்தின் மூலமாகத்தான் மூலதனம் இருக்கிறது. 'மூலதனத்தின் அதிகாரம்' உழைப்பிற்குள்ளும் உழைப்பின் ஊடாகவும் (in and through) மட்டும்தான் இருக்கிறது, இரண்டாவதாகச் சொன்ன உழைப்பு என்பது மதிப்பின் இறைச்சிப்பொருளாக உள்ளது. மூலதனம் என்ற கருத் தாக்கத்தினுள் உழைப்பின் கட்டுவிக்கும் இருத்தலை நாம் மறுத்தால், அதன் சமூக இறைச்சிப்பொருளில் இருந்து சுயேச்சையாக இருக்கும் சக்தியாக 'மூலதனத்தை' நாம் வரையறுக்க வேண்டியிருக்கும். வேறு சொற்களில், மூலதனத்தை சுய-கட்டுவிக்கும் சக்தியாக மட்டுமின்றி பொருளாகவும் புரிந்து கொள்ள வேண்டியிருக்கும், இவ்வாறாக, கட்டுவிக்கப்பட்ட வடிவமாக புரிந்து கொள்ள வேண்டியிருக்கும். கட்டுவிக்கப்பட்ட வடிவங்களை கருத்தாக்கம் செய்வது, மாய் மாலமாக்கப்பட்ட வடிவங்களை கருத்தாக்கம் செய்வதாக முடிகிறது.

## தொகுப்புரை

மூலதனம் என்ற கருத்தாக்கத்தினுள் கட்டுவிக்கும் இருத்தலாக 'உழைப்பை' புரிந்து கொள்வதில் வர்க்கரீதியாக-பிரிக்கப்பட்ட மனிதச் செயல்பாட்டிற்குள்ளும் அதன் ஊடாகவும் சமூக வடிவத்தைப் புரிந்து கொள்வது உள்ளது. வர்க்க உறவு, 'மூலதனத்தின்' நெருக்கடியின் போது, 'வெளியிலிருந்து' மூலதன உறவுக்குள் உடைத்துப் புகுவதாக மட்டும் இல்லை. மூலதன உறவு வர்க்க உறவுகளுக்கு மேலாக நிற்க வில்லை. மாறாக, அது வர்க்க உறவுகளுக்கு உள்ளாகவும் வர்க்க உறவுகளின் ஊடாகவும் (in and through) இருக்கிறது. வர்க்கப் போராட்டம் மூலதன உறவின் மறுவுற்பத்தியுடன் வெறுமனே ஊடாடவில்லை, மாறாக, வர்க்க உறவு மூலதன உறவை கட்டுவிப்பதாக உள்ளது. உழைப்பின் மீதான முதலாளித்துவ சுரண்டல் வர்க்க உறவுக்கு மேலாக நிற்கவில்லை, மாறாக, வர்க்க உறவுகளுக்குள்ளும் அவற்றின் ஊடாகவும் (in and through) நிற்கிறது. அரசியல் பொருளாதாரம் மீதான மார்க்சின் விமர்சன பகுப்பாய்வில், வர்க்க உறவையும் எனவே வர்க்கப் போராட்டத்தையும் வரலாற்றுரீதியான வளர்ச்சியின் மட்டத்தில் புதிதாக அறிமுகப்படுத்த வேண்டியதில்லை, ஏனென்றால், அது கருத்தாக்கங்களை கட்டுவிப்பதில் ஏற்கனவே சேர்க்கப்பட்டு விட்டது, ஒட்டுமொத்தமாக சமூக எதார்த்தத்தின் தொடரும் வரலாற்றுரீதியான முன் நிபந்தனையாக ஏற்கனவே இருக்கிறது.

மாய்மாலம் பற்றிய மார்க்சின் விமர்சன பகுப்பாய்வு, பொருளாதார வடிவங்கள் மனிதருக்கு-அப்பாற்பட்ட வடிவங்கள் இல்லை என்று நிரூபிக்கிறது. பொருளாதார கருத்தினங்கள் மீதான விமர்சன பகுப்பாய்வு இந்த வடிவங்கள் மனித இருத்தலின் வக்கிரமான வடிவங்கள் என்று காட்டுகிறது. இந்த இருத்தல் முதலாளித்துவத்தில் உழைப்பின் சமூகச் செயல்பாட்டின் உற்பத்திப் பொருளாக உள்ளது. இருந்தாலும், வக்கிரமடைதல் உழைப்பின் தலைவிதியாகவும் தலை விதியாக இல்லாமலும் உள்ளது. மனிதர்கள் தமது சொந்த உலகத்தை உற்பத்தி செய்பவர்கள் என்று சமூக தனிமனிதர் அங்கீகரிக்கும் சுய-தீர்மானமாக நெறிபிறழ்ந்த வடிவங்களை ஒழித்துக் கட்டுவது முன்னேறிச் செல்கிறது. 'சமூக உழைப்பை' அதன் சொந்த அன்னியமாக்கலில் இருந்து விடுவிப்பதுதான், அதாவது அன்னியமாக்கப்பட்ட உழைப்பை ஒழித்துக் கட்டுவதுதான் மனிதஇனம் வெறுமனே வளமாக உள்ள சமூகத்தை ஒழித்துக் கட்டுவதற்கான முன்னனுமானமாக உள்ளது. தனியார் சொத்துடைமையை ஒழித்துக் கட்டுவது அன்னியமாக்கப்பட்ட உழைப்பை ஒழித்துக் கட்டுவதை முன்னனுமானிக்கிறது. அன்னிய மாக்கப்பட்ட உழைப்பு தனியார் சொத்துடைமையின் இருத்தலை

## முனைப்பாக மூலதனமும், உழைப்பின் இருத்தலும்

சார்ந்திருக்கவில்லை, மாறாக, தனியார் சொத்துடைமை அன்னிய மாக்கப்பட்ட உழைப்பின் இருத்தல் நிலையாக உள்ளது. உழைப்பு என்பது வெறும் கூலி உழைப்பாக மட்டும் இல்லை என்ற கருத்து நிலைக்கு இது வழி வகுக்கிறது.[109] கூலி உழைப்பு என்பது மூலதனத்திற் குள்ளும் மூலதனத்துக்கு எதிராகவும் இடம் பெறவில்லை. மூலதனத்துக்கும் கூலியுழைப்புக்கும் ஒரே நிலைப்பாடுதான் உள்ளது.[110] உழைப்பு என்பது தனியார் சொத்துடைமையை உற்பத்தி செய்வதாக மட்டும் இல்லை, மிக முக்கியமாக, அது 'உயிருள்ள, வடிவம்-வழங்கும் நெருப்பாக' உள்ளது.[111] அதன் சாமான்ய திறனில் உழைப்பு என்பது நோக்கத்துடன் கூடிய உற்பத்திச் செயல்பாடு.[112] இந்தச் செயல்பாடுதான் மதிப்பைப்-படைக்கும், சாரமான செல்வத்தை உற்பத்தி செய்யும் சரக்காக (கூலி-உழைப்பாக) தனக்கு எதிராகவே இருக்கிறது. விமர்சன பகுப்பாய்வு என்ற ஆயுதம், நாம் வாழும் உலகம் மூலதன-முனைப்பின் உலகமாக இருப்பதை விட நம்முடைய உலகமாக, மனிதச் செயல் பாட்டால் உருவாக்கப்பட்ட, மனிதச் செயல்பாட்டை சார்ந்துள்ள, மனிதச் செயல்பாட்டின் வடிவம்-வழங்கும் நெருப்புக்கு வழி விடுவதாக உள்ளது என்று காட்டுகிறது. இதன் மூலம்தான், தொழிலாளி வர்க்கத்தின் விடுதலை தொழிலாளி வர்க்கத்தின் பணியாக மட்டுமே இருக்க முடியும் என்ற மார்க்சிய கருத்துநிலை உருவாகிறது. இந்த விடுதலை கூலி உறவை சார்ந்திருக்க முடியாது. கூலி உழைப்பு என்ற கருத்தினமே ஏற்கனவே வக்கிரமானதாக உள்ளது. இந்த வக்கிரமாதல் எவ்வளவுதான் 'எதார்த்தமாக' இருந்தாலும், மாய்மாலமாக்கப்பட்ட வடிவங்களின் இயக்கத்தைப் பற்றிய புரிதலை மட்டுமே அது வழங்குகிறது. சமூக தனிமனிதரின் சமூக உழைப்பில் சமூக இருத்தலின் கட்டுவிப்புக்கான அடித்தளத்தைக் கண்டறிந்தோம். மாய்மாலம் பற்றிய விமர்சன பகுப்பாய்வு எதிர்மறையானது, அழிவுரீதியானது. அக்னோலி சொல்வது போல, 'மார்க்ஸ் கட்டுவிக்கவோ அறுதியிடவோ விரும்பவில்லை. அவர் முதன்மையாக மறுதலிக்க விரும்பினார்'.[113] மாய்மாலம் பற்றிய அவரது விமர்சன பகுப்பாய்வு, மனிதர்கள் உற்பத்தியின் ஆளுருவமான நிலைமைகளின் வடிவமாக இருக்கும், பொருட்களின் ஆளுருவமாக இருக்கும் உலகத்தின் அபத்தத்தை நிரூபிக்கிறது. விமர்சனப் பகுப்பாய்வின் நிலைப்பாடு, இந்த வினோதமான, கொலைகார ஆளுருவமாக்கலின் மறு பக்கத்தை - சமூகக் கட்டுவிப்பை- நிரூபிக்கிறது. சரக்காக்கப்பட்ட வடிவத்திலான கூலி உழைப்பில் தனக்கு எதிராக தானே இருக்கும் உணர்வுரீதியான மனிதச் செயல் பாட்டை அது காட்டுகிறது. இவ்வாறாக, மூலதனம் பற்றிய விமர்சனப் பகுப்பாய்வு உழைப்பு பற்றிய, தனித்த அன்னியமாக்கப்பட்ட உழைப்பு

பற்றிய, தனிப்பட்ட உற்பத்தியாளர்களை வெளிப்புற சுயேச்சையான பொருளாக எதிர்கொள்ளும் சமூக இருத்தலாக உழைப்பு பற்றிய விமர்சனப் பகுப்பாய்வாக அமைகிறது. ஒரு புறம் உழைப்பை கூலி உழைப்பாக முதலாளித்துவ தீர்மானிப்புக்கும், மறுபுறம் உழைப்பின் விமர்சனச் செயல்பாட்டுக்கும் சமூக உற்பத்திச் சக்திக்கும் இடையேயான முரண்பாடு நமது சமூக உலகின் முரண்படும் கட்டுவிப்பு பற்றிய கருத்துருவை மட்டும் வழங்கவில்லை. இந்த முரண்பாட்டின் 'எதார்த்தமான இயக்கம்' என்ற கருத்துருவையும், அதாவது கம்யூனிசம் என்ற கருத்துருவையும் அது வழங்குகிறது.

அரசியல் பொருளாதாரம் பற்றிய விமர்சன பகுப்பாய்வின்படி, 'சமூக உழைப்பு' என்ற கருத்தாக்கம்தான் மிக அடிப்படையானதும் எளிமையானதுமான கருத்தினம். கோட்பாட்டு செயல்பாடு உட்பட்ட முதலாளித்துவத்தின் எல்லா மானுடச் செயல்பாடும், சமூக உழைப்பின் சமூக உழைப்புப் பிரிவினையின் வர்க்கரீதியாக-பிரிக்கப்பட்ட இருத்தல் நிலையின் கூறாக (moment) உள்ளது.¹¹⁴ எனவே, அரசியல் பொருளாதாரம் மீதான விமர்சன பகுப்பாய்வு பக்கச் சார்பற்றது இல்லை. இருப்பதை நியாயப்படுத்தும் பாரம்பரியக் கோட்பாட்டுக்கு மாறாக அது எதிர்காலத்தின் மீதான அக்கறையின் அடிப்படையில் உருவாக்கப்பட்டுள்ளது. ஹோர்க்ஹெய்மரைப் பொறுத்தவரை, வாழ்க்கையை நல்லதாகவும் தர்க்கரீதியாகவும் ஒழுங்கமைப்பதற்கான தத்துவத்தின் தேடல், மார்க்சின் அரசியல் பொருளாதாரம் மீதான விமர்சன பகுப்பாய்வாக ஆகிறது என்று இது பொருள்படுகிறது. இவ்வாறாக, தத்துவத்தின் எதிர்மறையான அழிவுத்தன்மையிலான வகிபாகத்தை ஹோர்க்ஹெய்மர் நிறுவுகிறார். அரசியல் பொருளாதாரம் மீதான விமர்சன பகுப்பாய்வு 'தத்துவத்தின் முடிவை' அறிவிப்பதற்கான உரிமையை அவர் நிறுவுகிறார்: ஈடேற்றம் பெறப்படாமல் தத்துவத்தை ஒழித்து விட முடியாது. மாய்மாலம் பற்றிய மார்க்சின் விமர்சன பகுப்பாய்வு எதிர்மறையானது, அழிவுரீதியானது. மனிதர்கள் தாமே இறுதி இலக்காக இருப்பது என்ற கேள்வியை அது துலக்கமாக்கி விடுகிறது. அதே நேரம், முதலாளித்துவத்தின் வக்கிரமான, மயக்கமான உலகம் மனித இருத்தலின் வடிவம் என்றும் மனிதச் செயல்பாட்டை சார்ந்துள்ளது என்றும் அது நிரூபிக்கிறது. 'உலகம் கட்டுவிக்கப்படுவது தனிநபர்களின் முதுகுக்குப் பின்னால் நிகழ்கிறது, எனினும் அது தனிநபர்களின் வேலையாகத்தான் உள்ளது'.¹¹⁵

அரசியல் பொருளாதாரம் பற்றிய மார்க்சின் விமர்சனப் பகுப்பாய்வை ஹோர்க்ஹெய்மர் 'இருத்தல் மீதான தீர்ப்பு' என்று

சித்தரித்தார்.[116] அரசியல் அதிகாரத்தின் அச்சுறுத்தலையும் மீறி வாழ்க்கையின் நல்ல தர்க்கரீதியான ஒழுங்கமைப்பை தேடும் கட்டுடைப்பு சக்தியாக அவர் தத்துவத்தைப் பார்த்தார். லோவரிங்கின் விமர்சன எதார்த்தவாத விளக்கத்தின்படி, ஊடுருவமுடியாத உணர்வு கடந்த கட்டமைப்புகளால் தனிநபர் எதிர்கொள்ளப்படுவதாகச் சொல்லப்படும் அதே நேரத்தில், ஹோர்க்ஹெய்மரின் கருத்துப்படி மார்க்சின் அரசியல் பொருளாதாரம் மீதான விமர்சன பகுப்பாய்வு, ஒட்டுமொத்த வாழ்க்கையை உற்பத்தி செய்பவராக சமூக தனிமனிதரைக் கையாள்கிறது. மூலதன உறவின் முறையான தர்க்கத்தை பண்பு உருக்களாகக்கொண்ட அணுகுமுறைகளுக்கு மாறாக, விமர்சனக் கோட்பாடு, மார்க்சைப் போல, எல்லா சமூக உறவுகளும் இன்றியமையாமல் நடைமுறைரீதியானவை என்று வாதிடுகிறது. அரசியல் பொருளாதாரம் மீதான மார்க்சின் விமர்சன பகுப்பாய்வு வரலாற்றை ஒதுக்கிவிட்டு கச்சிதமான கரணியத்தைக் கொண்ட ஆதர்ச உலகை விவரிக்கின்ற, சடங்கான அரூபமாக்கல் முறையையும் முதலாளித்துவத்தின் அரூபமாக்கப்பட்ட மாதிரிகளையும் நிராகரிக்கிறது. கருதுகோளான மதிப்பீடுகளுக்கும் முறையான அறிவு பல்கிப் பெருகுவதற்கும் எதிராக விமர்சனக் கோட்பாடு மனித நிலைமைகள் மீதும் தொந்தரவுகள் மீதும் கவனம் குவிக்கிறது. சாரமான தொகுப்புகளை அல்லது சாரமான செல்வத்தின் அளவுகளை கையாள்வதற்கு மாறாக, 'மனிதரும் சமூகமும்' இருத்தலின் மீதும் இந்த சமூகத்தை மாற்றி அமைப்பதன் மீதும் கவனம் குவிக்கப்படுகிறது.[117] எனவே, அரசியல் பொருளாதாரத்தின் மீதான விமர்சன பகுப்பாய்வை இருத்தலின் மீது தனித்துவமான தீர்ப்பை வெளிப்படுத்தும் சமூகம் பற்றிய இயங்கியல் கோட்பாடு என்று ஹோர்க்ஹெய்மர் சித்தரிக்கிறார். உண்மையையும் போகாத ஊருக்கு வழி தேடும் மீ-கோட்பாட்டு தீர்ப்பையும் தேடும் அணுகுமுறைகளில் இருந்து தனித்துக் காட்டும் விதமாக, அரசியல் பொருளாதாரத்தின் மீதான விமர்சன பகுப்பாய்வு கோட்பாட்டு மர்மங்களுக்கான தீர்வு மனிதச் செயல்பாட்டில் அமைந்துள்ளது என்றும் இந்தச் செயல்பாட்டை புரிந்து கொள்வதில் அமைந்துள்ளது என்றும் புரிந்து கொள்கிறது. இந்த நுண்மாண் நுழைபுலம் மார்க்சியப் புரட்சியின் இரகசியத்தைக் கொண்டுள்ளது. இவ்வாறாக, அரசியல் பொருளாதாரத்தின் மீதான விமர்சன பகுப்பாய்வின் சாரமாக்கல்களுக்கும், கட்டுவிக்கப்பட்ட வடிவங்களின் பொதுத் தன்மைகளின் சுருக்கத்தை வழங்க மட்டும் செய்யும் சாரமான மாதிரிகள் அல்லது அரூபமான பொதுமைப்படுத்தல்களுக்கும் எந்தத் தொடர்பும் இல்லை. அவை இருக்கும் சாரமாக்கல்கள். இருத்தல் மீதான தீர்ப்பு சாரமாக்கலில்

அடங்கியுள்ளது: மறுக்கப்பட்ட நிலையில் இருக்கும் மனித உள்ளடக்கமும் சமூக உள்ளடக்கமும். இவ்வாறாக, 'முதலாளித்துவ நோக்கத்திலான-கரணியம், இலாபமீட்டும்திறன், மதிப்பு ஆகியவை ஊட்டம் பெறும் உற்பத்தி முறையின் அபத்தம் அம்பலப்படுத்தப்பட்டது. அது அம்மணமாக நின்றது'.[118] மனிதஇனம் வளமாக இல்லை அது இலக்காக உள்ளது என்ற மார்க்சின் விமர்சன பகுப்பாய்வு தத்துவத்தின் எதிர்மறை வகிபாகத்தை நிறுவியது.

## குறிப்புகள்

1. பார்க்கவும். கார்ல் மார்க்ஸ், *மூலதனம், மூன்றாம் பாகம், (தமிழ்ப்பதிப்பு பக்கம் 1180-மொ.பெ)*
2. ஜே லோவரிங், நெய்தர் ஃபண்டமென்டலிசம் நார் 'நியூ ரியலிசம்' (J Lovering, 'Neither fundamentalism nor "New Realism"'). *Capital & Class,* no. 42, 1990, p.39. விமர்சன எதார்த்தவாதம் பற்றிய முக்கியமான விமர்சனத்துக்கு பார்க்கவும் ரிச்சர்ட் குன், 'மார்க்சியம் அண்ட் ஃபிலாசஃபி' (R Gunn, 'Marxism and Philosophy'), Capital & Class, no. 37, 1989; 'மார்க்சிசம், மெட்டாதியரி அண்ட் கிரிட்டிக்', வெர்னர் போன்ஃபெல்ட், ஜான் ஹாலவே *(தொகுப்பு) போஸ்ட் ஃபோர்டிசம் அண்ட் சோசியல் ஃபார்ம்*-ல் ('Marxism, Methatheory and Critique', in W. Bonefeld and J Holloway (eds.), *Post-Fordism and Social Form*), Macmillan, London, **1991.** இதையும் பார்க்கவும். கே மாகில், 'எகெய்ன்ஸ்ட் கிரிட்டிகல் ரியலிசம்', *கேப்பிட்டல் & கிளாஸ்,* (K Magill, 'Against Critical Realism'), *Capital & Class*, no. 54, 1994.
3. பி. ஜேசப், 'போலர் பியர்ஸ் அண்ட் கிளாஸ் ஸ்ட்ரகிள்' (B. Jessop, 'Polar Bears and Class Struggle'), வெர்னர் போன்ஃபெல்ட், ஜான் ஹாலவே *(தொகுப்பு), போஸ்ட் ஃபோர்டிசம்*-ல் (W. Bonefeld and J. Holloways, *Post-Fordism*), p.150
4. பி ஜேசப், 'ரெகுலேஷன் தியரி இன் ரிட்ரோஸ்பெக்ட் அண்ட் பிராஸ்பெக்ட்' (B. Jessop, 'Regulation Theory in Retrospect and Prospect'), 'Printed-Serie' der ZiF-Forschungsgruppe 'Staatsaufgaben' l, University of Bielefeld, Zentrum für interdisziplinäre Forschung, Bielefeld, 1988.
5. பின்வரும் வாதம் ஹெல்முட் ரெய்ஷல்ட்டால் ஊக்குவிக்கப்பட்டது, 'Some Notes on Jacques Bidet's Structuralist Interpretation of Marx's Capital', *Common Sense*, no. 13; இந்தத் தொகுதியில் அவரது பங்களிப்பையும் பார்க்கவும்.
6. கார்ல் மார்க்ஸ், *குருண்ட்ரிச*, பென்குயின், ஹார்மண்ட்ஸ்வர்த், *1973*, pp. *270-1*
7. பார்க்கவும் எம். ஹோர்க்ஹெய்மர், 'டிரடிஷனல்ல உண்ட் கிரிட்டிஷ தியோரி' (M. Horkheimer, 'Traditionelle und kritische Theorie'), in M. Horkheimers, *Traditionelle und kritische Theories*, Fischer Verlag, Frankfurt, 1992, p. 246. ஹோர்க்ஹெய்மரில் இருந்தும் காரல் மார்க்சில் இருந்தும் அனைத்து மேற்கோள்களும் ஜெர்மன் பிரதிகளை அடிப்படையாகக் கொண்டவை, ஆசிரியரால் மொழிபெயர்க்கப்பட்டவை (*Theories über den Mehrwert*, vol. III. MEW 26.3, Dietz Verlag, Berlin, 1976 and *Das Kapital,* vol I, German edition, MEW 23, Dietz Verlag, Berlin, 1979)
8. எம். ஹோர்க்ஹெய்மர், 'டிரெடிஷனெல்ல உண்ட் கிரிட்டிஷ தியோரி' (M. Horkheimer, 'Traditionelle und kritische Theorie'), p. 229

9. கட்டமைப்பு வாதம் பற்றிய இந்த விமர்சன பகுப்பாய்வு பற்றி பார்க்கவும் - A. Schmidt (ed), *Beitrage zuer marxistischen Erkenntnistheories*, Suhrkamp, Frankfurt, 1969.

10. ஜே. லோவரிங், "நெய்தர் ஃபண்டமென்டலிசம் நார் 'நியூ ரியலிசம்'" (J. Lovering, 'Neithter fundamentalism nor "New Realism"'), p.39

11. ஜே அக்னோலி, '*டிஸ்ட்ரக்ஷன் அஸ் த டிட்டர்மினேஷன் ஆஃப் த ஸ்காலர் இன் மிசரபிள் டைம்ஸ்*' (J. Agnoli, 'Destruction as the Determination of the Scholar in Miserable Times'), *Common Sense*, no. 12, 1992, p.44

12. பார்க்கவும். ஜே எல்ஸ்டர், *மேக்கிங் சென்ஸ் ஆஃப் மார்க்ஸ்* (J. Elster, *Making Sense of Marx*), Cambridge Unviersity Press, Cambridge, 1985, ch.1

13. ஜேசப்பின் படைப்பில், மூலதன உறவு இனிமேலும் ஒரு 'உறவாக' கையாளப்படவில்லை. மாறாக, மூலதனத்தின் வெவ்வேறு வடிவங்கள், வேறுபட்ட 'தர்க்கங்களின்' மீது கட்டப்பட்ட வேறுபட்ட நலன்களைக் கொண்ட 'தன்னாட்சியான' தனிப்பொருட்களாக அறிமுகப்படுத்தப்படுகின்றன. பார்க்கவும். பி.ஜேசப் *நிகோஸ் புலண்ட்ஸஸ்: மார்க்சிஸ்ட் தியரி அண்ட் பொலிடிக்கல் ஸ்ட்ரேட்டஜி* (B. Jessop, *Nicos Poulantzas: Marxist Theory and Political Strategy*), Macmillan, London, 1985. விமர்சன பகுப்பாய்வுக்கு: ரிச்சர்ட் குன், '*மார்க்சிசம், மெட்டா தியரி அண்ட் கிரிட்டிக்*' (R. Gunn, 'Marxism, Metatheory and Critique') காஸ்மாஸ் சைக்கோபீடிஸ் 'கிரைசிஸ் தியரி இன் த கன்டெம்ப்ரரி *சோசியல் சயின்சஸ்*' (K. Psychopedis, 'Crisis of Theory in the Contemporary Social Sciences'), வெர்னர் போன்ஃபெல்ட், ஜான் ஹாலவே, *போஸ்ட் ஃபோர்டிசம்-ல்* (W. Bonefeld and J. Holloways, Post-Fordism), வெர்னர் போன்ஃபெல்ட், 'கிரைசிஸ் ஆஃப் தியரி' (W. Bonefeld, 'Crisis of Theory'), *Capital & Class*, no. 50, 1993.

14. உதாரணமாக பார்க்கவும் எம் அக்லியேட்டா, *எ தியரி ஆஃப் கேப்பிடலிஸ்ட் ரெகுலேஷன்* (M Aglietta, *A Theory of Capitalist Regulation*), Verso, London, 1979

15. உதாரணமாக பார்க்கவும் சைமன் கிளார்க், 'ஸ்டேட், கிளாஸ் அண்ட் த ரீப்ரொடக்ஷன் ஆஃப் கேப்பிட்டல்' (S. Clarke, 'State, Class and the Reproduction of Capital'), in S. Clarke (ed), *The State Debate*, Macmillan, London, 1991.

16. பார்க்கவும் பி ஜேசப், 'போலர் பியர்ஸ்' (B. Jessop, 'Polar Bears'), மற்றும் அவரது *ஸ்டேட் தியரி (State Theory)*, Polity, Cambridge, 1990.

17. எம் ஹோர்க்ஹெய்மர் (M. Horkheimer) விவாதித்தபடி 'பாரம்பரிய கோட்பாடு', 'Traditionelle und kritische Theorie'; அவரது 'Nachtrag' in M. Horkheimer, *Traditionell und kritische Theorie*-ஐயும் பார்க்கவும்.

18. ஜே அக்னோலி, 'டிஸ்ட்ரக்ஷன்...' (J. Agnoli, 'Destruction...'), p. 44.

19. கே. கோர்ஷ், *மார்க்சிசம் அண்ட் ஃபிலாசஃபி* (K. Korsch, *Marxism and Philosophy*), New Left Books, London, 1970, pp. 55-6.

20. பார்க்கவும் மார்க்சின் 1844 கையெழுத்துப் பிரதிகள் மீதான ஆர்த்தரின் பிரதி பகுப்பாய்வை 'டயலெக்டிக்ஸ் ஆஃப் லேபர்' (*Dialectics of Labour*, Blackwell, Oxford, 1986).

21. எம். த்ரோந்தி, 'த ஸ்ட்ரேடஜி ஆஃப் ரிப்யூசல்' (M. Tronty, 'The Strategy of Refusal'), in *Working-Class Autonomy and Crisis*, Red Notes - CSE, London, 1979, p. 10

22. பார்க்கவும். வெர்னர் போன்ஃபெல்ட், ரிச்சர்ட் குன் (W. Bonefeld, R Gunn), 'La constitution et sa signification: Reflections sur l epistemologies, la forme et la pratique sociale', *Future anterieur*, no. 8, Paris. 1991

23. இந்த விஷயத்தைப் பற்றி இந்தத் தொகுதியில் ஜான் ஹாலவேயின் பங்களிப்பைப் பார்க்கவும்.

24. பார்க்கவும். அன்டோனியோ நெக்ரி, 'இன்றைய வர்க்க நிலை பற்றிய பொருள் கூறல்: முறைபாட்டு அம்சங்கள்', திறந்தநிலை மார்க்சியம், தொகுதி II: கோட்பாடும் நடைமுறையும். சி. ஆர்தர், 'வைட் ஓப்பன்' (C Arthur, 'Wide Open'), Radical Philosophy, vol. 64, 1993.

25. கார்ல் மார்க்ஸ், 'ஃபாயர்பாஹ் பற்றிய தேற்றங்கள்', மார்க்ஸ் எங்கெல்ஸ் தேர்வு நூல்கள், தொகுதி 1. இந்த விஷயம் பற்றிய ஒரு பொருள்கூறலுக்கும் கோட்பாட்டுக்கு இது கொண்டிருக்கும் தாக்கங்களையும் பற்றி பார்க்கவும் ரிச்சர்ட் குன், 'பிராக்டிகல் ரிஃப்ளெக்சிவிட்டி இன் மார்க்ஸ்' ('Practical Reflexivity in Marx', Common Sense, no. 1, 1987)

26. கார்ல் மார்க்ஸ், மூலதனம், மூன்றாம் பாகம், பக்கம் 1165 (p. 817)

27. முன்வந்தது, பக்கம் p. 830

28. கார்ல் மார்க்ஸ், உபரி மதிப்புக் கோட்பாடுகள் (p. 498)

29. பார்க்கவும் கார்ல் மார்க்ஸ், மூலதனம் முதல் பாகம், ஜெர்மன் பதிப்பு, பக்கம் 90. மூலதனம் நூலின் ஜெர்மன் பதிப்பில் மார்க்ஸ் 'verrückte Formen' என்ற சொல்லைப் பயன்படுத்துகிறார். மூலதனம் நூலின் ஆங்கில பதிப்பில் இது 'அபத்தமான வடிவங்கள்' அல்லது 'கற்பனையான வடிவங்கள்' என்று மொழிபெயர்க்கப்பட்டுள்ளது. இந்த மொழிபெயர்ப்புகள் தவறானவை. மார்க்சில், 'verrückt என்பதற்கு இரட்டை அர்த்தம் உள்ளது: திரிபுற்ற (deranged - verrückt), அறிவு பிறழ்ந்த (de-ranged - ver-rückt). எனவே, வக்கிரமான வடிவங்கள் ('perverted forms') என்ற கருத்துநிலையில் இந்த வடிவங்கள் அறிவுபிறழ்ந்தும் திரிபுற்றும் உள்ளன என்ற பொருள் உள்ளது. நெறிபிறழ்தல் என்பதன் இருபொருளில், சாரமானதற்கும் திட்டவட்டமானதற்கும் இடையிலான உள்ளுறை உறவு என்ற கருத்துநிலை உள்ளது. பார்க்கவும் பக்ஹவுஸ், 'தத்துவத்திற்கும் அறிவியலுக்கும் இடையே: விமர்சனக் கோட்பாடாக மார்க்சிய சமூக பொருளாதாரம்' (Backhaus 'Between Philosophy and Science: Marxisn Social Economy as Critical Theory'), திறந்தநிலை மார்க்சியம், தொகுதி I-ல் 'நெறிபிறழ்ந்த' என்பதன் இரட்டை அர்த்தத்துக்கு பார்க்கவும்.

30. கார்ல் மார்க்ஸ், உபரி மதிப்புக் கோட்பாடுகள், பக்கம் 504

31. இது பற்றி : கார்ல் மார்க்ஸ், மூலதனம், இரண்டாம் பாகம்

32. கார்ல் மார்க்ஸ், மூலதனம் மூன்றாம் பாகம், பக்கம் 534. ஜெர்மன் பதிப்பில் மார்க்ஸ் 'பணத்தை' 'begriffslose' வடிவம் என்று குறிப்பிடுகிறார். மூலதனம் நூலின் ஆங்கில பதிப்பில் 'begriffslos' என்பது 'அர்த்தமற்ற' என்று மொழிபெயர்க்கப் பட்டுள்ளது. இந்த மொழிபெயர்ப்பு தவறானது. 'begriffslos' என்ற பதம் 'பிடியை இழப்பது' என்ற கருத்துநிலையை குறிக்கிறது, அதாவது 'அர்த்தம் நீக்கப்பட்ட' என்ற பொருளைக் கொண்டுள்ளது. Begriffslos என்பதற்கு இந்தச் சொல் நெருக்கமானது. இதைப் பற்றி பார்க்கவும். W. Bonefeld, 'Money, Equality and Exploitation', in W. Bonefeld and Jo Hollway (eds), Global Capital, National State and the Politics of Money, Macmillan, London, 1995.

33. கார்ல் மார்க்ஸ், மூலதனம் முதல் பாகம், பக்கம் 111 (பொருட்களின் செயலாக)

34. J Hirsch ('The State Apparatus and Social Reproduction: Elements of a Theory of the Bourgeois State', in J. Holloway and S Picciotto (eds.), State and Capital: A Marxist Debate, Edward Arnold, London, 1978) இந்த வகையான பகுப்பாய்வை வழங்குகிறது. விமர்சன பகுப்பாய்வுக்கு

J. Holloway and S. Picciotto, 'Introduction', in *முன் வந்தது*; J. Holloway, 'The Great Bear : Post-Fordism and Class Struggle', in W. Bonefeld and J. Holloway, *Post-Fordism;* வெர்னர் போன்ஃபெல்ட், 'சமூகக் கட்டுவிப்பும் முதலாளித்துவ அரசின் வடிவமும்' (W. Bonefeld, 'Social Constitution and the Form of the Capitalist State'), in *திறந்தநிலை மார்க்சியம், தொகுதி* I; S. Clarke, 'Introduction to *முன் வந்தது*., The State Debate.
35. இந்த விவாதம் பற்றி பார்க்கவும். W. Bonefeld and J. Holloway (eds), *Post-Fordism*
36. B. Jessop, 'Polar Bears', p. 154
37. *முன் வந்தது,* p. *150*
38. ஜேசப்பின் அணுகுமுறை பற்றிய இதே போன்ற விமர்சன பகுப்பாய்வுக்கு பார்க்கவும்: ரிச்சர்ட் குன், 'வரலாற்றுப் பொருள்முதல்வாதத்துக்கு எதிராக', *திறந்தநிலை மார்க்சியம், தொகுதி* II.
39. B. Jessop, 'Polar Bears', p.148.
40. B. Jessop, 'State Forms, Social Basis and Hegemonic Projects', Kapitalistate, no. 10/11, 1983, p.90; S. Clarke, The State Debate-ல் திருத்தப்பட்ட வடிவில் மறுபடியும் அச்சிடப்பட்டது.
41. S. Clarke, 'Introduction', in S. Clarke, The State Debate, p.49, fn. 24
42. கார்ல் மார்க்ஸ், குருண்ட்ரிச, ஜெர்மன் பதிப்பு, Dietz Verlag, Berlin, 1974, p. 909
43. '*விமர்சன பகுப்பாய்வு*' பற்றி பார்க்கவும்: J Agnoli, 'Von der kritischen Politologie zur Kritik der Politik', in J. Angoli, Die Transformation der Demokratie und andere Schriften zur Kritik der Politi, Caira Verlag, Freiburg, 1990, J. Agnoli, 'Destruction...'; M. Horkheimer. 'Traditionelle und kritische Theorie'; அறிமுகம், *திறந்தநிலை மார்க்சியம், தொகுதி* I-ஐயும் பார்க்கவும்
44. கார்ல் மார்க்ஸ், *மூலதனம், இரண்டாம் பாகம்,* page. 185
45. கார்ல் மார்க்ஸ், *மூலதனம், முதல் பாகம், பக்கம் 125*
46. பார்க்கவும், முன்வந்தது, முற்றும் *மூலதனம், மூன்றாம் பாகம்,* page *391*
47. கார்ல் மார்க்ஸ், *மூலதனம் முதல் பாகம், பக்கம் 111*
48. பார்க்கவும். S. Hall, 'Realignment for What?', *Marxism Today*, December 1985
49. பின்-ஃபோர்டிச அணுகுமுறை பயன்படுத்தும் கவனத்தைக் கவரும் சொற்களில் இது ஒன்று. பார்க்கவும். B. Jessop, 'Regulation Theory, Post-Fordism and the State'; and J. Hirsch, 'Fordism and Post-Fordism', both published in W. Bonefeld and J. Holloway, *Post-Fordism*
50. இந்த விஷயம் பற்றி பார்க்கவும். R. Gunn, "Marxism and Philosophy'; 'Marxism, Metatheory and Critique'; and his 'Against Historical Materialism'
51. பார்க்கவும். வி. Horkheimer, 'Zum Problem der Wahrheit', in M. Horkheimer, *Gesammelte Schriften Band 3 : Schriften 1931-1936,* ed. A Schimdt, Fischer Verlag, Franfurt, 1988.
52. 'உழைப்பை' தனிநபரின் உழைப்பாக அல்லது உருக்கொண்ட உழைப்பாக புரிந்து கொள்வது மார்க்சின் அணுகுமுறையின் இயல்பாக இருப்பதற்கு மாறாக அதுதான் அரசியல் பொருளாதாரம் மீதான மார்க்சின் விமர்சன பகுப்பாய்வின் மையத்தில் உள்ளது. இந்த விஷயம் பற்றிய சமீபத்திய விளக்கத்துக்கு பார்க்கவும்: D Behrens, *Gesellschaft and Erkenntnis,* Ca ira Verlag, Freiburg, 1993.
53. H. Reichelt, 'Some Notes...', p. 74
54. கார்ல் மார்க்ஸ், *மூலதனம் முதல் பாகம்,* p..57
55. கார்ல் மார்க்ஸ், குருண்ட்ரிச, ஆங்கில பதிப்பு, p..87

56. பார்க்கவும் கார்ல் மார்க்ஸ், *மூலதனம் இரண்டாம் பாகம், அத்தியாயங்கள் 1 - 4*
57. பார்க்கவும் கார்ல் மார்க்ஸ் *மூலதனம் முதல் பாகம்*, p. *152*
58. முன்வந்தது, p. *79-80*
59. கார்ல் மார்க்ஸ், *மூலதனம் இரண்டாம் பாகம்*, p.*180*
60. கார்ல் மார்க்ஸ், *மூலதனம் மூன்றாம் பாகம்*, p.*829*
61. முன்வந்தது. pp. *825, 823, 829*
62. மார்க்சின் படைப்புகளில் 'அவசியத்தன்மை' என்ற கருத்துநிலை பற்றி: M Horkheimer's 'Traditionelle und kritische Theories'; இந்தத் தொகுதியில் சைக்கோபீடிஸ்-ஐம் பார்க்கவும்.
63. பார்க்கவும் கார்ல் மார்க்ஸ், *மூலதனம் முதல் பாகம்*, பிரிவு *4*, *மூலதனம் மூன்றாம் பாகம் அத்தியாயம் 48*
64. கார்ல் மார்க்ஸ், *மூலதனம் மூன்றாம் பாகம்*, p.*827*
65. முன்வந்தது, p. *822*
66. இதே போன்ற வாதத்தை காஸ்மாஸ் சைக்கோபீடிஸ் *திறந்தநிலை மார்க்சியம்* தொகுதி I-ல் 'இயங்கியல் கோட்பாடு - பிரச்சினைகளும் மீட்டுருவாக்கமும்'-ல் முன் வைத்தார். இயங்கியல் கோட்பாட்டை அவர் மீட்டுருவாக்குவது சமூக ரீதியான முன்னனுமானங்கள் மனித உறவுகள் பொருட்களின் உறவுகளாக முதலாளித்துவரீதியில் மாய்மால, அழிவுத் தன்மையிலான திருப்பி நிறுத்தலுடன் கொண்டிருக்கும் முரண்படும் ஒருங்கிணைவை நிரூபிக்கிறது. மேலும் பார்க்கவும் பக்ஹவுஸ், 'தத்துவத்துக்கும் அறிவியலுக்கும் இடையே' (H.G Backhaus, 'Between Philosophy and Science'), *(திறந்தநிலை மார்க்சியம்)* தொகுதி I. இந்தப் பிரிவு, (H.G. Backhaus, 'Zum Problem des Geldes als konstituents oder Apriorit der ökonomischen Gegenständlichkeit, *Prokla,* no. 63, 1986.
67. கார்ல் மார்க்ஸ், *மூலதனம் மூன்றாம் பாகம்*, p. *824*
68. பக்ஹவுஸ், 'தத்துவத்துக்கும் அறிவியலுக்கும் இடையே' (H. G Backhaus, 'Between Philosophy and Science'), p. *60*. பக்ஹவுஸ் லியோ கோஃப்ளரை மேற்கோள் காட்டுகிறார்.
69. முன்வந்தது., p. *71*
70. கார்ல் மார்க்ஸ், *மூலதனம் மூன்றாம் பாகம்*, p. *48*
71. கார்ல் மார்க்ஸ், *மூலதனம் முதல் பாகம்*, p. *85*
72. கார்ல் மார்க்ஸ், *மூலதனம் மூன்றாம் பாகம்*, p. *823*
73. கார்ல் மார்க்ஸ், *மூலதனம் முதல் பாகம்*, pp. *568-9*
74. கார்ல் மார்க்ஸ், *மூலதனம் மூன்றாம் பாகம்*, p. *814*
75. ஜி. கே, "வெய் லேபர் இஸ் த ஸ்டார்டிங் பாய்ன்ட் ஆஃப் கேப்பிட்டல்" (G. Kay, "Why Labour is the Starting Point of Capital'), in D. Elson (ed.), *Value: The Representation of Labour in Capitalism,* CSE-Books, London, 1979, p 58
76. பார்க்கவும் கார்ல் மார்க்ஸ், *மூலதனம் மூன்றாம் பாகம்*, p. *392*
77. கார்ல் மார்க்ஸ், *உபரி மதிப்புக் கோட்பாடுகள்*, p. *447*
78. கார்ல் மார்க்ஸ், *மூலதனம் மூன்றாம் பாகம்*, p. *829*

79. கார்ல் மார்க்ஸ், *மூலதனம் முதல் பாகம்*, p. 569
80. பார்க்கவும். கார்ல் மார்க்ஸ், *மூலதனம் மூன்றாம் பாகம்*, p. 827
81. கார்ல் மார்க்ஸ், *மூலதனம் முதல் பாகம்*, p.79
82. முன்வந்தது, p. 85, fn. 1
83. முன்வந்தது, p. 106
84. பார்க்கவும். ரிச்சர்ட் குன், 'மார்க்சிசம் அண்ட் மீடியேஷன்' (R. Gunn, 'Marxism and Mediation'), *Common Sense,* no. 2, 1987; காஸ்மாஸ் சைக்கோபீடிஸ், 'நோட்ஸ் ஆன் மீடியேஷன்-அனாலிசிஸ்' (K Psychopedis, 'Notes on Mediation-Analysis'), *Common Sense,* no. 5, 1988; வெர்னர் போன்ஃபெல்ட், 'மார்க்சிசம் அண்ட் த கான்சப்ட் ஆஃப் மீடியேஷன்' (W. Bonefeld, 'Marxism and the Concept of Mediation'), *Common Sense,* no. 2, 1987.
85. கார்ல் மார்க்ஸ், *மூலதனம் முதல் பாகம்*, p. 106
86. H.G. Backhaus, 'Between Philosophy and Science', p. 81.
87. கார்ல் மார்க்ஸ், *மூலதனம் முதல் பாகம்*,p.77
88. பார்க்கவும் முன்வந்தது, p. 80
89. கார்ல் மார்க்ஸ், *குருண்ட்ரிச*, p. 515
90. பார்க்கவும் W. Bonefeld, 'Class Struggle and the Permanence of Primitive Accumulation', Common Sense, no. 6, 1988; இந்தத் தொகுதியில் டல்லா கோஸ்டாவின் பங்களிப்பையும் பார்க்கவும்.
91. கார்ல் மார்க்ஸ், *குருண்ட்ரிச*, p. 107
92. எச்.ஜி. பக்ஹவுஸ், 'சுர் டயலெக்டிக் டெர் வெர்ட்ஃபார்ம்' (H. G. Backhaus, 'Zur Dialektik der Wertform'), in A. Schmidt, Beiträge
93. ஏ. ஷ்மிட், 'பிராக்சிஸ்' (A. Schmidt, Praxis), in *Gesellschaft: Beiträge zur Marxischen Theorie* 2, Suhrkamp, Frankfurt, 1974, p.207
94. பார்க்கவும் காஸ்மாஸ் சைக்கோபீடிஸ், *கெஷிஷ்ட உண்ட் மெதோட* (K. Psychopedis, *Geschichte und Methode*), Campus Verlag, Frankfurt, New York, 1984.
95. பார்க்கவும் கார்ல் மார்க்ஸ், *மூலதனம் மூன்றாம் பாகம்*, p. 826.
96. பக்ஹவுஸ், 'தத்துவத்துக்கும் அறிவியலுக்கும் இடையே' (H.G Backhaus, "Between Philosophy and Science')
97. S. Clarke, 'State, Class and the Reproduction of Capital', p. 188.
98. முன்வந்தது, p.190.
99. எஸ். கிளார்க், 'உலகளாவிய மூலதனத் திரட்டலும் முதலாளித்துவ அரசு வடிவத்தை காலவரிசைப்படுத்துவதும்' (S. Clarke, 'The Global Accumulation of Capital and Periodisation of the Capitalist State Form' *திறந்தநிலை மார்க்சியம்,* தொகுதி I-ல்
100. எஸ். கிளார்க், 'ஸ்டேட், கிளாஸ் அண்ட் த ரீப்ரொடக்ஷன் ஆஃப் கேபிடல்' (S. Clarke, 'State, Class and the Reproduction of Capital'), p. 139
101. S. Clarke, 'The Global Accumulation of Capital and Periodisation of the Capitalist State Form', p.135
102. முன்வந்தது
103. S. Clarke, *Marx, Marginalism & Modern Socialogy*, Maxmillan, London, second ed., 1991. கிளார்க், மார்க்சின் 1844 கையெழுத்துப் பிரதிகளைக் குறிப்பிடுகிறார்.

104. முன்வந்தது, p. 141. 'தீர்மானகர சாரமாக்கல்' பற்றிய மாற்று கருத்தாக்கத்துக்கு பார்க்கவும் காஸ்மாஸ் சைக்கோபீடிஸ், 'இயக்கவியல் கோட்பாடு: மீள்கட்டமைப்பின் பிரச்சினைகள்' (K. Psychopedis, 'Dialectical Theory: Problems of Reconstruction'); வெர்னர் போன்ஃபெல்ட், 'சமூகக் கட்டுவிப்பும் முதலாளித்துவ அரசின் வடிவமும்' (W. Bonefeld, 'Social Constitution and the Form of the Capitalist State'); ரிச்சர்ட் குன், 'வரலாற்றுப் பொருள்முல்வாதத்துக்கு எதிராக' (R. Gunn, 'Against Historical Materialism'), அ.நெக்ரி, மார்க்ஸ் பியாண்ட் மார்க்ஸ் லெசன்ஸ் ஆன் த குருண்ட்ரிச (A. Negri, *Marx Beyond Marx: Lessons on the Grundrisse*), Bergin & Garvey, Mass., 1984-ஐயும் பார்க்கவும்.

105. எஸ். கிளார்க், மார்க்ஸ், மார்ஜினலிசம் & மாடர்ன் சோசியாலஜி, (S. Clarke, *Marx, Marginalism & Modern Sociology*), p. 141. fn.8.

106. முன்வந்தது, மார்க்ஸ் (மூலதனம் முதல் பாகம் p. 352, fn.2)உடன் ஒப்பிடவும். "எதார்த்தத்தில், சமயத்தினது மாய படைப்புகளின் மண்ணுலகக் கருவைப் பகுப்பாய்வின் மூலம் கண்டுபிடிப்பது அவ்வளவு கடினமன்று. ஆனால், உள்ளபடியே நிலவுகிற வாழ்க்கை உறவுகளிலிருந்து அவ்வுறவுகளுக்குரிய விண்ணுலக வடிவங்களை வகுத்தமைப்பது மெத்தக் கடினமாகும். இந்த இரண்டாவது வழிமுறைதான் பொருள்முதல்வாத வழிமுறையாகும்; ஆதலால் அறிவியல்ரீதியான வழிமுறையாகும். இயற்கை அறிவியலின் சாரமான பொருள்முதல்வாதத்தின் வரலாற்றையும் அதன் நிகழ்முறையையும் ஒதுக்கி விடுகிறத இந்தப் பொருள்முதல்வாதத்தின் பலவீனங்கள், இயற்கை அறிவியலாளர்கள் அவர்களது தனித்துறையில் எல்லைகளைக் கடந்து வந்து வெளியிடுகிற சாரமான, சித்தாந்த கருத்தாக்கங்களில் உடனே தெளிவாகப் புலப்படுகின்றன" (தமிழ்ப்பதிப்பு, பக்கம் 506-மொ.பெ).

107. எஸ். கிளார்க், மார்க்ஸ், மார்ஜினலிசம் & மாடர்ன் சோசியாலஜி, (S. Clarke, *Marx, Marginalism & Modern Sociology*), pp. 141-2

108. பார்க்கவும். ரிச்சர்ட் குன், 'மார்சிசம் அண்ட் ஃபிலாசஃபி', காஸ்மாஸ் சைக்கோபீடிஸ், 'நோட்ஸ் ஆன் மீடியேஷன்-அனாலிசிஸ்' (R. Gunn, 'Marxism and Philosophy', and K. Psychopedis, 'Notes on Mediation-Analysis')

109. காஸ்மாஸ் சைக்கோபீடிஸ், 'இயக்கவியல் கோட்பாடு:மீள்கட்டமைப்பின் பிரச்சினைகள்' (Cf. K. Psychopedis, 'Dialectical Theory: Problems and Reconstruction)

110. பார்க்கவும் கார்ல் மார்க்ஸ், மூலதனம் மூன்றாம் பாகம், அத்தியாயம் 48

111. கார்ல் மார்க்ஸ் குருண்ட்ரிச, p.361

112. கார்ல் மார்க்ஸ், மூலதனம் மூன்றாம் பாகம், p.825

113. ஜே.அக்னோலி, 'டிஸ்ட்ரக்ஷன்...' (J. Agnoli, 'Destruction...'), p.45

114. பார்க்கவும். எம் ஹோர்க்ஹெய்மர், 'நாஹ்டிராக்' (M Horkheimer, 'Nachtrag')

115. எச் மார்க்யூஸ், 'ஃபிலாசஃபி அண்ட் கிரிட்டிக்கல் தியரி' (H. Marcuse, 'Philosophy and Critical Theory'), in M. Marcuse, Negations, Free Association Press, London, 1988, p. 151

116. எம்.ஹோர்க்ஹெய்மர், 'டிரெடிஷனல்ல உண்ட் கிரிட்டிஷ தியோரி', 'நாஹ்ட்ராக்' (M. Horkheimer, 'Traditionelle und kritische Theorie' and 'Nachtrag')

117. முன்வந்தது

118. ஜே. அக்னோலி, 'டிஸ்ட்ரக்ஷன்...' (J Agnoli, 'Destruction...'). pp 45-6.